‘इट्स ऑलवेज पॉसिबल’

जगातील एका प्रचंड मोठ्या तुरुंगाचा कायापालट

लेखक

किरण बेदी

अनुवाद

लीना सोहोनी

मेहता पब्लिशिंग हाऊस

IT'S ALWAYS POSSIBLE by KIRAN BEDI

Originally Published by Sterling Publishers Pvt. Ltd, New Delhi.

Translated into Marathi Language by Leena Sohani

'इट्स ऑलवेज पॉसिबल' : लीना सोहोनी / अनुभवकथन

अनुवाद : लीना सोहोनी

Email : author@mehtapublishinghouse.com

प्रकाशक : सुनील अनिल मेहता, मेहता पब्लिशिंग हाऊस,
१९४१ सदाशिव पेठ, माडीवाले कॉलनी, पुणे – ४११०३०.

मुद्रक : पार्कसन्स ग्राफिक्स

मुखपृष्ठ
मांडणी : मेहता पब्लिशिंग हाऊस

प्रकाशनकाल : जानेवारी, २००० / मे, २००० / नोव्हेंबर, २००२ /
नोव्हेंबर, २००३ / मार्च, २००५ / जुलै, २००७
डिसेंबर, २००८ / फेब्रुवारी, २०१० / ऑगस्ट, २०११ /
सप्टेंबर, २०१३ / एप्रिल, २०१८ /
पुनर्मुद्रण : ऑगस्ट, २०२०

किंमत : ₹ ३९५

P Book ISBN 9788177663532
E Book ISBN 9789386888846
E Books available on : amazonkindle Apple Books Google Play Books

---

THE DALAI LAMA

प्रस्तावना

आपली कर्तव्ये पार पाडून, त्याही पलीकडे जाऊन मानवजातीची सेवा करण्यासाठी झटणारी माणसं काही वेगळीच असतात. किरण बेदी ही अशा माणसांपैकीच एक. एक स्त्री आणि एक अधिकारी या नात्याने विविध सामाजिक क्षेत्रांशी तिची संपूर्ण बांधिलकी आहे. सामाजिक समस्यांबद्दल तिला प्रचंड कळकळ आहे व त्यासाठी निष्ठेने काम करण्याची तिची तयारी आहे. मग या समस्या व्यसनमुक्तीच्या असोत, नाहीतर तिहार कारागृहाच्या व्यवस्थापनाच्या असोत! आणि यामुळेच तिचं कार्य वेगळं उठून दिसतं.

बंदिवासात राहणाऱ्या माणसांना आपण आपल्या समाजाचाच एक भाग असल्याप्रमाणे वागवलं पाहिजे असा माझा स्वतःचा ठाम विश्वास आहे, पण दुर्दैवानं तसं घडताना मात्र दिसत नाही. एकंदर समाज आणि विशेषतः तुरुंगातील वरिष्ठ अधिकारीच या लोकांना वाळीत टाकतात आणि म्हणूनच वाकडे पाऊल पडलेल्या या व्यक्तींना आपल्या समाजात सामावून घेण्याच्या उद्दिष्टानं, तुरुंगात त्यांच्यासाठी सुसंस्कृत वातावरण, ध्यानधारणा, शिक्षण आणि मूलभूत नागरी सुविधा निर्माण करण्यासाठी झटून प्रयत्न करणाऱ्या किरण बेदीचे कार्य खरोखरीच स्पृहणीय आहे.

किरण बेदीचं हे पुस्तक वाचकांनाही प्रेरणास्त्रोत ठरेल यात शंकाच नाही. ज्यांच्या हातात सत्ता आहे, त्यांना त्या सत्तेचा वापर करत असतानाही माणुसकीचा ओलावा निर्माण करता येतो, याचंच तिनं उदाहरण घालून दिलं आहे.

मनोगत

कुणी विश्वास ठेवो अगर न ठेवो, पण काही गोष्टी जर घडायच्या असतील तर त्या घडतातच, पण ह्या पुस्तकाची निर्मिती हा मात्र फार मोठ्या ईश्वरी योजनेचा भाग आहे असं मी मानते. इन्स्पेक्टर जनरल (प्रिझन्स) चं पद भूषवावं असं मला कधीही वाटलं नव्हतं. त्याविषयी माझं मत कोणी कधी विचारलंही नव्हतं. या तुरुंगात येण्यापूर्वी मला दीर्घकाळ बदलीसाठी प्रतीक्षा करावी लागली होती. भारताच्या इशान्य भागी असलेल्या मिझोराम राज्याची इन्स्पेक्टर जनरल ऑफ पोलीस म्हणून काम केल्यानंतर मी नऊ महिने बदलीसाठी वाट पाहत होते. भारत सरकारच्या 'मिनिस्ट्री ऑफ होम अफेअर्स'ने माझं भवितव्य ठरवण्यात खूप वेळ घेतला. त्यामुळे मी पूर्ण पगार घेऊन नुसती प्रतीक्षा करत थांबून होते, परंतु ऑडिटरच्या ऑफिसकडून त्यांना तंबी मिळाली : असं दीर्घकाळ काही न करता पूर्ण पगार देऊन मला ठेवता येत नव्हतं, म्हणे. मग मला इकडे टाकलं.

आय. जी. (प्रिझन्स) ची ही जागा अनेक महिने रिकामी पडून होती. तिथे बदली करून घेण्यास कोणीच उत्सुक नव्हतं आणि ज्या कुणाची बदली तिथे होई, ती व्यक्ती तिहारच्या शक्यतो बाहेरच राहण्याचा प्रयत्न करी. खरं तर मला दिल्ली पोलीस खात्यात परत पाठवणं योग्य ठरलं असतं, पण तिथे जे दिग्गज जागा अडवून बसले होते ते काही केल्या हटायला तयार नव्हते. मग स्वाभाविकच त्या जागी बदलून जाण्याची 'राजी खुशीची' सक्ती माझ्यावर झाली. माझ्यासारख्या व्यक्तीला 'टाकायला' याहून चांगली जागा शोधूनही सापडली नसती! आमच्यासारख्यांच्या मनात तुरुंगासारख्या ठिकाणी बदली होणं म्हणजे काळ्या पाण्याची शिक्षा, अशीच भावना असते. काही लोकांच्या मते माझ्या बाबतीत जे झालं ते योग्यच होतं. उगीच प्रवाहाविरुद्ध जाऊन काहीतरी नवा मार्ग चोखाळायला निघालेल्यांची ही अशीच गत होते हे तरी निदान त्यामुळे मला समजून चुकलं.

याच सुमाराला माझी माझ्या एका सहकाऱ्याशी त्याच्या ऑफिसात गाठ पडली. आपल्या प्रचंड ऑफिसात गुळगुळीत काचेच्या टेबलामागे झुलणाऱ्या खुर्चीत तो पुढे-मागे डोलत बसला होता. जेवणावळी घालून येन केन प्रकारेण तो त्या दिमाखदार ऑफिसातील आपल्या खुर्चीला घट्ट चिकटून होता. तो म्हणाला, ''किरण, तू कुठे चालली आहेस? तिथे काहीही काम नसणार आहे!'' मी म्हणाले, ''का बरं?'' त्यावर तो उत्तरला, ''मी अनेक वर्षांपूर्वी तिथला आय. जी. (प्रिझन्स)

होतो. माझ्याकडे रोज फक्त दोन फाईल्स येत. मग मी त्यांवर घरीच काम करायचो किंवा माझ्याकडे आणखी काही जादा काम असायचं तेही मी घरूनच करायचो. आणि म्हणूनच मी म्हणतो, कसंही करून यातून सुटका करून घे.'' त्याचं कुठे चुकत होतं, ते मला कळलं. पण मी ते त्याला सांगितलं मात्र नाही. माझ्या मते त्याला फार फार वरती चढवण्यात आलं होतं, इतक्या वरती की आपल्या हाताखाली जगणाऱ्या हजारो प्राणिमात्रांकडे लक्ष द्यायला त्याला कठीण जात होतं.

माझी तुरुंगात बदली झाल्यामुळे माझ्या घरची मंडळीसुद्धा काळजीत पडली होती. काही काही विशिष्ट मुद्द्यांच्या बाबतीत हट्टीपणाचं धोरण स्वीकारण्याचा माझा आडमुठा स्वभाव त्यांना माहीत होता. आणि इथे तुरुंगात तर समाजातील कुठल्या कुठल्या नमुन्यांशी माझी गाठ पडणार होती. माझा इतिहास सर्वांना माहीत होता. कोणत्या परिस्थितीत मी कसं धोरण स्वीकारणार हे सूर्यप्रकाशाइतकं सत्य होतं.

माझ्या मनात खोलवर कुठेतरी नियती आपल्याला हाताला धरून नेत असल्याची जाणीव झाली. आणि ही नियती आपल्याला अगदी योग्यच ठिकाणी नेऊन पोचवत आहे, ही पण जाणीव झाली. त्या ठिकाणी आपण जरूर जावं अशी जबरदस्त अंतःप्रेरणा मला झाली. सुधारणावादी दृष्टिकोण आणि सर्वांना बरोबर घेऊन नेण्याचं धोरण तेथे जाऊन अवलंबावं, असं मला वाटू लागलं.

एका वीकएंडच्या आदल्या दिवशी या बदलीचा हुकूम माझ्या हातात पडला. मला ताबडतोब आय. जी. (प्रिझन्स) म्हणून कामावर रुजू व्हायचं होतं. बदली जेव्हा होते तेव्हा ती किती दिवसांसाठी असते, ह्याचा त्या आदेशात कधीही उल्लेख नसतो. मी दुसऱ्याच दिवशी सकाळी कामावर रुजू झाले. तो शुक्रवार होता. आता सुमारे ७२०० कैद्यांची मी 'अधिकृत पालक' होते.

माझा पोलीस खात्यातील २१ वर्षांचा अनुभव लक्षात घेता यात वेगळं असं काहीच नव्हतं. मला ती वर्षं अजून आठवतात. माझ्या हद्दीत कोणाही गुन्हेगाराला अटक झाली की त्याला काही विशिष्ट प्रश्न आम्ही विचारत असू. त्याच्या गुन्हेगारी वृत्तीपासून त्याला परावृत्त कसं करता येईल, हे तपासण्यासाठी ही प्रश्नोत्तरं असत. त्यातील काही प्रश्न असे होते–

१) त्याने तो गुन्हा का केला?

२) तो गुन्हा करण्यास त्याला कोणती परिस्थिती कारणीभूत झाली?

३) त्यामागे काही मानसशास्त्रीय, सामाजिक व आर्थिक कारणे होती का? ती कोणती?

४) त्याच्या कुटुंबियांचा किंवा मित्रमंडळींचा त्याच्यावर किती प्रमाणात दबाव होता?

५) त्याच्या गुन्हेगारी प्रवृत्तीविषयी पोलिसांना आधी काही माहिती होती का? [हा गुन्हा आम्हाला थांबवता आला असता का? आम्ही यात कुठे अपयशी ठरलो? याचे विश्लेषण.]

६) त्याची कोठडीतून सुटका झाल्यानंतर तो काय करण्याची शक्यता होती?

७) गुन्हा-तुरुंगवास-जामीन-गुन्हा-तुरुंगवास-जामीन-गुन्हा हे दुष्टचक्र पोलिसांना अधिकृतपणे थांबवता आले असते का? त्याच्यासाठी त्या गुन्हेगारास आम्ही कशा प्रकारे मदत करू शकलो असतो?

अशा प्रकारच्या विश्लेषणात्मक प्रक्रियेद्वारा आम्ही सामूहिकरीत्या अनेक गुन्हेगारांमध्ये सुधारणा घडवून आणली होती. गुन्हा घडणेच कसे थांबवता येईल यासाठी आम्ही नवनवीन धोरणे विकसित करीत होतो. त्यातील प्रत्येक धोरण प्रमाणाबाहेर यशस्वी झाले होते. आम्ही पोलीस स्टेशन्सशी संलग्न अशी काही व्यसनमुक्ती केंद्रे चालू केली होती व त्यामुळेच न्यू दिल्लीच्या नॉर्थ डिस्ट्रिक्ट मध्ये डेप्युटी पोलीस कमिशनर म्हणून माझी नियुक्ती झाली. ज्या व्यक्ती व्यसनाच्या अतिरिक्त आहारी जाऊन त्या व्यसनाची पूर्तता करण्यासाठी चोऱ्यामाऱ्या किंवा हिंसाचारासारखे गुन्हे करत, अशा व्यक्तींना व्यसनमुक्त करण्यासाठी हा उपक्रम आम्ही करत होतो. मी तेथे काम करत असतानाच या उपक्रमाची सुरुवात झाली आणि आज त्याची व्याप्ती फार मोठ्या प्रमाणात वाढली आहे. आज या 'नवज्योती' केंद्रास युनायटेड नेशन्सने सुद्धा मान्यता देऊन निरीक्षकाचा दर्जा दिला आहे. अशा प्रकारच्या गुन्हेगारी प्रवृत्तीने तिहार तुरुंग ओसंडून वाहत होता. त्याचा सामना मला तुरुंगाच्या बाहेरून करायचा होता आणि त्या कामात यश मिळवायचं होतं.

माणूस जेव्हा अथकपणे, सातत्याने, नि:स्वार्थीपणाने आणि कळकळीने सुसंवाद प्रस्थापित करण्याचा प्रयत्न करतो, तेव्हा त्याला त्यात नक्की यश मिळतं असा माझा अनुभव होता. अगदी उलट्या काळजाच्या, कठोर व्यक्तीच्या सुद्धा हृदयास तो स्पर्श केल्यावाचून राहत नाही. केवळ आमच्या मनातील सच्च्या भावनांच्या जोरावर आम्ही अनेक निर्ढावलेल्या अट्टल गुन्हेगारांना चांगल्या मार्गाला लावून त्यांचे पुनर्वसन सुद्धा केले होते. तिहारमध्ये मला एकलक्षीपणाने जे काही काम करायला मिळणार होतं ते माझं सर्वांत आवडतं, माझ्या हृदयाच्या सर्वांत जवळचं काम होतं. गरजू व्यक्तींपर्यंत जाऊन पोचणं, त्यांना समजून घेणं, त्यांच्याशी बोलणं व सुसंवाद साधणं. त्यांच्यासाठी योग्य ती वातावरणनिर्मिती करून त्यांना अंतर्मुख होण्यास उद्युक्त करणं. आत्मावलोकन, आत्मपरीक्षण करण्यास प्रवृत्त करणं (भाग पाडणं नव्हे!)

कायदेभंग करणाऱ्या व्यक्तींची हाताळणी कशी करावी याची कला मला नीट अवगत होती. परंतु त्यांच्या निवासस्थानाची व्यवस्था करून त्यांची सर्वतोपरी

देखभाल करण्याचा काहीच अनुभव नव्हता. हे सारं अगदी लवकरात लवकर, जराही वेळ न दवडता शिकून घ्यायला हवं होतं. त्या सर्व कैद्यांच्या सर्वांगीण विकासाचे प्रयत्न करून त्यांना अंतर्बाह्य सुधारणेच्या मार्गावर आम्ही कसे नेले, त्यासाठी किती विविध अंगांनी धडपड केली, उपक्रम राबवले हेच या पुस्तकात दिले आहे.

तुरुंग– तो चालवणारी संपूर्ण यंत्रणा आणि त्यातील कैदी यांच्यात मी काय पाहिलं ते या पुस्तकातील विविध प्रकरणांमधून तुम्हालाही पहायला मिळेल. कुठे काय चुकत होतं, ते किती प्रमाणात, किती मर्यादेपर्यंत चुकत होतं आणि त्याची दृश्य कारणे काय होती, ते मला कळलं. त्यानंतर त्या बाबतीत आम्ही काय केलं? त्या परिस्थितीची हाताळणी कशी केली? आमची वाटचाल कोणत्या दिशेने होती? आमची उद्दिष्टे कोणती होती? आणि अखेर आम्ही कोठे येऊन पोहोचलो?

या पुस्तकलेखनासाठी प्रत्येक गोष्ट अगदी स्पष्टपणे, जशीच्या तशी आठवणं आवश्यक होतं. कागदपत्रे जपून ठेवण्याची माझी सवय येथे कामी आली. प्रत्येक चिठ्ठी चपाटी, कागदाचा तुकडा, नोंदवलेली निरीक्षणे व्यवस्थित ठेवलेली होती. ती मी लेखनापूर्वी नजरेखालून घातली तेव्हा ती सचेतन झाली. जणू माझ्याशी बोलू लागली. त्या बरोबरीने मी शक्य तेवढ्या सर्व व्यक्तींच्या अधिकाऱ्यांच्या, साध्या माणसांच्या, सुटका झालेल्या कैद्यांच्या मुलाखती घेतल्या. अशांपैकी एक म्हणजे हाँगकाँगचा एक तिशीचा तरुण डेव्हिड मिंग. याने तुरुंगात ध्यानधारणेचा उपक्रम राबवण्यात खूप मोठा पुढाकार घेतला होता. त्याची सुटका झाल्यावर तो माझ्या घरी आला. एक दिवस मी काम संपवून घरी आले तर दारात ओळखीची आकृती उभी. मी गाडी थांबवायला सांगितली आणि खिडकीची काच उघडली. तो डेव्हिड होता. त्याची सुटका झाल्याचं पाहून मला खूप आनंद झाला. ‘‘तू कधी सुटलास? आणि इथे काय करतोयस?’’ असं मी विचारताच तो उत्तरला, ‘‘मॅडम, मला कुठे जायला जागाच नाही.’’ ‘‘का बरं?’’ मी विचारले. त्यावर तो म्हणाला, ‘‘मॅडम, माझी सुटका झाल्यावर माझ्या एंबसीने मला भलत्या सलत्या, मादक द्रव्ये घेणाऱ्या लोकांमध्ये राहण्यासाठी पाठवलं. मला ती लागण झाली असती. ते मला नको होतं. आता मला राहायला जागाच नाही. मला घरी व्यवस्थित, उत्तम प्रकृतीनिशी जायचं आहे.’’ मला आठवलं, तुरुंगात सुद्धा त्याच्या जेवणाखाणाबद्दल तो अत्यंत दक्ष असे. त्याला भारतीय जेवण मुळीच चालत नसे. मी म्हणाले, ‘‘ठीक आहे. हवं तर माझ्या सेक्युरिटी गार्डांच्या सोबत त्यांच्या तंबूत राहा.’’ त्यावर तो म्हणाला ‘‘फार उपकार होतील, मॅडम.’’ मग तो काही महिने राहिला. अगदी क्वचित कधीतरी माझ्या घरून त्याला डबा जाई. तो गार पाणी मागून घेई. पण तेवढंच. तो स्वतःची अगदी व्यवस्थित काळजी घेत असे. माझ्याकडे असंख्य टेप्स

(ध्वनिमुद्रित मुलाखती) होत्या, त्या त्याने माझ्यासाठी लिहून काढल्या. माझ्याबरोबर तुरुंगात येऊन त्याने विदेशी कैद्यांच्या मुलाखती घेण्याच्या कामात सुद्धा मला मदत केली.

हे पुस्तक लिहायचं असं मी ठरवलेलं नव्हतं. तो दैवी संकेत होता. ते घडायचंच होतं. हाती घेतलेलं काम ज्या झपाट्यानं वाढलं, त्याचं एखाद्या चळवळीत रूपांतर झालं, त्या कामाला अमरत्व प्राप्त झालं आणि मग त्या कामाविषयी लिहिणं माझं कर्तव्य होऊन बसलं.

मग मी शिक्षणक्षेत्रामध्ये शक्यता अजमावण्यास सुरुवात केली. फोर्ड फाऊंडेशन, मॉक ऑर्थर फाऊंडेशन आणि इतर काही संस्थांमध्ये चौकशी केली. माझ्या गुरू डॉ. कमला चौधरींनी नेहरू फेलोशिपचं नाव सुचवलं. (भारताचे पहिले पंतप्रधान जवाहरलाल नेहरू यांच्या नावाने ही देण्यात येते) योगायोगाची गोष्ट अशी की, राजीव गांधी फाऊंडेशन तर्फे सिमला येथे त्याच वेळी एक परिषद भरवण्यात आली होती. त्याचा विषय होता- 'उत्तम समाजाची नवी व्याख्या.' व या परिषदेस मी उपस्थित होते. येथून परत येत असताना जवाहरलाल नेहरू मेमोरियल व म्यूझियमचे डायरेक्टर प्रोफेसर रविंद्रन हे व मी एकाच गाडीतून प्रवास करत होतो. तिहारमध्ये काम करत असताना मला जे अनुभव मिळाले त्यावर आधारित काही लेखन करता येईल का, अशी आमची चर्चा झाली. त्यांनी पण यासाठी मला नेहरू फेलोशिपचं नाव सुचवलं. मग मी तसा लेखी प्रस्ताव तयार केला व जवाहरलाल नेहरू मेमोरियल फंडाचे व्हाईस चेअरमन डॉ. करण सिंग यांच्याकडे तो पाठवला. जवाहरलाल नेहरू मेमोरियल फंडाचे सचिव श्री. नटवरसिंग यांचीही मी गाठ घेतली. त्यांनी ह्या उपक्रमात बराच रस घेतला. हा संशोधनाचाही विषय होऊ शकेल असंही त्यांना वाटलं. मात्र या फेलोशिपची एकच अट होती– ह्याचं काम करण्यास सुरवात केल्यापासून तीन वर्षं पुरी होण्याच्या आत ते प्रकाशित झालं पाहिजे. मला १९९५ साली ही शिष्यवृत्ती देण्यात आली आणि त्यानुसार नेमून दिलेल्या कालावधीत हे पुस्तक प्रकाशित होत आहे.

शैक्षणिक संशोधनासाठी 'नेहरू मेमोरियल स्कॉलरशिप' ही भारतातील सर्वांत उल्लेखनीय शिष्यवृत्ती आहे. ह्या शिष्यवृत्तीतून मिळणाऱ्या आर्थिक मदतीने तसेच मी स्वतः जमा केलेल्या रकमेचा उपयोग करून मी जगभरात पसरलेल्या पूर्वेच्या व पश्चिमेच्या देशांमधील काही निवडक तुरुंगांना परत एकदा भेटी दिल्या. लंडन, एडिंबरो, कोपनहेगन, झुरिच, फ्रँकफर्ट, ब्राटिस्लाव्हा, व्हिएन्ना, वॉशिंग्टन, फिलाडेल्फिया, सान फ्रान्सिस्को, हवाई, क्वाई, टोकियो, हाँगकाँग, मनिला आणि कोलंबो इत्यादी अनेक ठिकाणच्या तुरुंगांचा मी दौरा केला.

या भेटींमधून मला तौलनिक अभ्यास करता आला. जगातील अतिप्रचंड

मोठ्या तुरुंगांपैकी एक असलेला आमचा तुरुंग इतर देशांमधील मोठमोठ्या तुरुंगांच्या तुलनेत कसा आहे हे समजून घेता आलं. माझ्यासारखी पाच फूट साडेतीन इंच उंचीची आणि पंचावन्न किलो वजन असलेली स्त्री भारतातील सर्वांत मोठ्या तुरुंगसंकुलाची मुख्याधिकारी आहे, या गोष्टीवर तेथे भेटलेल्या कोणाचाही प्रथम विश्वासच बसत नसे. आणि या दौऱ्यामधे एकाही ठिकाणी केवळ एका प्रिझन सुपरवायझरच्या, गव्हर्नरच्या अथवा वॉर्डरच्या हाताखाली इतका प्रचंड जनसंख्या असलेला तुरुंग नव्हता. त्याचप्रमाणे पुरुष कैदी असलेल्या तुरुंगाच्या मुख्यपदी एखादी स्त्री असल्याचंही कोठेही आढळलं नाही. उलट लंडनमध्ये हॅलोवे येथील स्त्रियांच्या कैद्यांचा गव्हर्नर एक पुरुष होता. आमचा हा तुरुंग हिंसाचारापासून संपूर्णतया मुक्त आहे, त्या संपूर्ण तुरुंगाच्या परिसरात धूम्रपानास मनाई आहे आणि एकावेळी सुमारे १००० स्त्री-पुरुष कैद्यांसाठी आमच्या येथे विपश्यना शिबिरांचे आयोजन करता येते, ह्या गोष्टीवर अक्षरशः कोणाचाच विश्वास बसेना. अखेर मी काही लिखित आणि दृश्य स्वरूपाचा भरपूर पुरावा सादर केल्यावर त्यांना ते पटलं. त्याचप्रमाणे आमच्या तुरुंगात कैदेत असलेल्या व्यक्तींपैकी ९० टक्के कैद्यांवर खटले चालू आहेत व अनेक वर्षांपासून ते काही आठवड्यांपर्यंतच्या कालावधीपर्यंत खटल्यांच्या निकालाची प्रतीक्षा करणारे कैदी येथे आहेत ही गोष्टही त्यांना अत्यंत अविश्वसनीय वाटे.

या सर्व तुरुंगांमध्ये अत्याधुनिक शैक्षणिक सुविधा आणि काम करण्याच्या संधी उपलब्ध होत्या. मला विविध उपक्रमांची सुंदर माहितीपत्रके दाखवण्यात आली, पण त्यांना देण्यासाठी मात्र माझ्यापाशी असं काही नव्हतं. माझ्याकडे केवळ १८९४ सालच्या प्रिझन ॲक्ट वरून तयार केलेलं जुनंपुराणं माहितीपत्रक होतं.

त्या कैद्यांचा शैक्षणिक कार्यक्रम चालू असताना मी त्यांच्याशी बोलले. पण माझ्या तुरुंगात बिनसरकारी सेवाभावी संस्थांचे ३०० हून अधिक कार्यकर्ते जसे कैद्यांच्या बरोबरीने काम करत होते तसे मात्र इतर कोठेही नव्हते. तेथे प्रसारमाध्यमांच्या प्रतिनिधींना तुरुंगाच्या आत पाऊल ठेवण्यासही परवानगी नव्हती, तर आमच्याकडे त्याच्या अगदी विरुद्ध परिस्थिती होती. आमच्याकडे मात्र या प्रतिनिधींना आम्ही भेटीची परवानगी देत होतो, तुरुंगातील परिस्थिती जशी आहे तशी दाखवत होतो आणि समाजहिताशी संबंधित मुद्दे समाजापुढे मांडण्यास सांगत होतो.

माझ्या या भेटींमध्ये विदेशी तुरुंगात उपलब्ध असलेल्या सुसज्ज शिस्तबद्ध यंत्रणेबद्दल मला त्यांचा हेवा वाटला आणि माझ्या तुरुंगातील प्रत्येक उपक्रमात आमचे कैदी ज्या आनंदाने, स्वेच्छेने सहभागी होत, त्याबद्दल त्यांना माझा हेवा वाटला. या दोन्ही गोष्टींचा समन्वय मी फक्त एकाच तुरुंगात पाहिला. तो यू. के. मधील ग्रेंडन प्रिझन येथे. इंग्लिश पीनल सिस्टीमच्या अखत्यारीत येणारी ही एक

लक्षणीय संस्था आहे. ह्या ठिकाणी गेली ३३ वर्षे मानसिक संतुलन बिघडलेल्या व्यक्तींवर मानसोपचार करण्यात येतात. ग्रेंडन प्रिझनमध्ये संगीत, कला, मार्गदर्शन, ध्यानधारणा, कैद्यांना मधून मधून त्यांच्या घरी घेऊन जाणे आणि अल्प प्रमाणावर बिनसरकारी संस्थांचा सहभाग या सर्व गोष्टी आढळतात.

या सर्व भेटींमुळे एक मोठाच फायदा मला झाला. मी एक भारतीय असल्याचा मला अत्यंत अभिमान वाटला. आम्हा भारतीयांचा अहिंसा, क्षमा, करुणा, स्वार्थत्याग, बलिदान, नि:स्वार्थी वृत्ती अशा अनेक मूलभूत संकल्पनांवर जो दृढविश्वास आहे त्यातूनच आम्ही तिहारमध्ये जे काही घडवून आणलं ते करणं आम्हाला शक्य झालं.

मुळातच फरक असा होता की, सुधारणेचे उपक्रम राबवताना आमच्या कैद्यांवर आम्ही दृढ विश्वास ठेवून उपक्रमाची सुरुवात केली. परंतु विदेशी तुरुंगात सर्व कार्यक्रमांच्या मुळाशी कैद्यांवरील अविश्वासाची बैठक असे. उदाहरणार्थ, एखाद्या कैद्याने मादक द्रव्ये जवळ बाळगली आहेत की नाही याची तपासणी करताना त्याचे सर्व कपडे काढून त्याला नग्न करणे, त्याने शरीराच्या इतर कोणत्याही गुप्त भागात मादक द्रव्य लपवले तर नाही याची तपासणी करणे आणि असं असूनही अनेक कैदी वाटेल त्या मार्गाने बरेचदा शरीराच्या गुह्येंद्रियांमध्ये लपवून मादक द्रव्ये तुरुंगात आणत.

आम्ही आमच्या कैद्यांना तुरुंगाच्या कोठड्यांमधून बाहेर काढून बाहेर मोकळ्या पटांगणात सोडत असू. त्यांच्या वॉर्डच्या कुंपणाच्या आत त्यांना फिरण्याची मुभा होती. पाश्चात्त्य देशात मात्र कैद्यांना इतका वेळ मोकळ्यावर सोडण्याची पद्धत नव्हती. त्याची कारणे असंख्य होती : जागेची कमतरता (व्हिएन्ना प्रिझन), हिंसाचाराची भीती (सान फ्रान्सिस्को), खराब हवामान इत्यादी. याला अपवाद फक्त कोपनहेगनच्या तुरुंगाचा. येथे मात्र शिक्षा झालेल्या कैद्यांना बसने शहरात जाऊन एखाद्या शिक्षणवर्गात जाऊन, शिकून सायंकाळी तुरुंगात परत येण्याची मुभा होती. आणि हा विश्वास त्यांनी अनेक वर्षांच्या कालावधीमध्ये संपादन केला होता. यु. के. येथील ग्रेंडन प्रिझनमध्येही साधारण याच्याशी मिळतेजुळते वातावरण मला बघायला मिळाले.

मला एका गोष्टीने सर्वांत मोठे समाधान मिळाले ती म्हणजे आम्ही ज्या प्रमाणात कैद्यांच्या जवळ जाऊन पोचलो होतो, त्यांच्या हृदयात शिरकाव केला होता, ते फार महत्त्वाचं होतं आणि त्याचे परिणाम फार उत्तम झाले होते. या खुल्या वातावरणामुळे देशभर सर्वत्र आमच्या उपक्रमाचे स्वागत झाले होते व त्याची प्रशंसा केली जात होती. याचीच परिणती १९९४ सालच्या रॅमन मॅगसेसे पुरस्कारात झाली. त्याचप्रमाणे नोबेल प्राईझ ऑफ एशिया आणि जोसेफ बॉईज फाऊंडेशनतर्फे

जोसफ बॉईज पुरस्कार (१९९७ साली स्वित्झर्लंड येथे) प्राप्त झाला.

३१ ऑगस्ट १९९४ मध्ये मॅनिला येथे फिलीपाईन्सचे प्रेसिडेंट– हिज एक्सलन्सी– फीडेल रॅमोस यांच्या हस्ते प्रतिष्ठित एशियन ॲवॉर्डचा मी स्वीकार करत होते तेव्हा आपल्या देशात तिहारमधील सुमारे दहा हजाराच्यावर कैदी तुरुंगाच्या आत याबद्दल आनंदोत्सव साजरा करत होते. सुधार कार्यक्रमाची धुरा खांद्यावर घेऊन त्याचा पुरस्कार केल्याबद्दल हे ॲवॉर्ड आज आपल्यालाच प्रदान करण्यात येत आहे याची त्यांच्यातील प्रत्येकाचीच आज भावना होती. मी ते ॲवॉर्ड घेऊन दिल्लीला परत येताच पुन्हा एकदा हा आनंदसोहळा साजरा करण्यात आला. अशा प्रकारची घटना यापूर्वी कधी कोठे घडली होती की नाही, कोणास ठाऊक!

हे सगळं घडलं कसं, याविषयी हे पुस्तक सांगतं. यापाठीमागे काय घडत होतं? आणि का? यात कोणी कोणी सहकार्य केले? कशा प्रकारे? कोणत्या मर्यादेपर्यंत? आणि कशासाठी? आमच्यापुढे कोणती आव्हाने उभी होती? आमच्यातील प्रत्येकाने व्यक्तिशः, तसेच आम्ही सर्वांनी सामूहिकरीत्या, या आव्हानांचा सामना कसा काय केला? आणि हे सगळं मी नक्की कोठे सोडून आले आहे...?

या पुस्तकात जो काही तपशील छापलेला आहे तो पूर्णपणे अधिकृत आहे, याचे कारण मला प्रत्येक कागदपत्र, चिठ्ठीचपाटी, लहानसा कागदाचा तुकडा सुद्धा व्यवस्थित लावून ठेवायची सवय आहे व त्या प्रत्येकातून कोणता ना कोणता तरी प्रसंग समोर उभा राहतो. मी माझ्या संपूर्ण कारकीर्दीत जेथे कुठे काम केले, त्या सर्वच ठिकाणी ही पद्धती अनुसरत असते, पण तिहारच्या बाबतीत जमा करून ठेवण्याच्या कागदपत्रांची संख्या अतिप्रचंड होती. उदाहरणार्थ, फाईल्स, पिटिशन्स (विनंती अर्ज), व्हीडिओ कॅसेट्स आणि छायाचित्रे. माझ्या मनातील कृतज्ञता आणि तिहार उपक्रमाचे यश यातून हे सर्व तपशील व्यवस्थित ठेवले गेले. त्या सर्व तपशिलाचा उपयोग पुढे हे पुस्तक लिहीत असताना पुरावा म्हणून होईल असे मला स्वप्नातसुद्धा वाटले नव्हते. योगायोगाची गोष्ट अशी की, या काळात सुटून चाललेले अनेक कैदी मला व्यक्तिशः भेटण्यासाठी किंवा निरोप घेण्यासाठी आले. मी या फेलोशिपचे काम करत आहे हे त्यांना माहीत असल्यामुळे त्यांनी आपण होऊन मला कितीतरी माहिती पुरवली. त्यांनी त्यांचे मनोगत छापण्यास मला परवानगी दिली, त्याचप्रमाणे अनेक रेखाचित्रेही काढून दिली.

हे काम ज्या सर्वांमुळे शक्य झालं त्या सर्वांनाच मी हे पुस्तक अर्पण करते. बदल घडवून आणण्यास मला ज्यांनी शिकवले त्या सर्वांना. ज्यांनी मला मार्ग दाखवला त्या सर्वांना आणि जे सामूहिक आणि सुधारणावादी समाजरचनेचा हिस्सा बनले त्या सर्वांना.

तुम्ही हे पुस्तक वाचत असताना भारतातील सर्वांत मोठ्या तुरुंगाचा कायापालट

कसा झाला व तो होत असतानाच्या प्रक्रियेत ज्या वेदना आणि जो आनंद आम्हाला मिळाला त्याचा प्रत्ययकारी अनुभव तुम्हालाही मिळेल. आणि सरते शेवटी माझ्याप्रमाणे तुमचाही या वचनावर विश्वास बसेल- 'इट्स ऑलवेज पॉसिबल' (सारं काही शक्य आहे...)

ह्या पुस्तकातून उभा होणारा निधी इंडियन व्हिजन फाऊंडेशनच्या कायमस्वरूपी उपक्रमास देण्यात येत आहे. ज्या बालकांचे आई-वडील तुरुंगात आहेत किंवा तुरुंगाबाहेर असून सुद्धा त्यांच्या शिक्षणाची हेळसांड करत आहेत, अशा बालकांना शिक्षण देण्याचे कार्य या उपक्रमाद्वारे केले जाते. पुढच्या बळीस आणि तिहारमधील भविष्यकालीन कैद्यांस वाचवणं हे आमचं उद्दिष्ट आहे.

Kiran Bedi

(किरण बेदी)

अनुक्रमणिका

तीन

चार

एक

जे अस्तित्वात होतं...

तिहारमध्ये जे काही घडत होतं, ते मी स्वत: प्रत्यक्ष डोळ्यांनी पाहिलं, ऐकलं. त्याविषयी आम्ही चर्चा केली. परिस्थितीची पाहणी केली. तपशिलांची नोंद केली. प्रत्यक्ष अनुभूती घेतली. तिहार हा चालताबोलता इतिहास आहे. ते एक चालतं-बोलतं, मानवी स्मारक आहे. शांती आणि सलोखा अभंग राखण्यासाठी ते असणं आवश्यक आहे. हा भारतातील सर्वांत मोठा तुरुंग असल्यामुळे कोणताही नवा पायंडा घालून देण्याच्या बाबतीत देशातील प्रत्येक तुरुंगाचा तिहार हा आदर्श असतो.

तिहारसारख्या संस्थेच्या उंच उंच भिंतीमागे आणि महाकाय दरवाजांपाठीमागे नक्की काय चालतं, हे तेथे पाठवण्यात आलेल्या हजारो कैद्यांना आणि त्यांच्यावर अधिकार गाजवणाऱ्या काही मूठभर अधिकाऱ्यांनाच पाहायला मिळतं. १९९३ सालच्या मे महिन्यापासून १९९५ सालच्या मे महिन्यापर्यंत तिहारच्या आत घडत असलेल्या घटनांना मी साक्षीदार झाले.

मला तिथे जे काही बघायला मिळालं त्याचा मानवतावादी दृष्टिकोनातून विचार केल्यानंतर मला फार काळजी वाटू लागली. अशी चिंता आणि काळजी हा माझ्यावर सोपवण्यात आलेल्या कामांचाच एक अविभाज्य भाग आहे. मी इथे आले होते, ती सुधारणा घडवून आणण्यासाठी. दोषारोप ठेवण्यासाठी नव्हे. माझ्यापुढे ज्या समस्या आ वासून उभ्या होत्या, त्यांचं प्रमाण आणि त्यांची व्याप्ती अमर्याद होती. त्या दूर करण्यास कित्येक महिने खर्च झाले. आपण काम करण्यासाठी व्यक्तिश: कितीही अधीर झालो तरी अशा संस्थांमधून सत्य काय ते बाहेर येण्यासाठी थोडातरी काळ जावाच लागतो.

तिहार जेलने तर माझ्या सहनशक्तीची मर्यादा पाहिली. पण अखेर तिहारचा कायापालट झाला आणि एकेकाळच्या या तिहारजेलचं त्यात राहणाऱ्या कैद्यांनी 'तिहार आश्रम' असं नामकरण केलं.

मी तेथे सुरुवातीच्या काळात जे काही पाहिलं ते असं होतं....

१

माझा तुरुंगातील पहिला दिवस

माझं तुरुंगात पदार्पण झालं ते इतरांसारखंच, मनाची काहीही तयारी झालेली नसताना. फरक इतकाच होता, की, इथे मलाच सारा व्याप पुढे होऊन सांभाळायचा होता, तर बाकीच्यांना हाताखाली राहायचं होतं. आपल्याला आतमध्ये नक्की कशाकशाला सामोरं जावं लागणार आहे, तिथे काय काय चालतं, याची मनात पुसटशीही कल्पना नव्हती. इतकंच माहीत होतं– त्या गंजलेल्या भल्यामोठ्या दाराआड, उंच उंच भिंतींच्या पलीकडे शेकडो स्त्री-पुरुष आहेत. मात्र बाहेरून नजरेस पडत होते केवळ दगडमातीचे ढिगारे, त्यांच्या वरती तारांचं कुंपण, उंच उभे खांब, पिवळा प्रखर प्रकाशझोत टाकणारे दिवे. दूरवरच्या चौक्यांवर उभे असलेले पहारेकरी निर्विकार आकृत्यांसारखे दिसत होते.

१९९३ साली, जागतिक कामगार दिनाच्या दिवशी, १ मे रोजी मी इन्स्पेक्टर जनरल (प्रिझन्स) हे अधिकारपद स्वीकारलं. परंतु ते स्वीकारत असताना त्या गजांपलीकडे माझ्यासाठी आ वासून उभ्या असणाऱ्या समस्यांचा आवाका, त्यांचं स्वरूप व त्या सोडविण्यासाठी करावी लागणारी प्रयत्नांची शर्थ, या कशाकशाची कल्पना मला त्या वेळी नव्हती. दिव्यांच्या प्रकाशझोतांच्या साक्षीने तेथे घडत असणाऱ्या कृष्णकृत्यांविषयी मी फक्त ऐकून होते. गंजलेल्या चौकटींच्या आत, उंच उंच भिंतींच्या पलीकडे एक निराळंच विश्व नांदत होतं. जणूकाही त्या जगाला कुणीतरी त्या मृतप्राय भिंतींच्या पलीकडे हद्दपार करून टाकलं होतं. टोळीयुद्धे, तुरुंगातील कैद्यांची एकमेकांवर चालणारी दादागिरी, भ्रष्टाचार, हिंसाचार, मधूनच कधीतरी घडणाऱ्या हृदयद्रावक घटना या सर्वांविषयी मी ऐकून होते. परंतु एक सैनिकी बाणा अंगात मुरलेला होता आणि म्हणूनच या नरकाच्या साम्राज्याचं अधिकारग्रहण करणं हे आपलं परमकर्तव्यच आहे, असं मी मानलं.

मला घरी न्यायला आलेली पांढरी सरकारी मोटार मला इथपर्यंत घेऊन आली.

त्यातून उतरून मी प्रथमच माझ्या नव्या ऑफिसकडे मोर्चा वळवला. हे ऑफिस होतं इन्स्पेक्टर जनरल किंवा आय जी चं ऑफिस. काही मोजक्या पावलांचं ते अंतर पायी चालून जात असतानाच मी ठरवलं– या भोवऱ्यात आपण खेचलं जायचं नाही, हरवून जायचं नाही. आणि मग प्राप्त परिस्थितीस सामोरं जाण्यासाठी मी मनानं सिद्ध झाले. हे जे ठिकाण होतं ते मनुष्यप्राण्याने राहण्यायोग्य बनवणं आता माझ्या हाती होतं. मी जरी पोलीस अधिकारी असले तरी मनानं धार्मिक प्रवृत्तीची आहे. माझ्या संपूर्ण कारकीर्दीचा जमाखर्च मांडायला बसल्यावरही माझ्या हेच लक्षात आलेलं आहे, की, ईश्वरी शक्तीवर प्रचंड श्रद्धा, हाच आपल्या मनाचा शक्तिस्त्रोत आहे. आत्तासुद्धा एक छोटीशी प्रार्थना मी मनाशी म्हटली आणि ते रिकामं आसन ग्रहण करण्यासाठी पुढे झाले.

आता मला धीर नव्हता. तिहार जेलच्या अखत्यारीत येणाऱ्या चार तुरुंगांचे सुपरिंटेंडंट, तसेच डेप्युटी इन्स्पेक्टर जनरल, या सर्वांना मी मीटिंगसाठी बोलावून घेतलं. आम्हांला संघटितपणे काम करायचं होतं. पण तत्पूर्वी एकमेकांच्या ओळखी होणं जरुरीचं होतं. सर्वजण आले. आम्ही ज्या भल्याभक्कम लाकडी टेबलाभोवती बसलो होतो तेही येथे तुरुंगातच बनलेलं होतं. मॅडमना आपल्याशी नक्की काय बोलायचं असेल बरं? अशी उत्सुकता प्रत्येकाच्या चेहऱ्यावर स्पष्ट दिसत होती. कदाचित मी बोलते कशी, एक स्त्री– आय. जी. म्हणून त्यांच्याशी वागते कशी, याविषयी सुद्धा ही उत्सुकता असेल. माझा उत्साह कितपत आहे? की या असल्या ठिकाणी बदली झाल्याची खंत मला वाटत आहे? माझ्या वरिष्ठ अधिकाऱ्यांना त्याबद्दल मी दूषणे तर देणार नाही ना? येथे सहानुभूती मिळवण्याचा प्रयत्न तर करणार नाही ना? असे अनेक विचार त्यांच्या मनात उमटले असावेत. आपल्या ह्या देशात जेव्हा जेव्हा 'वशिल्याशिवाय' कोणाचीही बदली होते तेव्हा ती खरंतर 'पाठवणी' असते. त्याला फक्त 'नेमणूक' असं गोंडस नाव असतं व ती पाठवणी असते कानाकोपऱ्यातल्या कोणत्यातरी ठिकाणी. आणि म्हणूनच अशा ठिकाणी कोणतीतरी 'अपात्र', 'अयोग्य' व्यक्ती जाऊन पोचते. किंवा कधीतरी उलटं होतं. तेव्हा मी अशी अयोग्य-अपात्र व्यक्ती असल्याने तर येथे आले नसेन ना, असा अंदाज ते सगळे मनात बांधत असावेत. खूष तर ते खचितच नव्हते. ते तिथे राहून जी काही कामे करत होते, जबाबदाऱ्या पार पाडत होते, ते केवळ 'नेमणूक' तिथे झाल्यामुळेच. सर्वचे सर्व तरुण होते, जेमतेम तिशी उलटलेले. त्या ऑफिसात वयाने मोठी मीच होते. प्रथमच मला माझ्यावरील प्रचंड मोठ्या जबाबदारीची जाणीव झाली. तीही माझ्या पदामुळे नव्हे, तर माझ्या वयामुळे. आशिया पॅसिफिक मधील सर्वाधिक कैदी निवास करत असणारा तुरुंग म्हणून ज्याची ख्याती होती त्या तिहार कारागृहाची मी आता प्रमुख होते. भारताची राजधानी तसेच एका स्वतंत्र

ऑफिसातील पहिला दिवस : एका कैद्याने रेखाटलेले चित्र

राज्याचा दर्जा असणाऱ्या दिल्ली शहराच्या मधोमध हा तुरुंग वसला होता.

माझ्या ऑफिसचं प्रथमदर्शन अत्यंत ओंगळवाणं होतं. पोलीस खात्याच्या नोकरीत आजवर इतकं किळसवाणं दृश्य मी प्रथमच पाहिलं. मुळात हे ऑफिसही पूर्वनियोजित नसावं. नंतर बांधून काढल्यासारखं वाटत होतं आणि ते सदोदित रिकामंच राहाणार अशी कल्पना केलेली असावी. कारण त्याच्या भिंतीतर अक्षरश: अंगावर येणाऱ्या होत्या. वीस फूट लांब आणि पंधरा फूट रुंदीच्या त्या खोलीला काहीही रंगरूप नव्हतं. फिक्या पिवळट रंगाच्या भिंती ओसाड होत्या. विविध प्रकारचे किडे व प्राणिमात्र तेथे सुखाने नांदत होते. माझ्या उपस्थितीतही अगदी घरच्यासारखे वावरत होते. वरील चित्र याच ऑफिसचे आहे. ते तुरुंगातील एका कैद्याने काढले आहे.

आज अचानक येथे ही जी मीटिंग भरली होती त्याचा त्या मंडळींना (कीटकांना) उपद्रव झाला असावा. त्यांच्या उपस्थितीमुळे माझं लक्ष सारखं विचलित होत होतं. ही पीडा येथे अजून किती वेळ थांबणार आहे, असं त्या कीटकांना नक्की वाटत असणार. आमच्या मीटिंगला गणवेष कोणीच घातला नव्हता. आज शनिवार असल्यामुळे नव्हे, तर डी.आय.जी. व इतर चारही सुपरिंटेंडंट अधिकाऱ्यांची नियुक्ती दिल्ली सिव्हिल सर्व्हिसेसमधून झालेली असल्याने त्यांच्यावर गणवेषाची

सक्ती नव्हती.

तुरुंगाची धुरा मी पेलणार होते ती या माझ्या सहकाऱ्यांच्या मदतीमुळेच. त्यामुळे त्यांच्याशी मिळून मिसळून वागण्याचा प्रयत्न मी ताबडतोब सुरू केला. ते सर्वजण तिथे अबोलपणे, काहीशी सावधगिरी बाळगून बसले होते. माझ्याशी कितपत मोकळेपणाने बोलावं यांचा त्यांना अजून नीटसा अंदाज आला नव्हता. मी त्यांना बोलतं करण्यासाठी एकामागून एक प्रश्न विचारायला सुरुवात केली. पण ते नुसते डोळ्यांच्या कोपऱ्यातून एकमेकांकडे बघत राहिले. आता मात्र आपणच पुढाकार घ्यावा, असं मी ठरवलं. पहिल्या भेटीतच त्यांच्यामधील नेता कोण असावा हे माझ्या लक्षात आलं. मग आता त्याला हाताशी धरून, त्याच्या मार्फत काम करायचं हेही ठरलं. मला नेहमी एकत्रितपणाने, सहकार्याने, सामूहिक जबाबदारीने काम करायला आवडतं, हेही मी त्यांच्या कानावर घातलं. आणखीही बऱ्याच गोष्टी सांगितल्या... ध्येयधोरणे आधी ठरवण्याची माझी पद्धत आहे. परंतु त्यासाठी आपल्यापुढे असलेलं काम व उपलब्ध असलेली साधने आणि कार्यशक्ती याची पूर्ण कल्पना असलेली बरी असते. अनुभवाचं मोठेपण मी मानते. सर्वांनी मोकळेपणाने, आडपडदा न ठेवता सहभाग घेणं फार महत्त्वाचं आहे. मला आपल्या सहकाऱ्यांकडून नवीन गोष्टी शिकायला मिळाल्या तर उत्तमच. त्यासाठी खुर्ची, अधिकार, मानमरातब इत्यादी गोष्टींना अजिबात महत्त्व द्यायची गरज नाही. अनुशासनाच्या प्रत्येक पायरीवरच्या प्रत्येक पदावर काम करणाऱ्या व्यक्तीच्या गाठीला इतके अनुभव जमा असतात, की, त्या प्रत्येकाकडून काहीना काहीतरी शिकता येतंच... अशा अनेकविध गोष्टी बोलण्याच्या ओघात मी त्यांना सांगितल्या. एकदा का विचारांची देवाण-घेवाण होऊन ध्येयधोरणे ठरली की मग आपल्यापुढील काम सर्वांनी एकोप्याने पार पाडण्यासाठी झटायचं, संकटात सदासर्वकाळ एकमेकांना साथ द्यायची हे सर्वांनी मान्य केलं. त्याचबरोबर मी एका गोष्टीचा खुलासा केला– माझ्या अधिकारात मी जे काही करेन अथवा करणार नाही, त्याची सर्व जबाबदारी पूर्णपणे माझीच असेल. त्याचप्रमाणे कोणाच्याही हातून एखादी चूक घडली व ती त्याने प्रामाणिकपणे येऊन कबूल केली तर त्या त्या वेळच्या परिस्थितीनुसार, घडलेल्या घटनेचे गांभीर्य लक्षात घेऊन योग्य निर्णय दिला जाईल. जर एखादी उत्तम कामगिरी कोणी केली तर सर्वांच्या समोर त्याला उघडपणे श्रेय देऊन त्याचा सन्मान होईल, परंतु त्याचबरोबर त्याचे काही दोष असतील तर तेही झाकून ठेवले जाणार नाहीत. अशा अनेक गोष्टी आम्ही ठरवल्या.

मीटिंग हळूहळू पुढे सरकू लागली. या तुरुंगाच्या स्थितीत काय काय सुधारणा करता येतील याबद्दल माझ्या कल्पना मी त्यांच्या समोर मांडू लागले. मी पोलीस ऑफिसर असताना आरोपींना मदत करण्यासाठी झटत असे. पोलिसांच्या दप्तरी

सराईत गुन्हेगारांची नोंद असायची. अशा गुन्हेगारांना त्यांच्या गुन्ह्यांपासून परावृत्त करण्याचीही माझी सतत धडपड असायची. गुन्हेगारांचं जर खरोखर हृदयपरिवर्तन करायचं असेल, तर त्यात तुरुंग या संस्थेची भूमिका फार महत्त्वाची आहे असं तेव्हा सुद्धा माझं मत होतं. पण त्या काळी माझा तुरुंगांशी प्रत्यक्ष संबंध काहीच नव्हता व तो कधी येईल अशी शक्यताही वाटली नव्हती. त्यामुळेच हा विचार केवळ डोक्यातच राहिला होता. परंतु आज मात्र हा विचार अनेकांच्या मदतीने प्रत्यक्ष कृतीत उतरण्याची शक्यता निर्माण झाली होती. व आज इथे असलेले आम्ही सर्वजण या कामाला निमित्त ठरणार होतो. मला त्या सर्वांच्या बरोबरीने काम करण्याची अत्यंत उत्सुकता वाटत होती, व ते मी त्यांना सांगितलं. मात्र त्यांच्या मनात त्या वेळी काय चाललं होतं, देवच जाणे. मी त्यांचे आभार मानले व उद्या आपल्यापुढे काय वाढून ठेवलं आहे, असा विचार करत गाडीत बसून घरी परतले.

३ मे. मी अगदी वेळेत माझ्या ऑफिसात हजर झाले. तिहारमधे जो काही वेळ मला मिळणार होता त्याचा पुरेपूर सदुपयोग करायचा असा मी निर्धार केला होता. माझे स्वीय सहायक श्री.पी.व्ही. राव आणि श्री.सी.बी. किरमाणी तेथे आधीच हजर झाले होते. शनिवारच्या त्या मीटिंगनंतर आता माझा उत्साह कितपत टिकतो, याविषयी ते बहुदा साशंकच असावेत. आज मात्र ऑफिसात वेळ न घालवता मी तुरुंग क्रमांक एक येथे फेरी मारण्यासाठी निघाले. हा तुरुंग माझ्या ऑफिसापासून वीस यार्डांवर होता. तुरुंगाच्या त्या अतिप्रचंड मोठ्या दरवाज्यासमोर आम्ही उभे राहिलो. आपल्यापुढील काम किती दुर्धर, दुष्कर आहे, याची जाणीव तेव्हा पहिल्यांदा मला झाली. तो विटलेला हिरवागार रंग एका निराळ्याच जगाची आठवण करून देत होता. ती वास्तू एक विशाल जग आपल्या पोटात दडवून उभी होती. या जगात अपराध्यांना त्यांच्या अपराधाची शिक्षा भोगावी लागत होती. गंज चढलेली ती वास्तू जणू कालातीत होती. त्या वास्तूसमोर मी नगण्य होते, क्षुद्र होते. हा प्रचंड दरवाजा आता आपल्यासाठी उघडणार तरी कधी, असा विचार करत होते. पण प्रत्यक्ष ते दार काही उघडलं नाही. त्याच्या पोटात लपलेला एक लहानसा दिंडीदरवाजा उघडला. दोन फूट रुंद आणि चार फूट उंच. मला खूप खाली वाकून, उंबरठा ओलांडून, उडी मारून पलीकडे जावं लागलं. आत गेल्यावर समोरच एक आणखी दरवाजा होता. हाही प्रचंड मोठाच होता. या दोन्ही दरवाज्यांच्या मधोमध जी जागा होती ती म्हणजे देवडी. तेथे कडेला एक लाकडी टेबल व त्यावर एक नोंदवही होती. येणाऱ्या-जाणाऱ्या व्यक्तींचा तपशील यात नोंदावा लागे. वॉर्डरने माझे लक्ष तिकडे वेधले व मला ती वही दाखवली. ते टेबल फारच उंच होतं. आणखी थोडं उंच असतं तर मलासुद्धा टाचा उंच केल्याशिवाय नोंदवहीपर्यंत पोचता आलं नसतं. तुरुंगात बनलेलं हे टेबल बाकीच्या लाकडी सामानाप्रमाणेच

चांगलं भक्कम होतं. आत शिरल्यावर समोर केवळ वीस पावलांवर असलेला दरवाजा अजून बंद होता. पहिला दरवाजा बंद झाल्याखेरीज हा दुसरा दरवाजा उघडायचा नाही अशी शिस्त होती. मग मी त्या देवडीतच उभी राहिले. या देवडीत सुपरिंटेंडंटचं ऑफिस होतं, रेकॉर्ड ठेवण्याची खोली होती, अंतर्गत पहाऱ्यासाठी क्लोज सर्किट टी.व्ही. होता, कैद्यांच्या भेटीला बाहेरून येणाऱ्या व्यक्तींसाठी व्हिजिटर्स गॅलरी होती. तुरुंगात इतर कोणत्याही अत्याधुनिक सुविधा अथवा अद्ययावत साधने नव्हती. येथील सर्व पद्धती अजूनही ब्रिटिशांच्या जमान्यापासून चालत आलेल्या, जुन्यापुराण्या होत्या आणि येथील संरक्षण व्यवस्था तर कदाचित त्यापूर्वीचीही असेल. ज्या दरवानाने दार उघडून मला आत प्रवेश दिला त्याच्याकडे त्या आतल्या दरवाज्याच्याही किल्ल्या होत्या. काहीही झाले तरी एका वेळी फक्त एकच दार उघडायचे, ते बंद केल्याखेरीज दुसरे दार उघडायचे नाही, अशी त्याला सक्त ताकीद होती. त्यामुळे या कॉन्स्टेबलला रोज अक्षरश: हजारो यार्डाचे अंतर भरेल एवढ्या खेपा या दोन दरवाज्यामधून इकडून तिकडे घालाव्या लागत. त्याप्रमाणे पहिल्या दरवाज्यातून आत शिरल्यावर मी तशी नोंद केली व दुसऱ्या दरवाज्याच्या समोर जाऊन उभी राहिले. तिथेही पलीकडे जाण्यासाठी अजून एक दिंडी दरवाजा होता. तुरुंगातील वातावरण आता मला जाणवू लागलं होतं. दिंडी दरवाजा उघडून मी आत शिरले आणि माझ्या पाठीमागे तो दरवाजा बंद झाला.

स्वत:चा विशिष्ट वास घेऊन उभ्या असलेल्या छोट्याशा वस्तीत शिरावं तसं मला वाटत होतं. सभोवताली जुनेपुराणे, जणू ऐतिहासिक उंच उंच वृक्ष होते. तसेच असंख्य मानवी चेहरेसुद्धा. त्या वातावरणात अधिकच परके भासणारे. दिंडी दरवाज्यापाशी अनेक कैदी खोळंबून थांबले होते. त्यांना बाहेरील देवडीत जायचं होतं. प्रत्येकाचं निरनिराळं कारण. त्यांच्या चेहऱ्यावर भीतीयुक्त आदर दिसत होता. काहींना धक्का बसला असावा. ते भीतीने गप्प होते. तशीच मीही. सगळीकडे फक्त पुरुषच दिसत होते. एखादी वरिष्ठ अधिकारी स्त्री अशा प्रकारे तेथे भेटीसाठी येण्याचा प्रसंग या आधी कधी आला होता की नाही, देव जाणे. गणवेष घालणे सक्तीचे नव्हते. त्यामुळे मी मुद्दामच लांब बाह्यांचा, मंद रंगाचा पठाणी पोषाख चढवला होता. त्यावर कमरेपर्यंत लांबीचे नेहरू जाकीट चढवले होते. अंगभर पोषाख असला की भारदस्त वाटते. पायांत मुद्दामच साधेच सपाट बंद बूट घातले होते. माझ्या पायाचे नखही कोणाच्या दृष्टीस पडू नये म्हणून ही खबरदारी. भोवतालच्या पुरुषमाणसांचे लक्ष जराही विचलित होऊ नये यासाठी ही सारी दक्षता.

जेल सुपरिंटेंडंट के.आर. किशोर तातडीने माझ्या पाठोपाठ निघाले. माझ्यासोबत सशस्त्र पहारेकरी नव्हता. फक्त एक गणवेषधारी वॉर्डर तेवढा होता. मदतनीस असावा म्हणून. मी बरोबर एक छोटी टिपणवही घेतली होती. काही ठळक नजरेत

भरण्यासारख्या गोष्टींचे टिपण काढता यावे म्हणून.

तेथे तिष्ठत उभ्या राहिलेल्या कैद्यांच्या पुढून मी निघाले. तात्काळ नेहमीच्या सवयीने वॉर्डर्स त्या कैद्यांना मागे ढकलू लागले. खरं तर त्या कैद्यांनी कणभरसुद्धा हालचाल केली नव्हती आणि तरीही. काही अधिकाऱ्यांनी तर नुसतं टकमक बघत उभ्या असलेल्या कैद्यांच्या अंगावर त्वेषाने लाठ्या उगारल्या. त्यांचा पवित्रा तर असा होता, की, जणू माझ्या संरक्षणासाठीच ते असं वागत होते. जोडीला तोंडातल्या तोंडात ते त्या कैद्यांना उद्देशून काहीतरी पुटपुटत होते, अपशब्दही उच्चारत होते. हे सारं थांबवा– अशी मी त्या अधिकाऱ्यांना खूण केली.

एका लोखंडी मार्गावरून सुमारे सत्तर यार्ड अंतर पायी चालून गेल्यावर आम्ही तुरुंगातील सर्वांत मोठ्या वॉर्डात पोचलो. यात सुमारे ६०० निवासी कैदी होते. माझ्या अखत्यारीत एकूण चार तुरुंग होते, त्यांपैकी हा एक. त्यात बारा वॉर्डस् होते. प्रत्येक वॉर्डाचा आकार वेगवेगळा होता. त्यात आणखी भाग पाडून छोट्या छोट्या बराकी व झोपण्याच्या खोल्या होत्या. मी वॉर्डात प्रवेश करताच एक विस्तीर्ण मोकळी जागा नजरेस पडली. त्यांच्या सभोवताली मातीची कंपाउंडवजा भिंत बांधलेली होती. तेथे काही मोठाली झाडेही होती. कोणत्याही आय.जी.ने त्या जागेला भेट दिलेली नसावी. प्रांगणात जमलेल्या लोकांनी हळूहळू माझ्या दिशेने येण्यास सुरुवात केली. पण अधिकाऱ्यांनी त्यांना दामटून जागच्या जागी गप्प खाली बसण्यास सांगितले. आज तुरुंगाच्या भेटीसाठी कुणीतरी आलं आहे– अशी बातमी लवकरच सर्वत्र पसरली आणि त्यातसुद्धा दुसरं तिसरं कोणी नसून खुद्द आय.जी.च आहेत हेही साऱ्यांना कळून चुकलं. माझ्या आजूबाजूच्या सर्व निर्विकार नजरांकडे पाहून मी बुचकळ्यात पडले. मी त्यांच्या साक्षात समोर उभी होते. आपण आपल्या चेहऱ्यावर या प्रसंगी नक्की कोणता भाव आणणं उचित ठरेल हेही समजत नव्हतं. इथे आपल्या अड्ड्यावर या बाई कशासाठी आल्या आहेत असं त्या कैद्यांना नक्कीच वाटत असणार. मी गणवेष न घालता आले होते, याचा अर्थच त्यांच्यात व माझ्यात दुरावा ठेवण्याची माझी इच्छा नव्हती. त्यांच्या मनातील विचार, भावना हळूहळू माझ्या लक्षात येऊ लागल्या होत्या. आत्ता अस्तित्वात असलेल्या न्यायदानाच्या पद्धतीतून गुन्हेगाराचं हृदयपरिवर्तन खरोखर शक्य आहे का? त्याला पुनः पुन्हा गुन्हे करण्यापासून परावृत्त केलं जातं का? हे व असे अनेक प्रश्न मनात उठत होते. कदाचित त्यामुळेच की काय, मी अचानक तेथील शांततेचा भंग करत त्या कैद्यांना म्हणाले, "तुम्ही सगळेजण प्रार्थना करता?" त्या कैद्यांच्या वतीने ईश्वरापाशी क्षमायाचना करण्याचा तो माझा प्रयत्न असावा. पण माझ्या त्या प्रश्नाला कुणीही उत्तर दिलं नाही. मी परत एकदा हिंदीत विचारलं, "क्या आप प्रार्थना करते हैं? जरा बताईये तो!"

प्रश्नाला उत्तर देण्यापूर्वी जणूकाही वॉर्डरची परवानगी घेतल्याप्रमाणे कैद्यांनी वॉर्डरकडे पाहिलं. वॉर्डरही आता गोंधळात पडले. त्यांच्या मनाची चलबिचल मला समजत होती. मी त्यांना एकदम अवघड परिस्थितीत टाकलं होतं. न भूतो न भविष्यति असंच ते संकट होतं. पूर्वी अशा प्रकारे आय.जी. ची तुरुंगाला भेट याचा अर्थ कैद्यांची मोठ्यांदा हजेरी आणि गणती, आणि आय.जी. येईपर्यंत सर्व कैद्यांना आपापल्या बराकीत कोंडून ठेवणे. म्हणजे उगाच आय.जी. च्या भेटीत एखाद्या कैद्याने विघ्न आणायला नको. बंद दाराच्या बाहेर वॉर्डरने उभं राहायचं. आपण हजर असल्याचं दाखवून द्यायचं. फार वर्षांपूर्वी पी.व्ही. सिनारी नामक आय.जी. तुरुंगाच्या भेटीला आले असताना एका कैद्याने अचानक त्यांच्या बोटांचा कडकडून चावा घेतला होता. आणि इथे मी या कैद्यांना विचारत होते, "तुम्ही प्रार्थना करता का?"

आता मी त्या कैद्यांच्या घोळक्याच्या आणखी जवळ गेले व त्यातील कोणत्यातरी एका कैद्याकडे बघत परत तोच प्रश्न केला, "तुम्ही प्रार्थना करता?"

"हो, कधी कधी", तो मान हलवत म्हणाला.

"फारच छान, आणखी कोण कोण प्रार्थना करतं? तू?" पाठी वाकड्या करून ओणवून बसलेल्या त्या कैद्यांच्या जवळ जात मी आणखी एकाला तोच प्रश्न विचारला. आता मात्र एकामागोमाग आवाज उमटू लागले– "हो, मी करतो." "मी पाठ वाचतो." "आम्ही बरेचजण आपापल्या वेळी जमेल तशी प्रार्थना करतो...." कुठेतरी माणुसकीचा स्पर्श नक्की झाला होता की काय? मी जरा निर्धास्त होऊन विचार करू लागले. मी कैद्यांपाशी जाऊन परत एकदा विचारणा सुरू केली,

"हे पहा, जर आपण सर्वांनी मिळून एकत्र प्रार्थना करायला सुरुवात केली, तर ते जास्त बरं नाही का? तुम्हाला आवडेल ना?" बघता बघता मी त्यांच्यातील एक होऊन गेले.

ते परत गप्प झाले. त्या सर्वांना मिळून एकच आवाज होता की काय? त्यांनी आजपर्यंत एकत्रितपणे प्रार्थना कधीच केली नव्हती. मग त्यांच्यातील एकजण उठून उभा राहिला. एक नजर अधिकाऱ्यावर आणि दुसरी माझ्यावर ठेवून चाचरत उद्गारला, "हो." बाकीच्यांनीही माना हलवून प्रार्थनेत सहभागी होण्याची तयारी दर्शवली.

मी म्हटले, "ठीक आहे. कोणती प्रार्थना म्हणू या? तुम्हाला काही सुचतंय का?" परत शांतता.

मग मीच एका लोकप्रिय चित्रपटातलं गाणं सुचवलं. हे यांना नक्कीच ठाऊक असणार. *"ऐ मालिक तेरे बंदे हम। ऐसे हो हमारे करम। नेकी पर चले....* तुम्हाला माहीत आहे का?"

आता मात्र जोरात उत्साहाने प्रतिसाद आला "हो!"

मी म्हणाले, "उठून उभं राहून सर्वांनी एकदम म्हणा."

अधिकाऱ्यांना आपोआप सूचना मिळाली व त्यांनी लाठ्या मागे घेतल्या.

कैदी जागच्याजागी उठून उभे राहू लागले. पण सदासर्वकाळ हजर असणाऱ्या लाठ्यांनी त्यांना उठता उठताच खाली बसवलं. काही कैदी अर्धवट उभे राहता राहता तसेच थांबले. मी जरा जोरात आवाज चढवून म्हणाले : मी तुम्हाला उठून उभं राहून गाणं म्हणायला सांगितलं."

आता अधिकाऱ्यांना सूचना मिळाली व त्यांनी लाठ्या मागे घेतल्या. "डोळे मिटा आणि माझ्या बरोबर गाणं म्हणा" आणि आम्ही गाऊ लागलो. नंतर आमचे डोळे जेव्हा उघडले– त्यांचे आणि माझे, अधिकाऱ्यांचं मला ठाऊक नाही– पण माझी बोटंतरी शाबूत होती. मला वाटतं, पहिल्या प्रथमच आम्ही एकमेकांपर्यंत आमचा विश्वासाचा संदेश पोचवण्यात यशस्वी झालो असू. आमच्यातील नात्याची ही सुरुवात होती. आम्ही जी प्रार्थना म्हटली त्यातूनही हेच प्रतीत होत होतं. आम्ही जेव्हा डोळे मिटून गात होतो त्या गीतातून एक संदेश उघडपणे उमटला होता. तो असा : मी तुमच्यावर विश्वास ठेवायला तयार आहे, तसा तुम्ही माझ्यावर विश्वास ठेवून बघा. आपण एकजुटीने सर्वांच्या कल्याणाचं काम करूया."

जणू कोणत्यातरी आंतरिक प्रेरणेने मी स्त्रियांच्या वॉर्डाकडे वळले. त्या स्त्रिया माझी वाट पहात असणार असं मला मनोमन वाटत होतं. मी जशी आत शिरले तशा प्रांगणात थांबलेल्या सर्व स्त्रियांनी माझ्याकडे धाव घेतली. निःसंकोचपणे आणि उत्साहाने. माझ्या भेटीचा आनंद त्या जोरजोरात व्यक्त करीत होत्या. कुणी घरी परतल्यावर त्याचं स्वागत आपण करतो तशा त्यांच्या भावना होत्या. या वॉर्डामधील दृश्य पुरुषांच्या वॉर्डामधील दृश्यापेक्षा सर्वस्वी निराळं होतं. सगळ्याजणी माझ्याभोवती घोळका करून बसल्या. त्यांना माझ्याशी बोलायचं होतं आणि माझं बोलणं ऐकायचं होतं. मी इथे येऊन त्यांची भेट घेतल्याशिवाय मुळी जाणारच नाही अशी त्यांची पक्की धारणा होती. त्या स्त्रियांच्या चेहऱ्याकडे पाहिल्यावर मला वाटलं, ही तर आपली मुलं आहेत आणि खरोखरच आपण यांच्यासाठी घरी परतलो आहोत. कोणीतरी आपल्या खांद्यावर थोपटून आपल्याला बोलतं करावं असं त्यांच्यातील प्रत्येकीला वाटत होतं आणि ते मला जाणवलं. त्यांची वेदनाही मला समजत होती. पण आत्तामात्र प्रत्येकीने मी आल्याबद्दलचा आनंद चेहऱ्यावर धारण केला होता, तोही खास माझ्यासाठी.

मी त्यांना विचारलं, : "तुम्ही इथे लिहायला, वाचायला शिकता?"

त्या म्हणाल्या, : "नाही."

मी विचारलं, : "शिकायला आवडेल?"

त्या म्हणाल्या, : "हो."

"फारच छान. मग आपण इथे शिकू आणि तुमची जेव्हा सुटका होईल, तुम्ही बाहेर पडाल, तेव्हा चांगल्या शिक्षित असाल, साक्षर असाल." माझं हे बोलणं ऐकून त्यांनी उत्साहाने टाळ्या वाजवल्या.

याआधी पुरुषकैद्यांबरोबर मी जेव्हा प्रार्थना म्हणत होते तेव्हाही मला आशेचा आणि स्वीकाराचा अनुभव मिळालाच होता. पण आत्ता या ठिकाणी या स्त्रियांबरोबर असताना मात्र खरोखर आत कुठेतरी स्पर्शून गेलं. इथून पुढे मलाही 'तुरुंगवास' प्राप्त झाला होता. तिहार हीच माझी नियती होती, माझी कर्मभूमी होती.

□

२

तिहार जेल : मूलभूत वस्तुस्थिती

नंतरच्या काही दिवसांत मी तिहार जेलची व्यवस्थित पाहणी केली. माझ्या दृष्टीनं तो एक विदारक अनुभव होता. दुःखद अनुभव होता. परंतु अगदी थोड्याच दिवसांत त्या दुःखाची जागा रागाने व संतापाने घेतली. या भयानक परिस्थितीला नक्की कोण जबाबदार होते ते मला समजून चुकले. मात्र त्या व्यक्तींच्या चुकांचं माप त्यांच्या पदरात घालणं, त्यांना येथे आणून कामाला जुंपणं मला शक्य नव्हतं. त्याहूनही आणखी उद्वेगजनक गोष्ट इथे उघड दिसून येत होती. ती म्हणजे : त्यांच्या कार्यपद्धतीतील पोकळ बडेजाव आणि अर्थहीनता. या संस्थेची आत्ता जी काही परिस्थिती होती त्यावरून तर ते स्पष्टच होत होतं. माझ्या हातात ज्या कारभाराची सूत्रे सोपवण्यात आली होती तो पूर्णपणे ढासळलेला होता. चालत्या गाडीची रुळावरून सरळसरळ घसरण होत चालली होती आणि हे किळसवाणं सत्य मोठमोठ्या लोखंडी दरवाज्यांच्या पाठीमागे दडवून ठेवलं होतं.

आधी या संस्थेची जबाबदारी ज्या कुणा अधिकाऱ्यांच्या शिरांवर होती, ते दुसऱ्याच काही महत्त्वाच्या कामात गुंतले होते. त्यामुळे ते तिहारच्या भेटीसाठी क्वचितच येत; आणि जर यदाकदाचित आलेच तर त्यासाठी कडक गणवेष, शिस्तबद्ध मानवंदना, कवाईत इत्यादी दिखाऊ बडेजावासहित. समारंभपूर्वक तुताऱ्या फुंकून सलामी झडणे वगैरे ब्रिटिश अमदानीतील आठवण करून देणारे हे प्रसंग असत. नम्रपणे मान तुकवण्यासच अधिक महत्त्व असे. मग अशी अधिकाऱ्यांची भेट ठरली की त्याची तयारी करायची, त्यांनी योग्य तेवढ्याच गोष्टी पहाव्यात आणि नको त्या गोष्टी पाहू नयेत याची खबरदारी घ्यायची, त्यांचं यथोचित स्वागत करायचं व हे सगळं करता करता संस्थेच्या रोजच्या दिनक्रमात किती गोंधळ उडत असेल याची कल्पनाच केलेली बरी. रोग्यांच्या कोठड्यांमधील घाण मोठ्या कौशल्याने झाकली जाई. त्या व्ही.आय.पी. लोकांना जिथे घेऊन जायचं तेवढी

महत्त्वाच्या पाहुण्यांबद्दल कैद्याचा दृष्टिकोण

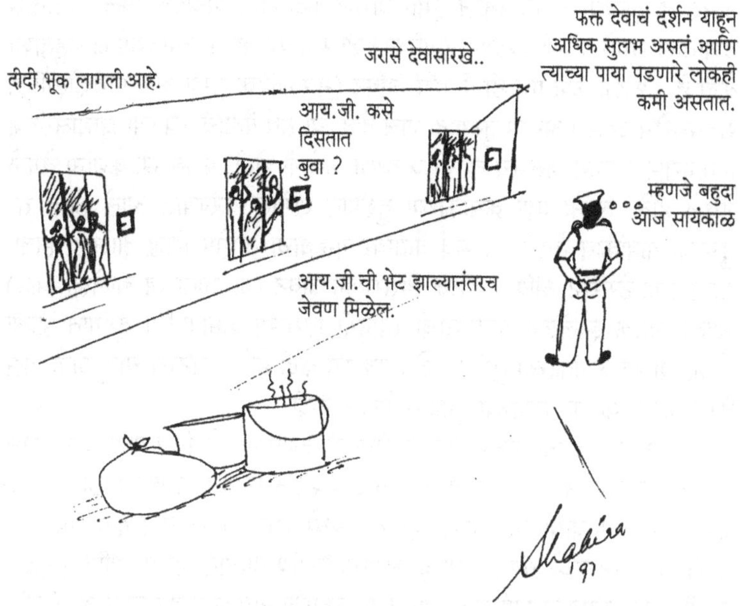

जागाच फक्त झकपक, नीटनेटकी करून ठेवायची. कैद्यांच्या गर्दीने ओसंडून चाललेल्या बराकी त्या अधिकाऱ्यांच्या नजरेआड ठेवायच्या, कारण तेथे माणसे एखाद्या श्वापदाप्रमाणे पिंजऱ्यात कोंडून ठेवलेली असत. शिवाय ही कमनशिबी, हपापलेली माणसे मोकळी सोडायची म्हणजे त्या बड्या लोकांच्या जिवाला धोकाच की! असो. तर या व्ही.आय.पी. लोकांबरोबर पत्रकार तर हवेतच. हे अधिकारी तुरुंगसुधाराच्या, कैद्यांच्या पुनर्वसनाच्या मोठमोठ्या गप्पा मारत. बरोबरचे बातमीदार ताबडतोब इमानेइतबारे त्यास प्रसिद्धी देत. परंतु तिहारमधील वास्तव प्रत्यक्ष डोळ्यांनी पाहिल्यावर मात्र मला त्या पोकळ वल्गनांचा तिरस्कार वाटू लागला.

पृष्ठ क्र. १३ वर एका कैद्याने काढलेले एक रेखाचित्र दिले आहे. त्यातूनही या अशाच भावना व्यक्त झालेल्या आढळतात.

१९९३ साली तिहार कारागृहाच्या संकुलात एकूण चार तुरुंगांचा समावेश होता. त्यांत सुमारे ७२०० गुन्हेगार न्यायालयीन कैदेत होते. वास्तविक त्या तुरुंगांमधे मिळून केवळ २२७३ लोकांचीच राहण्याची सोय होती. येथे राहत असलेल्या कैद्यांपैकी प्रत्यक्ष तुरुंगवासाची शिक्षा अशी केवळ दहा टक्के लोकांना देण्यात आली होती. उरलेल्या ९० टक्के लोकांवर अजून खटले चालू होते. किंबहुना काही लोक तर आपला खटला आता कधी चालू होतो याची वाट पाहत

होते. या कैद्यांमध्ये सुमारे ३०० स्त्रिया, तर चार वर्षांखालील पन्नास मुले होती. अठरा ते एकवीस वयोगटातील सुमारे बाराशे कैदी होते. यांच्यात एकंदर अडतीस देशांतील सुमारे १५० विदेशी नागरिकांचाही समावेश होता. त्यांच्यापैकी बहुतांशी कैदी हे १९८६ च्या एन.डी.पी.एस. ॲक्ट (नारकॉटिक ड्रग्ज अँड सायकोट्रॉपिक सबस्टन्सेस ॲक्ट) अन्वये तुरुंगात आले होते. या सर्व कैद्यांची त्यांच्या आद्याक्षरांच्या क्रमानुसार वर्गवारी करूनच त्यांची व्यवस्था केलेली होती. फक्त स्त्री कैद्यांना वेगळे ठेवले होते. त्यांना एक क्रमांकाच्या तुरुंगात दाखल करण्यात आले होते. तर दुसऱ्या क्रमांकात ठेवलेल्या सर्व कैद्यांवर गुन्ह्याचा आरोप सिद्ध झालेला होता. टाडा ऊर्फ टेररिस्ट ॲक्टिव्हिटिज डिसरप्शन ॲक्ट (हा आता रद्द झालेला आहे) खाली अटक झालेल्या गुन्हेगारांची रवानगी तिसऱ्या क्रमांकाच्या तुरुंगात झाली होती. चौथ्या क्रमांकाच्या तुरुंगात दोन प्रकारचे कैदी होते– खटला चालू आहे असे कैदी आणि मादक द्रव्यांच्या आहारी गेलेले कैदी.

तिहार जेल इतकी गच्च भरलेली होती की अक्षरशः ओसंडून वाहत होती असं म्हटलं तरी चालेल. १९५८ साली केवळ १२७३ कैद्यांना ठेवण्यासाठी पहिल्या क्रमांकाचा तुरुंग बांधण्यात आला. १९८४ मध्ये याच तुरुंगाचे तीन भाग पाडण्यात आले. १९७४ मध्ये चौथा तुरुंग बांधण्याचा निर्णय घेण्यात आला आणि १९८० साली त्याचं बांधकाम पूर्ण झालं. या नव्या तुरुंगाचं नामकरण करण्यात आलं 'कँप जेल.' ज्या कैद्यांना अतिरिक्त सुरक्षेची गरज नसेल, अशांनाच केवळ येथे ठेवायचं ठरलं. १९८४ साली या चारही तुरुंगांत मिळून एकंदर २५०० कैद्यांना ठेवण्यात आलं होतं. १९८३ चा नवीन कायदा अस्तित्वात आला. याचं नाव क्रिमिनल लॉ अमेंडमेंट ॲक्ट. तसंच १९८५ मधे नारकॉटिक ड्रग्ज आणि सायकोट्रॉपिक सबस्टन्स ॲक्ट हाही कायदा आला. हे दोन कायदे स्त्रिया आणि मादक द्रव्यांचा व्यवहार करणाऱ्या व्यक्ती यांच्या संदर्भात होते. त्या दोन्ही कायद्यांमुळे संपूर्ण चित्रच पालटले.

यानंतर कैद्यांची संख्या किती प्रमाणात वाढेल व तुरुंगाची क्षमता आणखी किती वाढवावी लागेल याची कल्पना आधी कोणालाच आली नाही. १९८५ साली तिहारच्या लोकसंख्येने कळस गाठला व ती ४००० झाली. यानंतर १९८९ साली तिने दुसरे शिखर गाठले व ती ६००० झाली. १९९३ साली तर ती ८००० च्या आसपास जाऊन पोचली होती. गुन्ह्यांचे समाजातील प्रमाण वाढले होते. गुन्हेगारांची धरपकड व तुरुंगभरती वाढली होती. तुरुंगाच्या कक्षा वाढवाव्यात तसेच तेथील सोयीसुविधांमधे काही सुधारणा घडवण्यात याव्यात म्हणून वेळोवेळी सूचना केल्या जात होत्या. तुरुंगातील कैद्यांची दुरावस्था, त्यांची दुःखे, त्यांच्या व्यथा समाजापुढे मांडण्यासाठी त्यांना कोणी प्रवक्ता नव्हता. त्यांनी स्वतःसुद्धा त्याविरुद्ध आवाज

एका कैद्याने चितारलेले तुरुंगातील जेवण.

उठवण्याचा प्रयत्न केला तरीही त्यांचं ते आवाहन निर्णयकर्त्यांपर्यंत वा शासनापर्यंत पोहोचू शकत नव्हतं.

वृत्तपत्रांमधून कधीतरी क्वचित तुरुंगातील दारूण परिस्थितीचं चित्रण करणारी वृत्ते छापून येत. परंतु त्याने फारसे काही साध्य झाले नव्हते. क्वचित कधीतरी काही उच्चपदस्थ अधिकारी त्या बातम्यांमुळे अडचणीत आले. अखेर तुरुंग असतात तरी कशासाठी? शिक्षा करण्यासाठीच ना? ऐषारामासाठी तर नाही? (अशीच एकंदर समाजाची धारणा होती)

कैद्यांच्या दु:खांची यादी अमर्याद होती. पहिली तक्रार होती जेवणाविषयीची. जेवणाचा दर्जा तर शब्दात वर्णन करण्याच्याही योग्यतेचा नव्हता.

पृष्ठ क्र. १५ वर दिलेल्या एका कैद्याने काढलेल्या रेखाचित्रातून ते स्पष्ट होते.

संपूर्ण व्यवस्थेत कैद्यांच्या न्याहारीची तरतूद कुठेच नव्हती. दुपारचे जेवण ११ वाजता देण्यात येई. काही कैद्यांना सकाळी लवकर खटल्याच्या सुनावणीसाठी न्यायालयात हजर राहावे लागे. त्यांच्यावर बहुतेक वेळा उपाशीच जाण्याची पाळी येई. जेवणात पाच पोळ्या आणि पातळ पाणीदार आमटी अथवा भाजी एवढेच असे. त्या भाजीच्या पातेल्यावर तरंगणारा तेलाचा तवंग तेवढा दादागिरी करणाऱ्या गुंडांच्या पानात पडे. परत हेच जेवण दुपारी पाच वाजता 'रात्रीचं' जेवण म्हणून त्यांना वाढण्यात येई. हे अन्न ज्या डब्यांमधून वाढण्यात येई ते लोखंडी डबे दहा इंच व्यासाचे, दोन फूट उंचीचे व दांडा असलेले असत. हे डबे इतर अनेक कामांसाठी वापरण्यात येत. उदाहरणार्थ : कपडे धुणे, पाणी भरणे किंवा अंघोळ करणे इ. कधी कधी तर कैदी कोरडा कचरा भरून नेण्यासाठी सुद्धा त्याच डब्यांचा वापर करीत. शासनाची उदासीनता आणि गैरव्यवहार याचाच हा परिणाम होता. या

लोखंडी डब्यांमधे अन्न भरून ते मुदपाकखान्यातून एकेका वॉर्डातील एकेका कोठडीत व बराकीत वाढण्यासाठी नेलं जाई. १९७० साली हे डबे मोठ्या प्रमाणावर खरेदी करण्यात आले होते. व अजूनही त्यांचा वापर चालूच होता. तेथील स्टोअरचा सुपरिंटेंडंट सुद्धा त्या डब्यांइतकाच जुनापुराणा व टिकाऊ दिसत होता. एकदा अधिकाऱ्यांच्या मीटिंगमधे मी त्याला प्रश्न केला :

"आपण कैद्यांना अन्न वाढण्यासाठी इतके जुने गंजलेले डबे का बरं वापरतो? त्याजागी तुम्ही स्टीलची भांडी का नाही आणत?"

"मॅडम, स्टेनलेस स्टीलची भांडी लवकर फुटतात. शिवाय त्यांच्या मोडीला काही भाव मिळत नाही."

"म्हणून काय झालं?" मी विचारलं.

"मॅडम, स्टेनलेस स्टीलचे डबे मिळवणं फार कठीण काम."

"पण आपण सेलमधून (SAIL– स्टील ॲथॉरिटी ऑफ इंडिया लिमिटेड) घेऊ शकतो."

"त्यासाठी आपल्याला ऑर्डर द्यावी लागेल."

"मग कुणी आपल्याला थांबवलंय?"

"मॅडम, ते लोक फार वेळ लावतील."

"किती वेळ लावतील?"

"तीन नाहीतर चार महिने."

"बरं मग?"

"नाही मॅडम. आणखी एक गोष्ट. हे लोखंडी डबे चांगले मजबूत, टिकाऊ आहेत. आम्ही पंधरा-वीस वर्षांपूर्वी ते विकत घेतले आहेत आणि ते अजूनही वापरात आहेत."

आता मात्र हद्द झाली. मी रागाने ओरडले, "या अशा मजबूत आणि टिकाऊ भांड्यांतून तुम्ही तुमच्या कुटुंबियांना जेवण वाढाल का? यावर तुमचं उत्तर जर 'हो' असं असेल तर मग आजवर जे काही चालत आलं आहे ते तसंच ठेवा. पण जर 'नाही' असं असेल तर मात्र आपण जे काही करत आहोत त्याची आपल्याला लाज वाटली पाहिजे."

यावर तो अधिकारी निरुत्तर झाला. त्याच्या त्या गप्प बसण्यानेच सारं काही सांगितलं.

या अन्नाच्या डब्यांची आणखी एक गोष्ट. या डब्यांच्या कड्यांमधे बांबू अडकवून दोन माणसे ते इकडून तिकडे उचलून नेत. सुमारे २०० मीटरचे अंतर पार करून जात असताना हेंदकळून थोडंतरी अन्न वाटेत सांडायचं. कधी कधी काही डबे कैद्यांनीच वापरलेल्या कळकट अशा पंचांनी झाकलेले असायचे. ते त्या

अन्नाच्या रसात पडून भिजायचे. असं हे अन्न कैद्यांच्या पानात पडेपर्यंत थंडगार झालेलं असायचं. तिहार जेलमध्ये परदेशातील जेलप्रमाणे वेगळे जेवणघर नव्हते. व्हिएन्ना, ऑस्ट्रिया इ. देशांतील तुरुंगात कैद्यांना अन्न वाढण्यासाठी हॉटकेस असलेली ट्रॉली फिरवतात. तीही व्यवस्था येथे नव्हती. काही कैद्यांच्या नशिबीतर थाळ्या, वाट्या, भांडीसुद्धा नसत. त्यांना इतरांचीच वापरावी लागत. जेवण वाढण्याच्या वेळा इतक्या विचित्र असत की काही कैदी ते अन्न साठवून ठेवत आणि भूक लागल्यानंतर खात किंवा सरळ फेकून देत.

काही चलाख कैद्यांनी अन्न गरम करण्याच्या फार अभिनव पद्धती शोधून काढल्या होत्या. ते चोरून इलेक्ट्रिकच्या शेगड्या तुरुंगात आणून ठेवत. पण त्याची सोय झाली नाही, तर कागद जाळणं, प्लॅस्टिक जाळणं असले उद्योग चालायचे. कधी कधी तर हे कैदी शिळ्या पोळ्या वाळवून ठेवत व त्यांचा इंधन म्हणून जळणासारखा वापर करून ताज्या पोळ्या गरम करून खात. मुळात तुरुंगात सर्वत्र एक प्रकारचा गुदमरून टाकणारा वास भरलेला असे. त्यात असल्या युक्त्या करून केलेल्या स्वयंपाकाचा दरवळ. जेलमधील अन्नाच्या संदर्भात अन्नाचा दर्जा, मालाची प्रत वगैरे शब्द तर ऐकिवातही नसावेत. रोज बनवण्यात येणारे पदार्थ शक्य तितके बेचव व पाणीदार असत. त्यात कोणत्याही मसाल्याची भर नसल्याने ते पथ्य पाकक्रियांसारखे लागत. जे काही पानात पडेल ते घशात घालण्याखेरीज बहुतेक कैद्यांपुढे काही पर्यायच नसे. काही काही कैद्यांचे नातेवाईक त्यांना भेटायला येताना फराळाचे डबे भरून आणत. आपल्या दुर्दैवी भाऊबंदांना त्यातील थोडा वाटा देण्याचा मोठेपणा काही कैदी दाखवत. कधी कधी तर जेवण इतकं बेचव असे की कैद्यांना ते अक्षरशः गटारात फेकून द्यावं लागे. आधीच भरून वाहणारी गटारे आणखी तुंबून बसत.

जेवण केवळ बेचवच असे असं नाही, तर ते ज्या काही ठिकाणी, ज्या परिस्थितीत शिजवलं जाई तीही अत्यंत अनारोग्यपूर्ण असे. हात स्वच्छ धुणे, नखे कापणे इ. गोष्टींचा अनेक कैद्यांना पत्ताच नव्हता. काही कैदी मात्र नखे कापण्याच्या कामापुरते जेलच्या न्हाव्याकडून पाते उसने घेत. कारण नेलकटर, कात्री इ. वस्तूंना जेलमधे बंदी होती. अर्थात त्यासाठी खास तसदी कैदी घेत नसत. त्यामुळे बहुतांशी कैद्यांचे केस पिंजारलेले व नखे हवीतशी वाढलेली असत. त्यांच्या अंगाला आणि कपड्याला घामाची दुर्गंधी येत असायची. स्वयंपाक ज्या पातेल्यांमधे शिजवला जाई ती तांब्याची होती. केव्हातरी कल्हई केलेली व तीही उडून गेलेली. त्यामुळे त्यांत शिजवलेल्या अन्नाला कळकल्याचा वास येई. भाज्या, डाळी वगैरे कधीच नीट धुतलेल्या नसत. याचं कारण पाण्याची टंचाई नित्याची. भाजी व आमटीत किडे, घाण इ. तरंगताना अनेकदा मी स्वतः पाहिलं आहे. अन्नधान्याचा दर्जा अत्यंत

निकृष्ट असायचा. नावाजलेल्या दर्जेदार दुकानदारांकडून ते मागवलेले नसे. सरकारने अधिकृत म्हणून मान्यता दिलेल्या दुकानातून अन्नधान्य व भाजीपाला का खरेदी केला जात नव्हता, याचं कारणही अज्ञातच होतं.

रोजच्या जेवणात जे पदार्थ होते, त्यांत कधी काही बदल करावा असे कोणालाच वाटत नसे. उलट तोचतोचपणा हातर त्या जेवणाचा स्थायीभाव होता. बाजारातील स्वस्तात स्वस्त व मुबलकरीत्या उपलब्ध असणारे जिन्नस त्यात असत. आठवड्याच्या भोजनाचा आराखडा आधी आखावा, त्याचा तक्ता करावा वगैरे उपद्व्याप करणार कोण? कारण भोजनकमिटी अस्तित्वातच नव्हती. स्टोअरमधे जे काही सामान येऊन पडेल ते मुदपाकखान्यात रांधायला पाठवण्यात येई. जेवण जरी संपूर्णपणे शाकाहारी असायचं तरी त्यात तरंगणारे जीवजंतू पाहता त्याला सामिष आहार म्हटलं तरी चाललं असतं.

स्वयंपाक करण्याचं काम काही कैद्यांनाच करावं लागे व तेही मोफत. हे कैदी नखे वाढलेल्या हातांनी, पिंजारलेल्या केसांनी आणि गलिच्छ कपड्यांनिशी स्वयंपाक करता करताच रोगप्रसाराचेही काम करत. साबण, टॉवेल आणि मुख्य म्हणजे पाणी या गोष्टींची टंचाई तर नित्याचीच होती. स्वयंपाक करणाऱ्या कैद्यांची नियमितपणे वैद्यकीय तपासणी करणे, त्यांना वेळोवेळी जंताचे औषध घ्यायला लावणे, निर्जंतुकीकरण करण्याची सक्ती करणे वगैरे गोष्टी कधीच केल्या जात नसत. त्यांच्यापैकी अनेक कैदी चक्क क्षयरोगी होते तर कित्येक श्वसनाच्या इतर रोगांनी ग्रस्त होते. बंदिवास भोगणाऱ्या या कैद्यांना इतकी जबरदस्त शिक्षा भोगावी लागायची, इतकी माणुसकीशून्य, पशुतुल्य वागणूक मिळायची की दया, अनुकंपा इत्यादी भावनांचा स्पर्शही त्यांच्या नशिबी नसायचा. स्वाभाविकच स्वयंपाकी म्हणून काम करताना त्यांचं आतलं एक व बाहेरचं एक वागणं असे. सर्व स्वयंपाकी स्वत:पुरतं वेगळं चविष्ट, मसालेदार जेवण शिजवून खात.

मुदपाकखान्याच्या आतील दृश्य प्रेक्षणीय असे. गॅसवर भाजून झालेल्या चपात्या जमिनीवर भिरकावल्या जात. त्या जमिनीवरून ते स्वयंपाकी अनवाणी पायाने वा चपला घालून चालत. मुदपाकखाना हाही त्यांच्या बराकीचाच एक भाग असल्याने तेथे संडास-मोऱ्यापण होत्याच.

भुरट्या चोऱ्या ही नित्याची बाब होती. स्वयंपाकघर सांभाळणाऱ्या व्यक्तींना या विषयातील अनेक वर्षांचा अनुभव होता. कैद्यांसाठी जे अन्नधान्य आणले जाई, त्यातील काही धान्याची नीटनेटकी पाकिटे करून ते स्वत:साठी ठेवत तर काही पाकिटे अधिकाऱ्यांना विकत. काही गुंडांची जेलमधे दादागिरी असायची. अशांना या स्वयंपाकघरात खास पदार्थांची चव चाखायला मिळे.

दूध हा एक असाच जिन्नस, हा सगळ्या कैद्यांपर्यंत निर्भेळ स्वरूपात कधीच

पोचत नसे. दुधात आधी निम्मं पाणी मिसळलं जायचं. हे दूध वाटपापूर्वी उकळण्याचे कष्ट कोण घेणार? दूध चोरणं, विकणं, त्याला पाय फुटणं ठरलेलंच. चहा बनायचा तोही काळाकुट्ट आणि कडू.

एका कैद्याने पृष्ठ क्र. १९ वर ही समस्या चित्ररूपात मांडली आहे.

काही कैदी रुग्ण असायचे. पण दुधाची कपात अशांच्या बाबतीत सुद्धा घडायची. रोज सकाळी स्वतःच्या वाट्याचं दूध पदरात पाडून घेणं ही प्रत्येक कैद्याच्या सहनशक्तीची, धैर्याची, चिकाटीची आणि सर्वांत महत्त्वाचं म्हणजे नशिबाची परीक्षा असे. जेवणाखाणाची स्थिती सुद्धा हीच होती.

बराकीच्या आतील परिस्थितीचं वर्णन केवळ 'अमानवी' याच शब्दात करता येईल. उन्हाळ्याच्या दिवसात उन्हाने बराक तापून निघे. त्यातच आत पेटलेल्या चुली व शेगड्यांचा धूर. येथील वायुविजनाची सोय थातूरमातूरच होती. तसे सर्वत्र 'एक्झॉस्ट' फॅन बसवलेले होते, पण ते स्वतःच इतके थकले-भागलेले असायचे, की, कामच करायचे नाहीत. सीलिंग फॅन्सचेही चांगले दिवस संपून वाईट दिवस आलेले होते. त्याचमुळे 'भाजून निघणे' या शब्दप्रयोगाचा अर्थ या सर्व कैद्यांना अगदी नीट समजला होता. तिथे मुळी सगळंच गरम असायचं. भिंती, छत आणि जमीन. तेथील कर्मचाऱ्यांचे स्वभाव सुद्धा तापट. कारकुनाचं काम करणारा जो कैदी असे, त्याला मुन्शी म्हणत. हाही तसाच असे. सर्वांत दुर्दैवी जीव म्हणजे नव्याने भरती झालेले कैदी. आधी बराच काळ त्यांना कडक शिक्षा भोगावी लागे व नंतर त्यांची रवानगी मुदपाकखान्यात होई.

तुरुंगात पाणी ही सर्वांत बहुमूल्य चीज होती. अन्न चवीला कसं का असेना, पण रोज मिळायचं. पाण्याबद्दल मात्र तशी काहीच खात्री नसे. उन्हाळ्याच्या दिवसात पुरेसं पाणी मिळवणं हा तुरुंगातील सर्वच कैद्यांच्या चिंतेचा विषय होता.

पृष्ठ क्र. २० वरील रेखाचित्रावरून हे स्पष्ट होतं.

अंघोळ, कपडे धुणं ही तर चैनच झाली. किमान पिण्यापुरतं पाणी मिळालं तरी नशीब अशीच परिस्थिती होती. तुरुंगातील संडासांना फ्लशची सुविधा नव्हती त्यामुळे तेथील वापरासाठी भरपूर पाणी लागायचं. काही वॉर्डांमधे हँडपंप पाणी उपसण्यासाठी बसवलेले होते ही त्यातल्या त्यात दिलासा देणारी बाब. मात्र हा हँडपंप पन्नास वेळा वरखाली केला की त्यातून कशीबशी करंगळीएवढी पाण्याची धार यायची. त्याचं कारण पाण्याची पातळी बरीच खालावलेली होती. शिवाय त्या हँडपंपांच्या दांड्यावरती हे पाणी पिण्यास योग्य नाही असं लिहिलेलं असून सुद्धा कित्येक अशिक्षित कैदी ते पीत असत.

तुरुंगातील हवेत धूर भरलेला असायचा. बरेच कैदी बराकीच्या बाहेर आणि आतसुद्धा विड्या ओढायचे. प्रिझनर वेलफेअर कॅन्टीनमधे विड्या विक्रीसाठी

दुधाची चोरी

ठेवलेल्या असत. त्यातून बरेच पैसे जमा होत. विड्यांची ८०० बंडलं खपायची. एका बंडलात २४ बिड्या असत. याचा अर्थ दररोज १९,२०० बिड्या विकल्या जात. जेल क्रमांक २, ३ आणि ४ मध्ये एका दिवसात सुमारे २६०० बंडले संपत. सिगारेट खपाच्या बाबतीत मात्र तुरुंग क्र. १ आघाडीवर होता. सर्वाधिक खपाचे दोन विडीब्रँड होते– ब्रँड क्र. ५०२ आणि ढोलक छाप विडी. तर सिगारेट खपाच्या बाबतीत गोल्ड फ्लेक आणि 'फोर स्क्वेअर' अग्रभागी होते. तुरुंगाच्या वातावरणात धुराचा वास, घामाचा वास, कैद्यांच्या अंगाची घाण तसेच संडास-मोऱ्यांची घाण या सर्व गोष्टी अंतर्भूत होत्या.

बंदिवासाच्या काळात म्हणजे सायंकाळी ६ ते सकाळी ६ वाजेपर्यंत कैद्यांना कोठडीच्या आतील संडासाचा वापर करावा लागे. त्यामुळे बराकीच्या आत जी काही दुर्गंधी सुटत असे त्याची कल्पना सामान्य माणसाला करताच येणार नाही. सकाळी बराकीची दारे उघडली की कधी एकदा बाहेरच्या सार्वजनिक स्वच्छतागृहाकडे धाव घेतो असे कैद्यांना होई. तिथे पाणी कधीच नसायचं पण निदान बराकीच्या अंतर्भागाच्या तुलनेने येथील दुर्गंधी सुसह्य असे. कारण येथे निदान हवा खेळती असे. ह्या स्वच्छतागृहांची संख्या केवळ २२७३ व्यक्तींच्या सोयीचा विचार करून

पाण्यासाठी झटपट

बांधलेली होती. व कैद्यांची संख्या त्याच्या चौपट होती. इतक्या लोकांच्या वर्दळीला ती कशी पुरी पडणार? शिवाय पाण्याचा नेहमीचा तुटवडा. त्यामुळे ही स्वच्छतागृहे रोज तुंबलेली असत.

पाणी पुरवठ्याची ही एवढी गैरसोय व इतका तुटवडा असण्याच्या पाठीमागे बेपर्वाई आणि निष्काळजीपणा ही दोन प्रमुख कारणे होती हे केवढे दुर्दैव. पाण्याची पाईपलाईन जमिनीखालून गेलेली होती व त्यातच मोठाल्या वृक्षांची मुळे पसरून त्या पाईपलाईनचा जणू अविभाज्य भाग बनून गेली होती. ही मुळे त्या पाईपलाईनमधून सरळ सरळ पाणी शोषून घेत. मग बराकी आणि स्वच्छता गृहांपर्यंत निर्वेधपणे पाणी पोचणार तरी कसं? बराकीच्या आत किंवा बाहेर पाणी वाया जाताना पाहिलं की मनाला अक्षरश: यातना होत. पण नळ गळके होते आणि ते बंद होत नसत. गजाआडून कैदी असहायपणे त्या गळक्या नळांकडे बघत. आपले हात जरा लांब असते तर निदान मातीच्या मडक्यांमधून अथवा प्लॅस्टिकच्या पिशव्यांमधून ते पाणी भरून सुद्धा ठेवता आलं असतं. कैद्यांना सायंकाळी कोठडीत बंद करून ठेवण्याची वेळ आली की ते पिशव्यांमधून वा मडक्यांमधून थोडे थोडे पाणी साठवून ठेवत. तुरुंगाच्या नियमानुसार रोज सूर्यास्तापूर्वी कैद्यांची कोठडीत रवानगी होत असे. सकाळच्या वेळी जे पाणी पुरवण्यात यायचं ते कैद्यांना अपुरं पडे, कारण त्यांची संख्या प्रचंड होती. सगळे नळ जुने आणि गंजके होते. त्यांची पाणी वाहून नेण्याची क्षमता कमी झालेली होती. कधी कधी उन्हाळ्यात ओळीने ३-४ दिवस पाणीपुरवठा ठप्प होऊन जाई. मग तो चालू झाला की हातातल्या वेड्यावाकड्या, पोचे आलेल्या थाळ्या आपटून कैदी आनंदाने गजर करत. पाण्याच्या नळावरील भांडणे व

मारामाऱ्या नित्याच्याच. विविध आकाराच्या बादल्या, मडकी आणि प्लॅस्टिकच्या पिशव्या नळापाशी जमा झालेल्या असत. पाणीपुरवठ्याची समस्या असणाऱ्या एखाद्या झोपडपट्टीला साजेसं ते दृश्य असायचं.

अडीअडचणीच्या काळात उपयोगी पडावे म्हणून तुरुंगाच्या बराकीच्या कंपाउंडच्या आत काही हातपंप बसवले होते. परंतु पाण्याच्या पातळीत सारखी घसरण झाल्याने ते नीट काम करत नसत. गैरवापर तसेच अतिरिक्त वापर या दोन्ही गोष्टींमुळे त्यात वारंवार बिघाड होत. अशा वेळी पी. डब्ल्यू. डी. (पब्लिक वर्क्स डिपार्टमेंट) ला पाचारण करावे लागत असे. हे पी. डब्ल्यू. डी. वाले भरपूर वेळ खाऊन आरामात काम करत. तुरुंगात काही नलिकाकूपही होते. परंतु त्यांची स्थिती सुद्धा ही अशीच होती. कधीच दुरुस्ती होत नसल्यामुळे त्या कधी चालू असत नाहीतर कधी बंद.

परिस्थिती अगदीच हाताबाहेर गेली की शेवटचा उपाय म्हणून सिटी म्युनिसिपल कॉर्पोरेशनच्या ऑफिसातून पाण्याचे टँकर्स मागवण्यात येत. अर्थात त्यासाठी जबरदस्त किंमत मोजावी लागे. त्यांतील कित्येक टँकर्सना झाकणेच नसत. त्यांचेसुद्धा नळ गळके असायचे. पाणी पुरवठ्याचा हा नित्याचा तुटवडा आणि कैद्यांची प्रचंड संख्या यांमुळे गटारे कायमचीच तुंबलेली असत. परिणामी बराकी दुर्गंधीने भरलेल्या असत. ही गटारे, त्याचप्रमाणे मैला वाहून नेणारी गटारे उघडी असत. ती डासांची आगरे बनली होती. तुरुंगाच्या सभोवताली कचऱ्याचे ढिगारे साठलेले असायचे. मुळात परिस्थिती इतकी वाईट होती. त्यात त्यांचीही भर. स्वयंपाकघराला किंवा बराकींना जाळीची दारे नव्हती. खिडक्या नव्हत्या. डास व तत्सम कीटकांचा नाश करण्यासाठी काही साधने नव्हती. त्यामुळे अन्नावरही माश्या बसायच्या. त्यामुळे आरोग्याच्या समस्या उद्भवत. एकदा पावसाळ्याच्या दिवसांत गटारातून उलटा प्रवाह वाहण्यास सुरवात झाली. मग तर घाण आणि दुर्गंधीने कळस गाठला. पटकी व अतिसारासारख्या महाभयंकर रोगांचा फार मोठ्या प्रमाणावर प्रादुर्भाव होण्याची शक्यता निर्माण झाली.

कैदी ही घाण स्वच्छ करण्याचे केविलपणे प्रयत्न करत. कचऱ्याकरता पुरेशा ढकलगाड्या नव्हत्या त्यामुळे कचरा व घाण वाहून नेण्यासाठी पोत्यांचा वापर करावा लागे. आश्चर्याची गोष्ट अशी की या इतक्या प्रचंड मोठ्या, इतक्या गर्दीच्या तुरुंगासाठी डिपार्टमेंटने एकाही झाडूवाल्याची नेमणूक केलेली नव्हती. अगदी हाताच्या बोटावर मोजण्याएवढे झाडूवाले देवडी आणि तेथील ॲडमिनिस्ट्रेटिव्ह ब्लॉकच्या सफाईसाठी होते. पण तेही पुरेसे नव्हते. त्यामुळेच तुरुंगाचे आवार, बराकी आणि स्वच्छतागृहांच्या सफाईचे काम कैद्यांनाच करावे लागे. या अशा परिस्थितीमुळे भ्रष्टाचार व गैरशिस्तीस रान मोकळं झालं होतं. त्यातच प्रचंड मोठ्या प्रमाणावर गैरप्रकार सुरू झाले. काही नवीन कैद्यांना शिक्षा देण्याचा एक मार्ग

म्हणून ही स्वच्छतागृहांची स्वच्छता त्यांच्यावर सोपवण्यात येऊ लागली. काही कैदी गरीब असत. कर्मचाऱ्यांना लाच देण्यासाठी जवळ पैसा नसला तर स्वच्छतेची, साफसफाईची कामे त्यांच्या अंगावर पडत. अर्थातच या कामासाठी स्वयंसेवक नसत. कधीतरी कैदीच वर्गणी जमा करत आणि एखाद्या गरीब कैद्याला पैसे देऊन त्याची या झाडूवाल्याच्या कामावर नेमणूक करून टाकत. पण या झाडूवाल्याच्या हातात यातील किती रक्कम पोचत असे ही आणखी वेगळी बाब. हमखास एखादा दलाल (यालाच मुन्शी म्हणत असत!) किंवा दुसरा एखादा कैदी दादागिरी करून त्यातील काही रक्कम हडप करे. व असल्या दादांचे प्रमाण दिवसेंदिवस वाढत चालले होते.

पाणी पुरवठ्याची कपात व वीजकपात यांची जणू रोज परस्परांशी स्पर्धा चाले. गच्च भरलेल्या बराकी. त्यांत फिरणारे ते पंखे, कधी चालायचे तर कधी मधेच बंद पडायचे. जरा खेळती असलेली हवा कोंदट होऊन जायची व गुदमरल्यासारखे वाटायचे. तिहार जेल दिल्लीच्या पश्चिम भागी होता. या भागात कोणत्याच व्ही. आय. पी. चे निवासस्थान नसल्याकारणाने या भागाला वीजकपातीचे तडाखे फार मोठ्या प्रमाणावर बसत. यात सर्वाधिक त्रास सहन करावा लागे तो ज्यांचे खटले चालू आहेत अशा कैद्यांना. जणू काही त्यांना ही दुहेरी शिक्षा भोगावी लागे. तुरुंगासाठी एका जनरेटरची व्यवस्था नावाला होती. परंतु अगदी आणीबाणीच्या प्रसंगी, अत्यावश्यक परिस्थितीतच तो वापरण्यात येत असे. बरेचदा तर तो नादुरुस्तच असे. त्यासाठी लागणाऱ्या डिझेलचे दुर्भिक्षच असायचे. आणि अगदी डिझेल उपलब्ध झाले तरी सुद्धा ते त्या जनरेटरमधे ओतण्यासाठी माणूस उपलब्ध नसे. तर वीजपुरवठ्याची स्थिती ही अशी होती.

'पब्लिक वर्क्स' च्या कारभारामुळे तुरुंगाचे व्यवस्थापन फार अडचणीत सापडले होते. योजनांचा आराखडा तयार करणे, बांधकाम, सामानसुमान आणि साधनसामग्रीची खरेदी प्रत्यक्ष करणे अथवा ते मागवून घेणे, दुरुस्तीची कामे या सर्वच गोष्टी सरकारी संस्थेकडेच सोपवाव्या लागत. व ही संस्था म्हणजेच पी. डब्ल्यू. डी. अर्थात पब्लिक वर्क्स डिपार्टमेंट. तुरुंगाचे अधिकारी उपरोधाने त्यांना पब्लिक वूज डिपार्टमेंट (वूज- दुःखे) असे म्हणत. पी. डब्ल्यू. डी. ची येथे मक्तेदारी असल्या कारणाने मक्तेदारीपोटी येणारा अनागोंदी कारभार येथेही चालायचा. पाणी, वीज, स्वच्छता आणि आरोग्य या सर्व बाबतीत तुरुंगाची परिस्थिती इतकी दुर्धर होती, की, पी. डब्ल्यू. डी. खाते त्यास पुरे पडू शकतच नव्हते. पी. डब्ल्यू. डी. च्या एकंदर कर्तबगारीचे भरपूर पुरावे देता येण्यासारखे आहेत. अनेक पंखे नादुरुस्त अवस्थेत आठवडेच्या आठवडे तसेच लटकत असत. ते कधीच दुरुस्त केले जात नसत. नवे पंखे आणून क्वचित कधीतरी बसवले जात. पण त्या जुन्या

नादुरुस्त पंख्यांचं काय होत असे हे एक गूढच आहे.

तुरुंगात सर्वत्र सुट्या वायरी लोंबकळताना आढळत. या बाबतीत पी. डब्ल्यू. डी. चे अधिकारी अत्यंत उदासीन होते. त्यामुळे विजेचा जबरदस्त धक्का बसून कोणी कधी मरण कसं काय पावलं नाही हेही एक आश्चर्यच. बराकीच्या आतील भागात दूरचित्रवाणी संच ठेवण्यास परवानगी होती. पण त्यांना वीजपुरवठा होणार कुठून? तर या वायरींमधूनच. गमतीची गोष्ट अशी की बराकीच्या आतील भागात विजेचे प्लग पॉइंटच नव्हते. कारण असे प्लग पॉइंट कैद्यांच्या हाताशी लागतील असे असणे म्हणे सुरक्षाव्यवस्थेच्या दृष्टीने धोक्याचे होते. परंतु या टी. व्ही. च्या वायरीची पिन सरळ सरळ विजेच्या दिव्याच्या होल्डरमधे घुसवून तेथून वीज मिळवणे किंवा कशातरी लोंबकळणाऱ्या वायरींमधून जमेल त्या मार्गाने टी. व्ही. साठी वीज घेणे धोक्याचे नव्हते. अशाच 'सोयीस्कर रीत्या' लोंबकळणाऱ्या वायरींमधून कोठडीत चोरट्या मार्गाने आणलेल्या विजेच्या शेगड्यांना वीजपुरवठा होत असे. अशा प्रकारच्या चुकीच्या आणि अतिरिक्त विजेच्या वापरामुळे विद्युतपुरवठा वारंवार खंडित होत असे. या विजेच्या शेगड्या चोरट्या मार्गाने अनधिकृतपणे कैद्यांपर्यंत पोचायच्या. कित्येकदा तुरुंगाचे कर्मचारी स्वत:च पैसे खाऊन हे काम करत. अशा प्रकारे विजेच्या अतिरिक्त वापराबद्दल तुरुंगाच्या मुख्यालयास अनेकदा दंड भरावा लागत असे. किंबहुना तुरुंगाच्या वार्षिक अंदाजपत्रकामधील फार मोठी रक्कम या किंवा अशा प्रकारच्या इतर अनेक अनावश्यक खर्चांमधे संपून जात असे.

ह्या व अशा इतर अनेक गहन समस्या अधिकाऱ्यांपुढे आ वासून उभ्या असत. तुरुंगातील या लाल फितीच्या कारभारामुळे तुरुंगाची सर्वत्र चांगलीच बदनामी झालेली होती. तेथील दप्तरदिरंगाईचाही गाजावाजा झाला होता. एखादी गोष्ट जर कायमची पुढे ढकलता येण्यासारखी असेल तर ती उगाच उद्यावर ढकलू नये, असे येथील ब्रीदवाक्य होते. तुरुंगातून भुयारी मार्गाने जे पाण्याच्या पाईपलाईनचे जाळे फिरवलेले होते, त्याचा नकाशा पी. डब्ल्यू. डी. च्या इंजिनिअरांकडे नव्हता. विजेच्या तारांचं जे जाळं पसरलेलं होतं त्याचाही नकाशा उपलब्ध नव्हता. त्यामुळे तिहारमधील पाणीपुरवठा आणि वीजपुरवठा नक्की कसा काय चालत होता ते केवळ देवच जाणे.

पी. डब्ल्यू. डी. चे अधिकारी आपली मक्तेदारी सोडण्यास तयार नव्हते. खाली उद्धृत केलेल्या काही प्रसंगांमधून त्यांचा हा दृष्टिकोण स्पष्ट होतो. एकदा जेलच्या अधिकाऱ्यांनी एक सूचना मांडली. जेलच्या बराकींची चुनासफेती करण्याचे काम तुरुंगातील कैद्यांनाच करण्याची परवानगी द्यावी असे त्यांचे म्हणणे होते. तेव्हाचे मंत्री श्री. साहेबसिंग वर्मा यांनी या प्रस्तावास दुजोरा दिलेला होता. कैद्यांनी

नाहीतरी अशा प्रकारची अंगमेहनतीची कामे करायलाच हवीत असे त्यांचा म्हणणे होते. पण हे मात्र प्रत्यक्षात घडू शकले नाही. तो दिवस मला अजूनही आठवतो.

कैदी ज्या बराकींमधे राहत होते त्या खरं तर माणसाने राहण्याच्या लायकीच्या सुद्धा नव्हत्या. तेव्हा त्यांची निदान रंगसफेती करून द्यावी या उद्देशाने मी एक मीटिंग बोलावली होती. या मीटिंगला पी. डब्ल्यू. डी. चे अधिकारीही उपस्थित होते. इतक्या मोठ्या संख्येने कैदी रिकामे बसून असतात, तेव्हा असे रंगसफेतीसारखे श्रमाचे काम त्यांना करायला लावावे अशी सूचना मी मांडली. त्याबरोबर पी. डब्ल्यू. डी. च्या कनिष्ठ श्रेणीच्या कर्मचाऱ्यांकडून या सूचनेला कडाडून विरोध झाला. त्यासाठी त्यांनी जे काही स्पष्टीकरण दिलं ते ऐकून तर मी फार थक्क झाले.

"कैद्यांनी स्वत:च्या बराकींची चुनासफेती स्वत:च केली तर काय बिघडलं?"

त्यावर पी. डब्ल्यू. डी. चा एक अधिकारी म्हणाला,

"मॅडम, ते जमणार नाही."

"का?"

"कारण त्यांना त्या कामाचं प्रशिक्षण नाही."

"असंच काही नाही. तुरुंगातील कैद्यांमधेही काही प्रशिक्षित रंगारी आहेतच की," माझे सहकारी जयदेव सारंगी म्हणाले. त्यांच्या या बोलण्यावर एकदम शांतता पसरली. त्या अधिकाऱ्यांची एकमेकांमध्ये नजरानजर झाली.

यावर दुसरा अधिकारी म्हणाला, "पण त्यांनी एकंदर किती भागाला चुनासफेती केली आहे, याचे मोजमाप करणे कठीण जाईल."

"का बरं? तुमच्याकडे मोजमापासाठी टेप नाही?," सारंगींनी विचारले.

"तसं नाही. पण मग ते कसं काय दाखवायचं याची जरा अडचणच होईल."

"तुम्हाला ते नक्की कोणाला दाखवावं लागेल?" आणखी एक सुपरिंटेंडंट डी. पी. द्विवेदी म्हणाले.

"रजिस्टरमधे नोंद ठेवावी लागेल."

"मग तर फारच सोपं. तुम्ही नेहमी जशी मोजमापे दाखवता तशीच दाखवा. फक्त तुमच्या कामगारांऐवजी आमच्या कैद्यांनी रंगकाम केलं तर त्यात अडचण कुठे आहे?" मी आग्रहीपणाने विचारलं.

"त्यात थोडं सामान वाया जाईल."

"मग?"

"मग ते आम्ही कसं काय दाखवायचं?"

"तुमचे कामगार जेव्हा हे काम करतात तेव्हा तुम्ही कसं दाखवता? तसंच हेही दाखवायचं."

"नाही मॅडम. मग आमच्यावर दडपण येईल."

"कसलं दडपण?"

"पहिलं म्हणजे आम्हाला सामानसुमान विकत आणावं लागेल. मग ते तुरुंगातील कर्मचाऱ्यांकडे सोपवावं लागेल. नंतर मापे घ्यावी लागतील. त्याची नोंद ठेवावी लागेल."

"पण जेव्हा तुमचे कामगार काम करतात तेव्हाही या सर्व गोष्टी तुम्हाला कराव्या लागतातच ना?" सारंगी उपरोधाने म्हणाले.

"पण ते वेगळं."

ते कसं काय 'वेगळं' होतं ते मला कळून चुकलं. उपस्थित अधिकाऱ्यांची प्रचंड एकजूट होती. त्यांना काहीच मान्य होत नव्हतं.

असाच आणखी एक प्रसंग. तुरुंगातील उत्साही कैद्यांनी वृक्षारोपण करायचं ठरवलं. अनेक सामाजिक संस्थांनी त्याला प्रतिसाद देऊन त्यांना मोफत रोपे पुरवण्याचे ठरवले. पण हे फुकटात पार पडणारं वृक्षारोपण पी. डब्ल्यू. डी. ला रुचलं नाही. त्यांच्या होर्टिकल्चर (बागकाम) विभागाने यास कडाडून विरोध केला. वास्तविक तिहारमधे वृक्षारोपणासाठी भरपूर जागा होती. विनामूल्य रोपांमुळे वृक्षारोपणाचा कार्यक्रम मोफत पार पडणार होता. परंतु या डिपार्टमेंटचा एककलमी कार्यक्रम होता. आपण रोपे पुरवायची व त्याची भरमसाठ किंमत वसूल करायची.

या बाबतीत सुद्धा वादविवाद झाला.

होर्टिकल्चर ऑफिसर म्हणाला, "मॅडम, लोकांनी फुकटात दिलेली ही रोपे जगणार नाहीत."

"असं कशावरून म्हणता?," माझे सहकारी डी. पी. द्विवेदी म्हणाले.

"माझा असा अनुभव आहे."

"अनुभव?"

"हो. कारण या रोपांची मुळे उघडी पडलेली असतात," पुराव्यादाखल त्यांनी मला हातातील रोप दाखवलं.

आमच्या ज्या काही समस्या होत्या त्यांच्या 'मुळाशी' नेमकं काय कारण होतं ते असं 'उघडं' झालं. खरं तर त्या समस्यांची उत्तरं अगदी साधी, सोपी व सरळ होती. पण ती शोधायची इच्छा नव्हती हेच खरं.

असं म्हणतात, जर वरिष्ठांना एखादी समस्या सोडवण्याची इच्छाच नसेल तेव्हा ते स्वत: त्या समस्येचाच एक हिस्सा बनून जातात. तिहारच्या बाबतीत प्रत्येक गोष्ट आणि प्रत्येक व्यक्ती ही एक समस्या बनली होती.

□

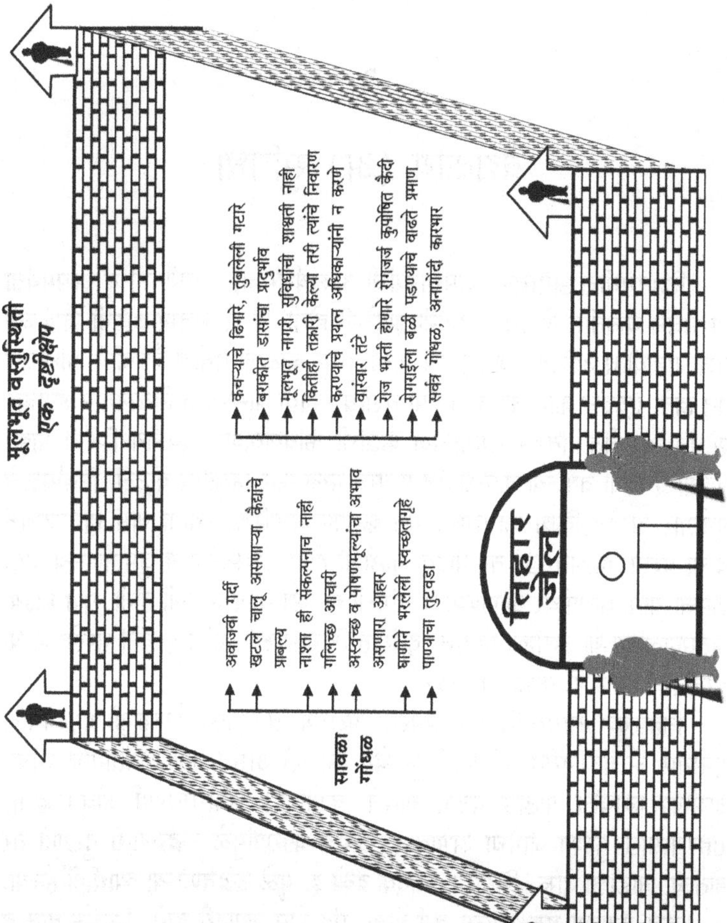
मूलभूत वस्तुस्थिती
एक दृष्टीक्षेप
सावळा गोंधळ
अवाजवी गर्दी
खटले चालू असणाऱ्या कैद्यांचे प्राबल्य
नाश्ता ही संकल्पनाच नाही
गलिच्छ आचारी
अस्वच्छ व पोषणमूल्यांचा अभाव असणारा आहार
घाणीने भरलेली स्वच्छतागृहे
पाण्याचा तुटवडा
कचऱ्याचे ढिगारे, तुंबलेली गटारे
बराकीत डासांचा प्रादुर्भाव
मूलभूत नागरी सुविधांची शाश्वती नाही
कितीही तक्रारी केल्या तरी त्यांचे निवारण करण्याचे प्रयत्न अधिकाऱ्यांनी न करणे
वारंवार तंटे
रोज भरती होणारे रोगजर्ज कुपोषित कैदी
रोगराईला बळी पडण्याचे वाढते प्रमाण
सर्वत्र गोंधळ, अनागोंदी कारभार
तिहार जेल

३

वैद्यकीय (अ) सुविधा

तिहारमधील भ्रष्टाचार, कर्मचाऱ्यांची अकार्यक्षमता, उदासीनता व असमर्थता या सर्वच बाबतीत जेलची बदनामी झालेली होती. व ही प्रतिमा अगदी जशीच्या तशी राहावी व अजिबात बदलू नये याची पुरेपूर काळजी तेथील वैद्यकीय अधिकारी घेत होते. एवढंच काय तर ती प्रतिमा तशीच राहावी यासाठी ते नित्यनवीन उपायही शोधत असावेत. तिहार तुरुंगातील कैद्यांची केविलवाणी, दयनीय स्थिती पाहून माझ्या एवढ्या वर्षांच्या कारकीर्दीत प्रथमच मला फार असहाय वाटलं. निर्ढावलेले गुन्हेगार असोत किंवा कायद्याचा भंग करणारे नागरिक, त्यांना कसं हाताळायचं याचा पुरेसा अनुभव खरं तर माझ्या गाठीशी होता. शिस्तीला न जुमानणाऱ्या हट्टी कर्मचाऱ्यांना वठणीवर आणण्याची चांगली हातोटी मला साधली होती. पण माझ्या हाताखालच्या या असंख्य पीडित, दुःखित स्त्रिया-पुरुष आणि मुलांनी भरलेल्या या वस्तीला आता मी कशी हाताळू?

तिहारच्या आरोग्यविषयक समस्या अक्षरशः हाताबाहेर गेल्या होत्या. येथील गुन्हेगार अत्यंत गरीब परिस्थितीतून येथे आलेले असत आणि येतानाच सोबत असंख्य व्याधींचं गाठोडं घेऊन यायचे. कुपोषण, अनारोग्यपूर्ण जीवनपद्धती, राहण्यासाठी पुरेशा जागेचा अभाव इ. अनेक कारणांमुळे उद्भवणारी दुखणी तर होतीच. जोडीला दारू, सिगारेट, मादक द्रव्ये इ. मुळे उद्भवणाऱ्या व्याधीही होत्या.

वृद्ध कैद्यांचा एक वेगळा वर्ग होता. मंद होत जाणारी दृष्टी, किडके दात व वार्धक्यापोटी येणाऱ्या इतर दुखण्यांनी त्यांना ग्रासलं होतं. तुरुंगात आणखी एक वर्ग होता. हा होता मध्यमवर्गीय आणि उच्चमध्यमवर्गीय कैद्यांचा. त्यांची दुखणी अनेकदा अतिरिक्त मानसिक ताणातून उद्भवलेली असत. उदा. रक्तदाब, मधुमेह, हृदयरोग इ. या यादीत भर टाकण्यासाठी नित्याची तापाची साथ, सर्दी, खोकला तसेच ऋतुमानाप्रमाणे होणारे मलेरिया, कॉलरा व गॅस्ट्रोसारखे आजारही येथे

कायमचेच होते.

तिहारची लोकसंख्या सतत बदलत असे. रोज सरासरी २०० ते २५० कैद्यांची सुटका होई व सायंकाळी सुमारे तेवढेच कैदी नव्याने भरती होत. मात्र येताना ते नवीन नवीन दुखणीपण बरोबर घेऊन येत. नियमानुसार प्रत्येक नवीन कैद्याची तुरुंगात भरती होते वेळी त्याची संपूर्ण वैद्यकीय तपासणी होणे आवश्यक होते. याला 'मुलाहिजा' (तपासणी) असे म्हणत. या वेळी तपासणी करणाऱ्या डॉक्टरने प्रत्येक कैद्याचे वय, वजन, उंची, एकूण शारीरिक स्थिती, त्याच्या आजारांचा पूर्वेतिहास इत्यादी तपशील नोंदवणे गरजेचे होते. त्या कैद्याच्या अंगावर जर काही जखमांच्या खुणा वगैरे असतील तर त्याही नोंदवणे महत्त्वाचे होते. शिवाय ही तपासणी कैद्याला तुरुंगात भरती केल्याक्षणी तातडीने झाली पाहिजे असा नियम होता. परंतु हे घडत नसे. कारण दुपारचे दोन वाजले की त्यानंतर सर्व चारही तुरुंगांत मिळून सुमारे ८००० कैद्यांसाठी केवळ एकच डॉक्टर उपलब्ध असे. शिवाय वैद्यकीय तपासणीखेरीज आणखी काही तातडीच्या केसेस असल्या तर त्याही याच डॉक्टरला पहाव्या लागत. तुरुंगाचं स्वत:चं हॉस्पिटल होतं. त्यात भरती झालेल्या रुग्णांची देखभालही त्यालाच करावी लागे. त्यामुळे जे कोणी कैदी नव्याने भरती झाले असतील त्यांचा मुलाहिजा करण्यासाठी त्यांना एका वॉर्डात एकत्र कोंडण्यात येई. डॉक्टरला सवड मिळून तो तेथे येऊन त्यांची तपासणी करेपर्यंत सर्व कैदी तेथेच राहात. एकदा त्यांची तपासणी झाली की मगच त्यांना आपापल्या नेमून दिलेल्या जागी पाठवण्यात येई. कधी कधी तर या सर्व प्रकारांत तीन तीन दिवस सुद्धा जात. साहजिकच चांगले धडधाकट कैदी व्याधीग्रस्त रुग्णांच्या संपर्कात येत. यात क्षयरोगी, कुष्ठरोगी आणि एड्सग्रस्त रुग्णही असत. एकदा बाहेरील सरकारी इस्पितळातून मुद्दाम डॉ. जे. एन. बनवालीकर हे क्षयरोगविशेषज्ञ तिहारमधील कैद्यांच्या तपासणीसाठी आले होते. क्षयरोगाचे निदान होण्यासाठी जी मूलभूत परिस्थिती गृहीत धरलेली असते तीच येथे नव्हती, असे त्यांचे म्हणणे होते. प्राथमिक पाहणीनंतर त्यांनी असा निष्कर्ष मांडला, की, या तुरुंगातील किमान ७० ते ८० टक्के कैदी क्षयरोगाने ग्रस्त झालेले होते अथवा लवकरच त्यांना क्षयरोगाची लागण होण्याची शक्यता होती. क्षयरुग्णांना थुंकण्यासाठी निर्जंतुक केलेली भांडी ठेवण्याची बराकीच्या किंवा कोठड्यांच्या आत सोयच नव्हती. मग या रोगाच्या प्रादुर्भावाला आळा बसणार तरी कसा? बंदिवासाच्या काळात रोगी जमेल तिथे थुंकत.

रोज जे कैदी तुरुंगात नव्याने भरती होत त्यांतील किमान एक चतुर्थांश कैदी मादक द्रव्यांच्या आहारी गेलेले असत. त्यांचा रोजचा मादक द्रव्याचा व त्यापोटी येणाऱ्या नशेचा डोस कमी झाला की त्यांना नैराश्यापोटी येणारा एकलकोंडेपणाचा

झटका (विड्रॉवल सिंप्टम) येत असे. त्यामुळे त्यांना झोप लागत नसे व ते बरोबरच्या कैद्यांना झोपू देत नसत. ते यातनांनी गडाबडा लोळत, विव्हळत व डॉक्टरांना सारख्या हाका मारत. चारही तुरुंगांमधून रात्री-अपरात्री डॉक्टरांना अशी शेकडो बोलावणी येत असत. त्या सर्वांना एकुलता एक डॉक्टर कसा काय पुरा पडणार? मग तो सर्व रुग्णांना मिळून एक औषध पाठवून द्यायचा. ते औषध म्हणजे पारमॉल. (पॅरासिटामॉल औषधाचाच हा जरा स्वस्तातला प्रकार.) नंतर मला कळून चुकलं, की, तिहार जेलमधे सर्व दुखण्यांवर हा एकच रामबाण उपाय होता. मग तो ताप असो, जुलाब असो नाहीतर आणखी कुठलेही दुखणे.

या पारमॉल नामक औषधाचा या सर्व दुखण्यांना कितपत उपयोग होता हा एक प्रश्नच आहे. पण निदान ते औषध निरुपद्रवी तरी होते. पण याचंही दुसरं टोक तुरुंगात मला दिसून आलं. येथील काही डॉक्टर सॉर्बिट्रेट नामक औषध (हे फक्त हृदयविकारावर दिलं जातं) सरसकट सर्व दुखण्यांवर देत असत. मग तो डोकेदुखीसारखा किरकोळ आजार का असेना. येथे आणखी एक विक्षिप्त डॉक्टर होते. ते त्यांच्याकडे आलेल्या प्रत्येक रुग्णास क्षयरोगाचं औषध देत असत. हे डॉक्टर वृद्ध होते आणि तुरुंगात अनेक वर्षे काम करत होते. आम्ही त्यांना त्यांची चूक दाखवून देण्याचा प्रयत्न केला तेव्हा त्यांनी ती मान्य केली नाही. अखेर त्या डॉक्टरांचा हा पराक्रम कैद्यांच्याच लक्षात आला आणि हे प्रकरण बरंच तापलं. मग त्या डॉक्टरांची आम्ही त्यांच्या जुन्या डिपार्टमेंटला बदली करण्यासाठी बरीच खटपट केली आणि संभाव्य दंगाधोपा आटोक्यात आणला.

मादक द्रव्यांचे सेवन करणाऱ्या कैद्यांच्या संदर्भात इथे तुरुंगात जे काही घडत होतं ते मला आता कळून चुकलं होतं. तुरुंगातील डॉक्टर या व्यसनाधीन कैद्यांना व्यसनमुक्त करण्याचा यत्किंचितही प्रयत्न करत नसत. उलट मानसिक आजारांवर जी काही वेगळी औषधे देण्यात येतात त्या द्रव्यांची त्यांना नव्याने चटक लावत होते. त्यामुळे ते व्यसनाधीन कैदी त्यांच्या पूर्वीच्या मादक द्रव्याऐवजी या नवीन गोळ्यांची मागणी करत असत. मी जेव्हा तुरुंगाची सूत्रे हाती घेतली तेव्हा तुरुंगातील अर्धेअधिक कैदी झोपेच्या गोळ्यांच्या आहारी गेलेले होते. डॉक्टर आणि कर्मचाऱ्यांच्या संधानाने अशा गोष्टींचा तिथे बाजार चालला होता. ज्या कैद्यांचा साठा संपुष्टात येई, ते आणखी गोळ्यांसाठी आरडाओरडा करत. एकुलता एक डॉक्टर त्यांच्यापर्यंत कधीच पोचत नसे. फक्त कोणाच्या तरी हाती ही व्यसन लावणारी द्रव्ये पाठवून देत असे. सायंकाळ संपून रात्र पडू लागली की कामाचे तास कधी संपवतो आणि घरी कधी जातो याची चिंता त्याच्या मनात असे. आपल्या असल्या कृत्यांचे किती गंभीर परिणाम होतील याची फिकीर त्याला मुळीच नसे. तुरुंगातील व्यसनाधीन कैद्यांनी व्यसनमुक्त व्हावे यासाठी कोणताही पद्धतशीर कार्यक्रम

आजवर तेथे राबवण्यात आलेला नव्हता. फक्त एक खाजगी व्यसनमुक्ती केंद्र तुरुंग क्रमांक चारमध्ये कार्यरत होतं. त्यात एका वेळी वीस रुग्णांवर उपचार करण्याची सोय होती. पण प्रत्यक्षात हजाराहून अधिक लोकांना मदतीची गरज होती.

तिहार जेलमधे डॉक्टरांची फारच टंचाई होती. १९९३ च्या मे महिन्यात इथे केवळ १२ डॉक्टर्स होते. सकाळी ८ ते दुपारी ४ च्या शिफ्टला चारही तुरुंगांसाठी प्रत्येकी एक डॉक्टर आणि रात्रपाळीसाठी म्हणजे रात्री १० ते सकाळी आठच्या शिफ्टला प्रत्येक तुरुंगासाठी एक डॉक्टर अशी त्यांची विभागणी होती. रात्रपाळी करणाऱ्या डॉक्टरने त्याच्या रुग्णांना केवळ झोपेची औषधे देण्याचे काम केले तरी त्याला रात्रपाळी केल्याबद्दल दुसऱ्या दिवशी पूर्ण सुट्टी मिळायची. हॉस्पिटलच्या दिवसपाळीसाठी वेगळा डॉक्टर नेमलेला असे. तसेच हॉस्पिटलमधे एक निवासी वैद्यकीय अधिकारी (आर. एम. ओ.) सुद्धा नेमलेला होता. तो एकंदर हॉस्पिटलची सर्व व्यवस्था पाही. तुरुंगातील सर्व स्त्री रुग्णांसाठी एकच महिला डॉक्टर होती. काही रुग्ण कैद्यांना आपापल्या खटल्याच्या संदर्भात कोर्टात हजर राहावे लागे. अशांच्या सोबत जाण्यासाठी वेगळ्या डॉक्टरची काही तरतूद नव्हती. तसेच एखाद्या डॉक्टरने एखाद्या दिवशी रजा काढली तर त्या दिवशी त्या विशिष्ट तुरुंगासाठी कोणीच डॉक्टर उपलब्ध नसायचा. याचा अर्थ वैद्यकीय सेवा नाही, मुलाहिजा नाही, फक्त वेदनांनी तळमळणाऱ्या हजारो कैद्यांचे ओरडणे, विव्हळणे. अर्थात दुसऱ्या दिवशी डॉक्टरांना भरपूर काम. तपासणीच्या वॉर्डमधे तसेच सार्वजनिक वॉर्डमधे. मुळात रुग्णांची संख्याच इतकी मोठी असे की कोणीही एक डॉक्टर तेथे पुरा पडणं शक्यच नव्हतं. त्यामुळेच तिहार जेलमधील वैद्यकीय सेवेची कामे सतत साचलेली असत. तिहार जेलचे त्या वेळचे निवासी वैद्यकीय अधिकारी डॉ. विश्वंभर दास यांनी एका वृत्तपत्राच्या वार्ताहराला दिलेल्या मुलाखतीचे वृत्त २२ जून १९९३ च्या 'दिल्ली मिड-डे' वृत्तपत्रात सादर झाले होते.

तिहार येथे वैद्यकीय अधिकाऱ्यांचा फार मोठा तुटवडा आहे. गेल्या वर्षी तिहार जेलची संपूर्ण चौकशी करून एक अहवाल सादर करण्यात आला होता. तिहारच्या परिसरात सुसज्ज व अद्ययावत वैद्यकीय सुविधा उपलब्ध करून देण्यात यावी अशी शिफारसही या अहवालात करण्यात आली होती आणि येथे प्रत्यक्षात मात्र ८३०० कैद्यांची देखभाल करण्याचे काम केवळ ११ डॉक्टर पार पाडत आहेत.

वेगळ्या शब्दात सांगायचं तर दर ७५० कैद्यांमागे केवळ एक डॉक्टर आहे. येथे काम करणाऱ्या वैद्यकीय अधिकाऱ्यांच्या म्हणण्यानुसार ही परिस्थिती गेली सात ते आठ वर्षे अशीच आहे.

"आम्हाला आणखी वैद्यकीय अधिकारी देण्यात यावेत अशी आम्ही सरकारकडे वारंवार विनंती करीत आहोत", तिहार जेलचे निवासी वैद्यकीय अधिकारी डॉ.

विश्वंभर दास म्हणाले.

भरती होणाऱ्या कैद्यांची संख्या जसजशी वाढू लागली तसे दिल्ली शासनाकडे अनेकदा या संदर्भात विनंती अर्जही पाठवण्यात आल्याचे त्यांनी सांगितले. पण त्याचा काहीही परिणाम झाला नाही व येथे काम करणाऱ्या वैद्यकीय अधिकाऱ्यांची संख्या अजूनही तेवढीच आहे. मात्र कैद्यांची संख्या आता चौपट झाली आहे.

जेल क्रमांक ३ मधे असलेल्या इस्पितळात एक्स-रे-मशीन, पॅथॉलॉजी लॅबोरेटरी, रक्त व लघवी तपासणीची सोय अशा काही मूलभूत सुविधा तेवढ्या आहेत.

अहवालात शिफारस केल्याप्रमाणे एक अद्ययावत सुविधांनी सुसज्ज इस्पितळ तुरुंगात उभारण्याच्या कामास मात्र अजून सुरुवातसुद्धा नाही.

येथील वैद्यकीय सुविधा जोपर्यंत सुधारत नाहीत तोपर्यंत रुग्णकैद्यांना दिल्लीच्या सार्वजनिक रुग्णालयातच घेऊन जावे लागेल.

याच कारणासाठी तुरुंगातील अनेक रुग्णांची ऑपरेशन्स अशीच पुढे ढकलण्यात आली असल्याचे येथील निवासी वैद्यकीय अधिकाऱ्यांनी सांगितलं...

जेलमधील अनेक डॉक्टर्स क्वचितच वेळेवर कामावर हजर होत. मात्र ठरलेल्या वेळेच्याही आधीच निघून जात. परिणामी ते दोन ते तीन तासांच्या अवधीत सुमारे अडीचशे रुग्णांवर उपचार करत. अर्थातच प्रत्येक रुग्णाच्या वाट्याला फारच थोडा वेळ येई. एखाद्या डॉक्टरांची ओ.पी.डी. (आऊट पेशंट डिपार्टमेंट) चुकली तर दुसऱ्या दिवशी रुग्णांची अक्षरश: रीघ लागलेली असे. मग क्षय, कुष्ठरोग, खरुज आणि दमा अशी मूळचीच चिकट दुखणी जर विकोपाला गेली तर त्यात नवल ते काय?

डॉक्टरही या बाबतीत अगदी उदासीन होते. पहिली गोष्ट ही की रुग्ण डॉक्टरांपर्यंत पोहोचूच शकत नसत आणि यदाकदाचित जर एखादा रुग्ण डॉक्टरांपर्यंत पोहोचलाच तर त्याच्याशी वागण्याची त्यांची वर्तणूक उद्धटपणाची असे. कधीतरी ते त्या रुग्णाकडे दुर्लक्ष करत. हे डॉक्टर पांढरा एप्रन घालत नसत अथवा स्वत:च्या नावाची चिठ्ठी कोटावर लावत नसत. न्यायालयाचा आदेश मिळाल्यावाचून कोणाचा अहवाल बनवत नसत. कधीतरी रात्रपाळीचा एकुलता एक डॉक्टर गैरहजर असे. मग अशा वेळी तुरुंगात कोणी डॉक्टरच नाही. अशा वेळी कधी गंभीर प्रसंग ओढवला तर मात्र न्यायालयीन चौकशीचा वरून आदेश यायचा. पण खरंतर तुरुंगात पुरेसे वैद्यकीय अधिकारी उपलब्ध नसण्यास जबाबदार सुद्धा हे वरचेच लोक असायचे ना?

खुद्द डॉक्टरांची सुद्धा पिळवणूक होत असे. कदाचित त्याच कारणाने ते रुग्णांशी दुष्टपणे वागत असावेत. मग कधीतरी काही गुंडांच्या टोळ्यांकडून त्यांना 'परिणाम वाईट होतील' अशा धमक्या मिळत. आमचं म्हणणं न ऐकल्यास

मारहाण करू, खून करून टाकू... इत्यादी. हे गुंड त्या डॉक्टरांकडून जबरदस्तीने आपल्या प्रकृतीविषयी पाहिजे ते प्रमाणपत्र लिहून घेत. स्वत:ला अगदी बारीकसारीक दुखणं झालेलं असलं तरी त्याविषयी वाढवून माहिती लिहून घ्यायची किंवा दुखणं विकोपाला गेल्याचं प्रमाणपत्र मिळवायचं व त्याच्या आधारे न्यायालयाकडून भरमसाठ सुविधा मागून घ्यायच्या असा प्रकार चालत असे. या उलट अशा प्रकारची प्रमाणपत्रे देताना डॉक्टरही त्याचा पुरेपूर मोबदला वसूल करत असल्याचीही उदाहरणे होती. डॉक्टरांच्या शिफारशीच्या आधारावर कैद्यांच्या जामीनाचे हुकूम निघत. खोट्या वैद्यकीय दाखल्याच्या आधारे न्यायालयीन तहकुबीचे हुकूम निघत. हे सर्व बिनदिक्कतपणे करणाऱ्या डॉक्टरांना रुग्णाची चिंता अथवा काळजी जरासुद्धा नसे. त्यांना खराखुरा रस असायचा तो समोरच्या रुग्णाच्या घरची सांपत्तिक स्थिती कशी आहे याचा अंदाज घेण्यात. त्या बाबतीत मात्र ते खरेखुरे जाणकार होते. गुन्हेगाराच्या खटल्याचा तपशील, त्याच्या गुन्ह्याचे स्वरूप ते त्याच्याकडून काढून घेत. त्याच्या आजाराचे तपशील विचारण्याची तसदी ते घेत नसत. एखादा रुग्ण चांगला धडधाकट, उत्तम प्रकृतीचा असेल तरीही तो पैसे देणारा असेल तर त्याला ते तुरुंगाबाहेरील खाजगी रुग्णालयात उपचारांसाठी पाठवत. जुनाट व्याधींनी ग्रस्त असलेल्या रुग्णांना मात्र आर्थिक ऐपत नसेल तर जेलच्याच इस्पितळात पाठवण्यात येई. एखाद्या रुग्णाने आजाराचा खोटा बहाणा केला तर त्याच्या मर्जीनुसार आपले आधीचे निदान बदलण्यातही त्यांना खंत वाटत नसे. हळूहळू हा सारा मामला सर्वच कैद्यांच्या लक्षात येऊन चुकला. काही कैदी असल्या डॉक्टरांची किंमत मोजून त्यांच्या मदतीने स्वत:ची सुटका करून घेत. त्याविषयीची बारीकसारीक माहिती अशा कैद्यांच्या खास विश्वासातील दोस्तांना असायची. त्यामुळे या सवलती मिळवण्यासाठी डॉक्टरांचे जे काही ठरलेले दर असतील ते एकमेकांना समजायचे.

जे डॉक्टर अप्रामाणिक असत ते आपल्यासाठी मदतनीस म्हणून काही सुशिक्षित कैद्यांची निवड करीत. यांना मुन्शी म्हणत असत. हे मुन्शी डॉक्टरांसोबत ओ.पी.डी. मधे काम करत. त्यांच्या वाढत्या धंद्यात या मुन्शींचा चांगलाच हातभार होता. बारीकसारीक व्यवहार सरळ मुन्शीच करीत. या मुन्शीविरुद्ध बोलण्याची कोणाची हिंमत होत नसे. मुन्शींचे मुख्य काम होते प्रकृतीचे कारण पुढे करून जामीन मिळवण्याच्या प्रयत्नात असणाऱ्या कैद्यांना हेरणे. असे गिऱ्हाईक जाळ्यात सापडले की त्याची योग्य त्या डॉक्टरशी गाठ घालून देणे. मात्र तत्पूर्वी त्या डॉक्टरची फी(!) भरण्याची ऐपत त्या कैद्याची आहे की नाही याची त्यांना शहानिशा करावी लागे. त्या कैद्याची घरची सांपत्तिक स्थिती व एकूण पार्श्वभूमी यावर त्या कामाची किंमत अवलंबून असे– मग तो आयकर भरतो का, त्याची मालमत्ता किती आहे, त्याच्याकडे गाडी आहे का वगैरे तपशील महत्त्वाचे असत. साहजिकच कैदी

शक्यतो आपली आर्थिक स्थिती पूर्ण उघडी करत नसे. आपल्या मालमत्तेविषयीची अर्धीअधिक माहिती तो दडवून ठेवायचा. आपण गरीब आहोत असा बहाणा करायचा. तसेच त्याच्या हातून घडलेल्या गुन्ह्याचे स्वरूप कितपत भयानक आहे यावरही त्याला मोजावी लागणारी किंमत ठरायची. त्याचप्रमाणे काही इतर गोष्टीसुद्धा महत्त्वाच्या होत्या. उदाहरणार्थ, कैद्याचं वय, त्याची जीवनपद्धती, त्याच्या मुलाबाळांचं व पत्नीचं त्याच्यावरील प्रेम यावरही त्याची किंमत अवलंबून असे. शिवाय कैदी तुरुंगात कितपत रुळला आहे का, त्याने आपलं बस्तान नीट बसवलं आहे का, त्याची सुटकेसाठी किती धडपड चालली आहे यावरही बरंच काही अवलंबून असे.

कैद्यांनी लिहिलेले काही विनंती अर्ज पाहिले तर त्यांचं तुरुंगातील आयुष्य कसं असेल याची थोडीशी झलक पाहायला मिळते, विशेषत: त्यांच्या आयुष्याच्या या पैलूची...

मी आजारी आहे. माझ्या पोटात सतत दुखते. माझ्या डोळ्यांपुढे अंधारी येते. माझ्या थुंकीतून रक्त पडते. डॉक्टरांचं असं मत आहे की मला बाहेरच्या इस्पितळात पाठवण्यात यावे. पण तीन महिने उलटून गेले तरी मला अजून तेथे पाठवण्यात आलेलं नाही.

—कालवे, कैदी : तुरुंग क्र. १ (७ जून १९९३)

...एप्रिल १९८८ पासून मी येथे तुरुंगवासात आहे. मी क्षयरोगी आहे. मला व्यवस्थित औषधपाणी मिळत नाही. मला जेवणात दूध पुरवण्यात यावे अशी शिफारस तीन महिन्यांपूर्वीच करण्यात आली होती व तरीही अजून मला ते मिळत नाही. न्यायालयात मी याबाबत दाद मागण्यासाठी गेलो. मला खरोखर क्षयरोग झाला आहे की नाही याची चाचणी तुरुंगाच्या डॉक्टरकडून करून घेऊन त्याविषयीचे प्रमाणपत्र सादर करावे, असा आदेश न्यायालयाने दिला. पण माझ्या दुखण्याबद्दलचा दाखला देण्यासाठी तुरुंगातील डॉक्टर पैसे मागतात. पैशाच्या मोबदल्यात ते मला काहीही लिहून देण्यास तयार आहेत.

—आकरम अली, कैदी : तुरुंग क्र. ४ (१४ जून १९९३)

....माझ्या चार दाढा किडल्या आहेत. मला त्या काढून घ्यायच्या आहेत व नव्या बसवायच्या आहेत. मला गेले वर्षभर काहीही खाता येत नाही. मला बाहेरच्या इस्पितळात तपासणीसाठी फक्त एकदाच पाठवण्यात आले. तेथील डॉक्टरांनी मला एक्स-रे ची फिल्म बाहेरून विकत घेऊन येण्यास सांगितले. (तेथे ती फिल्म उपलब्ध नव्हती) मी त्यांना सांगितले : "मी एक गरीब माणूस आहे. न्यायालयीन कोठडीत आहे. मी आणू शकत नाही." मग मी परत जेलच्या डॉक्टरांकडे गेलो. मला योग्य ते उपचार मिळावे अशी विनंती केली. त्यावर ते डॉक्टर म्हणाले : " इथे तशी सोय नाही. तू जसा आहेस तसा रहा."

—प्रेमप्रकाश, कैदी : जेल क्र. १ (१४ जून १९९३)

मला पाठीच्या कण्याचे दुखणे आहे व फार वेदना होतात. त्यामुळे मला ताप येतो. मला जेवता खाता येत नाही, की झोपता येत नाही. मला या सगळ्याचा वीट आला आहे. मी फार गरीब आहे. येथे जर एखाद्याजवळ पैसा असेल तरच त्याला बाहेरच्या इस्पितळात उपचारांसाठी पाठवण्यात येते. श्रीमंतांसाठी सारे काही उपलब्ध असते पण गरिबांसाठी मात्र काहीच नसते.

जमालुद्दीन, कैदी : तुरुंग क्र. ३ (१६ जून १९९३)

तुरुंगातील कैद्यांकडून तक्रारी मागवण्यात आल्या व त्यांची चौकशी झाली तेव्हा हे सर्व विनंती- अर्ज समोर आले. यातून एक गोष्ट उघड झाली. तुरुंगाबाहेरील चांगल्या खाजगी दवाखान्यातून उपचार घेण्यासाठी जे डॉक्टरचे शिफारसपत्र सादर करावे लागे, त्यासाठी पैसे मोजावे लागत. आणखीही एक गोष्ट स्पष्ट झाली– या वैद्यकीय सेवेच्या बाबतीत गुंडगिरी, दादागिरी आणि पैसा यांचे राज्य चालत असे.

आणखी एक गोष्ट उघडकीस आली. त्यामुळे तर मी अक्षरश: थक्क झाले. कैद्यांच्या हजेरीची नोंद, त्यांच्या आजाराची नोंद व त्यासाठी सुचवण्यात आलेला औषधोपचार अथवा देण्यात आलेली औषधे यांपैकी कोणताही तपशील वैद्यकीय अधिकारी अथवा चारही तुरुंगांत काम करणारे डॉक्टर कधीही लिहून ठेवत नसत. आंतर्गत ऑडीटचीही पद्धत नव्हती. त्यामुळे त्यांना जाब विचारणारेही कोणी नव्हते. संपूर्ण वैद्यकीय सेवेला आतून कीड लागून ती पोखरली होती.

स्वत:वरील जबाबदारी टाळण्याची या डॉक्टरांनी एक अभिनव पद्धत शोधून काढली होती. कितीही महत्त्वपूर्ण कागदपत्रे असोत ते कधीच त्यावर स्वत:ची संपूर्ण व्यवस्थित स्वाक्षरी करत नसत. नुसती नावांची आद्याक्षरे लिहून ठेवीत. मग आता ती सही नक्की कोणाची हे शोधून काढणे तुरुंगाधिकाऱ्याचे काम. या गोष्टीवरून या सर्वच डॉक्टरांना वारंवार तंबी देण्यात येई. डॉक्टरांच्या मनात याबद्दल आकस व कटुता निर्माण झाली होती. हे सर्वच डॉक्टर्स अत्यंत असमाधानी होते. एकीकडे त्यांना न्यायालयाकडून जाब विचारण्यात येई तर दुसरीकडे त्यांना कैद्यांची गुंडगिरी व दादागिरी सहन करावी लागे. त्याचा सूड म्हणून हे डॉक्टर असहाय कैद्यांना लुबाडत असत.

तिहार जेलचा पसारा इतका प्रचंड होता की त्यासाठी एक स्वतंत्र इस्पितळ नसतं तरच नवल होतं व असं इस्पितळ तुरुंग क्र. ३ मधे होतं. चारही तुरुंगांतील रुग्णांचा बोजा त्यावर पडत असे. त्या इस्पितळाची स्थितीही फार वाईट होती. खाटांची संख्या मुळात कमीच होती. शिवाय त्या अगदीच मोडकळीला आलेल्या व डळमळीत होत्या. भिंती काळ्याकुट्ट होत्या. (बराकींच्या भिंतीपेक्षा जरा कमी). अनेक कैदी रुग्ण जमिनीवर लोळत पडलेले दिसत. खाटांची संख्या इतकी कमी होती की ती मिळवण्यासाठी सुद्धा पैसे मोजावे लागत. कित्येकदा जमिनीवर लोळत

पडलेले कैदी खरोखरचे व्याधीग्रस्त, तर खाटांवर झोपलेले कैदी चांगले निरोगी धडधाकट आहेत, असेही दृश्य बघायला मिळे. इस्पितळाच्या वॉर्डातील स्वच्छतागृहे सदाचीच तुंबलेली असत. व वीजप्रवाहातील चढउतारही नित्याचेच होते. त्यामुळे एक्स-रे मशीन नीट चालत नसे. परंतु त्यासाठी एक स्टॅबिलायझरसारखे उपकरण घेण्याचे कष्ट कोण घेणार? त्याऐवजी काहीही न करणं डॉक्टर्स पसंत करीत.

चारही तुरुंगांतील कैदी वैद्यकीय उपचारांसाठी या ठिकाणी येत. अनेक कैदी जरी आजारी नसले तरी काहीतरी बहाणा करून आपल्या सहकाऱ्यांचे धमकीवजा संदेश पोहोचवण्यासाठी खेपा करत. प्रमाणपत्रे मिळवत. मात्र जे खरोखरचे आजारी असतील अशा गरीब कैद्यांना मात्र उपचारासाठी लागणारी शिफारसपत्रे मिळत नसत.

जी औषधे अत्यंत आवश्यक असत त्यांचा इथे नेहमी तुटवडा. जी काही औषधे उपलब्ध असत ती अगदी निकृष्ट दर्जाची व तीही पैसा मोजल्यावरच मिळायची. या ठिकाणी निवासी वैद्यकीय अधिकाऱ्याची जागा होती खरी. पण तेथे काम करणाऱ्याला निवासी वैद्यकीय अधिकारी म्हणणे म्हणजे चेष्टाच होती. कारण हा अधिकारी तिथे कधीच राहत नसे. तो तेथील परिस्थितीविषयी अत्यंत उदासीन असे. खरंतर निवासी वैद्यकीय अधिकाऱ्याने तिहार जेलच्या परिसरातच राहावं अशी अपेक्षा होती. पण प्रत्यक्षात मात्र तो तेथून दहा किलोमीटर दूर राही. शिवाय स्वतःच्या निवासस्थानाचा दूरध्वनी क्रमांक तो शक्यतो तुरुंगाधिकाऱ्यांना देण्यास राजी नसे. उगाच अपरात्री कोणी बोलावणे पाठवायला नको. तुरुंगातील इतर वैद्यकीय अधिकाऱ्यांना या निवासी डॉक्टरचा काहीही दरारा वाटत नसे आणि कैद्यांच्या मते तर तो त्यांच्या दुःखद परिस्थितीत भरच टाकत असे. तो नेहमी अगदी निकृष्ट दर्जाची व परिणामशून्य औषधे त्यांना लिहून देत असे. का ते देवच जाणे. शक्य असेल तेव्हा घाऊक प्रमाणावर औषधे विकत घेऊन ठेवण्यावर त्याचा भर असे. मग त्या औषधांची खरोखरची गरज असो अथवा नसो. वास्तविक जी काही थोडी औषधे अगदी जीवनावश्यक किंवा जीव वाचवणारी (Life saving drug.) मानली जात ती घेण्यासाठीसुद्धा पुरेसा पैसा उपलब्ध नाही हे त्याला चांगले ठाऊक होते. आणीबाणीच्या प्रसंगी लागणारी अतिमहत्त्वाची औषधे खरेदी करायची झाली तर त्या रकमेला मंजुरी मिळवण्यासाठी या निवासी डॉक्टरला नोकरशाहीच्या लाल फितीच्या कारभारातून वाट काढावी लागे हेही तितकेच खरे होते. ह्या दप्तरातील फायलींची हालचाल होऊन अखेर ते औषध रोग्याला मिळेपर्यंत त्याचा रोग चांगलाच बळावलेला असे. काही रोगी मृत्युमुखीसुद्धा पडत.

इस्पितळात सुमारे ३० खाटा होत्या. काही वैद्यकीय उपकरणे व साधनसामग्रीसुद्धा होती. वैद्यकीय कर्मचाऱ्यांमधे एका एक्स-रे टेक्निशियनची सुद्धा नेमणूक झालेली होती. परंतु एक्स-रे मशीन नेहमी बिघडलेले असे. नेहमीच्या तपासण्या करण्यासाठी

सामुग्री व लॅबोरेटरी असिस्टंट असला तरीही आवश्यक ती रासायनिक द्रव्ये उपलब्ध नसत. मग तपासणी करणार तरी कशी? त्याचप्रमाणे एक ई.सी.जी. मशीन व एक दंतवैद्याची खुर्ची नुसती पडून होती. डोळे तपासणीसाठी लागणारे एक अत्याधुनिक मशीन तुरुंगाच्या स्टोअरमधे नुसते धूळ खात पडून होते. मी जेव्हा जेव्हा या इस्पितळाच्या भेटीसाठी जाई तेव्हा तेव्हा धूळ खात पडून राहिलेली ती यंत्रसामग्री पाहून मन उद्विग्न होई. अर्थात मनाला त्याहूनही कितीतरी पटीने जास्त त्रास होत असे तो तेथील डॉक्टरांचा तुटवडा पाहून. रुग्णांच्या खाटांच्या ओळींमधून शुभ्र कोट घातलेले डॉक्टर फिरत आहेत, त्यांना तपासत आहेत असे दृश्य कधीच दिसत नसे. मला कोणाकडूनतरी समजलं, की, इस्पितळात नर्सेस नव्हत्याच. इतकंच नव्हे, तर नर्सेसच्या रिकाम्या जागा गेल्या कितीतरी वर्षांमधे भरलेल्या नव्हत्या. कैदीच येथे नर्सिंगचे काम करत. रुग्णांना पथ्याचा आहार पुरवण्यासाठी येथे वेगळे रसोईघर नव्हते. पी. डब्ल्यू. डी. ने रुग्णांची ब्लँकेट धुण्यासाठी एका खास वॉशिंग मशीनला मंजुरी देऊनही ते अजूनही आले नव्हते. पाण्याचा तुटवडा इथेही होताच. स्वत:चे स्वत: पाणी भरून ठेवण्याची काही सोय नव्हती, त्यामुळे स्वच्छता तरी कुठून असणार? आरोग्य काय असणार? पण तरीही काहीतरी उलाढाली करून गुंड लोक या इस्पितळात भरती होत व त्यातल्या त्यात सुखाने जीवन जगत. स्वत:साठी खास आहार मिळवत. मल्टिव्हिटॅमिनच्या गोळ्या मिळवत. डॉक्टरांकडून खोटी प्रमाणपत्रे लिहून घेत व त्यांच्या आधारे न्यायालयात हजर होणे टाळत.

तुरुंगात कोणत्याही रोगासाठी विशेषज्ञ उपलब्ध नव्हते. त्वचारोग, दंतरोग, अस्थिरोग, मानसिक रोग, स्त्री रोग इत्यादी रोगांच्या बाबतीत रुग्ण काय करीत ते त्यांचे त्यांना माहीत. आठवड्यातून दोन वेळा वेड्यांच्या सरकारी इस्पितळातील डॉक्टर येथे व्हिजिटसाठी येत. परंतु या व्हिजिटचा अर्थ इतकाच की तुरुंगाधिकारी त्यामुळे कायद्याच्या कचाट्यात सापडत नसत. म्हणूनच मानसिक रुग्णांना त्यातून काहीच फायदा होत नसे.

तुरुंगात पाच वर्षांच्या आतील एकूण ४६ मुले आपापल्या आयांबरोबर राहत होती. या आया येथे कैदेत होत्या. काही मुलांचा तर जन्मच तुरुंगात झाला होता. परंतु तुरुंगात वाढणाऱ्या या लहान मुलांकरता एकही बालरोगतज्ज्ञ नव्हता. लशीकरणाची सोय नव्हती. स्त्रियांसाठी रात्रपाळीला काम करणारी महिला डॉक्टर नव्हती. रात्रीच्या वेळी त्या स्वत:च एकमेकींची काळजी घेत. अगदीच आणीबाणीचा प्रसंग ओढवला तर रुग्णाला तुरुंगाच्या बाहेर असलेल्या जवळच्या रुग्णालयात पाठवण्यात येई. मुलांची संख्या इतकी जास्त असूनही दिवसाचा काही काळ त्यांच्यासाठी पाळणाघराची सोय नव्हती.

एक स्त्री डॉक्टर दुपारी दोनपर्यंत हजर असे. पण ती भावनाशून्य आणि पैशासाठी काम करणारी होती, असं तिच्याविषयी सर्वांचं मत होतं. स्त्रियांचे प्रश्न पुष्कळ असत. पण अगदी आणीबाणीचा प्रसंग ओढवेपर्यंत त्यांच्याकडे संपूर्ण दुर्लक्ष केले जाई. फ्ल्यू, ताप इ. पेक्षा जरा जरी गंभीर दुखणे असेल तरी त्यांना बाहेरच्या इस्पितळात पाठवण्याची शिफारस करण्यात येई. बाहेरच्या उपचारांच्या खर्चाचा बोजा कैद्यावरच पडे. शिवाय अशी शिफारस केवळ गुंडगिरी, दादागिरी करणाऱ्यांनाच मिळत असे किंवा पैसा चारण्याने प्राप्त होत असे. पृष्ठ क्रमांक ङ-वरील चित्रातून तसेच आधी दिलेल्या विनंतीअर्जामधूनही हीच गोष्ट स्पष्ट होते. बाहेरच्या सरकारी रुग्णालयांमधूनही पुष्कळ गर्दी असे. शिवाय तिथे जाऊन सुद्धा योग्य उपचार मिळतीलच अशी काही खात्री नसायची. पण काही रुग्णांना त्या कैदखान्यातून, त्या वातावरणातून काही काळापुरती तरी सुटका हवी असायची. अशी संधी चालून आलीच तर त्याचेही काही फायदे असत. रुग्णाचे नातेवाईक बाहेरच्या रुग्णालयात काही काळ तरी त्यांच्यासोबत राहू शकत असत. त्यांना घरचे जेवण घेऊन येत. शिवाय रुग्णासोबत आलेल्या पहारेकऱ्यांशी संधान बांधून रुग्णासाठी काही आणखी सोयी-सवलती मिळवत.

रुग्णांना बाहेरच्या इस्पितळात नेण्या-आणण्यासाठी रुग्णवाहिकेसदृश एका गाडीची सोय होती. पण ती गाडी पाहूनच कोणालाही धक्का बसावा अशी तिची स्थिती होती. आर. एम. ओ. च्या पोस्टप्रमाणेच त्या गाडीला रुग्णवाहिका म्हणणे ही त्या शब्दाची चेष्टा होती. ती अतिशय मोडकळीला आलेली अशी चारचाकी गाडी होती एवढंच. बाकी तिची दुरुस्ती वगैरे कधी करण्याचा प्रश्नच नव्हता. ही तथाकथित रुग्णवाहिका इतर कामांसाठीही उपयोगी पडे. उदाहरणार्थ एका तुरुंगातून दुसऱ्या तुरुंगाकडे भाज्या व दुधाची वाहतूक करणे इ. जेलचे कर्मचारी कधीतरी आपल्या कुटुंबियांना फिरावयास नेण्यासाठीही तिचा वापर करत. या रुग्णवाहिकेचा चालक तर तिला स्वत:ची खाजगी मालमत्ताच समजत असे. रात्रीच्या वेळी ती त्याच्याच घरासमोर उभी असे. या रुग्णवाहिकेतील बसण्याची आसने कधीचीच गायब झालेली होती. जे रुग्ण खरोखरीच आजारी असत त्यांची या गाडीतून जाताना अक्षरश: दैना होत असे. त्यांचे सर्व अवयव खिळखिळे होऊन जात. शिवाय कितीही वेळा तक्रारी केल्या तरीही तिच्या जागी नवी गाडी काही आली नाही. वरिष्ठांना ती गोष्ट तितकीशी महत्त्वाची वाटतच नव्हती, तर तिला मंजुरी मिळणार तरी कशी?

तिहारच्या या सर्व वैद्यकीय असुविधांच्या मुळाशी अत्यंत अपुरी आणि अकार्यक्षम व्यवस्था हेच कारण होतं. तुरुंगात काम करणारे डॉक्टर हे संपूर्णपणे तेथील तुरुंगाधिकाऱ्यांच्या हाताखाली नसत. त्यांच्या नेमणुकांविषयीचे तसेच

असंवेदनाक्षम व भाडोत्री सेवा

बदलीविषयीचे सर्व निर्णय डी.एच.एस. अर्थात दिल्ली हेल्थ सर्व्हिसेस कडून घेण्यात येत. तुरुंगाचे आय. जी. हे केवळ निवासी वैद्यकीय अधिकाऱ्यांच्या वार्षिक कामाचा गुप्त अहवाल लिहीत आणि हा अधिकारी त्याच्या हाताखालच्या इतर वैद्यकीय कर्मचाऱ्यांच्या कामाचा अहवाल लिहीत असे. मग हे सर्व अहवाल दिल्ली हेल्थ सर्व्हिसेसकडून परत एकदा लिहिण्यात येत. अशा प्रकारे दोघांच्या हातात एकाच कामाची सूत्रे असल्यामुळे कोणीच कोणाला जबाबदार धरू शकत नव्हते. डॉक्टरांचे आपापसांत सख्य नव्हते. तुरुंगातील कर्मचाऱ्यांशी सुद्धा ते कधीही मिळूनमिसळून वागत नसत. वरिष्ठ व मध्यम श्रेणीचे अधिकारी वैद्यकीय सेवेची गरज असणाऱ्या रुग्णांच्या भेटीसाठी अगदी क्वचित तुरुंगात पाऊल टाकत. रुग्णांची माहिती डॉक्टरांपर्यंत पोहोचवण्याचं काम हे त्यांच्या मते कर्मचाऱ्यांचं होतं. कधी एखाद्या रुग्णाचा कोठडीत मृत्यू होण्यासारखी दुर्घटना घडलीच तर त्याचं खापर आपल्या हाताखाली असणाऱ्या कनिष्ठ श्रेणीच्या डॉक्टरवर अथवा कर्मचाऱ्यांवर फोडणं ही तर नित्याचीच बाब होती. त्यापैकी कनिष्ठ श्रेणीचे डॉक्टर निदान काहीतरी थातुरमातुर स्पष्टीकरण देऊन आपली सुटका करून घेत. परंतु कनिष्ठ श्रेणीच्या तुरुंगकर्मचाऱ्यांना मात्र आपली नोकरी गमावण्याची पाळी येई.

वरिष्ठ तुरुंगाधिकारी स्वत:वरील इतर अनेक महत्त्वाच्या जबाबदाऱ्यांची सबब पुढे करून आपली सुटका करून घेत.

वस्तुस्थिती तर फारच निराळी होती. तुरुंगाधिकाऱ्यांनी वैद्यकीय सेवा जवळजवळ खुद्द कैद्यांच्याच गळ्यात मारली होती असं म्हटलं तरी चालेल. तुरुंगातील इतर अनेक क्षेत्रांप्रमाणे वैद्यकीय क्षेत्रातही गुंडाराज होतं. हे गुंड रोज सकाळी या वॉर्डातून त्या वॉर्डात फेरी मारत. ज्या कैद्यांना न्यायालयात हजर राहण्याचा हुकूम आहे परंतु तेथे जाण्याची त्यांची इच्छा नाही, अशा कैद्यांची एक यादी हे गुंड तयार करीत. यादीतील प्रत्येक कैद्याच्या नावापुढे त्याच्या कामासाठी मोजाव्या लागणाऱ्या रकमेचा आकडा लिहिला जाई. या प्रत्येक कैद्याला डॉक्टरांकडून पाहिजे तसे सोयीस्कर वैद्यकीय प्रमाणपत्र मिळवून देण्याचे काम मग ते गुंड पार पाडत. या सर्व बाबतीत जेलच्या कर्मचाऱ्यांचेही त्यांना पूर्ण सहकार्य असे. कर्मचाऱ्यांचे स्वत:चे काही खास वशिल्याचे कैदी दोस्त सुद्धा असत.

जेल हॉस्पिटल व डॉक्टरांची ही सुरस व चमत्कारिक कहाणी सुफळ संपूर्ण करण्यासाठी आणखी एका गोष्टीचा उल्लेख करायलाच हवा. ही गोष्ट म्हणजे वीस कोठड्या. या वीस कोठड्या तुरुंगात जरा आडबाजूला होत्या व सहजासहजी कोणाच्या नजरेस पडत नसत. शिवाय त्या नजरेत भरू नयेत यासाठी खास खबरदारी घेण्यात येई. या वीस कोठड्यांविषयी पराकोटीची गुप्तता बाळगण्यात येई. तुरुंग क्रमांक तीनमधील हा सर्वांत भीषण असा हिस्सा होता. या विभागाला एक स्वतंत्र मुख्य दरवाजा होता. हा नेहमीच बंद असे व त्यावर पहारा देण्यासाठी कधीच पहारेकरी नेमलेला नसे. या 'वीस कोठड्यां'च्या विभागाला जेल हॉस्पिटलच्या मुख्य इमारतीच्या अंतर्भागातून एक गुप्तदार होते. वरकरणी पाहता येथे कोणा मनुष्यप्राण्याचा वावर असेल असे कदापि वाटले नसते. कधीतरी बाहेरून कोणी महत्त्वाच्या व्यक्ती वा उच्चपदस्थ अधिकारी जेलच्या भेटीस येत. परंतु त्यांपैकी कोणीही चुकूनसुद्धा या भागात येऊ नये अशी खबरदारी घेण्यात येत असे. जेल सुपरिंटेडेंटनासुद्धा या विभागात जाण्यास मज्जाव होता. येथे एक गोष्ट नमूद करावीशी वाटते. आय. जी. प्रिझन्स म्हणून मी तिहारला येण्याआधी आजतागायत कोणीही जेल सुपरिंटेंडंटची तिहार नामक नरकात भेटीस येण्याची प्रथा नव्हती आणि ते समजा आलेच तर ते वर्षासाठी एकदा किंवा दोनदा येणार.

मात्र याला अपवाद होता श्री. तारसेम कुमार या जेल सुपरिंटेंडंटचा. त्यांनी आपल्या सदसदविवेक बुद्धीस स्मरून या वीस कोठड्यांविषयी लिहून ठेवलं आहे:

> ....सहा एप्रिल १९९३ रोजी जेल सुपरिंटेंडटच्या पदी माझी नियुक्ती झाली. सात एप्रिल १९९३ रोजी मी जेलला भेट द्यायचं ठरवलं. माझ्या असिस्टंट सुपरिंटेंडंटने (याचं नाव मी इथे देत नाही, परंतु याला पुढे गैरव्यवहाराबद्दल

बडतर्फ करण्यात आलं) पूर्ण सुरक्षाव्यवस्थेशिवाय जेलच्या भेटीस न येण्याचा सल्ला मला दिला. पण मी मात्र जेलच्या भेटीस जाण्याचा आग्रह धरून बसलो. जेल असते तरी कशी, कैदी राहतात तरी कसे, हे पाहण्याची उत्सुकता माझ्या मनात होती. मी अनेकदा विचारपूस करूनही माझ्या आधीच्या सुपरिंटेंडेंटने मला जेलच्या बाबतीत ताकास तूर लागू दिली नाही. खास माहिती देणे तर दूरच. त्याने आपल्या अत्यंत 'विश्वासू'(!) आणि 'इमानदार'(!)अशा असिस्टंट सुपरिंटेंडंटशी माझी गाठ घालून दिली.

तर मी या अशा 'विश्वासू' आणि 'इमानदार' असिस्टंट सुपरिंटेंडंटच्या सोबत जेलचा फेरफटका मारण्यासाठी निघालो. सेंट्रल जेलची पाहणी झाल्यावर माझे पाय या 'वीस कोठड्यां'च्या विभागाकडे वळले. मी तिकडे जाऊ लागल्याचे पाहताच तो जोरात धावत पुढे येऊन मला अडवून म्हणाला : "तुम्ही कुठं निघाला आहात, सर?"

मी जागीच थबकलो. समोरील ठिकाण काहीतरी भयंकर, धोकादायक वगैरे असल्याचे त्याच्या आवाजातून ध्वनित होत होते.

मी काळजीने विचारले : "का बरं? तिकडे काय आहे?"

"सर, तुम्ही आत न गेलेलंच बरं."

"पण का?"

"कारण पुढे वीस कोठड्या आहेत."

"वीस कोठड्या?"

"होय, सर."

"म्हणजे काय?"

"सर, त्या कोठड्यांमधे उन्माद झालेल्या आक्रमक प्रवृत्तीच्या मनोरुग्णांना ठेवलेलं आहे."

"असं होय? पण मग त्यांना नुसतं पाहिलं तर काय होतं?"

"नाही सर. तुम्ही तिकडे जाऊ नका."

"पण का?"

"सर, ते तुमच्यावर हल्ला करतील. एखादे वेळी तुम्हाला इजा सुद्धा करतील."

हे ऐकून मला मनातून जराशी भीती वाटली. तरीपण माझी उत्सुकता वाढीस लागली होती. बघू या तर, काय होतं ते– असा विचार करून मी त्या वीस कोठड्या व त्यांतील कैद्यांची गाठ घेण्याचं ठरवलं व तसं मी त्या असिस्टंट सुपरिंटेंडंटला अत्यंत ठामपणे सांगितलं. नाइलाजाने त्याला दरवाजा उघडण्याची व्यवस्था करावी लागली. मग एक पहारेकरी किल्ल्यांचा भलामोठा जुडगा घेऊन पळत आला व त्याने तो बंद दरवाजा उघडला. आम्ही आत प्रवेश केला व सभोवार नजर टाकली.

अत्यंत भकास दिसणाऱ्या मनोरुग्ण कैद्यांना तेथे एकांतवासात डांबून ठेवलेलं होतं. इतर कैद्यांप्रमाणे यांना मात्र दिवसाचा काही काळ सुद्धा बाहेर मोकळ्यावर सोडण्यात येत नसे. त्यांच्यातील काही तथाकथित मनोरुग्णांच्या अंगावर अल्पशा, फाटक्या-तुटक्या अंतर्वस्त्राशिवाय तर काही कपडाही नव्हता.

"त्यांना अंगात घालायला कपडे नाहीत का?" मी विचारलं.

"आहेत ना. पण आम्हीच ते त्यांना घालू देत नाही" असिस्टंट सुपरिंटेंडंट म्हणाला.

"पण का?"

"त्यांना आत्महत्या करता येऊ नये ना, म्हणून."

"मनोरुग्ण-आणि आत्महत्या करणार?"

"होय सर. वेड्यांना देखील डोकं असतं ना. नुकतीच एका वेड्याने आत्महत्या केली."

या बिचाऱ्या मनोरुग्णांकडे अंगात घालायला व्यवस्थित कपडे नव्हते. पायांत चपला, अंग पुसण्यासाठी टॉवेल, तोंड धुण्याचं सामान आणि इतर दैनंदिन गरजेच्या वस्तू सुद्धा नव्हत्या. त्यांची जेवणाची भांडी, थाळ्या इत्यादी सामान झिजून फुटले होते. एका कैद्याच्या कोठडीत एक भांडं ठेवलेलं होतं. त्यात एक पातळ द्रव पदार्थ होता. मला वाटलं, घाणेरडं पाणी फेकून देण्यासाठी ठेवलं असेल. पण मग समजलं की ती आमटी होती. त्यांना जेवण दिलं जाई– पण तेही कशा पद्धतीनं? कोठडीचं दार न उघडताच चपात्या बाहेरून आत भिरकावण्यात येत. त्यांच्यापैकी एकानेही त्या खाल्लेल्या नव्हत्या. तशाच इतस्तत: विखरून पडल्या होत्या. त्यांच्यावर ड्यूटी बजावण्यासाठी काही शहाण्या कैद्यांना पाठवलं जायचं. ते त्या वेड्या मनोरुग्णांची टिंगल-टवाळी करून त्यांना हसायचे. विकृत आनंद मिळवण्यासाठी त्यांना वेड्यावाकड्या नावाने हाका मारयचे. अर्थातच त्यांच्यातील काही वेडे संतप्त होऊन रडत, बोटं मोडत शिवीगाळ करायचे : "अब तो छोड दो कंजारो!"

मला तर असंच वाटलं, की, एखाद्या शहाण्यासुरत्या कैद्याला जरी या वीस कोठड्यांमधे ठेवलं तरी आठवड्याभरात तो पुरा वेडा होईल. मग ज्याचं मानसिक संतुलन आधीच बिघडलेलं आहे अशा कैद्याची तर तिथे काय अवस्था होणार?

मी एकंदर तेथे जे काही दृश्य पाहिलं त्यानंतर मला आणखी कुठेही जावेसेच वाटेना. मी माझा जेलचा फेरफटका अर्ध्यातच थांबवला आणि माघारी फिरलो. माझ्या ऑफिसात येऊन सुन्न होऊन बसलो. त्या भयानक दृश्यांच्या नुसत्या आठवणीने अंगावर काटा उभा राहत होता. कामात लक्ष लागेना. मी घरी परतलो तो अत्यंत अस्वस्थ मन:स्थितीत. माणसाची ती दयनीय, पशुतुल्य अवस्था माझ्या मनातून जाईना. एकच प्रश्न मनात वारंवार उसळी मारून उठत होता– ही सुद्धा माणसंच आहेत ना? मग माणसाने माणसाला इतक्या पराकोटीच्या हालात ठेवणं

योग्य आहे का? कोणताही माणूस त्या अवस्थेत जगू शकेल का? त्यापेक्षा नरकसुद्धा नक्की सुसह्य असेल...

श्री. तारसेम कुमार हे माझ्या आधी केवळ तीन आठवडे या तुरुंगात बदली होऊन आले होते. येथे राहून दोन वर्षे काम केल्यानंतर त्यांनी एक पुस्तक प्रसिद्ध केले. त्याचे नाव "Freedom behind bars" (गजाआडचे स्वातंत्र्य). त्यांचे हे कार्य अत्यंत मूलभूत स्वरूपाचे आहे. विपश्यना ध्यान पद्धतीचा कैद्यांच्या मनावर कसा उत्तम परिणाम होतो व त्यांचं जीवन कसं आमूलाग्र बदलून जातं त्याची सविस्तर माहिती या पुस्तकात देण्यात आली आहे.

एखादी अत्यंत संवेदनाक्षम व्यक्तीच केवळ अशा प्रकारचे काम करू शकेल. आम्ही येण्यापूर्वी जी काही परिस्थिती होती ती संपूर्णपणे बदलून नवीन व्यवस्था निर्माण करण्यासाठी आम्ही सर्वांनीच एकत्रित प्रयत्न केले. त्या प्रयत्नांमधील सुकाणूचे काम हेच होते.

□

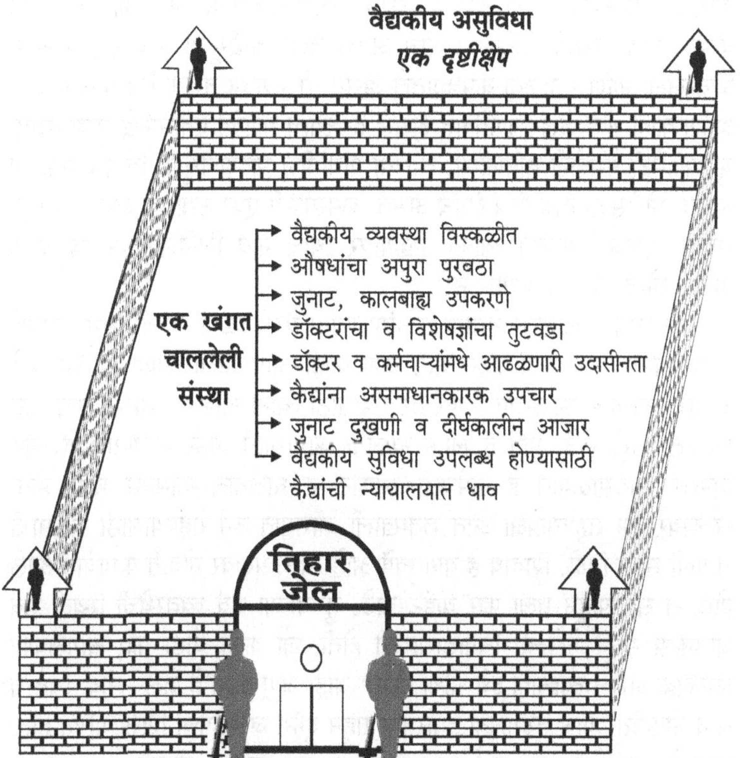

४

"जन्मठेपेचे" जेलर्स

जसजसे दिवस जात होते तसतसा माझा कैद्यांशी परिचय होत होता. पण तसा परिचय तुरुंगाधिकाऱ्यांशी मात्र होत नव्हता. ते माझ्याशी जरा अलिप्तपणेच वागत होते. ते ज्या कैद्यांवर नजर ठेवण्याचं काम करत होते त्या कैद्यांमधे आणि त्यांच्यात काहीच अंतर नव्हते. कनिष्ठ श्रेणीचे अनेक जेलर दाढीसुद्धा न केलेले, केस न विंचरलेले आणि गबाळ्या कपड्यातले असत. ते गणवेष तर कधीच घालत नसत आणि काही थोडे जेलर गणवेषात असले तर त्यांचे गणवेष एकसारखे सुद्धा नसत. युनिफॉर्मिटी नसलेले युनिफॉर्म्स. त्यांच्या पायांतील पादत्राणेसुद्धा विविध प्रकारची असत. मोजेसुद्धा भिन्न भिन्न रंगांचे असत. कमरपट्टेही एका ठराविक प्रकारचे नसत. सर्वांत महत्त्वाचं म्हणजे त्यांच्या खिशांवर त्यांचं नाव लिहिलेलं असावं अशी अपेक्षा होती. पण ते कधीच नसे.

हिवाळ्यात कामावर येताना ते अंगाभोवती वेगवेगळ्या रंगाची गरम पांघरुणे व डोक्याला मफलर गुंडाळून येत. जणू काही आपल्याला कोणी ओळखू नये अशीच त्यांची इच्छा असावी. खरं तर थंडीसाठी त्यांना खास एकसारखे लांब कोट देण्यात आले होते. पण हे लोक खाजगी कामासाठी बाहेर जातानाच ते कोट वापरत. पावसाळ्यात हे कर्मचारी रेनकोट न घालताच कामावर हजर होत. रस्त्यावर उभं राहण्यापेक्षा आत छताखाली आरामात उभं राहण्यासाठी पावसाची चांगली सबब मिळे. शिवाय हे वर्षानुवर्षे आहे त्याच पदावर नोकरी करण्यात आले होते. ते सर्व पाहून मला फार वाईट वाटे. तुरुंगाच्या सर्व व्यवस्थेची स्थिती सर्व जीवनरस संपून गेलेल्या चिपाडासारखी होती. जो काही थोडा फार चांगुलपणा शिल्लक असेल त्याचाही इथे चोथा होऊन जाई. जणू काही हे जेलर लोक स्वत:च याच नोकरीत, याच तुरुंगाच्या इमारतीत राहून दुहेरी जन्मठेपेची शिक्षा भोगत होते. (जन्मठेप याचा शब्दश: अर्थ न्यायालयाने एखाद्या कैद्याला मरेपर्यंत तुरुंगवासाची

शिक्षा ठोठावलेली असते) एखाद्या कैद्याची वर्तणूक चांगली असेल तर 'सेन्टेन्स रिव्हायझिंग बोर्ड' त्याच्या शिक्षेचा फेरविचार करून त्याला १४ वर्षे शिक्षा भोगून झाल्यावर मुक्त करू शकते. परंतु जेलरला मात्र नोकरीस लागल्यापासून नोकरी संपेपर्यंत चांगली ३०-३२ वर्षे सेवेत राहावे लागते. म्हणून मला वाटते, त्यांच्या त्या दयनीय अवस्थेला दुहेरी जन्मठेप म्हटले तर ते वावगे ठरणार नाही.

या जेलरांचे गणवेष किंवा त्यांना दिलेले किट (सामान) तपासण्याची काहीही पद्धत अस्तित्वात नव्हती. कर्मचाऱ्यांनी कामावर हजर होताना व्यवस्थित पेहराव करून आलेच पाहिजे, असेही बंधन नव्हते. खरं तर काही कर्मचारी गेली अनेक वर्षे सेवेत असूनही त्यांच्यासाठी नेमून दिलेल्या वस्तू त्यांनी अजूनही ताब्यात घेतल्या नव्हत्या. गणवेष वाटपाची पद्धत सुद्धा इतकी विचित्र, विक्षिप्त होती ते पाहून मला फार आश्चर्य वाटले. गणवेष दिले जाताना त्यात इतकी लाचलुचपत होत असे की त्यातसुद्धा काही मूठभर अधिकारी आपले उखळ पांढरे करून घेत. सर्व गणवेष दडवून ठेवलेले असत. कोणत्या कर्मचाऱ्याला गणवेषात अंतर्भूत होणारी कोणती वस्तू कधी दिली याची काही नोंद नसे की कार्डे नसत. त्यामुळे आपल्या वरिष्ठांची मर्जी ज्या कर्मचाऱ्यांवर असेल त्यांना काही वस्तू उगीचच्या उगीच, त्यांचा हक्क नसतानाही मिळून जायच्या.

तिहार जेलच्या व्यवस्थापनामधे वॉर्डर्स, हेड वॉर्डर, असिस्टंट सुपरिंटेंडंट आणि डेप्युटी सुपरिंटेंडंट यांचा समावेश असे. एकंदर चार तुरुंग होते. प्रत्येक तुरुंगाचा मुख्य एकेक सुपरिंटेंडंट याप्रमाणे चार सुपरिंटेंडंट होते. त्या सर्वांच्या वर एक डी. आय. जी. किंवा डेप्युटी इन्स्पेक्टर जनरल असे. त्याचा वरिष्ठ म्हणजे आय. जी. किंवा इन्स्पेक्टर जनरल. यांपैकी हेड वॉर्डर व वॉर्डर हे तुरुंगाच्या सुरक्षाव्यवस्थेचे मुख्य आधारस्तंभ होते. पण त्यांच्यापैकी अनेक लोक धड शिक्षितही नव्हते. कित्येकांना साधे अंकसुद्धा वाचता येत नसत. मोजणी करता येत नसे. त्यामुळे हे लोक त्यांना नेमून दिलेली मूलभूत कामेसुद्धा करू शकत नसत. उदाहरणार्थ कैद्यांची हजेरी, त्यांची शिरगणती (तुरुंगाच्या परिभाषेत गिनती) इत्यादी. मग अर्थात या कामांसाठी त्यांना तुरुंगातील जरा सुशिक्षित कैद्यांची (मुन्शींची) मदत घ्यावी लागे.

वॉर्डर्सपैकी काही बोटावर मोजण्याएवढेच लोक सुशिक्षित होते. म्हणजे त्यांची शैक्षणिक प्रगती निदान दहाव्या यत्तेपर्यंत पोचलेली होती. अशा लोकांना इतर सरकारी खात्यांमधे नोकरी करणाऱ्या आपल्या मॅट्रिक पास सहकाऱ्यांपेक्षा कमी पगार मिळे. हा अन्याय दूर करण्यात यावा म्हणून त्यांनी आपल्या प्रतिनिधींच्या मार्फत सरकारदरबारी, पे-कमिशनकडे तसेच न्यायालयाकडेही याचिका पाठवल्या होत्या. आपल्या कामाच्या स्वरूपाचा विचार न करता आपल्याला इतर कोणत्याही

मॅट्रिक पास सरकारी नोकराएवढा पगार मिळावा अशी त्यांची मागणी होती.

वॉर्डर, हेड वॉर्डर आणि असिस्टंट सुपरिंटेंडंटच्या निवडणुका थेट पद्धतीने होत. त्यांची चाचणी परीक्षा, बुद्धिमापन कसोटी वगैरे घेतली जात नसे. फक्त 'भरतीसंबंधीचे नियम' हा एकच मुद्दा विचारात घेतला जाई. हे नियम कोणे एकेकाळी कोणा कारकुनाने तयार केले असावेत आणि त्याच्या वरिष्ठांनी ते वाचण्याचेही कष्ट न घेता त्यांना मान्यता देऊन टाकली असावी. या लोकांचे नोकरीपूर्वी घेण्यात येणारे इंटरव्ह्यू तुरुंगातील काही वरिष्ठ व्यवस्थापकीय अधिकारीच घेत. पाच मिनिटांच्या या इंटरव्ह्यूत त्यांच्या नोकरीचे भवितव्य ठरत असे. वरच्या पातळीवर निवड व्हायची असेल तर त्यासाठी 'डायरेक्ट अॅप्रोच' पद्धतीस बरेच महत्त्व होते. अशा प्रकारच्या 'स्पर्धापरीक्षा' मधून काही खरोखरच्या पात्र व्यक्तीसुद्धा उत्तीर्ण होत असत, नाही असं नाही. पण त्यांचं प्रमाण फारच थोडं असे.

वाढत्या महागाईच्या मानाने या कर्मचाऱ्यांची मिळकत अगदीच तुटपुंजी. शिवाय बऱ्याच कर्मचाऱ्यांच्या कुटुंबांचा पसारासुद्धा मोठा होता. त्यामुळे त्यांचेही राहणीमान तुरुंगातील कैद्यांपेक्षा काही फार वरच्या दर्जाचे नव्हते. या लोकांना पैशाची नड सततच असायची. अनेकांनी आपल्या सरकारी निवासस्थानात पोटभाडेकरू ठेवले होते. तर कोणी रस्त्यावरील विजेच्या खांबावरून अनधिकृतपणे आपल्या घरात वीज वापरत होते. काही लोकांनी आपल्या घराच्या अंगणात गाईगुरे ठेवण्यासाठी गोठे उभारले होते. सभोवार शेणाचा सडा पडलेला आहे, घाण विखुरली आहे, दुर्गंधी सुटली आहे, अशा अनारोग्यपूर्ण वातावरणात ते राहत असत. घरच्या वापरासाठी त्यांना कधीही पुरेसे पाणी उपलब्ध नसे. मग स्वत:कडे असलेल्या घाणेरड्या डबड्यांमधे, पिंपांमधे जमेल तसं पाणी साठवून ठेवावं लागे. या कर्मचाऱ्यांची स्वत:ची अशी विशिष्ट संस्कृती तयार झालेली होती. गुन्हेगारी प्रवृत्ती व एकंदरच दुष्प्रवृत्ती या संस्कृतीची मूलभूत अंगे होती. या कर्मचारी निवासासाठी पहारेकऱ्याची, रखवालदाराची नेमणूक झालेली नव्हती. त्यामुळे अनेकदा तुरुंगातून सुटलेले कैदी अथवा तुरुंगात राहणाऱ्या कैद्यांचे नातेवाईक मनात वाईट हेतू धरून त्यांच्या खुशाल घरी जात. कर्मचाऱ्यांची मुले तर अनेकदा वाईट संगतीत राहून बिघडलेली असत. छोट्या छोट्या गुन्ह्यांमधे गुंतलेली असत. स्थानिक पोलीस ठाण्यामधे या भागाचे वर्णन 'वरचेवर गुन्हे घडणारा भाग' असेच करण्यात आले होते.

कर्मचारी लोक एकाच मोठ्या शिफ्टमधे काम करत. त्यांना अहोरात्र, २४ तास कामावर हजर राहावे लागे. तुरुंगात राखीव कर्मचारी नव्हते. त्यामुळे कोणत्याही बराकीतून भोंगा वाजला, आणीबाणी उद्भवली की, कोणाचे कामाचे तास संपले आहे किंवा नाही हा मुद्दा गौण असे. त्यांना कामावर हजर व्हावेच लागे. वॉर्डर, हेड वॉर्डर आणि इतर कनिष्ठ कर्मचारी अक्षरश: रोज बारा तास अखंड काम करीत.

त्यांना कधी रजा हवी असली तर त्यासाठी वैद्यकीय दाखला आणावा लागे. तरच वरिष्ठांकडून रजा मिळे. त्यामुळे ते वारंवार असे दाखले मिळवून आणत. त्यामुळे वारंवार गैरहजर राहण्याची प्रवृत्ती वाढलेली होती. दारू, मादक द्रव्याचे सेवन, कुटुंबातील कलह, मारहाण यांचे प्रमाण फार मोठे होते. तिहार कर्मचाऱ्यांच्या निवासात कर्मचाऱ्यांच्या बायकांना मारहाणीसारख्या प्रसंगांना नेहमीच तोंड द्यावे लागे.

या कर्मचाऱ्यांना तुरुंगातर्फे कोणतेही प्रशिक्षण दिले जात नसे. शिवाय येथे माणूसबळ अगदी कमी. मी जेव्हा बदली होऊन येथे आले तेव्हा येथील कर्मचाऱ्यांची संख्या होती ५८४. व कैदी असायला हवे होते २२७३. पण प्रत्यक्षात मात्र कैद्यांची संख्या याच्या चौपट होती. मग त्यांची देखरेख करायची कशी? त्याचमुळे प्रत्येक वॉर्डर रोजच्या रोज उपस्थित असणे हे अत्यंत महत्त्वाचे होऊन बसले होते. त्याचे डोळे व कान शाबूत असले म्हणजे झालं. मग मन कुठे का भरकटत असेना.

कर्मचाऱ्यांच्या सर्व्हिस रेकॉर्डचाही असाच सावळा गोंधळ होता. काही सन्माननीय अपवाद वगळता प्रत्येकाच्या सर्व्हिस रेकॉर्डमधे कोणत्या ना कोणत्यातरी गैरवर्तणुकीची नोंद आढळे. त्याचप्रमाणे हाताच्या बोटावर मोजण्याएवढे डेप्युटीजेलर सोडून बाकीच्यांच्या प्रामाणिकपणाबद्दल शंका घेण्यास जागा होती. थोडक्यात सांगायचं तर ह्या लोकांच्या अप्रामाणिकपणाचा उघड पुरावा हाती लागून सुद्धा त्यांना तसंच नोकरीवर ठेवण्यात आलं होतं. आणि तेही या अशा संवेदनाक्षम ठिकाणी. काही कर्मचाऱ्यांना दीर्घ मुदतीसाठी निलंबित करण्यात आलं होतं. पण न्यायालयीन आदेशावरून त्यांना परत कामावर घेण्यात आलं होतं. आता यामागंही काही महत्त्वाच्या व्यक्तींचा हात होता हे तर सांगायलाच नको. त्यामुळेच हे कर्मचारी कोणालाही भीक घालत नसत. अनेक वेळा तर एकंदर कार्यपद्धतीचा व व्यवस्थेचा सूड घेतल्यासारखेच ते वागत व जेवढं म्हणून नुकसान करता येईल तेवढं करत. अनेक डेप्युटी सुपरिंटेंडंटना भ्रष्टाचाराच्या आरोपाखाली निलंबितही करण्यात आले होते. एका डेप्युटी सुपरिटेंडंटचे जेलमधील कारखान्याच्या कारभारातील गैरव्यवहारात नाव गोवले गेले होते. त्याचप्रमाणे आपल्या वरिष्ठांशी गैरवर्तन केल्याचा आरोपही त्यावर ठेवण्यात येऊन त्याला निलंबित करण्यात आले होते. पण अचानक न्यायालयाकडून त्याला परत कामावर घेण्याचा आदेश आला. अजूनसुद्धा त्याचे वर्तन अगदी उद्धट होते. तो घाणेरडे, गबाळे कपडे घालून मुद्दाम पान चघळत कामावर हजर होई. शर्टाचं वरचं बटण कायम उघडं टाकलेलं व दारूड्यासारखं झोकांड्या खात चालणं, असा एकंदर अवतार होता. रोज सायंकाळी आपल्या बायकोला मारहाण करणंही नित्याचंच झालं होतं. ते रोजचं वागणं म्हणजे आजूबाजूच्या शेजाऱ्यांना एक तमाशाच झाला होता.

एकदा एक कैदी तुरुंगातून पळून गेल्याची घटना घडली होती. त्यामागे एका

डेप्युटी सुपरिंटेंडंटचा हात होता असं म्हणतात. त्या आरोपावरून त्या डेप्युटी सुपरिंटेंडंटला चार वर्षांकरता निलंबितही करण्यात आलं. पण नंतर न्यायालयीन आदेशावरून परत घेण्यात आलं. काही लहान वयाचे विद्यार्थी तुरुंगात कैदी म्हणून राहत होते. त्यांनी पलायन केले त्यातही आणखी एका डेप्युटी सुपरिंटेंडंटचा हात होता. आणखी दुसरा एक डेप्युटी सुपरिंटेंडंट तुरुंगाच्या स्टोअरच्या गैरव्यवहारात गुंतला होता. ज्याचं सर्व्हिस रेकॉर्ड स्वच्छ आहे असा डेप्युटी सुपरिंटेंडंट मिळणं हे महाकर्मकठीण काम होतं. सर्व सुपरिंटेंडंटची राहण्याची व्यवस्था एकमेकांच्या जवळच केलेली असूनही त्यांच्यात परस्परसामंजस्याची भावना मुळीच नव्हती. उलट त्यांना एकमेकांची असूयाच वाटे. तसेच त्यांच्या कुटुंबियांचेही आपापसात पटत नसे. अर्थात यालाही अपवाद होता. कोणत्याही स्वार्थाचा मुद्दा उपस्थित झाला की तेवढ्यापुरती त्यांच्यात अनन्यसाधारण एकजूट दिसून येई.

अर्थात ते नेकीने काम करणार तरी कसे? कारण त्यासाठी काहीतरी प्रेरणा असावी लागते. येथे तर कोणतीच प्रेरणा नव्हती. कर्मचाऱ्यांनी कितीही मन लावून कामे केली तरी त्यांना बक्षिशी कोण देणार? जी काही वरकड मिळकत होई ती वरिष्ठ पातळीवरच्या अधिकाऱ्यांची. कधी वरिष्ठ अधिकाऱ्यांनी आपल्या हाताखालच्या कर्मचाऱ्यांना एकत्र बोलावून एक मीटिंग घेतली आहे, किंवा त्यांचं म्हणणं आवर्जून ऐकून घेतले आहे, असं कधी घडल्याचं ऐकिवातही नव्हतं. हे कर्मचारी आपण बजावलेल्या कामगिरीचा अहवाल बनवून कधी आपल्या वरिष्ठांना सादर करत नसत. कैद्यांची तुरुंगाच्या आतबाहेर ये-जा (नव्यांची भरती– जुन्यांची सुटका) चालू असे. परंतु तरीही कर्मचारी मात्र तीस वर्षांहूनही अधिक काळ या तुरुंगात घालवत. त्यांचा दिवस किती कंटाळवाणा जात असेल याची कल्पनाच न केलेली बरी. दोनच प्रकारचे चेहरे रात्रंदिवस डोळ्यासमोर असत. एकतर तुरुंगातील कैद्यांचे. दुसरं म्हणजे घरच्या गोठ्यातील जनावरांचे.

या कर्मचाऱ्यांचं आयुष्य अगदी असुरक्षित होतं. तुरुंगातील गुंडांकडून त्यांना वारंवार धमक्या मिळत. त्यांच्या जिवाला धोका उत्पन्न होई. हा धोका टाळण्यासाठी बरेचदा कर्मचारी या विविध प्रकारच्या गुंडांशी मैत्रीचे संबंध प्रस्थापित करत. त्यामुळेच कर्मचारी निवासात भेटीला येणाऱ्यांची सतत वर्दळ चालू असे.

तुरुंगाच्या अंतर्भागात कर्मचाऱ्यांची गाठ पडे ती नेहमीच अनीतिमान व हिंसक प्रवृत्तीच्या कैद्यांशी! त्या कैद्यांना कर्मचाऱ्यांविषयी जराही आदराची भावना नव्हती. कर्मचारी स्वतः पण इतरांशी अपमानास्पद वागत, बोलत आणि इतरांचं तसलं वागणं सहन करीत. कर्मचारी आधी स्वतःच कैद्यांना मारहाण करीत व त्यातून हिंसेला तोंड फुटे. ते ज्या परिस्थितीत काम करत, ती परिस्थिती वारंवार चिघळत असे. तुरुंगातील वातावरण तीव्र, कटू होते आणि माणसाला दुबळे, असहाय

बनवून टाकणारे होते.

तेथे काम करणाऱ्या कर्मचाऱ्यांना आपल्या नोकरीत कधी बढतीची, वरच्या श्रेणीची अपेक्षाही नसे. आहे त्या जागी खितपत पडून राहणे त्यांच्या नशिबी होते. त्यामुळे एखाद्या गोष्टीची मनात जिद्द धरून काम करणे, काहीतरी नेत्रदीपक करून दाखवण्याची ओढ मनात बाळगणे इ. गोष्टींना तेथे थाराच नव्हता. संपूर्ण व्यवस्थाच इतकी मोडकळीस आलेली होती की स्वत:ची अगदी लहान-सहान कामे पार पाडणे, स्वत:चे न्याय्य हक्क मिळवणे अशा बाबतीतही त्यांना पदरमोड करावी लागे. मग बढतीच्या यादीत स्वत:चे नाव घुसडणे असो नाहीतर पगारवाढीची मागणी असो. कर्जमंजुरीचे काम असो नाहीतर घर मिळवण्याचे काम असो. सर्वत्र पैशाचे राज्य होते. "तुम्ही माझी गरज भागवा व मी तुमची गरज भागवतो." आणि "आपण यात सगळे एकत्रच आहोत."– अशी स्थिती होती. कुणी कुणाचा हेवादावा करावा? आणि कुणी कुणाकडे आदरभावाने पाहावे?

□

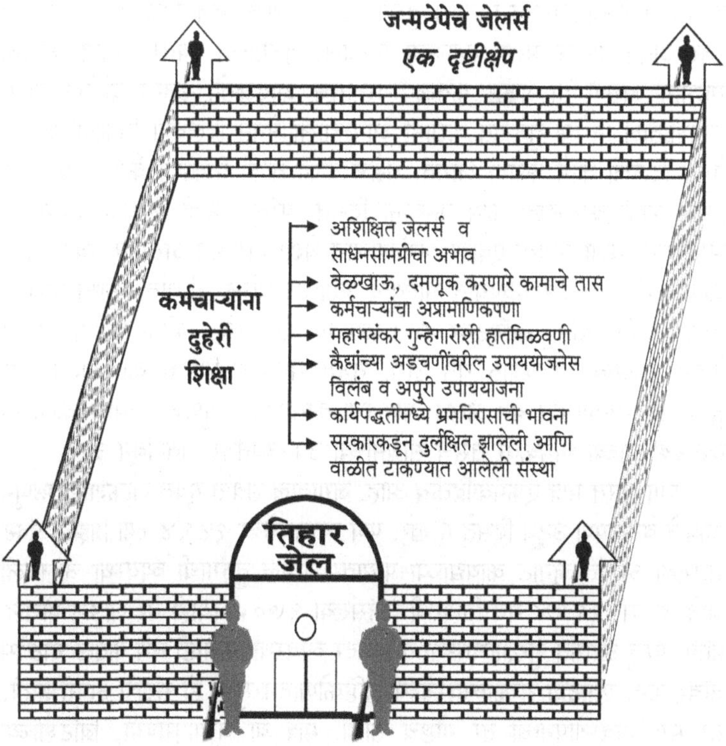

५

भ्रष्टाचाराची मगरमिठी

विविध तुरुंगांमधील अंतर्गत व्यवस्थापनाचा अभ्यास करण्यासाठी मी अनेक देशांचा दौरा केला. अमेरिकेतील अत्यंत कडक सुरक्षाव्यवस्था असलेले तुरुंग, इंग्लंड, जपान व फिलिपाईन्स मधील तरुण गुन्हेगारांसाठी असणारे खास तुरुंग, इंग्लंड व डेन्मार्कमधील स्त्रियांचे तुरुंग, जपानमधील बाल सुधारगृहे व तुरुंगांचे इतर अनेक प्रकार मला पाहायला मिळाले. तुरुंगाच्या व्यवस्थापनात कैद्यांचा सहभाग असणे हा प्रकार केवळ भारतातच आढळतो. इतरत्र कोठेही नाही. परदेशातील प्रत्येक तुरुंगात कैद्यांना आपल्याला नेमून दिलेल्या ठिकाणी जाऊन नेमून दिलेली कामे करावी लागत. तसेच काही काही ठिकाणी कैदी साफसफाई किंवा स्वयंपाकासारखी कामे करताना दिसत. परंतु एकाही ठिकाणी तुरुंगाच्या सुरक्षाव्यवस्थेशी अथवा एकंदर नियंत्रणव्यवस्थेशी निगडित असणारं एकही काम कोणत्याही कैद्यावर सोपवण्यात आल्याचं उदाहरण नसेल. अंतर्गत सुधारकार्यासाठी एकतर कर्मचाऱ्यांना कॉंट्रॅक्टवर भरती करण्यात येत असे, नाहीतर पूर्ण वेळ पगार देऊन नोकरीवर ठेवण्यात येत असे. तुरुंग सुधाराचे विविध कार्यक्रम विविध तुरुंगांमधे राबवण्यात येत असत. पण त्या कार्यक्रमांची गुणवत्ता त्या ठिकाणच्या व्यवस्थापनाच्या भूमिकेवर तसेच साधनांच्या उपलब्धतेवर अवलंबून असे.

पण भारत मात्र एकमेवाद्वितीय आहे. जगातील सर्वांत मुक्त लोकशाही म्हणून आपले वेगळेपण उठून दिसते हे खरे. पण त्याचबरोबर १८९४ च्या प्रिझन ॲक्ट सारख्या अत्यंत जुनाट कायद्याच्या पायावर येथील तुरुंगाची व्यवस्था चालवली जाते. इ. स. १९९४ मधे तिहारची जनसंख्या ९७०० च्याही वर जाऊन पोचली होती. परंतु अंतर्गत सुरक्षाव्यवस्था व एकंदर व्यवस्थापनासाठी तेथे केवळ चाळीस वॉर्डर होते. एकट्या सुरक्षाव्यवस्थेच्या दृष्टिकोणातून सुद्धा ही संख्या अपुरी होती, तर मग व्यवस्थापनाची तर गोष्टच सोडा. मात्र या जुन्यापुराण्या, ब्रिटिशांच्या

काळातील प्रिझन ॲक्टनेच जन्मठेपेची शिक्षा झालेल्या कैद्यांना रात्रीच्या वेळी जराशी मोकळीक दिली होती. याचा फायदा असा, की, रात्रीच्या वेळी त्यांच्या कोठड्यांचे दरवाजे बंद करण्यात येत नसत, व त्यांना मोकळेपणाने हिंडण्या-फिरण्याची मुभा असे. त्यामुळे बाकीच्या कैद्यांच्या मानाने या कैद्यांचे स्थान जरा वरचढ मानले जाई. मग साहजिकच तुरुंगात पहारा देणे, फेरफटका मारून पाहणी करणे, काही दुर्घटना घडलीच तर पहारेकऱ्यांना त्याची तातडीने सूचना देणे इ. कामे या कैद्यांवर सोपवली जात. मग कालांतराने या कैद्यांचा खास वेगळा वर्ग तयार झाला. ते कोठडीत बंदिस्त राहणाऱ्या कैद्यांवर दादागिरी करू लागले. या जन्मठेपेच्या कैद्यांनी स्वत:च्या करमणुकीसाठी काही कोवळ्या वयाच्या कैद्यांना जबरदस्तीने स्वत:चे 'साथीदार' बनवण्याच्या घटनांची अहवालांतून नोंद सापडते. या लहान कैद्यांवर जबरदस्ती करून ते आपल्या शारीरिक वासनेचं शमन करीत. मी तिहारची सूत्रे हाती घेतल्यानंतर अशा तऱ्हेचा एक प्रसंग माझ्या समोरच घडल्यामुळे मला या प्रकाराविषयी समजले.

तुरुंगात जो काही भ्रष्टाचार चाले त्यातही या कैद्यांचा फार मोठा हात असे. अनेक वर्षे तुरुंगात काढल्यानंतर या कैद्यांना तेथील नव्याने भरती झालेल्यांच्या व खटले चालू असणाऱ्या कैद्यांच्या गरजा ओळखता येत. मग त्यावर काय उपाय योजना करायची त्याचा सल्लाही ते देत. अर्थात त्याचा मोबदला आकारूनच, तुरुंगाच्या अंतर्भागात जे सेंट्रल ॲडमिनिस्ट्रेशन ऑफिस होतं त्याला येथे 'चक्कर' असे नाव होते. कधीतरी ते आपले सावज हेरत येथे फेरफटका मारत. सावज नजरेने एकदा हेरले की त्याच्या समोर ते दुसऱ्या एखाद्या कैद्याला मुद्दाम जोरात मारहाण करीत. जणू काही त्यांना त्याद्वारे असाच संदेश द्यावयाचा असे : "तुम्ही जर माझे पैसे चुकते केले नाहीत, तर तुमचीही अशीच गत होणार आहे, लक्षात ठेवा." बहुतेक वेळा रखवालदारांचा या दादागिरी करत हिंडणाऱ्या कैद्यांना पाठिंबाच असे. एखादा नव्याने भरती झालेला कैदी फारच धाडसी असला तर तो न्यायालयात धाव घेई. अशा वेळी घडलेल्या प्रसंगाविषयी साक्ष देताना तुरुंगाधिकारी तो अगदी किरकोळ स्वरूपाचा (अन्न किंवा पाणी वाटपाविषयीचा) तंटा होता असे सांगून वेळ मारून नेत व ते प्रकरण मिटवून टाकीत.

न्यायालयाने जर एखाद्या कैद्याला सक्तमजुरीची शिक्षा ठोठावली तर त्याला तुरुंगाच्या आत राहून अत्यंत कठोर परिश्रमांची कामे करावी लागत. उदा. तुरुंगाच्या स्वयंपाकघरात लाकडांच्या उघड्या चुलीवर स्वयंपाक करणे. त्यामुळे तुरुंगातील अशा कैद्यांना रोजच विस्तवाशी खेळ करण्याची पाळी येई व स्वयंपाकघराचे तर अक्षरश: धुराडे होऊन जाई. एकंदर चार तुरुंग होते. प्रत्येक तुरुंगात सुमारे २३०० कैदी होते. प्रत्येक तुरुंगाच्या 'लंगर'मधे सुमारे सत्तर स्वयंपाकी (हेही कैदीच असत)

राहात. लंगर याचा अर्थ स्वयंपाकघराला लागून असलेली एक लहानशी खोली. त्या खोलीतच हे राहात. ते दोन वेळा स्वयंपाक करत. सकाळचे जेवण दुपारी बारापर्यंत चाले तर रात्रीच्या जेवणाचे काम दुपारी चारलाच सुरू होई. शिवाय सकाळी सात व दुपारी पाच वाजता चहा असे.

स्वच्छतागृहांच्या सफाईच्या कामात प्रचंड दादागिरी व भ्रष्टाचार चालायचा. कारण हे काम न्यायालयसंमत नसे. पण प्रत्यक्षात मात्र कैद्यांवर या कामाची सक्ती होत असे. जेलमधील सर्व कैद्यांच्या स्वयंपाकाचे काम जसे २४० कैदी बिनपगारी फुकट करत होते त्याचप्रमाणे सुमारे २०० कैद्यांना स्वच्छतागृहांच्या साफसफाईचे काम मोफत, सक्तीने करावे लागे. या दोन्ही कामांसाठी लागणाऱ्या श्रमांच्या खर्चासाठी अंदाजपत्रकात तरतूद नव्हती. तुरुंगाच्या आतला परिसर स्वच्छ राखण्यासाठी आणखी १०० कैदी राबत होते. हेही मोफतच. अगदी उजळमाथ्याने अशा प्रकारची अन्याय्य वागणूक कैद्यांना दिली जात होती. आणि हा मनमानी कारभार बाहेरच्या जगापासून सोयीस्करपणे दडवून ठेवण्यात आला होता. या अनागोंदी कारभारामुळे फार मोठ्या समस्या निर्माण होऊन बसल्या होत्या. तुरुंगात सातत्याने चालत आलेल्या भ्रष्टाचाराचं हे एक कारण होतं. सततच्या वाढत्या वापरामुळे स्वच्छतागृहे सारखीच साफ करावी लागत. आणि हे घाण काम करण्यासाठी बळीचे बकरे शोधून काढावे लागत. असे कैदी शोधून काढणं हा दादागिरी करणारे कैदी व कर्मचारी दोघांच्या चिंतेचा विषय असे. स्वत:ची कातडी बचावण्यासाठी राजीखुशीने अथवा सक्तीने पैशाची देवाणघेवाण होत असे. मग पैशाने गरीब किंवा कमकुवत व दीनदुबळ्या कैद्यांच्या माथीच हे भंगीकाम मारले जाणार हे तर ओघानेच आले. श्रीमंत आणि बलदंड कैदी नुसतेच लांबून मजा बघत. गरीब कैद्यांकडून वॉर्डर आणि सुपरवायझर जबरदस्तीने ही कामे करून घेत आणि मग त्यांनी बंड करू नये, हिंसाचाराला सुरुवात होऊ नये म्हणून त्यांना साबण आणि सरसूचं तेल बक्षीस म्हणून मिळे. का? तर त्यांनी 'आपण होऊन,' 'पुढे येऊन' तुरुंगातील कर्मचाऱ्यांना व मुन्शींना मदत केली म्हणून! मुन्शींचे काम करणारे कैदी हे साधारणपणे जन्मठेपेची शिक्षा भोगणारे कैदी असत. व ही मुन्शीची जबाबदारी त्यांना त्यांच्या कॉन्स्टेबल वॉर्डरने सोपवलेली असे. इतर कोणत्याही लोकशाही देशात मी हा प्रकार पाहिला नाही.

स्वच्छतागृहे स्वच्छ राखणं अत्यावश्यक आहे हे आपण समजू शकतो. पण काही मूठभर दीनदुबळ्या लोकांना एक पैशाचाही मोबदला न देता हे काम सक्तीने करायला लावणं हे मात्र मानवतेला काळिमा फासणारं कृत्य आहे. मुळात जेव्हा एखाद्या व्यक्तीची या ना त्या कारणाने तुरुंगात रवानगी होते तेव्हाच तिच्या आत्मप्रतिष्ठेला जबरदस्त धक्का बसतो. आणि त्यात तेथे पोहोचल्यावर जर त्या

व्यक्तीला एखाद्या शूद्रासारखी वागणूक मिळाली तर ती गोष्ट किती असह्य होत असेल याची कल्पनाच न केलेली बरी.

भ्रष्टाचाराच्या नानाविध पद्धती तुरुंगातील कर्मचाऱ्यांनी शोधून काढल्या होत्या. या भ्रष्टाचाराचा एक ठराविक साचा असून तो अगदी सर्वव्यापी स्वरूपाचा होता. त्यात अनेक भ्रष्टाचारी कृत्यांचा समावेश होता. वास्तविक हे कर्मचारी प्रशिक्षितच काय, परंतु शिक्षितसुद्धा नव्हते. पण तरीही भ्रष्टाचारी कृत्ये बेमालूम पार पाडण्याचे त्यांचे कौशल्य वाखाणण्याजोगे होते. पैशाची येथे सर्वाधिकारशाही होती. हे कर्मचारी आपली कामे केवळ एकाच लालसेपोटी पार पाडत व ती म्हणजे द्रव्यलाभाची. वास्तविक हे कर्मचारी आपले काम करत असताना असे वागतात, पैसे खातात इ. गोष्टी त्यांच्या वरिष्ठांना माहिती होत्याच ना. पण तरीसुद्धा त्यांच्या भत्त्यात वाढ करायला हवी आहे का असा विचार मात्र हे वरिष्ठ कधी करत नसत. अप्रामाणिक होते त्यांची चांगली चंगळ होत असे. व जे काही मूठभर प्रामाणिक लोक शिल्लक होते ते मात्र भरडले जात. काही कर्मचाऱ्यांना नाईलाजाने आपल्या राहत्या घराचं पैशासाठी गोठ्यात रूपांतर करावं लागलं होतं. काहींना पोटाची खळगी भरण्यासाठी पोटभाडेकरू ठेवावा लागला होता. तुरुंगातील कैद्यांच्या तोंडून ऐकलेली या भ्रष्टाचाराची वर्णने, त्यांनी लिहिलेली काही बोलकी पत्रे किंवा दिलेल्या मुलाखती, त्यांनी बाहेरच्या लोकांशी केलेले वार्तालाप या सर्वांमधून तुरुंगातील भ्रष्टाचाराचं व अधिकृतरीत्या अगदी राजरोस घडत असलेल्या गुन्हेगारीचं स्वरूप स्पष्ट होतं. बाह्य जगाच्या नजरेआड, बंद दारापाठीमागे भ्रष्टाचाराचा हा भस्मासुर चांगलाच फोफावला होता.

भ्रष्टाचाराच्या या अत्यंत किचकट व गुंतागुंतीच्या स्वरूपाची नीट ओळख करून घेण्याचा आणखी एक मार्ग आहे. कोणत्याही कैद्याला तुरुंगात प्रवेश मिळाल्याच्या क्षणापासून सुरवात करून त्याच्या शिक्षेच्या मुदतीतील उर्वरित वाटचालीचा आढावा जर आपण घेतला तर हे नीट समजून येतं.

कोणत्याही कैद्याला तुरुंगात प्रवेश मिळाला की त्याची रवानगी त्याला नेमून दिलेल्या कोठडीत काही लगेच होत नसे. एखाद्या नवीन भरती झालेल्याला नक्की कुठे पाठवायचं याविषयी संबंधित अधिकाऱ्यांमधे फार गुप्तता बाळगली जात असे. तुरुंगात नव्याने आलेल्या कैद्याचे सामाजिक स्थान, त्याची आर्थिक पत व त्याचे राजकीय लागेबांधे या सर्वांवर त्याचे भवितव्य अवलंबून असे. त्याच्या अंगातील पात्रता, शैक्षणिक पातळी इत्यादी गोष्टींचा मात्र येथे सुतराम संबंध नसे.

तिहार जेलमधेच ही स्थिती आहे असे नव्हे. भारतातील कोणत्याच तुरुंगात कैद्यांना तुरुंगातील कोठडीत पाठवताना वस्तुनिष्ठ दृष्टिकोण ठेवला जात नाही. तुरुंगाची नियमावली जरी पाहिली तरी यासंबंधी जेमतेम एखाद दुसरा नियम

लिहिलेला आढळतो. कैद्यांचे या नियमानुसार 'अ' 'ब' आणि 'क' अशा दर्जामधे वर्गीकरण करायचे असते. थोडक्यात सांगायचे तर सार्वजनिक झोपण्याची व्यवस्था ही 'क' दर्जाच्या कैद्यांसाठी व स्वतंत्र कोठडीत झोपण्याची व्यवस्था ही 'अ' दर्जाच्या कैद्यांसाठी असते. 'ब' दर्जाच्या कैद्यांना जरा जास्त दूध आणि जरा बऱ्या प्रतीचं अन्न (तेल घालून शिजवलेलं) मिळण्याची सोय होती. ६ एप्रिल १९९८ रोजी दिल्ली हायकोर्टाने अशा प्रकारची वर्गवारी काढून टाकली. पण तरीही सामाजिक प्रतिष्ठा, पैशाची ताकद, राजकीय वा गुन्हेगारी जगताशी हितसंबंध इत्यादी गोष्टींच्या बळावर येथे बऱ्याच गोष्टी घडवून आणता येत. मग येथे नव्याने आलेल्या कैद्याची रवानगी स्वतंत्र कक्षात होणार का समाजातील खालच्या स्तरातील कैद्यांनी तुडुंब भरलेल्या सार्वजनिक कक्षात, हे त्यावरच ठरायचं. या ठिकाणी रवानगी झाली तर त्या कैद्याला सर्व प्रकारची अंगमेहनतीची कामे, स्वच्छतागृहांची सफाई इ. करावे लागे. तिहार जेलमधे जे चार तुरुंग होते त्यांत कैद्यांची रवानगी आद्याक्षरांनुसार वर्गीकरण करून मगच होत असे. पण याला अपवाद वशिल्याच्या लोकांचा. बाकीच्या सर्वसामान्य कैद्यांची पोस्टाच्या पेटीत पडलेल्या पत्रांप्रमाणे इकडून तिकडे पाठवणी होत असे. एखादा कैदी या आद्याक्षरावर आधारित वर्गीकरणानंतर एखाद्या तुरुंगाच्या एखाद्या वॉर्डात येऊन पोचला, की मग त्याचे पुढील भवितव्य त्या तुरुंगाचा वॉर्डर, त्याचा सहाय्यक आणि त्या तुरुंगात अनधिकृतपणे नियुक्त होऊन दादागिरी करणारा मुन्शी यांच्या हाती असे. कारण येथे त्यांचे राज्य चालायचे. त्या कैद्याला त्याचा वॉर्ड, त्यातील विशिष्ट बराक किंवा कोठडी मिळाली की मग तेथे त्याला कोणाच्या सहवासाचा लाभ होणार आहे हे त्या कैद्याचं नशीब. अर्थात येथेसुद्धा सगळा पैशाचा खेळ असायचा. त्या कैद्याला कोणाची सोबत मिळणार हे सुद्धा त्याची किती पैसा खर्च करण्याची ऐपत आहे त्यावर ठरायचं. बराकीतील सार्वजनिक कक्षात अनेक कैद्यांची झोपण्याची व्यवस्था असे. या सार्वजनिक कक्षात म्हणजेच डॉर्मिटरीत प्रत्येक कैद्याला त्याचे सामान ठेवण्यासाठी विशिष्ट जागा दिली जायची. त्याचप्रमाणे प्रत्येकाची झोपण्याची जागासुद्धा ठरलेली असायची. या ठिकाणी खाटा नव्हत्या. बऱ्याचशा बराकी रेल्वे प्लॅटफॉर्मसारख्या होत्या. काही ठिकाणी मात्र कैद्यांना झोपण्यासाठी सिमेंटचे कट्टे बांधून घेतलेले होते. अशा प्रकारच्या कट्ट्याला तेथे 'फत्ता' म्हणत. हा फत्ता ६ फूट लांब, ३ फूट रुंद आणि २ फूट उंच असे. अर्थातच यासाठी वेगळी किंमत मोजावी लागे. या कट्ट्यांवर क्रमांक लिहिलेले नव्हते. नव्याने भरती झालेल्या कैद्याला अर्थातच झोपण्यासाठी स्वतंत्र फत्ता मिळत नसे. त्याला दोन फत्त्यांच्या मधल्या फटीत झोपावे लागे. एखाद्या दुर्दैवी कैद्याला स्वच्छतागृहाच्या लगतची जागा मिळे. त्याचे हाल तर विचारू नका. व या सर्व जागावाटपाचे काम अर्थात

मुन्शीकडे असायचे.

पुढे सुद्धा अनेक सत्त्वपरीक्षांना तोंड देण्याचे प्रसंग येत. एक टांगती तलवार कैद्यांच्या डोक्यावर कायमची असे. ती म्हणजे कोणत्याही क्षणी अचानक उचलबांगडी होण्याचा धोका. डॉर्मिटेरीत राहणाऱ्या लोकांची मधूनच अचानकपणे आधी न कळवता इकडून तिकडे बदली करण्यात यावी असा हुकूम होता. ही काळजी सुरक्षिततेच्या दृष्टिकोणातून घेण्यात येत असे. त्यामुळे येथे राहणाऱ्या कैद्यांच्या मनात एक भीती, एक असुरक्षिततेची भावना कायमच असे. अशा प्रकारे कोणाचीही उचलबांगडी झाल्याचा फतवा निघताक्षणीच त्या कैद्यांची प्रचंड धावपळ सुरू होई. परत नवीन जागी नवीन फत्ता पकडणे, सामानाची जागा धरणे या प्रकारात अनेक कैदी उगीच सैरावैरा पळत सुटत. कधीतरी त्या गडबडीत स्वत:च्या सगळ्या चीजवस्तू जमिनीवर पाडत. मग इतर कैदी त्या लंपास करत. या असल्या शर्यतीत म्हातारे वा आजारी कैदी नेहमीच मागे पडत. कधीतरी आपली बदली होणार आहे असा फतवा ऐकून कित्येक कैदी भावनाविवश होऊन धाय मोकलून रडल्याची उदाहरणे आहेत. कधीतरी तर आई-वडील मुलगा अशा नातेवाईकांचाही वियोग होत असे. यात काही कैद्यांची अक्षरश: उगीचच हेतुपुरस्सर उचलबांगडी केली जायची. मग त्यात आधीची जुळलेली मैत्री तुटून जायची. नवीन बराकीतही पैशाचा खेळ असायचाच. म्हणजेच अशा बदल्या कधी शिक्षा म्हणून होत तर कधी बक्षीस म्हणून. व हे सारं सुरक्षिततेची सबब पुढे करून सुरळीतपणे होत असे.

तुरुंगातील कैद्यांच्या भेटीला त्यांचे नातेवाईक किंवा स्नेहसंबंधी येत. या भेटींना तुरुंगात 'मुलाकात' असं म्हणत. या 'मुलाकात' प्रसंगी सुद्धा पुष्कळ भ्रष्टाचार चालायचा. प्रत्येक कैद्याला आठवड्यातून दोन वेळा नातेवाईकांची वा मित्रांची भेट घेण्याची मुभा होती. ज्या कैद्यांना त्यांची माणसे भेटायला येत त्या कैद्यांच्या दृष्टीने हा दिवस फार महत्त्वाचा असे. भेटायला येणारी माणसे कैद्यांसाठी बाहेरच्या जगाच्या बातम्या तर आणतच. पण त्याचबरोबर घरचं अन्न, फराळाचे पदार्थ, बेकरीचे पदार्थ, फळे, किंवा तुरुंगातील कँटीनमधून खाऊ, वस्तू इ. खरेदी करण्यासाठी पैसे घेऊन येत. ज्या कैद्याला आपल्या नातलगांकडून पैसे मिळत ते ताबडतोब त्या पैशाची तुरुंगात खरेदीला लागणारी कूपन्स विकत घेऊन ठेवत. कारण तुरुंगातील खरेदी-विक्रीच्या व्यवहाराला ती आवश्यक असत. आणखी एक मार्ग होता. तो म्हणजे कैद्याच्या नातलगाने त्या कैद्याच्या तुरुंगातील खात्यामधे थेट पैसे भरायचे. म्हणजे नंतर जेव्हा गरज पडेल तेव्हा तो कैदी ते पैसे काढू शकायचा, वापरू शकायचा. अर्थात हे सर्व कागदोपत्रीच होतं. कारण अशा पद्धती यशस्वीपणे चालायला हव्या असतील, तर त्यासाठी सर्व कारभार अत्यंत प्रामाणिक व चोख लागतो. प्रत्यक्षात मात्र वस्तुस्थिती याच्या उलट होती.

आणखी काही मुद्दे होते. कैद्याच्या भेटीसाठी येणाऱ्या व्यक्तीला मुख्य दरवाज्याबाहेर अडवण्यात येत असे. मग तेथील नोंदवहीत कोणाला भेटायचे त्याचे नाव, तसेच भेटीचे कारण स्पष्ट लिहावे लागे. आत प्रवेश मिळताना काही अडचण येऊ नये म्हणून सर्वात प्रथम ही नोंद करून घेणाऱ्या माणसाला पैसे चारावे लागत. एका कैद्याला जास्तीत जास्त दोनच व्यक्ती एका वेळी भेटू शकतील असा नियम होता. पण प्रत्यक्षात हमखास तिघे तेथे येऊन हजर होत. प्रवेशाला परवानगी मिळण्यासाठी स्वत:ची ओळख म्हणून त्यांना आपले रेशनकार्ड सादर करावे लागे. ते आठवणीने कोणीच आणलेले नसायचे. मग तरीही बाहेरचा चौकीदार या लोकांना आत सोडायचा. आता तो कसा?– हे तर ओघानेच आले. हा चौकीदार माणुसकी म्हणून त्यांना आत सोडायचा असा गैरसमज कोणी करून घेऊ नये. येथे संबंध असे तो केवळ पैशांचा. अनेकदा तर असे होई की अवचितपणे पाहुणे येऊन उभे राहत. मग त्यांनाही आत प्रवेश मिळे. असेही पाहुणे असंख्य असत. हा पहिला अडथळा पार पडला की आलेले पाहुणे कैद्याची खाजगी भेट घेण्याच्या गॅलरीत जाऊन पोचत. त्यात पुन्हा मधे एक घोटाळा उभा राहत असे. कैद्याला जर काही रक्कम सुपूर्त करायची असली तर त्याचे रूपांतर जेलच्या कँटीनमधे चालणाऱ्या कूपन्समधे करताना परत एकदा जेल अधिकाऱ्याला त्यातील काही हिस्सा चारणे भाग पडे. त्याचप्रमाणे पाहुण्यांनी कैद्याला देण्यासाठी आणलेला खाऊ व इतर वस्तूंची आधी बाहेर तपासणी होत असे. व त्यानंतर ते एका घसरगुंडीसारख्या फळीवरून पलीकडे पाठवले जात व तेथून कैद्याने ते आपल्या ताब्यात घ्यायचे असत. बंदिवासात घडून येणाऱ्या या भेटीगाठींमधे माणुसकीचा स्पर्श होण्यास बंदी होती. पाहुण्यांनी कैद्याला स्पर्श करायचा नसे. या भेटवस्तूही अगदी कोरडेपणानेच त्याच्यापर्यंत पोचत. भेटायला आलेल्या पाहुण्यांची गर्दी एका बाजूला तर कैद्यांची गर्दी दुसऱ्या बाजूला. दोघांच्या मधे सुमारे दोन यार्डांचे अंतर आणि शिवाय दोघांना दूर ठेवण्यासाठी एक तारेची जाळी. आपल्या माणसांपर्यंत वस्तू पाठवण्यासाठी ती घसरगुंडीवजा फळी हा एकच मार्ग होता. त्यामुळे त्या वस्तू मधेच गायबही होत असत. काही जेलर तर कैद्यांसाठी आणलेल्या वस्तूंपैकी निम्म्या वस्तू व खाद्यपदार्थ लंपास करत. सुकामेव्यासारख्या उंची खाद्यपदार्थांच्या बाबतीत तर ते हमखास होत असे. एका कैद्याने याविषयी एक तक्रार अर्ज पाठवून कळवले होते, की, त्याच्यासाठी त्याच्या नातेवाइकांनी सुकामेवा आणला होता. त्याच्या सर्व वस्तूंची पिशवी जेलरने तपासणीसाठी ठेवून घेतली. ती जेव्हा त्या कैद्याला मिळाली तेव्हा त्यातील किमान अर्धा सुकामेवा गायब झाला होता. चोऱ्यांचे सत्र केवळ खाद्यपदार्थांपुरते मर्यादित नव्हते. अनेकदा कैद्याचे नातलग कैद्याच्या खात्यात भरण्यासाठी काही रक्कम तुरुंगाधिकाऱ्यांच्या स्वाधीन करत. पण ती रक्कम प्रत्यक्षात त्या खात्यात कधीच

भेटी

सॉरी, मग तुमचं सामान आत पाठवता येणार नाही.
आता आणखी कसले पैसे ? मी तर तीन वेगवेगळ्या लोकांना पैसे चारले आहेत.
सर आतमधे अजून चौघांना पैसे चारावे लागतील.
हे तर काहीच नाही. मी माझ्या नवऱ्यासाठी पाच सुरेख शर्ट आणले. त्यांतला एक तलाशी घेणाऱ्या मेट्रनने हडपला, दोन ऑफिसरला गेले आणि एक होमगार्डला.
हो. मी माझ्या मुलाला १०० रुपयांच्या वस्तू आणल्या पण त्या सगळ्या त्याच्यापर्यंत पोचवण्यासाठी मला ५०० रुपये भरावे लागले.
निदान एक तरी टी.एस्पी.च्या तावडीतून वाचला याबद्दल त्यांचे आभारच मानायला हवेत.

पोचत नसे. मग असे अन्याय झालेले कैदी वारंवार त्याविषयी तक्रारी सुद्धा करत. पण त्याचा काही उपयोग नसे. पृष्ठ क्रमांक ५५ वर एका कैद्याने काढलेल्या व्यंगचित्रातून हे स्पष्ट होते.

कैद्यांना कोणीही भेटायला येणार असले तर त्यांना फार आनंद होई. खाऊ आणि इतर जीवनावश्यक वस्तू मिळत. पण कधीतरी पाहुण्यांनी देण्यासाठी आणलेल्या वस्तूंना परवानगी नाकारली जायची. मग मात्र कैद्यांना फार यातना होत. ज्या कैद्यांना त्या त्या दिवशी भेटीसाठी कोणीही येणार असेल अशा कैद्यांच्या नावाची यादी बनवली जाई. यादीतील या सर्व नावांना वरिष्ठांची मंजुरी मिळणे आवश्यक होते. पण कधी कधी मुद्दाम त्रास देण्यासाठी या यादीतून एखाद्या विशिष्ट कैद्याचे नाव कमी केले जाई. ज्या कैद्याने मुन्शीला किंवा वॉर्डरला खूष केले नसेल त्याच्या बाबतीत हे घडत असे. परंतु त्याचबरोबर पैशाच्या जोरावर हव्या तेवढ्या अनधिकृत भेटी, मुलाखती इ. मंजूर होत. कधीतरी उपकार म्हणून ही परवानगी दिली जायची व अर्थातच त्या उपकारांची परतफेड कधीतरी करावी लागायची.

थोडक्यात, या भेटीगाठींच्या निमित्ताने तुरुंगाचे कर्मचारी आपलं उखळ पांढरं करून घेत. तीच गोष्ट येथील गुंडांची-दादागिरी करणाऱ्या गुंडांना भेटीगाठीसंबंधीचे कोणतेही नियम लागू पडत नसत. कर्मचारी त्यांना दबून असत. कारण हे दादा लोक कर्मचाऱ्यांना व त्यांच्या कुटुंबियांना धमक्या द्यायचे. नुसत्या मारहाणीच्याच नव्हे, तर त्यांच्या कुटुंबातील एखाद्या व्यक्तीच्या अपहरणाच्या सुद्धा. एकाच टोळीत असणाऱ्या अथवा परस्परांशी मैत्रीपूर्ण संबंध असणाऱ्या टोळीतील कैद्यांची ऊठबस, जेवणखाण, सगळं बरोबरीने होत असे. तुरुंगातून पुरवण्यात येणारं अन्न ते सहसा खात नसत. ते सर्व जण आळीपाळीने आपापल्या घरून डबे मागवून घेत असत, त्यामुळे त्यांची खाण्यापिण्याची नेहमीच चंगळ असायची. मग या सवलतींच्या मोबदल्यात तुरुंगाचे कर्मचारी आपल्या कुटुंबासाठी काही चैनीच्या वस्तू पदरात पाडून घेत.

तुरुंगातील अस्तित्वासाठी सर्वांत जीवनावश्यक गोष्ट म्हणजे अन्न. या गुंडांच्या बाबतीत तर ते त्यांच्या घरूनच यायचे. पण तरीही ते गरम करणे हा मोठा प्रश्न. बराकींमधे अन्न गरम करण्याची काही सोय नव्हती. तुरुंगाच्या मुदपाकखान्यात तयार झालेले अन्न बराकीपर्यंत वाहून आणले जायचे. ते वाढून घेण्यासाठी कैदी ओळीने उभे राहायचे. ते अन्न एव्हाना कोमट झालेले असे. आणखी उशीर झाला की ते थंड होऊन जाई. मग ते गरम करण्यासाठी विजेच्या शेगड्यांची आवश्यकता भासायची. काही लोकांच्या घशाखाली गार अन्न उतरत नसे. मग ते विजेची शेगडी चोरून बाळगायचे. व त्याबद्दल पुष्कळ प्रौढी मिरवायचे. वास्तविक तुरुंगात विजेच्या शेगड्या बाळगण्यास बंदी होती. पण कर्मचाऱ्यांना पैसे चारून कैदी त्या

शेगड्या खुद्द त्या कर्मचाऱ्यांकडूनच मागवून घ्यायचे. नियमानुसार कधी कधी झडत्या होत. अशा वेळी हेच कर्मचारी त्या शेगड्या हस्तगत करत. व कालांतराने त्याबद्दल पैसे वसूल करून परत त्या कैद्यांनाच त्या शेगड्या ते विकत. थंडीसाठी हीटरचा उपयोग करण्याची परवानगी काही खास वशिल्याच्या व्यक्तींना मिळायची. काही कैदी इतके हट्टी होते की अन्न गरम करण्यासाठी ते वाटेल त्या मार्गाचा अवलंब करत. उदाहरणार्थ कागद चुरगळून पेटवणं, प्लॅस्टिकच्या पिशव्या जाळणं किंवा चक्क शिळ्या चपात्याच इंधन म्हणून पेटवणं, असं केल्याने बराकीभर धूर पसरायचा व आत नक्की काहीतरी गैरप्रकार चालला आहे, अशी बाहेरूनच कल्पना यायची. पण तुरुंगातील कर्मचारी त्या गोष्टीकडे काणाडोळा करीत.

हा गैरव्यवहार इथेच थांबत नसे. कैद्यांना खाण्यासाठी ब्रेड, बिस्किटे, फळभाज्या (जसे कांदा, गाजर, मुळे, टोमॅटो, लिंबे इ.) आणि फळे विकत हवी असत. तुरुंगात कैद्यांच्या कल्याणासाठी उपाहारगृह (कँटीन) चालवण्यात येई. तेथे भरमसाठ किमतीला या गोष्टी विक्रीसाठी ठेवलेल्या असत. त्यांचा पुरवठाही अपुरा व अनियमित असायचा. हे फिरते उपाहारगृह होते. पण त्याच्यावर उपलब्ध पदार्थांची किंमत लावलेली नसे. त्यामुळे हे उपहारगृह चालवणारे कैदी आणि त्यांचे पहारेकरी यांच्या मर्जीनुसार येथील पदार्थांच्या किमती असायच्या. कधीकधी मुन्शी या उपाहारगृहातील वस्तूंचा तुटवडा निर्माण करत. मग आपोआप दुसऱ्या दिवशी त्या पदार्थांना भरमसाठ किमती येत. वरिष्ठांचा या उपाहारगृहाच्या संदर्भात काहीही अधिकार चालत नसे. ज्या वॉर्डरला उपाहारगृह चालवण्याचे काम मिळे त्याला त्याबद्दल (ते काम मिळावे म्हणून) लाईन ऑफिसरला काही पैसे चारावे लागत. या मोबदल्यात त्याला ठराविक कालावधीपुरतेच हे काम मिळे. तुरुंगातील पैसेवाले गुंड कैदी उपहारगृहातून पदार्थ विकत घेऊन त्याचा साठा करून ठेवत. व नंतर तुरुंगाच्या आत वाढीव दराने त्यांची विक्री करीत. म्हणजे पुन्हा बराकीच्या आत अनधिकृत उपाहारगृहेच चालत. अर्थात अशा गोष्टी ज्या कर्मचाऱ्यांच्या सहकार्याने चालत, त्यांना त्याचा मोबदला मिळतच असे. एखादा कैदी तुरुंगात भरती झाला, की त्याला (किंवा तिला) तुरुंगातर्फे काही जीवनावश्यक वस्तू पुरवल्या जात. यात साबण, टॉवेल, टूथब्रश, घरी पाठवण्यासाठी पोस्टकार्ड, जेवणासाठी ताटली, वाटी, भांडे आणि अंथरूण, पांघरूण इ. गोष्टींचा समावेश होता. अर्थात हे सारे नियम पुस्तकात होते. प्रत्यक्षात मात्र या वस्तू पदरात पडणे हे लॉटरी लागण्याइतकेच कठीण होते. त्या वस्तू मिळवण्यासाठी मोजावी लागणारी किंमत ही व्यक्तीनुसार बदलत असे. त्याचप्रमाणे प्रत्येक कर्मचाऱ्याच्या मर्जीनुसारही बदलत असे. प्रामाणिकपणे काम करणारे कर्मचारी खरोखर मूठभरच होते. बाकीचे सर्वच पैशाच्या मोबदल्यात हवे ते काम करण्यास तयार असत.

तिहारमधे विविध गुन्ह्यांमधे अडकलेले व्यसनाधीन कैदी रोज भरती होत. या कैद्यांमुळेच मादक द्रव्यांना जेलमधे फार मोठ्या प्रमाणावर मागणी होती. हे कैदी स्वत:बरोबर इतरांनाही व्यसनाधीनतेच्या जाळ्यात ओढण्याचा प्रयत्न करीत. अशा मादक द्रव्यांचा व्यापार करण्यासाठी काही संधीसाधू कैदी व कर्मचारी तयारच असत. या मादक द्रव्यांसाठी फार मोठी किंमत ते आकारत. त्यांच्याकडे विक्रीसाठी कधी मादक द्रव्ये (नारकॉटिक्स) असत तर कधी जेलच्या दवाखान्यातून चोरलेल्या झोपेच्या गोळ्या. काही कर्मचाऱ्यांना मादक द्रव्यांचा साठा व विक्रीबद्दल निलंबितही करण्यात आले होते. मात्र काही कर्मचारी इतके सराईत व निर्ढावलेले होते, की, त्यांचे हे कारभार कधी उजेडात येत नसत. आणि अशा व्यक्तींमुळेच मादक द्रव्यांच्या खरेदी-विक्रीचा हा धंदा चांगलाच जोमाने वाढीस लागला होता.

कैद्यांनी यासाठी एक स्वतंत्र गट करून त्यांचं जाळंच पसरलं होतं. त्यात परदेशी कैद्यांचाही भरणा होता. मागणी व पुरवठ्याचं हे जाळं वरिष्ठांच्या नजरेस पडू नये यासाठी ते अगदी आटोकाट प्रयत्न करीत. जो वॉर्डर या कैद्यांना अगदी जवळून ओळखत असे, तो त्यांच्या उपद्व्यापांकडे काणाडोळा करे. मग या सर्व धंद्यामधे वैद्यकीय अधिकारी आणि वैद्यकीय कर्मचारी तरी मागे कसे हटतील? काही कैद्यांची न्यायालयात हजर राहण्याची इच्छा नसे. मग त्यांना सक्तीची विश्रांती (बेडरेस्ट) मिळावी असा खोटा दाखला देणे, त्यासाठी पुरावा म्हणून खोटी वैद्यकीय कागदपत्रे तयार करणे अशा बाबतीत त्यांची मदत होत असे. वैद्यकीय कागदपत्रे काही वेळा गहाळ होत असत. पण त्याची मुद्दामच ते नोंद करीत नसत. त्याचप्रमाणे कैद्यांच्यासाठी बाहेरून मागवलेली औषधे स्वत:च्या खिशात घालून त्याचा ते काळाबाजार करत. एवढेच नव्हे, तर एका पाहणीनंतर अजून एक गोष्ट उघडकीला आली. तुरुंगाचे कर्मचारी तुरुंगाच्या मालकीच्या लहान-मोठ्या अनेक वस्तूंच्या चोऱ्या करत. यात बल्ब, साबण, लाकूड, गॅसचे सिलिंडर, जाजमे, पांघरुणे, फिनेल, अन्नधान्य, दूध इ. गोष्टींचा समावेश होता. या अपहारात कोण कोणाचा पाठीराखा होता ते केवळ देवालाच माहीत.

तुरुंग क्रमांक ३ चा मुख्य वॉर्डर म्हातारा होता. तो तुरुंगाच्या शेतात लावलेल्या भेंड्या रोज घरी घेऊन जात असे. त्या जेलमधे एक कैदी होता. त्याच्यावर खटला चालू होता. त्या कैद्याने एक अर्ज लिहून ही गोष्ट वरिष्ठांना कळवली. हा अर्ज त्या तुरुंगाचे सुपरिंटेंडंट श्री. तारसेम कुमार यांच्याकडे वरील गोष्टीची शहानिशा करण्यासाठी पाठवण्यात आला. त्यांनी सदर वॉर्डरला आपल्या ऑफिसात चौकशीसाठी बोलावले.

“तुम्ही तुरुंगाच्या शेतातून भेंड्या घरी नेता?”

“होय सर, कधीतरी.”

“पण हे योग्य नव्हे,” सुपरिंटेंडंट म्हणाले.

“मी असं परत करणार नाही, सर,” वॉर्डर म्हणाला.

“हे असं गेले किती दिवस चाललं आहे?”

यावर उत्तर नाही. वॉर्डर जमिनीकडे पाहत उभा राहिला.

“हे बघा, आत्ता तुम्हाला सोडतोय. पण परत असं घडता कामा नये.”

“मी परत असं करणार नाही, सर.”

जेल व्यवस्थापनाच्या प्रत्येक क्षेत्रात भ्रष्टाचार व गैरव्यवहार होता. कैदी तुरुंगात भरती झाल्याच्या क्षणापासूनच अगदी लहान-सहान गरजांसाठी त्यांना सतत किंमत मोजावी लागे. हे सत्र सुटका झाल्यानंतरच थांबे. तिहारमधे जेवढा उजळ माथ्याने राजरोस भ्रष्टाचार चालायचा, तेवढा इतरत्र कुठेही क्वचितच चालत असेल. आणि ही तिहार जेल राजधानीच्या मधोमध वसलेली असूनही हे घडत होतं. कुंपणानंच शेत खाण्याचा प्रकार उघडपणे येथे चालू होता.

□

भ्रष्टाचाराची मगरमिठी

एक दृष्टीक्षेप

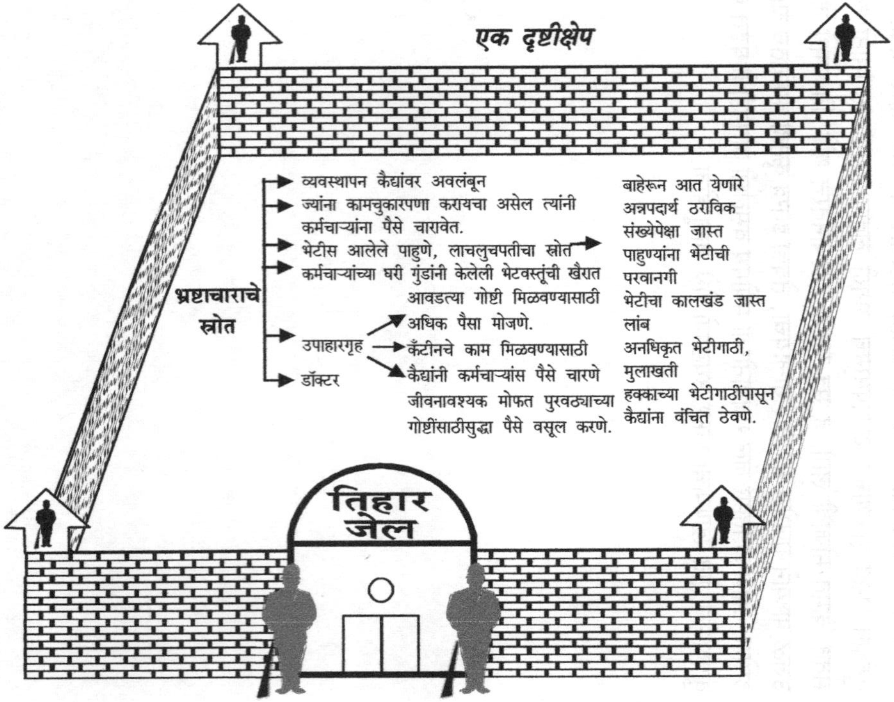

६

हस्तक्षेप की ढवळाढवळ

कर्मचाऱ्यांनी आणि कैद्यांनी मला वेळोवेळी दिलेल्या माहितीच्या आधारे जर येथील कार्यालयीन व्यवस्थापनाचं थोडक्यात वर्णन करायचं झालं तर 'उदासीन व बेपर्वा' अशा शब्दांतच करता आलं असतं. या व्यवस्थापनाची भूमिका दूरवर थांबलेल्या अलिप्त निरीक्षकासारखी होती. कर्त्याची व दात्याची नव्हती, सहभागाची नव्हती. तुरुंगातील कैद्यांचं आयुष्य चार सामान्य लोकांपेक्षा फार वेगळं असतं. ते चाकोरीबद्ध नसतं. व या अशा आयुष्यात काही तरी प्रेरणादायी, एखादा तरी आशेचा किरण त्याला हवा असतो. पण तो मिळण्याची सोय येथे नव्हती. तुरुंगात विविध प्रकारचे कार्यक्रम होत. प्रसारमाध्यमांमधून त्यांना प्रसिद्धी मिळे. अशा वेळी फोटो काढून घेण्यासाठी वरिष्ठ अधिकाऱ्यांची उपस्थिती हमखास असे. परंतु तेथे एखाद्या रोगाची साथ पसरली किंवा दंगलीसारखे हिंसक प्रकार घडून आले तर मात्र फक्त त्याची चौकशी करण्याचे आदेश येत. एखादी दुर्दैवी घटना घडून गेल्यानंतर त्याचं विश्लेषण व विच्छेदन करण्यात येई. त्यातून कोणाला तरी निलंबित केलं जाई, तर कोणाला बडतर्फ.

मला कैद्यांच्या तोंडून तुरुंगाचा जो काही इतिहास समजला तो चांगल्या आठवणीऐवजी दुःखद आठवणींनीच भरलेला होता. १९८८ साली तुरुंगात गॅस्ट्रोची साथ पसरली होती. ती येथील कर्मचाऱ्यांच्या व कैद्यांच्या आठवणीत जणू काही कोरलेली होती. हातपंपाने पाणी उपसून ते पिण्यासाठी वापरल्याने या रोगाचा फैलाव झाला होता. हे पाणी मुळातच दूषित होतं. त्या वेळी तुरुंगात पाण्याचा फार तुटवडा निर्माण झाल्याने नाइलाजाने कैद्यांनी ते पाणी वापरलं. साथीत अनेक कैदी मृत्युमुखी पडले. त्यानंतर काही वरिष्ठ अधिकारी जागे झाले व त्यांनी तुरुंगाच्या कर्मचाऱ्यांविरुद्ध कारवाई केली. परंतु जास्त महत्त्वाची गोष्ट म्हणजे पिण्याच्या पाण्याची सोय करणे. ती मात्र केली नाही. त्या गोष्टीची आठवण कैद्यांनी मला

सांगितली. कोणत्याही कैद्याला दूषित पाणी उपसून पिऊ द्यायचे नाही अशी कर्मचाऱ्यांना सूचना देण्यात आली होती. जर दूषित पाणी पिऊन एखाद्या कैद्याचा मृत्यू ओढवला तर संबंधित कर्मचाऱ्याला जबाबदार धरले जाईल असाही फतवा निघाला होता. अशा तऱ्हेचा हुकूम काढल्यावर मग पिण्यासाठी शुद्ध पाणी पुरवणं हे काम कोणाचं होतं? जर पाण्याचा तुटवडा होता तर परिस्थिती आटोक्यात येईपर्यंत कॉर्पोरेशनकडून पिण्याच्या पाण्याचे टँकर बोलावून घेण्यास काय हरकत होती? पण तसे घडत नव्हते. पाण्याची समस्या फारच गंभीर होऊन बसली होती. क्वचित प्रसंगी भरमसाठ किंमत मोजून खाजगी वितरकाकडून पाणी आणण्यात येत होते. या बाहेरील कंत्राटदारांना तुरुंगात घेऊन येण्याचे व भरमसाठ दराने त्यांच्याकडून पाणी खरेदी करायला लावण्याचे मोलाचे कार्य सुद्धा खुद्द कॉर्पोरेशननेच केले होते.

तुरुंगातील आणखी एक प्रसंग सर्वांच्याच आठवणीत अगदी ताजा होता. तो प्रसंग होता १९९० सालच्या दंगलीचा. या प्रसंगाने तिहार जेलमधे खळबळ माजवली होती. तुरुंगातील कैदी आणि कर्मचारी यांच्यात दोन तास सतत हल्ले-प्रतिहल्ले होऊन त्यात नऊ कैदी मारले गेले होते. कैद्यांनी स्वयंपाकाच्या गॅसच्या सिलिंडरचा उपयोग कर्मचाऱ्यांविरुद्ध बॉंबसारखा केला होता. त्याला प्रत्युत्तर म्हणून पाहरेकऱ्यांनी गोळीबार केला होता.

या दंगलीच्या मुळाशी एक गंभीर कारण होतं. एकदा मध्यरात्री एका कैद्याची प्रकृती बिघडून तो अत्यवस्थ झाला. परंतु या बाबतीत तुरुंगाच्या व्यवस्थापनाने अत्यंत अनास्था दाखवली. बाकीच्या कैद्यांनी वारंवार मदतीची याचना करून सुद्धा एकही डॉक्टर त्याच्यावर उपचार करण्यासाठी उपलब्ध झाला नाही. परिणामी तो कैदी मरण पावला. दुःखाची गोष्ट अशी की त्याचे शव तसेच दुसऱ्या दिवशी सकाळपर्यंत पडून होते, पण ते उचलण्यासाठी सुद्धा कोणी आले नाही. यामुळे कैदी संतापलेले होते. दरम्यानच्या काळात एकूण दहा कैदी व्यवस्थापनाच्या निष्काळजीपणाने मृत्युमुखी पडले व अखेर एका व्ही. आय. पी. ची तुरुंग भेट ठरली. या भेटीत त्यांनी कैद्यांना झालेल्या प्रकरणातील दोषी व्यक्तींची चौकशी करण्याचं आश्वासन तेवढं दिलं. पण येथील वैद्यकीय सेवेत काही सुधारणा वगैरे घडवून आणण्याची भाषा मात्र कोणीही काढेचना. त्याची स्थिती तशीच राहिली.

माझी येथे बदली झाली तेव्हा अगदीच तुटपुंजी वैद्यकीय सेवा येथे उपलब्ध होती. नवल करण्यासारखी गोष्ट अशी की आता त्यातही वरून ढवळाढवळ सुरू झाली. तिहार जेलच्या डॉक्टरांची नेमणूक दिल्ली हेल्थ सर्व्हिसेस मार्फत होत असे. यासाठी सरकारच्या हेल्थ सेक्रेटरीचा सल्ला सुद्धा घेतला जात असे. एकदा त्या डॉक्टरची नेमणूक झाली की मग तो आपल्या प्रिझन सुपरिंटेंडंटच्या बरोबर काम

करत असे. या सर्वांच्या वर डेप्युटी इन्स्पेक्टर जनरल आणि इन्स्पेक्टर जनरल (प्रिझन्स) यांची देखरेख असे. वैद्यकीय सेवेच्या अंदाजपत्रकावर आय्. जी. चे नियंत्रण असे. डॉक्टरांचे कामातील कौशल्य व त्यांची तळमळ याचे तो मूल्यमापन करीत असे. त्यामुळे असे आणीबाणीचे प्रसंग नीट हाताळणे तुरुंगातील वरिष्ठांना सोयीचे जाई. पण तरीही या संपूर्ण व्यवस्थेत काही थोड्या त्रुटी राहातच. असाच एक प्रसंग घडला. तुरुंगातील एका डॉक्टरने माथेफिरूपणाने जो कोणी रुग्ण येईल त्याला क्षयरोगाचे औषध लिहून देण्यास सुरवात केली. काही चाणाक्ष कैद्यांच्या ही गोष्ट लक्षात आली. मग त्यांनी त्या डॉक्टरला मारहाण करण्याचे ठरवले. हा डॉक्टर खरोखरच विक्षिप्त असल्याचं नंतर आम्हाला कळून चुकलं. आपण लिहून दिलेली औषधे योग्यच आहेत असं त्याला मनापासून वाटत होतं. त्याचे सहकारी मात्र त्याच्या या 'रामबाण' उपायाशी सहमत नव्हते. मग आम्ही तेथे हस्तक्षेप करण्याचे ठरवले. आम्ही त्या डॉक्टरचं त्याच्या पदावरून उच्चाटन केलं. चीफ मेडिकल ऑफिसरने त्याच्याकडून सूत्रे ताब्यात घेतली. आता आमच्याकडे एक डॉक्टर तर कमी होताच. शिवाय लवकरच काहीतरी आणीबाणीची परिस्थिती ओढवणार हे मी समजून होते. तुरुंग चार. त्यांत राहात असलेल्या कैद्यांची संख्या नऊ हजाराच्या घरात. व त्यांच्यासाठी आमच्याकडे उपलब्ध डॉक्टर केवळ सात. पण तरीसुद्धा व्यावसायिकतेच्या दृष्टिकोणातून आम्ही जे केले ते योग्यच होते. तिहारमधील या विशिष्ट डॉक्टरची उचलबांगडी झाल्याची गोष्ट अनेकांना रुचली नाही. कारण हा प्रसंग घडल्यानंतर अल्पावधीतच आम्हाला सचिवालयातून एक पत्र आलं. त्यानुसार येथून पुढे तिहार येथील संपूर्ण वैद्यकीय सेवा दिल्ली हेल्थ सर्व्हिसेसच्या थेट अधिकारकक्षेत येणार होती. त्यांच्या अंदाजपत्रकावर डी. एच. एस. चेच नियंत्रण राहणार होते. पण तरीही सदर वैद्यकीय सेवा सुरळीतपणे चालू राहते की नाही हे पाहण्याची जबाबदारी मात्र आय. जी. (प्रिझन्स) यांच्याकडेच राहणार होती. याचा सारांश असा, की, जर काही विपरीत घडलंच तर त्याबद्दल आय. जी. (प्रिझन्स) जबाबदार राहतील परंतु एकंदर व्यवस्थेवर मात्र दुसऱ्या कोणाचे तरी नियंत्रण असणार.

आम्ही अर्थातच या पत्रास उत्तर पाठवले. त्यात आम्ही म्हटले होते की जबाबदारी आणि ती पार पाडण्यासाठी लागणारी साधने (रीसोर्सेस) हे दोन्ही बरोबरीने असले पाहिजे. एखाद्या सुताराची हत्यारेच काढून घ्यावयाची आणि त्याला लाकडापासून सामानसुमान बनवण्याचा आदेश द्यायचा, अशातीलच हा प्रकार झाला. थोडक्यात म्हणजे त्यांनी आमच्याकडून आमचा प्रश्न विचारण्याचा हक्क काढून घेतला होता आणि केवळ हुकुमाचे पालन करणे एवढेच आमच्या हातात उरले होते. तिहारसारख्या प्रचंड मोठ्या तुरुंगाचा व्याप सांभाळताना रोजच्या रोज

किती नवनवीन आव्हाने आमच्या पुढे उभी ठाकत होती, किती नानाविध संकटांना तोंड द्यावे लागत होते, याचा जरासुद्धा विचार न करता हा असा एकतर्फी निर्णय घेण्यात आला होता. परंतु या असल्या अन्याय्य आदेशाचे पालन आम्ही करणार तरी कसे? जर खरोखरच असे पालन करण्यास सुरवात केली असती, तर त्याचे परिणाम किती गंभीर स्वरूपाचे झाले असते, याची कल्पनाही न केलेली बरी. येथील वैद्यकीय अधिकाऱ्यांनी रुग्णांना तपासले असते. त्यांच्या आजाराचे निदान केले असते. फारतर त्यांच्या दुखण्याचा सविस्तर अहवाल लिहून काढला असता, इतकेच. पण त्या दुखण्यावर जर उपचार करायचे झाले, तर त्यासाठी जी साधनसामग्री लागली असती, तिचं काय? तिच्यावर त्यांचे काहीच नियंत्रण नसणार. म्हणजे प्रत्येक वेळी उपचार करण्यासाठी ज्या साधनांची गरज पडेल त्याची यादी डी. एच. एस. कडे पाठवून द्यायची व उत्तराची वाट बघत बसून राहायचं. मग ते दुखणं विकोपाला गेलेलं असो, नाहीतर आणीबाणीचा प्रसंग ओढवलेला असो. आता अशा परिस्थितीत समजा खरोखरच एखादी विपरीत घटना घडली तरी तुरुंगातील वैद्यकीय अधिकाऱ्यांचा दृष्टिकोण कसा असणार? उगाच आपली मान कात्रीत सापडायला नको म्हणून ते अशा प्रसंगी काही तातडीची कृती करण्याऐवजी प्रसंगानुरूप योग्य वाटेल असा अहवाल नीट बेतून लिहायला बसणार. आपल्या हातून घडलेल्या कृत्यांची स्पष्टीकरणे देण्यात वेळ घालवणार. त्यानंतर त्या प्रकरणाची न्यायालयीन चौकशी होणार हे तर ओघानेच आले. मग आपला बचाव तयार करण्यासाठी कर्मचारी व वैद्यकीय अधिकारी सर्व कामे सोडून तयारीला लागणार. मग नवे पुरावे निर्माण करणं, आपल्याविरुद्ध जाणारे पुरावे नष्ट करणं अशा अनेक युक्त्या-प्रयुक्त्यांचा वापर. तुरुंगाच्या कर्मचाऱ्यांचं कैद्यांकडे दुर्लक्ष झालं की कैद्यांनी संधीचा फायदा घेऊन गडबडगोंधळ सुरू करणं अशा अनेक गोष्टींचं सत्र सुरू झालं असतं. प्रचारमाध्यमांचं त्यानं फावलं असतं व तिहार जेलची कायमची पीछेहाट सुरू झाली असती. हा सगळा नुसता कल्पनाविलास, नव्हता तर हे संभाव्य धोक्याचं अत्यंत वास्तववादी चित्र होतं.

संभाव्य आणीबाणीची परिस्थिती वेळीच ओळखून आम्ही सरकारला पत्र लिहिलं. सरकारच्या या निर्णयाचे काय परिणाम होणार आहेत हे आम्ही खुलासेवार, मुद्देसूद लिहून सरकारकडून त्या प्रत्येक मुद्द्याच्या स्पष्टीकरणाची मागणी सुद्धा केली. त्यासाठी आम्ही तुरुंगाच्या नियमावलीचा आधार घेतला. या परिपत्रकात असे स्पष्ट नमूद केले होते की तुरुंगाची संपूर्ण जबाबदारी जेलच्या सुपरिंटेंडंटवर असते. आत्ता नव्याने या पत्राद्वारे आम्हाला जे आदेश देण्यात आले होते ते या नियमावलीत लिहिलेल्या नियमांच्या परस्परविरोधी होते हेही आम्ही दाखवून दिलं. खरं तर त्या नियमांचं अंधपणाने पालन करणं आमच्या कितीतरी फायद्याचं होतं. आम्हाला

राजरोसपणे आमच्या जबाबदाऱ्या टाळता आल्या असत्या. परंतु आमचे निवासी वैद्यकीय अधिकारी व त्यांच्यासोबत काम करणाऱ्या सर्वच्या सर्व डॉक्टरांच्या तुकडीने या आदेशाला विरोध करण्याचे ठरवले. या आदेशातील त्रुटी आणि त्याची अव्यवहार्यता दाखवून देणं हे आम्ही आमचं परमकर्तव्य मानलं. आमच्याकडे असलेली वैद्यकीय सुविधा व साधनसामग्री कितीही तुटपुंजी असली तरीही ती निदान आम्ही योग्य वेळी जर उपलब्ध करू शकणार असलो, तर त्याचं मूल्य आमच्या दृष्टीनं नक्कीच मोठं होतं. आणीबाणीची परिस्थिती कधीच कोणासाठी थांबून राहत नाही. अशा वेळी अगदी तडकाफडकी कृती करणं गरजेचं असतं. मग अशा वेळी तुरुंगाचे व्यवस्थापक या नात्याने आम्ही काय नुसती बघ्याची भूमिका घेऊन राहायचं? ते आम्हाला पटत नव्हतं. म्हणून आम्ही समोर उभ्या असलेल्या समस्येचा सामना करण्याचं ठरवलं.

त्यासाठी वर उल्लेख केलेल्या आदेशाचा पुनर्विचार व्हावा असं आम्ही ठरवलं. सरकारवर जसं कायद्याचं व लोकांचं दडपण आलं तसा त्यांनी आपला आदेश मागे घेऊन सर्व काही पूर्वीप्रमाणे चालू राहील असं कळवलं. परंतु हे सर्व सव्यापसव्य करण्यात आम्हाला मात्र फार मोठा वेळ व शक्ती खर्च करावी लागली. खरं तर हा वेळ व ही शक्ती कितीतरी विधायक कार्यासाठी कामी आली असती.

तिहारपुढे आणखी एक समस्या आ वासून उभी होती. ही समस्या होती वाढत्या गर्दीची. भूतकाळातील चुकीचे नियोजन हे याच्यामागचे मोठे कारण होते. तसेच दूरदर्शित्वाचा अभावही होताच. 'तिहारमधे आता कैदी भरती करणे बंद करावे,' अशा अर्थाची निवेदने वेळोवेळी पाठवून सुद्धा कैद्यांचा ओघ रोज चालूच होता. अखेर अशी स्थिती आली, की, येथून पुढे एकाही कैद्याला प्रवेश देणे आम्हाला शक्य नाही असे आम्हाला सांगावे लागले. मूलत: केवळ २२७३ कैद्यांच्या निवासाची सोय असलेल्या या जेलमधे आता सुमारे ९७०० कैदी कोंबण्यात आले होते. त्यामुळे लवकरच हा तुरुंग आता ओसंडून जाण्याची वेळ आली होती.

सोयीसुविधा उपलब्ध करून देणं हे कार्यालयीन व्यवस्थापनाचं सर्वांत महत्त्वाचं कार्य आहे. सोप्या शब्दात सांगायचं तर व्यवस्थापनाने समस्या सोडवण्याचं काम केलं पाहिजे. नवीन समस्या निर्माण करण्याचं किंवा समस्या सोडवणाऱ्यांच्या मार्गात अडथळे उत्पन्न करण्याचं नव्हे. माझा तर असा ठाम विश्वास आहे, की, आपण स्वत: पुढे होऊन समस्या सोडवण्याचा प्रयत्न केला नाही, तर कालांतराने आपणच त्या समस्यांचा एक हिस्सा होऊन जातो. सरकारी नोकरीत कित्येकदा आपण स्वत:च एक समस्या बनतो. आणि हे का घडतं? हे आपल्या स्वत:च्या

काम करण्याच्या पद्धतीमुळे घडतं. आपल्या अधिकाराचा वापर करताना, काम करताना जर आपण तारतम्य बाळगलं नाही, सारासार विचार केला नाही, तर हे घडू शकतं. नियम हे असतातच, पण त्या नियमांचा शब्दश: अर्थ घेऊन किती ताणायचं यालाही मर्यादा असतात. नियमाला अपवाद वेळप्रसंगी करावेच लागतात. आणि म्हणूनच कोणतेही काम अगदी नियमांच्या चौकटीत राहूनसुद्धा न्याय्य पद्धतीचा अवलंब करून करणे हे मनात आणले तर शक्य होते. तुरुंगातही आमचा सामना काही निर्जीव गोष्टींशी नव्हता. जीवनातील अत्यंत खऱ्याखुऱ्या अशा वास्तवाशी होता. आणि म्हणूनच कोणत्याही उद्भवणाऱ्या परिस्थितीत यांत्रिकपणे निर्णय घेणे अथवा मनमानी करणे आम्हाला शक्य नव्हते. किंवा आज घडलेल्या एका घटनेविषयीचा निर्णय भूतकाळात घडलेल्या एखाद्या घटनेच्या आधारावरून घेणेसुद्धा उचित नव्हते. कारण कोणत्याच दोन घटना काही शंभर टक्के एकसारख्या नसतात. विशेषत: जिथे जित्याजागत्या माणसाचा संबंध असतो, तिथे तर हा विचार जरूर करावा लागतो. एखादी गोष्ट एखाद्या व्यक्तीच्या दृष्टीने फायदेशीर असली तरी ती दुसऱ्या व्यक्तीच्या दृष्टीने योग्य असतेच असं नाही.

माझ्या कारकीर्दीत मला अनेक वेगवेगळ्या अधिकाऱ्यांचं वागणं जवळून पाहायला मिळालं. आपण फार कर्तव्यकठोर आहोत अशी स्वत:ची प्रतिमा समाजात निर्माण करण्याच्या हव्यासापायी व अहंकारापायी ते संपूर्ण व्यवस्थेचेच नुकसान करत. सुरळीतपणे चालणाऱ्या गाड्याला खीळ पाडण्याचे काम करत. अर्थात हा अहंकारीपणा व ही कर्तव्यकठोरता फक्त स्वत:च्या हाताखालच्या लोकांशी वागतानाच दिसून येई ही गोष्ट वेगळी. पण हाच अहंकार वरिष्ठांपुढे गोंडा घोळताना पार लोप पावत असे. असे तथाकथित 'कर्तव्य कठोर' अधिकारी वेळप्रसंगी खुशाल आपल्या वरिष्ठांपुढे लाचारी पत्करून त्यांच्या पायातील वहाणेप्रमाणे वागायलाही मागे-पुढे पाहत नसत. मग ते वरिष्ठ सुद्धा या अशा अधिकाऱ्यांचा हवा तसा वापर करत.

याचं एक उदाहरण येथे देता येईल. आम्ही तिहार जेलमधे धूम्रपानविरोधी चळवळ सुरू केली होती व त्यात आम्हाला बऱ्यापैकी यशही आलं होतं. हा नियम कैदी, कर्मचारी, कनिष्ठ तसेच वरिष्ठ अधिकारी अशा सर्वांना सारखाच लागू होता. तुरुंगाच्या अंतर्भागामधे धूम्रपानास कडक मनाई होती व जर कोणी तसे करताना आढळलेच तर तो नियमाचा भंग मानला जाई. त्यामुळे आपोआपच धूम्रपानास आळा बसला होता. मार्च १९९५ मध्ये मी 'वर्ल्ड सोशल समिट'ला उपस्थित राहण्यासाठी डेन्मार्कला गेले. नेमका त्याच वेळी एक लोकप्रिय नेता व पूर्वाश्रमीचा पुढारी महेंद्रसिंग तिकाट हा तुरुंगात दाखल झाला. त्याच्यावर दंगली सुरू करणे व पोलिसांवर हल्ला करणे हे आरोप होते. याची तिहारमधे रवानगी झाली व त्याचे राजकीय स्नेही फारच चिंतेत पडले. या लोकप्रिय शेतकरी मित्राला हुक्का पिण्याची

सवय होती. त्याचं आता कसं होणार?

या विषयाला फार गंभीर वळण लागले. अगदी सर्वांत वरच्या पातळीपर्यंत त्याची चर्चा सुरू झाली. बैठकी बोलावण्यात आल्या. एका बैठकीस डी. आय. जी. (प्रिझन्स) श्री. सारंगी यांना बोलावण्यात आले. लोकप्रिय नेते महेंद्र तिकाट यांना तिहार जेल मधे हुक्का पिण्यास बंदी का? असा प्रश्न त्यांना विचारण्यात आला. "तिहार जेलमधे धूम्रपानास बंदी असल्यामुळे"– असे सरळ स्पष्ट उत्तर त्यांनी दिले. मग मुळात अशी बंदी घातलीच कुणी? असा प्रश्न उपस्थित झाला. श्री. सारंगी यांनी दिलेले उत्तर अगदी स्पष्ट होते. "आय. जी. (प्रिझन्स) श्रीमती किरण बेदी यांनी धूम्रपानबंदीविषयीचा लेखी आदेश काढलेला आहे. तेव्हा एखाद्या विशिष्ट कैद्याला या नियमातून सवलत द्यावयाची असेल तर या लेखी आदेशात तसा बदल घडवून आणावा लागेल. अन्यथा तो आदेशच रद्दबातल ठरवावा लागेल." आता आली की नाही पंचाईत? आदेशात बदल घडवून आणणे फार कठीण होते. सर्व सार्वजनिक ठिकाणी धूम्रपानास बंदी घालणारे विधेयक मांडण्याचा सरकार त्या वेळी विचार करत होते. मग तो नियम आपोआपच तिहारला सुद्धा लागू होत होता. आता यातून मार्ग कसा काढायचा? मग त्या बैठकीत साऱ्या दोषाचे खापर सारंगी यांच्या डोक्यावर फोडण्यात आले. खुद्द तुरुंगमंत्र्यांच्या आदेशाचे पालन न केल्याचा आरोप त्यांच्यावर करण्यात आला. मुख्यमंत्र्यांनी सारंगी यांना स्पष्टच विचारले : "आय. जी. हे मंत्र्यांच्या वरचे असतात की काय?" दुसऱ्याच दिवशी महेंद्र तिकाटची तुरुंगातून सुटका झाली. राज्य सरकारने त्याच्यावरील खटला मागे घेतला. सारंगी यांनी मला फोनवर घडलेली हकिकत सांगितली. मी कोपनहेगनहून परत आल्यावर सर्व बारीकसारीक तपशीलही समजले. घडलेल्या सर्व घटनांचे परत एकदा नीट स्मरण करून त्याचा एक अधिकृतरीत्या अहवाल तयार करावा अशी मी त्यांना सूचना केली. परंतु त्यांनी तसं केलं नाही. अर्थात त्यामागेही त्यांची स्वत:ची कारणे होतीच. सरकारी नोकरी करत असताना तारतम्य बाळगणं फार महत्त्वाचं असतं आणि त्यानेच परस्परांवरील विश्वास दृढ होतो, असं मला नेहमीच वाटत आलेलं आहे. वरिष्ठ जेव्हा आपल्याकडे काही अधिकार सोपवतात तेव्हा यंत्रणेत काही त्रुटी असल्या तर त्या दूर करण्यासाठी त्यांचा उपयोग करायचा असतो. चांगल्या चाललेल्या गोष्टी बिघडवण्यासाठी नव्हे.

असाच एक प्रसंग घडला. आम्ही एका कर्मचाऱ्याच्या बाबतीत घेतलेला निर्णय आम्हाला बदलावा लागला. १९८० सालच्या मध्यात आय. जी. (प्रिझन्स) च्या आदेशानुसार एका कर्मचाऱ्याला गैरवर्तणुकीबद्दल बडतर्फ करण्यात आले होते. (याचे नाव मुद्दामच दिलेले नाही) बडतर्फीनंतरसुद्धा या कर्मचाऱ्याने तिहारच्या आवारात त्याला राहण्यासाठी दिलेले निवासस्थान खाली केले नाही. अगदी थोड्या

दिवसांत तो स्थानिक राजकारणात उतरला. त्याची समाजातील मानमरातब, प्रतिष्ठा वाढली. त्याने माणसांची जमवाजमव सुरू केली. त्याचा एक मित्र निवडणुकीला उभा राहणार होता. त्या संधीचा फायदा घेऊन त्याने जेलच्या वसाहतीत राजकीय प्रचार सुरू केला. सर्वांनी त्याला मत द्यावे म्हणून भरपूर प्रयत्न केले. त्यात त्याला यश आले. अखेर एक दिवस पोस्टाने आम्हाला हुकूम आला : त्याला परत कामावर घ्यावे.

तुरुंगातील इतर कर्मचाऱ्यांच्या मनावर या गोष्टीचा फार वाईट परिणाम झाला. त्यांचे नीतिधैर्य खच्ची झाले. अधिकार, पद, कागदपत्रे यांना कितपत महत्त्व उरले आहे ते त्यांना कळून चुकले. शिवाय हा नव्याने कामावर रुजू झालेला माणूस इतका शिरजोर झाला की मला व माझ्या सर्व सहकाऱ्यांना ही एक डोकेदुखीच होऊन बसली. तो नजरेस पडला की सर्वांचा मनात एकच विचार डोकावत असे, तो म्हणजे हा नियम मोडून परत येथे आला. त्या माणसाच्या राजकीय हितसंबंधाना वचकून असलेले कर्मचारी त्याला अनधिकृतपणे हव्या त्या जागी खुशाल प्रवेश देत. त्यासाठी श्री. सारंगी त्यांनी त्याच्याकडे मुद्दामच तुरुंगाच्या कर्मचारी निवासस्थानाची देखभाल करण्याचे काम सोपवले. निदान स्वतःच्या राजकीय संबंधांचा वापर करून हा माणूस तिहारमधील काही गाऱ्हाणी वरच्या पातळीवर मांडेल असा त्यांचा त्यामागे हेतू होता. परंतु तसे घडलेच नाही. या माणसाच्या मनात काही वेगळेच होते. थोडक्यात व्यवस्थापनातील व्यावसायिकतेला प्रोत्साहन देण्याची ही फळे होती.

□

हस्तक्षेप की ढवळाढवळ ?

एक दृष्टीक्षेप

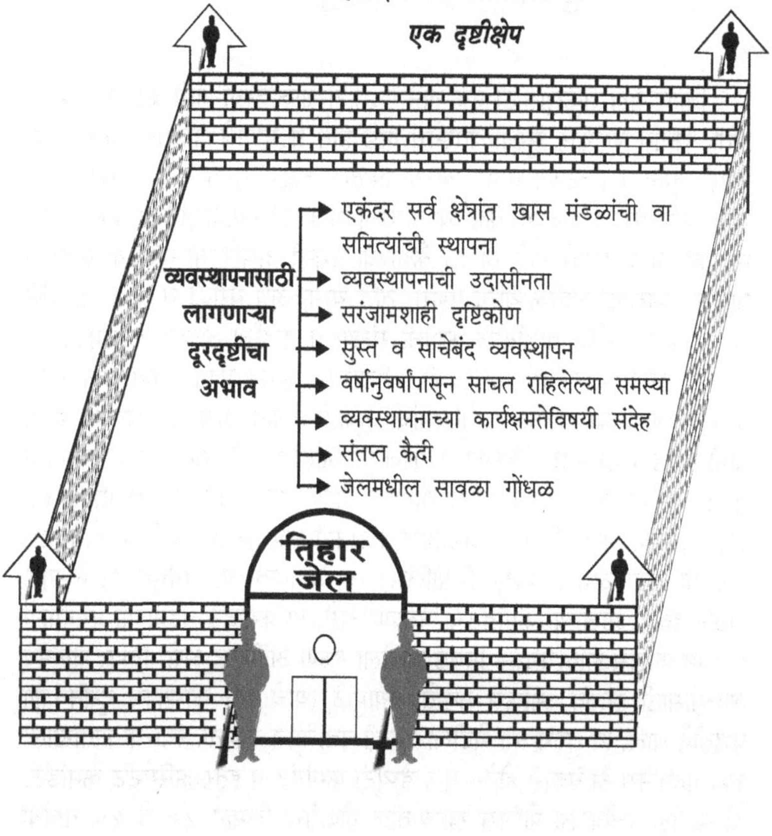

७

सुरक्षितता की असुरक्षितता?

तिहार जेल संकुलासाठी एक तीन पदरी सुरक्षाव्यवस्था जारी करण्यात आली होती. सर्वांत बाहेरील सुरक्षाव्यवस्थेचे कडे होते ते म्हणजे बाहेरील भिंत आणि चारही तुरुंगांचे टेहळणी मनोरे. यांच्या आतील कक्षेत सुमारे १२० एकर जागा होती. त्यानंतरचे कडे म्हणजे कैद्यांच्या वॉर्डच्या भिंती आणि बाहेरील भिंत यांच्यामधील मोकळी जागा. तिसरे कडे म्हणजे कैद्यांच्या बराकी असलेल्या वॉर्डच्या बाहेरील बाजूस असलेला पहारेकऱ्यांचा पहारा. वॉर्ड याचा अर्थ बराकी व कोठड्या यांचे संकुल असे. प्रत्येक वॉर्डातील कैद्यांची संख्या व वॉर्डाचा आकार वेगवेगळा.

मी जेव्हा तिहारमधे आय. जी. (प्रिझन्स) म्हणून काम पाहत होते तेव्हा जेलच्या बाहेरच्या परिघावर पोलिसांची तुकडी तैनात असे. हे पोलीस खास तामीळनाडू सेक्युरिटी पोलिसांच्या फौजेतून आलेले होते. या सशस्त्र जवानांची तुकडी तुरुंगाच्या सर्वांत बाहेरील भिंतीवर आणि टेहळणीमनोऱ्यांवर पहारा देत असे. दुसऱ्या आणि तिसऱ्या कडीतील पहारेकरी मात्र तुरुंगाचे कर्मचारी होते. टी. एस. पी. (तामीळनाडू सेक्युरिटी पोलिस) च्या जवानांवर मद्रासमधून थेट नेमणूक होऊन इकडे आलेल्या कमांडंटचे नियंत्रण असे. हा कमांडंट नेहमीच्या प्रथेप्रमाणे इंडियन पोलिस सर्व्हिसमधून निवड झालेला तरुण ऑफिसर असे. तिहार जेलमधे त्याच्यासाठी स्वतंत्र ऑफिस नव्हते. त्यामुळे त्याचे सर्व कामकाज दूरनियंत्रण पद्धतीने चाले. हा तुरुंगाच्या भेटीला अगदी क्वचितच यायचा. त्याच्या हाताखाली सहा मदतनिस अधिकारी होते– एक डेप्युटी कमांडंट व इतर असिस्टंट कमांडंट. यांच्यातील प्रत्येकाला पोलिस खात्यातील नोकरीचा किमान १० ते १५ वर्षांचा अनुभव असे. या सर्व ऑफिसरांच्या मदतीसाठी दहा इन्स्पेक्टर, २६ सबइन्स्पेक्टर, ११०० हेड कॉन्स्टेबल व १०१६ साधे कॉन्स्टेबल असत.

१२०० पेक्षा जास्त जवानांची ही तुकडी मात्र तिहारच्या आवारात राहत नसे.

तिहारपासून सुमारे २० किलोमीटर अंतरावर असलेल्या एका जमिनीच्या पट्ट्यात त्यांनी आपल्या छावण्या उभारल्या होत्या. दिल्ली पोलिस हेडक्वार्टर्सकडून ही तात्पुरती व्यवस्था करण्यात आली होती. १९८० सालच्या मध्यात या सर्वांना खास तामीळनाडूतून तिहार जेलच्या संरक्षणासाठी बोलावून घेण्यात आलं. तेव्हापासून ते येथेच राहत होते. त्यांच्या खर्चाचा भार दिल्ली पोलिस खात्याच्या अंदाजपत्रकावर पडे. या तुकडीच्या सदस्यांचा खर्च फार प्रचंड होता. ये-जा करण्यातच ते बराच पैसा व काळ व्यर्थ घालवत. वास्तविक तिहार जेलचा परिसर इतका विस्तीर्ण होता, की, तेथे त्यांच्या निवासाची व्यवस्था अगदी सहज करता आली असती. पण आपण आपले पाय दिल्ली पोलिसांच्या मालकीच्या जमिनीवरच रोवले पाहिजेत अशी त्यांची इच्छा होती. ते खरं तर ज्या उद्दिष्टासाठी (तिहारच्या संरक्षणासाठी) एवढ्या लांबवरून येथे येऊन राहिले होते. पण त्यात या हट्टामुळे बाधा आली तरी त्याला त्यांची संमती होती.

टी. एस. पी. चे हे सर्व जवान दक्षिण भारतीय होते. त्यांच्यातील फारच थोड्या लोकांना हिंदी कळत असे. त्यांच्यातील अधिकारी निदान इंग्रजी तरी बोलत. या सर्वांच्या जेवणखाणाच्या सवयी उत्तर भारतीयांपेक्षा निराळ्या होत्या. त्या दोघांची संस्कृती, त्यांच्या सवयी, त्यांची वैशिष्ट्ये या सर्वांमधे जमीन-अस्मानाचे अंतर होते. शिवाय प्रशिक्षण, शस्त्रांचा वापर व ड्यूटीमधील बदल या सर्वच क्षेत्रांत ते स्वत:च्याच मर्जीनुसार वागत व स्वत:चे दैनंदिन कार्यक्रम स्वत:च आखत. साहजिकच अजूनही त्यांचं वागणं परक्यासारखंच भासे. या अलिप्त वागणुकीचा आणखीही एक दुष्परिणाम झाला होता. ते तुरुंगाच्या कर्मचाऱ्यांपासून दुरावत चालले होते. खरं म्हणजे तुरुंगाचं व्यवस्थापन सुरळीत होण्यासाठी सुरक्षाजवान आणि तुरुंगाचे कर्मचारी यांच्यातील संबंधांना अनन्यसाधारण महत्त्व असते. एक धोरणात्मक निर्णय घेऊन त्यानुसार या सर्व जवानांच्या तुकडीची तीन वर्षांनी पाठवणी होऊन त्यांच्या जागी संपूर्ण नवी तुकडी दाखल होई. या तीन वर्षांच्या कालावधीत या जवानांमधील शिस्तीचा अभाव, नको ते संबंध आणि काही मानसिक समस्या असे दुर्गुण सुद्धा आमच्या लक्षात येत असत. कधी कधी तर काही टी. एस. पी. च्या जवानांनी तुरुंगाच्या कर्मचाऱ्यांकडून उसने पैसे घेतल्याची उदाहरणेसुद्धा घडली आहेत. कुप्रसिद्ध बदमाश चार्ल्स शोभराज याने सुद्धा या टी. एस. पी. जवानांना पैसे चारल्याचे पुरावे मिळाले आहेत. काहीही शिक्षा न होता हा कुप्रसिद्ध बदमाश तब्बल चौदा वर्षांहून अधिक काळ तिहारमध्ये घालवतो हे चित्र फारसं स्पृहणीय निश्चितच नाही.

हे टी. एस. पी. चे जवान मुख्यत: तुरुंगाच्या बाहेरच्या परिघाच्या सुरक्षेसाठी आलेले होते. ते आपल्या टेहळणी मनोऱ्यांमधून तुरुंगाच्या अंतर्भागात चाललेल्या

हालचालींवरही निगराणी ठेवू शकत. त्यांचे हे टेहळणी मनोरे वर्तुळाकार जिन्यांनी तुरुंगाच्या अंतर्भागाला जोडलेले होते. या जिन्यांना ते स्वत:च्या बाजूने कडी घालून बंद ठेवू शकत. त्यांची पहाऱ्याची पद्धत पाळीपाळीने दर दोन तासांनी नवा पहारेकरी पाठवण्याची होती. त्यामुळे पहारेकरी नेहमीच सतर्क, दक्ष व ताजातवाना राही. पहाऱ्याच्या सोयीसाठी मोठमोठे प्रकाशझोत टाकणारे अतिप्रखर दिवे बसवलेले होते. पण कधीतरी स्वत:ला त्रास होऊ नये म्हणून हे पहारेकरी थोडा वेळ दिवा बंद ठेवत किंवा त्याचे तोंड फिरवून ठेवत व एखादी छोटीशी डुलकी काढत. अशाच बेसावध क्षणी एक पहारेकरी डुलकी खात असताना सागर हलधर नावाचा कैदी निसटला. त्याच्यावर खटला चालू होता. या कैद्याचे वडील अट्टल दारुडे होते. व त्याची आई अचानक वारली. ही बातमी कळताच आपल्या लहान बहिणीचं आता कसं होणार या काळजीनं तो अस्वस्थ झाला. त्याच्या वॉर्डावरील टेहळणी मनोऱ्याचे दिवे मालवून तेथील पहारेकरी डुलकी घेत असताना हलधर निसटला.

या टेहळणी मनोऱ्यांची स्थितीसुद्धा अत्यंत केविलवाणी होती. त्यांची दुरुस्ती करण्याचं काम पी. डब्ल्यू. डी. कडेच होतं. या मनोऱ्यांच्या बाहेरील कठडा कोसळत चालला होता. जिन्यांच्या पायऱ्यांवर जागोजागी खड्डे पडले होते. काही ठिकाणी तर जिन्याचा नुसता सांगाडा शिल्लक होता. जिन्यातील विजेच्या पॉइंटला अर्थिंग (विजेच्या पॉइंटपासून जमिनीकडे जाणारे कनेक्शन) नीट नसल्यामुळे जागोजागी, विशेषत: पावसाळ्यात विजेचा धक्का बसून अपघात होण्याचा धोका होता. टी. एस. पी. च्या जवानांनी या परिस्थितीबद्दल वारंवार तक्रारी नोंदवून सुद्धा काहीच फायदा झालेला नव्हता.

जेलच्या परिघाअंतर्गत असलेल्या परिसराची सुरक्षा दिल्लीच्या जेल कॅडरच्या अखत्यारीत होती. ज्या वॉर्डरांकडे ही सुरक्षा व्यवस्था सोपवण्यात आली होती त्यांची संख्या इतकी कमी होती, की, त्यांना अनेक आठवडे अखंडितपणे रात्री दहा ते सकाळी सहा अशी रात्रपाळी करणे भाग पडे. कोणी जर अचानक एखादा फेरफटका मारून परिस्थितीची पाहणी करण्याचे ठरवले, तर रात्रपाळीचे बरेचसे कर्मचारी झोपलेले सापडत. प्रत्येक वॉर्डसाठी किमान दोन वॉर्डरांची गरज होती. एक तारेच्या कुंपणाच्या बाहेर व दुसरा आतील भागासाठी. पण प्रत्यक्षात अनेकदा ती दोनही कामे एकटाच वॉर्डर करताना दिसे. इतकंच नव्हे, तर मनुष्यबळाअभावी एका वॉर्डरला अनेकदा एका वेळी एकापेक्षा जास्त वॉर्डांची जबाबदारी पहावी लागे. थोडक्यात सांगायचे तर रात्रपाळी मिळाल्यामुळे कामात जरा निवांतपणा, सुटका किंवा विश्रांती वगैरे मिळण्याची सोयच नव्हती.

कधीतरी चार तुरुंगांत वास्तव्य करणाऱ्या एकंदर सुमारे ८००० कैद्यांची देखरेख करण्याची पाळी एकुलत्या एक हेडवॉर्डरवर येई. फार तर मदतीसाठी

एखादा असिस्टंट वॉर्डर मिळायचा. रात्रपाळीसाठी वेगळा गॅझेटेड ऑफिसर नेमलेला नव्हता. इतकंच नव्हे, तर रात्रपाळी करणारा अधिकारी बऱ्याच कनिष्ठ श्रेणीचा असे आणि रात्रीच्या वेळी त्या एवढ्या अवाढव्य जेलची जबाबदारी त्याच्यावर पडे. नियमानुसार चोवीस तास किमान एकातरी डेप्युटी सुपरिंटेंडेंटने उपस्थित असणे आवश्यक होते. एका माणसाला सलग चोवीस तास काम करणे शक्य नव्हते हे तर उघडच आहे. तेव्हा या कामाची व्यवस्थित विभागणी व्हावी म्हणून तीन ते चार डेप्युटी सुपरिंटेंडेंटमध्ये हे काम विभागून देता आले असते. प्रत्यक्षात वेगळेच घडत होते. एकमेव डेप्युटी सुपरिंटेंडेंट सकाळी ६ वाजता तुरुंग उघडण्याचे महत्त्वाचे काम करायचे असल्यामुळे कसाबसा हजर राही. तुरुंग उघडला की तो घरी परत जाऊन परत सावकाश नऊ वाजता कामावर येत असे. परत दुपारी एकच्या सुमारास स्वत:च्या सोयीसाठी तो परत तुरुंग बंद करण्याचा आदेश देई. वास्तविक तुरुंग सकाळी सूर्योदयाबरोबर उघडून सायंकाळी सूर्यास्ताबरोबर बंद करण्यात यावा असा स्पष्ट लेखी नियम होता. सूर्यास्तानंतरसुद्धा सर्व नवीन कागदपत्रांच्या व्यवस्थित नोंदी करून, नवीन भरती झालेल्या कैद्यांचा तपशील भरून, सुटकेचा आदेश मिळालेल्या कैद्यांची व्यवस्थित सुटका झाल्याची खात्री करून व तुरुंग संपूर्णपणे बंद केल्यानंतर रात्री नऊच्या सुमाराला त्या तुरुंगाधिकाऱ्याला घरी जाण्याची मुभा असे. आता या डेप्युटी सुपरिंटेंडेंटने जर सलग १५ तास कष्टाचं काम केलं तर तो पुन्हा रात्रपाळीच्या कामासाठी वेळेवर हजर होणार तरी कसा? तर रात्रपाळीची ही सुरक्षाव्यवस्था अत्यंत तुटपुंजी व असमर्थ असल्याकारणाने तिहारमध्ये रात्रीच्या वेळी जे कारभार चालत, ते कधी उजेडात येऊ शकले नव्हते. अनधिकृतपणे मुलाखती देणे, कैद्यांच्या नातलगांना चोरून कैद्यांची भेट घेण्यास परवानगी देणे, बंदी असलेल्या वस्तू चोरट्या मार्गाने गुपचूप आत पाठवणे, सक्तीचे समलिंगी व्यवहार आणि लैंगिक अत्याचार या गोष्टी तर येथे नित्याच्याच होऊन बसल्या होत्या.

सुरक्षाविषयक भरतीच्या संदर्भातील सर्वच नोंदी हस्तलिखित स्वरूपाच्या असत. या लेखी नोंदी करण्याचे काम फार तपशीलवार करावे लागल्याने किचकट होऊन बसले होते. पुन्हा हे काम ज्यांना करावं लागे ते वॉर्डर धडपणे सुशिक्षितही नसत. शिवाय त्यांची संख्याही अगदीच तुटपुंजी. मग अर्थातच हे कंटाळवाणे काम सुशिक्षित कैद्यांकडे सोपवण्यात येई. जन्मठेपेचे कैदी बरेचदा हे काम आपण होऊन अंगावर घेत. पण परिस्थिती अगदीच बिकट असली तर सुशिक्षित कैद्यावर या कामाची सक्तीसुद्धा होई. रेकॉर्ड आणि ॲडमिनिस्ट्रेशन विभागात अशा कैद्यांची राजरोस वर्दळ चाले. मग खास आतील बातम्या पुरवणे ओघानेच आले. ज्यांना आतल्या खास बातम्या हव्या आहेत असे कैदी या कैद्यांकडे धाव घेत. असे कैद्यांचे

परस्परांशी सहकार्याचे संबंध प्रस्थापित झाले होते. तुरुंगाच्या कारभारात नवीन घडामोडी कोणत्या चालू आहेत, नवीन धोरणात्मक बदल कोणते घडणार आहेत, कोणते आदेश वरून आले आहेत याची बित्तंबातमी खुद्द सुपरिंटेंडेंटच्या कानावर जाण्याआधीच तुरुंगातील प्रत्येक कैद्यापर्यंत जाऊन पोहचे. सुपरिंटेंडेंटचे ऑफिस ॲडमिनिस्ट्रेटिव्ह ब्लॉकच्या आतच होते. आणि सेक्रेटरीचे काम किंवा तत्सम इतर काम करण्याच्या निमित्ताने अनेक कैद्यांची येथे वर्दळ असे. त्याचप्रमाणे सुपरिंटेंडेंटच्या ऑफिसातील पाणीवाल्याचे व पट्टेवाल्याचे कामसुद्धा कैदीच करीत. हे जन्मठेपेचे कैदी असत. सुपरिंटेंडेंटच्या ऑफिसातील सर्वच घडामोडींवर त्यांचे बारकाईने लक्ष असे. मग ही पाळत ठेवत असताना त्यांना सुपरिंटेंडेंटच्या ऑफिसात त्यांची भेट घेण्यासाठी कोण कोण आले, कशासाठी आले आणि त्या भेटीत काय काय घडले याची व्यवस्थित खबरबात मिळे. कधी कधी हे कैदी पट्टेवाले, या माहितीचा वापर करून इतर कैद्यांना सावध करीत. अर्थात माहिती पुरवण्याचे पैसे घेऊनच. तसेच खळबळजनक व महत्त्वपूर्ण बातम्या मुख्यत: यांच्यामार्फतच सर्वत्र पोचत. तुरुंगातील दैनंदिन सुरक्षाव्यवस्था तर यथातथाच होती. ठिकठिकाणी सोयीनुसार तिला मुरड घालण्यात येत होती. या संपूर्ण सुरक्षा व्यवस्थेत आमूलाग्र बदल जर घडवून आणायचा तर जनतेच्या खिशातून किती पैसा खर्च होईल याचा विचार कोणीच केला नव्हता.

तिहार जेलमध्ये एकमेव आधुनिक सुविधा होती. सर्वच्या सर्व तुरुंगामध्ये मिळून एकंदर सात व्हीडिओ कॅमेरे बसवण्यात आले होते व त्याचे टी.व्ही.चे पडदे सुपरिंटेंडेंटच्या ऑफिसात लावून ठेवले होते व त्यामुळे तुरुंगातील कैद्यांच्या कारवाया तसेच त्यांना भेटायला येणाऱ्या व्यक्तींच्या हालचाली यांवर लक्ष ठेवण्यासाठी ही सोय केली होती. या कॅमेऱ्यांपैकी एक देवडीवर रोखला होता. म्हणजेच तुरुंगाचे मुख्य प्रवेशद्वार व आणखी अंतर्भागात प्रवेश करण्यापूर्वी लागणारे दुसरे द्वार यांच्या मधोमध असलेल्या जागेकडे या कॅमेऱ्याचा रोख होता. कैदी व त्यांच्या भेटीसाठी आलेले पाहुणे यांना एकमेकांना भेटण्यासाठी एक बंदिस्त जागा ठेवली होती. या जागेकडे एका कॅमेऱ्याची नजर होती. उरलेले चार कॅमेरे चार तुरुंगांच्या अंतर्भागावार रोखून लावले होते. मात्र वॉर्ड किंवा बराकींच्या रोखाने अथवा अत्यंत महत्त्वाच्या घडामोडी जिथे होत असत त्या 'चक्कर'वर नजर ठेवण्यासाठी एकसुद्धा कॅमेरा बसवलेला नव्हता. या सर्व कॅमेऱ्यांनी टिपलेली दृश्यं सुपरिंटेंडेंटच्या ऑफिसातील २१ इंची टी.व्ही.च्या पडद्यांवर दिसत असत. या चालू असलेल्या घडामोडींचे थेट प्रक्षेपण पाहण्याची सोय होती. त्याचप्रमाणे सर्व घटनांची ध्वनिचित्रफीत काढून (रेकॉर्डिंग करून) ते नंतर पाहण्याचीसुद्धा सोय होती. अर्थात या सर्व कॅमेऱ्यांची गुणवत्ता, त्यांची दुरुस्ती, त्यांचा वापर याविषयी न बोललेलेच बरे. हे कॅमेरे हा

केवळ देखाव्याचा भाग होता. काही कॅमेऱ्यांमध्ये वळचणीसाठी येऊन चिमण्यांनी घरटीसुद्धा बांधली होती. ही घरटी बाहेरून बघणाऱ्याच्या दृष्टीस सहज पडत. या संदर्भात लोकसभेत जेव्हा प्रश्न विचारला गेला तेव्हा त्याला उत्तर देणार प्रवक्ते म्हणाले, "तिहार जेलमध्ये बसवण्यात आलेली सर्व व्हीडिओ उपकरणे ही अत्याधुनिक असून अशी आणखी उपकरणे जेलमध्ये सर्वत्र बसवलेली आहेत. मात्र पैशाअभावी ही गोष्ट अजून विचाराधीन आहे." यातील अंदरकी बात मला नंतर समजली. खरं म्हणजे ही क्लोज सर्किट टी.व्ही.ची अर्धवट, अपुरी व्यवस्था आमच्या उपयोगी येणार नव्हती व हे आधीपासूनच जाहीर झाले होते. पण तरीसुद्धा घाईघाईने ही उपकरणे विकत घेऊन बसवण्यात आली होती.

प्रत्येक कैद्याला एक ओळखपत्र देण्याचे ठरले होते. परंतु या बाबतीतही एक मोठाच गैरप्रकार घडला होता व त्याने सुरक्षिततेला चांगलाच धोका होता. तुरुंगात हजारो कैदी राहत होते. त्यात शंभराच्यावर कैदी रोज नव्याने भरती होत होते. तेवढ्याच कैद्यांची रोज सुटकासुद्धा होत होती. परंतु या एकाही कैद्याचा भरती होताना ओळखपत्रासाठी फोटो लावला जात नसे. आत शिरताना तसेच बाहेर पडताना अंगठ्याचे ठसे तेवढे घेतले जात. अंगावरील खुणांवरून कैद्यांची ओळख पटविण्याची जुनीपुराणी पद्धतही इथे अजून अस्तित्वात होती. कैद्याच्या नावापुढे या खुणा नोंदवल्या जात. कैदी तुरुगांतून बाहेर पडण्यापूर्वी त्याच्या अंगावरील खुणांचे वर्णन प्रत्यक्ष तपासणीत मिळतेजुळते आहे की नाही ते वरवर पाहिले जात असे. तेवढ्या तपासणीनंतर त्याची सुटका होई. तुरुंगातील स्टोअर हाऊसमध्ये हजारो कागदपत्रे इतस्तत: विखुरलेली असत. त्यातून आपल्याला पाहिजे असलेला कागद शोधून काढणे जवळजवळ अशक्यप्रायच होते. या स्टोअर हाऊसमधील कागदपत्रांमध्ये मुंग्या, उंदीर, साप अशी जी जीवसृष्टी आश्रयाला आलेली होती, त्यामुळे मनुष्यप्राण्यांना आत पाऊल घालणे कठीण होऊन बसले होते.

हाताने खरडलेल्या या अगणित कागदपत्रांमध्ये (मूळचीच जीर्ण झालेला) कोर्ट वॉरंटस् कुठेतरी गहाळ होत. मग कधीतरी एखाद्या विशिष्ट कैद्याचा तुरुंगातील ठावठिकाणा शोधण्यासाठी न्यायालयाकडून विचारणा होई. अर्थात तो शोधणे ही इतकी अवघड गोष्ट होती की अनेकदा अधिकारी खुशाल तो कैदी तुरुंगात नसल्याचे कळवून टाकत. मग कधीतरी त्या कैद्याचा पत्ता लागला की परत तो तुरुंगातच असल्याचे न्यायालयाला कळवावे लागे. आता मात्र अधिकाऱ्यांची परिस्थिती कठीण होई. न्यायालयाकडून या संदर्भात चौकशीसाठी सुपरिंटेंडेटला बोलावणे येई व तेथे त्याची चांगलीच कानउघाडणी होत असे. या अशा अनागोंदी कारभारामुळे तिहार जेलच्या सुपरिटेंडंटना अनेकदा न्यायालयात हजर राहावे लागे. तेथे त्यांचा छळ होत असे. मग परत आल्यावर अशा प्रकारच्या चुका भविष्यात

टाळण्याचा प्रयत्न, त्यासाठी कैद्यांची शिरगणती, त्यांच्या नावांची पुनर्तपासणी इत्यादी गोष्टी चालत. अर्थात या सर्व खटाटोपासाठी फार मोठ्या प्रमाणावर मनुष्यबळ लागत असे. १९८० सालानंतर, राजीव गांधींच्या कारकीर्दीत भारतातील बहुतेक सर्वच मोठमोठ्या सरकारी संस्थांमध्ये कॉम्प्युटर आले. परंतु आशिया पॅसिफिकमधील सर्वांत अवाढव्य तिहार जेलमध्ये मात्र तब्बल १९९४ सालापर्यंत हा इलेक्ट्रॉनिक चमत्कार पोचला नव्हता.

खुद्द जेलकर्मचाऱ्यांनाच जेलमध्ये कॉम्प्युटर बसवण्याची कल्पना विशेष पसंत नव्हती. सुरक्षाव्यवस्थेच्या नावाने तेवढे रोज खडे फोडले जायचे. कोणाही अभ्यासकाला अथवा संशोधकाला तिहार जेलमध्ये संशोधनासाठी पाऊलही घालण्याची परवानगी नव्हती. त्या वेळी सोयीस्करपणे सुरक्षाव्यवस्थेची ढाल पुढे केली जायची. पण खरं तर अशा प्रकारचा एखादा अभ्यासक कधी इथे आला असता व त्याने सर्व परिस्थिती नजरेखालून घातली असती तर कदाचित येथे वारंवार उद्भवणाऱ्या समस्यांचे कारण तरी त्याने शोधून काढले असते. व कदाचित पुढे घडणाऱ्या असंख्य दुर्दैवी घटना टाळता आल्या असत्या.

मी स्वत: १९८९-९० सालात एक दिवस तेव्हाच्या आय. जी. (प्रिझन्स) ना भेटण्यासाठी गेले होते. तेव्हा मी माझ्या शोधनिबंधावर काम करीत होते. त्याचा विषय होता– सबस्टन्स ॲब्यूज अँड क्रिमिनॅलिटी. (मादक द्रव्यांचे सेवन/हाताळणी व गुन्हेगारी). तिहार जेलमध्ये तेव्हा सुद्धा व्यसनाधीन व पूर्णपणे निर्ढावलेले गुन्हेगार बरेच होते. असे अनेक लोक एकत्रितपणे मिळाले असते तर घरोघरी फिरून व्यसनाधीन व्यक्तींना शोधून काढून त्यांच्या मुलाखती घेण्याचा केवढा त्रास वाचला असता. मात्र यासाठी आय. जी (प्रिझन्स) यांची परवानगी मिळवणे आवश्यक होते. दुसरे म्हणजे या सर्व व्यसनाधीन व्यक्तींची तपशीलवार वैद्यकीय माहिती, त्यांच्या गुन्हेगारीचा पूर्वेतिहास अशी सर्वच माहिती आपल्याला जेलकडून आयती मिळेल अशी माझी समजूत होती. माझ्या प्रबंधासाठी मला या माहितीचा अधिकृतपणे वापरही करता आला असता. परंतु मी परवानगी काढण्यासाठी आय. जी. (प्रिझन्स) ना जे पत्र (विनंतीअर्ज) पाठवले, त्याची साधी पोचसुद्धा मला मिळाली नाही. परवानगी मिळणे तर दूरच. मग मी माझ्या शोधनिबंधाची पुनर्रचना केली व तिहारशिवायच माझी डॉक्टरेट पूर्ण केली.

□

सुरक्षितता की असुरक्षितता
एक दृष्टीक्षेप

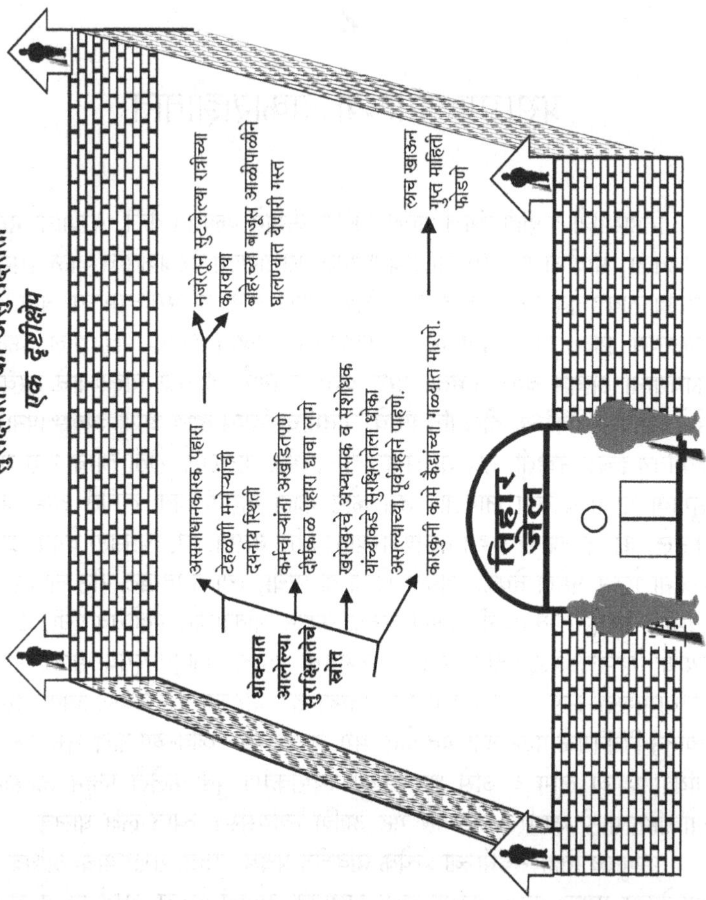

८

प्रसारमाध्यमांच्या प्रकाशझोतात

तिहारमध्ये कधीही दंगल झाली, कोणा कैद्याने पलायन केले, कोणाचा मृत्यू ओढवला, साथीचा रोग पसरला अथवा भ्रष्टाचारासारख्या गैर प्रकाराचे जाळे पसरले तर हा ताबडतोब ठळक बातम्यांचा विषय होत असे. प्रसारमाध्यमांच्या बाबतीत बोलायचं झालं तर बातमीदारांना तिहारमध्ये मज्जाव होता. मात्र याला काही कायद्याचा आधार वगैरे नव्हता. परंतु व्यवस्थापनाने ही बंदी घालण्याचे ठरवले होते. आपण लोकांच्या डोळ्यांत भरावे. बातमीचा विषय व्हावे अशी व्यवस्थापनाची अर्थातच इच्छा नव्हती. मात्र जो अनागोंदी कारभार चाललेला होता त्याचा जरा जरी सुगावा या पत्रकारांना लागला, जरा कोठे काही बातमी हाती लागते आहे असे वाटले, की, ते त्यावर झडप घालण्याच्या तयारीत असत. मग त्यासाठी वेगवेगळ्या सूत्रांना भेटून जमेल तेवढी माहिती गोळा करायची, त्याला तिखट-मीठ लावून ती खमंग, चुरचुरीत करायची आणि रोचक करून लोकांपर्यंत पोहोचवायची, अशी त्यांची नेहमीची पद्धत होती. ज्या घटनांसंबंधी चांगला मजबूत पुरावा सादर करता येण्यासारखा असे अशा घटनांच्या बातम्या तर चांगल्याच खळबळजनक ठरत. त्यातून निरनिराळे प्रश्न उपस्थित होत. मग स्वाभाविकच व्यवस्थापनाला बचावात्मक पवित्रा घ्यावा लागे व असे थातुरमातुर स्पष्टीकरण पुढे केलेले पाहून तात्काळ लोकहितासाठी कार्यरत असणारे गट आणि न्यायसंस्था त्यात लक्ष घालत.

म्हणूनच तिहारसंबंधीच्या प्रत्येक बाबतीत प्रचंड गुप्तता राखण्याचा अधिकारी आटोकाट प्रयत्न करत. कारण कधी अचानक आपलं पितळ उघडं पडेल अशी भीती त्यांच्या मनात सतत असे. कोणताही गैरप्रकार घडला की वार्ताहरांना लगेच त्याचा सुगावा लागेल आणि ते धावत येतील हाही अंदाज त्यांना असायचा. मग ते आपण होऊन मुद्दाम घडलेल्या घटनेची न्यायालयीन चौकशी करण्यात यावी, विभागीय चौकशी करण्यात यावी, अथवा दौन्ही चौकशा व्हाव्यात, असा आदेश

काढून मोकळे होत. प्रसारमाध्यमे अशा बातम्या छापत, तेव्हा आपण समाजहिताचे कार्य केले आहे, असे समाधान त्यांना प्राप्त होत असे. परंतु त्यांच्यामार्फत तिहारविषयीची माहिती ज्या काही स्वरूपात समाजापर्यंत जाऊन पोहोचत असे, त्यामुळे तुरुंग या संस्थेविषयीच जनमानसातील प्रतिमा डागाळून गेली होती. ही माहितीच इतकी उद्वेगजनक, निराशाजनक असायची की त्यावरून तुरुंग म्हणजे काहीतरी दुष्ट, वाईट प्रकार आहे; सरकारने किंवा इतर कुणीही या तुरुंगाला सुधारण्याचे कितीही प्रयत्न केले तरी तो काही सुधारू शकणार नाही असे एकंदर जनमत बनले होते. प्रसारमाध्यमांनी स्वीकारलेल्या या भूमिकेमुळे बरेच नकारात्मक परिणाम घडून आले. (अ) यामुळे समाज व समाजातील प्रत्येक व्यक्ती तुरुंग या संस्थेपासून दुरावली. (ब) यामुळे आपण आता खरोखर कधीही सुधारू शकणार नाही आणि समाजाने आपल्याला कायमचे वाळीत टाकले आहे अशी येथील कैद्यांनी मनाची समजूत करून घेतली. (क) तुरुंग ही संस्था त्यामुळे कायमची बदनाम झाली. ही केवळ एक शिक्षा देणारी संस्था असून येथे कोणीही माणूस स्वेच्छेने दिवस घालवू शकणार नाही असे जनमत बनले.

येथे काम करणारे अधिकारी जेल कॅडरचाच एक भाग होते. त्यामुळे त्यांच्यापाशी येथे राहण्यावाचून दुसरा काहीही पर्यायच नव्हता. परंतु पुढे पुढे त्यांना असल्या चौकश्यांचे काहीच वाटेनासे झाले. आपली जागा कोणीही घेऊ शकणार नाही आणि आपल्याला येथून कोणीच हलवू शकणार नाही हे त्यांना एव्हाना कळून चुकले होते. कधीही वेळप्रसंगी परिस्थितीनुसार पुरावा बदलून टाकणे, नष्ट करणे अथवा नवीन पुरावा तयार करणे इ. कामात ते चांगलेच वाकबगार झाले होते. त्यामुळे वृत्तपत्रादी प्रचारमाध्यमातून एखाद्या घटनेचा गवागवा झालाच तरी ते अधिकारी त्याकडे दुर्लक्ष करायला शिकले होते. क्षणभर वीज चमकून जावी व नंतर परत सारे पूर्ववत व्हावे एवढेच त्या सनसनाटी बातम्यांचे महत्त्व उरले होते. त्यांच्या दृष्टीने धंदा नेहमीसारखा नीट चालला होता. पण तरीही तिहारमधील एखाद्या गैरप्रकाराची वाच्यता होऊन भडका उडालाच तर मात्र शासन तिहारवर आपलाच वरचष्मा कसा आहे, परिस्थिती आपल्या नियंत्रणाखाली कशी आहे हे दाखवण्याचा आटोकाट प्रयत्न करायचे.

प्रसारमाध्यमे भारतीय तुरुंगसंस्थेकडे संशयाने पाहू लागली. ॲम्नेस्टी इंटरनॅशनल, पीपल्स युनियन फॉर सिव्हिल लिबर्टिज् आणि पीपल्स युनियन फॉर डेमॉक्रॅटिक राईटस् तसेच इतरही काही संस्था पहारेकऱ्याचे काम करण्यासाठी सरसावून पुढे आल्या. मिनिस्ट्री ऑफ एक्सटर्नल अफेअर्सनेसुद्धा आणखी काही निराळ्या कारणांसाठी तिहारमध्ये रस घेण्यास सुरुवात केली. तिहारमध्ये मानवी हक्कांची पायमल्ली तर होत नाही ना याच्याकडे या पहारेकऱ्यांनी बारकाईने लक्ष देण्याचे ठरवले. मिनिस्ट्री

ऑफ एक्सटर्नल अफेअर्सचं उद्दिष्ट जरा निराळं होतं. जेलमध्ये परदेशी नागरिक असलेले अनेक कैदी होते. स्वाभाविकच विदेशी प्रसारमाध्यमांचे तिहारवर घारीसारखे लक्ष होते. विदेशी प्रसारमाध्यमे तिहारविषयक जी काही वृत्ते प्रसारित करीत ती एखाद्या वणव्याप्रमाणे जगभर पसरत.

मग तिहारमध्ये कोणत्याही गोष्टीबद्दल कमालीची गुप्तता बाळगण्याची प्रथा सुरू झाली. येथून जी काही बातमी बाहेर पडेल त्याचे आधी पूर्णपणे विश्लेषण करून आपल्याला पाहिजे त्या स्वरूपातच त्या बातमीचा कसा प्रसार होईल हे आता तुरुंगाधिकारी पाहू लागले. जे पत्रकार तुरुंगाधिकाऱ्यांच्या खास विश्वासाचे असतील एवढ्यांनाच फक्त आत प्रवेश देणे सुरू झाले. बाकीच्यांना मात्र प्रवेश नाकारण्यात येत असे. मग हट्टाने जर त्यांनी तिहारमध्ये प्रवेश मिळवायचा ठरवलाच तर त्यासाठी त्यांना एकतर न्यायालयीन आदेश आणावा लागे. नाहीतर केंद्र सरकारकडून परवानगी. आणि या दोन्ही गोष्टी मिळवणं महाकर्मकठीण काम होतं. याउलट खास विश्वासातील पत्रकारांना मात्र तिहारमध्ये कायमचं मुक्तद्वार होतं. आपल्याला मान खाली घालावी लागेल अशी कोणतीही बातमी, हे पत्रकार प्रसिद्ध करणारच नाहीत आणि तिहारविषयी जे काही लिहितील ते चांगलंच लिहितील एवढी खात्री त्यांच्याविषयी तुरुंगाधिकाऱ्यांना असे.

या अशा अभेद्य व्यवस्थेला खिंडार पाडून आत प्रवेश मिळविण्याचं अवघड काम एका धडाडीच्या पत्रकारानं केलं. इंडियन एक्सप्रेसच्या या पत्रकाराचं नाव आश्विनी सरीन. त्याने १८ एप्रिल १९७९ या दिवशी एक किरकोळ गुन्हा करून स्वत:ला अटक करवून घेतली. कालांतराने त्याची रवानगी तिहारजेलमध्ये झाली. त्याच्या तुरुंगातील वास्तव्यात त्याला जे काही प्रत्यक्ष डोळ्यांनी पाहायला मिळालं त्याच्या तपशीलवार वृत्तांत त्याने सादर केला. हा वृत्तान्त डोळ्यांत झणझणीत अंजन घालणारा ठरला. त्याने या खळबळजनक गौप्यस्फोटाची एक मोठी पाच भागांची मालिकाच लिहिली. तिचं शीर्षक होतं ''तिहारमध्ये प्रवेश'' (गेटिंग इन्टू तिहार) त्यानं लिहिलं आहे-

> ...त्या अनुभवाची आठवण झाली की आजही अंगावर काटा उभा राहतो. ''परत पुन्हा मात्र नाही,''– हे माझ्या तोंडचे शब्द होते. २० एप्रिल रोजी रात्री ठीक साडेदहा वाजता दिल्लीच्या तिहार जेलमधून माझी सुटका झाल्यानंतर बाहेर उभ्या असलेल्या टॅक्सीत पाऊल टाकताच माझ्या तोंडी हे शब्द आले. केवळ दोन दिवसांपूर्वी सार्वजनिक ठिकाणी दारू पिऊन दंगा केल्याबद्दल मला इथे आणण्यात आलं होतं.
>
> या ठिकाणी याहून एक दिवस जरी जास्त राहण्याची वेळ माझ्यावर आली असती तरी मी वेडाच झालो असतो. ते मी आमच्या वृत्तपत्राचे मुख्य बातमीदार

श्री. बी. एम. सिन्हा यांना सांगितले. मला तुरुंगातून घरी घेऊन जाण्यासाठी ते आले होते. माझ्यावर ही जी कामगिरी सोपवली होती, ती पार पाडत असताना मला एवढ्या भयानक दिव्यातून जावं लागेल याची कल्पनाही मी केली नव्हती.

आपण सार्वजनिक ठिकाणी असंस्कृत वर्तन केलं, की आपल्याला अटक होऊन खटला भरण्यात येईल आणि त्याचा निकाल लागेपर्यंत आपल्याला तिहारमध्ये ठेवण्यात येईल आणि त्या वास्तव्यात तिहारमधील अंत:स्थ भानगडींचा पत्ता आपल्याला लागेल अशी माझी कल्पना होती व त्यातूनच एवढा उपद्व्याप केला होता. कारण त्या उंच उंच भिंतींच्या आड नक्की काय चालतं त्याचा शोध लावण्याचे आधीचे सर्व प्रयत्न फोल गेले होते.

याआधीचा माझा एक प्रयत्न फसला. मी एकदा रस्त्यावर गडबड-दंगा करून पाहिला. पण मला एका महाकाय पोलीस इन्स्पेक्टरने नुसताच भरपूर दम देऊन सोडून दिले. अर्थात तत्पूर्वी त्याने मला मोठे भाषण दिले. "तू चांगल्या घरचा दिसतोस. स्वत:चा नाही, तर निदान त्यांच्या सामाजिक प्रतिष्ठेचा तरी विचार कर इ. इ..." मग त्याने एक टॅक्सी बोलावली व मला त्याच्या ड्रायव्हरकडे सोपवले. (घरी सोडण्यासाठी)

मी कालकाझीपाशी टॅक्सीचे पैसे चुकते करून ती सोडली आणि बसने घरी परतलो. दुसऱ्या दिवशी सकाळी उठून अंडी व ब्रेडचा भरभक्कम नाश्ता केला आणि निघालो. "घरून पोटभर खाऊन जा, कारण पुढचे तीन दिवस पोटाचे हाल होणार आहेत." असा इशारा सिन्हा यांनी आधीच दिला होता. साडेअकराच्या सुमारास आम्ही टॅक्सी केली आणि बदरपूरच्या दिशेने निघालो. एकदा मला अटक झाली की मग सिन्हानं माझा पाठलाग करायचा असं ठरलं होतं.

आता मी गडबड-गोंधळ करण्यासाठी मुद्दाम बदरपूर पोलिस ठाण्याच्या जवळचं ठिकाण निवडलं. एका हातात बिअरची रिकामी बाटली घेऊन मी एका दुकानदाराला शिवीगाळी करण्यास सुरुवात केली. दुसऱ्या हाताने मी आग्र्याच्या बाजूच्या गेटमधून जुन्या बदलपूर वस्तीकडे निघालेली वाहतूक अडवून धरली. अंगात फाटकी विटकी जीनची पँट, वर जुनापुराणा चौकड्याचा शर्ट, त्याची वरची दोन बटणं सुटलेली असा माझा तो पेहराव त्या भूमिकेला साजेसाच होता.

लवकरच बातमी पोलीस चौकीपर्यंत जाऊन पोचली. काही मिनिटांतच मला पकडून फरफटत चौकीत नेण्यात आले. एक म्हातारा काटकुळा पोलिस सबइन्स्पेक्टर आणि त्याचा लाठीधारी कॉन्स्टेबल, दोघेही आकाराने बेताचेच होते. फार दणकट वगैरे नव्हते. सिन्हा सर्व काही लांबूनच पाहत होते.

मला अटक करण्यात आली. अर्ध्या तासाच्या आतच माझ्यावर सेक्शन ९३ व ९७ च्या अन्वये दिल्ली पोलिसांमार्फत गुन्हा दाखल केल्याचे कागदपत्र तयार झाले. पोलिसांच्या गाडीतून मला मॅजिस्ट्रेटसमोर नेऊन उभे करण्यात आले. त्यांनी मला सोमवार दि. २८ एप्रिलपर्यंत कोठडीत ठेवण्याचा हुकूम दिला. जर मी

जामीनपत्र सादर करू शकत नसेन, तर मला कोठडीतच ठेवण्यात येणार होते. अन्यथा वीस रुपये जामीनावर माझी सुटका होऊ शकत होती.

बाहेर काही दलाल रेंगाळत होते. त्यांनी मला जामीनावर सोडवण्याची तयारी दाखवली. "हा गुन्हा तर अगदी किरकोळ आहे. त्यासाठी सहा दिवस कोठडीत कशाला राहता?" त्यांच्यातील एकजण म्हणाला; "मी भरतो ना तुमचा वीस रुपये जामीन." मी त्याचे आभार मानले. (मला सुटायचं नव्हतंच!) मग पोलिसांनी मला पतियाळा हाऊसच्या कोठडीत बंद केलं.

रणजितसिंग अली व रघुवीर शर्मा या दोन सशस्त्र पोलिसांनी शेलक्या शिव्यांची लाखोली वाहत मला धक्काबुक्की केली. त्यांच्यापैकी एकाने माझ्या खिशात हात घालून दहा दहाच्या दोन नोटा बाहेर काढल्या आणि परत परत मोजून पुन्हा आत टाकल्या. मग प्रेमाने पाठीवर थापही मारली. दुसऱ्याने कोठडीचा दरवाजा उघडून मला आत कोंडले.

बाहेरच्या बाजूला सिन्हाजींची दुसऱ्या एका कॉन्स्टेबलशी माझ्या जेवणखाणाच्या संदर्भात जोरजोरात बाचाबाची सुरू होती. थोड्या वेळाने बाहेरून आरोळी आली, "है कोई आश्विनीकुमार एल. सी. सरीनका?" (माझ्या वडिलांचे नाव एल. सी. सरीन) ते ऐकून मी त्या भक्कम लोखंडी दरवाजापाशी आलो. त्याबरोबर त्या कॉन्स्टेबलने वर्तमानपत्राच्या कागदात गुंडाळलेले पार्सल गजातून माझ्या हातात दिले. मी ते उघडून पाहिले. आत चार शिळ्या कोरड्या चपात्या होत्या.

नंतर समजलं की त्या (मी न उष्टावलेल्या) 'जेवणा'साठी सिन्हाने दोन रुपये मोजले होते.

मला ज्या गलिच्छ कोठडीत ठेवण्यात आले होते त्याचा आकार दहा फूट × पंधरा फूट होता. आत रेल्वेच्या डब्यासारखी दुर्गंधी सुटली होती. माझ्याखेरीज आणखी ३२ जण तेथे कोंडलेले होते.

१९९३ मध्ये तिहारची स्थितीसुद्धा याहून काही वेगळी नव्हती...

वार्ताहरांनी यंत्रणेविरुद्ध लढा देण्याच्या फार अभिनव पद्धती शोधून काढल्या होत्या. काही कैद्यांमध्ये या वार्ताहरांना विशेष रस असे. अशा कैद्यांना सुनावणीसाठी न्यायालयात आणताच ते त्यांना गाठून त्यांच्या मुलाखती घेत. त्यांना येथे गाठणं सोपं पडत असे.

या सर्व लफड्यांमुळे असे खास सनसनाटी बातम्यांचं लक्ष्य असणारे कैदी व तुरुंगातील अधिकारी यांच्यात बातम्या 'विकण्याची' कल्पना रुजली. मग अशी लफड्या-कुलंगड्यांची माहिती पुरवणारे दलालही तयार झाले. काही वेळेला तिहारमधील गैरप्रकाराचा गौप्यस्फोट करण्यामागे त्यांचा खरोखरीच चांगला हेतू असे. पण अगदी प्रत्येक वेळी काही तो तसा असे असं नाही. शिवाय काही घटक यात गुंतलेले असत. त्यावरून एक गोष्ट मात्र स्पष्ट झाली. प्रसारमाध्यमांची भूमिका

दरवेळी विधायक असेलच असे नाही. कधी तरी प्रसारमाध्यमांच्या एखाद्या गटाचे येथील कोणाशीतरी वैर असे किंवा त्यांची येथील संपूर्ण यंत्रणेचीच बदनामी करण्याची इच्छा असे. कधी त्यांना त्यातून विकृत आनंद मिळवायचा असे. मग त्यासाठी प्रसारमाध्यमांना वेठीला धरण्यात येई. प्रसारमाध्यमांच्या या असल्या उद्योगांमुळे तुरुंगाच्या चालणाऱ्या गाड्याला खीळ बसल्यासारखे होई. तुरुंगाची यंत्रणा जे काही थोडे फार चांगले काम करत असेल तर त्याचेही मूल्य शून्य होऊन जाई. शिवाय अनेकदा असेही घडले आहे की वृत्तपत्रातून एखादी बातमी प्रसिद्ध झाली, एखाद्या घटनेला अचानक वाचा फोडण्यात आली. बस्. इतकंच. त्यानंतर पुढे त्या गोष्टीचा नामोल्लेखसुद्धा नाही. थोडक्यात काय की तुरुंगाच्या व्यवस्थापनाकडे जर या गोष्टीचं काही स्पष्टीकरण असलंच, तर ते देण्याची काही सोयच नाही.

प्रसारमाध्यमांचे हे कारभार आणि येथील अधिकाऱ्यांचे बिंग फोडण्यासाठी टपून बसण्याची त्यांची वृत्ती यामुळे तिहारपासून त्यांना चार हात दूर ठेवण्यात येत असे. दोघांमधील संबंध शत्रूसारखे होते. एकाची छिद्रान्वेषी वृत्ती तर दुसरा आपले पितळ उघडे पडू नये म्हणून सारखे झाकून घेण्याची धडपड करणारा. बरं– सुरक्षाव्यवस्था ही इतकी बहुविध अंगांनी एकाच वेळी कार्यरत असणारी, अनेक पैलूंची बनलेली गोष्टी होती की त्याचा उपयोग तुरुंगाधिकारी ढालीसारखा करत. प्रवेशास नाही म्हणण्यासाठी ही ढाल पुढे केली की झाले. त्यामुळेच शास्त्रज्ञ, संशोधक आणि प्रसिद्धीमाध्यमे या सर्वांनाच सुरक्षितता व गोपनीयता या दोन ढालींचा वापर करून तिहारपासून लांब ठेवण्यात आले होते.

मी जेव्हा रोज तिहारच्या भेटीसाठी जायचे तेव्हा या तिहारभोवती एवढे गुप्ततेचे कडे कशासाठी असा प्रश्न मला मनोमन नेहमीच पडायचा. खरं पाहता कोणत्याही संस्थेच्या व्यवस्थापनामध्ये ही सुरक्षितता इतकी जास्त शिरजोर होऊन बसली की त्याने त्या संस्थेचाच गळा घोटला जाण्याची शक्यता असते. माझ्या समजुतीप्रमाणे तिहार ही गुन्हेगारांना सुधारणारी संस्था होती. मग उगीचच, काहीही कारण नसताना या संस्थेविषयी एवढी गुप्तता कशासाठी?– येथील कैद्यांची भाऊगर्दी, तोकडी-तुटपुंजी वैद्यकीय सेवा, वर्षानुवर्षे खटल्याच्या निकालाची वाट पाहत खितपत पडलेले कैदी, नागरी सुविधांचा अभाव, कालबाह्य झालेली स्वयंपाकघरे हे सारे जनतेच्या नजरेस पडू नये म्हणून? खरं म्हणजे जनतेने येथे यावे, तिहारच्या काही भागात स्वत: हिंडावे व डोळ्यांनी सर्व काही पाहावे अशी सोय असणे आवश्यक होते.

मी स्वत: फिरून संपूर्ण तुरुंग अंतर्बाह्य पाहीपर्यंत मला या सर्व गोष्टींचे नीटसे आकलन झाले नव्हते. माझ्यासारखीची ही तऱ्हा तर बाकीच्या लोकांकडून काय अपेक्षा करणार? व तुरुंगाच्या यंत्रणेच्या दृष्टीने हे 'बाकीचे' म्हणजे कोण? तर ते

म्हणजे तुरुंगाच्या आतील आणि बाहेरील लोक. समाजातील जे गुन्हेगार पकडले जात त्यांना सुधारण्यासाठी तिहारला पाठवण्यात येई, तर येथे शिक्षा भोगून झालेल्या कैद्यांना परत त्याच समाजात पाठवण्यात येई. समाज त्यांना सामावून घेई. आणि या इतक्या महत्त्वपूर्ण संस्थेची खरीखुरी, संपूर्ण माहिती समाजापुढे ठेवली जातच नव्हती. काही निवडक, वशिल्याच्या माध्यमांद्वारे, स्वतःच्या सोयीनुसार, फायद्यानुसार हवे तसे एकांगी चित्र रंगवून ते समाजाला दाखवले जात होते. हे कितपत योग्य होते? खरं तर संवेदनाक्षम आणि वस्तुनिष्ठ व व्यावसायिक दृष्टिकोण बाळगणाऱ्या माध्यमांच्याद्वारे या संस्थेची योग्य तीच माहिती मिळवणं हा साऱ्या जगाचा हक्क होता. पण ते घडताना दिसत नव्हते. येथे तर पद्धतशीरपणे सतत गैरसमज पसरवण्याचा, अपप्रचार करण्याचा एकतर्फी कार्यक्रम राबवला जात होता. यात कोणाचे बरं हितसंबंध गुंतले असतील? असा विचार माझ्या मनात नेहमीच यायचा. पूर्णपणे बंदोबस्तात ठेवलेली ही झाकली मूठ उघडून जगाच्या दृष्टीस पडू नये यासाठी हा खटाटोप. पण त्यांचे जे काही परिणाम झाले होते ते तर जगापासून चोरून ठेवता येतच नव्हते. आता आमच्यापुढे एक मोठे आव्हान होते. तुरुंग म्हणजे तरी काय? जगापासून तोडून वेगळा काढलेला? गुप्ततेच्या आवरणात दडलेला? कोणीही येथे पाऊल घालण्याचे धाडस करू नये असा? की कैद्यांच्या जीवात सहभागी होऊन काही विधायक बदल घडवून आणणारा? मुक्तद्वार ठेवून सर्वांचे स्वागत करणारा?

निर्णय आमचा आम्हालाच घ्यायचा होता.

□

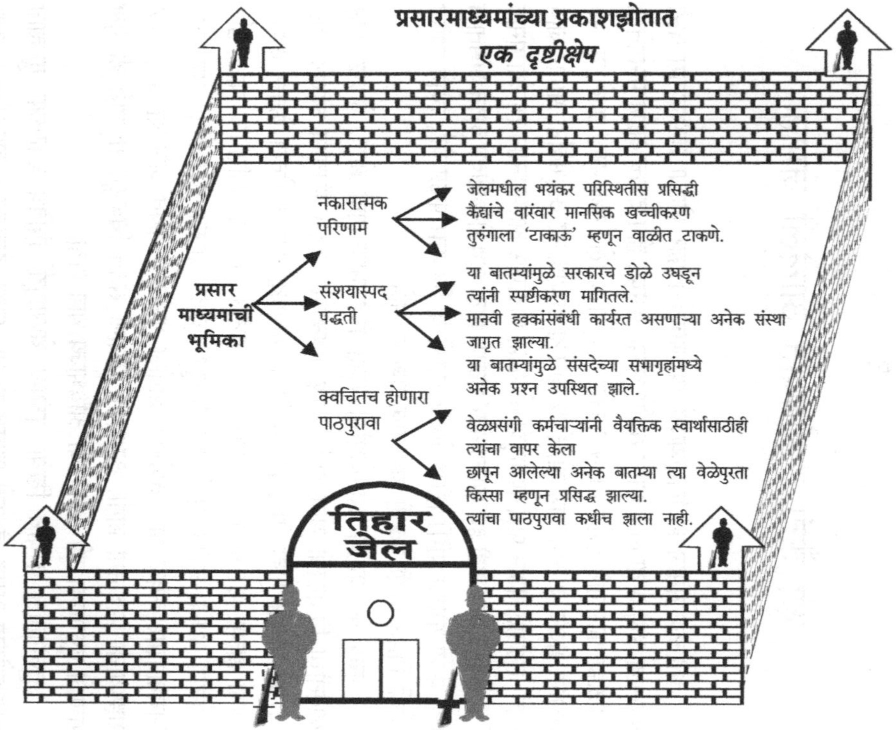

प्रसारमाध्यमांच्या प्रकाशझोतात
एक दृष्टीक्षेप
प्रसार माध्यमांची भूमिका
नकारात्मक परिणाम
जेलमधील भयंकर परिस्थितीस प्रसिद्धी
कैद्यांचे वारंवार मानसिक खच्चीकरण
तुरुंगाला 'टाकाऊ' म्हणून वाळीत टाकणे.
संशयास्पद पद्धती
या बातम्यांमुळे सरकारचे डोळे उघडून त्यांनी स्पष्टीकरण मागितले.
मानवी हक्कांसंबंधी कार्यरत असणाऱ्या अनेक संस्था जागृत झाल्या.
या बातम्यांमुळे संसदेच्या सभागृहांमध्ये अनेक प्रश्न उपस्थित झाले.
क्वचितच होणारा पाठपुरावा
वेळप्रसंगी कर्मचाऱ्यांनी वैयक्तिक स्वार्थासाठीही त्यांचा वापर केला
छापून आलेल्या अनेक बातम्या त्या वेळेपुरता किस्सा म्हणून प्रसिद्ध झाल्या.
त्यांचा पाठपुरावा कधीच झाला नाही.
तिहार जेल

९

स्त्री कैदी : धोक्यात आलेली जमात

भारतीय समाज हा लिंगव्यवस्थेच्या बाबतीत फार मोठ्या विभाजनास बळी पडलेला आहे व या विभाजनाचे सर्वांत अन्यायकारक, हीन दर्जाचे आणि मानवतेला काळीमा फासणारे दर्शन तिहार जेलमध्ये मला घडले. येथे भरती झालेल्या स्त्री कैद्यांना रोजच शरमेने मान खाली घालायला लावणाऱ्या अनुभवांना सामोरे जावे लागे. तुरुंगात येऊन पोहोचण्यापूर्वी जो काही थोडाफार आत्मसन्मान त्यांच्या मनात शिल्लक असेल तोही इथे आल्यानंतर धुळीस मिळे. इथे रोज जीवन जगत असताना ज्या काही भयंकर परिस्थितीस तोंड देण्याची या स्त्रियांवर पाळी येई, त्याने त्यांची डोकी फिरत कशी नव्हती हाही एक प्रश्नच आहे.

पुरुष कैद्यांप्रमाणे स्त्री कैद्यांची सुद्धा तिहारमध्ये गर्दी होती. केवळ साठ व्यक्तींची निवासाची सोय होती, तिथे जवळपास २८० स्त्रियांना कोंबले होते. यांपैकी प्रत्यक्ष गुन्हा सिद्ध होऊन शिक्षा भोगण्यासाठी आलेल्या केवळ वीसच स्त्रिया होत्या. उरलेल्या सर्व स्त्रियांवर खटले चालू होते. याशिवाय या वॉर्डात नवजात अर्भके आणि तान्ही मुले मिळून एकंदर चाळीस मुले होती. तुरुंगाच्या नियमानुसार केवळ पाच वर्षांच्या आतील मुलांनाच फक्त आपल्या आईजवळ राहण्याची परवानगी होती. आपल्या आयांना सतत चिकटून राहणारी ही मुले म्हणजे तुरुंगाच्या स्त्री विभागाचा अविभाज्य भाग होता.

तुरुंगातील बऱ्याच स्त्रिया तुरुंगात येण्यापूर्वी विविध प्रकारच्या गुन्ह्यांत अडकलेल्या असत. हे गुन्हे म्हणजे चोऱ्या, मादक द्रव्यांची ने-आण, खून, इतर स्त्रियांचा छळ, भामटेगिरी, वेश्याव्यवसाय. शिवाय त्यांच्यातील काही स्त्रियांना अतिरेकी कारवायांबद्दल पकडण्यात आलेले असे. येथे काही विदेशी स्त्रिया होत्या. या साधारणपणे मादक द्रव्यांसंबंधीच्या गुन्ह्यांमध्ये अडकलेल्या असत. या विदेशी स्त्रिया जगाच्या विविध कानाकोपऱ्यांमधून येथे तिहारमध्ये आलेल्या असत. येथे

मात्र सर्व विदेशी स्त्रिया एक गट करून आणि परस्पर सामंजस्याने व एकजुटीने राहत. विदेशी स्त्रियांना भारतीय महिलांपेक्षा थोडे दूर व वेगवेगळ्या लहान लहान (८ फूट × ८ फूट) कोठड्यांमध्ये ठेवण्यात येत असे, तर भारतीय स्त्रियांना मात्र एकत्रच ४० फूट × ५० फूट क्षेत्रफळाच्या भल्या मोठ्या कक्षात ठेवले होते.

तुरुंगात काही दिवस काढलेल्या अनेक स्त्रियांनी आमच्याकडे आपापले विदारक अनुभव नमूद केलेले आहेत. त्यांतील काही अनुभव तर अक्षरशः चक्रावून टाकणारे आहेत. असे काही थोडे अनुभव मुद्दाम त्या स्त्रियांच्या शब्दातच देत आहे. अनुभव कथन करणाऱ्या स्त्रियांच्या नावाबाबत गुप्तता बाळगली आहे. यांतील काही कथने तुटक व अडखळत केलेली आहेत. पण ती तशीच्या तशी दिली आहेत. एका स्त्रीचा येथे अतोनात छळ झाला होता. तिची कहाणी आम्ही ध्वनिमुद्रित करून ठेवली आहे. ती अशी.

...मी २ ऑक्टोबर १९९० ला येथे आले. त्यानंतर बरोबर तीन दिवसांनी म्हणजे पाच ऑक्टोबरला तिहार येथे फार मोठी दंगल झाली. या दंगलीला लंगर येथे सुरुवात झाली. दिवाळीला थोडेच दिवस उरले होते. मी नव्यानेच इथे आले होते. मला मादक द्रव्यांच्या गुन्ह्यासाठी पकडलं होतं. पोलिसांनी मुद्दाम बनावट कथा रचून, त्यासाठी आवश्यक तो पुरावा तयार करून मला यात फसवलं होतं.

दंगलीच्या दिवशी सकाळी दहा ते अकराच्या दरम्यान धोक्याचा इशारा देणारा भोंगा वाजला. त्यांनी (जेलरने) ओरडून आम्हाला तुरुंगात बंद केले. आम्ही अंदाजे २०० स्त्रिया असू. अचानक भिंती कोसळण्याचे आवाज व मेट्रनचा आरडाओरडा ऐकू येऊ लागला. त्या म्हणत होत्या– "माणसे येऊन पोचली." त्या वेळची महिला असिस्टंट सुपरिंटेंडेंट (हिचे नाव गुप्त ठेवले आहे) फार दुष्टपणाने वागली होती म्हणून ते लोक तिचाच शोध घेत इकडे आले. तेव्हा ती घाबरून स्वच्छतागृहात जाऊन लपली. ती फारच दुष्ट होती. ती रोज आमच्याकडे पैसे मागायची. त्यामुळे येथे कैदेत असलेल्या सर्व स्त्रिया तिचा रागराग करत. एक माणूस मेला होता. तो जन्मठेपेचा कैदी होता व खूप मेहनती होता. तो लंगरमध्ये कामाला होता. दंगल करणाऱ्या लोकांचा तुरुंगातून पळ काढण्याचा बेत होता. ते स्त्रियांच्या वॉर्डात येऊन तेथे असलेल्या आपल्या बायका, आया नाहीतर बहिणींना बरोबर घेऊन पळ काढायच्या विचारात होते. बायका पण जोरजोरात ओरडत आणि किंचाळत होत्या. दंगल करणाऱ्या लोकांनी ही फार मोठी गंभीर चूक केली कारण त्यामुळे तुरुंगातील अधिकाऱ्यांचे फावले. ते उलटे ओरडून उठले. दंगल करणारे कैदी स्त्रियांच्या वॉर्डातील स्त्रियांवर अत्याचार करण्यासाठी आले होते असा त्यांनी प्रचार केला.

दंगल करणाऱ्या कैद्यांनी किल्ल्या ताब्यात घेतल्या व ते बायकांच्या कोठड्यांची कुलपे उघडू लागले. त्यांनी या किल्ल्या मुख्य वॉर्डरकडून घेतल्या होत्या. (नाव दिलेले नाही.) त्यांनी मुख्य मेट्रनला पण शिवीगाळ करण्यास सुरुवात केली. पण

तिच्या अंगाला हात मात्र लावला नाही. मग दंगल थांबवण्यासाठी पोलिस आले. ते कंपाऊंड उघडून आत शिरले. आमच्या प्रार्थनेच्या पटांगणाचे युद्धभूमीत रूपांतर झाले. पोलिसांनी गोळीबार सुरू केला. सर्वत्र प्रेतांचा खच पडला. डेप्युटी सुपरिंटेंडंटने (नाव दिलेले नाही) सुद्धा गोळीबार केला. मी नवी असल्याने विशेष कोणा अधिकाऱ्यांना ओळखले नाही. पण त्या... (नाव दिलेले नाही) अधिकाऱ्याने गोळीबाराला सुरुवात केली ते मात्र मी पाहिले. मायकेल नावाचा ब्रिटिश कैदी आमच्या वॉर्डातील विदेशी स्त्रियांना वाचवण्यासाठी आत घुसला. त्याने आम्हाला सर्वांना एका कोठडीत घातले व दार बंद करून स्वत: बाहेर उभा राहिला. एक आफ्रिकन कैदीसुद्धा त्या दंगलीत जाऊन मिळाला होता. त्याला व एका फ्रेंच कैद्याला भयंकर मारहाण झाली. त्या फ्रेंच कैद्याचे दोन्ही हात त्यांनी मोडले. तो बेभान होऊन डोके फिरल्यासारखा वागू लागला. त्याचे नाव ख्रिस्तिएन जोसेफ. पुढे तो वेडा झाला. त्याचे हात कायमचे वाकडे झाले. तो गलिच्छपणे पिंजारून बसू लागला. त्याच्या हाताला बहुधा चुकीचे प्लॅस्टर घातल्याने त्याचे हात वाकडे झाले होते. त्याच्या जखमा कोणी धूत नसे, स्वच्छ करून औषध लावत नसे. तो अजूनही तुरुंगातच शिक्षा भोगत आहे. (नंतर मला समजलेल्या माहितीनुसार पुढे हा तुरुंगातच वारला.)

सर्व पुरुष कैद्यांना तीन दिवस बंद करून ठेवलं होतं. तुरुंगातील पुरुष कैदी स्त्रियांच्या विभागात त्यांच्यावर बलात्कार करण्यासाठी आले होते, असं खोटं वृत्त तुरुंगातील अधिकाऱ्यांनी प्रसिद्धीस दिलं असल्याचं आम्हाला नंतर समजलं. मायकेल जेव्हा स्त्रियांचं संरक्षण करण्यासाठी धावला तेव्हा त्याच्याबद्दल सुद्धा ते अधिकारी असंच म्हणाले. त्यांनी असंही सांगितलं की तुरुंगातील हेलन नावाच्या स्त्रीला दुसऱ्या कोठडीत नेऊन तिच्याबरोबर मजा मारण्याचा त्याचा उद्देश होता. हे मात्र सपशेल खोटं आहे. तुरुंगात गोळीबार चाललेला असताना, लोक मरत असताना असा विचार कोण करेल?

या प्रकाराची जेव्हा चौकशी सुरू झाली तेव्हा त्यांनी सर्व कैद्यांना डांबून ठेवलं व कोणालाही तोंड उघडू दिलं नाही. जर कुणी तोंड उघडण्याचं धाडस केलंच तर ते त्याला मारहाण करून कडक शिक्षा करत. जे काही घडलं ते फार भयानक होतं. वैद्यकीय सेवासुद्धा अगदीच वाईट होती. वेळेवर डॉक्टर उपलब्ध न झाल्याने कितीतरी कैदी मृत्युमुखी पडत. मला आठवतं– एकदा एक वृद्ध स्त्री वॉर्डात मरण पावली. दुसरी अत्यवस्थ होती. तिला ताबडतोब रुग्णालयात हलवण्याची गरज होती. हे मध्यरात्री घडलं. परंतु दुसऱ्या दिवशी दुपारपर्यंत कोणीही डॉक्टर तेथे फिरकला नाही. महिन्याचा दुसरा शनिवार असल्याने एकही डॉक्टर उपलब्ध नसल्याचं सांगण्यात आलं. मग त्यांनी आम्हाला कोठडीत परत जायला सांगितलं. त्यावर मी म्हणाले– "जोपर्यंत कुणी डॉक्टर येत नाही. तोपर्यंत मी मुळीच परत जाणार नाही." हे ऐकून इतरही स्त्रियांनी आवाज उठवला. अधिकाऱ्यांनी मला

सांगितलं– "तुम्ही तुमचं काम करा. मधे दखल देऊ नका." पण आम्ही तसाच आरडाओरडा चालू ठेवला. उद्या आमच्यापैकी कोणावरही ही वेळ आली असती. वैद्यकीय मदत वेळेवर न मिळाल्याने जिवावर बेतले असते. दुसऱ्या दिवशी मला सुपरिंटेंडंटच्या पुढे नेऊन उभे केले. शिक्षेसाठी. पण तेथेही मी स्पष्टच सांगितलं– "एका व्यक्तीच्या जीवनमरणाचा प्रश्न असल्यामुळेच मी कोठडीत परत जाण्यास नकार दिला." मग त्याबद्दल मला शिक्षा ठोठावण्यात आली. इथून पुढे बाहेरून येणाऱ्या कोणाही व्यक्तीस भेटण्याची मला परवानगी नव्हती. पण नाहीतरी मला भेटायला कोणीच येणार नव्हते. म्हणून मी म्हटले– "ठीक आहे."

सुपरिंटेंडेंट कधी कधी आमच्याशी फार विक्षिप्तपणे वागे. तो आम्हाला कोठडीच्या आतल्या दारात बंद करून ठेवायचा. कोठडीच्या पुढच्या लहानशा अंगणातसुद्धा जाऊ द्यायचा नाही. ती कोठडी म्हणजे आम्हाला अक्षरश: नरक भासायचा. ८ फूट × ८ फूट आकाराच्या खोलीत चार-पाच स्त्रियांना कोंडलेलं असायचं. स्वच्छतागृहसुद्धा त्यातच. या सुपरिंटेंडेंटची बदली होऊन त्या जागी नवीन सुपरिंटेंडंट के. आर. किशोर हे आल्यानंतर आमची स्थिती जरा सुधारली. हा बदल खूप सुसह्य वाटला आम्हाला. याआधीचा सुपरिंटेंडंट फार क्वचित इकडे यायचा. तोही लपतछपत, मध्यरात्री. आणि त्यात जर मेट्रन एखाद्या कैदी स्त्रीशी बोलताना आढळली तर झालंच. तिला चांगलं फैलावर घ्यायचा. अनेक डेप्युटी सुपरिंटेंडंटचा हाच दृष्टिकोण असे आणि कर्मचारी तर काय, कैद्यांकडून पैसा वसूल करण्यासाठी टपलेलेच असत. या कर्मचाऱ्यांमधील काही जण फार भयंकर होते. त्यांच्यातील एकाचं नाव होतं... (नाव गुप्त राखण्यात आलं आहे.) तो आता येथून गेला. तो तुरुंगात येऊन स्त्री कैद्यांशी लगट करायचा. काही कैदी स्त्रिया वेश्या होत्या. त्यांना त्याचं काही वाटायचं नाही. उलट त्यांना ते आवडायचं. त्याला या स्त्रीकैद्यांना दिवसाढवळ्या आपल्या ऑफिसात बोलावून घेण्याची सवय होती.

त्याच्या विरुद्ध कोणीच कधी तक्रार केली नाही. तेव्हाचा सुपरिंटेंडेंट अत्यंत कडक होता. येथे जे काही प्रकार चालायचे त्याविषयी जर त्याला कळलं असतं तर त्यानं ते कधीच खपवून घेतलं नसतं. पण त्याच्या कानावर कधी काही गेलं नाही म्हणून बरं. काही ऑफिसर तर फारच वाईट वागत. त्यांच्यातील काही अजून येथे नोकरीत आहेत... (नाव गुप्त राखले आहे) हाही त्यांच्यातलाच होता. तो तर फारच वाईट होता. कैद्यांशी अतिशय उद्धटपणे बोलायचा. असाच आणखी एक भयंकर माणूस म्हणजे... (नाव गुप्त राखले आहे.) हा कपाळावर टिळा लावून फिरायचा म्हणून आम्ही याचे नाव बिंदीवाला असे ठेवले होते. आमच्याकडून सर्वांत जास्त पैसे हाच लाटायचा. एक दिवस हा आला तेव्हा एक कैदी स्त्री तिच्या कोठडीत चूल पेटवत होती. तेव्हा सुद्धा कोठडीत चूल पेटवण्यास बंदीच होती. पण चूल पेटवू दिल्याबद्दल कर्मचाऱ्यांना आमच्याकडून खाण्यापिण्याची प्राप्ती

होई किंवा पैसे मिळत म्हणून ते सर्व चालू होते. कधी कधी तर ते स्वत:च येऊन या स्त्रियांकडे चहा मागायचे.

मारिया नावाच्या एका स्पॅनिश स्त्रीच्या कोठडीत चूल होती. हा आला तेव्हा ती चूल पेटवतच होती. या बिंदीवाल्याने त्या गोष्टीचा जोरात आरडा ओरडा सुरू केला. तिने त्याची माफी मागितली. मग त्याने इकडे तिकडे पाहिलं आणि जवळपास कोणी नाही असं पाहून तिला म्हणाला : "एक मुका दे." ते ऐकून ती जोरात किंचाळत पळत सुटली. मग तो बिंदीवालाही पळून गेला. ही गोष्ट १९९१ सालची. या घटनेवरून तेव्हाच्या कर्मचाऱ्यांचा स्त्री कैद्यांकडे पाहण्याचा दृष्टिकोण कसा होता ते लक्षात येते. मी येण्यापूर्वी तुरुंगात डमडम नावाची एक स्त्री होती असं मी ऐकलं. ही म्हणे कर्मचारी व इतरांसाठी वेश्या पुरवण्याचा धंदा करायची. अधिकारीपण तिला वचकून असत. ती तिला पाहिजे तशी वागे.

या डमडमला मेट्रन्स सुद्धा वचकून होत्या. मादक द्रव्ये, दारू, चोरीचा माल व धंद्यासाठी मुली अशा अनेक गोष्टी पुरवण्याचे तिचे काम चालूच होते. ती चोर व खिसेकापू होती. तिच्याकडून कर्मचाऱ्यांना भरजरी साड्या व इतर चोरीचा माल बक्षिशी म्हणून मिळायचा. त्यामुळे ते खूष असायचे. मग तिने दारू पिऊन दंगा जरी केला तरी तिला कोणी बोलत नसे. जर क्वचित एखाद्या कर्मचाऱ्याने तिला वळण वगैरे लावण्याचा प्रयत्न केलाच तर ती त्याला मारहाण करायची. तुरुंगात नव्यानं कोणी स्त्री भरती झाली व ती गरीब असली तर ही डमडम तिला खाऊपिऊ घालायची व आपली कामे करून घ्यायची. धुणंभांडी करून घ्यायची. अंग चोळून घ्यायची. शिवाय त्या कैदी स्त्रीला जर घरून भेटायला कोणी आले व काही दिले तर त्यातील थोडा वाटासुद्धा काढून घ्यायची.

पुरुष अधिकारी अनेकदा विनाकारण स्त्रियांच्या वॉर्डात खेपा घालत. उगीचच कुणालातरी हाका मारत. त्यांच्या समोर ही डमडम खुशाल अंतर्वस्त्रांत वावरायची. तेही तिच्याकडे येऊन उघड उघड पैशांची मागणी करत. आणि काही असिस्टंट सुपरिंटेंडंट सुद्धा असेच होते. मध्यंतरी एकदा एक महिला सुपरिंटेंडंट आली. पहिले सहा महिने ती नीट वागली. पण नंतर तिला काही कारणाने निलंबित करण्यात आलं. बराक क्रमांक एक मधे आम्ही एकूण पाच जणी राहायचो. ग्लोरी, चक्की, दोन मुसलमान मुली आणि मी. त्यातील एका मुसलमान मुलीच्या नवऱ्याला चार बायका होत्या. त्या सर्वांच्या मार्फत तो चोरट्या सोन्याच्या वाहतुकीचं काम करायचा. हा माणूस तिला भेटायला आला की तिला चोरून पैसे द्यायचा. त्याचा उपयोग करून ती अनधिकृतपणे वस्तू आणून घ्यायची. पुढे पुढे तर तिची मजल इतकी गेली की ती नवऱ्याची गाठ घेण्यासाठी बाहेरसुद्धा पडू लागली. एवढंच नव्हे, तर त्याबद्दल बढायाही मारू लागली. अशातच काही कटुता निर्माण करणाऱ्या घटना घडून एकंदर वातावरण बिघडलं. मग आम्ही या मुसलमान मुलीविरुद्ध आवाज उठवला. ग्लोरी म्हणाली ; "मी आता सर्वांना ह्या

सर्व भानगडी सांगणार.'' महिला सुपरिंटेंडंट मधे पडली व तिने उलट ग्लोरियालाच मारहाण केली. तिचं मारणं इतकं अमानुष होतं की ग्लोरीचा पाय मोडला. नंतर तेथे डमडमच्या बायका पण आल्या. एक लंबरदार (हरकाम्या) पण उगवला. सर्वांनी मारामारीस सुरवात केली. सुपरिंटेंडंट महिलेची तर लाठीसुद्धा तुटली. अशी अमानुष मारहाण चालू असतानाच डेप्युटी सुपरिंटेंडंट दर्शनलाल आले व त्यांनी आमच्याकडे घडलेल्या प्रकाराची चौकशी सुरू केली. आम्ही रडत रडत त्यांना घडलेला प्रकार सांगितला. त्यांनी परत जाऊन सुपरिंटेंडंटना याची सविस्तर माहिती दिली. नंतर त्या महिला ऑफिसरने मला घाणेरड्या शिव्या द्यायला सुरवात केली. माझं आणि दर्शनलाल यांचं लफडं असल्याचाही आरोप केला. वास्तविक दर्शनलाल आम्हाला वडिलांप्रमाणे होते. पुढे त्या महिला ऑफिसरलाच निलंबित करण्यात आलं. ती मला नेहमी धमकी द्यायची– ''बघ, आता मी तुझी 'ब' श्रेणी रद्दच करून टाकीन.'' त्यावर माझं उत्तर पण ठरलेलं होतं– ''शक्यच नाही. कारण न्यायालयानंच मला 'ब' श्रेणी दिली आहे.'' ती माझ्यावर खार खाऊन होती याचं आणखी एक कारण म्हणजे मी तिला कधीही पैसे देत नसे. इतर विदेशी कैदी स्त्रियांकडून तिला बरेच पैसे मिळत. त्या मोबदल्यात रविवारी किंवा इतर सुटीच्या दिवशी आपल्या माणसांची भेट घेण्याची त्या परवानगी मिळवत. खरं म्हणजे रविवारी सख्ख्या नातेवाइकांना तेवढी भेटीला येण्याची परवानगी होती. पण पैशानं सारं काही साध्य होतं. पैशानं नातेवाईकही मिळायचे. ही महिला तर तुरुंगातच वेगवेगळ्या विभागात कैदेत असलेल्यांच्याही गाठीभेटी घडवून आणायची.

काही कैदी स्त्रियांना अतिरेकी कृत्ये केल्याच्या आरोपावरून अटक झालेली होती. अशा कैद्यांमधील निरोप्याचे काम ती बघत असे. एकदा एका कैदी स्त्रीने दुसऱ्या कमजोर स्त्रीवर हल्ला चढवला. मी त्यांच्या मधे पडले. एवढ्यात आनंद नावाचा वॉर्डर आला. हा चांगला होता. त्याच्याबरोबर मी सुपरिंटेंडंट किशोर यांच्याकडे गेले. ''या अतिरेकी स्त्रिया अशा विचित्र का वागतात? तुम्हाला काय वाटतं? काय कारण असेल?,'' असं त्यांनी मला विचारलं. माझ्या मते या गोष्टीला दोन कारणे होती. एकतर त्या एका अधिकारी महिलेला पैसे चारत होत्या. आणि दुसरं म्हणजे इतर कर्मचाऱ्यांना आपल्या दबावाखाली ठेवत होत्या. आपले बाहेर किती वरपर्यंत हात पोचले आहेत याच्या बढाया त्या मारत, त्यामुळे कर्मचारी त्यांना भिऊन असत. सुपरिंटेंडंट साहेबांनी अशा कैद्यांना तात्काळ इतर कैद्यांपासून वेगळे ठेवण्याचा आदेश दिला. त्याचप्रमाणे असिस्टंट सुपरिंटेंडंटचीही बदली करून टाकली. स्त्रियांच्या वॉर्डात एक प्रकारे माफिया टोळीचंच राज्य होतं म्हणाना. बड्या खटल्यात अडकलेल्या बड्या धेंडांकडून हे टोळीवाले पैसे लुटत आणि त्यातून कर्मचाऱ्यांना पैसे चारत. त्यामुळे रोजच्या रोज त्यांची माणसे त्यांच्या भेटीसाठी येऊ शकत. पैसे मोजले की काय पाहिजे ती गोष्ट पदरात पडत असे. तुरुंगात भरणाऱ्या धार्मिक मेळाव्यांना आम्ही कधीही उपस्थित राहत नसू.

भातात लोखंडाचा कीस

बहुगुणी पिंपे

तुरुंगातील जेवण फार वाईट असायचं. ज्या फडक्याने फरशी पुसून ते नंतर बाहेरच्या अंगणात वाळत पडलेलं असायचं, त्यातच नंतर चपात्या गुंडाळून आणत.

एक दिवस आम्हाला भात वाढला. त्यात गंजलेल्या तारेचे तुकडे होते. पान ९४- वरील चित्र पाहा. 'हा भात असाच ठेवून घेऊया,' असं मी सर्व स्त्रियांना सांगितलं व वॉर्डरला हाक मारून ड्यूटी ऑफिसरला बोलावून आणण्याची मागणी केली. त्या वॉर्डरची तसं करण्याची मुळीच इच्छा नव्हती. ती भात फेकून द्यायला बघत होती. पण मी तिला सांगितलं– "आज आत्ता जर तुम्ही ड्यूटी ऑफिसरला बोलावणार नसाल तर आम्ही कोर्टात जाऊ." एकदा तर आमच्यायेथील काही स्त्रियांनी येथील चपात्या खरोखरच कोर्टापुढे नेऊन सादर केल्या होत्या.

महिन्यातून एकदा मॅजिस्ट्रेट स्वत: तुरुंगाच्या तपासणीसाठी येत. त्या वेळी कैद्यांना कुलुपात बंद करून ठेवत. एक नाहीतर दोन कैद्यांनाच तेवढं मॅजिस्ट्रेटच्या समोर आणण्यात येई. तुरुंगातील अन्न इतकं खराब असायचं, की, ते खाणंच शक्य नाही. मग कैद्यांना आपल्या रोजच्या अन्नपाण्यासाठी चुलीची गरज भासायची. कैदी स्त्रिया बाजारभावाच्या दुप्पट पैसे मोजून कर्मचाऱ्यांकडून भाज्या खरेदी करत. मला भेटायला तर कुणीच यायचं नाही. शिवाय माझ्याकडे पैसे पण नसत. मग मी इतरांना स्वयंपाकात मदत करून पैसे मिळवत असे. कधी तरी मला त्या थोडं फार अन्नही देत. पूनम नावाची एक कैदी स्त्री आणि मी अशा दोघी इतर स्त्रियांचे विनंती अर्ज लिहून द्यायचो. त्या मोबदल्यात प्रत्येक अर्जाबद्दल पाच रुपये मिळवायचो. अंघोळ, तोंड धुणे इत्यादी दैनंदिन गरजांसाठी लागणाऱ्या वस्तू आम्हाला या पैशातून विकत घेता यायच्या.

वकिलांना सुद्धा पैसा मिळवण्याची घाई झालेली असे. ज्या कैद्यांना वकील देणं परवडत नसे त्यांच्यासाठी सरकारकडून मोफत वकील मिळण्याची सोय होती. पण ही सोय असूनही काही फायदा नव्हता, कारण सरकारने नेमलेली महिला वकील अगदीच वाईट होती. पुढे मी दुसरा एक वकील शोधला. त्याने मला भरपूर लुटलं व माझे पैसे संपल्यावर तो पळून गेला. "मी तुमची जामीनावर सुटका करेन" असं आश्वासन त्याने दिल्यामुळे मी मोठ्या आशेने कोर्टात हजर झाले. तेथे वेगळाच प्रकार बघायला मिळाला. माझ्या सर्व साक्षीदारांची परत साक्ष काढण्यात यावी असे प्रयत्न तो करू पाहत होता. त्यामुळे माझा खटला लवकर निकालात निघणे तर दूरच पण उलट रेंगाळतच पडणार होता. "गरज पडली तर जामीन मिळवण्यासाठी आपण हायकोर्टात सुद्धा जाऊ," अशा बाता त्याने मारल्या होत्या. माझ्याकडून आणखी पैसे उकळण्याचा हा मार्ग होता. हे सत्य जेव्हा उजेडात आलं तेव्हा मी त्याचं नावच टाकलं. त्यानंतर काही दिवसांतच एस. एम. अगरवाल यांच्या न्यायालयात मला निर्दोष ठरवून सोडण्यात आलं. त्यासाठी सुद्धा माझ्यापूर्वी सुटका झालेल्या एक कैदी स्त्रीने मला आर्थिक मदत केली व मला

न्याय मिळू शकला. ती जर माझ्या मदतीला धावून आली नसती, तर आजही मी तुरुंगात खितपत पडले असते....

आता दुसरी बाजूही आपण पाहू. हे कथन एका अधिकारी महिलेने ध्वनिमुद्रित करून ठेवले आहे.

.... मी येथे गेली सहा वर्षे नोकरी करत आहे. तिहार जेलमधील स्त्रियांच्या वॉर्डातील स्त्रियांची परिस्थिती मी अगदी जवळून पाहिली आहे. येथील स्त्रियांना कोणतेही काम देण्यात येत नसे. त्या दिवसचे दिवस निरुद्योगीपणे, बारीक-सारीक गोष्टींवरून भांडणतंटा करण्यात वेळ व्यर्थ दवडत. माझ्या परीने ती भांडणे सोडवण्याचा मी नेहमी प्रयत्न करीत असे. कारण बारीक-सारीक कारणांवरून त्यांनी गोत्यात येऊ नये अशी माझी इच्छा असे. यातल्या ज्या स्त्रियांना तान्ही मुलं असत त्या स्त्रियांबद्दल व मुलांबद्दल मला फार वाईट वाटायचं. त्या मुलांना काही चांगलं अन्न पुरवण्याची सोयही नव्हती. मी खूप प्रयत्न करून त्या मुलांपुरती पातळ खिचडी करून घेण्यास सुरवात केली. मला त्या मुलांची इतकी काळजी वाटायची की मी कधी कधी घरून त्यांच्यासाठी फळं पण आणत असे.

स्त्रिया अथवा मुले, दोघांसाठीही शिक्षणाची सोय नव्हती. कधी कधी ती लहान मुलं खेळता खेळता गप्पागोष्टी करत : "उद्या कोर्टात जायचंय ना. कदाचित आपल्याला शिक्षापण होईल." लहान लहान बालकांच्या तोंडी ती तुरुंगाची भाषा ऐकली की खूप वाईट वाटायचं. माझं हृदय भरून यायचं. या मुलांचं बाल्य, त्यांची निरागसता एवढ्या लवकर संपली ते पाहून फार दुःख व्हायचं. या मुलांसाठी आपल्याला काय बरं करता येईल?– असा विचार नेहमी मनात यायचा. मग मी हा विचार आमच्या सुपरिंटेंडंटपाशी एकदा बोलून दाखवला. त्यांच्याकडून थोडे पैसे मंजूर करून त्या मुलांसाठी खेळणी आणण्याची व्यवस्था केली. पूनम नावाच्या एका कैदी स्त्रीला मी त्या मुलांचा सांभाळ करण्यासाठी व त्यांना थोडंफार शिक्षण देण्यासाठी उद्युक्त केलं. काही कैदी स्त्रियांची सुद्धा लिहायला, वाचायला शिकण्याची इच्छा होती. काही त्याप्रमाणे शिकल्या सुद्धा. पण मी सगळ्याच स्त्रियांना काही शिक्षण घेण्यासाठी उद्युक्त करू शकले नाही. खरं तर लहान मुलांसाठी पाळणाघर सुरू करावं, तसंच शिकू इच्छिणाऱ्या स्त्रियांसाठी शिक्षणाचं सामान पुरवावं अशा माझी फार इच्छा होती. पण माझ्याकडे एवढा पैसाच नव्हता. अनेक स्त्रिया इथे शिक्षा भोगत होत्या आणि त्यांची मुले तुरुंगाबाहेर दुर्लक्षित, निराधार अवस्थेत जीवन कंठत होती. या स्त्रियांना आपल्या मुलांना स्वतःजवळ तुरुंगात ठेवण्याची परवानगी देण्यात यावी त्याचप्रमाणे त्यांना काही रोजगार देण्यात यावा, म्हणजे त्यातून त्यांना आपल्या मुलांची देखभाल करता येईल, असं मी सुचवलं. कैदेतील ज्या स्त्रियांची मुले त्यांच्याजवळ राहात असत, त्यांच्यातील काही स्त्रिया आपल्या मुलांना खाऊ देत. मग एखादं मूल खाताना दिसलं की बाकीची मुले आपल्या आयांपाशी हट्ट सुरू

पांढरे पाणी

करत. ज्या गरीब आईकडे हा हट्ट पुरवण्यासाठी पैसा नसेल, ती कधीतरी वैतागाच्या भरात आपल्या मुलाला मारत असे. काही कैदी स्त्रियांच्या भेटीला कोणीच येत नसे. मग मी जमेल तसा वेळ त्यांच्याबरोबर घालवून त्यांना सल्ला देत असे. पण कर्मचाऱ्यांचाच तुटवडा होता. त्यामुळे आमची रोजची कामे पार पाडण्यासाठी सुद्धा वेळ मिळत नसे. त्यामुळे कैद्यांच्या कल्याणासाठी आम्ही प्रयत्न तरी काय करणार? सरकारतर्फे या स्त्रियांना भरतकाम, विणकाम शिकवण्यासाठी एक शाळा चालवण्यात येत असे. पण या स्त्रियांमधे शिकण्याची काही इच्छा, काही जिद्दच नव्हती. त्यांना कशातच रस नव्हता...

स्त्रियांच्या वॉर्डसाठी अधिकारी म्हणून काम करणाऱ्या आणखी एका महिलेचे अनुभव ध्वनिमुद्रित केले आहेत.

... काही कैदी स्त्रिया आपल्याजवळील पैसा जुगार खेळण्यात उडवत. त्या शिवीगाळ करत. कधी कधी कर्मचाऱ्यांना धमकी सुद्धा देत. या कैदी स्त्रियांचे कोणीतरी नामकरण केले होते– बीस साली. याचा अर्थ वीस वर्षांची शिक्षा झालेली. १९७१ साली स्त्रियांच्या वॉर्डात केवळ ३० ते ३५ स्त्रियांना कैदेत ठेवण्यात आले होते. त्या मुख्यत्वेकरून चोरी किंवा वेश्या व्यवसाय करताना पकडण्यात आलेल्या असत. खूनखटल्यात दोषी ठरलेल्या स्त्रियांना लुधियाना जेलमधे पाठवण्यात येई. १९८६ मधे मात्र ही परिस्थिती आमूलाग्र बदलली

होती. आता स्त्रियांच्या वॉर्डात इतक्या विविध प्रकारच्या गुन्ह्यांमधे अडकलेल्या स्त्रिया भरती झाल्या होत्या. यात हुंडा, मादक द्रव्ये इ. संदर्भातील गुन्ह्यांमधे गुंतलेल्या स्त्रिया तसेच रिमांडच्या केसेस या बाबतीत सतत वाढ चालू होती. एका काळी तर भरती झालेल्या स्त्रियांचा आकडा वाढून वाढून तो ३०० पर्यंत जाऊन पोचला होता. शिवाय ६० लहान मुले होती...

तुरुंगातील दूध पुरवठ्याबद्दल कैदेतील एका व्यक्तीने सांगितलेली हकिकत ध्वनिमुद्रित करून ठेवली आहे. तसेच पृष्ठ क्रमांक ९७ वर रेखाचित्रही काढले आहे.

प्रत्येक लहान मुलाला किमान चारशे ग्रॅम दूध देण्यात यावे असा नियम होता. शिवाय हे दूध त्या मुलांच्या आयांना देण्यात यावे असेही त्यात म्हटले होते. शिवाय ज्यांची मुले अंगावर होती त्यांनाही डॉक्टरांच्या शिफारशीनुसार जादा दूध देण्याची सोय होती. अर्थात हे सर्व नियम पुस्तकात होते. प्रत्यक्षात मात्र परिस्थिती निराळीच होती. सकाळ उजाडली की स्त्रियांच्या वॉर्डात मुलांसाठी म्हणून जे दूध येई ते निव्वळ पांढऱ्या रंगाचं पाणी असायचं. हे सगळं दूध एक सुशिक्षित विदेशी स्त्रीच्या ताब्यात देण्यात येई. त्याचे वाटप करण्याआधी अर्थातच ती त्यातील भलामोठा वाटा स्वत:साठी काढून ठेवणार हे ओघानंच आलं. शिवाय तिचे वरिष्ठ (नाव गुप्त राखलं आहे.) म्हणजे हेड वॉर्डरचाही यात हिस्सा असे. मग काही दूध हे कैद्यांना विकण्यासाठी बाजूला काढून ठेवण्यात येई. या दूध विकून आलेल्या पैशातही पुन्हा तिचा आणि हेड वॉर्डरचा हिस्सा असायचा.

सर्वांत दुर्दैवी गोष्ट तर पुढेच होती. परदेशी स्त्री तर मुलांच्या वाटणीचं दूध चोरून विकतच होती, पण खुद्द त्या मुलांच्या आयासुद्धा त्या मुलांच्या नावे मिळालेलं दूध विकायच्या व त्याबदली कूपन्स विकत घ्यायच्या. ज्या आयांना दोन मुलं होती त्या दोनापैकी एकाच्या वाटणीचं दूध विकायच्या. थोडक्यात दूध ही अशी वस्तू होती, की, त्या बाबतीत एकजात सगळेच फसवेगिरी करत. कोणाच्या हातात किती सत्ता त्यानुसार या फसवेगिरीचं प्रमाण कमीजास्त होत असे...

एका कैद्याने जळणासाठी लागणाऱ्या इंधनविषयीचा एक किस्सा सांगितला आहे. तो ध्वनिमुद्रित केला आहे. तसेच पृष्ठ ९९ वर रेखाचित्रसुद्धा दिले आहे.

... स्वयंपाकासाठी जळण म्हणून तुरुंगातील चपात्यांना स्त्री कैद्यांकडून फार मागणी असे. त्या स्त्रिया या चपात्यांचा वापर जळण म्हणून करत व त्यावर चूल पेटवून अन्न गरम करणे, स्वत:साठी, कर्मचाऱ्यांसाठी, किंवा डॉक्टरसाठी चहा करून देणे इ. गोष्टी त्या करीत. हिवाळ्यात तर चहा सारखाच लागायचा. मग दहा पैशाला एक चपाती याप्रमाणे वाळलेल्या चपात्यांची विक्री होई. तुरुंगातील कर्मचारी कैद्यांशी तसे मिळून-मिसळून वागत. पण मधेच कधीतरी लुटूपुटूची जप्ती

कर्मचाऱ्यांची गुंडगिरी

आणल्याचा देखावा करून त्यांच्या चुली हस्तगत करत. मग नंतर मेहरबानी केल्याप्रमाणे ते जप्त केलेलं सामान कैद्यांना परत करत किंवा चक्क त्यासाठी पुन्हा पैशाची मागणी करत...

एका अधिकाऱ्याने तुरुंगाच्या आतील दारूण परिस्थितीचं वर्णन ध्वनिमुद्रित करून ठेवलं आहे.

... काही स्त्रियांना शिक्षा झालेली असे. पण त्यांचे गुन्हे तसे हिंसक स्वरूपाचे मुळीच नसत. त्या स्त्रिया सुशिक्षित असत तसेच त्यांची आर्थिक स्थितीसुद्धा चांगली असायची. अशांना 'ब' दर्जाची सुविधा असायची. याचा अर्थ राहण्यासाठी त्यांना ८ फूट × ८ फूट आकाराची स्वतंत्र कोठडी मिळायची, तर बाकीच्या स्त्रियांना ५० फूट × ४० फूट आकाराच्या कक्षात एकत्र राहावं लागे. बऱ्याच विदेशी स्त्रियांना न्यायालयाकडून 'ब' दर्जा प्राप्त होई. त्यामुळे परकीय भाषा, विदेशी संस्कृती असलेल्या या स्त्रिया एकत्र कळप करून राहत. स्वतंत्र कोठडीत राहणाऱ्या या स्त्रियांची राहणी इतर सामान्य कैदी स्त्रियांपेक्षा जरा बरी असे. काही वेळा तर तुरुंगात इतक्या घाणेरड्या स्त्रिया भरती होत, की, त्यांना स्वच्छतागृहात पाणी वापरण्याची देखील माहिती नसे. मुळात तिथे घाणीला तोटा नव्हताच. त्यात या घाणीची भर.

एकदा चार विदेशी स्त्रियांना शिक्षा म्हणून काही काळ डॉर्मिटरीत ठेवण्यात आलं. त्यांच्यातील एकीने सांगितलेली हकिकत ध्वनिमुद्रित केली आहे, ती अशी:

... आम्हाला डॉर्मिटरीत राहण्याची शिक्षातर केलीच होती, परंतु त्याहूनही अधिक मानहानी करण्याच्या दृष्टीने मुद्दाम तेथील जी विशिष्ट बाजू राहण्यासाठी मुक्रर केली होती, तिच्या बाहेरच्याच बाजूने गटार वाहत होतं. झुरळांचा तर सुकाळच होता. आम्हाला रात्रीची झोप मिळणं दुरापास्त झालं. मग आपणच यावर काहीतरी उपाययोजना करायची असं आम्ही ठरवलं. ते गटार आम्ही स्वत:च स्वच्छ करण्यास सुरुवात केली. घाणीचे मोठाले ढिगारे उपसल्यावर गटाराचा खालचा तळ व कडेच्या भिंती दिसू लागल्या. बराकीतील इतर स्त्रियांना आम्ही बादल्यांनी पाणी आणून देण्यास सांगितलं. पण तेवढंही करण्याची त्यातील काही जणींची इच्छा नव्हती. मग आम्ही त्यांना म्हणालो– "ठीक आहे. तुमच्या वाटणीचं काम तुम्ही पैसे देऊन दुसऱ्या कोणाकडूनही करून घ्या." मग आम्ही तेथे गट तयार केले. प्रत्येक गटाने आळीपाळीने साफसफाई करायची, औषध घालायचं व घाण होऊ द्यायची नाही असं ठरवलं. आम्ही हळूहळू तेथील स्त्रियांमधे, त्या वातावरणात चांगल्या रुळत चाललो आहोत हे वरिष्ठांच्या लक्षात येताच त्यांनी ताबडतोब आमची तेथून उचलबांगडी केली. वस्तुस्थिती मात्र अशी होती, की, या सार्वजनिक कक्षातील स्त्रिया घाणीत राहत कारण त्यांना स्वच्छतेची माहितीच नव्हती...

तुरुंगातील स्त्रियांचा पेहराव, स्वरूप आणि एकंदर अवतार याविषयी सुद्धा एका कैदी स्त्रीने वर्णन केलं आहे. त्या स्त्रियांना अशा ओंगळवाण्या अवतारात राहावं लागे यालाही त्यांना मिळणारी वागणूकच कारणीभूत होती.

... कपड्यांस इस्त्री करण्याची सोय नव्हती. त्यामुळे धुतलेले कपडे दमट असतानाच त्याच्या व्यवस्थित घड्या करून आम्ही त्या उशाशी घेऊन झोपायचो. अर्थात बऱ्याच जणी चुरगळलेले कपडेच घालत. एका स्त्री वॉर्डरकडून (नाव गुप्त ठेवले आहे) ३० रुपये व ५० रु. किमतीस आरसे विकत मिळायचे. पण ती वॉर्डर लहर लागली की स्वत:च ते आरसे जप्त करून फोडूनही टाकायची. स्वत:चा अधिकार गाजवण्याचाच एक मार्ग. "हे आरसे तुम्हीच तर आम्हाला आणून दिलेत नां," असं म्हटलं, की जणू काही आपण त्या गावचेच नसल्यासारखं दाखवायची. मग तिला परत पैसे चारले, की, नवे आरसेपण तीच आणून द्यायची...

अशाच एका जुन्या अनुभवी व्यक्तीने वैद्यकीय सेवेबद्दलचं अत्यंत मर्मभेदी सत्य सांगितलं आहे.

... डॉक्टरांना थोडे पैसे चारले की आम्हा स्त्रियांना बाहेरच्या जनरल हॉस्पिटलात पाठवण्याची व्यवस्था व्हायची. त्यासाठी काय लागेल ते वैद्यकीय

प्रमाणपत्र मिळायचे. हे पैसे डॉक्टरांकडे पोचवण्याची पद्धत होती. तुरुंगाबाहेर एक स्त्री उभी असे. आम्ही आमचे पैसे तिच्याकडे सुपूर्द करायचो. ती सुद्धा हे पैसे स्वहस्ते स्वीकारत नसे, तर एका खुणेच्या खांबाखाली ठेवायला सांगे. सारा प्रकार अगदी बॉलिवूड धर्तीवर चालायचा. बरेच वेळा एखादा बस स्टॉप या कामासाठी निवडलेला असायचा. स्टॉपच्या जवळच पैशाचं पाकीट उचलण्यासाठी एखादा माणूस घुटमळत असायचा. एकदा माझ्याच कोठडीत राहणाऱ्या माझ्या मैत्रिणीला कोणत्याही परिस्थितीत तातडीनं वैद्यकीय दाखला हवा होता. तिला दम्याचे ॲटॅक येत असत. डॉक्टरांनी सरळ मार्गाने दाखला देण्यास नकार दिला. माझ्या मैत्रिणीने सरळ सरळ त्या डॉक्टरणीला पैशाचा आकडा विचारला. तिने तो सांगितला. मग त्या बॉलिवूड पद्धतीने ते पैसे पोचते झाल्यावर माझ्या मैत्रिणीला वैद्यकीय कारणासाठी जामीन मंजूर झाला. मला जेव्हा अटक झाली तेव्हा माझा चष्मा माझ्याजवळ नव्हता. आणि मला एका डोळ्याने तर जवळजवळ काही दिसतच नसे. मी न्यायालयात गेल्यावर माझ्यावर मोठ्या एखाद्या नेत्र रुग्णालयातून नेत्रोपचार व्हावेत अशी मागणी केली आणि ती मंजूरही झाली. त्यानुसार तसा लेखी आदेश घेऊनच मी डॉक्टरणीकडे गेले. ती म्हणाली : ''अरे वा, तू भलतीच हुशार दिसतेस. पण इथे असलं काही चालणार नाही. मी तुला मुळीच पाठवणार नाही.'' मग मी परत न्यायालयात अर्ज केला. न्यायालयाकडून परत आदेश आला. तरीसुद्धा तिने मला पाठवलं नाही. उलट मला म्हणाली: ''माझी मर्जी असेल तेव्हाच तुला सोडीन.'' अखेर मीच हार मानली व मला काही आठवड्यांच्या प्रतीक्षेनंतर तिने सोडले...

कैदी स्त्रियांपैकी ज्यांना उपचारासाठी बाहेरच्या रुग्णालयात जावं लागे त्यांच्याबरोबर जाण्यासाठी स्त्री पोलीस होत्या. या कैदी स्त्रियांपैकी खरोखरच्या आजारी कोण असत आणि नातेवाइकांना वा मित्रमंडळींना भेटायला मिळावे, मजा मारायला मिळावी म्हणून आजारपणाचा बहाणा कोण करी हे या पोलिसांना पुरते ठाऊक असे. या बहाणा करून निघालेल्या कैद्यांना घेऊन जाताना पोलीसही निवांत असत. कारण डॉक्टरांना भेटणं, वैद्यकीय तपासण्या वगैरे काहीच नसे. सर्वच बनवाबनवीचा कारभार. बरोबर जायचं. बसायचं. शिवाय खायला-प्यायला सुद्धा भरपूर मिळायचं. मग अशा 'रुग्णां'ना हॉस्पिटलमधे घेऊन जाण्याचं काम पदरात पाडून घेण्यासाठी त्या स्त्री पोलिसांची पुष्कळ वेळा आपापसात भांडणं सुद्धा होत.

काही डॉक्टर्स, वकील किंवा न्यायालयाचे पहारेकरी तर चक्क अंगाडिया (कूरियर) चे काम करीत. कैद्यांची पत्रे आणि निरोप इकडून तिकडे पोचवत. हे असे लोक अगदी नियमितपणे, ठरलेल्या वेळी हॉस्पिटलमधे, एकमेकांना भेटत. तसं भेटता यावं म्हणून लागणारे शिफारसपत्रे, कागदपत्रे इ. पूर्वतयारी व्यवस्थित केलेली असायची. या अशाच पद्धतीने कुविख्यात गुन्हेगार चार्ल्स सोभराज आणि

त्याची जॅकेलीन नावाची कैदेत असलेली प्रेयसी यांच्यात प्रेमपत्राची देवाण-घेवाण चालायची. अखेर त्यांनी आपल्या वाङ्‌निश्चयाची सुद्धा घोषणा केली.

वैद्यकीय सेवा उपलब्ध होती. पण ती नावालाच. या महान व्यवसायातील महान डॉक्टरांना ती 'सेवा' करण्याची इच्छा होईल तर ना! एखादा आणीबाणीचा प्रसंग ओढवला (उदा- बाळंतपण) की त्या वेळी डॉक्टर उपस्थित नसणार हे तर ठरलेलंच. अशाच एका दारुण परिस्थितीचं वर्णन एका कैदी स्त्रीने केलं आहे.

... एखाद्या स्त्रीच्या बाळंतपणाची घडी येऊन ठेपली व नेमकी त्या वेळी ती कोठडीत बंद असली तर तेथे वैद्यकीय मदत उपलब्ध होतच नसे. आणि त्यात सुद्धा ही वेळ जर दुपारी १ ते रात्री १० च्या दरम्यान ओढवली, तर अगदीच नाही. कारण जी महिला डॉक्टर नोकरीवर होती ती केवळ रात्रपाळीला म्हणजे रात्री १० ते दुपारी एक याच वेळात हजर असे. मग अशा वेळी अडलेल्या स्त्रीला आम्हीच मदत करत असू. आमच्याबरोबर दुसरं कोणीच नसायचं. इतकंच काय पण प्रथमोपचाराची पेटीसुद्धा नसायची. अशीच एक वेळ आली व एक स्त्री कोठडीतच प्रसूत झाली. तिची वार कशानं कापायची, असा प्रश्न उपस्थित झाला. आमच्यापाशी काहीच नव्हतं. तिचं बाळ तसंच कितीतरी वेळ पडून होतं. वार कापण्यासाठी काहीच मिळेना. खूप वेळ शोध घेतला. अखेर एका कैदी स्त्रीकडे एक लहानसा पात्याचा (ब्लेडचा) तुकडा मिळाला. एव्हाना प्रसूती होऊन कित्येक तास झाले होते.

आणखी एक स्त्री तर बंदिवासाच्या काळात रात्री प्रसूत झाली. ती सार्वजनिक कक्षात होती. रात्री अर्थातच कोणीही डॉक्टर तिच्यासाठी आले नाहीत. सकाळी बराकी उघडल्यानंतर आम्ही तिच्यापाशी गेलो तर ती आणि तिचं मूल रक्ताच्या थारोळ्यात पडलेलं आढळलं. मग आमच्यातील काही कैदी स्त्रियांनीच त्या बाळाला अंघोळ घातली. आमच्यातील एकीने त्या स्त्रीला स्वच्छ केले. आमच्या इथे आणखी एक कैदी स्त्री होती. ती अगदी माणूसघाणी होती. कधी कोणाला मदत करायची नाही. पण तिनेसुद्धा पुढे होऊन त्या बाळंतिणीला (दूध येत नव्हते म्हणून) चहा करून आणला. पण आश्चर्याची गोष्ट अशी की सार्वजनिक कक्षातील इतर स्त्रियांनी मात्र रात्री प्रसूतीच्या वेळी त्या स्त्रीला काहीही मदत न करता बराकीच्या कोपऱ्यात तसंच पडू दिलं होतं.

सॅनिटरी नॅपकिन्स सारख्या नाजूक बाबतीत बोलताना एका कैदी स्त्रीने म्हटलं आहे :

... काही काळ सुरुवातीला आम्हाला ते पुरवले जात होते. मग अचानक त्यांचा पुरवठा थांबला. नंतर आम्हाला जाडं भरडं कापड देण्यात आलं व तेच धुऊन पुन्हा पुन्हा वापरण्याची सूचनाही मिळाली. अनेक स्त्रियांना स्वच्छतागृहातील फ्लश कसा वापरायचा असतो याची सुद्धा कल्पना नव्हती. त्यामुळे त्या खराब

नॅपकिन्स तसेच आत टाकत व सर्व गटारे त्यामुळे तुंबून बसत. पुन्हा भंगी येऊन त्या सर्व गटारांची स्वच्छता होण्यासाठी अनंतकाळ प्रतीक्षा करावी लागे...

एका व्यक्तीस झोपेच्या गोळ्यांचे नियमित सेवन करण्याची सवय होती. त्या व्यक्तीने सांगितले आहे :

... झोपेच्या गोळ्या आम्हाला पाहिजे तेवढ्या मिळत. त्यांच्या बळावरच आम्हाला थोडी तरी झोप मिळायची. आमच्यातील काही स्त्रिया तर झोपेच्या गोळ्यांच्या आहारीच गेलेल्या होत्या...

स्त्रियांच्यातील समलिंगी संबंधासारख्या नाजूक विषयाबाबत एका स्त्रीने स्वत:ची निरीक्षणे मांडली आहेत. तिने काहीही आडपडदा न बाळगता मोकळेपणाने कथन केले आहे.

... तुरुंगात अशा गोष्टी घडत. यांपैकी एका गोष्टीला येथे बरीच प्रसिद्धी मिळाली. यात एक परदेशी स्त्री व एक दक्षिण भारतीय स्त्री अशा दोघी गुंतल्या होत्या. याच परदेशी कैदी स्त्रीकडे दूधवाटपाचे काम सोपवण्यात आले होते. त्याचप्रमाणे तेल, साबण, टॉवेल्स, कापड अशा काही जीवनावश्यक वस्तू व काही खाद्यपदार्थ वाटपाचे कामही तिच्याकडे दिलेले होते. त्या कामात ती नेहमीच फसवेगिरी करत असे. इतर विदेशी स्त्रियांना ती अजिबात आवडत नसे. म्हणून तिने काही भारतीय स्त्रियांशी मैत्री केली होती. तिची त्यांच्याशी बरीच जवळीक झाली. ती त्यांच्याकडून हिंदी शिकली. ती हिंदी साडी नेसत असे. कपाळाला कुंकू पण लावत असे. तिने स्वत:ला पुढे पुढे हिंदुस्तानी म्हणवून घेण्यास सुरुवात केली. तिचा एक मित्रही होता. तो आपला नवरा आहे असे ती सर्वांना सांगे. (याचे नाव गुप्त राखले आहे.) ते दोघेही मादक द्रव्यांच्या वाहतुकीच्या गुन्ह्यात सापडून एकदमच तुरुंगात आले होते व दोघांनाही दहा वर्षांची शिक्षा झाली होती.

अशा तऱ्हेने जर एकाच कुटुंबातील व्यक्ती शिक्षा भोगत असतील तर, त्यांना ठराविक दिवशी एकमेकांना भेटता येत असे. तशी परवानगी होती. पण एक दिवस अचानकच या विदेशी स्त्रीने आपल्या त्या तथाकथित नवऱ्याला भेटणं बंद केलं. त्याच्याशी असलेले सर्व संबंध तोडून टाकले. दरम्यानच्या काळात तिचे एका भारतीय स्त्रीशी (नाव दिलेले नाही) समलिंगी संबंध प्रस्थापित झाले होते. दोघी एकाच बराकीत रहात व दोघींबद्दल इतरांना हे सर्व ठाऊक होतं. या प्रकरणाचा जेव्हा गाजावाजा झाला तेव्हा दर्शनलाल नामक एका संवेदनशील अधिकाऱ्याने येऊन दोघींची फारकत केली व त्यांना वेगवेगळ्या बराकीत ठेवलं. तिनं त्याबद्दल खूप थयथयाट केला. पण तरीही तिचं काही चाललं नाही. एव्हाना तिच्या तथाकथित नवऱ्याच्यासुद्धा कानावर ही गोष्ट गेली होती. त्यामुळे तो अर्थातच भडकला व एक दिवस स्त्रियांच्या वॉर्डात या बराकीत घुसून त्याने तिला पुष्कळ मारहाण करण्यास सुरुवात केली. अखेर आम्ही हस्तक्षेप करून परिस्थिती

सैतान कार्टी

आटोक्यात आणली.

तुरुंगातील ते वातावरण, तेथील ती सुप्त हिंसात्मक परिस्थिती, तो ताण, ती कटुता, तो अविश्वास या सर्वच गोष्टींचा आपल्या आईसोबत राहणाऱ्या कोवळ्या वयाच्या मुलांवर फार खोलवर परिणाम होई. त्या मुलांचं नैसर्गिकपणे खेळणं, हुंदडणं, बागडणं बंदच झालं होतं. अशा मुलांच्यात काम करणाऱ्या एका अधिकारी स्त्रीने त्याबद्दलचे अनुभव सांगितले आहेत. तसेच

पृष्ठ १०४ वर याचं रेखाचित्रसुद्धा दिलं आहे. हे एका कैदी स्त्रीनंच काढलं आहे.

ती मुलं कसली, भुतंच होती. ती मोठ्या माणसांसारखीच शिवीगाळ करत. त्यांच्या तोंडची भाषासुद्धा एखाद्या निर्ढावलेल्या गुन्हेगाराच्या तोंडी शोभेल अशीच

होती. ''मी तुझा मुडदा पाडीन,' 'मी तुला गोळी घालीन' इत्यादी. एक दिवस दोन मुले चांदणी नावाच्या एका छोट्या मुलीविषयी बोलत होती. त्यांचं ते संभाषण माझ्या कानावर पडलं ते असं : 'येऊ तर दे तिला इकडे, मी तिच्या पोटात सुरात भोसकेन.' त्यांच्यामधील चार वर्षांहून लहान मुलेसुद्धा समलिंगी शारीरिक संबंधासारखे खेळ खेळत. एकमेकांशी नको ती सलगी करीत. त्यांना रागावलं की ती आम्हालाच शिवीगाळ करीत आणि दगडसुद्धा मारत. तुरुंगात किडे आणि बेडूक भरपूर सापडायचे. ही मुले त्यांना पकडून त्यांच्याशी क्रूर खेळ खेळत. त्यांचा छळ करत, त्यांना चिरडत, ठेचत, जाळून टाकत, किंवा जिवंतपणी पिरगाळून टाकत. कधीकधी जिवंत बेडूक पकडून गुपचूप आमच्या अंगावर टाकीत. त्या मुलांना कोणीही आवरू शकत नसे.

केवळ स्त्रियांचंच नव्हे, तर किड्यामकोड्यांचं जीवनही येथे सुरक्षित नव्हतं.

□

स्त्री कैदी : धोक्यात आलेली जमात

एक दृष्टीक्षेप

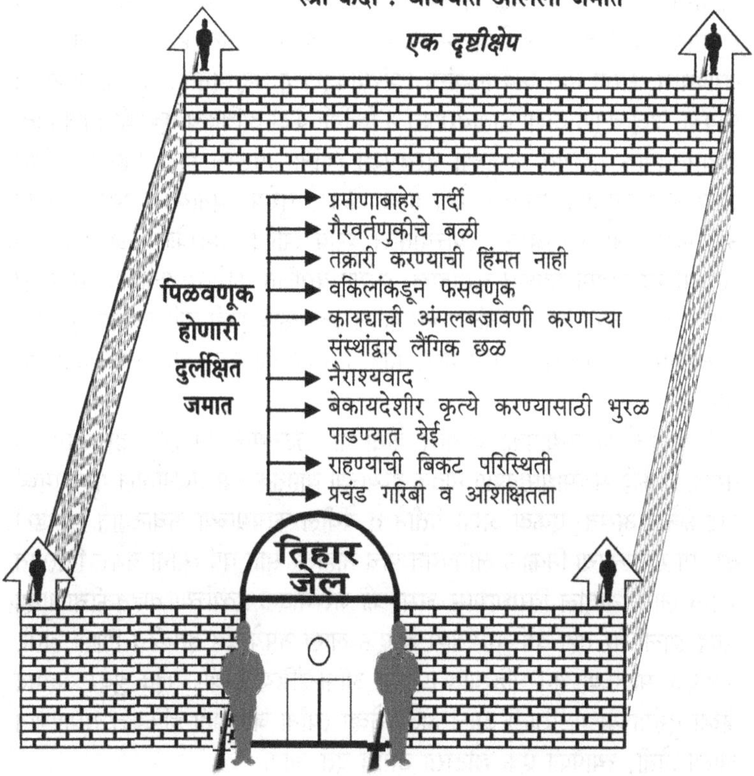

१०

विदेशी कैदी : गजाआडचे एकाकी जीवन

तुरुंग क्रमांक एकमधील विदेशी कैद्यांच्या वॉर्डला जेव्हा मी पहिल्या प्रथम भेट दिली तेव्हा त्यांच्यातील बऱ्याच कैद्यांचं आयुष्य सडत, कुजत चाललं होतं. गंजून अशासाठी की, ते इथे अक्षरश: खितपत पडले होते. जगण्यातला सगळा अर्थच संपुष्टात आला होता. सर्व जीवनरस, सारं चैतन्यच हरपलं होतं. त्यांच्या अशा जगण्याचं कारण होतं कर्मचाऱ्यांची त्यांच्याबद्दलची उदासीनता, दुर्लक्ष. मुळातच परक्या, शत्रुत्वपूर्ण अशा वातावरणात हे विदेशी कैदी अधिकच एकाकी झाले होते. जीवनावश्यक मूलभूत गरजेच्या वस्तूसुद्धा त्यांना उपलब्ध होत नव्हत्या. तिहार जेलमधील बहुतांशी विदेशी कैदी हे आफ्रिका, युरोप, युनायटेड स्टेटस किंवा आशियातून आलेले असत. त्यांच्यातील युरोप आणि अमेरिकेतून आलेले कैदी जरातरी नशीबवान म्हणावे लागतील. कारण क्वचित कधीतरी त्यांच्या भेटीसाठी कोणीतरी येत असे. शिवाय त्यांच्या भारतातील दूतावासाकडूनही त्यांच्या स्वास्थ्यासाठी, कल्याणासाठी थोडेफार प्रयत्न होत. मात्र इतरांना भेटायला मात्र कोणीसुद्धा येत नसे.

या विदेशी कैद्यांपैकी बऱ्याच कैद्यांच्या खटल्यांचे निकालसुद्धा लागलेले नसत. हे कैदी सर्वसाधारणपणे मादक द्रव्यांच्या वाहतुकीच्या संदर्भातील गुन्ह्यांमध्ये अडकलेले असत. एकदा अशा रीतीने ते येथील कायद्याच्या कचाट्यात सापडले की मग खटल्याचा निकाल लागेपर्यंत पाच नाहीतर सात वर्षे त्यांना येथेच खितपत पडावं लागे. यातील विरोधाभास असा की जर मादक द्रव्यांच्या वाहतुकीचा गुन्हा सिद्ध झाला तर दहा वर्षे तुरुंगवास व एक लाख रुपये दंड इतकीच शिक्षा होती. १९९३ सालच्या जून महिन्यात टाइम्स ऑफ इंडियाचे श्री. सईद झुबेर अहमद जेव्हा तुरुंगाच्या भेटीसाठी आले होते, तेव्हा त्यांना जी काही हकिकत सांगण्यात आली होती, त्यापैकी एक छोटासा उतारा देत आहे.

...तिहारमध्ये खटल्याच्या निकालाची वाट बघत खितपत पडून राहिलेले अनेक विदेशी नागरिक आहेत. कारण त्यांचे खटले न्यायालयात टांगून राहिले आहेत. येथे एकंदर १०० विदेशी नागरिक आहेत. त्यांच्यापैकी अंदाजे ३० स्त्रिया आहेत. पण त्यांपैकी खरोखर गुन्हा सिद्ध झालेले कैदी फारच थोडे आहेत.

अनेक खटल्यांमधील सर्वच्या सर्व साक्षीदारांची उलटतपासणीसुद्धा अजून पुरी झालेली नाही. काही खटल्यांच्या सुनावणीला तर अजून सुरुवातसुद्धा झालेली नाही. नवल करण्यासारखी घटना एकदाच घडली, ती म्हणजे एका जर्मन मुलीवरचा खटला अवघ्या चार महिन्यांत निकालात लागून तिला तीन वर्षांची तुरुंगवासाची शिक्षा झाली.

हे खटल्याच्या निकालाची वाट पाहणारे कैदी भिन्न भिन्न राष्ट्रांचे नागरिक असतात. त्यांत नायजेरिया, युनायटेड स्टेट्स, स्पेन, अफगाणिस्तान व जर्मनी इ. राष्ट्रांचा समावेश आहे.

अहिंसात्मक गुन्हे: या प्रकारच्या गुन्ह्यांमधे अडकलेल्या कैद्यांची परिस्थिती अत्यंत दारुण होते, कारण यांतील बऱ्याचशा कैद्यांचे खटले अजून चालूच असतात. शिवाय त्यांनी केलेले गुन्हेही हिंसक स्वरूपाचे नसतात. त्यांच्यापैकी अनेक लोकांना मादक द्रव्यांची विक्री केल्याच्या आरोपाखाली अटक झालेली असते, तर काही लोकांना या देशात राहण्याचा परवाना संपल्यानंतर अनधिकृतपणे येथे राहिल्याबद्दल पकडण्यात आलेले असते. काही लोकांना बनावट पासपोर्टवर प्रवास केल्याबद्दल अटक झालेली असते...

जेल क्रमांक १ च्या नऊ नंबरच्या वॉर्डमधे सर्व परदेशी कैद्यांना ठेवलेलं असे. यात एकूण तीन विभागांत मिळून २५ कोठड्या होत्या. ५ कोठड्या, १० कोठड्या व १० कोठड्या. एकंदर १० लोकांना NDPS ॲक्टच्या अन्वये शिक्षा झालेली होती. सुमारे ११५ गुन्हेगारांवर खटले चालू होते. मुख्यत्वेकरून NDPS किंवा पासपोर्ट ॲक्टनुसार ज्यांच्यावर खटले चालू होते अशा कैद्यांना शिक्षा भोगणाऱ्या कैद्यांपासून वेगळं ठेवलेलं असे. एकंदर दहा कैदी पाच कोठड्यांत बंद असत. परंतु त्यांपैकी एका कोठडीत एकाच प्रकारचे कैदी कधीही नसत. कारण कोणत्याही शिक्षा भोगणाऱ्या दोन गुन्हेगारांना अथवा खटला चालू असणाऱ्या दोन गुन्हेगारांना एकदम एका कोठडीत बंद करायचं नाही असा नियम होता. त्यामुळे एखाद्या कोठडीत एकुलता एक कैदी असे तर दुसऱ्या कोठडीत एकदम तीन. विदेशी कैद्यांची स्थितीसुद्धा भारतीय कैद्यांपेक्षा मुळीच निराळी नव्हती. थोडासा फरक होता. तो म्हणजे एकंदर २०० भारतीय कैद्यांना एकाच मोठ्या कक्षात एकत्र ठेवलेले होते. हे सर्वच्या सर्व कैदी खटल्याच्या निकालाची वाट पाहणारे होते. तर तशाच विदेशी कैद्यांना मात्र ५ ते ६ च्या गटाने ८ फूट × ८ फूट आकाराच्या कोठड्यांमधे ठेवलेले होते. यात काळ्या व गोऱ्या कैद्यांमधे वर्णद्वेषाची भावना होती. विदेशी

कैद्यांमधे कृष्णवर्णीय कैद्यांची संख्या फार जास्त असल्याने ते गोऱ्या कैद्यांना पकडून अनेकदा मारहाण सुद्धा करत. त्यामुळे असे प्रसंग टाळण्यासाठी या दोघांना वेगवेगळे ठेवण्यात येई. तुरुंगात एक विदेशी मुन्शी व त्याचा एक सहाय्यक मुन्शी होता. ते दोघे नायजेरियन होते. ते वॉर्डातील पडेल ती कामे करत. हे सर्वच विदेशी गुन्हेगार मोडके-तोडके हिंदी बोलायला शिकले होते. ते काही 'खास' शब्दांचा वापर करत. सर्व प्रकारची मादक द्रव्ये व नशेचे पदार्थ जेलमधील श्रीमंत कैद्यांसाठी अगदी मुबलक प्रमाणात उपलब्ध असत. गरिबांना मात्र बारीक सारीक गोष्टींसाठी काबाडकष्ट उपसावे लागत. मादक द्रव्यांच्या बाबतीत उधार-उसनवारही चालायची. तसेच सर्व काही व्यवहार केवळ 'शब्दा'च्या भरवशावर चालत. कोणीही पैसे उसने घेतले असले तर त्यावर व्याजही आकारण्यात येई. मात्र या व्याजाचे दर भिन्न भिन्न होते. कर्ज घेणारा कैदी कोणत्या देशाचा नागरिक आहे येथपासून तो थेट तो कोणत्या वर्णाचा आहे येथपर्यंत हे अवलंबून असे. अनेकदा मादक द्रव्यांचे पैसे आधी वसूल करण्यात येत व नंतर कबूल केल्याप्रमाणे त्यांचा पुरवठा होत नसे. याचे पर्यवसान अर्थात मारामारी अथवा भांडणतंट्यात होई. मात्र अशी प्रकरणे ताबडतोब जागच्या जागी मिटवली जात. ती कोणीही वरपर्यंत नेत नसे. मादक द्रव्यांच्या खरेदीविक्रीचे व्यवहार पहारेकऱ्यांच्या संमतीने चालल्यामुळे त्यातील पैशाचा थोडा हिस्सा त्यांनाही मिळायचा.

भारतीय कैद्यांप्रमाणे विदेशी मुन्शीसुद्धा तुरुंगाधिकाऱ्यांना सलाम ठोकायचा आणि भाषाही अगदी तशीच बोलायचा. फक्त त्याचे हेल जरा वेगळे येत. हा परदेशी मुन्शी मुद्दाम पांढरे कपडे घालत असे. त्याचप्रमाणे आपला अधिकार सूचित करण्यासाठी मुद्दाम कमरपट्टा घालत असे. भारतीय मुन्शींच्या मानाने याच्या बोलण्यात जरा आदब असे. परंतु आपल्या हाताखालच्या विदेशी कैद्यांशी मात्र तो फार कडकपणे वागे. उदाहरणार्थ : एखाद्या विदेशी कैद्याची त्याच्या मित्रपरिवाराशी 'मुलाकात' (गाठभेट) झाली व त्यांनी त्याच्यासाठी काही भेटवस्तू आणल्या की तो त्या भारतीय मुन्शीपेक्षाही जास्त सहजतेने हिसकावून घ्यायचा. अगदी जराही मागेपुढे न पाहता. एकंदरीत काही मोजके अपवाद वगळता बरेचसे विदेशी कैदी आर्थिक दृष्ट्या सधन असत. त्यामुळे काही सोयी-सुविधा मिळणार असतील तर त्यासाठी पैशाची थैली सैल सोडण्यास ते तयारच असत. साहजिकच पैशासाठी कोणत्याही सोयी-सुविधा उपलब्ध करून देणारी यंत्रणा तयारच होती. त्यामुळे नवीन भरती झालेले कैदी सुद्धा या बाबतीत लगेच रुळत असत.

तुरुंगाच्या आत ज्या काही खाजगी पद्धतीने चालवलेल्या सुविधा उपलब्ध होत्या त्यांची तांत्रिक बाजू सुद्धा अगदी व्यवस्थित सांभाळली जाई. नवीन भरती झालेले कैदी तर ते पाहून अगदी आश्चर्यचकीत होत. त्यांना ती ईश्वराची कृपाच

वाटे. तुरुंगात नव्याने भरती झालेल्या कैद्यांची इतर कैद्यांशी मैत्रीसुद्धा अशीच झटकन होत असे. हा नवीन कैदी श्रीमंत असेल, भरपूर डॉलर्स पदरी बाळगून असेल, तर त्याची चाकरी करायला दोन, तीन गरीब कैदी लगेच तत्परच असत. या अशा चाकरीमागचे अर्थकारण व त्या चाकरीचे परिणाम या गोष्टी भारतीय कैद्यांपेक्षा विदेशी कैद्यांमध्ये जास्त प्रकर्षाने जाणवत. विदेशी कैद्यांची वेगळी अशी संस्कृती होती. त्यात किरकोळ हातउसने पैसे देणे, भाड्याने अथवा उधारीने वस्तू देणे या गोष्टी भारतीय कैद्यांच्या संस्कृतीपेक्षा निराळ्या दिसून येत. परस्परांवरील विश्वास, दिलेल्या वचनास किंवा शब्दास जागण्याचे महत्त्व यावर आधारित 'जगा व जगू द्या' अशी संस्कृती तयार झाली होती. या संस्कृतीचं वर्णन 'डोन्ट डिस्टर्ब' संस्कृती असंही करता आलं असतं.

विदेशी कैदी भारतीय कैद्यांपेक्षा अधिक शिस्तप्रिय होते. त्याचबरोबर व्यवस्थापनाने जर काही नियम लागू केले तर त्यांची अधिकृतता पडताळून पाहणे, त्याविषयी शंका उपस्थित करणे याही गोष्टी त्यांच्यात दिसून येत. याउलट भारतीय कैदी जी काही आज्ञा मिळेल त्यापुढे मान तुकवत. परदेशी कैदी जास्त निर्ढावलेले असत तर भारतीय कैदी लवकर खचून जात. भारतीय कैदी तुरुंगातून निसटून जाण्याच्या युक्त्या-प्रयुक्त्या शोधण्याचा प्रयत्न करीत, याउलट विदेशी कैदी कायदेशीर मार्गाचा अवलंब करून स्वत:ची सुटका करून घेऊ पाहत.

या विदेशी कैद्यांना तुरुंगातील भारतीय पद्धतीच्या जेवणाची सवय होता होत नसे. त्यांच्यातील अनेकांना तुरुंगातील अन्न खाण्याच्या लायकीचं सुद्धा वाटत नसे. हे अन्न सरसूच्या तेलात शिजवत असत. त्यामुळे त्याला एक उग्र दर्प येत असे. १९९१ सालापासून तिहार जेलमधे असलेल्या दक्षिण आफ्रिकेच्या एका कैद्याने सांगितलेली ही कहाणी ध्वनिमुद्रित करून ठेवली आहे.

> ... जेलमधील अन्न माणसांनी खाण्यायोग्य नसे आणि तेथील वातावरण माणसांनी राहण्यायोग्य नसे. येथे खाण्यासाठी एक गोल आकाराचा, भाजलेला व कागदासारखा पातळ पाव मिळायचा. त्याला हे लोक 'चपात्या' म्हणत. तो तोंडात घालणं सुद्धा कठीण होतं. शिजवलेल्या भाज्या पाण्यासारख्या पातळ व बेचव असत. पिण्यासाठी पुरवण्यात येणारं पाणी पिण्याच्या योग्यतेचं नसे. सभोवार गवत, झाडं-झुडपं किंवा हिरवळ यांपैकी काहीही दृष्टीस पडत नसे. पिण्याचं पाणी विकत घ्यावं लागे. पटकीची साथ येऊन त्यात तीन लोक मृत्युमुखी पडले. वैद्यकीय सेवेअभावी आणखी एक कैदी मरण पावला. येथील अधिकाऱ्यांची वागणूक फार वाईट होती. नुसतं एका जागी उभं राहिलं तरी ते निमित्त काढूनसुद्धा त्यांनी मला मारलं होतं. बारीकसारीक गोष्टींवरून ते माझा अपमान करत. कैद्यांची पिळवणूक, गुंडगिरी, छळ इत्यादी कृत्यांमध्ये खुद्द अधिकाऱ्यांचाच सहभाग असे.

जी. ओ. (नाव गुप्त ठेवले आहे) हा कैदी १९९१ मधे आफ्रिकेहून आला. तिहारमधील परिस्थिती पाहून त्याने उपहासाने तिहारचे नाव 'नाझी छावणी' असे ठेवले होते. कारण कैद्यांचा छळ व त्यांची पिळवणूक या गोष्टी येथे नित्याच्याच होत्या. जी. ओ. च्या म्हणण्याप्रमाणे लंगरमधून पुरवण्यात येणारं अन्न माणसांनी तोंड लावण्याच्या योग्यतेचंही नसलं तरी ते सुद्धा येथे विकलं जायचं. पण दुर्दैवाने एखाद्या कैद्याकडे पैसा नसला तर एखाद्या जनावराला व्हावी तशी मारहाण त्याला व्हायची. कैद्यांची अत्यंत पद्धतशीरपणे गुंडांच्या टोळ्यांमार्फत पिळवणूक होई. ही पिळवणूक वरिष्ठांच्या संमतीने होई. एखादा वरिष्ठ अधिकारी अथवा आय. जी. आमच्या तक्रारी ऐकून घेण्यासाठी कधीही आला नाही. अनेक लोक एका विशिष्ट धर्माचे असल्याच्या कारणावरून सुद्धा या पिळवणुकीला बळी पडत...

फ्रान्समधून इकडे आलेल्या फ्रान्सिस ओर्टेगा नामक कैद्याने असेच आपले अनुभव ध्वनिमुद्रित केले आहेत.

... पाच नोव्हेंबर १९८८ पासून मी तुरुंगाच्या उपाहारगृहात काम करीत होतो. येथे वस्तूंचा सततच तुटवडा असे. उदा. बिस्किटे, साखर, चहा व तेल इ. ज्यांच्यापाशी पैसा असेल अशा मोजक्याच लोकांना भाज्या मिळत. पैशाची थैली मोकळी सोडली की पाहिजे ती गोष्ट मिळायची. उदाहरणार्थ चांगलं सकस अन्न, अंथरूण, पांघरूण इ. अगदी मादक द्रव्ये सुद्धा. पण जर तुमच्याकडे पैसा नसेल तर तुम्हाला मारहाण होणार हे निश्चितच.

ए. एच. (पूर्ण नाव लिहिलेलं नाही) हा आफ्रिकन कैदी १९९१ पासून येथे होता. त्याच्या सांगण्याप्रमाणे तुरुंगात गुंडांच्या टोळ्यांकडून कैद्यांची पद्धतशीर पिळवणूक होत असून त्या गोष्टीला वरिष्ठांची उघड उघड संमती असते, कारण त्यांचाही वाटा त्यात असतो.

इथे कैद्यांना जे जेवण मिळतं ते बेचव तर असतंच, पण पुरेसं सुद्धा नसतं. शिवाय जेवढं मिळतं त्याहून अधिक मागण्याची तर कोणाची हिंमतही नसते. कारण लाथा मिळण्याची आणि मारहाण होण्याची भीती असते...

काही परदेशी कैदी सुरुवातीला कुरकुर करत. तक्रार करत. पण वॉर्डर त्यांना तंबी देत: "हा भारत आहे!'' निगेल नावाच्या एका विदेशी कैद्याचे उद्गार ध्वनिमुद्रित केले आहेत.

... भारतात इतकी निष्काळजीपणाची वागणूक मिळेल असं मला कधीच वाटलं नव्हतं. पण जेलमधील अधिकाऱ्यांनी ते सिद्ध केलं. केवळ आपल्या त्वचेचा रंग वेगळा आहे म्हणून आपल्याला इतरांपेक्षा वेगळं वागवतात, ही गोष्ट पचनी पडणं सुरुवातीला फार जड गेलं. मी येथे भरती झाल्यावर माझ्या अंगातील सर्व कपडे काढले आणि केवळ एक लहानशी विजार माझ्या अंगावर ठेवून मला कोठडीत अक्षरश: ढकलून दिलं. कस्टम अधिकाऱ्यांनी विमानतळावरच माझे

सगळे कपडे जप्त केले. एक टी शर्ट सुद्धा ठेवला नाही. मी जेव्हा येथे (तिहार) आलो, तेव्हा माझ्याजवळ साबण नव्हता, टूथपेस्ट नव्हती... काहीच नव्हतं...

या निगेल नामक कैद्यावर ८ वर्षे खटला चालू होता. पुढे त्याची निर्दोष सुटका होऊन तो इंग्लंडला गेला. जाण्यापूर्वी तो मला भेटायला आला असताना त्याने मला ही मुलाखत दिली.

विदेशी कैद्यांची स्थिती त्यांच्या भारतीय बांधवांपेक्षा काहीच निराळी नव्हती. परंतु तरीही येथे त्यांचे अधिक हाल होत. अर्थात त्यापाठीमागेही बरीच कारणे होती– भाषेच्या अडचणीमुळे संभाषण करता येत नसे. त्यामुळे होणारे समजुतीचे घोटाळे, जेवणाखाणाच्या भिन्न सवयी, सांस्कृतिक तफावत, भेटीगाठीसाठी कोणी मित्र वा नातेवाईक न येणं, पैशाची कमतरता (काही जणांच्या बाबतीत) व गबाळे कपडे. शिवाय विदेशी कैद्यांमधे आपापसात सुद्धा वर्णद्वेष होता. विदेशी नागरिकांची सुटका कधीच सहज सुलभ पद्धतीने होत नसे. त्यामागे कायद्याच्या अनेक भानगडी होत्या. या विदेशी कैद्यांच्या असहाय्यतेचा गैरफायदा घेणारे, त्यांना बळीचा बकरा बनवणारे व त्यांच्याकडून भरपूर पैसे लुटणारे वकील सुद्धा भरपूर असत. त्यामुळे तर त्यांची दशा अधिकच दयनीय होत असे. भारतीय कैद्यांना किमान एकतरी नातेवाईक, मित्र, हितचिंतक असे. तो या कैद्याच्या वकिलाकडे जाऊन धरणं धरत असे. त्या कैद्याच्या वतीने न्यायालयात उभं राहून काहीतरी खटपट करण्यास त्या वकिलाला भाग पाडत असे. पण परदेशी कैद्यांच्या स्वत:च्याच निवेदनानुसार अनेकदा वकील त्यांच्याकडून पैसे उकळून पळून जात.

कॉनवे नावाच्या एका कैद्याने आपल्या ध्वनिमुद्रित मुलाखतीत म्हटलंय :

... वकिली व्यवसाय करणाऱ्यांनी मला अगदी कायदेशीरपणे लुटलं. मला एकंदर नऊ वकिलांनी लुटलं. त्यांच्या घोटाळ्यात माझे हजारो रुपये खर्च झाले. पण तरीही मला साधा जामीन सुद्धा मिळाला नाही. अखेर दिल्ली हायकोर्टात जस्टिस अरुण कुमार यांच्या समोर माझा खटला मीच चालवला. मी असं करू नये यासाठी माझ्या वकिलाने खूप प्रयत्न केले. पण मी त्यांना जुमानलं नाही. मी जर हट्टीपणाने खटला चालवायला घेतला तर मला न्यायाधीश केवळ तीन मिनिटांत हाकलून लावतील, अशीही भीती त्यांनी घातली. पण मी त्या गोष्टीस भीक घातली नाही. आणि गमतीची गोष्ट अशी की जस्टिस अरुण कुमार यांनी युक्तिवादासाठी मला चक्क ७५ मिनिटांचा अवधी दिला...

या मुलाखतीत कॉनवे ने आणखीसुद्धा अनेक भ्रष्टाचारावर व गैर प्रकारांवर प्रकाशझोत टाकला. दिल्ली पोलिसांच्या क्राईम ब्रँचने आपल्याला कसं लुबाडलं आणि फिर्यादी पक्षाने आपल्याला गप्प राहण्याबद्दल पैसे कसे मागितले हे सगळं त्यानं सांगितलं.

कॉनवे कोठडीत असताना त्याचे वडील वारले. परंतु या दु:खद घटनेची माहिती त्यानंतर दोन महिने उलटून गेले तरीही त्याला कोणी दिली नाही. म्हणे कॉनवेची सुटका होईपर्यंत त्याला ही बातमी देऊ नये अशी त्याच्या देशाच्या दूतावासाला सूचना होती. कॉनवे अत्यंत दु:खद आठवणी काढत होता. त्याला सांगण्यात आलं होतं– ''तू पोलिसांना पाचशे रुपये दे आणि मग हवे तेवढे फोन कर. न्यायालयातून त्यासाठी परवानगी मिळण्याची वाट कशासाठी बघतोस? कारण ती कधीच मिळणार नाही.

न्यायालयाने कॉनवेला निर्दोष सोडले. मग त्याने माझ्या घरी फोन केला व माझ्या भेटीसाठी येण्याची इच्छा व्यक्त केली. त्यामुळे या मुलाखतीचं ध्वनिमुद्रण अगदी योगायोगानंच करता आलं.

परदेशी लोकांच्या दु:खांमध्ये आणखी भर पडत असे ती त्यांच्यातील अंतर्गत लढायांमुळे. ते सर्व जण काही वर्षं तुरुंगात राहिल्यानंतर त्यांची एक वेगळी संस्कृती निर्माण झाली होती. त्यातून गटबाजी व वर्णद्वेषाचे वातावरण तयार झाले होते. त्या कैद्यांनी स्वत: सत्तेची केंद्रे निर्माण केली होती व त्यातून त्यांचं एक निराळं तुरुंगातील राजकारण जन्माला आलं होतं. एक गट होता तो मुसलमान व ख्रिश्चन धर्मीय टग्या पोरांचा होता. त्यांचा मादक द्रव्याचा धंदा बराच फोफावला होता. त्यांनी स्वत:चं मोठं जाळंच तयार केलं होतं. त्याचप्रमाणे नोंदी करण्याची व हिशेब ठेवण्याचीही त्यांची खास पद्धत होती. या गटाचे सदस्य एकमेकांच्या अडीअडचणीस एकमेकांना कर्ज देत.

स्वत:च्या परंपरेत खंड पडू नये म्हणून त्यांचा सत्ताधारी नेता स्वत:चा वारसही नेमत असे. त्यामुळे नेत्याची सुटका अथवा बदली झाली तरी त्याचा कारभार सांभाळण्यासाठी दुसरा तयारच असे. या लोकांची कार्यपद्धती व्यावसायिकांनाही लाजवण्याइतकी उत्कृष्ट होती. तुरुंगातील काही कर्मचाऱ्यांचीच या टोळीने आपल्या पदरी 'पगारी' नेमणूक केलेली होती. स्वाभाविकच हे कर्मचारी आपल्या अन्नदात्यांचे रक्षण करण्यास तयारच असत. पण तरीही कोणतं ना कोणतं विघ्न पुढे उभं राही. मादक द्रव्याची वाहतूक चालू असताना कधी हिंसाचार घडायचा. कैदी बेभान होऊन स्वैराचार करायचे. कधी कधी पैशाच्या मानाने मादक द्रव्याचा पुरवठा फार कमी झाला किंवा उधारी फार थकली की भांडणास तोंड फुटे. मादक द्रव्याचे विक्रेते उधारीच्या खात्यांचे हिशेब मांडताना बनवाबनवी करत. कधीतरी ती उघडकीला यायची.

श्रीमंत देशांतून आलेले परकीय कैदी बराच पैसा जवळ बाळगून असत. हा पैसा त्यांच्या तुरुंगातील खात्यात जमा केला जात असे. गरज पडेल त्याप्रमाणे ते या खात्यातून पैसे काढत. 'वकिलाची फी भरायची आहे' ही सबब कायमची पुढे

करता येत असे. आणि मग हा पैसा मादक द्रव्याच्या चोरट्या धंद्यात गुंतवला जाई. मादक द्रव्याचा व्यवहारही अत्यंत योजनाबद्ध रीतीने होत असे. हे विक्रेते अतिशय चाणाक्षपणे सावज हेरत हिंडत. उगाच भलत्या-सलत्याच्या हातात माल पडू नये याची अतोनात काळजी घेण्यात येत असे.

सूर्यास्तानंतर या धंद्याला खरी बरकत यायची. कारण चोरट्या हालचाली अंधारात करणे सोपे होते. ही मादक द्रव्ये फार विविध मार्गाने तुरुंगात येत असत. मानवी शरीराचा जास्तीत जास्त वापर यासाठी केला जाई. शरीरातील नको त्या घाणेरड्या जागांमधून ही द्रव्ये कैदी आत आणत. मादक द्रव्याची पुरचुंडी गिळून टाकणे व नंतर उलटी करणे ही पद्धतही प्रचलित होती. टूथपेस्टची खोकीसुद्धा या कामी उपयोगी पडत. वॉर्डरच्या मानाने परदेशी कैदी फार चलाख असत. शिवाय कैद्यांची नीट तपासणी करण्यासाठी वॉर्डरकडे योग्य ती साधनेही उपलब्ध नसत.

□

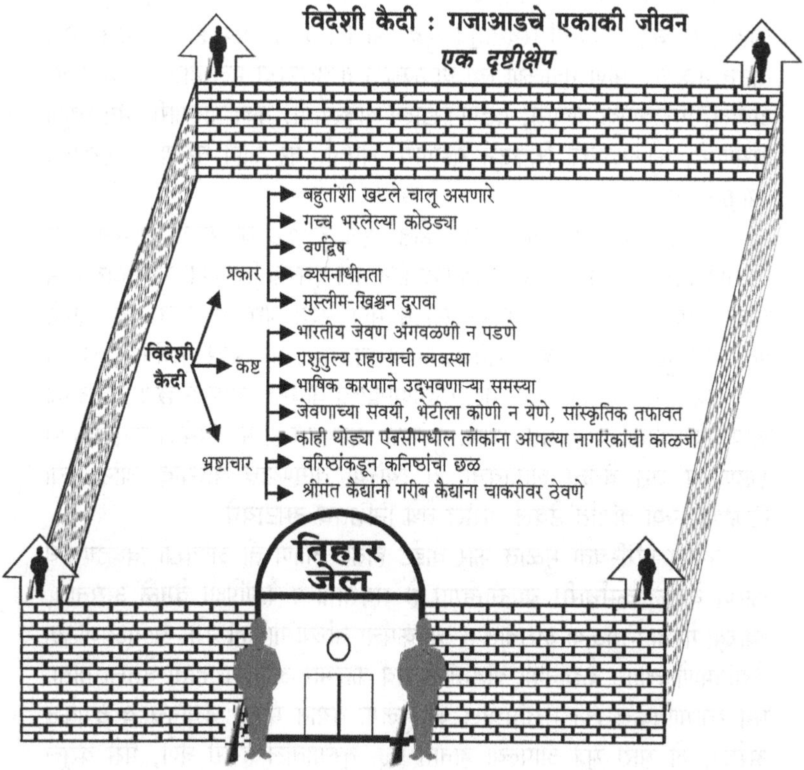

११

बालगुन्हेगार : एक वेगळाच वर्ग

तिहारमधील मनाला क्लेश देणारा प्रकार म्हणजे सुमारे १२०० तरुण मुलांना एकत्र कोंडलेलं पाहणं. त्यांच्यावर कोणाची देखभाल नाही, काही नाही. पाहताक्षणी ती मुलं अत्यंत निरागस भासत. पण त्यांच्या अंतर्यामी मात्र सैतानाचं वास्तव्य होतं. काही इतर कैदी गरीब परिस्थितीतून सुद्धा आलेले असत. पण ही मुलं मात्र अशी वाटत नव्हती. तरुण मुलांच्या त्या घोळक्यात तऱ्हेतऱ्हेची मुले होती. घाबरलेली, अबोल, पिळवणूक होणारी, दडपणाखाली वावरणारी, मजा मारणारी, नेतृत्त्वगुण असणारी, कोणालातरी चिकटून राहणारी, बेपर्वा, तर काही घरच्या आठवणीने व्याकूळ झालेली.

येथील मुलांचे दोन गट पाडले होते. १६ ते १८ वयोगटातील मुले एका ठिकाणी होती, तर १८ ते २० वयोगटातील मुले दुसऱ्या ठिकाणी. याशिवाय वीस वर्षांहून मोठी किंवा १६ वर्षांहून लहान मुले सुद्धा येथे आढळून येत. दोन्ही प्रकारच्या मुलांच्या समस्या निरनिराळ्या असत. मोठी मुले इतर मुलांवर दादागिरी करू पाहत. तर अगदी लहान मुले दडपणाखाली वावरत. आपला छळ होईल की काय अशी भीती त्यांना सतत असे. तुरुंगात आल्यावर ही मुले येथील वातावरणात रुळण्यास जरा वेळच लागायचा. व त्यांच्या वागण्याचे पडसाद त्यांना ज्या ठिकाणी, ज्या वॉर्डात ठेवलं असेल तेथे निश्चितच उमटायचे.

येथील परिस्थिती मुळात फार वाईट होती. आणि ती आणखी बिघडण्याचे कारण येथील कर्मचारी! बालगुन्हेगार हे सर्वसामान्य कैद्यांपेक्षा वेगळे असतात, त्यांच्या गरजा निराळ्या असतात हे त्या कर्मचाऱ्यांच्या गावीही नसे. त्यामुळे मोठ्या कैद्यांप्रमाणे लहान कैद्यांनीही वॉर्डातील सर्व कारभार आपल्या हाती घेतला होता. मग स्वाभाविकच त्या मुलांमधील जो मुलगा वयाने मोठा, उंचनिंच व दणकट असेल, तो सारी सूत्रे आपल्या हातात घेई. तुरुंगातील हजेरी घेणे, पैसे वसूल

करणे, झोपण्याच्या जागा एकमेकांना नेमून देणे व आणखी काही रिकामटेकडेपणाचे उद्योग हा मुलगा काही चमच्यांना हाताशी धरून करे.

काही मुले त्या घोळक्यात सामावली जात नसत. अशी मुले मात्र एकटी पडत आणि त्यांचे हाल होत. येथे काम करणारे कर्मचारी भावनाशून्य, संवेदनाशून्य होते. या मुलांच्या समस्या ऐकून घेऊन त्या सोडवण्यासाठी बाहेरून कोणी मानसशास्त्रज्ञ अथवा मार्गदर्शक येत नसे. काही मुलांच्या घरची परिस्थिती वाईट होती त्यामुळे आपल्या मुलाला जामीनावर सोडवून नेणे त्यांना शक्य नव्हते. काही मुलांच्या घरच्या माणसांना तर आपले मूल तिहार जेलमधे आहे याची सुद्धा कल्पना नसायची. त्यामुळे ही मुले इथे राहत. अशांना मदत इथे तरी कोण करणार? कारण प्रत्येक मदतीला किंमत मोजावी लागे. गरिबांचा येथे कोणीही वाली नव्हता.

तुरुंगात राहणाऱ्या मुलांपैकी अर्ध्याहून अधिक मुले धडपणे शिक्षित किंवा साक्षरसुद्धा नव्हती असे मला आढळून आले. अनेक मुलांना शाळेच्या अभ्यासात काहीही रस नसल्याने त्यांनी शाळा सोडली होती. घरच्यांनी एखाद्या मुलाला जबरदस्ती करून शाळेतून काढून टाकले आहे अशी उदाहरणे विरळच. येथील कोणत्याही मुलाच्या मनात स्वत:च्या शाळेविषयी आदराची भावना नव्हती. उलट शाळेविषयी मनात चीडच होती. त्यांच्या बराकीत शिक्षणाची काहीही साधने उपलब्ध नव्हती व त्यांना तुरुंगात शिक्षण देण्याची काहीही योजना नव्हती.

तुरुंगात रेडिओ व ट्रान्झिस्टर बाळगण्यास मनाई होती. त्यामुळे बाहेरच्या जगात नक्की काय चालले आहे याची या मुलांना काहीही माहिती नव्हती. अशिक्षितपणा, अज्ञान व शाप यांची ती एक खोल गर्ताच होती.

तरुण मुले विविध प्रकारचे गुन्हे करत असताना पकडली जात. यात खून, अपहरण, सुरा भोसकणे (सुरामारी), मादक द्रव्यांची वाहतूक व विक्री, घरफोडी, रस्त्यावरील किरकोळ चोऱ्या आणि बलात्कार अशा विविध प्रकारच्या गुन्ह्यांचा समावेश असे. ही तरुण मुले पकडली जात व नंतर तिहारमधे भरती होत. यात तर काही मुले विनातिकिट प्रवास करण्यासारख्या किरकोळ गुन्ह्यात सुद्धा अडकलेली असत. अर्थात खुनासारखे महाभयंकर गुन्हे करणाऱ्या मुलांचे प्रमाण केवळ दहात एक एवढेच असे. बाकीची मुले इतर गुन्ह्यांसाठी येत असत. एकंदर मध्यम प्रतीचे गुन्हे करणारी मुले ८० टक्के होती. त्यात चोऱ्या, दुसऱ्याला गंभीर दुखापत करणे इत्यादी गुन्ह्यांचा समावेश होई. संख्याशास्त्राच्या दृष्टिकोणातून पाहणी केल्यावर असे आढळले, की, या सर्व मुलांपैकी सुमारे ३० टक्के मुले रोजच्या रोज मादक पदार्थांचे सेवन करणारी होती.

अनेक बालगुन्हेगारांमधे स्वत:च्या हातून घडलेल्या गुन्ह्याचे समर्थनच करण्याची प्रवृत्ती दिसून येई. पश्चात्ताप वगैरे भावनांना त्यांच्या मनात थारा नव्हता. काही तरुण

मुलांना तर उडाणटप्पूपणा केल्याबद्दल अथवा पोलिसांशी उद्दाम वर्तन केल्याबद्दल तुरुंगात टाकण्यात येत असे. तर काही मुले केवळ दूरान्वयाने गुन्ह्यात अडकलेली असत. खरे गुन्हेगार वेगळेच असत. ते चोरीचा माल घेऊन केव्हाच परागंदा झालेले असत. व ही मुले मात्र केवळ साथीदार असूनही येथे तुरुंगात भरती होत. तरुण मुलांमधील दहापैकी एक मुलगा स्वत: गुन्हा न करताच त्यात अडकलेला असे. वाईट संगतीत राहण्याचे हे फळ असे. तुरुंगातील एका वरिष्ठ संवेदनाशील मनाच्या सुपरिंटेंडंटने एक पाहणी केली. (यांचं नाव श्री तारसेम कुमार). या पाहणीतून फार धक्कादायक निष्कर्ष निघाले. (अ) भरती झालेल्या कैद्यांमधील ९० टक्के मुलांसमोरचा एक कलमी कार्यक्रम होता– स्वत:चे नशीब काढणे. (ब) या सर्वच मुलांची काहीही काम न करता पैसा कमावण्याची इच्छा असे. (क) आपले आयुष्य ही विनापाश, कोणतीही जबाबदारी घ्यायला न लागता नुसती करमणूक असावी अशी त्यांची धारणा असे.

त्यांच्या नजरेसमोर सिनेमातील थाटमाट, चमकदमक असे. त्यांची ही स्वप्नेसुद्धा किती मोठी असत हे पाहण्यासारखे आहे. मुलाची कल्पनाशक्ती आणि स्वप्नाळूपणा जेवढा जास्त तेवढी त्याच्या स्वप्नांची झेप मोठी. तुरुंगातील एका मुलाच्या म्हणण्याप्रमाणे एखाद्या माणसाने आयुष्यात यशस्वितेचा कळस जर गाठला तर त्याबरोबर भव्य घर, उंची सामानसुमान, इलेक्ट्रॉनिक उपकरणे (उदाहरणार्थ टी. व्ही., कॉम्पॅक्ट डिस्क प्लेअर, सेल्युलर फोन, व्ही. सी. आर. इत्यादी), ड्रायव्हर आणि एक भली मोठी गाडी (जरा वातावरण निर्मितीसाठी) हे सारं आपोआप ओघानंच आलं. सर्वांत गमतीची गोष्ट अशी की या सर्व गोष्टींचा आपोआप, विनासायास आभाळातून वर्षाव व्हावा, त्यासाठी काडीचे ही प्रयत्न करावे लागू नयेत, अशीच त्या सर्वांची इच्छा असायची. अभ्यास करावा, मेहनत करावी, यश मिळवण्याची धडपड करावी असं त्यांच्यातील एकालाही वाटत नसे.

तारुण्याच्या आणि मस्तीच्या भरात ही मंडळी केवळ एखादाच गुन्हा करून थांबत नसत. वारंवार गुन्हे करत राहावे अशी दुष्प्रवृत्ती त्यांच्या मनात मूळ धरत असे. त्या कोवळ्या मनावर या वयात एक नको ती गोष्ट बिंबवली गेली होती, ती म्हणजे कसंही करून झटपट श्रीमंत होणं महत्त्वाचं आहे.

एका तरुण मुलांच्या गटातील मुले हवी तशी (रँडम पद्धतीने) बाजूला काढून त्यांच्यासमोर तीन पर्याय ठेवण्यात आले.

(अ) तुम्हाला काम देण्यात येईल व त्याचा बाजारभावापेक्षा दुप्पट मोबदला तुम्हाला मिळेल.

(ब) तुम्हाला काहीच काम पडणार नाही व जगण्याकरता जो काही पैसा लागतो त्याहून दहा टक्के जास्त पैसा तुम्हाला तसाच दिला जाईल.

(क) तुम्हाला कठोर परिश्रम करावे लागतील व त्याचा अगदी न्याय्य व यथायोग्य मोबदला तुम्हाला मिळेल.

या मुलांपैकी ९३% मुलांनी यांतील दुसरा पर्याय निवडला. म्हणजे त्यांना काही काम न करता जीवनावश्यक गोष्टींचा पुरवठा हवा होता. केवळ ३% मुलांनी तिसरा पर्याय निवडला. त्यांची कठोर परिश्रमास तयारी होती व त्यांना त्याचं फळही हवं होतं. उरलेल्या सर्व मुलांनी पहिला पर्याय निवडला.

याच गटाची आणखी एक चाचणी घेण्यात आली. परत एकदा त्यांच्यासमोर खालील तीन पर्याय ठेवण्यात आले.

(अ) तुम्हाला एका साखर कारखान्याच्या पाहणीसाठी नेण्यात येईल आणि साखर बनवण्याच्या संपूर्ण प्रक्रियेची माहिती देण्यात येईल.

(ब) तुम्हाला एक गाडी देण्यात येईल व तुमच्या पसंतीच्या थंड हवेच्या ठिकाणी तुम्हाला पाठवण्यात येईल.

(क) तुम्हाला दिल्लीतील एका पंचतारांकित हॉटेलात काही दिवस राहता येईल.

परत एकदा अपेक्षेप्रमाणेच बऱ्याच मुलांनी २ रा पर्याय निवडला. त्यांना दिमतीला गाडी मिळाली व थंड हवेच्या ठिकाणी जाऊन राहता आले तर ते हवे होते. त्यामानाने फाईव्ह स्टार हॉटेलचे त्यांना विशेष काही वाटले नाही. कारण 'तसली' हॉटेले त्यांनी पुष्कळ पाहिली होती.

या युवकांना लग्नाविषयीसुद्धा प्रश्न विचारण्यात आले. त्यांच्यातील ८०% युवकांनी लग्नाची इच्छा प्रकट केली. मात्र त्याआधी खूप पैसा साठवावा लागेल असं त्यांचं म्हणणं होतं. त्यांच्यातील १०% मुलांना लग्नच नको होतं, कारण लग्न म्हटलं की अनेक जबाबदाऱ्या आल्या. लग्नाचा निर्णय पुढे ढकललेला बरा असं त्यांना वाटत होतं.

सहजगत्या, विनासायास पैसा मिळवण्याच्या विषयावर मात्र तुरुंगातील सर्वच्या सर्व मुलांचं अगदी एकमत होतं. जर एक लाख रुपये मिळणार असतील तर त्यासाठी काय वाटेल ते करण्याची, अगदी कोणत्याही थराला जाण्याची त्यांची तयारी होती. अगदी खून सुद्धा. याही बाबतीत या तरुणांनी हुशारी, सावधगिरी आणि झटपट विचार करण्याची कुवत दाखवली. ते म्हणाले: खुनाचा मोबदला म्हणून मिळणारे पैसे आम्ही स्वीकारू, पण काहीतरी निमित्त सांगून खून करणं जमलं नाही, खूप प्रयत्न केले वगैरे सांगू. आपल्या अशा वागण्याने समाजातील गुन्ह्यांना आपोआप आळा बसेल असा त्यांचा युक्तिवाद होता.

सत्ता व शक्ती प्राप्त करण्याच्या बाबतीतील या तरुणांचे विचार जाणून घेण्यासाठी त्यांना खालील प्रश्न विचारले. तुम्हाला खालीलपैकी कोणते पद

भूषवणे आवडेल:

(१) सुपरिंटेंडंट (२) डेप्युटी सुपरिंटेंडंट (३) असिस्टंट सुपरिंटेंडंट

यावर त्यांच्यातील प्रत्येकाने असिस्टंट सुपरिंटेंडंट होण्याची इच्छा व्यक्त केली. तुरुंगाधिकाऱ्यांच्या मधील हे सर्वांत कनिष्ठ श्रेणीचे पद. परंतु या मुलांच्या मते, असिस्टंट सुपरिंटेंडंटच्या हातात जास्त सत्ता असे. व त्या सत्तेचा उपयोग (किंवा दुरुपयोग) करून त्याला त्यातून भरपूर पैसा कमावता येत असे. त्याला गुंडांच्या टोळ्यांकडून अनेक फायदे उकळता येत असत. तो तुरुंगातील कैद्यांच्या अधिक सहवासात आल्याने त्यांना जवळून ओळखत असे व त्याला तुरुंगातील सर्व परिस्थिती जशीच्या तशी ठाऊक असे.

अखेरीस या मुलांना महत्त्वाचा एकच प्रश्न विचारला. "पैसा आणि मन:शांती यांमधून कशाची निवड कराल?" त्यावर त्यांनी अत्यंत धोरणीपणे उत्तर दिले: पैसा, कारण पैसा आला की आपोआप मन:शांती आलीच. जर हातात पैसाच नसेल तर मन:शांती तरी कुठून मिळणार?"

त्या मुलांसमोर एखाद्या मुद्द्याविषयी आपण काहीही युक्तिवाद केला तरी तो त्यांच्या मताच्या विरुद्ध असला तर ती मुले तो पटवून घेत नसत. तुरुंगात राहणाऱ्या मुलांपैकी दहा टक्के मुलांनी आपल्याला बाहेरच्या जगात कोणीही नातेवाईक अथवा मित्र नसल्याचे सांगितले. त्यांची काळजी घेऊन त्यांना पोटाला अन्न घालू शकेल असे कोणीच नव्हते. आणि म्हणूनच आपण गुन्हा-धरपकड-कैद-सुटका-गुन्हा अशा भोवऱ्यात कायमचेच अडकलो आहोत अशी त्यांची भावना होती. त्यांच्यामधील एका मुलाला जुगार खेळताना पकडून तुरुंगात टाकले होते. पण येथे आल्यावर सुद्धा तो काही ही सवय सोडण्यास तयार नव्हता. जुगार खेळताना आपण हरून सर्व काही गमावण्याची शक्यता असते हे मुळी त्याला काही केल्या पटतच नसे. झटपट पैसा कमावण्याच्या नादाने तो अक्षरश: झपाटून गेला होता. व हे उद्दिष्ट साध्य करण्यासाठी फसवाफसवी व भामटेगिरी करण्याचीही त्याची आरामात तयारी होती. जुगारात कधी तरी आपलं नशीब उघडून आपल्या हातात बेसुमार पैसा येईल व त्यातून पोलिसांना व न्यायाधीशांना पैसा चारून आपण आपली सहज सुटका करून घेऊ अशी त्याची धारणा होती.

खेळाच्या मैदानावर हार पत्करण्याची कल्पना यांच्यातील एकाही तरुणाला सहन होत नसे. जिंकण्यासाठी वाटेल त्या मार्गाचा अवलंब करण्यास सुद्धा ही मुले कचरत नसत. अर्थात त्यामुळे त्यातून झगडे उत्पन्न होणार हे तर ओघानंच आलं. त्यातून अविश्वासाचं, तणाव- युक्त वातावरण निर्माण होई. पण तरी सुद्धा अभ्यास आणि मैदानी खेळ असे पर्याय त्यांच्यासमोर ठेवले तर सर्वजण खेळच खेळणं

पसंत करीत. शिक्षणाचा उपयोग काही मुलांना पटत नसे.

त्यातही पाठ्यपुस्तके, वह्या, लिखाणाची सामुग्री हे सर्व मुलांचे आवडीचे लक्ष्य असे. अभ्यासाचा तर सर्वच मुलांना सारख्या प्रमाणात तिटकारा होता. अगदी सुशिक्षित मुलांना सुद्धा. पाहणीनुसार ८०% मुले तर अशिक्षितच होती. दहा टक्के मुलं सातव्या यत्तेपर्यंत पोहोचली होती.

तरुण गुन्हेगारांमधे खेड्यातून आलेल्यांची संख्या जास्त होती. ही मुले खेडे सोडून दिल्लीत येऊन राहिली होती. भारताच्या राजधानीत गेल्या काही वर्षांत सांस्कृतिक बाबतीत लोकांची वृत्ती लब्धप्रतिष्ठित झाली होती. त्याचे आधारस्तंभ होते हरामाचा पैसा आणि सत्ता. या दोन्ही गोष्टी प्राप्त करून घेण्याच्या हव्यासापायी हा तरुण वर्ग कोणत्याही थराला जाण्यास तयार होता. उच्चभ्रू समाजाच्या राहणीमधील पोकळ बडेजाव आणि थाटमाट तसेच चित्रपट व दूरचित्रवाणीवरून दिसणारा चकचकाट याला हे तरुण भुलत व अशा उच्चभ्रू वर्गात जाऊन पोचण्याची स्वप्ने बघत. वरवरच्या पोकळ देखाव्याची त्यांना भुरळ पडे. अत्याधुनिक कपडे, श्रीमंतीचे द्योतक मानल्या जाणाऱ्या नवनवीन भपकेबाज गाड्या, सेल्युलर फोन आणि त्याबरोबर अवतीभोवती घोटाळणाऱ्या सुंदर मुली अशा गोष्टींची स्वप्ने ही मुले पाहत. या बहकलेल्या मुलांच्या हातात जर कधी थोडाफार पैसा आला, की तो ती लगेच कपड्यांवर खर्च करीत. त्यांची रंगसंगतीची आवड अत्यंत भडक असल्यामुळे ही मुले लगेच वेगळी उठून दिसत. लाल, काळा, निळा असले भडक रंग ही मुले पसंत करत.

जर एखादा धनाढ्य माणूस यातील एखाद्या मुलास दत्तक घेण्यास तयार झाला असता आणि त्याने आपल्या आयुष्यातील सर्व ऐषाराम त्याला पुरवला असता तर त्या बदल्यात त्याने आपल्या सख्ख्या आईवडिलांना विकण्याची सुद्धा तयारी दाखवली असती. आपल्या आईवडिलांविषयी या मुलांना जरासुद्धा प्रेम नसे. उलट आईबापांनी या असल्या दरिद्री परिस्थितीत आपल्याला पैदा केलं आणि हे भुकेलेलं, वंचनेने भरलेलं जीवन आपल्या नशिबी आलं याबद्दल बरीचशी मुले आपल्या आईवडिलांना दोषी ठरवीत. सुमारे ८०% कैदी हे झोपडपट्टीतून आलेले होते. या मुलांच्या मनात येथे राहत असतानाही एक स्वप्न नेहमी असे: आपली येथून सुटका झाली की त्यानंतर फक्त एकदाच असा काही डल्ला मारायचा व भरपूर पैसा कमवायचा, की, मग सुखानं आयुष्य जगता येईल. जरी समजा तो गुन्हा करताना पकडले गेलो तरीही पैसे चारून सुटका करून घेता येतेच. आणि तुरुंगात राहण्याची वेळ आली, तरी जवळ मुबलक पैसा असेल तर तुरुंगातही सुखानं आयुष्य जगता येतं. मोठ्या वयाच्या पैसेवाल्या कैद्यांची उदाहरणे त्यांच्या डोळ्यासमोर होती. रमेश नावाचा एक हरहुन्नरी कैदी होता. याला जन्मठेपेची शिक्षा झालेली

होती. याचं उदाहरण तर प्रत्येक तरुणाच्या डोळ्यासमोर होतंच. त्याचं तुरुंगात जे खातं होतं त्यात त्याने भरपूर संपत्ती जमा करून ठेवली होती. त्यामुळे त्याच्या हातात प्रचंड सत्ता होती. कोणतेही चैनीचे, ऐषारामाचे साधन वा सुखसोयी त्याला अगदी सहजगत्या उपलब्ध होत्या. त्याने सांगितलेली कोणतीही आज्ञा या अल्पवयीन मुलांना अत्यंत शिरसावंद्य होती.

तुरुंगातील अनेक तरुण मुले घाबरलेली असत. आता एकदा जेलचा शिक्का आपल्यावर कायमचाच बसला असं त्यांना वाटे. त्यामुळे इथून पुढे सुटल्यानंतर सुद्धा नाव बदनाम होणार, पोलीस कधीही ठपका ठेवणार, आपण न केलेल्या गुन्ह्याबद्दल सुद्धा आपल्यालाच धरणार अशी धास्ती त्यांना वाटे. अनेक कोवळ्या वयाच्या मुलांनी असं मत व्यक्त केलं होतं, की, सुटका झाल्यानंतर दिल्ली पासून दूर कुठेतरी आपली राहण्याची सोय करण्यात यावी आणि जीवन नव्यानं जगण्यास सुरुवात करण्याची संधी आपल्याला प्राप्त व्हावी.

मात्र तरीही किमान महिन्याकाठी दोन-वेळा तरी दिल्लीला येण्याची संधी मिळाली तर ते आपल्याला आवडेल असं ही मुले सांगत. त्यासाठी परत अटक होण्याचा धोका पत्करण्याचीही त्यांची तयारी होती. यातूनच आणखी एक सत्य उजेडात आले. ते असे– दिल्लीतील अनेक गुन्हेगार कोवळ्या, गुन्हेगारी प्रवृत्तीला झटकन् बळी पडणाऱ्या मुलांच्या शोधात असत. अशा मुलांना हेरून आपल्या जाळ्यात ओढायचं आणि त्यांना अट्टल बदमाश करून सोडायचं असा त्यांचा बेत असे.

एकूण सर्वंकष विचार करता हे किशोरवयीन व तरुण कैदी मूलत: अत्यंत सुखासीन, भौतिक गोष्टींची आसक्ती बाळगणारे होते. पैसा मिळवणे हे एकच उद्दिष्ट त्यांच्या डोळ्यासमोर होते. व ते पार पाडण्यासाठी कोणत्याही थराला जाण्याची त्यांची तयारी होती. शिवाय त्यांतील बरीच मुले वाईट व्यसनांच्या आहारी अल्पवयातच गेलेली होती. ते व्यसन कधी मादक द्रव्यांचं असे तर कधी जुगार खेळण्याचं. मसाला चित्रपट आणि भडक, अतिरंजित दूरदर्शन मालिका पाहून ही मुले बहकलेली असत. कारण या चित्रपटांमधून व मालिकांमधून वस्तुस्थितीचं चित्रण करण्याच्या नावाखाली वास्तवाचा खोटा मुलामा चढवलेले नकली, अवास्तव परिस्थितीचे दर्शन घडवले जात असे व स्वप्नरंजनही भरपूर असे.

हे तरुण कैदी फावल्या वेळात काहीही उद्योग न करता तो वेळ रिकामटेकड्या गावगप्पांमधे घालवत. आयुष्यात भरपूर पैसा कमावण्याची दिवास्वप्ने बघत. त्यांच्या शिक्षणाची काहीही व्यवस्था तुरुंगात नव्हती. त्यांच्या सुधारासाठी काहीही ठोस कार्यक्रम आखलेला नव्हता. त्यांच्या अंतर्यामी असलेली तारुण्याची सळसळती शक्ती आतल्या आत बंदिस्त राहिल्यामुळे घुसमटायची. या शक्तीला विधायक मार्गाने मोकळी वाट फुटण्याचे कोणतेही साधन नव्हते, मार्ग नव्हता. (उदा- योगा,

शारीरिक कसरत इ.) त्यामुळे हातात गैरमार्गाने सत्ता धारण केलेल्या सत्ताधाऱ्यांशी कसंही करून संबंध जोडण्याचा प्रयत्न करायचा, बेसुमार दौलतीच्या हव्यासापायी वाटेल ते गुन्हे करायचे हे त्यांचं स्वप्न होतं. पैसा हे आयुष्यात माणसाचं सर्वस्व आहे असा त्या सर्वांचाच दृढविश्वास होता. कायदेशीर अथवा बेकायदेशीर, अशा जमेल त्या मार्गाने पैसा प्राप्त करण्यातच माणसाच्या जीवनाची इतिकर्तव्यता आहे असा त्यांचा ठाम विश्वास होता.

तरुण गुन्हेगार मुलांच्या तुलनेने मुलींची संख्या खूप कमी होती. एकंदर ३०० बालगुन्हेगारांमधे केवळ १५ मुली होत्या. या मुलीसुद्धा कोणत्याही पाशवी, अमानुष कृत्यामधे अडकलेल्या नव्हत्या. किरकोळ चोऱ्या, मादक द्रव्यांची वाहतूक हे त्यांचे गुन्हे असत. कदाचित पुरुष गुन्हेगारांच्या तुलनेत स्त्री गुन्हेगारांची संख्या कमी असण्यामागे भारतीय संस्कृती कारणीभूत असावी. एकंदर १२१५ तरुण कैद्यांमधील मुलींची संख्या केवळ १५ च होती. म्हणजे कैद्यांच्या एकूण संख्येच्या केवळ १.३% प्रमाण होते. या मुलींना तुरुंगात राहत असताना स्वत:च्या हातून घडलेल्या गुन्ह्यांची लाज वाटत असे. याउलट तरुण मुलगे मात्र स्वत: केलेल्या गुन्ह्याची प्रौढी मिरवत हिंडत असत. मुलींना स्वत:च्या हातून घडलेल्या गुन्ह्याची किती लाज वाटत असे हे दाखवणारा एक प्रसंग सांगता येईल. शरीरविक्रय करताना पकडल्या गेलेल्या चार मुलींना जेलमधे आणण्यात आले. त्यांना स्त्रियांच्या वॉर्डातील एका कोठडीत ठेवले होते. जेलचे अधिकारी जेव्हा तुरुंगभेटीसाठी गेले तेव्हा या चौघींनी हाताच्या तळव्यात तोंड लपवले, इतका त्यांना पश्चात्ताप झालेला दिसत होता. मुलांच्या बाबतीत मात्र तसं नव्हतं. त्यांची वाटचाल अट्टल निर्ढावलेले गुन्हेगार बनण्याच्या दृष्टीने चालू होती.

या तरुण गुन्हेगारांच्या वागणुकीतून प्रचंड बेफिकिरी आणि निष्काळजीपणा दिसून येत असे. तुरुंगातील वातावरणामुळे तर ही बेफिकिरी अधिकच वाढीस लागे. या अशा वातावरणामुळेच पुढे ही मुले सराईत गुन्हेगारीकडे वळतात, असं भय मेरी पॉपर नामक समाजसुधारक महिलेने व्यक्त केलं आहे.

या मुलांमधे सुधारणा घडवून आणण्याचा एकमेव मार्ग म्हणजे जेलमध्ये सकारात्मक वातावरणाची निर्मिती व त्यासाठी शिस्त, अंगमेहनत आणि उपलब्ध असलेल्या वेळाचा सदुपयोग करण्याची सवय यांची गरज होती. परंतु हे घडवून आणायचं तर त्यासाठी तुरुंगाच्या व्यवस्थापनाने एक निराळी मनोभूमिका धारण करणे अत्यंत आवश्यक होते. परंतु व्यवस्थापनाच्या दृष्टिकोणात हा एवढा मोठा बदल नव्याने घडवून आणण्याचं प्रचंड मोठं आव्हान आमच्यापुढे उभं ठाकलं होतं.

□

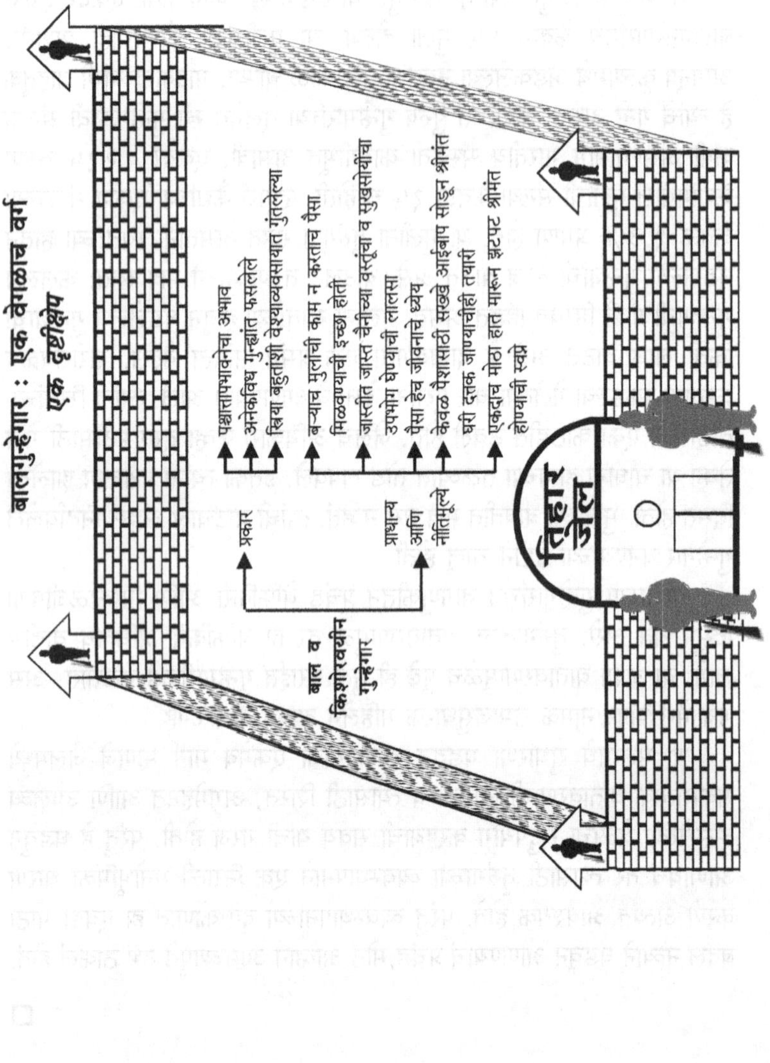
बालगुन्हेगार : एक वेगळाच वर्ग
एक दृष्टीक्षेप
बाल व किशोरवयीन गुन्हेगार
प्रकार
पश्चात्तापभावनेचा अभाव
अनेकविध गुन्ह्यांत फसलेले
स्त्रिया बहुतांशी वेश्याव्यवसायात गुंतलेल्या
प्राधान्य आणि नीतिमूल्ये
बऱ्याच मुलांची काम न करताच पैसा मिळवण्याची इच्छा होती
जास्तीत जास्त चैनीच्या वस्तूंचा व सुखसोयींचा उपभोग घेण्याची लालसा
पैसा हेच जीवनाचे ध्येय
केवळ पैशासाठी सख्खे आईबाप सोडून श्रीमंत घरी दत्तक जाण्याचीही तयारी
एकदाच मोठा हात मारून झटपट श्रीमंत होण्याची स्वप्ने
तिहार जेल

१२

अतिसुरक्षा विभागातील कैदी : गुंडांचे साम्राज्य

गुंडांच्या भिन्न भिन्न टोळ्यांनी मिळून तिहार जेल हा गुंडांचा अड्डाच करून टाकला होता. तुरुंगाच्या गजाआड विविध टोळ्या जोमाने फोफावल्या होत्या. प्रथेनुसार ज्या त्या टोळीस त्या टोळीप्रमुखाच्या नावाने ओळखण्यात येत असे. उदाहरणार्थ : त्यागी गँग, गुजर गँग, सत्पाल गँग आणि या सर्वांवर कळस म्हणजे दाऊद गँग. या टोळ्यांचे सदस्य भारताच्या वेगवेगळ्या प्रांतांमधून आले होते. त्यात विशेषत: उत्तर प्रदेश, हरियाना, राजस्थान, पंजाब, जम्मू, काश्मीर, गुजराथ आणि महाराष्ट्र या प्रांतांतील कैदी होते. हिंदू आणि मुसलमान या दोन्ही धर्मांचे लोक या टोळ्यांमधे होते. आपला तुरुंगात वरचष्मा प्रस्थापित करण्याच्या हेतूने या टोळ्यांमधे परस्परांवर कुरघोडी करण्याचे प्रयत्न सतत चालू असत. प्रत्येक टोळीचे दादागिरीचे क्षेत्र ठरलेले होते. मग त्यात खून करणे, अतिरेकी कारवाया, हिंसाचार, अशांतता, अपहरण अथवा केवळ पिळवणुकीसारखी क्षुल्लक गोष्ट असो. गुन्ह्यांच्या बाबतीतील त्यांचं क्षेत्र इतकं विस्तृत होतं की त्यामधे सूड, जातीय दंगली, टोळीयुद्धे, सुपारी घेऊन काही विशिष्ट गुन्हे करणे आणि मादक द्रव्याचा पुरवठा अशा असंख्य गोष्टींचा समावेश असे. या टोळ्यांमधे गेल्या काही वर्षांत माहिती पुरवण्याचे अत्यंत कार्यक्षम केंद्र तयार झाले होते. त्याचे हात सर्वत्र पोचले होते. त्याची उपयुक्तता फार मोठी होती. या गुन्हेगारी वर्तुळात गुन्हेगारी जगतातील फार भल्या भल्या दादांची नेमणूक झालेली होती व त्यांना त्यांच्या कामाबद्दल भरपूर 'मानधन' मिळत असे. हे मानधन त्यांच्या त्या इतक्या वरच्या दर्जाच्या 'पदा'ला शोभेसेच असे. मिळालेल्या या पैशाची हे लोक अगदी योग्य गुंतवणूक करीत. त्यामुळे त्यांना रंगीत दूरचित्रवाणी संच, मऊ आरामदायी गाद्या व इतर चैनीच्या गोष्टी परवडत असत. एका कैदी गुंडाने तर तीस पांढरी कबुतरे सुद्धा पाळली होती. या गुंडांनी स्वत:साठी इतर गरीब कैद्यांना पगारी नोकर म्हणून नेमले होते व ते

नोकर त्यांच्या दिमतीला हात जोडून हजर असत.

इंडियन एक्सप्रेसचे श्री. अश्विनी सरीन यांनी २५ मे १९८६ रोजी लिहिलेल्या लेखात हीच गोष्ट उदधृत केली होती:

... भारतीय तुरुंग: पैशाने दारे आपोआप उघडतात.

१८ एप्रिल १९७९ रोजी मला पोलिसांनी अटक केली. नंतर मला दिल्लीच्या कुप्रसिद्ध तिहार जेलमध्ये ठेवण्यात आलं. सार्वजनिक ठिकाणी दंगाधोपा केल्याचा आरोप माझ्यावर ठेवण्यात आला होता. मी तिहार जेलमधे एकंदर दोन रात्री आणि तीन दिवस काढले. तिहारच्या उंच भिंती आणि तुरुंगाच्या गजाआड लपलेले जग जवळून अनुभवण्यास मिळावे यासाठी हा सारा खटाटोप. पण केवळ दोन-तीन दिवसांच्या त्या मुक्कामात माझी शारीरिक आणि मानसिक अवस्था अत्यंत वाईट झाली. निर्ढावलेल्या क- दर्जाच्या त्या गुन्हेगारांच्या सोबतीत घालवलेल्या साठ तासांच्या नुसत्या आठवणीने आजसुद्धा माझ्या अंगावर काटा उभा राहतो.

मी तेथे राहून जी काही बारकाईने चौकशी केली, त्यानंतरही परिस्थिती फारशी बदललेली नाही. फरक एवढाच पडला आहे की, कधीतरी बाहेरील भिंतींना रंगसफेती करण्यात येते. वीजप्रवाह सोडलेल्या तारांचे कुंपण जर कधी वाकडे झाले असेल तर ते सरळ करण्यात येते. तुरुंगाभोवती वेढा घातलेल्या चार किलो मीटर लांबीच्या भिंतीवरचे टेहळणी मनोरे कधीतरी दुरुस्त करण्यात येतात.

तिहार जेलचे नवे आय. जी. श्री. पी. व्ही. सिनारी यांच्या म्हणण्यानुसार तिहार जेलची परिस्थिती सुधारण्यासाठी त्यांनी बरीच कडक उपाययोजना केली आहे. पण त्याच्या दुसऱ्याच दिवशी एक वॉर्डर ब्रेडच्या सँडविचमधे मॉर्फिन दडवून चोरून डेव्हिड हॉलमधे नेत असताना त्याला पकडण्यात आले. जेलच्या बाहेर तसेच सिटी कोर्टच्या आजूबाजूला काही दलाल हिंडत असतात. पैसे मोजले की जेलच्या मुक्कामात तुमची अगदी नीट काळजी घेतली जाईल अशी आश्वासने ते देत असतात. आजही तुरुंगात बाहेरून रोख पैसे पाठवण्याची सोय आहे, मादक द्रव्ये पाठवता येतात. अमूक एक कैद्याची नीट काळजी घ्या अशी शिफारस सुद्धा करण्यात येते. अर्थात या प्रत्येक सुविधेवर त्यासाठी मोजाव्या लागणाऱ्या किमतीचे लेबलही असते.

मार्च १९८३ मध्ये मुल्ला कमिटीने आपला अहवाल सादर केला. आपल्या येथील तुरुंगाची स्थिती सुधारण्याच्या दृष्टीने या अहवालाअन्वये एकंदर ६३९ सुधारणा सुचवण्यात आल्या होत्या. आपल्या देशात एकंदर ७६ सेंट्रल जेल असून त्यापैकी १९ जेलची या कमिटीने प्रत्यक्ष पाहणी केली. तसेच या जेलशी संलग्न अशा इतर काही संस्थांचीही तपासणी केली.

या मुल्ला कमिटीचं नाव मी अखेरचं ऐकलं ते १९८३ सालातील एप्रिल महिन्यात. याच सुमाराला यूनियन होम मिनिस्ट्रीने अशी घोषणा केली की लवकरच

या कमिटीने सुचवलेल्या सुधारणांवर आधी विचारविनिमय केला जाईल व मगच त्या त्या सुधारणा अंमलबजावणीसाठी राज्याकडे सुपूर्द केल्या जातील.

जेलचा अभ्यास करून त्यावर विस्तृत अहवाल सादर करण्यासाठी जशी मुल्ला कमिटीची नेमणूक झाली होती, त्याचप्रमाणे १९७९ साली जनता सरकारच्या राज्यात चीफ सेक्रेटरी, होम सेक्रेटरी व तुरुंगाचे इन्स्पेक्टर जनरल यांची एक परिषद भरली होती. ही परिषद राज्यसभेचे सदस्य व उद्योगपती श्री. विरेन शहा यांच्या आग्रहामुळे भरली होती (तत्पूर्वी बडोदा डायनामाईट प्रकरणी त्यांना तिहार जेलमधे सहा महिन्याच्या कारावासात ठेवण्यात आले होते. त्या वेळी तेथील भयानक परिस्थिती पाहून त्यांना घृणा आली होती.) मात्र या परिषदेतून निष्पन्न काहीही झालं नाही.

फार वर्षांपूर्वी म्हणजे १८८० साली ब्रिटिश अमदानीत एका कमिटीची स्थापना झाली होती. तुरुंगाभोवती जी चार किलोमीटर लांबीची भिंत होती त्यावर सुरक्षाव्यवस्थेच्या दृष्टिकोणातून टेहळणी मनोरे बांधण्यात यावेत अशी शिफारस प्रत्येक तुरुंगासाठी करणे हे या कमिटीचे काम होते.

तिहारमधील माझे जुने परिचित गमतीने म्हणतात: "प्रत्येक यशस्वी तुरुंगफोडीनंतर जेलच्या अधिकाऱ्यांना सुमारे १०० व्यक्तींची नवी सोबत प्राप्त होते. तिहारमध्ये १९८३ पासून एकंदर नऊ वेळा तुरुंगातून कैद्यांनी पलायन केल्याच्या घटना घडल्या. आणखी कितीतरी कैद्यांनी सुटकेचे प्रयत्न केले. अर्थात ते जनतेच्या डोळ्यासमोर आले नाहीत.

जनता सरकार सत्तेवर आल्यानंतर इंदिरा गांधींना तिहार जेलमधे टाकण्यात आले होते. तुरुंगातील गैरशिस्तीचा कारभार आणि कैद्यांना मिळणारी अमानुष वागणूक पाहून त्या अस्वस्थ झाल्या. त्यांच्या छोट्याशा मुक्कामात अनेक कैदी स्त्रिया येऊन त्यांच्याशी बोलल्या. त्या स्त्रियांनी इंदिराजींना आपल्या हालअपेष्टांचं वर्णन करून सांगितलं.

त्यानंतर १९८० मध्ये इंदिराजी परत सत्तेवर आल्या. त्या वेळी त्यांनी 'जेल रिफॉर्म्स कमिटी' च्या अध्यक्षपदी जस्टिस ए. एन. मुल्ला यांची नेमणूक केली. तेव्हाचे गृहमंत्री झैलसिंग यांनी तिहारला जातीने भेट देऊन तेथील परिस्थितीची पाहणी करून यावी असेही सुचवले. त्याप्रमाणे ते गेले. ते एका तुरुंगाधिकाऱ्याच्या सोबतीने जेलमधे फेरफटका मारण्यासाठी जात असताना एका कैद्याने त्यांना दारू देऊ केली.

सरकारे आली आणि गेली. मंत्री आले आणि गेले. पण तिहार जेलमधील हे अंधारे जग तसेच राहिले. १९८४ साली माझ्या ओळखीच्या तुरुंगाधिकाऱ्याकडे मी चहाला गेले होते. त्याचे निवासस्थान तुरुंगाच्या आवारातच होते. आमचा चहा घेऊन झाल्यावर कपबशा घेऊन जाण्यासाठी आलेला माणूस तेथील नोकर नसून एक कैदी होता. बाहेरील बागेत आणखी दोन कैदी माळी काम करत होते. एक कैदी बाहेर त्या अधिकाऱ्याची स्कूटर साफ करत होता. ही पद्धत (याला बिगार

म्हणतात) अजूनही चालू आहे. आपण या गोष्टीला आळा घातला असल्याचा किती मोठा दावा अधिकाऱ्यांकडून केला जात असला तरीही!

मुल्ला कमिटीने तिहारविषयक आपल्या अहवालात म्हटले होते :

... काही कैद्यांनी असा आरोप केला की तुरुंगाधिकाऱ्यांच्या खास मर्जीतील कैद्यांना तुरुंगात भरपूर सवलती दिल्या जातात. तुरुंगाच्या अंतर्भागातील परिसरात हवे तेवढे हिंडण्यास त्यांना अजिबात मज्जाव नसतो. मूलभूत गरजेच्या गोष्टी जेव्हा कैद्यांना तुरुंगामार्फत पुरवल्या जातात तेव्हासुद्धा त्या वाटपाच्या बाबतीत बराच भेदभाव होताना दिसतो. प्रत्येकाला जे अंगमेहनतीचे काम दिले जाते, त्यातही तफावत आढळते...

या बाबतीत कमिटीने मुद्दाम काही अधिकाऱ्यांच्या मुलाखती घेतल्या. ते म्हणाले:

... तुरुंगात येणारे अनेक कैदी सराईत, निर्ढावलेले गुन्हेगार असतात. न्यायालयात उभे राहणे, पोलीस ठाण्यात जाणे किंवा तुरुंगात भरती होणे त्यांना मुळीच नवीन नसते. त्यांच्यातील काही कैदी मादक द्रव्यांच्याही आहारी गेलेले असतात. जर जेलमधील अधिकाऱ्यांनी त्यांची झडती घेतलीच तर ते मुद्दाम न्यायालयात जाऊन त्या अधिकाऱ्यावर एखादा किरकोळ खटला दाखल करतात अथवा त्याच्या वरिष्ठांकडे त्याच्याविरुद्ध तक्रारी नोंदवतात. काहीतरी करून त्याच्यावर सूड उगवायचा, हेच त्यांचे ध्येय असते. सराईत गुन्हेगाराला त्याच्या हक्कांची अगदी खडान्‌खडा माहिती असते. त्याचप्रमाणे तुरुंगाधिकाऱ्यांची कर्तव्ये कोणती, त्यांच्या जबाबदाऱ्या कोणत्या हेही त्याला पाठ असते. त्यामुळे आपल्या तालावर तो त्या अधिकाऱ्यांना नाचवू शकतो. चार्लस सोभराजचं तिहार जेलमधे जे मोठं प्रस्थ होऊन बसलं होतं ते उदाहरणही फार बोलकं आहे.

देशातील बऱ्याचशा तुरुंगांच्या इमारती जुन्यापुराण्या व भग्नावस्थेत आहेत. गेल्या कितीतरी दशकांत त्यांची कोणी दुरुस्तीसुद्धा केलेली नाही. तिहार जेलचं वर्णन करताना मुल्ला कमिटीने त्याविषयी 'स्थापत्य शास्त्राच्या तसेच उपयोगितेच्या दृष्टीने देशातील सर्वोत्कृष्ट बांधकाम'– असे शब्द वापरले आहेत. इ. स. १९५२ मध्ये युनाईटेड नेशन्सचे एक कन्सल्टंट डॉ. डब्ल्यू. सी. रेकलेस यांच्या मार्गदर्शनाखाली तिहारच्या बांधकामाचा आराखडा तयार करण्यात आला. येथील अधिकाऱ्यांच्या म्हणण्याप्रमाणे तिहारच्या गैरशिस्त कारभारामुळे तिहारचे रचनाकार 'रेकलेस्' यांचे नाव येथे सार्थ करून दाखवण्यात आले आहे. (रेकलेस्- याचा अर्थ बेपर्वा असा आहे.)

तिहार जेलमधील परिस्थिती आणि येथील कैद्यांना मिळणारी वागणूक ह्या दोन्ही गोष्टी कशा बिघडत चालल्या आहेत याची आपल्या सरकारला काळजी तर नक्कीच असते. पण या काळजीपोटी सरकारने वेळोवेळी वेगवेगळ्या चौकशी समित्यांची स्थापना करण्यावाचून आणखी काहीही केलेले नाही हे तितकेच खरे आहे. वेल्फेअर मिनिस्ट्रीच्या नॅशनल इन्स्टिट्यूट ऑफ सोशल डिफेन्स मधे काम करणाऱ्या एका वरिष्ठ अधिकाऱ्याने असे उद्गार काढले आहेत,: "खरी परिस्थिती

अशी आहे, काही कैद्यांना जेलच्या आतच इतके आरामात व सुरक्षितपणे राहता येते की त्यांना जेल ही स्वर्गासारखी भासते.'' ते पुढे असंही म्हणाले,: ''काही सराईत गुन्हेगार एखादा भयंकर गुन्हा करून तिहारसारख्या सुरक्षित ठिकाणी आसरा घेण्यास येतात. तुरुंग सुधारण्याच्या गरजेचा विचार करत असताना तुरुंगातील सुरक्षिततेचं (सेफ कस्टडीचं) महत्त्व कमी लेखून चालणार नाही.''

जे कैदी गरीब आहेत व जे तुरुंगाधिकाऱ्यांना पैसे देऊ शकत नाहीत अशांना दैनंदिन विविध शिक्षेच्या उपाययोजना करण्यात येतात. यात काही काळासाठी एकांतवासाची शिक्षा देणे, गैरशिस्त वर्तन केल्यास जास्तीचे काम देणे इ. या शिक्षा वर म्हटल्याप्रमाणे एकतर गरीब कैद्यांना ठोठावण्यात येतात, नाहीतर जे कैदी दादागिरी करून किंवा कायद्याचा बडगा दाखवून उलटे तुरुंगाधिकाऱ्यांनाच धमकावत नाहीत अशांना मिळतात. काही अधिकाऱ्यांनी तर ही गोष्ट घडत असल्याचे स्वत:च मान्य केले आहे. व तुरुंगातील नोंदीसुद्धा या गोष्टीला पुष्टीच देतात.

अजूनही तिहारमधील अनेक कैदी जेलमधील डॉक्टरकडून खोटे प्रमाणपत्र मिळवून शहरातील रुग्णालयात उपचारासाठी जातात किंवा न्यायालयात सुनावणीसाठी वारंवार तारखा मागून घेऊन तुरुंगाबाहेर पडण्याची संधी पदरात पाडून घेतात. एका वयस्कर कैद्याने तिहार जेलचं वर्णन अत्यंत समर्पक शब्दात केलं आहे. त्याने सुप्रसिद्ध हिंदी चित्रपट 'शोले' यातील संभाषण उद्धृत केलं आहे– ''हम अंग्रेजोंके जमानेके जेलर हैं, हम नहीं सुधरेंगे.''

येथील दादागिरी करणाऱ्या गुंड कैद्यांना रोजच्या रोज कोणी ना कोणी तरी भेटण्यासाठी येतच असे. त्यांनी पैसे चारून तशी व्यवस्था करूनच ठेवली होती. या लोकांच्या भेटीला एका वेळी किती लोकांनी यावे, आल्यावर किती वेळ थांबावे, यालासुद्धा काही धरबंध नव्हता. किंबहुना जेवढा त्या गुंडाचा तुरुंगातील प्रभाव अधिक, तेवढा आप्तस्वकीयांना, मित्रमंडळींना भेटीसाठी मिळणारा वेळ अधिक असे समीकरण होऊन बसले होते. या भेटीगाठींच्या मधे हस्तक्षेप करण्याची तुरुंगाधिकाऱ्यांची हिंमत होत नसे. या भेटीगाठींमधे गुन्हेगारीच्या संबंधातील नवनवीन योजना आखल्या जात. खून, अपहरण किंवा पिळवणूक यांसारख्या भयंकर गुन्ह्यांचे कट येथे शिजत. कधीतरी प्रसारमाध्यमांना या गोष्टीचा कुठूनतरी सुगावा लागायचा.

या गुंडांचं बाह्यरूपही अगदी हिंदी चित्रपटांमधील खलनायकांशी मिळतं जुळतं असायचं. भडक निळ्या रंगाच्या जीन पँट्स, त्यावर अत्याधुनिक कमरपट्टा, त्याहून भडक असा शर्ट, पायांत हमखास स्पोर्ट्स शूज, डोळ्याला सोनेरी काड्यांचा भडक रंगाचा काळा चष्मा व खांद्यापर्यंत रुळणारे केस. थंडीत हे गुंड आपल्या शर्टाच्या कॉलरखाली लांबलचक काळा किंवा लाल रुमाल बांधत. तर कधीतरी आपल्याला थंडीवाऱ्याची तमा नाही हे दाखवण्यासाठी बिनबाह्यांचे टी शर्ट घालत. आपल्या अंगात खूप गर्मी असल्याची प्रौढी ते मिरवत. तुरुंगातील इतर कैदी व पहारेकरी त्यांचा

उल्लेख 'टरी' असा करीत. (टरी याचा अर्थ फुशारक्या मारणारा माणूस) अशा प्रकारचा एखादा गुंड कधीही ॲडमिनिस्ट्रेटिव्ह ब्लॉकमधे आला की तो तेथील खुर्ची किंवा स्टूल ओढून त्यावर बैठक मारत असे. आपण रॉबिनहूड असल्याच्या थाटात आजूबाजूच्या दीनवाण्या कैद्यांची खुशाली विचारणे, त्यांच्या कल्याणाची आपल्याला चिंता असल्याचे दाखवणे इत्यादी नखरेही चालत. उदाहरणार्थ: जेलच्या सुपरिंटेंडंटकडे शंभर किलो बर्फ मागवून घेण्याची परवानगी मागणे. म्हणजे मग केवळ आपल्याला स्वत:लाच नव्हे, तर या सगळ्या आपल्या गोरगरीब जनतेलाही थंड पाणी पाजता येईल... इ. इ या असल्या दादागिरी करणाऱ्या गुंडांना इतर सामान्य कैद्यांपासून वेगळे ठेवण्याची पद्धत अस्तित्वात नव्हती.

१९९३ सालच्या ऑगस्ट महिन्यात 'संध्या टाइम्स' नामक वृत्तपत्राने एक वृत्त प्रसिद्ध केले होते. तिहार जेल मधील कुप्रसिद्ध 'त्यागी गँग' मधील एका गुंडाने (नाव गुप्त ठेवले आहे) जेलमधून एका व्यक्तीला फोन करून सात लाख रुपये खंडणीची मागणी केली असल्याचे त्या वृत्तात म्हटले होते. ते वाचून त्याच्या जेलचे सुपरिंटेंडंट श्री. तारसेम कुमार यांनी त्या गुंडाला आपल्या ऑफिसात बोलावून घेतले. त्या दोघांमधे खालील संभाषण झाले:

"...काय रे, तू जेलमधून फोन केलास हे खरं आहे का?"

"नाही, सर."

"त्या वृत्तपत्रात तर म्हटलंय, तू सात लाख रुपये खंडणीची मागणी केलीस म्हणून. हे खरं आहे?"

"तुम्हाला सत्य ऐकायचंय का?" त्या गुंडाने विचारले.

"होय," सुपरिंटेंडंट म्हणाले.

"सर, मी कोणाकडे सात लाख एवढ्या किरकोळ रकमेची मागणी कशाला करू? आजपर्यंत कधीच मी इतक्या किरकोळ रकमेची मागणी केलेली नाही."

"अरे, काय बोलतोयस तू? सात लाख ही काय किरकोळ रक्कम आहे?"

"होय सर, मी अजूनपर्यंत पन्नास लाखाहून कमी रक्कम कधीच मागितलेली नाही," तो फुशारकीने म्हणाला.

"आणि त्या फोनचं काय?"

"शपथेवर सांगतो साहेब. तो फोन मी तुरुंगातून नाही, न्यायालयातून केला होता," त्याने स्पष्टीकरण दिलं.

तिहारमधील अनेक श्रीमंत कैद्यांकडे पण अशा खंडणीच्या रकमेच्या मागण्या वारंवार होत. व धमक्याही साध्यासुध्या नसत. पैसे न दिल्यास 'परिणाम वाईट' होण्याचे भय तर नेहमीचेच असे. उदाहरणार्थ : लंगडे, पांगळे करण्याची धमकी. शिवाय जे कैदी ही रक्कम भरणार नाहीत त्यांना ठोकून काढण्यात येई. त्या

प्रकरणाची न्यायालयीन चौकशी झाली व वैद्यकीय तपासणीचा हुकूम निघाला तर प्रकरण अंगावर शेकायला नको म्हणून त्यांना कोणी न्यायालयात हजरच राहू देत नसे. शिवाय डॉक्टरकडून हवा तसा तपासणी अहवाल लिहून घेणे हा तर त्या गुंडांच्या डाव्या हातचा मळ होता.

मी तिहारची सूत्रे हातात घेतल्यानंतरच्या पहिल्या आठवड्यात जेलच्या हॉस्पिटलमधे फेरीसाठी गेले होते. तेथे जेलच्या डॉक्टरभोवती गुंडांसारख्या दिसणाऱ्या अनेक कैद्यांनी वेढा घातला होता. तो प्रकार पाहून माझ्या मनात शंकेची पाल चुकचुकली. त्या भयानक दिसणाऱ्या गुंडांना त्या डॉक्टरकडून काय हवं होतं? मी चौकशी केली. त्यांच्या मागण्या अनेक होत्या– औषधे, शिफारस पत्रे, वैद्यकीय प्रमाणपत्रे, वैद्यकीय तपासणी अहवालाच्या फाईल्स, बाहेरच्या रुग्णालयात प्रवेश मिळवण्यासाठी लागणाऱ्या प्रवेशपत्रिका इत्यादी. त्या डॉक्टरांना त्या प्रत्येक गुंडाची प्रत्येक मागणी मान्य करावीच लागत होती. दुसरा काही पर्यायच नव्हता. असल्या निर्ढावलेल्या गुंडांना नाही म्हणणार तरी कसं? नंतर त्या हॉस्पिटलमधे मी फेरफटका मारला. तेथे भरती झालेले 'रुग्ण' आजारी तर दिसतच नव्हते. अनेक जण सहलीला आले असावेत इतके मजेत होते. जरा संधी मिळताच हे दंगामस्ती व मौजमजा करत असतील हे तर त्यांच्याकडे बघूनच समजत होते. काही थोडे तुरुंगाधिकारी पण तेथे होते. पण त्यांचे चेहरे अगतिक होते. काही गुंड तर तुरुंगाच्या कर्मचाऱ्यांवर सरळ सरळ दादागिरी करत होते. त्यांची टिंगलटवाळी करत होते. या गुंडांचं साम्राज्य जेलमधून या हॉस्पिटलपर्यंत आणि येथून पार जेलच्या भिंतीपलिकडे जाऊन पोचलं होतं. त्यांचे हात फार दूरवर पोचले होते.

या असल्या गुंडांना योग्य तऱ्हेने हाताळून वठणीवर आणणं हे आमच्यापुढील सर्वांत मोठं आव्हान होतं. एक विशिष्ट प्रसंग माझ्या अजून स्मरणात आहे. तिहारची सूत्रे हाती घेऊन अगदी थोडाच काळ लोटला होता. असंच एक दिवस संध्याकाळी माझ्या कानावर आलं: जेल क्रमांक चारमधील एका कैद्याला कोणीतरी अत्यंत वाईट रीतीने मारहाण केली होती. व तुरुंगात काम करणारे दहापेक्षा जास्त अधिकारी या प्रकरणात गुंतले होते. दुपारच्या हजेरीनंतर तुरुंग जेव्हा अधिकृतपणे काही काळासाठी बंद ठेवण्यात येतो (व कैद्यांना त्यांच्या कोठड्यांमधे डांबले जाते) त्या काळात हे घडले होते. तुरुंग क्रमांक चारचे उणेपुरे २००० कैदी दुपारी आपापल्या बराकीत परतत असताना एका विशिष्ट कैद्याला अधिकाऱ्यांनी बाहेर काढून त्याला अमानुष मारहाण केली. आधी एकेकट्या अधिकाऱ्याने व नंतर सर्वांनी मिळून त्याला बदडले होते. ही मारहाण तुरुंगाच्या मध्यवर्ती ठिकाणी– 'चक्कर' येथे– दिवसाढवळ्या झाली होती. चौकशीअंती या अशा प्रकारच्या वर्तनाचं कारणही कळलं. हा विशिष्ट कैदी एक गुंड होता व त्याने आदले दिवशी

एका असिस्टंट सुपरिंटेंडंटला गाठून मारहाण केली होती. या गुंडाचे हे कृत्य तुरुंगाधिकाऱ्यांच्या सामूहिक सत्तेला व अधिकाराला आव्हान देणारे ठरले होते. व यावर सर्वांनी एकत्र येऊन सूड घ्यायचा असे त्यांनी ठरवले होते. आता त्यांच्या या कृत्यानंतर नवीन आय. जी. ने (म्हणजे मी) आपल्या अहिंसात्मक तत्त्वाचा व मार्गाचा अवलंब करण्यास सुरुवात केली तर मात्र त्या सर्व अधिकाऱ्यांचा जो दबदबा होता, जी प्रतिमा होती ती भंग पावून त्यांचा अधिकार धोक्यात येणार होता. (अशी भीती त्यांना वाटत होती.) तुरुंगात जी काही परिस्थिती होती ती जर कुणी बदलू पाहील, तर त्याचे परिणाम वाईट होतील असे त्यांचे म्हणणे होते, मला या जेलच्या अधिकाऱ्यांनी आडवळणाने असेही सुचवले, की, एक अधिकारी म्हणून मलाही या तुरुंगात संरक्षणाची गरज़ भासणार होतीच व तिहारविषयीचे हे सर्व धडे मी जेवढे लवकरात लवकर घेईन तेवढे माझ्याच फायद्याचे होते. थोडक्यात सांगायचं तर येथील परिस्थितीत कोणताही बदल करण्याचा प्रयत्न न करता सर्व काही 'जैसे थे' चालू ठेवावे असे त्यांचे म्हणणे होते.

चिखलात धोंडा टाकल्यानंतर त्याचे शिंतोडे जसे चहूबाजूला उडतात, तशी तिहारमधे घडलेल्या या घटनेची बातमी सर्वदूर पसरली. इकडे तिहारमधे आता मी घडलेल्या घटनेवर काय प्रतिक्रिया व्यक्त करणार, कोणाची बाजू घेणार, म्हणून तुरुंगातील सर्व कैदी आणि अधिकारी अक्षरश: श्वास रोखून उभे होते. जेल क्रमांक चारचे सुपरिंटेंडेंट श्री. पृथ्वीराज मीना यांना मी विचारले: ''दुपारी जर तुरुंग अधिकृतपणे बंद होता, तर मग अधिकारी आत शिरलेच कसे? आणि ही घटना जेव्हा घडली तेव्हा तुम्ही स्वत: कुठे होता?'' या दोन्ही प्रश्नांची समाधानकारक उत्तरे काही त्यांना देता येईनात. मग मी त्या प्रसंगी उपस्थित असलेल्या वैद्यकीय अधिकाऱ्याला बोलावून घेतले. ज्या कैद्याला मारहाण झाली होती त्याची संपूर्ण वैद्यकीय तपासणी करण्यात यावी व त्याचा सविस्तर अहवाल सादर करण्यात यावा असा आदेश मी त्या डॉक्टरांना दिला.

नंतरचे काही दिवस मी त्यांच्यावर या बाबतीत बराच दबाव आणण्यास सुरुवात केली. म्हणजे रोग्याच्या शारीरिक स्थितीबद्दलचा वैद्यकीय तपासणीचा अहवाल तसेच या घटनेत गुंतलेल्या अधिकाऱ्यांकडून त्यांनी केलेल्या कृत्याचे व्यवस्थित स्पष्टीकरण या दोन्ही गोष्टी जेवढ्या लवकरात लवकर मिळतील तेवढ्या मला हव्या होत्या. परंतु असे स्पष्टीकरण एकाही अधिकाऱ्याने दिले नाही.

मी माझे सहकारी, त्याचप्रमाणे माझे कनिष्ठ अधिकारी जयदेव सारंगी यांच्याशी बोलले. मी वैद्यकीय अहवालाची वाट पाहत असल्याचा निरोप त्यांच्या हाती मी सदर डॉक्टरकडेही पाठवून दिला. जर का या वैद्यकीय अहवालाद्वारे खरोखरच हिंसाचार घडल्याचे सिद्ध झाले, तर मात्र कोणाचीही गय केली जाणार नाही असे

सुद्धा मी सूचित केले. कोणतेही अधिकारी अथवा इतर कर्मचारी या तुरुंगात अशा प्रकारच्या दहशतवादाची व हिंसाचाराची संस्कृती रुजवू पाहतील तर ते येथे चालणार नाही असेही स्पष्ट केले. अखेर कालांतराने दुरावा संपला. वैद्यकीय अहवालही आला. या अहवालानुसार त्या कैद्याला लाठीने मारहाण करण्यात आली होती हे तर स्पष्टच होत होते. आता मात्र त्या सर्व अधिकाऱ्यांचे धाबे दणाणले. त्यांनी आधी सुपरिंटेंडंट श्री. मीना यांची भेट घेतली. व त्यांच्यासह डी. आय. जी. श्री. सारंगी यांना जाऊन भेटण्याचे ठरवले. एकेक अधिकारी जाऊन श्री. सारंगी यांना भेटला. प्रत्येकाने हेच सांगितले, की, "मला व्यक्तिश: त्या कैद्याला मारहाण करण्याची इच्छा नव्हती. परंतु सामूहिक दबावामुळे मला तसे करणे भाग पडले." ही शनिवारची गोष्ट. मी घरीच होते. मग श्री. सारंगी यांनी मला घरी फोन करून सांगितले, की, प्रत्येक अधिकारी मला भेटण्यासाठी अधीर झाला होता. मग त्या सर्वांना सोमवारपर्यंत प्रतीक्षा करायला लावणे मला सुद्धा बरे वाटले नाही. व मी तात्काळ तिहारला पोचले. त्या वेळी प्रचंड पाऊस पडत होता.

सर्व अधिकारी माझ्या ऑफिसाबाहेर जमले होते. त्यांच्या चेहऱ्यावर भय आणि ताण स्पष्ट दिसत होता. मी सर्वांना ऑफिसात बोलावले. त्यांनी तात्काळ बोलण्यास सुरुवात केली. ते म्हणाले: "मॅडम, आम्हाला काहीतरी सांगायचंय."

मी म्हणाले: "बोला, काय म्हणणं आहे?"

मग ते भडाभडा मोकळेपणाने बोलू लागले.

"मॅडम, आम्ही ज्या कैद्याला मारहाण केली, तो गुंड होता. त्याने एका अधिकाऱ्याशी गैरवर्तणूक केली होती. त्याने त्या अधिकाऱ्याचा शर्ट फाडला, त्याला शिवीगाळ केली आणि धमक्या सुद्धा दिल्या. तो त्यांच्या टोळीचा दादा आहे. आम्ही जर वेळीच त्याला प्रत्युत्तर दिले नसते तर त्याने आमच्यापैकी एकेकाला धरून रोजच मारले असते. आम्ही कामावर असताना किंवा घरी राहत असताना आमच्यासाठी संरक्षणाची काहीच व्यवस्था नाही. ह्या गुंडांच्या टोळ्या राजरोस आमच्या कुटुंबियांना धमक्या देतात. डिपार्टमेंटने आम्हाला त्यांच्यापासून काही संरक्षण देऊ केलेलं नाही." त्यांनी आपली बाजू मांडण्यासाठी आणखीही बराच युक्तिवाद केला.

त्यांचं म्हणणं ऐकून घेतल्यावर मी त्यांना काही प्रतिप्रश्न केले: "त्या गुंडांनी शिवीगाळ केली, हिंसाचार केला व एका ऑफिसरला मारहाण केली असं तुमचं म्हणणं आहे. पण मग तुम्हीही तेच नाही का केलं? तुम्ही तर कायद्याचे रक्षणकर्ते आणि ते गुन्हेगार. मग तुमच्यात काहीच फरक नसावा? तुम्ही तरी काय वेगळं वागलात? कायद्याचा भंग केल्याबद्दल हे गुन्हेगार तुरुंगात आले आहेत. आणि तुम्ही कोठे आहात? तुम्हालाही या गुन्हेगारांसारखंच वागण्याची परवानगी कोणी

दिली? त्या गुन्हेगारावर दुसऱ्या कोणत्या मार्गाने नियंत्रण ठेवता आलं नसतं?''... पण मी अधिक काही बोलण्यापूर्वीच त्या सर्वांनी मिळून माफी मागितली. त्यांना माझ्या प्रश्नांचा भडिमार सहन होईना. मग मी पण तो मुद्दा सोडून दिला. त्यांचंही म्हणणं तसं खरं होतं. मी म्हणाले: ''तुम्हाला कशा असुरक्षित वातावरणात राहावं लागतं याची जाणीव तुम्ही आज मला करून दिली आहे. ही परिस्थिती लवकरात लवकर बदलण्यात येईल.''

आणि खरोखरच आम्ही ती बदलली. सद्यस्थिती सुधारण्याचा आमचा प्रामाणिक प्रयत्न चालू असल्याचं त्या निर्ढावलेल्या गुन्हेगारांनाही कळून चुकलं. कैद्यांचीही वागणूक लक्षात येण्याएवढी सुधारू लागल्याचं कर्मचाऱ्यांना जाणवलं. या घटनेच्या अहवालाची फाईल मी स्वत:जवळच ठेवली. तात्पुरती ती फाईल मी जरी बंद केली असली, तरी असा गैरप्रकार परत घडला तर मात्र ती नक्की उघडायची असा मनोमन निश्चय मी केला होता. अर्थात तशी वेळ काही परत आली नाही.

□

अतिसुरक्षा विभागातील कैदी : गुंडांचे साम्राज्य

एक दृष्टीक्षेप

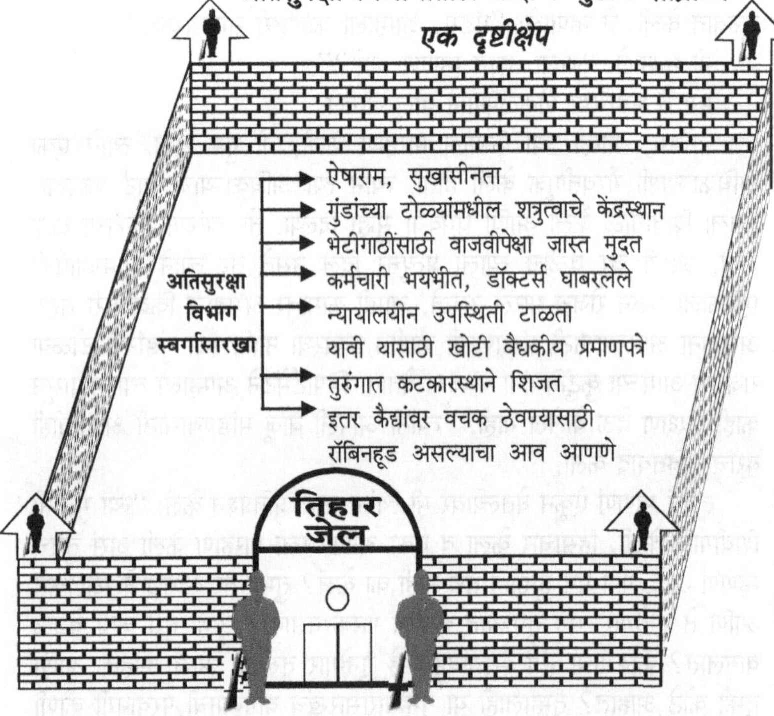

दोन

उत्क्रांतीची सुरुवात

मी आत्तापर्यंत जे काही वर्णन केले ते मी तिहारमधे डोळ्यांनी प्रत्यक्ष जे काही पाहिलं त्याचं, जसं होतं तसं. ते अगदी जसं होतं तसं मला येथे सांगता आलं याचं कारण मी वेळोवेळी तेथील परिस्थितीच्या, तेथे घडणाऱ्या घटनांच्या नोंदी करून ठेवत होते म्हणून. येथील परिस्थिती सुधारायची, असा हेतू मनात धरूनच मी या नोंदी करत होते. काही निवेदने व कथने ध्वनिमुद्रित करून ठेवत होते. जे काही आदेश मी देत होते ते सुद्धा लेखी पाठवत होते. त्याच्या अनेक प्रती काढून जास्तीत जास्त व्यक्तींपर्यंत त्या पोचतील अशी व्यवस्था आम्ही करत होतो. कोठे कशी परिस्थिती आहे, ती सुधारण्यासाठी तेथे काय काय बदल केले पाहिजेत याचं आम्ही निरीक्षण व अवलोकन करत होतो. त्यावर आधारित सुधारणा सुचवत होतो. तसे आदेश सूचना फलकांवर सर्वांच्या माहितीसाठी लावत होतो. त्यात गुप्तता कोठेही नव्हती. सुधारणेची प्रक्रिया लवकरात लवकर सुरू व्हावी अशी सर्वांची इच्छा होती. त्या दृष्टीने कैद्यांशी आम्हाला जो काही संपर्क प्रस्थापित करायचा होता, तो मुद्दाम लेखी स्वरूपाचा असावा व त्यांनाही आम्हाला काही सांगायचे असले तर ते लिखित स्वरूपात त्यांनी निर्भयपणे आमच्या समोर मांडावे अशी आमची इच्छा होती. वेळ अमूल्य होता.

तिहार तुरुंगात राहणाऱ्या सुमारे ९००० कैद्यांची रात्र व दिवसाचे चोवीस तास म्हणजे अहोरात्र आमच्यावर जबाबदारी होती. तासां (मॅन अवर्स) च्या भाषेत बोलायचं तर रोजचे २१६००० तास ही जबाबदारी होती. (जानेवारी १९९४ मध्ये तिहारची जनसंख्या ९००० पर्यंत पोचली होती.) ही जबाबदारी साधीसुधी नव्हती.

आम्हाला मार्गदर्शनपर ठरतील असे काही लिखित स्वरूपाचे नियम वा आदेश नव्हते, आम्ही काही ठोस स्वरूपाचं करून दाखवलं पाहिजे अशीही अपेक्षा कोणी ठेवली नव्हती. चालू यंत्रणेत काही बदल सुचवू शकेल असे बाहेरचे ऑडिट पण येथे नव्हते.

प्रश्न होता प्रत्येकाच्या सदसद्विवेकबुद्धीचा. एकतर हे तुरुंगाचं काम

कंटाळवाणेपणाने, नीरसपणाने करायचं, एकंदर परिस्थितीविषयी उदासीन राहायचं, नाहीतर मग उत्साहानं कामाला लागायचं. एका मोठ्या जबाबदारीच्या जाणिवेतून! हजारो माणसांची आयुष्ये त्या तुरुंगात निश्चल, अगतिक होऊन स्तब्ध झाली होती, त्या माणसांच्या जीवनात काही बदल घडवून आणण्याच्या आंतरिक प्रेरणेतून.

ह्या दोन्ही पर्यायांमधून योग्य ती निवड मला करायची होती. त्यानुसार आयुष्य जगायचं होतं. माझं अस्तित्व माझ्यापुरतं, मी या एका व्यक्तीपुरतं मर्यादित राहिलं नव्हतं. मी तिहारशी एकरूप झाले होते. व या तिहारचं अस्तित्व तेथे त्या वेळी राहणाऱ्या व्यक्तींच्या आयुष्याच्याही पलीकडे होतं, तेवढंच नव्हतं. माझी वैयक्तिक ध्येयस्वप्ने आणि त्या संस्थेची उद्दिष्टे हळूहळू एकरूप झाली. ही उद्दिष्टे म्हणजेच पुनरुज्जीवनाच्या मार्गावरून केलेली वाटचाल.

मला जे काही करायचं होतं ते 'काय' 'काय' करायचं होतं अशी केवळ मोजदाद नव्हती. ते 'कसं' 'कसं' साध्य करायचं होतं हे जास्त महत्त्वाचं होतं. आणि म्हणूनच या विभागात विविध कामे आणि विविध व्यक्तींचा फिरून फिरून उल्लेख केलेला तुम्हाला आढळेल. येथे विशिष्ट, वेगळं असं काहीच नव्हतं. प्रत्येक मानवी उपाययोजना ही सर्वसमावेशी होती.

□

१३

तुरुंगाचा फेरफटका

तुरुंगात सुधारणा घडवून आणण्याचे अनेक मार्ग होते. एक मार्ग म्हणजे काही काळ वाट पाहाणे. अधिकाऱ्यांकडून सद्यस्थितीचे लेखी अहवाल मागवून घेणे. व एकदा हे अहवाल आले की त्या आधारे सुधारणेची ठोस पावले उचलणे. पण हा मार्ग होता 'वाट पाहा व निरीक्षण करत राहा' असा. म्हणजे थोडक्यात काय की परिस्थितीचा बारकाईने अभ्यास करत राहण्यात हातातील मूल्यवान वेळ व्यर्थ दवडणे. खरं तर हा मार्ग मला वैयक्तिक दृष्ट्या फार सोयीचा होता. आपल्या हातून काहीच काम झालं नाही, तरी 'परिस्थितीची पाहणी' करत असल्याची सबब नंतरचे किती तरी दिवस मला ढालीसारखी वापरता आली असती. शिवाय सुरुवातीच्या काही दिवसांत तुरुंगात काही गडबड झाली असती तरी सुद्धा मी अजून येथे नवीन आहे व माझ्या आधीच्या लोकांनी (किंवा हाताखालच्या लोकांनी) हा प्रकार केला आहे, असं म्हणून अपयशाचा ठपका त्यांच्यावर ठेवणं तर फारच सोपं झालं असतं. मी या पद्धतीचा अवलंब केला नाही.

आणखी एक मार्गही उपलब्ध होता. तो म्हणजे आपल्या सहकाऱ्यांबरोबर मीटिंग घेणे. हे माझे सहकारी होते– डी. आय. जी. जयदेव सारंगी आणि चार सुपरिंटेंडंट. यांची नावे होती : के. आर. किशोर, डी. पी. द्विवेदी, पी. आर. मीना आणि तारसेम कुमार. एक मीटिंग घेऊन मी त्यांना सांगितलं असतं, की, कोणताही गैरप्रकार झाला तर त्यासाठी मी तुम्हालाच जबाबदार धरणार, म्हणजे माझं काम किती सोपं झालं असतं! तुरुंगाच्या व्यवस्थापनाचा अनुभव व ज्ञान त्यांनाच होते. त्यामुळे कोणत्याही गैरशिस्तीस पर्यायाने तेच तर जबाबदार होते.

माझ्यासमोर आणखी एक पर्याय होता. या सर्वांकडून रोज सायंकाळी घडलेल्या घटनांचे अहवाल मागवून घ्यायचे. सर्व काही सुरळीत चालू आहे ना, हे पाहायचं. ज्या काही सूचना करायच्या असतील त्या धमकावणीच्या सुरात करायच्या. त्या

सर्वांपाशी सारखं स्पष्टीकरण मागत राहायचं. आपण स्वत: मात्र काहीच कृती करायची नाही. परंतु अशा प्रकारे माझ्या अधिकाऱ्यांची छळवणूक मला मुळीच करायची नव्हती.

एक मार्ग म्हणजे, आपल्या हाताखालच्या लोकांना पूर्वीप्रमाणेच सर्व काही चालू ठेवायला सांगायचं. मग त्यांच्या कामकाजाचं तपशीलवार स्वरूप समजा मला नाही कळलं, तरी बिघडलं कुठे? नाहीतरी आजवर अशाच तर पद्धतीचा अवलंब होत आला होता. माझ्या आधीच्या आय. जी. ने जेल सुपरिंटेंडंटना पूर्वीप्रमाणेच काम चालू ठेवण्याची सूचना दिली होती. आय. जी. (प्रिझन्स) चे ऑफिस दिल्लीबाहेरील एखाद्या लांबच्या गावाला असून आय. जी. चा तुरुंगाशी काही संबंध नसल्याच्या थाटात सर्व कारभार चालू होता. पुढे मी माझ्या सहकाऱ्यांशी निवांत गप्पा मारत असताना ही गोष्ट उजेडात आली. मी सुद्धा जर याच प्रकारे कारभार सांभाळण्यास सुरुवात केली असती तर मग मला कोणीही काहीही विचारल्यानंतर, कानावर हात ठेवून मोकळे होता आले असते. मी अहवाल मागितला आहे, चौकशी सुरू केली आहे असं स्पष्टीकरण देणं ही तर फारच सोपी गोष्ट होती. पण ही पद्धतही मी अंगिकारली नाही.

हे अधिकारी असं का वागत असत? असं उदासीन धोरण स्वीकारण्यामागे काय भूमिका असावी बरं त्यांची? याचं एक कारण असंही असू शकेल की ते बदनामीला घाबरत होते. जर यदाकदाचित या तिहारच्या संदर्भात आपली नावे बदनामीकारकरीत्या वर्तमानपत्रात छापून आली तर? आपल्याला आपल्या वरिष्ठांपुढे उभं राहून घडलेल्या गोष्टीचं स्पष्टीकरण देणं भाग पडलं तर? या भीतीपोटीच त्यांनी तुरुंगाच्या कामकाजाची आजवर जी काही चालत आलेली परंपरा होती, त्यात कमीत कमी ढवळाढवळ करण्याचं ठरवलं असावं. व सर्वच्या सर्व काम हाताखालच्या नोकरवर्गावर सोपवून स्वत: नामानिराळे झाले असावेत. म्हणजे यदाकदाचित काही गैरप्रकार घडला तर आपणच त्या हाताखालच्या लोकांना जाब विचारायचा. असेही प्रसंग भूतकाळात घडले होते. पण मला मात्र त्या गोष्टी ऐकूनच शिसारी आली.

आणखी एक अखेरची पद्धत होती. या पद्धतीत दोन घटकांचा समावेश होता. (अ) मी माझ्या कामात अगदी पुरेपूर रस घ्यायचा आणि रोजच्या रोज लेखी अहवाल मागवून घ्यायचे.

(ब) अवचित तुरुंगाच्या भेटीला जायचं आणि जे कुणी कामचुकार सापडतील त्यांना कडक शिक्षा द्यायची व जे कुणी चांगलं काम करणारे असतील त्यांना बक्षिसी द्यायची, किंवा त्यांची प्रशंसा करायची.

ही पद्धती तशी चांगली होती, पण ती सर्वंकष अथवा आदर्श मात्र नव्हती. याचं कारणं असं की कर्मचारी वर्गापैकी काही थोडे अपवाद वगळता इतरांस

शिक्षेची मुळीच पर्वा नव्हती. मी त्यांच्याबद्दल त्यांच्या वरिष्ठांनी जे गुप्त अहवाल लिहून ठेवले होते, ते वाचले होते. त्यावरून मला ही गोष्ट समजली होती. कित्येक अधिकारी वा कर्मचारी अनेकदा गैरवर्तणुकीच्या खटल्यात गोवले गेलेले होते. त्यांची विभागीय चौकशी झाली होती. अनेकदा 'कारणे दाखवा' नोटिसा त्यांना मिळाल्या होत्या. पण त्या सर्वांचा परिणाम शून्य होता.

एकंदरीत तिहारमधील एकूण वातावरण पाहिल्यानंतर एकच विचार माझ्या मनात आला तो म्हणजे या संपूर्ण व्यवस्थेला स्वत:लाच अनेक प्रश्नांची उत्तरे शोधण्याची गरज आहे. ही उत्तरे शोधण्यासाठी त्या परिस्थितीचं सर्जनशील आकलन होणं गरजेचं आहे व आम्ही जेव्हा यात प्रत्यक्ष पडू तेव्हा हळूहळू हे आकलन आम्हाला अनुभवाअंतीच होणार आहे.

यासाठी आम्ही 'ऑन द राऊंड्स ॲप्रोच' स्वीकारला. याचा अर्थ स्वत: आय. जी. ने रोजच्या रोज ज्या त्या तुरुंगाच्या सुपरिंटेंडंटला बरोबर घेऊन जातीने प्रत्येक तुरुंगाला भेट देणे. तेथील परिस्थिती खरोखर कशी आहे याचे स्वत: निरीक्षण करणे, नुसत्या अहवालांवर विश्वास न ठेवता जातीने स्वत: सर्व काही तपासणे महत्त्वाचे होते. यानुसार माझा दिनक्रम सुरू झाला. मी रोज सकाळी ठीक साडेआठ वाजता घराबाहेर पडून पावणेनऊच्या सुमाराला तिहारमधील माझ्या ऑफिसात पोचत असे. मग आदल्या दिवशी घरी वाचनासाठी नेलेल्या फाईल्स ऑफिसात ठेवून जेलच्या फेरफटक्यासाठी मी निघत असे. मात्र आज कोणत्या तुरुंगाला भेट द्यायची हे आधी ठरलेले नसे. त्यासाठी मी माझ्या अंतर्मनाचा कौल घेत असे. किंवा कधीतरी परिस्थितीनुसार, गरजेनुसारही ठरवत असे. माझ्यासोबत माझा स्वीय सहाय्यक म्हणून लखीराम नामक वॉर्डर यायचा. त्याचप्रमाणे त्या त्या तुरुंगाचा सुपरिंटेंडंटही तेव्हा हजर असायचा. अशा रीतीने सर्व तुरुंगांना अंतर्बाह्य समजावून घेण्याची प्रक्रिया सुरू झाली. या प्रक्रियेत तरुण वॉर्डर लखीराम माझा विश्वासू साथीदार बनला.

मी माझ्या ऑफिसात ठीक पावणेनऊला हजर राहण्यास सुरुवात केल्यामुळे बरेच अधिकारी व डॉक्टर नाराज झाले. कारण त्यांच्या उशिरा येण्यात त्यामुळे बाधा निर्माण झाली. त्यांच्यातील काही लोकांजवळ स्वत:ची वाहने नव्हती. त्यामुळे तर त्यांना बस पकडून येण्यासाठी घरातून फारच लवकर निघावे लागे.

सकाळी लवकरच माझी पहिली फेरी व्हायची. त्यामुळे वस्तुस्थिती जशीच्या तशी माझ्या डोळ्यासमोर येऊ लागली. मी नेहमी एक गोष्ट मानत आलेली आहे : "जे आपण प्रत्यक्ष डोळ्याने पाहिले असेल, त्यावरच विश्वास ठेवावा." येथे आल्यावर हा विश्वास अधिकाधिक दृढ होत गेला. पहिल्या दिवशी तुरुंगाच्या पहिल्या फेरीतच काही गोष्टी खटकल्या, काही गोष्टींमध्ये तात्काळ बदल घडवून

आणावासा वाटला. मी सोबत नोंदवही नेलीच होती. त्यात तात्काळ त्या त्या गोष्टींची टिपणे केली व ती टिपणे आदेश म्हणून संबंधित लोकांना कार्यवाहीसाठी पाठवून दिली. माझी ती पहिल्या दिवशीची टिपणे अशी होती :

'मुलाकात' असं लिहिलेल्या खिडकीवरील पाटी नीट रंगवून घेण्याची गरज आहे.

(कार्यवाही : सुपरिटेंडंट जेल्स.)

'मुलाकात' खिडकीपाशी भेटीला आलेल्यांनी पाळावयाच्या नियमांची यादी व्यवस्थित, सुस्पष्ट अक्षरात लिहून ठेवावी.

(कार्यवाही : सुपरिटेंडंट जेल क्र १)

भेटीला येणाऱ्या लोकांसाठी स्वच्छतागृहे, आसनव्यवस्था इत्यादी सोय उपलब्ध करून देण्यात याव्यात.

(कार्यवाही : सुपरिटेंडंट जेल क्र १)

सजा झालेल्या कैद्यांच्या नोंदी संगणकीकृत असाव्यात.

(कार्यवाही : सुपरिटेंडंट जेल क्र १ व डी. आय. जी. (प्रिझन्स))

रेकॉर्ड सुरक्षित बंदोबस्तात ठेवण्यासाठी अग्निरोधक कपाटांचा बंदोबस्त करावा. यासाठी डी. आय. जी. (प्रिझन्स) यांनी ताबडतोब मंजुरीसाठी प्रपोझल मांडावे. मोक्याच्या ठिकाणी आगीपासून संरक्षण करणारी अग्निरोधक यंत्रणा बसवावी (फायर एक्सटिंग्विशर बसवावे.)

(कार्यवाही : सुपरिटेंडंट (जेल्स) आणि डी. आय. जी (प्रिझन्स))

सजा भोगणाऱ्या ज्या कैद्यांची अर्ध्याहून अधिक सजा भोगून झाली असेल अशा सर्व कैद्यांची एक यादी बनवण्यात यावी. तसे संदेश सर्व सुपरिटेंडंटना पाठवण्यात यावेत. ही सर्व माहिती तयार करण्याची जबाबदारी लीगल ब्रँचची राहील.

(कार्यवाही : लीगल ब्रँच)

लीगल ब्रँचच्या जवळ पडलेला वॉटर कूलर दुरुस्त करण्यात यावा.

(कार्यवाही : जेल सुपरिंटेडेट क्र १)

१९९२-९३ सालातील कामगिरीचा सर्वसमावेशी अहवाल सोशल वेल्फेअर ब्रँचकडून घेण्यात यावा. यात कामांच्या हिशोबाने खर्चाचे अंदाजपत्रक त्याचप्रमाणे कर्मचाऱ्यांच्या जागा भरावयाच्या असतील तर त्या विषयीची माहिती आय. जी. (प्रिझन्स) यांच्याकडे एका आठवड्याच्या आत पोचती करावी.

(कार्यवाही : बी. एन. त्यागी, इनचार्ज, सोशल वेल्फेअर ब्रँच)

जेल क्रमांक एक ची रंगसफेती शेवटची कधी करण्यात आली आहे? कारण सर्व परिसर हा स्वच्छ आणि नीटनेटका दिसायला हवा.

(कार्यवाही : डेप्युटी सुपरिटेंडंट (एच. जी.))

जेल क्रमांक १ चे वेळापत्रक आय. जी. (पी) यांचेकडे देणे.

(कार्यवाही : सुपरिटेंडंट, जेल क्रमांक १)

जेल क्रमांक १ मधील स्त्रियांच्या वॉर्डासाठी एका योगशिक्षकाची नेमणूक करायची आहे. या संदर्भातील प्रपोझल (सूचना) मांडायला हवे.

(कार्यवाही : सुपरिंटेंडंट, जेल क्रमांक १.)

स्त्री कैद्यांकरता प्रौढशिक्षण केंद्राच्या अधिकाऱ्यांना बोलावून घेणे.

(कार्यवाही : सुपरिंटेंडंट, जेल क्रमांक १)

स्त्री कैद्यांमधे ज्या शिक्षिका असतील अशांची यादी तयार करणे.

(कार्यवाही : सुपरिंटेंडंट, जेल क्रमांक १)

जेल क्रमांक एक मधील स्त्री वॉर्डाच्या 'लॉकअप' आणि 'लॉक आऊट' (बंदिवासात ठेवणे व मोकळे सोडणे) या काळात निदान रविवारसाठी बदल करण्यासंबंधी विचार व्हावा.

(कार्यवाही : सुपरिंटेंडंट, जेल क्रमांक १)

लहान मुलांसाठी बालवाडीची व्यवस्था करण्यात यावी.

(कार्यवाही : सुपरिंटेंडंट, जेल क्रमांक १)

स्त्री कैद्यांना प्रौढ शिक्षणविषयक चित्रपट दाखवणे.

(कार्यवाही : सुपरिंटेंडंट, जेल क्रमांक १)

तुरुंग क्रमांक १ मधील वॉर्ड ४/१ च्या कैद्यांनी तुरुंगातील वैद्यकीय सुविधांविषयी तक्रारी नोंदविल्या होत्या. त्या सर्वांना वैद्यकीय सेवा तात्काळ उपलब्ध झाली पाहिजे. त्यासाठी रोज त्या वेळी ड्यूटीवर असणाऱ्या डॉक्टरला बरोबर घेऊन त्या जेलच्या सुपरिंटेंडंटने तुरुंगात फेरफटका मारला पाहिजे. आजारी असलेल्या कैद्यांची जातीने विचारपूस केली पाहिजे. त्यांच्या तक्रारीचे निवारण केले पाहिजे.

(कार्यवाही : जेल सुपरिंटेंडंट आणि मेडिकल ऑफिसर)

सर्व सुपरिंटेंडंटनी यापुढे तुरुंगातून फेरी मारताना जी काही निरीक्षणे केली असतील त्याची लेखी नोंद एका रजिस्टरमधे ठेवली पाहिजे. त्यांनी तुरुंगातील ही फेरी कोणत्या वेळी मारली याचीही तपशीलवार माहिती त्यात भरावी. अशाच तऱ्हेचे रजिस्टर प्रत्येक जेलच्या वॉर्डरसाठीही हवे. अशा तऱ्हेचे माहितीचे रजिस्टर भरून घेणारे अधिकारी ही माहिती हजेरीच्याच वेळी भरतील. अशा प्रकारच्या रजिस्टरमधे हजर व गैरहजर कैद्यांची नोंद ठेवण्यात येईल. कैद्याच्या विषयीच्या माहितीची तसेच, त्यासोबत ज्या काही विशेष सूचना असतील त्यांची सुद्धा नोंद ठेवण्यात येईल.

(कार्यवाही : सर्व जेल सुपरिंटेंडंट)

जेलच्या संरक्षणाच्या दृष्टीने जेलचा एक तपशीलवार नकाशा बनवण्याची गरज आहे. तामीळनाडू सेक्युरिटी पोलिसांच्या कमांडंटला अशा प्रकारचा नकाशा तयार करण्याची विनंती करण्यात यावी. त्याच्या हाताखाली असलेल्या तुकड्यांचे वेळापत्रक आखण्यात यावे. सुरक्षिततेच्या दृष्टीने अतिमहत्त्वाच्या गोष्टींची एक

यादी बनवण्यात यावी. या सर्वच मुद्द्यांवर टी. एस. पी. च्या कमांडंटशी सविस्तर चर्चा झाली पाहिजे.

(कार्यवाही : कमांडंट टी. एस. पी)

रोज सकाळी मी तुरुंगात पाऊल टाकले की अनेक कैद्यांचे गट तिष्ठत उभे असत. त्यांना न्यायालयात जायचं असे. ते व्हॅनची वाट बघत देवडीत उभे असत. माझी तुरुंगात येण्याची वेळ व त्यांची न्यायालयात निघण्याची वेळ एक असल्याने मला त्यांची विचारपूस करायला थोडा वेळ मिळे. मग आमचं मोकळेपणाने बोलणं होई. त्या दिवशी सकाळी निघण्यापूर्वी त्यांना वेळेत चहा-नाश्ता मिळाला की नाही इत्यादी गोष्टी मला तिथल्या तिथेच समजत. तसेच अंघोळीला पाणी होतं की नाही, सकाळी किती वाजता तुरुंग उघडला, आदले दिवशी सायंकाळी त्यांना पुरवण्यात आलं ते जेवण ठीक होतं की नाही? सकाळच्या नाश्त्याला देण्यात आलेला ब्रेड ताजा होता की नाही? चहा गरम होता का? काळा व कडू तर नव्हता? दूध वाटप झालं तेव्हा दूध गरम होतं की नाही? आणीबाणीच्या परिस्थितीत डॉक्टर तातडीने धावून आले की नाही? माझ्या एकेका प्रश्नाला हे कैदी जेव्हा उत्तर देत, तेव्हाचा त्यांचा आवाज, त्यांच्या प्रतिसादाची जी तीव्रता असे, त्यावरून मला त्यांच्या बोलण्यातील सत्यासत्यता लगेच समजून येत असे. कधी हलकी कुजबूज तर कधी जोरात प्रत्युत्तर देणे! कधी कधीतर त्यांच्या तोंडून सत्य वदवून घेण्यासाठी मला खूप खोदून खोदून प्रश्न विचारावे लागत. त्यामुळे नंतर कधीही कोणी मला कोणतीही गोष्ट रंगवून, तिखटमीठ लावून किंवा जरा जरी बदलून सांगितली, तर ती माझ्या लक्षात आल्यावाचून राहत नसे. त्या सकाळच्या वेळी कोर्टात जाण्याची प्रतीक्षा करत देवडीत थांबलेला तो गट अगदी प्रातिनिधिक स्वरूपाचा असे. कारण वेगवेगळ्या वॉर्डांमधील कैदी एकत्र येत व त्यामुळे संपूर्ण तुरुंगाचे प्रतिनिधित्व येथे आपोआपच होई. कैदी न्यायालयात जाण्याआधी मला भेटल्यावर आमच्यात जे काही संभाषण होत असे त्याची बित्तंबातमी ते सर्व कैदी न्यायालयातून वॉर्डात परतल्यावर तात्काळ सर्वत्र पोचत असे. कैद्यांच्या ज्या काही तक्रारी असतील त्याचे निवारण कसे केले जात असे याचा एक नमुना खाली देत आहे.

जेल क्रमांक १ मध्ये प्रवेश केल्यानंतर आय. जी. (प्रिझन्स) यांनी न्यायालयात निघालेल्या कैद्यांची भेट घेतली. त्यांच्या समस्यांसंबंधी विचारपूस केली. त्या कैद्यांच्या अन्न-पाण्याविषयी किंवा कर्मचाऱ्यांच्या वागणुकीविषयी काहीही तक्रारी नव्हत्या.

जेल क्रमांक एकच्या स्त्री वॉर्डात शारीरिक व्यायामाच्या वर्गाची व आध्यात्मिक प्रवचनांची आजपासून सुरुवात झाली.

जेल क्रमांक १ च्या 'ब' दर्जाच्या कैद्यांच्या एकंदर पंचवीस कोठड्यांमधे पाण्याचे नळ नव्हते. जेल क्र. १ च्या सुपरिंटेंडंटला प्रत्येक कोठडीत पाण्याचा एक एक नळ बसवण्यास सांगणे, म्हणजे पाणी वाया जाणार नाही.

(कार्यवाही : सुपरिंटेंडंट, जेल क्रमांक १)

२५ चक्की मधील 'ब' दर्जाच्या सर्व कैद्यांमधे मिळून एकच वर्तमानपत्र पुरवण्यात आले. 'ब' दर्जाच्या २५ कोठड्यांसाठी पुरवण्यात येणाऱ्या वर्तमानपत्रांची संख्या वाढवण्यासाठी जेल क्रमांक १ च्या सुपरिंटेंडंटने विचार करायला हवा.

(कार्यवाही : सुपरिंटेंडंट जेल क्रमांक १)

२५ चक्की मधील काही कैद्यांनी अशी तक्रार केली की त्यांनी स्वखर्चाने मनगटी घड्याळ, लहान ट्रान्झिस्टर, वृत्तपत्रे व नियतकालिके विकत घेण्यासाठी परवानगी मागितली. तेव्हा ती त्यांना नाकारण्यात आली होती. अशी परवानगी त्या कैद्यांना दिली पाहिजे अशी सूचना जेल क्रमांक १ च्या सुपरिंटेंडंटला देण्यात येत आहे.

(कार्यवाही : सुपरिंटेंडंट, जेल क्रमांक १)

२५ चक्की मधील काही कैद्यांकडून अशी तक्रार आली आहे की दूध अत्यंत पाणीदार असते, तसेच चहापूडही फार हलक्या दर्जाची असते. जेल सुपरिंटेंडंटने रोजच्या रोज कैद्यांना पुरवण्यात येणाऱ्या दुधाची व चहाची तपासणी करावी.

(कार्यवाही : सुपरिंटेंडंट, जेल क्रमांक १)

विनोद नाथ नामक कैद्याच्या संदर्भातील एक वैद्यकीय अहवाल येथील रुग्णालयातील निवासी वैद्यकीय अधिकाऱ्याकडे १९९३ सालापासून पडून आहे. त्यापाठीमागची कारणे त्याने स्पष्ट करावी, तसेच ह्या कामाची जबाबदारी संबंधित अधिकाऱ्याकडे सोपवावी.

आय्. जी. (प्रिझन्स) यांनी जेल क्र. ३ च्या लंगरला जातीने भेट दिली. तेथे असे आढळून आले की डाळ शिजवण्यापूर्वी निवडली जात नाही. यावर विचार करणे आवश्यक आहे. त्यासाठी चारही तुरुंगांमधील लंगरमधे काम करणाऱ्या कर्मचाऱ्यांना एकत्र बोलावून त्यांची मीटिंग घेण्याचे काम जेल क्र. ३ च्या सुपरिंटेंडंटवर सोपवण्यात येत आहे. या अनारोग्यपूर्ण स्वयंपाकाच्या पद्धतीस ताबडतोब आळा घातला गेला पाहिजे.

मी रोज तुरुंगफेरीची सुरुवात देवडीपासून करत असे व तेथून एका बराकीकडून दुसऱ्या बराकीकडे अशा पद्धतीने तुरुंगाच्या अंतर्भागापर्यंत चालत जात असे. चालता चालता माझे निरीक्षण चालू असे. वाटेत काही कैदी भेटत. त्यांची मी थांबून विचारपूसही करत असे. या अनुभवातून मला बरेच काही नवीन ज्ञान प्राप्त होत होते. त्या कैद्यांच्या समस्या सोडवण्याची संधी मला मिळत होती. आम्ही जी काही वचने दिली होती, त्यांच्याशी वचनबद्धता राखता येत होती. अशा प्रकारे

आमची आमने-सामने प्रश्नोत्तरे झाल्यामुळे त्या गोष्टीचा तेथे उपस्थित कर्मचाऱ्यांवरही खोलवर परिणाम होत असे. अर्थात त्यामुळे त्यांना कृती करणे भाग पडत असे. त्यांच्यातील प्रत्येकाशी माझी अलीकडे नावनिशीवार ओळख झाली होती. माझ्या अशा प्रत्येक फेरीची नोंद ठेवण्यात आली होती. ही सातवी फेरी होती.

रात्रीच्या फेरीसमयी आय. जी. (प्रिझन्स) यांनी केलेल्या नोंदी

चार क्रमांकाच्या जेलमधे बरीच गटारे उघडी पडलेली आहेत. पी. डब्ल्यू. डी. द्वारे त्यांच्यावर झाकणे घालण्याची व्यवस्था व्हावी.

(कार्यवाही : पी. डब्ल्यू. डी.)

जेल क्रमांक चारमधील स्वच्छतागृहे दुर्गंधीने भरलेली आहेत. त्यांच्या स्वच्छतेची कायमस्वरूपी व्यवस्था झाली पाहिजे. रात्री जेव्हा कैद्यांना कोठडीत बंद करण्यात येते त्या वेळी येथे नियुक्त केलेल्या झाडूवाल्यांकडून स्वच्छतागृहांची सफाई करून घेण्यात यावी.

(कार्यवाही : सर्व जेलचे सुपरिंटेंडंट)

अनेक पंखे नादुरुस्त आहेत, तसेच विजेचे बरेच पॉईंट्स चालू स्थितीत नाहीत, त्यामुळे कैद्यांना भर उन्हाळ्यात गैरसोय सहन करावी लागत आहे. पी. डब्ल्यू. डी. च्या रात्रपाळीच्या कर्मचाऱ्यांनी या बाबतीत आपण होऊन लक्ष घालावे.

(कार्यवाही : पी. डब्ल्यू. डी. (इलेक्ट्रिसिटी विभाग))

कर्मचारी रणजीतसिंगविरुद्ध गैरवर्तणुकीच्या संदर्भातील अनेक तक्रारी आल्या आहेत. तरी संबंधित सुपरिंटेंडंटने आपल्या असिस्टंट सुपरिंटेंडंटशी संपर्क साधून या तक्रारींची तात्काळ दखल घेतली पाहिजे. कैद्यांशी कोणत्याही प्रकारची गैरवर्तणूक चालणार नाही.

(कार्यवाही : सुपरिंटेंडंट, जेल क्रमांक २)

जेल क्रमांक २ मधील वॉर्ड क्रमांक चारमध्ये कैद्यांची गर्दी झालेली आहे. त्यातील थोडी गर्दी कमी केली पाहिजे. डी. आय. जी. नी यामध्ये लक्ष घालून कैद्यांचे सर्व तुरुंगांमधे व्यवस्थित विभाजन करायला हवे.

(कार्यवाही : डी. आय. जी. (प्रिझन्स))

वॉर्ड क्रमांक सहाच्या कैद्यांना व त्यांच्याबरोबर इतरही कैद्यांना क्रीडा साहित्य पुरवण्यात यावे. उदाहरणार्थ : व्हॉली बॉल, टेनिस बॉल, क्रिकेट बॅट, कॅरम बोर्ड इ. यासंबंधीच्या सर्व सूचना संबंधित असिस्टंट सुपरिंटेंडंटला आधीच दिलेल्या आहेत.

(कार्यवाही : सुपरिंटेंडंट, जेलक्रमांक १)

कैद्यांना जी पत्रे बाहेर पाठवायची असतात, ती टाकण्यासाठी त्यांनी एका पोस्टाच्या पेटीची मागणी केली आहे. यासाठी सर्व सुपरिंटेंडंटनी एकत्र येऊन परिस्थितीची पाहणी करावी, नीट विचारविनिमय करावा. या बाबतीत डी. आय.

जी. ने सर्वांच्या दृष्टीने योग्य असेल तो निर्णय घेऊन तसा आदेश द्यावा.

(कार्यवाही, डी. आय. जी. (पी))

जेल क्रमांक १ मधील अनेक दूरचित्रवाणी संच नादुरुस्त आहेत. जेल क्रमांक १ च्या सुपरिंटेंडंटने ते कृपया दुरुस्त करून घ्यावेत.

एकंदरीत तिहारमधे कोणतीही बातमी वणव्यासारखी झपाट्याने पसरायची. त्यामुळे माझ्या या फेरीचं नामकरण सर्वांनी 'तिहार एक्सप्रेस' असं ठेवलं होतं. ते कैदी जेव्हा कोठडीत एकमेकांना भेटत तेव्हा ते चिठ्ठ्या पाठवून एकमेकांशी संपर्क साधत. त्यात या तिहार एक्सप्रेसचा उल्लेख असायचा. ज्या कैद्यांना न्यायालयाने तात्पुरता कोठडीत ठेवण्याचा आदेश दिलेला असे त्या सर्वांना एकत्रच ठेवण्यात येई. त्यातून त्या कैद्यांची आपापसात विचारांची देवाण-घेवाण, सुखदु:खाची चर्चा इ. होत असे. कधीतरी आम्हा अधिकाऱ्यांच्या प्रभातफेरीच्या वेळी कैदी आमच्यापुढे काही समस्या घेऊन येत. व त्याचे तिथल्या तिथे निवारण करण्यात जर आम्हाला यश आले, तर तीही बातमी आपोआपच सर्वत्र पसरे. त्यासाठी आम्हाला काही वेगळा खटाटोप करावा लागत नसे. या प्रभातफेरीच्या पद्धतीने जसजसे कैदी आमच्या रोज संपर्कात येऊ लागले, तसा त्यांचा धीटपणाही वाढला. ते आपण होऊन पुढे येऊन, मनमोकळेपणाने स्वत:च्या गरजांविषयी आम्हाला सांगू लागले.

ज्या कैद्यांना तात्पुरते न्यायालयीन कोठडीत टाकण्यात येई, त्यांच्याकडून पोलीस मौल्यवान वस्तू हस्तगत करत. उदाहरणार्थ : घड्याळे, पाकिटे, चामडी पट्टे, बॉलपेन इत्यादी. अशा वस्तू त्यांना परत मिळत नसत. तसेच त्या वस्तूंची कुठेही नोंद ठेवण्याची पद्धत नव्हती. त्यामुळेच पोलीस गैरवर्तन करण्यास मागे-पुढे पाहत नव्हते. कैद्यांना सुनावणीसाठी जेव्हा व्हॅनमधून न्यायालयात नेण्याची वेळ येई तेव्हा सुद्धा ठराविक मर्यादेपेक्षा कितीतरी जास्त कैदी त्या व्हॅनमधे कोंबत असत. अशा रीतीने गाडीच्या खेपा वाचवत असत.

या सर्व गोष्टी कैदी जेव्हा आमच्या कानावर घालत तेव्हा अर्थातच आम्ही त्यावर काहीतरी करावे अशी त्यांची अपेक्षा असे. व ही जाणीव झाली की आम्हाला अपूर्व समाधान लाभत असे.

माझ्या दृष्टीने यातील प्रत्येक फेरी अमूल्य होती. उजाडलेला प्रत्येक दिवस त्या फेरीमुळे अर्थपूर्ण होत होता. बाहेरील देखावा कोणताही असला तरी त्यामागे नक्की कोणते सत्य दडलेले आहे ते मला समजून येत होते. येणाऱ्या दिवसांमधे माझ्यापुढे उभ्या असलेल्या आव्हानांची चाहूल या फेऱ्यांमधून मला आधीच होत होती. मला अनेक समस्या प्रत्यक्ष डोळ्यांनी पाहायला मिळत होत्या, व त्यातील कित्येक समस्यांवर आम्ही तातडीने उपाययोजना करू शकत होतो. सर्वांत आनंदाची गोष्ट अशी की चर्चेअंती अनेकदा कैदी स्वत:च्या समस्यांवर स्वत:च उपाययोजना सुचवत.

तुरुंगाचा कारभार चालवणं हे एखाद्या घराचा कारभार चालवण्याहून फारसं वेगळं नव्हतं. पण ते घर फार प्रचंड होतं एवढंच. तुरुंगात नित्य नेमाने रोजच फेऱ्या मारण्यास सुरुवात केल्यानंतर ज्या अडचणी सातत्याने, पुन:पुन्हा उद्भवत असत, त्यांचे निवारण करणे सोपे जाऊ लागले. अर्थात प्रत्येक कर्मचारी आपापल्या परीने दक्ष राहू लागला. कोणता वरिष्ठ अधिकारी कधी पाहणी करण्यासाठी येईल याचा काही नेम नव्हता. पूर्वी कर्मचारी खूप लपवाछपवी करत. परिस्थितीवर पांघरूण घालण्याचा प्रयत्न करत. पण आता ते अशक्य होऊन बसले. आम्हाला संपूर्ण व्यवस्थाच पारदर्शी बनवायची होती. कोणताही गैरव्यवहार झाकून ठेवायचा नव्हता. आमच्या फेऱ्यांमधे असेच अनेक लेखी आदेश काढण्यात येत. त्याचा हा एक नमुना:

> तुरुंगात कैद्यांसाठी जे दूध पुरवण्यात येते त्याचा अपहार होतो. त्यात पाण्याची भेसळ केली जाते. त्याचप्रमाणे ठरलेल्या मापापेक्षा दूध कमी देण्यात येते. अशा तक्रारी आल्या आहेत. हे अयोग्य असून तात्काळ थांबले पाहिजे. जो अधिकारी सकाळी कामावर हजर होतो त्याने दूधवाटपापूर्वी दुधाचा दर्जा तसेच प्रमाण यांची जातीने तपासणी केली पाहिजे. दुधाचा अपहार होणार नाही, त्यात पाणी मिसळले जाणार नाही, अशी खबरदारी इथून पुढे घेतली गेली पाहिजे. दिल्ली मिल्क स्कीमकडून पुरवण्यात आलेले दूध जसेच्या तसे कैद्यांपर्यंत पोचले पाहिजे.
>
> दूधवाटपाच्या प्रमाणाबद्दल ड्यूटी ऑफिसरला जबाबदार धरण्यात येईल.

मी माझ्या फेरीत माझ्या नोंदवहीत चांगल्या-वाईट गोष्टींची टिपणे काढत असे. माझ्या फेऱ्या संपल्या की ह्या नोंदी व्यवस्थित टाईप करून त्याच्या प्रती सर्व अधिकाऱ्यांना वाटण्यात येत. तसेच प्रत्येक तुरुंगातील नोटिस बोर्डावरही लावण्यात येत. एक प्रत देवडीवरील नोटिस बोर्डावर सुद्धा लावण्यात येत असे. त्यामुळे रोज तुरुंगात प्रवेश करणाऱ्या किंवा तुरुंगाबाहेर पडणाऱ्या प्रत्येक व्यक्तीच्या नजरेला त्या सूचना पडत असत. या सर्व नोंदींमधून वस्तुस्थितीचे निखळ दर्शन झाल्यामुळे कोणत्याही घटनेचा जणू एक कॅटलॉगच तयार होत असे. त्यात नोंदवलेल्या गोष्टी कधी स्पृहणीय तर कधी लांछनीय असत. अखेर सुसंवाद प्रस्थापित करण्याचे हे मोठे साधन बनले. त्यामार्फत आम्हाला पाहिजे तो बदल घडवून आणणे आम्हाला शक्य होऊ लागले. असेच आणखी एक उदाहरण :

> कैद्यांना कधी मोकळं सोडायचं आणि कधी बंद करायचं या बाबतीत येथे अत्यंत मनमानी कारभार चालत असल्याचे आढळून आले आहे. सुट्टीच्या दिवशी तर हे हमखास घडते. कदाचित पुरेसे कर्मचारी उपलब्ध नसल्यामुळे हे होत असेल. आम्ही वॉर्डरच्या सोयीच्या दृष्टीने योग्य ती कारवाई करतच आहोत. दरम्यान तुम्ही

सुद्धा कैद्यांना मोकळे सोडण्याचे किंवा बंद करण्याचे जे नेमून दिलेले वेळापत्रक असेल, त्याची व्यवस्थित अंमलबजावणी होते किंवा नाही ते पाहावे. म्हणजे कैद्यांची काही तक्रार उरणार नाही.

या पद्धतीचे नाव आम्ही 'ऑन् द राऊंड अॅप्रोच' असे ठेवले होते. यामुळे सर्व थरांतील कैद्यांच्या अगदी निकट जाऊन त्यांच्या अडचणी समजून घेण्याची सोय झाली. अखेर येथील अधिकारी ज्या काही धोरणांचा अवलंब करीत, ज्या काही योजना राबवत त्यांचे प्रत्यक्ष परिणाम या कैद्यांनाच तर भोगण्याची पाळी येत असे. आमच्या नवीन पद्धतीमुळे निदान लाल फितीच्या कारभाराला थोडाफार तरी आळा बसला. अधिकारी मात्र या बदललेल्या परिस्थितीमुळे नाराज होते, कारण हळूहळू येथून त्यांचा वरचष्मा कमी होत चालला होता. त्यांची कृत्ये किंवा कृतिशून्यता वारंवार उघडकीला येऊ लागली होती. जेल हेडक्वार्टसमधे जे काही निर्णय घेतले जात त्यांपैकी प्रत्येक निर्णय या ठिकाणी कसोटीला उतरत असे.

माझ्या नोटपॅडमधील पानावरील मजकुराच्या झेरॉक्स प्रती एकदा सर्वत्र वाटल्या होत्या. ते मी खाली देत आहे:

साक्षरता वर्गासाठी काळ्या फलकांची व्यवस्था करणे जरुरीचे आहे. अभ्यासाच्या वेळी विद्यार्थ्यांकडे व्यवस्थित लक्ष पुरवले गेले पाहिजे. प्रत्येक वॉर्डात तसेच मुदपाकखान्यात वेळोवेळी ब्लीचिंग पावडर टाकण्यात यावी.

जर कोठारात पुरेसे अन्नधान्य किंवा वस्तू नसतील तर त्या सुपरिंटेंडंटने तात्काळ स्वखर्चाने आणून त्याचे पैसे नंतर हेडक्वार्टरकडून घ्यावेत. व तुटवडा होऊ देऊ नये.

प्रत्येक तुरुंगातील शाळाशिक्षक व त्या जेलचे सुपरिंटेंडंट यांच्यात वेळोवेळी मिटिंग्ज झाल्या पाहिजेत. प्रत्येक शाळेने शिक्षण प्रसाराच्या दृष्टिकोणातून एकेक वॉर्ड दत्तक घ्यावा व तेथे वाचनालयातून नियतकालिके, मासिके, पुस्तके पुरवावीत. त्यामुळे कालांतराने प्रत्येक वॉर्डाजवळ स्वत:ची लायब्ररी तयार होईल व त्याद्वारे शिक्षणाचा तसेच स्वावलंबनाचा प्रसार होण्यास मदत होईल.

प्रत्येक तुरुंगात चालू असलेल्या शिक्षणवर्गांच्या चाचणीपरीक्षा दर आठवड्याच्या शेवटी घेण्यात याव्यात.

जेल क्रमांक चार येथे चालवण्यात येणारा पेनांचा कारखाना व्यवसाय विभागात हलवण्यात यावा. दुपार होण्यापूर्वी तुरुंगात हजर असलेल्या प्रत्येक कर्मचाऱ्याच्या व अधिकाऱ्याच्या अंगावर गणवेष हा असलाच पाहिजे.

जेल क्रमांक चार मधे खत बनवण्याची काहीही सोय नसल्यामुळे त्या ठिकाणी कचरा साठवण्यात येऊ नये. कचऱ्याचे ढीग वेळोवेळी हलवले जाणे आवश्यक आहे.

काही कैद्यांवरील खटला अजून चालू आहे. व तरीही त्यांना येथील विपश्यना

शिबिरात भाग घेण्याची इच्छा आहे. त्यासाठी त्यांना काही खास आहार (उदा. ताजा खजूर) पुरवणे आवश्यक ठरेल. असा आहार पुरवण्याची परवानगी न्यायालयाकडून मिळवावी लागेल.

तुरुंगाच्या मुदपाकखान्यात स्वयंपाक शिजवण्यासाठी लागणाऱ्या भांड्यांचा प्रचंड तुटवडा आहे. जेल क्रमांक चारच्या सुपरिंटेंडंटने तात्काळ सहा मोठ्या आकाराची ॲल्युमिनियमची पातेली आणण्याची व्यवस्था करावी. अशीच व्यवस्था तुरुंगातील इतर ठिकाणच्या स्वयंपाकघरांसाठी सुद्धा करण्यात यावी.

येथे असलेल्या पितळेच्या पातेल्यांना कल्हई करून घेण्यासाठी कल्हईचे कॉन्ट्रॅक्ट करणे आवश्यक आहे. म्हणजे कल्हई केलेली पातेली स्वयंपाकाला वापरता येतील. अशीच व्यवस्था सर्व तुरुंगांसाठी करावी.

जेल क्रमांक चारमध्ये डासांचा प्रादुर्भाव होत आहे. त्याचा तातडीने बंदोबस्त करण्यात यावा. यासाठी नेहमीच म्युनिसिपल कॉर्पोरेशनची मदत घेण्याची पद्धत आहे. त्यांना औषध फवारणीसाठी मोठे फ्लीटचे पंप लागतात. ते त्यांनी ताबडतोब सरकारी दुकानातून आणून त्यासाठी खर्च झालेली रक्कम तुरुंगाच्या हेडक्वार्टरकडून वसूल करावी.

चपात्या बनवल्यावर त्या जमिनीवर पसरणे अयोग्य आहे. त्या स्वयंपाकाच्या कट्ट्यावर ठेवण्यात याव्यात. आरोग्याच्या दृष्टिकोणातून ज्या काही गोष्टी कराव्या लागतील त्याची पूर्ण माहिती तुरुंग क्रमांक चारच्या सुपरिंटेंडंटला देण्यात आली आहे.

अशा तऱ्हेने माझा हा ऑन-द-राऊंड्स प्रोग्रॅम कार्यान्वित होता. यामागचे मूळ तत्त्व होते सर्व प्रकारच्या कैद्यांच्या विविध प्रकारच्या समस्यांसाठी तातडीची उपाययोजना करणे. मात्र हे उपाय सुचवत असताना तुरुंगातील विविध श्रेणीच्या अधिकाऱ्यांचा अहंकार आड येणार नाही अशी काळजी घेणे फार महत्त्वाचे होते. पुढे पुढे अशी पद्धत पडली, की, कैदी स्वत:च तक्रारी मांडत व त्यांच्या निवारणाचे उपायही स्वत:च सुचवत.

अशा प्रकारे दिनांक ३-६-९६ रोजी घेण्यात आलेल्या पंधरा क्रमांकाच्या राऊंडच्या वेळी करण्यात आलेल्या नोंदी खाली देत आहे.

काही रुग्ण कैद्यांनी अशी तक्रार केली आहे की डॉक्टर कोणत्याही प्रकारच्या दुखण्यावर 'पारमॉल' एवढे एकच औषध देतात. यात निवासी वैद्यकीय अधिकाऱ्याने जातीने लक्ष घालावे. प्रत्येक डॉक्टर रुग्णाची नीट विचारपूस करत आहे की नाही याची खातरजमा करून घ्यावी. रुग्णांना दिले जाणारे औषध कोणते व ते कशासाठी देण्यात येत आहे हे त्यांना समजले पाहिजे.

(कार्यवाही : निवासी वैद्यकीय अधिकारी)

सुलताना हमीद नामक कैद्याने एका मुन्शीविरुद्ध गैरवर्तणुकीची तक्रार केली

होती. त्याबद्दल जेलच्या डी. एस. ला त्यात लक्ष घालण्यास सांगितले होते. त्यानंतर त्या मुन्शीला तंबी देण्यात आली व सदर तक्रारीचे निवारण करण्यात आले.

काल रात्रपाळीवर हजर असणारे डॉक्टर निरोप पाठवल्यानंतर तुरुंगात रुग्णाला तपासण्यासाठी वेळेत हजर झाले नाहीत. या प्रकरणी जेल सुपरिंटेंडंटने ताबडतोब लक्ष घालावे. अशा दिरंगाईमागे नक्की काय कारणे होती ती संध्याकाळच्या आत माझ्यासमोर सादर करावीत.

(कार्यवाही : सुपरिंटेंडंट, जेल क्र. १)

वाचनालयाला भेट दिली असता असे आढळून आले की कैद्यांकडून आलेल्या कागदांवर जेल सुपरिंटेंडंटची सही नव्हती. त्यामुळे असे ठरले आहे की ग्रंथपालाने हे सर्व कागद विनाविलंब डेप्युटी सुपरिंटेंडंटच्या समोर ठेवावेत, व असिस्टंट सुपरिंटेंडंटने डी. एस. च्या कार्यालयातच त्या सर्वांवर स्वाक्षरी करावी.

(कार्यवाही : डेप्युटी सुपरिंटेंडंट आणि असिस्टंट सुपरिंटेंडंट जेल क्रमांक १)

मी जेलच्या क्रमांक १ च्या उपाहारगृहाला सुद्धा भेट दिलेली आहे. तेथील व्यवस्थापकाने पाण्याच्या तुटवड्याबद्दल तक्रार केली. ॲडमिनिस्ट्रेशन ऑफिसरने उपाहारगृहासाठी तात्काळ एक सिंटेक्सची टाकी आणून द्यावी. तसेच नियमितपणे टँकर मागवून ही टाकी नेहमी भरलेली राहील अशी व्यवस्था करावी.

मी जेल क्रमांक १ च्या मुदपाकखान्यासही भेट दिली. हा स्वच्छ होता. पूर्वीच्या मानाने सुधारणा दिसली.

एका विशिष्ट प्रसंगाचे उदाहरण देऊन मला एक मुद्दा स्पष्ट करावासा वाटतो. एकदा मी सकाळच्या फेरीला निघाले असता मला एका कैद्याच्या संपूर्ण चेहऱ्यावर लाल पुरळ उठलेले आढळले. चौकशीअंती असे कळले की तुरुंगाच्या न्हाव्याने (हा एक कैदीच होता) या कैद्याची दाढी करताना वापरलेला वस्तरा जुना, बोथट व गंजलेला होता. तो गालावर जोराजोरात घासल्याने हे पुरळ उठले होते. मग मी कैद्यांच्या वैयक्तिक स्वच्छतेकडे जरा बारकाईने लक्ष दिले. आपण येथून पुढे कैद्यांना ट्विन ब्लेड कार्ट्रिज (आधुनिक पद्धतीचे रेझर्स) पुरवून त्यांना स्वत:ची दाढी स्वत: करू द्यावी, असे ठरवले. डेटॉल, सॅव्हलॉन इत्यादी ॲंटिसेप्टिकचा वापरही करू देण्याचे ठरवले. यापुढेही जाऊन आम्ही कैद्यांकरिता प्लॅस्टिकच्या फ्रेममधे बसवलेले आरसे विकत आणले व ते भिंतीवर योग्य उंचीवर टांगले. त्यांचा कैद्यांना कोणत्याही धोकादायक पद्धतीने उपयोग करता येऊ नये अशी खबरदारी घेतली. कैद्यांचे आरोग्य सुधारण्याच्या दृष्टीने आम्ही त्यांना आरोग्याच्या मूलभूत गोष्टींचे धडे देण्यास सुरुवात केली. या गोष्टीत नव्या कल्पना मांडणे आणि परिस्थितीनुसार

सुधारणा करत राहणे या दोन्हीची आवश्यकता होती. स्वच्छतेच्या बाबतीत काही अतिकठोर नियम त्यांना घालून देऊन एकंदर स्वच्छतेच्या प्रक्रियेत अडथळा आणणे काही योग्य नव्हते. पण त्याच वेळी सुरक्षाव्यवस्थेच्या चौकटीत मात्र राहायला हवेच होते. याआधी कधीही चालू व्यवस्थेत काही बदल करायचा म्हटले, की त्याचा स्वीकार करताना कर्मचारी अत्यंत विरोध करत असत. पण या घटनेने मात्र आम्हाला आता असे बदल राजरोस करता येऊ लागले. थोड्याच दिवसांत प्रत्येक तुरुंगात आम्ही एक हेअर कटिंग सलून उघडले.

अजून एका राऊंडमधे एका कैद्याने एक नवीनच तक्रार केली. त्याच्या म्हणण्याप्रमाणे कैद्यांना तपासणारे डॉक्टर त्यांच्या प्रकृतीची, दुखण्याच्या पूर्वेतिहासाची मुळीच चौकशी करती नसत. मात्र त्याच्या हातून घडलेल्या गुन्ह्याची विनाकारण खोलवर जाऊन चौकशी करत. मग आम्ही एक आदेश काढला: ''येथून पुढे रुग्णाची तपासणी करत असणाऱ्या डॉक्टरने त्याच्या गुन्ह्याविषयीची कोणतीही चौकशी करता कामा नये.'' तुरुंगात अधिकृतरीत्या एखादा मनोविकारतज्ज्ञ नेमलेला नव्हता, एखादा मानसशास्त्रज्ञ किंवा मार्गदर्शक- सल्लागारही नव्हता. मग रुग्णाच्या हातून घडलेल्या गुन्ह्याची चौकशी करण्याचा डॉक्टरांचा तसा काहीही संबंध नव्हता.

आमच्या या तुरुंगफेरीमुळे अनेक समस्यांना जागच्या जागी उत्तरे मिळू लागली. त्यामुळे न्यायालयात दाद मागण्यासाठी जाणाऱ्या कैद्यांचे प्रमाण घटले. आपल्या तक्रारींचे येथे निवारण होऊ शकेल असा विश्वास कैद्यांमधे निर्माण झाला. पूर्वी न्यायालयात जाणं हा एक पोरखेळ होऊन बसला होता. कैदी अगदी बारीक सारीक कारणासाठी न्यायालयात धाव घेत. सुपरिंटेंडंट आणि जेलकर्मचाऱ्यांविरुद्ध तक्रारी दाखल करीत. मग त्यांना न्यायालयात हजर राहणे भाग पडे. परंतु ह्या प्रकाराला आळा बसल्याने अधिकारी वेळेवर तुरुंगात आपल्या कामावर हजर राहू लागले व आपल्या वेळेचा सदुपयोग करू लागले. कैद्यांची देखभाल करणे, विधायक दृष्टिकोण ठेवून त्यांच्यात हस्तक्षेप करणे इ. गोष्टी घडू लागल्या.

ही तुरुंगफेरी म्हणजे नुसता वरवरचा देखावा किंवा उपचार नव्हता. यातून आम्हाला काही दृश्य स्वरूपाचे बदल घडवून आणायचे होते. आश्वासने देणे, विचारपूस करणे, कैद्यांनी केलेल्या सूचना तत्त्वत: मान्य करणे एवढेच केवळ पुरेसे नव्हते. त्यावर काहीतरी कृती होणे आवश्यक होते. ही तुरुंगफेरी हा समस्या सोडवण्याचा एक मार्ग होता व तशाच दृष्टिकोणातून त्याकडे बघणे आवश्यक होते.

असेच आणखी एक निरीक्षण. हे दिनांक १६ डिसेंबर १९९४ रोजी मी तुरुंगफेरीच्या वेळी माझ्या नोंदवहीत लिहून काढले होते.

नॅशनल स्कूलचे वर्ग वेगवेगळे भरवण्यात यावेत.

स्वयंपाकघरातील वाटप व्यवस्थेच्या संदर्भात लंगरचे असिस्टंट सुपरिंटेंडंट यांनी ताबडतोब कृती करावी.

इंदिरा गांधी राष्ट्रीय मुक्त विद्यापीठाचा अभ्यासक्रम तातडीने कैद्यांसाठी उपलब्ध करण्यात यावा. त्यासाठी सुपरिंटेंडंटने या मुक्त विद्यापीठाशी संपर्क साधावा.

मुलाखतीच्या वेळीच कॉपी बाईंग पद्धतीचा अवलंब झाला पाहिजे.

तरुण व किशोरवयीन गुन्हेगारांसाठी त्यांच्या वॉर्डात सकाळी अकरा ते सव्वाअकरा वाजेपर्यंत सत्संगाचे आयोजन करावे.

वॉर्ड क्रमांक १७ मध्ये पिण्याच्या पाण्याचा तुटवडा आहे. तो दूर करण्यात यावा.

'विपश्यना' कार्यक्रमासाठी टेपरेकॉर्डर व कॅसेट्सचा तात्काळ बंदोबस्त करावा.

वॉर्ड क्रमांक १७ मधील गरीब कैद्यांसाठी साबण व तेलाचा ताबडतोब पुरवठा करण्यात यावा.

वॉर्ड क्रमांक १७ मध्ये डासांचा फार मोठा प्रादुर्भाव आहे. तेथे पंपाने औषधाची फवारणी करण्यात यावी.

ब्लँकेट्स आणि जेवणाखाणाच्या भांड्यांची कैद्यांमधे परत एकदा नीट वाटणी झाली पाहिजे.

या तुरुंगफेरीच्या रोजच्या कार्यक्रमाचे किती लाभ होते या मुद्द्याला पुष्टी देणारे असे कितीतरी प्रसंग मला सांगता येतील. जर कधी एखाद्या कैद्याला तातडीची वैद्यकीय मदत हवी आहे असा निरोप मिळाला तर त्याला ताबडतोब रुग्णालयात हलवलं जाई. एखाद्या कैद्याचे कपडे गबाळे किंवा घाणेरडे असले तर त्याच्यासाठी स्टोअरमधून लगेच चांगले कपडे मागवून घेण्यात येत. या स्टोअरला बाहेरच्या अनेक सामाजिक संस्था मदत करत असत. कधीतरी एखाद्या कैद्याला कायदेविषयक सल्ल्याची गरज भासे. मग अशा वेळी त्याला कायदेविषयक सल्ला देणाऱ्या विभागाकडे पाठवण्यात येत असे. या विभागात अनेक वकिलांचा समावेश होता. ते वारंवार तुरुंगात येतही असत. तर आम्हाला एखादा वाचनप्रेमी कैदी भेटायचा. मग त्याच्याकरता आम्ही पुस्तके मागवून घेत असू. अशा अनेक गोष्टी येथे चालत. या सर्वांमधून मूलभूत मुद्दा एकच होता. तो म्हणजे जेथे कैद्यांच्या मूलभूत गरजांची किंवा हक्कांची समस्या उत्पन्न होईल तेव्हा या कैद्यांनी त्या बाबतीत व्यवस्थापनावर पूर्णपणे विश्वास टाकला पाहिजे. त्याचप्रमाणे कैद्यांच्या मागण्या विचारात घेताना व्यवस्थापनाने सहानुभूतीपूर्ण व संवेदनाशील दृष्टिकोण बाळगला पाहिजे.

तुरुंगफेरीचा आणखी एक विशेष लक्षणीय फायदा असा होता की कैद्यांची

लोप पावत चाललेली आत्मसन्मानाची भावना पुन्हा वाढीस लागे. एक प्रकारची सुरक्षिततेची भावना त्यांना होई. तिहारमधे आपली काळजी घेणारं आता कुणीतरी आहे, आपल्याला पूर्वीसारखी निष्काळजीपणाची व उदासीन वागणूक मिळणार नाही ही खात्री त्यांना पटे. हळूहळू काही कैद्यांच्या एक गोष्ट लक्षात येऊन चुकली ती म्हणजे आपण बाहेरच्या जगात कितीही दुष्कृत्ये करून येथे आलो असलो तरी येथील कर्मचारी आपल्याशी सहानुभूतीनेच वागतात. अर्थातच त्यामुळे आपल्या रक्षणकर्त्यांबद्दल कैद्यांच्या मनात आदराची भावना वाढीस लागली. या स्थित्यंतराची नोंद ९ सप्टेंबर १९९३ ला केलेल्या या निरीक्षणाच्या नोंदीत आढळते.

आज मी स्त्रियांच्या वॉर्डाला भेट दिली. त्यांनी केलेली कलाकुसरीची कामे पाहिली. ती उत्कृष्ट होती. तेथील शिक्षकांना काही साधनांची गरज होती. उदाहरणार्थ शिवणाचे मशीन, कापड इत्यादी. जेल सुपरिंटेंडंटना या गोष्टीची माहिती देण्यात आली.

(कार्यवाही- जेल सुपरिंटेंडंट)

मी वॉर्ड क्रमांक ५ ला भेट देऊन तेथील कोठड्यांची तपासणी केली. येथे नियमितपणे उपाहारगृहाच्या भेटीची व्यवस्था केली पाहिजे. याविषयी जेल क्रमांक १ चे सुपरिंटेंडंट यांच्याशी चर्चा झालेलीच आहे.

(कार्यवाही : सुपरिंटेंडंट जेल क्रमांक १)

मी वॉर्ड क्रमांक ६/६ ला भेट दिली. तेथील कैद्यांचा कथाकथनाचा कार्यक्रम चालू होता. तेथील प्रसन्न, सकारात्मक वातावरण पाहून आनंद वाटला.

कैदी रामबीर ऊर्फ बालेश्वर याला आय. जी. (प्रिझन्स) यांच्यातर्फे नेतृत्वगुण व सक्रीय सहभागाबद्दल १०० रु रोख बक्षिस जाहीर करण्यात आले.

(कार्यवाही : ए. ओ. आय. जी. (प्रिझन्स) यांनी जाहीर केलेले बक्षीस देणे)

वॉर्ड क्रमांक ६ मधील प्रौढ साक्षरता विभागाला आज भेट दिली. तेथील कैद्यांना आणखी पुस्तके व पेन्सिली हव्या आहेत. 'टीच युवरसेल्फ हिंदी' (आपले आपण हिंदी शिका) या पुस्तकाच्या १०० प्रती मुख्यालयाकडून मागवून घेणे व जेल क्रमांक १ च्या सुपरिंटेंडंटकडे सुपूर्द करणे. म्हणजे ग्रंथालयामार्फत त्यांच्या वाटपाची व्यवस्था करता येईल. यांच्या वितरकांचा नाव व पत्ता : गालगोटिया अँड ब्रदर्स, कॅनॉन प्लेस, नवी दिल्ली. यांच्याशी त्वरित संपर्क साधावा.

(कार्यवाही : डी. आय. जी. (पी) / ए. ओ.)

आता तुरुंगाचे बरेचसे कर्मचारी आणि विशेषत: असिस्टंट सुपरिंटेंडंट आपापल्या कामात रस घेत आहेत, हे या भेटीतून उघड झाले. ही पद्धत फार चांगली आहे.

एव्हाना सर्व कैद्यांच्या एक गोष्ट लक्षात येऊन चुकली होती, ती म्हणजे– आम्ही हे जे रोजच्या रोज तुरुंगफेऱ्या काढत होतो, कैद्यांची आपुलकीने विचारपूस

करून त्यांच्या समस्या सोडवण्याची धडपड करत होतो, ते अगदी मनापासून. आपले काम आहे असं समजून, राजीखुशीने. कोणत्याही बाह्य दबावामुळे किंवा वरिष्ठांच्या हुकुमामुळे नव्हे. कैद्यांना जेव्हा ही जाणीव झाली तेव्हा त्यांनी आमच्याविषयी त्यांना वाटणारी कदर आम्हाला जाणवून दिली. ते आता उत्साहाने भाग घेऊ लागले. तुरुंगातील वातावरण अशा रीतीने आमूलाग्र बदलले. कैदी अलीकडे आनंदी, समाधानी दिसत व मनमोकळेपणाने वावरत. हा जो एकंदर वातावरणातील उत्साह होता तो संसर्गजन्य ठरला. सर्व वातावरण आनंदी, प्रसन्न बनले. तुरुंगावर नेहमी जे उदासवाणे, दडपलेल्या वातावरणाचे झाकोळ असे ते दूर झाले. याच संदर्भात मला एका जपानी कैद्याची आठवण येते. हा कैदी सदासर्वकाळ दुःखी असे. एक दिवस मी त्याच्या जवळ जाऊन म्हटले : "आम्ही काय केलं म्हणजे तू हसशील?" तरी तो शांतच राहिला. पण त्याचा साथीदार म्हणाला : "मॅडम, तो उत्तम गिटारवादक आहे. तो गिटार फार सुंदर वाजवतो." त्यावर मी म्हणाले : "वा, फारच छान. मग आपण त्याच्यासाठी गिटार आणू या." दुसऱ्याच दिवशी जेल सुपरिंटेंडंट के. आर. किशोर यांनी तुरुंगाच्या वेल्फेअर फंडातून (कल्याणनिधी मधून) एक गिटार विकत आणून त्याला दिलं. त्यानंतर त्या जपानी कैद्यामधे आमूलाग्र बदल झाला. त्याला त्याचं हास्य परत मिळालं. एवढंच नव्हे, तर तो पुढे एक चांगला गिटारवादक झाला.

पूर्वीपासून या तुरुंगात कैद्यांसाठी मानसोपचारतज्ज्ञाची अथवा मानसशास्त्रीय सल्लागाराची कधी नेमणूकच झालेली नसल्यामुळे आपली सुखदुःखे बोलून मन मोकळं करण्याची कैद्यांसाठी काहीच सोय नव्हती. पण आमच्या तुरुंगफेरीमधून आमचा कैद्यांशी रोज थेट संपर्क येऊ लागला व ही त्रुटी काही प्रमाणात भरून निघाली.

तुरुंगातून रोजच्या रोज अशी प्रभात फेरी काढण्याच्या पाठीमागे आणखी एक उद्देश होता. तो थोडा प्रतिबंधक उपायासारखा होता. कोणत्याही भांडणतंट्याला तोंड फुटण्याआधीच ते येथे मिटवले जात. आमच्या प्रभात फेरीनंतर आपल्याला भेटलेले कोणते कैदी कितपत धोकादायक आहेत याचा बिनचूक अंदाज आम्हाला येत असे. एखाद्या ठिकाणची परिस्थिती जरा जरी संशयास्पद वाटली अथवा एखादं प्रकरण हाताबाहेर जात असल्याची शंका जरी आली तरी आम्ही त्यात तात्काळ हस्तक्षेप करत असू. परिस्थिती त्यामुळे लगेच आटोक्यात येत असे. मी तिहारमधे जी दोन वर्षे काम सांभाळले, त्या कालावधीत पद्धतशीर कटकारस्थान रचण्याची अथवा हिंसाचाराची एकही घटना घडली नाही. कधी क्वचित किरकोळ भांडणतंटे जरूर घडले असतील. त्याच्या मुळाशीही काही अधिकारीच होते. तिहारमधे ही जी परिवर्तनाची विधायक लाट आली होती, ती त्यांना रुचत नव्हती. आम्ही सतत

प्रयत्न केल्यानंतर आम्हाला सर्व कैद्यांमधून हिंसक प्रवृत्तीच्या, धोकादायक कैद्यांना इतर सामान्य कैद्यांमधून वेगळं काढण्यात यश मिळालं. आणि त्यांना त्यांची स्वत:ची दु:खे दूर करण्यासही आम्ही मदत केली.

या तुरुंग फेरीच्या पद्धतीमुळे कितीतरी अनावश्यक कागदपत्रांच्या लिखापढीचे काम वाचले. रोज काम करताना याचे दृश्य फायदे आम्हाला होऊ लागले. कारभारात जे काही अनेक ढळक दोष होते ते सुधारण्यासाठी कागदपत्रे, अहवाल इत्यादींचा प्रपंच न करता जागच्या जागीच ते सुधारून टाकणे फार सोपे पडत असे. कारण संबंधित अधिकारी त्यासाठी लागेल तो निर्णय घेण्यासाठी तेथे हजर असत. मी फेरी मारत असताना ज्या काही नोंदी करत असे त्या नंतर सर्व अधिकाऱ्यांकडे पाठवल्या जात. जो काही धोरणात्मक बदल करायचा असेल तो त्यानंतरच करण्यात येत असे. यासाठी जी काही लिखापढी होईल; तेवढीच. पण ती मात्र अगदीच अत्यावश्यक होती. असाच एक धोरणात्मक बदल घडवून आणणारा आदेश.

> कैद्यांनी रिकामा वेळ न घालवता काहीतरी बुद्धीला खाद्य पुरवणाऱ्या कृती करत राहिलं पाहिजे उदाहरणार्थ : दूरदर्शनवरील कार्यक्रम पाहाणे, रेडिओ-ट्रन्झिस्टर ऐकणे, वृत्तपत्रे व मासिके-वाचणे इत्यादी. म्हणजे त्यांच्या मनावरील ताण कमी होईल व पर्यायाने त्यांचे मानसिक आरोग्य चांगले राहील. त्यामुळेच कैद्यांचे मानसिक, शारीरिक आरोग्य उत्तम राखून शिवाय त्यांना निर्मितीचा आनंद देऊ शकतील अशा काही आध्यात्मिक तसेच करमणूकप्रधान क्रिया त्यांना दाखवल्या पाहिजेत. त्यांचे मन गुंतवून ठेवण्याची व्यवस्था केली पाहिजे. म्हणजे या बंदिवासात राहावं लागण्याचा, त्यापोटी येणाऱ्या बंधनांचा विचार करायला त्यांचं मन रिकामं राहणार नाही.
>
> जर एखाद्या कैद्याकडे दूरदर्शनसंच अथवा पुस्तके असतील, ट्रान्झिस्टर अथवा मनगटी घड्याळ असेल तर ते त्याला जवळ बाळगण्याची अधिकृत, लेखी परवानगी दिली पाहिजे. आणि जरी तशी परवानगी त्याच्याजवळ नसली तरी त्याबद्दल त्याला सतावू नये.
>
> या सूचनेमागील मूलभूत तत्त्व सर्व कर्मचारी वर्गाने तसेच अधिकाऱ्यांनी लक्षात घेऊन त्याप्रमाणे वागले पाहिजे.

डी. आय. जी. तसेच सुपरिंटेंडंट यांच्या बरोबरच्या माझ्या रोजच्या चहा-मिटिंगच्या वेळी आम्ही या सर्व नोंदी-निरीक्षणांच्या टिपणांवर सखोल चर्चा करत असू. आठवड्यातून एकदा आमची सर्वांची असिस्टंट सुपरिंटेंडंट व त्यांच्या वरिष्ठ अधिकाऱ्यांच्या बरोबर मीटिंग होत असे. त्यातही या विषयावर चर्चा होतच असे. जेलच्या अंतर्भागात काय काय घडत होते त्याचा निर्विवाद पुरावाच या नोंदीच्या माध्यमातून उघडकीला येत होता त्यामुळे आम्ही संबंधित अधिकाऱ्यांना स्पष्टीकरण

विचारण्याची प्रथा सुरू केली. त्यांनी स्वत:मधे सुधारणा घडवून आणावी यासाठी सुद्धा आम्ही त्यांना वाव देत होतो. अशातूनच विविध कल्पनांची देवाण-घेवाण होण्यास सुरुवात झाली. आम्हाला एकमेकांचे दृष्टिकोण समजावून घेणे शक्य होऊ लागले. परस्परांचे अनुभव ऐकून त्यातून आम्ही शिकू लागलो. एकमेकांच्या सहकार्याने काम करण्याची भावना आणि संघटनशक्ती वाढीस लागली. यातून पुढे एक प्रचंड मोठा शक्तीचा स्त्रोत निर्माण झाला. अगदी कनिष्ठ श्रेणीच्या कर्मचाऱ्यांना सुद्धा आम्ही या सुधारणेच्या चळवळीत सहभागी होण्यासाठी उद्युक्त करू शकलो. या संपूर्ण चळवळीस मोठी गती प्राप्त झाली.

आपण कल्पनाशक्तीला कितीही ताण देऊन विचार करू म्हटले तरी जर कुणी इतकी मोठी अवाढव्य संस्था 'रिमोट कंट्रोल' (दूरनियंत्रण) पद्धतीने चालवू शकेल, असं आपल्याला सांगितलं, तर आपला विश्वास तरी बसेल का? अगदी अत्याधुनिक यंत्रणा तुरुंगात आणून बसवली, कैद्यांच्या हालचाली टिपण्यासाठी प्रत्येक कानाकोपऱ्यात व्हीडीओ कॅमेरे बसवले, कैद्यांची प्रत्येक गरज पुरी करण्यासाठी त्यांच्या दिमतीला यंत्रमानव आणून हजर केले, आणखी काहीही केले, तरी मानवाचा प्रत्यक्ष सहभाग त्या सर्वापेक्षा कितीतरी आवश्यक आहे हे विसरून चालणार नाही. व या सहभागातूनच जेलसारखी एखादी संस्था हे सुद्धा आशेचे उगमस्थान बनू शकते. त्यात राहणाऱ्या कैद्यांना दिलासा देऊ शकते. देशोदेशीच्या विविध जेलमधे हिंडून तेथील कामकाज कसे चालते ते मी प्रत्यक्ष पाहिले आहे. ज्या ज्या ठिकाणी व्यवस्थापनाने रस घेऊन स्वत: कैद्यांची स्थिती सुधारण्यात सक्रीय सहभाग घेतला आहे, तेथील तुरुंगाचे कामकाज फार उत्तम रीतीने चालू आहे. आणि जेथे 'रिमोट कंट्रोल' पद्धतीने कारभार चालवला जातो तेथे अंतर्गत बंडाळी, दंगली, कैद्यांचे पलायन, भांडणतंटे व हिंसाचार अशा गोष्टी घडताना दिसतात.

मी देशोदेशीच्या अनेक जेल पाहिल्या. पण तिहार जेलचा पसारा त्या सर्वांच्या मानाने अतिप्रचंड आहे. युरोप, अमेरिका, दक्षिण पूर्व आशिया इत्यादी अनेक ठिकाणी असलेल्या कोणत्याही तुरुंगात इतक्या मोठ्या संख्येने संकटे आ वासून उभी नव्हती. कोणत्याही व्यवस्थापन यंत्रणेचा दृष्टिकोण इतका सरंजामशाही वृत्तीचा नव्हता. कोणाच्याही कार्यपद्धतीला इतकी उतरती कळा लागलेली नव्हती. अशा संस्थेची उत्तम काळजी घेण्याची जबाबदारी जेव्हा माझ्यावर सोपवण्यात आली तेव्हा माझ्यावर मोठं दडपण आलं. या तुरुंगाची लवकरच स्मशानभूमी होण्यास वेळ लागणार नाही, व कदाचित आपणच त्यात गाडले जाऊ असंही माझ्या मनात आलं. पण मी तो विचार दूर सारला. उलट भगवंताने आपल्यापुढे ही सुवर्णसंधी वाढून ठेवली आहे व आता आपण त्याचा पुरेपूर सदुपयोग करायचा व पुनरुज्जीवनाच्या

प्रक्रियेतील एक महत्त्वपूर्ण घटक व्हायचं, असा मी निर्धार केला.

रोजच्या तुरुंगफेरीत ज्या अनेक माणसांशी विचारांची देवाणघेवाण होत असे त्यातून हळूहळू या पुनरुज्जीवनाचा मार्ग दृष्टिपथात येत चालला होता.

□

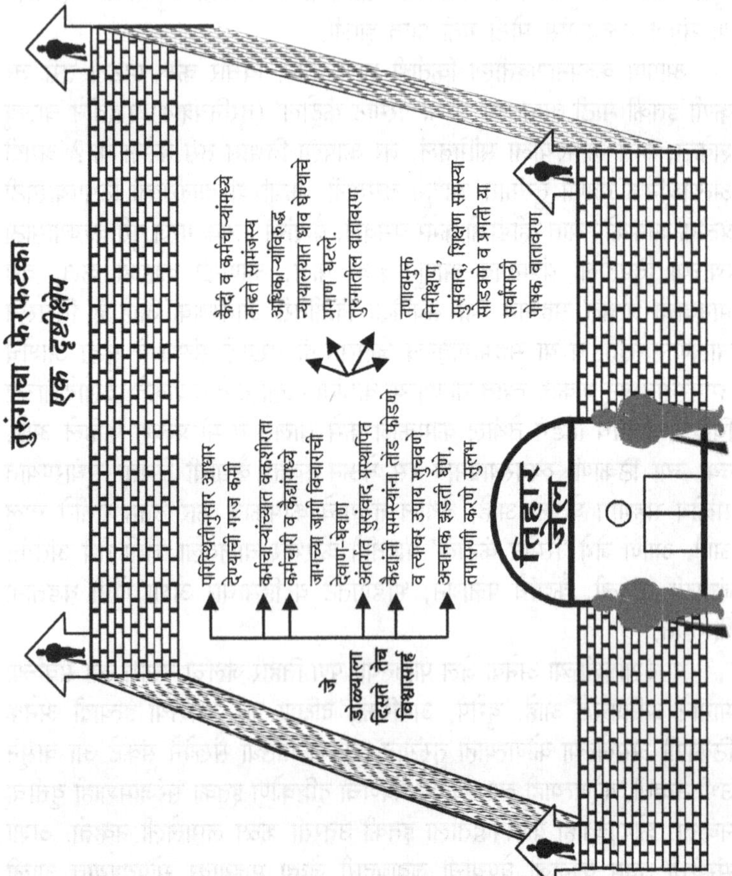

१४

ध्येयपूर्तीकडे वाटचाल : तक्रारपेटी

तुरुंगाच्या फेऱ्या मारण्याच्या पद्धतीला काळाचे बंधन पडत असे. त्यातून प्रत्येक छुपी कीड शोधून काढून त्यावर उपाययोजना करणे ही गोष्ट फारच कठीण होती. म्हणूनच आणखी माहिती शोधून काढण्यासाठी आम्हाला नित्यनवीन मार्ग चोखाळावे लागत होते. याशिवाय आणखीही एका गोष्टीची काळजी घेणं गरजेचं होतं. ते म्हणजे कोणत्याही परिस्थितीत संपूर्ण यंत्रणेवर केवळ आमचंच नियंत्रण असणं हेही फार महत्त्वाचं होतं. या यंत्रणेच्या हातचं बाहुलं बनण्याची आमची इच्छा नव्हती.

तुरुंगातील कैद्यांचा स्वत:चा अफवांचा मळा होता. पण त्याला रोखठोक प्रत्युत्तर करून या अफवांना आळा घालण्यासाठी व्यवस्थापनाकडे काहीच साधन नव्हते. व्यवस्थापकीय कर्मचाऱ्यांवर ज्या काही जबाबदाऱ्या होत्या किंवा त्यांना ज्या कोणाला आपल्या वागण्याचं स्पष्टीकरण द्यावं लागणार होतं, त्याची त्यांना काहीच फिकीर नव्हती. त्यांचा एकंदर दृष्टिकोण गोपनीयता, आणि तुटकपणा यांनी भरलेला होता. मग अशा परिस्थितीत कैदी तरी या कर्मचाऱ्यांना विश्वासात घेतील किंवा आपली काही गुपिते त्यांच्यासमोर उघडी करतील, अशी अपेक्षा कशी ठेवणार? थोडक्यात आपल्या तक्रारी कैदी तरी कोणाकडे सांगणार? कैद्यांना एकत्रितपणे आपल्या तक्रारी मांडण्यासाठी व्यासपीठ नव्हते. तुरुंगात भिंतींवर जागोजागी तक्रारपेट्या टांगलेल्या होत्या. पण त्यांचा वापर कोणीच कधी करताना दिसत नसे. ह्या पेट्या काळ्या रंगात रंगवलेल्या असल्याने उदासवाण्या व भयप्रद दिसत. यातील बऱ्याचशा पेट्यांना कुलपे लावलेली असून त्यांच्या किल्ल्या हरवलेल्या होत्या. तर काही पेट्या उघड्या पडलेल्या असून त्यांची झाकणे वाऱ्याच्या झुळकीबरोबर खुळखुळ्यासारखी वाजत. कधी कधी एखादे न्यायाधीश तुरुंगभेटीसाठी येत, त्या वेळी या पेट्यांकडे लक्ष जाताच त्यांना एका विशिष्ट खटल्यात दिल्या गेलेल्या निकालाची हमखास आठवण होत असे. हा खटला होता सुनील बात्रा विरुद्ध दिल्ली सरकार. हा निवाडा जस्टिस कृष्णा अय्यर, आर. एस.

पाठक आणि ओ. चेन्नप्पा रेड्डी यांनी १९८० साली सुप्रीम कोर्टामध्ये केला होता.

जेलचा कारभार कसा चालतो याविषयीचं माझं जे काही तुटपुंजं ज्ञान होतं त्या आधारे मी रुजू झाल्यापासून केवळ दोनच दिवसांत एक पद्धत सुरू केली. तुरुंगफेरीच्या वेळी मी कैद्यांच्या तक्रारी जशा एका नोंदवहीत लिहून ठेवत होते, तशाच प्रकारच्या नोंदवह्या प्रत्येक वॉर्डात ठेवणे. कैद्यांना ज्या काही तक्रारी मांडायच्या असतील, त्या त्यांनी त्या नोंदवहीत मांडून ठेवणे. पण यामुळे प्रत्येक सुपरिंटेंडंटला कमीत कमी १० ते १२ रजिस्टरे (नोंदवह्या) वाचाव्या लागणार होत्या. ही अपेक्षा ठेवणं जरा जास्तच होतं. अधूनमधून पाने उघडून चाळणं सुद्धा अशक्यप्राय होतं. कालांतराने माझ्या असं लक्षात आलं की, मला स्वत:लाच रोज किमान चाळीस रजिस्टरे पालथी घालावी लागणार होती. हे काम शारीरिक दृष्ट्या अशक्य कोटीतील होतं. आणि म्हणूनच अधिकाऱ्यांनी हा असा अलिप्ततेचा दृष्टिकोण आजवर ठेवला होता– डोळ्यांनी काही बघू नये व कानांनी काही ऐकू नये असं त्यांचं वर्तन होतं.

म्हणजे पहिल्याप्रथम माझ्या मनात आलेला हा उपाय व्यवहाराला धरून नव्हता. हे म्हणजे घोड्याची गाडी पुढे आणि घोडा त्याच्या मागे अशी स्थिती होती. कर्मचारी सुद्धा ही नवी कार्यपद्धती आत्मसात करून घेण्याच्या मुळीच मन:स्थितीत नव्हते. आणखी एक गोष्ट- बरेच कैदी अर्धशिक्षित तरी होते नाहीतर निरक्षर तरी. त्यामुळे आपल्या तक्रारींना लेखी स्वरूपात व्यक्त करणे त्यांना शक्य नव्हते. ह्या सर्व अडचणी लक्षात घेऊन तरीसुद्धा कैद्यांच्या तक्रारी आमच्यापर्यंत येऊन पोचणे आवश्यक होते. व विचारांती अगदी थोड्याच दिवसांत कैद्यांच्या तक्रारी ऐकून त्यावर योग्य तो न्याय देण्याची अत्यंत प्रभावी पद्धत आम्हाला गवसली. ही पद्धत म्हणजे 'फिरत्या तक्रार पेटीची पद्धत.' याचे नाव आम्ही 'पिटिशन बॉक्स' असे ठेवले होते. ही पेटी आठ इंच × चार इंच आकाराची असून हिरव्या रंगात रंगवलेली होती. त्यावर तुरुंगाचा क्रमांक ठळक अक्षरात घातलेला होता. त्याला एक दोरी बांधली होती. त्यामुळे ही पेटी कैद्यांच्या कोठडीच्या आत सोडता येत असे. या बंद पेटीत त्या कैद्यांनी आपल्या लेखी तक्रारी टाकायच्या. या पेटीची किल्ली माझ्या ऑफिसात अत्यंत बंदोबस्तात ठेवलेली असे. त्यामुळे कैद्यांना गुप्ततेची हमी मिळे. प्रत्येक तुरुंगासाठी वेगळी पेटी होती. ही वॉर्डातून फिरवली जाई. कैद्यांना पेटीत निनावी तक्रार टाकण्याचीही मुभा होती किंवा आपले नाव गुप्त राखण्याची विनंती ते करू शकत असत. या फिरत्या पेट्यांच्या कामगिरीवर चार कॉन्स्टेबल व क्लार्क मुद्दाम नेमले होते. ते रोज ठराविक वेळी तुरुंगातून ही पेटी घेऊन फेरी मारत. कैद्यांना तत्पूर्वी आपल्या लेखी तक्रारी तयार ठेवण्यास सांगितले जाई.

फिरत्या 'पिटिशन बॉक्स' ची ही पद्धत सुरू करण्यापूर्वी सर्व कैद्यांना त्याचे महत्त्व

नीट समजावून सांगण्यात आले. त्यामुळे त्यांच्या खऱ्याखुऱ्या तक्रारी आमच्या- पर्यंत पोचून त्यांचे निवारणही होणार होते. हे ऐकल्यानंतर स्वाभाविकच त्या कैद्यांमध्ये एक प्रकारची उत्सुकता निर्माण झाली, ही पेटी ठरलेल्या वेळी प्रत्येक कैद्यापर्यंत जाऊन पोचावी याची आम्ही काटेकोरपणे दक्षता घेत होतो. त्यामुळे कैद्यांना आपल्या तक्रारी हातात घेऊन पेटीच्या शोधात हिंडावे लागत नव्हते.

दिनांक १ जून १९९३ पासून ही 'पिटिशन बॉक्स' ची पद्धत खऱ्याखुऱ्या अर्थाने व्यवस्थितपणे चालू झाली. म्हणजे मी तिहारमधे रुजू झाल्यापासून बरोबर ३० दिवसांनी. या कार्यपद्धतीचा संपूर्ण आराखडा व नियोजन माझे कर्तव्यतत्पर डी. आय. जी. (प्रिझन्स) श्री. जयदेव सारंगी तसेच तुरुंगाचे चारही सुपरिंटेंडंट (तारसेम कुमार, डी. पी. द्विवेदी, के. आर्. किशोर आणि पी. आर. मीना) या सर्वांनी मिळून केले होते. डी. आय. जी. यांनी या कामासाठी खास एका पिटिशन ऑफिसरची नेमणूक केली. त्यांचे नाव श्री. एस. पी. त्यागी. श्री त्यागी जेल कॅडरचे नव्हते. ते दिल्ली ॲडमिनिस्ट्रेशन सेक्रेटरिएटमधून येथे भरती झाले होते. त्यामुळे त्यांचा दृष्टिकोण अधिक वस्तुनिष्ठ होता. या तक्रारपेटीतून समजा या तुरुंगातील अधिकाऱ्यांच्याविषयी काही तक्रारी आल्या असत्या तरी त्याविषयी स्वतःचे मत ते अगदी मोकळेपणे, निर्भीडपणे मांडू शकणार होते. या पिटिशन ऑफिसर त्यागींपाशीच या तक्रारपेट्यांची किल्ली असून केवळ तेच या पेट्या उघडू शकत असत. ते पेटी उघडून विनंतीअर्ज बाहेर काढत. प्रत्येक अर्जाला लॉग क्रमांक देत, अर्जांचे नीट वर्गीकरण करून त्यातील महत्त्वाचे अर्ज वरती लावत व नंतर स्वत: ते सर्व अर्ज माझ्याकडे आणून देत. जर मला वेळ असला तर आम्ही साधारणत: तक्रारींचा सूर काय आहे याविषयी चर्चा करत असू. कैद्यांच्या तक्रारींवर तातडीची उपाययोजना कशी करता येईल ते ठरवत असू. मग त्यामधे एखाद्या कैद्याच्या कोठडीची तातडीने अवचित झडती घेणे, एखाद्या कैद्याला तातडीची वैद्यकीय मदत पुरवणे, एखाद्या कैद्याला नैराश्याने घेरले असेल तर त्याची भेट घेणे व त्याचे म्हणणे ऐकून घेणे व याहीपेक्षा अधिक महत्त्वाचे म्हणजे एखाद्या बराकीतील शांतता भंग पावण्याच्या विचारात असेल तर वेळेत तिथे जाऊन हस्तक्षेप करणे.

एखाद्या दिवशी मला दिवसभर फार काम असे. मग अशा वेळी ही पिटिशन्सची

फाईल माझ्या घरी येत असे. घरी पोचताच मी संबंधित जेल सुपरिंटेंडंटना फोन करत असे. एखाद्या अतिमहत्त्वाच्या बाबतीत तातडीने कृती करणे आवश्यक असेल तर तशी सूचनाही मी त्यांना देत असे. ही सर्व पिटिशन्स फार बोलकी असत. वस्तुस्थितीची जाणीव करून देणारी असत. व त्यांची हाताळणी योग्य रीतीने करणे हा अत्यंत संवेदनाक्षम मुद्दा होता.

या पिटिशन्सपैकी काही गोपनीय असत. ती बाजूला काढून राहिलेली पिटिशन्स मी जेल सुपरिंटेंडंटकडे परत पाठवत असे. मग त्यात सुपरिंटेंडंट वैयक्तिक लक्ष घालत व वॉर्ड अधिकाऱ्यांना बोलावून विशिष्ट तक्रारींचं निवारण करण्यास सांगत. उदा: न्हावी वेळेवर न येणे, पाणी टंचाई, अस्वच्छता, पहारा व्यवस्थित नसणे, डॉक्टर्स वेळेवर हजर नसणे, काही विशिष्ट औषधांचा तुटवडा असणे, ठरलेल्या भेटी रद्द केल्या जाणे, एखाद्या कैद्याची गैरवर्तणूक अथवा एखाद्या कर्मचाऱ्याची गैरवर्तणूक इत्यादी.

पिटिशन बॉक्समधून आमच्याकडे काय यायचे याचा नमुना म्हणून पृष्ठ क्रमांक १५७ व १५८ वर काही तक्रारी दिल्या आहेत.

आम्ही रोज दुपारी एक चहा-मीटिंग घेत असू. त्यात तक्रारीचा एकंदर सूर काय असेल याची चर्चा होत असे. त्या दिवशीच्या तक्रारींवर बोलणे होई. तुरुंगफेरीत माझ्या काय दृष्टोत्पत्तीस आले तसेच एकंदर तक्रारीचा सूर कोणता याविषयी प्रत्येक सुपरिंटेंडंटला फारच उत्सुकता असायची. प्रत्येक मीटिंगमधे जो काही विषय चर्चेला असेल त्यावर सर्वांचे मत घेऊन काहीतरी नवीनच प्रकाशझोत टाकला जाई. प्रत्येक विश्लेषणातून ती बाब आम्हाला अधिक खोलवर समजून येई. कधीतरी एखादंच पिटिशन असं येई की आम्हाला मोठे धोरणात्मक बदल करण्यास भाग पाडे. उदाहरणार्थ : तुरुंगाच्या वेळा, प्रार्थनेची पद्धती, तुरुंगातील शिक्षकांच्या अंतर्गत बदल्या, स्वयंपाक इत्यादी. आमच्या या चहा मीटिंगनंतर बरेचदा नवीन घोषणा होत असत. त्या काय याची उत्सुकता कर्मचाऱ्यांमधे असे. यात घेतले जाणारे निर्णय सर्वानुमते घेतले गेले आहेत याची त्यांना खात्री असे. शिवाय या आदेशांची अंमलबजावणी सक्तीची असते याचीही त्यांना जाणीव होती. त्यामुळे सतत होत राहणाऱ्या सुधारणांसाठी ही पिटिशन्स पायाभूत ठरली.

पिटिशन ऑफिसर त्यागी आणि मी मिळून काही विशिष्ट पिटिशन्समधील लक्षवेधी सूचनांवर ठळक खुणा करत असू व दर सोमवारच्या स्टाफ मीटिंगमधे सर्व कर्मचाऱ्यांच्या समोर त्या मांडत असू. या मीटिंगमधून फिरत्या तक्रारपेटीची योजना होत गेली. या पिटिशन्सवर सुपरिंटेंडंटकडून आलेले अहवालही कैद्यांपाशी पडताळून पाहण्याची प्रथा आम्ही सुरू केली.

मी स्वत: ही पिटिशन्स बारकाईने वाचत असताना कितीतरी सुप्त गोष्टी

उजेडात आल्या. प्रत्येक परिस्थितीवर वेगवेगळी कृती करणे आवश्यक होते, व तीही योग्य वेळेच्या आतच. कैद्यांनी मांडलेल्या काही समस्या या कायमस्वरूपी व पुन:पुन्हा उद्भवणाऱ्या असून त्या इतके दिवस उजेडात आल्या नव्हत्या. अशा समस्यांच्या सोडवणुकीसाठी फिरती तक्रारपेटी फारच लाभदायक ठरली. तक्रारपेटीच्या पद्धतीची सुरुवात झाल्यापासून केवळ एकाच महिन्यात म्हणजे १९९३ च्या जून महिन्यात आमच्याकडे नुसत्या वैद्यकीय समस्यांशी निगडित २३१ पिटिशन्स, कर्मचाऱ्यांच्या लाचखोरीविषयी ६८, अन्नपुरवठ्यासंबंधी २५, पाणीटंचाईबद्दल १९, वीजपुरवठ्याविषयी १३ आणि इतर किरकोळ बाबींबद्दल १३४ पिटिशन्स आली होती. किरकोळ तक्रारींमधे कैद्यांच्या कुटुंबियांना पोलीस संरक्षणाची गरज, कल्याणविषयक गरजा, तुरुंगातच पण दुसऱ्या वॉर्डात असलेल्या आपल्या नातेवाईकाजवळ बदली करून मागणारी याचिका इत्यादींचा समावेश होता. एकंदर तुरुंगातील वस्तुस्थितीचे आकलन करून घेण्याचा हा सहजसुलभ मार्ग बनला. व याच वस्तुस्थितीची कसून तपासणी करण्याची गरज होती. दिनांक ७ जुलै १९९३ रोजी 'द हिंदू' नावाच्या दैनिकात एक वृत्त प्रसिद्ध झाले होते. त्याचा मथळा होता 'बेटर से फॉर तिहार प्रिझनर्स.'

... तिहारमधील चार क्रमांकाच्या जेलमधील वॉर्ड तीनमध्ये असलेल्या कैद्याने त्याच्या बरोबर राहणाऱ्या कैद्याची इतरत्र कोठे तरी बदली करावी अशी मागणी केली आहे. हा कैदी जातीय तणावास खतपाणी घालतो असे त्याचे म्हणणे आहे. हा माणूस स्वत:ला हिंदूंचा नेता म्हणवून घेतो व सतत झगडे करतो. "प्लीज मॅडम, त्याला दुसरीकडे हलवा व आम्हाला न्याय द्या. सर्वजण त्याला घाबरतात. पण भीतीपोटी कोणी काही बोलत नाही." असे लिहून ही तक्रार एका कैद्याने फिरत्या तक्रारपेटीत टाकली होती. या तक्रारीची नोंद आता तक्रारींच्या रजिस्टरमध्ये झाली आहे. ही तक्रार इन्स्पेक्टर जनरल (प्रिझन्स) यांच्या नजरेस पडली आहे. त्यावर चौकशी चालू आहे.

जेलमधे पण दुसऱ्या वॉर्डात असलेल्या आपल्या नवऱ्याची त्या विशिष्ट वॉर्डातून बदली करावी, अशी मागणी येथील एका कैदी स्त्रीने केली आहे. त्या वॉर्डात रोज मादक द्रव्यांचा चोरटा व्यापार चालतो व वाईट संगतीने आपला नवरासुद्धा व्यसनाच्या आहारी जाईल अशी भीती तिने व्यक्त केली आहे. या तक्रारीनंतर त्या कैद्याची तेथून बदली तर करण्यात आली पण मादक द्रव्ये व इतर तत्सम गोष्टी, किंवा बंदी असलेल्या वस्तूंचा जेलमधील व्यवहार थांबवण्याच्या दृष्टीने पावले उचलली जात आहेत.

येथील एका कैद्याला एन. डी. पी. एस. ॲक्ट अन्वये शिक्षा झाली आहे. मादक द्रव्यांना तुरुंगात आळा घालता येण्यासाठी त्याने स्वत:च एक चांगला उपाय सुचवला आहे. सूचना अगदी साधी आहे. तो लिहितो : "जेलमधे कैद्यांसाठी

Dated :- 3rd August, 93

water, Sanitation

To

The Inspector General (Prisons)
Tihar Central Jail No. 4
Janak Puri
New Delhi - 110064.

Subject :- Application to improve water, sanitation & Fan conditions

Most Respected Madame,

We the inmates of Ward No 1, are facing extreme problem, due to the extreme lack of potable water, due to the fact, that everyday, there is tension which arises in our ward, (ie) manhandling, because every second person, wants his patis to be filled, & the people who go to there dates, need a bath too, which is extremely difficult, as there are very few water taps, the handpumps aswell are not functioning.

Secondly, Mame, the problem of sanitation arises as the manholes are open, (no lids) the toilets are generally dirty, due to which unhygenic conditions prevails which can lead to any epidemics.

Last but not the least, is that, the fans of our ward, are of the old type, which are touching the high ceiling, without giving any air, due to the fact we inmates are uneasy, throughout the day.

Madame, we the inmates of ward No 1, would be highly obliged if the above stated problems, are solved, as early as possible to avoid any futher inconvenince to us. Thanking you In Anticipation

(Ward No 1)

30

620 22/6

E

To

THE I-G. (PRISONS)
CENTRAL JAIL NO 1
NEW DELHI - 64.

SUB :- 'B' CLASS FACILITIES TO AUSTRALIAN CITIZEN

HON'BLE MADAM,

MOST RESPECTFULLY, I SUBMIT AS UNDER,

1. THAT, I ALEX D'SOUZA S/o LATE SH. DAVID D'SOUZA HAS BEEN CONFINED IN THIS JAIL SINCE 5th JUNE 92.
2. THAT, I AM AUSTRALIAN CITIZEN SINCE YEAR 1987
3. THAT, BEING FOREIGNER, I REQUEST YOU TO KINDLY GRANT ME THE FACILITIES WHICH I AM ENTITLED TO, UNDER YOUR KIND CONTROL.
4. I CAN PRODUCE YOU MY CITIZENSHIP CERTIFICATE TO PROVE THAT I AM TRUE, MY PASSPORT IS WITH THE POLICE STATION RAJOURI GARDEN, WHICH I AM UNABLE TO PRODUCE AT PRESENT,

Respected Madam, I am at present in ward No 15, Barrick No 1, and I am situated in a corner where there is no fan and the Temperature is Extremely Hot with flies and Mosquitoes etc it is Hard to sleep at night

I shall be Highly Obliged, if, I am granted the facilities which every foreigner Deserve

Thanking you in Advance

Thanking You

Yours faithfully

Alex D'Souza S/o David D'Souza Ward NO-15/1

ज्या सिगारेटी विकल्या जातात त्यांच्या खोक्यामधील चांदीचा कागद बाजूला काढावा. कारण या चांदीच्या कागदाशिवाय कैद्यांना मादक द्रव्याचा धूर करता येत नाही.'' या सूचनेचे फार चांगले स्वागत झाले. इन्स्पेक्टर जनरलने या उत्तम सूचनेबद्दल या कैद्याला बक्षीस जाहीर केले आहे. विजेच्या तसेच पाण्याच्या वापरात काटकसर कशी करता येईल याच्या काही मौल्यवान सूचना एका कैद्याने केल्या आहेत. त्याला अंघोळीचा व कपडे धुण्याचा साबण बक्षीस मिळाला आहे.

तसं म्हटलं तर तक्रारपेटीत तक्रार टाकणे ही गोष्ट नवीन नाही. नवीन गोष्ट एवढीच की या पेटीतील प्रत्येक तक्रार एक गॅझेटेड ऑफिसर वाचतो. पूर्वीसारखी या तक्रारपेटीची किल्ली जेल सुपरिंटेंडंटकडे नसते. ही पेटी उघडण्याचा अधिकार एका विशिष्ट गॅझेटेड ऑफिसरला आहे.

अशा प्रकारच्या व्यवस्थेमुळे कैदी आता आपल्या तक्रारी जास्त मनमोकळेपणाने व खुलेपणाने लिहू लागले आहेत असं आय. जी. (प्रिझन्स) श्रीमती किरण बेदी म्हणतात. पूर्वी ही तक्रारपेटी वॉर्डातच ठेवलेली असल्याने सुपरिंटेंडंटने अथवा वॉर्डरने जर एखादी तक्रार त्या पेटीतून काढून टाकायची ठरवली तर ते सहज शक्य होते. किंवा एखादा कैदी तक्रारपेटीत तक्रार टाकायला चालला असेल तर त्याला कोणीही अडवण्याची सुद्धा शक्यता होतीच.

तिहार जेलच्या व्यवस्थापनात जे काही बदल घडवण्यात आले त्यात 'फिरती पिटिशन बॉक्स' (तक्रारपेटी) हा एक महत्त्वपूर्ण बदल आहे. आय. जीं. नी यासाठी खास एका कॉन्स्टेबलची नियुक्ती केली आहे. हा कॉन्स्टेबल प्रत्येक कैद्यापाशी फिरती पेटी घेऊन जातो. नंतर ती पेटी ऑफिसात आणण्यात येते. मग एक अधिकारी ती पेटी उघडतो. प्रत्येक तक्रार वाचल्यानंतर त्या त्या कैद्याला एक गुलाबी रंगाचे कार्ड पाठवण्यात येते. त्याच्या तक्रारीची ही पोचपावती असते. त्या तक्रारीचे निवारण करण्यात आले की त्या कैद्याला हिरव्या रंगाचे कार्ड पाठवण्यात येते...

या तक्रारपेट्यांच्या रूपाने तुरुंगातील अनेक भानगडींवर प्रकाश टाकणारा प्रखर प्रकाशझोत आम्हाला हातात मिळाला होता. हा प्रकाशझोत इतका प्रखर होता, की, तुरुंगाच्या अगदी कानाकोपऱ्यातील सर्व बारीकसारीक समस्या सुद्धा उजेडात येत होत्या. त्यामुळे त्यांच्यावर कारवाई करणे व तातडीने उपाययोजना करणे आम्हाला सोपे जात होते. त्याचे निष्पन्न असे होते : जुलै महिन्यात वैद्यकीय सेवेविषयक तक्रारींचा आकडा खाली येत येत १२८ झाला होता, कर्मचाऱ्यांच्या भ्रष्टाचाराबाबतच्या तक्रारी २८, कर्मचाऱ्यांच्या गैरवर्तणुकीबद्दल १३, जेवणविषयक ९, पाणीविषयक ११. तर डिसेंबर महिन्यात वैद्यकीय सेवेबाबतच्या तक्रारींचा आकडा केवळ २७ होता. कर्मचाऱ्यांच्या भ्रष्टाचाराबद्दल ७, कर्मचाऱ्यांच्या गैरवर्तणुकीबद्दल १२, जेवणविषयक ५, पाणीपुरवठ्यासंबंधी एकही नाही आणि कैद्यांमधील भ्रष्टाचाराविषयी १० तर किरकोळ तक्रारी केवळ ९५ होत्या.

पहिल्या सहाच महिन्यांत आम्ही एकंदर २२७९ पिटिशन्सवर कारवाई केली. त्या तक्रारींची विभागणी अशी होती : ६७६ तक्रारी वैद्यकीय सेवेबाबत, १६४ तक्रारी कर्मचाऱ्यांच्या भ्रष्टाचारासंबंधी, ११४ कैद्यांच्या गैरवर्तणुकीविषयी, १११ जेवणाविषयी, ४२ पाण्याविषयी, ४३ वीजपुरवठ्याविषयी, २२३ अंतर्गत शिस्तीविषयी व ६७२ इतर. यात एक मूलभूत प्रश्न असा आहे की या फिरत्या पिटिशन बॉक्सच्या योजनेमुळे कैद्यांमधे जो एक विश्वास निर्माण झालेला आहे तो जर झाला नसता तर कैद्यांचे कितीतरी प्रश्न उजेडात येऊ शकले असते का?

पिटिशन बॉक्स पद्धतीस इतकं मोठं यश मिळण्याचं आणखीही एक कारण होतं. आपल्या समस्या सोडवण्याची इच्छा प्रत्येक कैद्याला होतीच व सर्वांची मिळून ती जबरदस्त सामूहिक इच्छा झाली होती. यात बॉक्समधे पडणाऱ्या प्रत्येक पिटिशनला महत्त्व होते. बॉक्समधे पडलेली प्रत्येक तक्रार वाचून त्याची वर्गवारी करून त्यातून उघडकीला आलेल्या यंत्रणेतील त्रुटी दूर करणे महत्त्वाचे होते. या संदर्भात खाली दिलेला एक आदेश अत्यंत बोलका आहे.

> ...अधिकाऱ्यांच्या बैठकीत एक गोष्ट लक्षात आली आहे ती अशी, की, पिटिशन बॉक्समधून आलेल्या तक्रारींकडे नीट वैयक्तिक लक्ष पुरवून त्यांचे निवारण करण्याचे काम फक्त जेल क्रमांक २ व ३ मधेच केले जाते. येथून पुढे प्रत्येक तक्रारीवर योग्य ती कारवाई व्हावी या दृष्टीने प्रत्येक तक्रार गॅझेटेड ऑफिसरने स्वत:च्या नजरेखालून घातलीच पाहिजे. व त्या सर्व तक्रारींचे निवारण करण्यासाठी खास स्वत:ची पद्धती शोधून काढली पाहिजे.
>
> यानुसार जेल क्रमांक तीनच्या सुपरिंटेंडंटने स्वत:ची पद्धत शोधून काढली आहे. ते सर्वजण एकत्र बसून पिटिशन्सची पाहणी करतात आणि अनेक लोकांच्या तक्रारी वैयक्तिकरीत्या सुद्धा ऐकून घेतात. ही पद्धत इतरांनाही अवलंबता येईल.
>
> ऑफिसरांच्या पुढच्या बैठकीत या गोष्टीवर अधिक चर्चा होईल...

एखादा विनंतीअर्ज माझ्यापर्यंत पोचला की त्यावर योग्य ती कारवाई करण्यासाठी मी तो संबंधित अधिकाऱ्याकडे पाठवतच असे. परंतु त्याचबरोबर ज्या कैद्याकडून तो अर्ज आला त्या कैद्याला अर्जाची पोचही देत असे. कारण आपली समस्या व्यवस्थापनापर्यंत खरोखर पोचली आहे आणि त्यावर लवकरच कारवाईसुद्धा केली जाईल ह्या गोष्टीची कैद्यांना जाणीव होणे फार महत्त्वाचे होते. या संपूर्ण योजनेविषयी त्यांच्या मनात विश्वास आणि आदरभाव वाढणे फार महत्त्वाचे होते. अर्जदाराने विनंती किंवा तक्रार अर्ज कोणत्या भाषेत लिहिला आहे, त्यासाठी कोणता कागद वापरला आहे, अर्जदार स्वत: शिक्षित आहे की अशिक्षित याला काहीही महत्त्व नव्हते. आपण होऊन पुढे येऊन स्वत:च्या समस्या आमच्यापाशी मांडण्यासाठी, त्यांच्या मनात आमच्याबद्दल प्रचंड विश्वास उत्पन्न होणे जरुरी होते. त्याचप्रमाणे

आपली समस्या सोडवण्याचा तळमळीने प्रयत्न होत आहे याचीही त्यांना जाणीव होणे महत्त्वाचे होते. व या अशा विश्वासातून कैदी आम्हाला जी पत्रे लिहीत होते त्यातून अत्यंत संवेदनाक्षम व स्फोटक माहिती उजेडात येत होती.

कैद्यांच्या मनात आमच्या विषयी उत्पन्न झालेला हा विश्वास असाच हळूहळू वाढत जावा यासाठी आम्ही त्यांच्या पत्रांना पोच देत होतो, ती गुलाबी रंगाच्या छापील कार्डांवर.

अशाच एका पिटिशन रिप्लाय कार्डाचा नमुना मुद्दाम खाली दिला आहे.

M.P.–J.138–1000–9-6-93

PETITION REPLY CARD

No. Dated ....

To,

.... S/o .... H.T.No................

Your Petition/suggestion was received on ....

The following Action has been taken : *Ward No.*..............

(a) Forwarded for Enquiry

(b) Forwarded to Delhi Administration

(c) Forwarded to the Court

(d) Forwarded to Legal Aid Cell

(e) Forwarded for Decision to Prison Administration Head Quarter

(f) Sent to R.M.O. (Doctor)

(g) Kept secret.

Petition Officer

Sent through Superintendent

Jail No.........................

अशा प्रकारचे कार्ड कैद्याच्या हातात पडले की त्याचा अर्थच त्या कैद्याने पाठवलेली तक्रार प्रत्यक्ष माझ्यापर्यंत पोचली आहे असा दिलासा त्याला मिळत

असे. कैद्याचे पिटिशन आमच्यापर्यंत आले की त्याच्या दुसऱ्या दिवशी ही गुलाबी कार्डे त्या त्या कैद्यांना मिळत. जो हवालदार किंवा कारकून तक्रारपेटी तुरुंगातून फिरवे त्याच्याच हाती ही गुलाबी कार्डे पाठवली जात. प्रत्येक कार्डावर मी काही वैयक्तिक सूचना लिहीत असे. किंवा कित्येकदा त्या कैद्याने मांडलेल्या समस्येच्या संदर्भातील माझे निरीक्षण मी त्याला लिहून कळवत असे. कैद्यांची, तुरुंगातील कर्मचाऱ्यांचीपण काही कर्तव्ये असतील ती मी लिहून पाठवत असे. त्यामुळे तुरुंगाचा कितीही मोठा पसारा असला तरी या अवाढव्य यंत्रणेतूनही आपल्याकडे वैयक्तिक लक्ष पुरवलं जात आहे ही जाणीव कैद्यास होई. बरीचशी पिटिशन्स हिंदी भाषेत लिहिलेली असत. त्यांना मीपण हिंदीतच उत्तर पाठवत असे. जी पिटिशन्स इंग्रजीतून असत त्यांना आमचे उत्तर इंग्रजीतून जाई. एखाद्या कैद्याने जर फार चांगली सूचना केली असेल तर त्याला पोच देताना गुलाबी कार्डाद्वारे त्याचे आभार मानायला मी विसरत नसे. कुणी जर उपयुक्त माहिती पुरवली असेल तर आमची यंत्रणा सुधारण्यासाठी आम्ही त्या माहितीचा खरोखर वापर करत असू. उदाहरणार्थ : एखाद्या कैद्याला योग्य वैद्यकीय सुविधा उपलब्ध झाली नसेल तर तो त्यासंबंधी तक्रार लिहून पाठवे. मग त्याला उत्तर पाठवताना मी गुलाबी कार्डावर लिहीत असे : "डॉक्टरच्या भेटीस परत जाताना हे कार्ड घेऊन जा व ते त्यांना दाखवा." त्याच कार्डावर मी संबंधित डॉक्टरांसाठी सुद्धा एखादी सूचना लिहिलेली असे. अशा प्रकारे त्या कैद्याचा प्रश्न खरोखरच त्वरित सोडवण्याचा आम्ही सर्वतोपरी प्रयत्न करत असू. मग प्रौढ साक्षरता वर्ग संपला की तो कैदी डॉक्टरांना ते कार्ड घेऊन भेटायला जात असे. माझ्या हस्ताक्षरात कार्डावर तशी सूचना असल्याने वॉर्डरही त्यास आडकाठी करू शकत नसे. ती सूचना वाचल्यानंतर डॉक्टर सदर कैद्याकडे नीट लक्ष पुरवत असे. पुन्हा तरीही कैद्याला जर नीट न्याय मिळाला नाही तर तो परत एकदा तक्रार पेटीत पिटिशन टाकायला मोकळा होताच. असे घडले तर ते प्रकरण वरच्या पातळीवर पोचत असे व त्यात वरिष्ठांचा हस्तक्षेप निश्चितच होत असे. कधीतरी मी डॉक्टरांना बोलावणे पाठवत असे. एखाद्या रुग्णाची वारंवार तक्रार येत असेल तर त्यापाठीमागचे कारण काय याचा छडा लावण्याचा प्रयत्न करत असे. त्यामुळे कामावर असलेले डॉक्टरही सावध राहू लागले होते. ते ज्या यंत्रणेसाठी काम करत होते ती जागरूक झाली होती. कैद्यांच्या काळजीसाठी दक्ष राहू लागली होती. डॉक्टरांना वेळप्रसंगी जाब विचारणारी होती. कैद्यांनी तक्रारपेटीच्या सुविधेचा कधीही दुरुपयोग केला नाही.

फिरत्या पेट्यांमधून पाठवण्यात येणारी पिटिशन्स हा सायंकाळी भरणाऱ्या कैद्यांच्या मेळाव्यात फार आवडीने चर्चिला जाणारा विषय होता. काही निवडक पिटिशन्स आम्ही या मेळाव्यात मोठ्यांदा वाचून दाखवत असू. त्यांवर सार्वत्रिक

चर्चा होऊन त्यातून काही मोठ्या प्रमाणावरचे धोरणात्मक निर्णयही घेतले जात. एखादी अस्तित्वात असलेली पद्धत कैद्यांच्या हिताची नाही असं लक्षात आलं तर तिचाही ऊहापोह येथे होत असे. याच संदर्भात एक आदेश देण्यात आला होता. तो असा होता :

... तक्रारपेटीच्या माध्यमातून एक अत्यंत महत्त्वाची माहिती उजेडात आली आहे. ती बनावट विड्यांच्या विक्रीच्या संदर्भात आहे. त्यात असं म्हटलं आहे, की, कँटीनचे कर्मचारी बनावट विड्यांची विक्री करून दरमहा हजारो रुपयांचे कमिशन मिळवतात.

या प्रकाराला ताबडतोब आळा बसला पाहिजे. 'कमला विडी' ह्या ब्रँडवर आजपासून बंदी घालण्यात येत आहे. तसेच ज्या बिडीसोबत इनॅमलचे कूपन असेल त्या विडीसही बंदी घालण्यात येत आहे. येथून पुढे कँटीनमधून फक्त अस्सल मालच विकला गेला पाहिजे. ही जबाबदारी डेप्युटी सुपरिंटेंडंट आणि सुपरिंटेंडंट यांची राहील.

वरील प्रत्येक गोष्टीची तातडीने अंमलबजावणी होईल...

MOST CONFIDENTIAL

The Inspector-General (Prisons) — JH.3 / DH.3.9.93
Central Jail, Tihar, New Delhi.

Sub:- PETITION BY PANCH-MEMBERS OF WARD 11-A ON BEHALF OF ALL INMATES TO HAVE THE HEAD WARDER TYAGI TRANSFERRED DUE TO HIS MISADVENTURES INCLUDING DEMANDING MONEY FROM ALL & SUNDRY AND BEATING/ABUSING OF INMATES (INCLUDING HARI SINGH — BEATEN AND ABUSED ON 01.9.93 MORNING)

Respected Madam,

This petition we, the Panchayat-Members of Ward 11-A, are submitting to your kindness for prompt action against the Head Warder Mr Tyagi who has created a reign of terror in the Ward.

(1) First. Shri Tyagi — the Head Warder is all the time abusing the inmates and sometimes beats/slaps them. Only yesterday, i.e. 01.9.93, in the morning, when Shri Hari Singh (Hindi calligraphist known to you, madam) came from Ward 11-B to see one of us Panch members in relation with some urgent ca-

matter, he was first abused and then slapped in front of some inmates. However, Hari Singh requested others not to report the matter, a thorough gentleman as he is. The inmates have got fed up with such kinds of treatment meted out to them.

(2) SECOND:- Shri Tyagi always asks money from all and sundry for every petty jobs even for going to other Ward or the hospital. He gets regular payment from all those who use heaters and later blackmails them for obvious reasons.

(3) THIRD:- While all cells in the Ward are locked in the noon and evening, two three cells — mainly Nos 14, ~~and~~ 15, and 16 are open and their men are heard talking and sitting outside with the Head Warder. This can be verified any day and any time. All previous letters in this regard by Panch members have remained unattended and unheard.

(4) FOURTH:- All Warders who are on duty and under the said Head Warder, have no option, if they do not agree with him, but to obey to him and succumb to his

— 3 —

misdemeanours since Shri Tyagi impresses upon them claiming he is the oldest employee in the jails for 26 yrs. and that nobody can dare take any action against him. He has proved the point by remaining in the same Ward, while all other Head Warders have been transferred to other jails!

(5) FIFTH :- None of us Panch members use heater or any illegal thing. However, there is no use and no point in the existence of this Panchayat if no prompt action is taken against the Head Warder and on this petition.

(6) SIXTH :- If no prompt action is taken against the Head Warder who has been indulging in using uncivilised and foul language with all and sundry, and madam, if you do not think it necessary to visit this Ward without delay and have the first hand knowledge about the goings-on in the Ward, they would request you to kindly dissolve the body of Panchayat.

— 4 —

(7) SEVENTH :- Since there is no point in complaining to the jail authorities, who would only unleash further atrocities on us directly or indirectly, we are sending this petition. Unless you visit our Ward personally, nobody would dare to depose the truth before anybody else. And so far, you have not bothered to visit our Ward while other Wards have been graced by your visits. And any visit to our Ward must be unannounced and ~~stop~~ surprise only.

With all the kind regards,

We are yours faithfully,

आणखीही काही गोष्टींची चर्चा होत असे. उदाहरणार्थ : शारीरिक स्वच्छतेच्या व आरोग्याच्या सवयी, परिसराची स्वच्छता, नीटनेटकेपणा, अन्नपदार्थांची साठवण, वाचनालयातील पुस्तकांचे वाटप, अन्नधान्याचे वाटप इत्यादी. कोणीही एखादी चांगली सूचना केली, की, तिचे कौतुक सर्वांसमोर मुद्दाम केले जात असे. ती सूचना करणाऱ्याला बक्षीस दिले जात असे. तेही त्या तुरुंगातील सुमारे दोन हजार कैद्यांच्या उपस्थितीत, टाळ्यांच्या कडकडाटात.

गोपनीय पिटिशन्स मात्र मी माझ्याच ताब्यात ठेवत असे. अशा पिटिशन्समधून जी काही माहिती उजेडात येई, तिचा वापर करताना आम्हाला फार सावधगिरी बाळगावी लागत असे. कारण अशा परिस्थितीत ती माहिती आम्हाला पुरवणाऱ्याचे नाव उघड होऊन कधीच चालत नसे. मग हाती आलेल्या माहितीची सत्यासत्यता पडताळून पाहण्याचे काम गुप्तपणे आम्ही स्वत:च पार पाडत असू. त्या माहितीची शहानिशा करत असू. आम्ही गुप्त चौकशी आरंभली असल्याची गोष्ट फक्त आमच्या खबऱ्याला समजे, पण बाकीच्यांना त्याचा आम्ही पत्ता लागू देत नसू. अशा गुप्त चौकशीतून कैदी व कर्मचाऱ्यांच्या वर्तणुकीविषयी, तसेच भ्रष्टाचाराच्या प्रकाराविषयी बरीच माहिती मिळे.

कैद्यांमधे जी एक सामूहिक जागरूकता निर्माण झाली होती त्याचे काही नमुने पृष्ठ १६६, १६७, १६८, १६९ वर दिले आहेत.

या अशा गुप्तपणे हाती आलेल्या माहितीद्वारे कित्येक कर्मचाऱ्यांचं बिंग उघडकीला आलं. मग विशिष्ट प्रकारच्या भ्रष्टाचारात सामील असणाऱ्या लोकांच्या कामाचे स्वरूप आम्ही अचानक बदलून टाकले. नवीन कामात त्यांना पूर्वीप्रमाणे भ्रष्टाचार करण्याची संधी मिळेनाशी झाली. यात काही भ्रष्टाचारी लोकांची तर नोकरी सुद्धा गेली. काहींना सक्तीने निवृत्त करण्यात आलं. तर काहींचे गुन्हे शाबित झाल्यावर त्यांना अटक करून तिहारमधेच तुरुंगात टाकण्यात आलं. हे असे आदेश मागे घेतले जावेत म्हणून हे कर्मचारी पुष्कळ प्रयत्न करीत. पण त्यांचा काही तरणोपाय नसे. यांच्याखेरीज चोरून इतर अनेक प्रकारचे गैरवर्तन करणारी माणसे शिल्लक होती. परंतु आमच्यावरील अनेक बंधनांमुळे त्यांना आम्ही हटवू शकत नव्हतो.

फिरत्या तक्रारपेटीची वाटचाल सुरूच होती. १९९३ सालच्या जून ते डिसेंबर या कालावधीच्या तुलनेत १९९४ मधील परिस्थितीत जमीन-अस्मानाचा फरक घडून आला होता, ही गोष्ट खालील तक्त्यात दिसून येते.

	जून १९९३ ते ३१ डिसें. १९९३	१ जानेवारी १९९४ ते ३१ डिसेंबर १९९४	घट (टक्केवारी)
वैद्यकीय	६७६	२८७	७५.२०
भ्रष्टाचार	१६४	६५	७६.८६
कर्मचाऱ्यांची गैरवर्तणूक	१०९	९१	५१.३३
अन्न	१११	१४	९२.६३
पाणी	४२	२८	६१.११
वीज	४३	३३	४२.००

	जून १९९३	नोव्हेंबर १९९४
वैद्यकीय	२३१	१३
कर्मचाऱ्यांचा भ्रष्टाचार	६८	४
कैद्यांचा भ्रष्टाचार	२३	७
अन्न	२५	१
पाणी	१९	३
वीज	१३	३
इतर	१३४	५२

ह्या फिरत्या तक्रारपेट्या नसत्या तर या समस्या आमच्यापर्यंत आल्याच

नसत्या. हा निष्काळजीपणा व ही उदासीनता आम्हाला दूर करताही आली नसती. कारण मुळात ज्या कैद्यांना येथील कारभाराबद्दल आदराची भावनाच नव्हती, तर त्या कैद्यांकडून आम्ही सहकार्याची अपेक्षा करणार तरी कशी?

परंतु ही परिस्थिती आता बदलू लागली. आम्ही कैद्यांच्या मनात विश्वासाचा पाया तर घातला. या पेटीमधून केवळ तुरुंगकर्मचाऱ्यांबद्दलच्या तक्रारीच बाहेर पडल्या असं नव्हे, तर कैद्यांचे आपापसातील झगडे, गैरवर्तणूक व त्यांचे परस्परसंबंध अशा इतरही गोष्टी उजेडात आल्या. आम्ही कैद्यांना मदत करण्यासाठी तत्पर झाल्यामुळे मदत आपण होऊन मागणं, तक्रारी मांडणं, न्याय मागणं ही जबाबदारी आता त्यांच्यावर आली. जर संबंधित व्यक्तीने सहकार्य केलं नाही तर त्याचा दोष त्या व्यक्तीच्या अंगावर येऊन पडू लागला. तसं पाहिलं तर कैद्यांना अनेक कारणांस्तव आमची मदत घेणं शक्यतो टाळायचंच असे. पण तक्रारपेटीच्या सुविधेमुळे आमची बाजू भक्कम झाली. तुरुंगाधिकारी आमच्याकडे दुर्लक्ष करतात, स्वत:च्या जबाबदाऱ्या नीट पार पाडत नाहीत असे आरोप कैदी विनाकारण करू धजेनात.

आपल्या पिटिशन्समधून मांडलेल्या तक्रारींवर खरोखरच ठोस पावले उचलली जात आहेत असा विश्वास एकदा कैद्यांना वाटू लागल्यावर त्यांचा एकंदर यंत्रणेविषयीचा आदरभाव वाढीस लागला. आपोआप कालांतराने त्यांच्या तक्रारींचे प्रमाण घटत गेले. पूर्वीही भिंतीवर काळ्या कळकट तक्रारपेट्या लटकत होत्याच की! पण तेव्हा त्यात कोणीच कसं तक्रारी टाकत नव्हतं? त्याचं कारण माणसाच्या मनातील नैराश्याची भावना प्रमाणाबाहेर वाढली तर तो आपल्या तक्रारीसुद्धा कोणाला सांगत नाही. परंतु त्याच माणसाकडे कोणी नीट लक्ष पुरवलं, त्याच्या सुखदु:खात सहभागी झालं, त्याच्या गाऱ्हाण्यांची दखल घेतली, त्याच्याकडून प्राप्त झालेल्या माहितीची शहानिशा करून त्यानंतर आवश्यक ती कारवाई वरपासून खालच्या स्तरापर्यंत सर्वत्र करण्यास सुरुवात केली तर त्यानंतर त्या माणसाच्या तक्रारींचं प्रमाण अत्यंत सहजसुलभ व नैसर्गिक रीतीने, हळूहळू, जसे दिवस जातील तसं कमी कमी होत जातं. आणि जर एखाद्या कालखंडात एखाद्या विशिष्ट बाबीच्या संदर्भात या पिटिशन्सची संख्या अचानक वाढीस लागली, तर त्याचा अर्थ चालू कार्यपद्धतीत नक्कीच सुधारणेची गरज आहे असा होतो.

तुरुंगाची लोकसंख्या तर एखाद्या वाहत्या नदीसारखी होती. दररोज सुमारे २०० ते २५० कैदी नव्याने भरती होत तर सुमारे तेवढेच सुटका होऊन बाहेर पडत. नवीन येणाऱ्या कैद्यांना येथील कार्यपद्धतीची आणि त्यातील बारकाव्यांची माहिती नसे. तुरुंगाविषयी एक विशिष्ट मनोभूमिका घेऊन ते येत. त्या कैद्यांना तात्काळ येथील कार्यपद्धतीची माहिती दिली तरच त्यांचं येथील जीवन सुलभ

होणार होतं. त्यामुळे तुरुंगाच्या दैनंदिन कार्यक्रमांची त्यांना वारंवार माहिती पुरवणं, तुरुंगाच्या वेगवेगळ्या वॉर्डांमधे पुन:पुन्हा सभा भरवून 'पिटिशन बॉक्स'च्या पद्धतीसंबंधी त्यांना तपशीलवार माहिती पुरवणं, त्याचा वापर कसा करावा व त्यातून अनेकांना आजवर कसा फायदा झाला हे समजावून सांगणं या गोष्टी अत्यंत महत्त्वाच्या होत्या. त्यामुळे कैद्यांचा आत्मविश्वास तसेच व्यवस्थापनावरील विश्वास वाढण्यास मदत होणार होती.

कैद्यांकडून ज्या काही सूचना येत त्या मुख्यत्वेकरून कार्यपद्धती व संपूर्ण यंत्रणेबद्दलच असत. पहिल्या सात महिन्यांत म्हणजे जून ते डिसेंबर १९९३ मध्ये आमच्याकडे एकूण ११८ सूचना आल्या. १९९४ मध्ये आमच्याकडे ७२ सूचना आल्या. त्यांतील प्रत्येक सूचनेची नीट छाननी करून त्यातून काही सूचनांची व्यवहारात खरोखर अंमलबजावणी करण्याविषयी विचार करण्यात आला. ज्या व्यक्तींनी या सूचना केल्या होत्या, त्या व्यक्तींना याची माहिती सुद्धा देण्यात आली.

'पिटिशन बॉक्स' ही एखाद्या आरशासारखी होती. त्यात तुरुंगातील घडामोडींचे प्रतिबिंब पडे. कोणतीही छुपी कृत्ये यातून उजेडात येत. अर्थात एखादी अनीतिमान व्यक्ती या पिटिशन बॉक्सचा दुरुपयोग करू शकली असती. व या गोष्टीची मला जाणीव होती. पण सुदैवाने तसं कधी घडलं नाही. उलट तुरुंगात सुधार घडवून आणण्याच्या उद्देशाने उपाय सुचवण्यासाठी कैद्यांनी या पिटिशन बॉक्सचा अहमहमिकेने वापर सुरू केला. हळूहळू जशी ही व्यवस्था सुरळीत चालू झाली तशा आमच्याकडे दररोज सुमारे तीस तक्रारी येऊ लागल्या. दिवसभराचे काम आम्ही कसे केले, कुठे यशस्वी झालो आणि कुठे चुकलो हे आम्हाला त्यातूनच कळू लागले.

कैदी या 'पिटिशन बॉक्स'मधे नुसत्या तक्रारीच टाकत असे नाही. अनेक कैदी आभाराची, कृतज्ञतेची पत्रे लिहीत. कधी गद्यातून तर कधी पद्यातून आपल्या भावना, आपले विचार व्यक्त करीत. काही सूचना देत. उदाहरणार्थ जोसेफ ओबी नामक कैद्याने ही एक कविता लिहून पाठवली होती :

या भयाण मृतप्राय जगात आज तू नवचैतन्य आणलंस
सुकलेल्या कारंज्यातून नवं पाणी वाहू लागलं.
घुसमटलेल्या कंठातून आज उमटला हुंकार नवा
त्यांचे ढोलताशे सुद्धा दुमदुमू लागले
त्यांचे नाद सुस्वर हीच तुझ्या यशाची मोहर
वनराजाची बेटी तू
आमच्या कोमेजलेल्या मनांना फुलवलंस तू
तुझे शत्रू मात्र झुरत बसले
तुझा नामोच्चार करत दुःख उगाळीत बसले

तू अमर होशील, तसेच होतील तुझा हेवा करणारे
पण या सुस्वर नादामधून तू त्यांना पुरून उरशील.

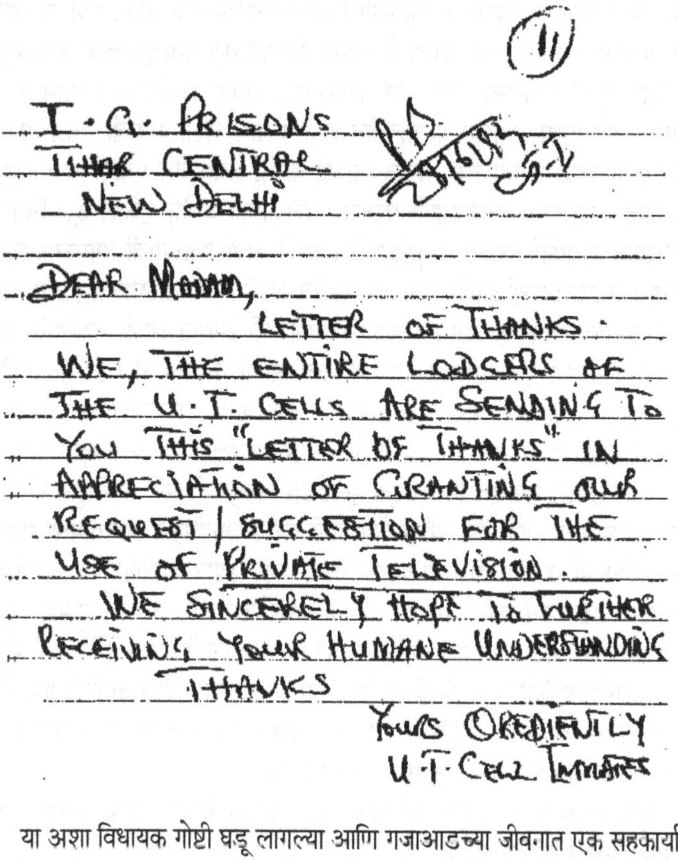
(11)

I.G. PRISONS
TIHAR CENTRAL
NEW DELHI

DEAR MADAM,

LETTER OF THANKS.

WE, THE ENTIRE LODGERS OF THE U.T. CELLS ARE SENDING TO YOU THIS "LETTER OF THANKS" IN APPRECIATION OF GRANTING OUR REQUEST / SUGGESTION FOR THE USE OF PRIVATE TELEVISION.

WE SINCERELY HOPE TO FURTHER RECEIVING YOUR HUMANE UNDERSTANDING

THANKS

YOURS OBEDIENTLY
U.T. CELL INMATES

या अशा विधायक गोष्टी घडू लागल्या आणि गजाआडच्या जीवनात एक सहकार्याची भावना निर्माण झाली. पिटिशन बॉक्समधून रोज कित्येक कविता आमच्यापर्यंत पोचत. हळूहळू पिटिशन बॉक्सचा पहिला जन्मदिन जवळ येत चालला. आम्हीपण आठवणीने या कवींना आभाराची चिठ्ठी पाठवत असू. आणि ते त्याची आतुरतेनं वाट पाहत. आम्हाला नियमित पत्रे लिहिणाऱ्या कैद्यांमध्ये किमती लाल, मोंगिया आणि अकरम चाचा हे होते. अकरमचाचांच्या कवितांचे आम्ही दोन संग्रह प्रकाशित केले. 'तनहाइयोंके जंगल' आणि 'दुख्तर-ए-हिंद'. यांच्या प्रकाशनासाठी आम्हाला इंडिया व्हिजन फाऊंडेशन नामक बिनसरकारी सेवाभावी संस्थेने साहाय्य केले. याचे उद्घाटन श्री. आय. के. गुजराल यांच्या हस्ते झाले. (हे पुढे भारताचे पंतप्रधान झाले.) नंतरच्या काळात तर

कर्मचाऱ्यांनीपण आपली गाऱ्हाणी पिटिशन बॉक्समधे टाकण्यास सुरुवात केली. एकदा एका पहारेकऱ्याने मला पत्र पाठवले. "माझ्या शेजाऱ्याकडे सहा म्हशी आहेत. त्यांना तो माझ्या घरासमोरच्या बागेत बांधतो. खरं म्हणजे ही बाग आमच्या मुलांना खेळण्यासाठी आहे. या परिसरात राहणाऱ्या लोकांना निवांत बसण्यासाठी आहे. पण या बागेत शिरण्याचं धाडस आज कोणालाही होत नाही. शिवाय तेथे जमा झालेल्या कचऱ्यामुळे डासांचा प्रादुर्भाव वाढला आहे. त्या माणसामुळे आम्हा सर्वांना त्रास सहन करावा लागतो. तरी मॅडम, आपण या बाबतीत लक्ष घालावे अशी आमची इच्छा आहे." यानंतर तात्काळ आम्ही त्या भागात पाहणी केली. तेव्हा तेथे एकंदर ४२ म्हशी, १६ गाई सापडल्या. त्याचप्रमाणे सरकारी मालकीच्या जागेत एकंदर ३८ ठिकाणी अनधिकृत बांधकामे झाल्याचे दृष्टोत्पत्तीस आले. ह्या प्रकरणाची आमच्या खुल्या कर्मचारी बैठकीत चर्चा झाली. ज्या ज्या पहारेकऱ्यांनी म्हशी बाळगल्या होत्या त्यांना त्या लवकरात लवकर हलवण्यात याव्यात अशी तंबी देण्यात आली. त्यासाठी त्यांना १५ ऑगस्ट १९९३ पर्यंतची मुदत देण्यात आली. यानंतर मात्र ही सर्व गाईगुरे म्युनिसिपल कॉर्पोरेशन ऑफ दिल्ली मार्फत जप्त करण्यात येतील असाही इशारा त्यांना देण्यात आला. त्यानंतर त्यांनी ती गाईगुरे हटवली, पण अनधिकृत बांधकाम मात्र तसेच ठेवले. मग एक दिवस एक बुलडोझर आणून ती सर्व अनधिकृत बांधकामे पाडून टाकण्यात आली. आश्चर्याची गोष्ट अशी की या अनधिकृत इमारतींमध्ये राहणारे अनेक लोक पी. डब्ल्यू. डी. च्या कॉंट्रॅक्टरकडे मजूर म्हणून कामाला होते. अनधिकृत बांधकामे पाडण्याचे काम जेल क्र. २ चे सुपरिंटेंडंट श्री. तारसेम कुमार यांच्या देखरेखीखाली झाले. त्यांचीच वेल्फेअर ऑफिसर म्हणूनही नियुक्ती झालेली होती.

तक्रारपेट्यांचेही 'मूड' कैद्यांच्या 'मूड' प्रमाणे बदलत. कधी ती पिटिशन बॅक्स 'पल्स बॉक्स' व्हायची. आम्हाला त्यावरून जणू रोग्यांची नाडी अचूक कळायची. त्यांच्या भावभावना त्यांच्या पत्रांमधून व्यक्त होत.

पृष्ठ १७५ वर जे पत्र छापलं आहे त्यावर अनेक कैद्यांनी सह्या केल्या आहेत. हे पत्रही फारच बोलकं आहे.

तशीच ती 'माहिती पेटी' बनली. त्यातून अत्यंत स्फोटक स्वरूपाच्या माहितीचे छोटे छोटे तुकडे हाती येत. उदाहरणार्थ : एखादी बेकायदेशीर वस्तू तुरुंगात लवकरच येणार असली तर त्याचे तपशील कोणीतरी आम्हाला कळवायचे. ही वस्तू नक्की कधी येणार, ती कशी, कुठे, केवढ्याला विकली जाणार आणि त्या व्यवहारात सामील असणाऱ्या कर्मचाऱ्यांची नावे. ही पेटी 'यूजर फ्रेंडली' (वापरण्यास सोपी) होती. मुळात जनकल्याणाचं उद्दिष्ट डोळ्यासमोर ठेवून हा दोन्ही अंगी सुसंवाद सुरू झाला होता. ही 'संवेदनाक्षम' पेटी झाली कारण त्यातून कैद्यांच्या आशा, त्यांची स्वप्ने व त्यांची उमेद आमच्यापर्यंत येऊन पोचे. व आम्ही पण ती

To

The Inspecter General / (Prisons)
Central Jail, Tihar

New Delhi

Sub: To fix an appointment, for a discussion, with the prisoners, who want to quit/get rid of crime.

Respected Madam,

The undersigned prisoners, confined at part III of this prison, request and submit as under:

That, some of the prisoners, who in the past for either of the reasons, had adopted crime as a part of their life, are now interested in quitting the same and join the mainstream of the society,

But, unfortunately some obstacles ofter come in their way, pushing them back into the dark. Since some of them are very much interested and willing from the core of their hearts, have decided to have a word on this topic with this office, as they have now every reason to trust upon your goodself in very manner.

So, if you may kindly spare same of your valuable time for necessary discussion and communication on this topic with the willing persons, they would be very grateful to you. So, kindly give an appointment to the undersigned prisoners, enabling them to cope with the situation they have been passing through. Kindly do the needful and oblige.

Date
5.7.93

Yours Sincerely,

[illegible]
IMAMU DDIN
4. [illegible]
5. [illegible]
6. [illegible] S/o [illegible]
7. [illegible]
8. [illegible]
10. [illegible]
11. [illegible]
12. [illegible]
13. [illegible]

पुरी करण्याचा आटोकाट प्रयत्न करीत असू. ती एक ऑडीट पेटी झाली कारण ही ढोंगी व्यक्तींची नावे उघड करून त्यांच्या गैरकृत्यांवर प्रकाशझोत टाकत असे. ती एक 'रिस्पॉन्स बॉक्स' झाली कारण त्यातून जी माहिती आमच्या हाती लागायची त्याचे आम्ही फार व्यवस्थित वर्गीकरण करून त्याची बिनचूक नोंद ठेवायचो. शिवाय पत्रलेखकांना त्यांच्या पत्राची पोचही मिळायची. त्यामुळे आमच्यापासून काहीच छपून राहत नव्हते. ती एक 'क्रिएटिव्ह' बॉक्स झाली कारण त्यातून काव्य, साहित्य, चित्रकृती आणि इतर कलाकृती आमच्यापाशी येत. आणि सरतेशेवटी ती एक 'मॅजिक बॉक्स' झाली कारण ही जर नसती तर तिहारजेलचं एका आश्रमात रूपांतर झालंच नसतं.

मात्र एवढंच पुरेसं नव्हतं. तिहार जेलचा तिहार आश्रम बनवण्यासाठी इतरही बरंच काही करण्याची आवश्यकता होती...

□

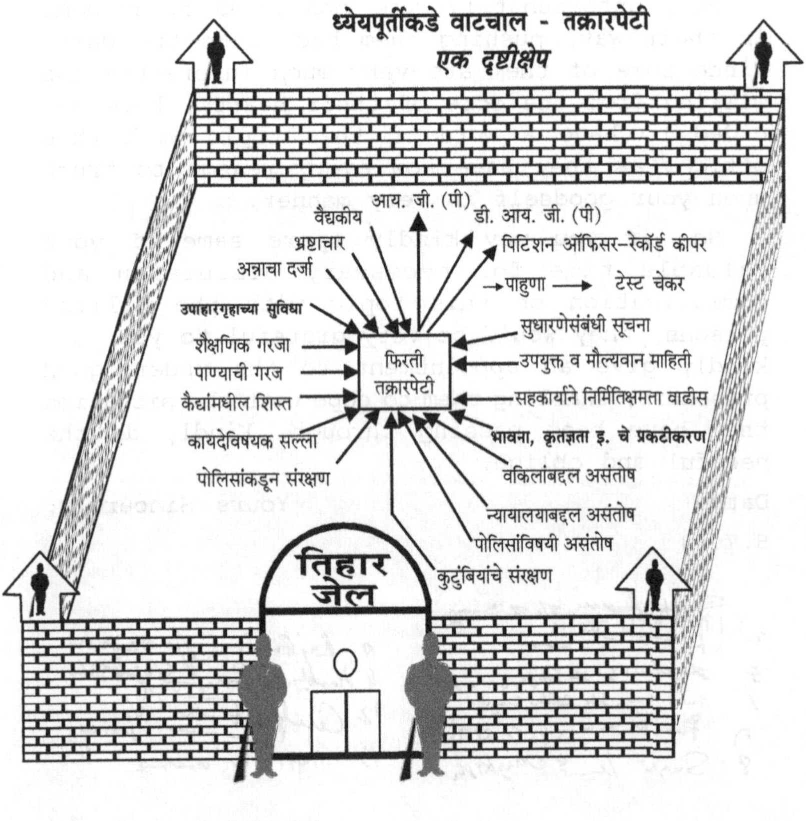

१५

सुरक्षितता-निर्मिती : अंतर्गत व्यवस्थापन

मी तिहारची सूत्रे हाती घेतल्यानंतर एकाच आठवड्यात सर्व स्तरांवर काम करणाऱ्या कामगारांची बैठक बोलावली. या एकत्रित बैठकीला सर्वच्या सर्व कामगार उपस्थित होते. फक्त त्या वेळी कामावर हजर असणाऱ्यांना तेवढे वगळण्यात आले होते. बैठकीसाठी मी मुद्दाम शनिवार निवडला होता. बऱ्याच जणांना दुसऱ्या दिवशी सुट्टी असल्याने आत्ता ते जरा निवांत असणार होते. या बैठकीत मी माझे विचार मनमोकळेपणाने सर्व कर्मचाऱ्यांसमोर मांडायचे ठरवले होते. त्याचप्रमाणे याआधीच्या पाच दिवसांत मी जी काही पावले उचलली होती त्यामागील प्रेरणा आणि कार्यकारणभाव असे दोन्ही त्या सर्वांना स्पष्ट करून सांगायचे मी ठरवले होते. त्याचप्रमाणे सर्व कर्मचाऱ्यांनी सुद्धा आपले विचार मोकळेपणे व्यक्त करावेत म्हणजे मी उचललेल्या या पावलांविषयी त्यांची प्रतिक्रिया नक्की काय याचा व्यवस्थित अंदाज मला आला असता.

पहिल्या आठवड्यात तुरुंगातून फेरफटका मारत असताना मी जी काही टिपणे काढून ठेवली होती ती जेलच्या नोटिसबोर्डावर अगदी सर्वांच्या नजरेत भरतील एवढ्या ठळकपणे लावून ठेवली होती. व त्यामुळे किती मोठा फरक पडला होता हे अगदी उघड दिसून येत होते. मी आधी नमूद केलेच आहे, त्याप्रमाणे मी काढलेली ही सर्व टिपणे नंतर प्रत्येक तुरुंगाच्या सुपरिंटेंडंटकडे, सेक्रेटरीएटकडे तसेच दिल्लीच्या लेफ्टनंट गव्हर्नरच्या ऑफिसकडे पाठवण्यात येत असत.

या टिपणांमधून कर्मचाऱ्यांनाही सूचना असत. यात तुरुंगाच्या व्यवस्थापनाविषयीच्या अनेक बाबींचा समावेश असे. उदाहरणार्थ: भेटीला येणाऱ्या व्यक्तींसाठी मार्गदर्शक सूचना, त्यांची बैठकव्यवस्था, त्यांच्यासाठी स्वच्छतागृहे तसेच पिण्याच्या पाण्याची सोय इत्यादी. त्याचप्रमाणे बाल व प्रौढ साक्षरता वर्ग लवकरात लवकर सुरू करण्याच्या दृष्टीने शिक्षकांचा तपास करण्याविषयीही सूचना होत्या. वैद्यकीय

सुविधा, कैद्यांची व्यवस्था कशी लावावी यासंबंधींच्या योजनांची आखणी, गरीब कैद्यांना कपडे पुरवण्याची सोय करणे इत्यादी. माझा एक सुरुवातीचा आदेश कसा होता तो येथे देत आहे:

सुपरिंटेंडंटने आपल्या कामाच्या रोजनिशीत खालील नोंदी कराव्यात :

(१) सकाळी, सायंकाळी किंवा दोन्ही वेळा ज्या ज्या वॉर्डात भेट दिली असेल त्या वॉर्डाची नोंद

(२) जेलमधे परेड घेण्यात आली का? असली तर कोणत्या वॉर्डात? त्यातून निष्पन्न काय?

(३) कोणकोणती पिटिशन्स ऐकली?
त्यांची संख्या?

(४) वॉर्डखेरीज आणखी काही इन्स्पेक्शन केली असेल तर त्याविषयीचे तपशील.

(५) कर्मचाऱ्यांना सर्व माहिती व्यवस्थित पुरवली का?
त्या कर्मचाऱ्यांची श्रेणी कोणती?

(६) मीटिंग घेण्यात आली का?

(७) रात्रीची फेरी झाली का?

(८) एखादा अभिनव उपक्रम किंवा कैद्यांच्या कल्याणाचा कार्यक्रम सुचवायचा आहे का?

सुपरिंटेंडंटची स्वाक्षरी

दिनांक –

अशा प्रकारे आपले रोजचे तपशील भरून आपली दैनंदिनी प्रत्येक सुपरिंटेंडंटने रोज ठरलेल्या वेळेत माझ्या ऑफिसात पोचवावी. प्रत्येक सुपरिंटेंडंटच्या वर्षभराच्या कामगिरीचा आढावा घेणारी फाईलही ऑफिसमधे ठेवण्यात येईल.

पृष्ठ १७९ वर एका सुपरिंटेंडंटच्या रोजनिशीतील एक पृष्ठ दिले आहे.

माझ्या राऊंडमधे मी जी काही टिपणे काढत होते त्यांत मी तुरुंगातील कर्मचाऱ्यांच्या गैरसोयीचा मुद्दासुद्धा उपस्थित केला होता. सरकारी निवासस्थानांमधून पोटभाडेकरू ठेवल्याच्या गोष्टी माझ्या कानावर आल्या होत्या. माझ्याबरोबर अवघे पाच दिवस काम केल्यानंतरच जेल कर्मचाऱ्यांच्या ध्यानात एक गोष्ट आली होती.– पूर्वी काही त्रुटी अशा होत्या की त्या कधीच भरून निघू शकणार नाहीत, काही तक्रारी दूर करायला कोणीच येणार नाही, पण अशी स्थिती आता राहिली नव्हती. त्या कर्मचाऱ्यांचीही गाऱ्हाणी येथून पुढे ऐकली जातील, त्यांच्या तक्रारी दूर होऊन त्यांना न्याय्य वागणूक मिळेल अशी शक्यता निर्माण झाली होती. या त्रुटी, या कमतरता, या सर्व गैरसोयी कैद्यांशी संबंधित होत्या, तसेच कर्मचाऱ्यांच्या जीवनाशी निगडित होत्या, कैद्यांना भेटायला आलेल्या नातेवाइकांच्या बाबतीत होत्या व

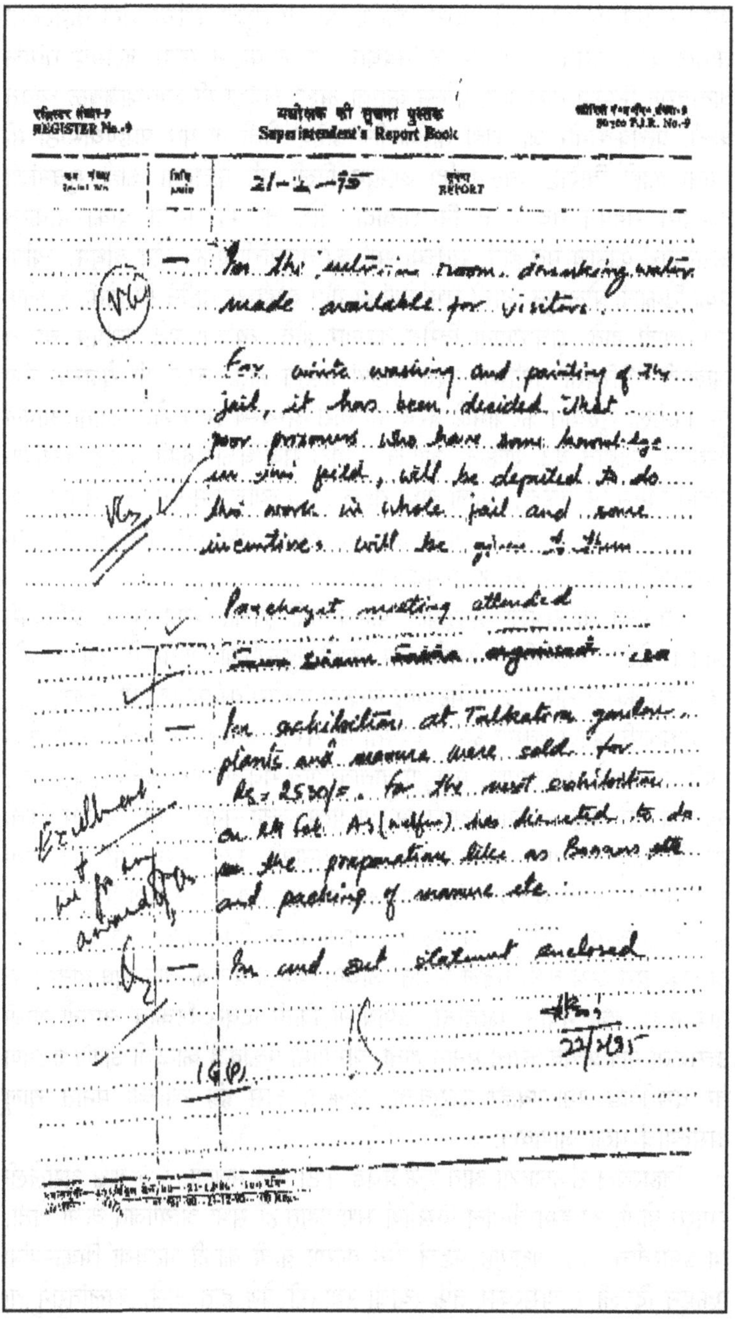

REGISTER No.-9

अधीक्षक की सूचना पुस्तक

Superintendent's Report Book

P.J.R. No.-9

21-2-75 REPORT

— For the interview room, drinking water made available for visitors.

For white washing and painting of the jail, it has been decided that poor prisoners who have some knowledge in this field, will be deputed to do this work in whole jail and some incentives will be given to them.

Panchayat meeting attended

[illegible] organised ...

— In exhibition at Talkatora garden, plants and manure were sold for Rs. 2530/-. For the next exhibition ... A.S. (welfare) has directed to do the preparation like as Banners etc. and packing of manure etc.

— In and out statement enclosed

22/2/75

Excellent ... for award

IG(P)

एकूणच सर्व तुरुंगयंत्रणेशी संबंधित होत्या. पण तरीसुद्धा कर्मचाऱ्यांनी चांगल्यात चांगलं काम करावं आणि अनेक निर्बंधांचं पालन करून सुद्धा जेलमधे चांगलं वातावरण निर्माण करण्याचा प्रयत्न करावा अशी अपेक्षा मी त्यांच्याजवळ व्यक्त केली. प्रत्येकासमोर जी काही तात्कालीन उद्दिष्टे होती ती पार पाडण्यासाठी मी त्यांना काही विशिष्ट कालमर्यादा आखून दिली. मी केलेल्या काही सूचनांशी कर्मचारी सहमत नव्हते. ते निराशावादी होते. तर मी नसता धोका पत्करत असल्याचं काहींचं मत होतं. सर्वच्या सर्व कर्मचाऱ्यांची एकत्र मोट बांधून, त्यांना एका ठिकाणी बोलावून त्यांची सभा घेणं ही गोष्ट काहींच्या दृष्टीने गैर होती. हे लोक परंपरावादी होते. सुधारणांना विरोध करणारे होते. त्यांच्या मते पूर्वापार चालत आलेली परिस्थिती तशीच्या तशी राखणं प्रस्तुत होतं. त्यात मी रोजच्या रोज तुरुंगफेरीला सुरुवात केल्यामुळे बरेच कर्मचारी अस्वस्थ झाले होते. आता आपलं गैरवर्तन उजेडात येऊ शकेल, आपला येथील सर्वाधिकार कमी होईल, नियंत्रण हातातून निसटून जाईल, त्याला बाधा येईल अशी त्यांच्या मनाची चलबिचल सुरू झाली. अर्थात तरीसुद्धा हे लोक आमच्या सभेला उपस्थित राहिलेच. सहभाग घेण्यासाठी नव्हे, तर केवळ उत्सुकतेपोटी.

आमच्या या सभेला अपेक्षेपेक्षा फारच गर्दी झाली. काही सुरक्षा अधिकारी आपण होऊन सतरंजीवर बसले, तर काही खुर्च्यांच्या पाठीमागे उभे राहिले. नेहमीच्या कर्मचाऱ्यांखेरीज तामिळनाडू स्पेशल पोलीस कॉंटीन्जेट, पी. डब्ल्यू. डी. चे अधिकारी आणि इतरही अनेक व्यक्ती या सभेला आल्या. एकंदर पाचशे लोक उपस्थित राहिले. सौहार्दपूर्ण, मैत्रीपूर्ण वातावरणात सर्वजण उत्सुकतेने थांबले होते. बदलाचे वारे वाहू लागणार अशी अपेक्षा प्रत्येकाच्या मनात होती. हे वारे किती जोराने वाहतील याचा तर्क प्रत्येक जण मनाशी करत होता. मी सूत्रे हाती घेतल्यानंतर अगदी थोड्याच दिवसांत ऑफिसातून नवे नवे आदेश निघू लागले, सूचना फलकावर माझी टिपणे झळकू लागली. हे काहीतरी जगावेगळे घडत होते. आजवर येथे असे कधी घडले नव्हते. अर्थात यामुळे प्रत्येक जण खूष होता असे मात्र नाही. ह्या नवीन पद्धतींचा, उपायांचा किती दिवस टिकाव लागतो याची उत्सुकता मात्र प्रत्येकाच्याच मनात होती. परिणामी एकीकडे काळजी आणि दडपण तर दुसरीकडे प्रमाणाबाहेर उत्सुकता, उल्हास असं द्वंद्व त्यांच्या मनात चालू असल्याचं मला जाणवलं.

तिहारजेल संकुलाच्या आत एक प्रचंड मोठी पाच मजली, ५० कक्ष असलेली इमारत होती. या इमारतीतील विस्तीर्ण सभागृहात ही सभा आयोजित केली होती. या इमारतीचं नाव भिक्षागृह पडलं होतं कारण कधी काळी भटक्या भिकाऱ्यांना पकडून दिल्ली राज्यसरकार तर्फे त्यांची रवानगी येथे होत असे. कालांतराने या

भिक्षागृहाकडे दुर्लक्ष झाले. यामागचं कारण मुख्यत: व्यवस्थापनाची उदासीनता. आता ही परिस्थिती बदलायची असं मी मनोमन ठरवलं. या इमारतीतील सभागृह विस्तीर्ण तर होतंच, पण त्यात एक सिमेंट काँक्रीटने बांधलेलं व्यासपीठही होतं. म्हणून मुद्दाम हे मी आमच्या सभेसाठी निवडलं. पुढे काही महिन्यांनंतर याच सभागृहात ऑल इंडिया इन्स्पेक्टर जनरल्स (प्रिझन्स) ची एक मोठी बैठक झाली. 'विपश्यना' कार्यक्रमाचा कैद्यांवर होणारा सकारात्मक परिणाम या विषयावर येथे चर्चा झाली. पुढे या इमारतीचे रूपांतर तुरुंगाचे नवे मुख्यालय म्हणून करण्यात आले. तिहार संस्थेने सुधारणेच्या दिशेने जी पहिली उडी घेतली, त्याची सुरुवात येथून झाली.

ही संपर्कसभा वैशिष्ट्यपूर्ण होती. कारण आज प्रथमच या सभेच्या निमित्ताने चारही तुरुंगांचे सर्व अधिकारी आणि सर्व श्रेणींचे कर्मचारी एका छताखाली पहिल्यांदाच एकत्र आले होते. व्यासपीठावर माझ्या सोबत त्या वेळचे डी. आय. जी. हंसराज, त्याचप्रमाणे सर्व सुपरिंटेंडंट– किशोर, द्विवेदी, मीना, तारसेम आणि डेप्युटी सुपरिंटेंडंट सुद्धा बसले होते. सभेची सुरुवात डी. आय. जी. यांनी केली. त्यांनी तुरुंगाच्या व्यवस्थापनासमोर उभ्या असलेल्या दोन मोठ्या समस्यांना तोंड फोडले. पहिल्या प्रकारच्या सर्व समस्या कर्मचाऱ्यांच्या वैयक्तिक समस्या होत्या. उदाहरणार्थ : बढतीची विशेष संधी उपलब्ध नसणे, पहारेकऱ्यांचा तुटवडा, फार मोठ्या संख्येने कायदा व सुव्यवस्थेचे खटले पडून राहिल्यामुळे कर्मचाऱ्यांमधे एकंदरीत उत्साहाचा अभाव इत्यादी. तर दुसऱ्या प्रकारच्या सर्व समस्या कर्मचाऱ्यांच्या पशुतुल्य, हालाखीच्या राहणीमानाशी संबंधित होत्या. उदा. त्यांच्या निवासस्थानांची स्थिती, तेथील जागेचा अभाव इ. डी. आय. जी. हंसराज यांच्या प्रास्ताविकानंतर सुपरिंटेंडंट डी. पी. द्विवेदी यांच्या हस्ते उत्तम कामगिरी बजावलेल्या कर्मचाऱ्यांचा सत्कार करण्यात आला. दुसरे सुपरिंटेंडंट के. आर. किशोर आपल्या भाषणात म्हणाले, की, तिहारकडे जगाने एक आदर्श संस्था म्हणूनच पाहावे असे उद्दिष्ट डोळ्यासमोर ठेवून आपण आता येथून पुढची वाटचाल सुरू करू. या त्यांच्या मुद्द्याचा मी माझ्या भाषणात विस्तार केला. गरज पडली तेथे मी उदाहरणासहित स्पष्टीकरण दिले. सभा सुरू झाल्यावर हळूहळू एकेक कर्मचारी मोकळेपणे आपले विचार व्यक्त करू लागले. आपली मते येथील सभेत मांडून त्यात सक्रीय सहभागी होण्याची सर्वांचीच इच्छा दिसत होती. एकंदर चर्चेतून सूर असा निघाला, की, तिहारमधे काही नवे बदल तर स्वागतार्हच असतील. सभा चालू असतानाच तेथे वेगवेगळ्या लोकांनी मांडलेले विचार, कथन करण्यात आलेले अनुभव व कर्मचाऱ्यांनी केलेल्या सूचना या सर्व गोष्टींची मी नोंद केली. तिहार संस्थेच्या इतिहासात पहिल्यांदाच संस्थेपुढील ध्येयधोरणे व उद्दिष्टे निश्चित करण्यात आली. आम्हीचतयार

केलेल्या या ध्येयधोरणांचा आम्ही तात्कालीन परिस्थितीच्या संदर्भातही विचार केला. 'बळाचा वापर' करून फक्त शत्रुभावनाच वाढीस लागेल हेही मी समजावून सांगितले. "गैरमार्गाने पैसा जमवण्याच्या कृतीमुळे, लाचखोरी व भ्रष्टाचारामुळे संपूर्ण संस्थेलाच कलंक लागेल. आपली वर्तणूक सचोटीची हवी. त्यामुळे जग आपल्याकडे आणि आपल्या कामाकडे आदराने पाहील. केवळ सुरक्षा व्यवस्थेची अंमलबजावणी करणे एवढे मर्यादित उद्दिष्ट न ठेवता एकूण सुरक्षिततेची भावना येथील प्रत्येकाच्या मनात निर्माण करण्यासाठी आपण पावले उचलली पाहिजेत. केवळ पहारेकरी बनून चालणार नाही, तर शिक्षक बनायला हवे."

आपण आपल्या प्रगतीच्या वाटचालीचा वारंवार आढावा घेतला पाहिजे आणि त्यासाठी पुन:पुन्हा भेटले पाहिजे, असे आम्ही सभेच्या शेवटी ठरवले. तिहारमधे उरलेल्या सर्व काळात आम्ही आमचा हा निश्चय पाळला. अशा आणखी कितीतरी सभांचे यशस्वी आयोजन करण्यात आले. त्यांतील काही सभा औपचारिक होत्या, तर काही अनौपचारिक. यांपैकी अनौपचारिक सभांना तर जेलच्या परिसरात राहत असलेल्या कर्मचाऱ्यांचे कुटुंबीयही आवर्जून उपस्थित राहत असत. सणसमारंभाचे निमित्त काढून त्या कुटुंबियांचे स्नेहसंमेलन आम्ही आयोजित करत असू. कधी कधी एखाद्या विशिष्ट विषयावर चर्चा करण्यासाठी सुद्धा सभा आयोजित करण्यात येई. उदाहरणार्थ : कुटुंबातील सर्व घटकांचे कल्याण, मुलांचे शिक्षण इ. आम्हा सर्वांच्या एकत्रित प्रयत्नांनी काही थोड्याच दिवसांत कर्मचाऱ्यांच्या कुटुंबियांसाठी एक वाचनालय सुरू करण्यात आले. यासाठी गरज पडेल ते सर्व सामान, पुस्तके इत्यादी दिल्ली सार्वजनिक वाचनालयाने पुरवले. या वाचनालयाच्या सुविधेचा कर्मचाऱ्यांच्या मुलांनी उत्साहाने वापर सुरू केला. पुढे अगदी लहान मुलांसाठी आम्ही खेळघर सुरू केले. कोणताही विधायक उपक्रम हाती घ्यायचा, तर त्यासाठी जागेची आवश्यकता भासते. या बाबतीत मात्र आम्ही खरे भाग्यवान. कारण कर्मचारी निवासाच्या संकुलातच एक दुमजली कम्युनिकेशन सेंटर ओसाड पडून होते. पी. डब्ल्यू. डी. च्या मदतीने आम्ही त्याची दुरुस्ती करून घेतली. दिवे, पंखे, पाणी इत्यादी सुविधापण करून घेतल्या. मग आम्ही कालांतराने तेथे स्त्रियांसाठी व्यवसाय मार्गदर्शन केंद्र चालू केले. एक दवाखाना उघडला. इंडियन बँकेचे एक्सटेन्शन काऊंटर सुरू केले. २८ सप्टेंबर १९९३ रोजी मिनिस्टर ऑफ स्टेट फॉर होम अफेअर्स श्री. पी. एल्. सईद यांच्या हस्ते याचे उद्घाटन करण्यात आले. या इमारतीच्या भोवती वाढलेले जंगल आम्ही साफ करून घेतले. त्या ठिकाणी एक बालोद्यान तयार केले. रोटरी, लायन्स इत्यादी सेवाभावी संस्थांकडून क्रीडासामुग्री देणगीरूपाने मिळवली. ही तर नुसती सुरुवात होती.

आणखी काही दिवस गेले. डी. आय. जी. हंसराज यांची बदली होऊन त्यांच्या

जागी श्री. जयदेव सारंगी हे रुजू झाले. मग मी आणि त्यांनी आपले लक्ष जेल संकुलातील आणखी एका इमारतीकडे केंद्रित केले. त्या ठिकाणी आम्ही कर्मचाऱ्यांच्या मुलामुलींसाठी प्रोफेशनल ट्रेनिंग सेंटर सुरू केलं.

पण या सर्वांपेक्षाही अधिक महत्त्वाची गोष्ट म्हणजे आम्ही प्रत्येक कर्मचाऱ्याशी सुसंवाद साधण्याचा प्रयत्न केला. आम्ही नव्या जोमाने, अथक परिश्रमांनी ही अंतर्बाह्य सफाईची प्रक्रिया, ही स्वच्छता मोहीम सुरू केली. आता याबरोबरच एक परिणामकारक सुसंवाद साधण्याची खासपद्धत सुरू करणे महत्त्वाचे होते. म्हणजे मगत्या माध्यमातून सर्व क्रिया प्रक्रियांचे सुसूत्रीकरण करणे सोपे झाले असते. मग त्या वैयक्तिक स्वरूपाच्या असोत अथवा सामूहिक. आमचे सर्वांचे काम धावपट्टीवर खेळणाऱ्या रिले खेळाडूप्रमाणे चालू होते. आपल्या हातातील धुरा पुढच्या खेळाडूकडे व्यवस्थितपणे सुपूर्द करण्याची जबाबदारी प्रत्येकाची होती. कारण ही शर्यत जिंकण्याची आमच्यातील प्रत्येकाची जबाबदारी होती. संपूर्ण गटाची सामूहिक जबाबदारी होती.

या शर्यतीतील आघाडीवरचा खेळाडू कोणता व सर्वांत मागे रेंगाळलेला खेळाडू कोणता हे ओळखणे तसे सोपेच होते. काही थोड्या लोकांची कामगिरी अजूनही म्हणावी तशी सुधारलेली नव्हती. मग त्यांनी आपल्या कामात रस घ्यावा म्हणून आम्ही त्यांना प्रोत्साहन देण्यास सुरवात केली. उदाहरणार्थ : आम्ही एक धोरणात्मक निर्णय घेतला. हेड वॉर्डर आणि इतर सर्व वॉर्डर हे दिवसभर कैद्यांच्या जास्तीत जास्त संपर्कात येत. म्हणून आम्ही त्यांच्या कामांची व्याप्ती वाढवली. येथून पुढे त्यांनी नुसता पहारा देणं किंवा कैद्यांची हजेरी घेणं इतकंच काम न करता आपापल्या वॉर्डात विविध कार्यक्रमांचं आयोजन करायचं. उदाहरणार्थ : प्रार्थना, योगाभ्यास, सामूहिक कवायत, बागकाम, साक्षरता वर्ग इत्यादी. तसेच या लोकांनी वॉर्डाची इतर व्यवस्थाही पाहायची.

या वॉर्डरांशी आम्ही सविस्तर चर्चा केली. त्यांना प्रशिक्षण देण्यास सुरवात केली. त्यांचा आत्मसन्मान त्यामुळे आपोआप वाढीस लागला. मग आम्ही त्यांच्यावर कामे सोपवण्यास सुरवात केली. लगेच दुसऱ्या दिवशी त्यांनी केलेल्या कामाची पाहणी होत असे. २९ डिसेंबर १९९३ रोजी 'द स्टेट्समन' मध्ये खालील वृत्त प्रसिद्ध झाले.

> ... नाताळची ही भेट स्वागतार्हच आहे. (जरी उशिराने मिळणार असली तरीही) विशेषत: ही भेट म्हणजे कर्मचाऱ्यांच्या १९८६ पासूनच्या पगारवाढीतील बाकी रक्कम किंवा तुरुंगात शिक्षा भोगणाऱ्या कैद्यांच्या शिक्षेत सूट यांपैकी काहीही मिळणार असेल, तर ते खरोखरच स्वागतार्ह आहे.
>
> दिल्लीचे मुख्यमंत्री श्री. मदनलाल खुराणा यांनी तिहार जेलचे कर्मचारी

आणि कैदी यांना आश्वासनांची ही भेट दिली आहे, तशी भेट खराखुरा सांताक्लॉजही देऊ शकला नसता. तिहार येथे मंगळवारी कॉम्प्युटर विभागाच्या उद्घाटन प्रसंगी त्यांनी हे जाहीर केले.

अशा प्रकारचे कॉम्प्युटर रिसेप्शन सेंटर हे भारतातील तुरुंगांमधे पहिल्यांदाच सुरू करण्यात आले आहे. दोनशे एकरांपेक्षा अधिक मोठ्या जागेत पसरलेल्या या भल्या मोठ्या जेलचा रिसेप्शन विभाग कॉम्प्युटरच्या साह्याने केवळ एका माणसाने सांभाळण्याची ही कल्पना म्हणजे सुधारणेचे मोठे पाऊल आहे. या व्यवस्थेमुळे आता आशिया पॅसिफिक मधील सर्वात मोठ्या आकाराच्या या जेलमधे कैद्यांशी संपर्क साधणे सुलभ झाले आहे. या जेलमधे ६२ एकर जागा प्रत्यक्ष तुरुंगाच्या इमारतींनी व्यापली आहे. वरील कॉम्प्युटर सेंटरसाठी रोटरी क्लब ऑफ दिल्ली मिडवेस्ट यांनी कॉम्प्युटर देणगीरूपाने दिला आहे.

डेप्युटी सुपरिंटेंडंट श्री. बी. एस. बाथेजा हे या सेंटरचे प्रमुख असून त्यांच्या हाताखाली आणखी तीन मदतनीस असतील. कैद्यांशी त्वरित संपर्क साधता येण्यासाठी येथील सर्व कैद्यांची नावे कॉम्प्युटरमधे संग्रहित केली आहेत. आता जर कोणीही नातेवाईक, मित्र किंवा हितचिंतक एखाद्या कैद्याच्या भेटीसाठी आला असेल तर त्यांना त्याच्याशी संपर्क साधण्यासाठी दीर्घकाळ प्रतीक्षा करत बसावे लागणार नाही.

यानंतर सुमारे २५०० कैदी आणि तुरुंगातील कर्मचारी यांच्याशी बोलताना मुख्यमंत्र्यांनी असे जाहीर केले की, फोर्थ पे कमिशनने सुचवलेल्या दुरुस्त्या ताबडतोब लागू करण्यात येतील. हे काम येत्या आठवड्यात सुरू होण्याची शक्यता आहे. येथील प्रत्येक श्रेणीच्या कर्मचाऱ्याला दिल्ली पोलिसातील त्या त्या श्रेणीएवढीच वेतनवाढ मिळेल, असेही त्यांनी सांगितले.

शिक्षा भोगत असलेल्या ८५० कैद्यांपैकी २३८ कैद्यांना या नवीन योजनेनुसार तातडीने लाभ होणार आहे, असे श्रीमती बेदी यांनी सांगितले. परंतु जे कैदी नारकॉटिक्स ड्रग्ज ॲक्ट किंवा नॅशनल सेक्युरिटी ॲक्टच्या अन्वये येथे शिक्षा भोगत असतील अथवा स्मगलिंगच्या गुन्ह्यासाठी शिक्षा भोगत असतील अशांना मात्र या योजनेचा लाभ होणार नाही, असेही त्यांनी जाहीर केले.

श्री. खुराणा यांनी कसबी कामगार, निमकसबी कामगार आणि साध्या कामगारांसाठी ग्रॅच्युईटी जाहीर केली. जेल व्यवस्थापनाने या कारणासाठी काही तात्पुरत्या डॉक्टरांची नियुक्ती करण्यासाठी आवश्यक ते अधिकार त्यांना बहाल केले. मिनिस्टर फॉर इंडस्ट्रीज, प्रिझन अँड लेबर श्री. हरचरण सिंग वाली यांना त्यांनी आपल्या भाषणातून अशी विनंती केली की त्यांनी 'तिहार जेल' या नावातील जेल हा शब्द कमी करून त्याचे नाव 'तिहार सुधार गृह' असे ठेवावे. किरण बेदी यांनी तत्पूर्वी असा एक प्रस्ताव मांडला होता, की, तिहार जेल हे एक प्रौढ साक्षरता व व्यवसाय प्रशिक्षण केंद्र आहे असे जाहीर करण्यात यावे. या प्रस्तावाबद्दलही त्यांनी

श्रीमती बेदी यांचे अभिनंदन केले...

कोणता वॉर्डर आपले काम उत्साहाने पार पाडत आहे आणि कोणता वॉर्डर कामचुकारपणा करत आहे हे आता आम्हाला अगदी सहजासहजी ओळखता येऊ लागले. प्रत्येकाच्या अंगात कोणती क्षमता आहे हेही समजू लागले.

वॉर्डरांनी आपण होऊन काही चांगलं काम करून दाखवावं, यासाठी त्यांना प्रेरणा मिळणं आवश्यक होतं. त्यासाठी मुद्दामच प्रत्येक वॉर्डचे अहवाल रोजच्या रोज सूचनाफलकावर लावण्यात येत. या अहवालामधून प्रत्येक वॉर्डने काय उल्लेखनीय कामगिरी केली हे कळून येई. व ही कामगिरी पार पाडण्यात नक्की कोणाचा पुढाकार होता त्याचेही नाव झळकत असे. ज्या व्यक्तींनी काही चुणूक दाखवली असेल, काही उद्दिष्ट पार पाडून दाखवलं असेल, तर त्यांना योग्य बक्षीस जाहीर करण्यात येई, काही व्यक्तींना स्वत:मधे असा बदल घडवून आणण्याच्या कल्पनेनेच दडपण येई तर काहींना नव्याने प्राप्त झालेल्या भूमिकेत आपण काहीतरी प्रयोगशीलता दाखवावी अशी अंत:प्रेरणा मिळे.

दिनांक २६ मे १९९३.

... आज मी जेलमधील ट्रेनिंग स्कूलला भेट दिली. तेथे काही वॉर्डर्स व हेड वॉर्डर्स स्वत:चे काम संपवून प्रशिक्षण वर्गासाठी हजर झाले होते. मी रोज त्यांना ज्या काही सूचना किंवा आदेश कळवत असे, त्यांविषयी त्यांचं काय मत होतं, हे जाणून घेण्याची मला फार उत्सुकता होती. 'आम्ही त्या सर्व सूचनांचं काटेकोरपणे पालन करतो,' असं त्यांनी मला सांगितलं.

काही वॉर्डरांची एक मागणी होती. बढती मिळणाऱ्यांच्या यादीत आपले स्थान नक्की कुठे आहे याची माहिती त्यांना हवी होती. अशी यादी जर सूचनाफलकावर लावली तर बरे पडेल अशी मागणी काही वॉर्डरांनी मांडली. मग मी खालील आदेश काढला.

... ऑफिस सुपरिंटेंडंटना अशी सूचना देण्यात येते की त्यांनी वॉर्डर, हेड वॉर्डर आणि असिस्टंट सुपरिंटेंडंट याचा अग्रक्रम निश्चित करून त्यानुसार एक यादी बनवून ती सूचना फलकावर लावावी.

(कार्यवाही : ऑफिस सुपरिंटेंडंट)

काही कर्मचारी अजून आपल्या कामात रेंगाळलेले होते. परंतु त्यांच्यासाठी अजूनतरी काही शिक्षा निश्चित केलेल्या नव्हत्या. आम्हाला त्यांच्या भूमिकेत अजूनही काही बदल अपेक्षित होते. त्यात ते व्यवस्थित रुळण्यासाठी जो काही कालावधी त्यांना लागेल, तो देणे क्रमप्राप्तच होते. एकंदरीत सर्व वॉर्डरांनी व हेड वॉर्डरांनी आपल्या कामाची पातळी निश्चितपणे उंचावली होती. खरं तर आम्ही त्यासाठी रोख बक्षिसे जाहीर केलेलीच नव्हती. आणि तरीही हा बदल दिसत होता.

अगदी सर्वांत कनिष्ठ श्रेणीच्या कर्मचाऱ्यांपासून थेट वरपर्यंत हा जो बदल नजरेस येत होता ती एक प्रकारे या संस्थेच्या पुनरुज्जीवनाचीच नांदी म्हणावी लागेल. मला आठवतं– प्रत्येक पहारेकरी सूचना फलकावर आपलं नाव पाहण्याच्या उत्सुकतेने देवडीपाशी येऊन जाई. ज्याचं नाव सूचनाफलकावर झळकेल, तो अत्यंत अभिमानाने आपल्या आप्तेष्टांना, मित्रमंडळींना ती गोष्ट सांगायचा. 'तिहार एक्सप्रेस' मार्फत ही बातमी लगेच सर्वत्र पसरायची. मात्र केवळ एवढंच पुरेसं नव्हतं. त्या जोडीला व्यवस्थापनांच्या इतर तंत्रांचाही वापर करणं आवश्यक होतं. विशेषत: अधिकारी वर्गासाठी याहून वेगळ्या पद्धतीची उपाययोजना आवश्यक होती. त्यामुळे आम्ही प्रत्येक अधिकाऱ्याच्या कार्यपद्धतीचे रोजच्या रोज विश्लेषण करण्यास सुरवात केली. हे विश्लेषण चार पातळ्यांवर होई.

पहिले विश्लेषण पोलीस हेडक्वार्टरच्या पातळीवर होते. यासाठी मी आणि जयदेव रोज जेवणाच्या सुट्टीत माझ्या ऑफिसमध्ये भेटत असू. त्या वेळी आम्ही कर्मचाऱ्यांच्या समस्यांवर तपशीलवार चर्चा करत असू.

आमच्या वाट्याला येथील खुर्चीसोबत वारसाहक्काने जो काही सावळागोंधळ आला होता तो निस्तरण्याची आम्हा दोघांना सारखीच घाई झाली होती.

दुसऱ्या पातळीवरील चर्चा डी. आय. जी. आणि सुपरिंटेंडंट यांच्याबरोबरच्या बैठकीत चहापानाच्या वेळी होई. या ठिकाणी आम्ही तुरुंगातील सर्व अंतर्गत घडामोडींवर चर्चा करत असू. मी सर्वच तुरुंगाची पाहणी करत असल्यामुळे या संदर्भात सविस्तर माहिती पुरवणे मला शक्य होई. एकंदर या बैठकीत चर्चा होई. सर्वांचा त्यात सहभाग असे. त्यातून काही नवीन प्रेरणा मिळत. काही नवी आव्हाने समोर उभी ठाकत.

तिसरी पातळी म्हणजे डेप्युटी सुपरिंटेंडंट आणि त्यांच्या हाताखाली काम करणाऱ्या कर्मचाऱ्यांची होती. यांना भेटण्यासाठी मी रोज दुपारी त्यांच्या तुरुंगात जात असे. कधीतरी त्यांच्याबरोबर चहा घेत असे. त्यांना माझ्या ऑफिसात बोलावून घेण्यापेक्षा त्यांना प्रत्यक्ष जाऊन भेटणं मला ठीक वाटे. या चर्चेतून गरजा अचूक ओळखणे, त्यावर चर्चा आणि धोरण ठरवणे ही कामे या चर्चेतून साधत.

जेल क्र. १ येथे सर्व असिस्टंट सुपरिंटेंडंटबरोबर झालेल्या बैठकीचा वृतान्त:

पुरुष कैद्यांच्या 'मुलाकात' (भेटी)साठी येणाऱ्या व्यक्तींना सकाळी १० नंतर आणि स्त्री कैद्यांच्या भेटीसाठी येणाऱ्या व्यक्तींना सकाळी ११ नंतर प्रवेश नाकारला जाईल. फक्त बाहेरगावाहून भेटीसाठी आलेल्या व्यक्तींनी तसा पुरावा सादर केला तरच त्यांना खास परवानगीने प्रवेश देण्यात येईल.

(कार्यवाही : सर्व सुपरिंटेंडंट)

कैद्यांच्या भेटीला येणाऱ्या व्यक्तींच्या सोयीसाठी प्रतीक्षागृहाचे बांधकाम करायचे आहे. तरी त्याचे काम लवकरात लवकर सुरू करण्याची सूचना पी. डब्ल्यू. डी. (सिव्हिल) च्या इंजिनियरांना करण्यात येत आहे.

(कार्यवाही : एक्झिक्यूटिव्ह इंजिनिअर, सिव्हिल)

स्त्रियांच्या वॉर्डाचे मजबूतीकरण करावयाचे आहे. साप्ताहिक सभेत या मुद्द्यांची चर्चा करण्यात येईल.

(कार्यवाही : पी. डब्ल्यू. डी.)

झाडूवाल्यांची टंचाई– ॲडमिनिस्ट्रेटिव्ह ऑफिसरने प्रत्येक तुरुंगाच्या गरजेनुसार झाडूवाल्यांची आणि न्हाव्यांची संख्या वाढवून घेण्यासाठी तसा प्रस्ताव तयार करावा.

(कार्यवाही– ए. ओ.)

चौथी पातळी म्हणजे आमचा साप्ताहिक रिव्ह्यू होता. यासाठी सर्व अधिकारी एकत्र येत व एकंदर आठवड्याचा सूर कसा काय आहे याची चर्चा करत. मूल्यमापन करत. ही गोष्ट खाली दिलेल्या उदाहरणावरून स्पष्ट होते.

अधिकाऱ्यांच्या साप्ताहिक मीटिंगमध्ये खालील निर्णय घेण्यात आले :

अधिकाऱ्यांच्या रात्रीच्या फेरीची सुरुवात रात्री ११ चे पुढे होऊन सकाळच्या दूधवाटपानंतरच त्याची समाप्ती व्हावी.

जेल क्रमांक १ चे डी. एस. आय. श्री गर्ग हे रात्रपाळीच्या अधिकाऱ्यासाठी राखून ठेवलेला कक्ष वापरतील. जेव्हा अधिकारी जागेवर उपलब्ध नसेल तेव्हा तो श्री. गर्ग यांच्या कक्षात असेल. प्रथम व द्वितीय श्रेणीचे सर्व डेप्युटी सुपरिंटेंडंट हे आठवड्याभरात पार पडलेल्या सर्व कामाची संक्षिप्त माहिती पुढच्या आठवड्यातील सोमवारच्या बैठकीत देतील. या आदेशासोबत त्याचा फॉर्म जात आहे.

असिस्टंट सुपरिंटेंडंटबरोबरच्या बैठकीत तेही वरील प्रकारे आपल्या आठवड्याभरात संपवलेल्या कामाचा अहवाल देतील.

अशा प्रकारे अत्यंत मनमोकळेपणाने आम्हा सर्वांची विचारांची देवाण-घेवाण चालत असे. अनेक नवीन कल्पना, सूचना व प्रेरणा यातून जन्माला येत. त्यातील अनेकांचा वापर आम्हाला धोरणात्मक आखणी करताना होत असे. अनेक समस्यांचा गुंता सोडवण्यासाठीही याचा आम्हाला उपयोग होई. असाच एक आदेश खाली उद्धृत करत आहे:

काही कैद्यांच्या सुटकेचे लेखी आदेश निघाले असूनही केवळ एखाद्या तांत्रिक मुद्द्यांवरून त्यांना अडवून धरण्यात येते. या बाबतीतील अनेक तक्रारी रोज माझ्याकडे येतात. या कैद्यांची सुटका न करण्यामागे अतिशय किरकोळ कारणे असतात. त्या बाबतीत थोडा सारासारविचार करण्याची आवश्यकता आहे. कैद्यांना अशा अन्यायकारक रीतीने लहानसहान बाबींसाठी अडवून धरण्यात येते त्यामुळेच

गॅझेटेड ऑफिसरांच्या विरुद्ध अनेक खटले भरवण्यात येत असतात.

या प्रकाराला आळा घालण्यासाठी असा स्पष्ट आदेश देण्यात येत आहे, की, ज्या कैद्यांच्या सुटकेचा लेखी हुकूम निघाला असेल त्यांना बारीकसारीक तांत्रिक बाबींसाठी अडवून धरू नये. जर काही कारणाने थांबवायचे असले तर त्यासाठी जेलसुपरिंटेंडंटची लेखी पूर्वपरवानगी घेणे आवश्यक आहे. त्यासाठी संबंधित असिस्टंट सुपरिंटेंडंट, ज्या तांत्रिक बाबींची पूर्तता न झाल्यामुळे सुटका तात्पुरती थांबवायची असेल त्यासाठी लागणारी कागदपत्रे डेप्युटी सुपरिंटेंडंटपुढे ठेवेल. डेप्युटी सुपरिंटेंडंटने ही सर्व कागदपत्रे नजरेखालून घालावीत, गरज पडेल तेथे दुरुस्ती करावी व नंतर पुढील कारवाईच्या आदेशासाठी ती कागदपत्रे जेल सुपरिंटेंडंटपुढे ठेवावीत.

ह्या कामात दिरंगाई टाळण्याचा जास्तीत जास्त प्रयत्न करावा. जो सुटकेचा आदेश तांत्रिक कारणांसाठी आडवावा लागणार असेल तो लवकरात लवकर डेप्युटी सुपरिंटेंडंटच्या मार्फत जेल सुपरिंटेंडंटपर्यंत पोचवण्याची व्यवस्था केली पाहिजे.

कधीतरी न्यायालयाकडून आलेल्या सुटकेच्या आदेशातच काहीतरी तांत्रिक चूक असते. अशा वेळी त्या आदेशाची फोटोकॉपी काढून त्यातील चुकीवर खूण करून जेल सुपरिंटेंडंटने ती चूक न्यायालयाच्या निदर्शनास आणून द्यावी (न्यायालयाकडे ती फोटोकॉपी पाठवावी). आपल्या कर्मचाऱ्यांच्या हातून कशा चुका होतात व त्यामुळे सुटकेची वाट बघणाऱ्या कैद्यांना नाहक त्रास कसा सहन करावा लागतो ही गोष्ट न्यायालयापर्यंत पोचेल.

वरील आदेशाचे कृपया काटेकोर पालन करण्यात यावे.

हा आदेश सर्वांना वाचून दाखवून समजावण्यात यावा.

अशा प्रकारच्या बैठका आम्हाला अत्यंत आवडत कारण कोणाच्याही, कोणत्याही सुप्त संशयाचे येथे निराकरण होई. मनात काही कटुताही शिल्लक राहत नसे. कधीतरी आधी घेतलेल्या निर्णयाचा पुनर्विचार करण्याची गरज भासे. याची नोंद घेतली जाई.

सर्व जेल सुपरिंटेंडंटना आणखी एक आदेश देण्यात आला होता. रोज ज्या ज्या कैद्यांची प्रत्यक्षात सुटका होई त्यांच्या नावाची यादी व ज्यांची सुटका काही कारणास्तव थोपवून धरण्यात आलेली आहे अशांच्या नावांची (त्या कारणांसहित) यादी सर्व तुरुंगांच्या मुख्य द्वाराजवळ लावण्यात यावी. त्यामुळे एखाद्या कैद्याच्या भेटीसाठी आलेल्या व्यक्तींना त्या कैद्याची सुटका का होऊ शकली नाही इत्यादी तपशील समजतील. त्यांना परिस्थिती नीट समजावून सांगण्यात यावी व उगीच ताटकळत ठेवले जाऊ नये...

अशा प्रकारची विचारांची देवाण-घेवाण सतत चालू असे. या पद्धतीमुळे आम्ही जे काही निर्णय घेतले असतील त्याची अंमलबजावणी निश्चितपणे होत

असे. कारण हे सर्व निर्णय आम्ही सर्वांनी मिळून चर्चा करून पूर्ण विचारांती घेतलेले असत.

काही थोड्याच महिन्यांमधे आमच्यात परस्परसामंजस्यावर आधारित उत्तम सुसंवाद प्रस्थापित झाला. ही नवी कार्यपद्धती सर्वसमावेशी तर होतीच, पण अत्यंत व्यावहारिक होती. याच पद्धतीने काही धोरणात्मक निर्णयांची अंमलबजावणी करण्यात आली.

विषय : डेप्युटी सुपरिंटेंडंट (इन्टर्नल) यांच्या रोजच्या संपर्क व्यवस्थेसंबंधींचे आदेश.

मला रोजच्या रोज नियमित रूपाने डेप्युटी सुपरिंटेंडंट (इन्टर्नल) यांच्याशी संपर्क साधण्याची आवश्यकता भासते. मुख्यत्वेकरून तुरुंगात रोज ज्या काही घडामोडी चालतात त्या संदर्भात ही गोष्ट फार महत्त्वाची आहे. अशी संपर्कव्यवस्था सुरळीत चालू झाली म्हणजे घडणाऱ्या घडामोडी आणि परिस्थितीनुसार उद्भवणाऱ्या गरजा या दोहोंमध्ये सुसंगती साधणे शक्य होईल.

म्हणून एक समिती स्थापन करावी. यात अंतर्गत व्यवस्थापनाशी संबंधित सर्व अधिकारी असावेत. त्याचप्रमाणे विविध पंचायतींचे सदस्य असणारे कैदीपण असावेत. (या पंचायतींचे सदस्य तुरुंगाच्या व्यवस्थापनातही मदत करतात.) या समितीमध्ये खालील विषयांचा अंतर्भाव असावा.

शिक्षण
योगाभ्यास
प्रार्थनेची व्यवस्था
दुरुस्ती व नूतनीकरण
वाचनालय
फळबाग
क्रीडा
आरोग्य
अत्यावश्यक सेवा
व्यवसायमार्गदर्शन
भोजनव्यवस्था
भांडार व उपाहारगृह- खरेदी-विक्री व्यवस्था
सत्संग व इतर गोष्टी

डेप्युटी सुपरिंटेंडंट (इंटर्नल मॅनेजमेंट) यांनी ठराविक वेळ व ठिकाण जाहीर केल्यास वरील विषयांशी संबंधित काम करणारे सर्व कर्मचारी व कैदी त्या दिवशी केलेल्या कामाचे मूल्यमापन करण्यासाठी त्या ठिकाणी जमतील. याच दिवशी कोणत्या कामांना अग्रक्रम द्यावा तेही ठरवता येईल.

अशा प्रकारच्या समितीमुळे कैद्यांच्या गरजा रोजच्या रोज भागतील असा मला विश्वास वाटतो. या समितीचे सदस्य असणारे काही कैदी सुटका होऊन जाणार

असतील तर त्या जागी कोणत्या नवीन नेमणुका करायच्या हेही या समितीच्या बैठकीत ठरवता येईल.

सुरक्षाव्यवस्था तसेच इतरही अनेक बाबतींत व्यवस्थापनात सुधारणा करणे यामुळे शक्य होणार आहे. या समितीसाठी प्रतिनिधी म्हणून चांगल्या व तळमळीने काम करू इच्छिणाऱ्या व्यक्तींचीच निवड व्हावी यासाठी सर्वांनी प्रयत्न करावेत. निवडून आलेल्या प्रतिनिधींनी वारंवार इतर कैद्यांशी बातचीत करून त्यांचे नवीन कार्यपद्धतीविषयीचे मत आजमावावे. त्याचप्रमाणे आजच्या बैठकीत ही सर्व कामे करण्याचे आम्ही ठरवले आहे. येथून पुढे सर्व सूचनांचा अवलंब करून कार्यपद्धतीत सुसूत्रता आणण्याची इच्छा आहे.

सर्व अधिकाऱ्यांच्या माहितीसाठी

अगदी थोड्या कालावधीत आम्ही पुरोगामी पद्धतीचं व्यवस्थापन आणलं व त्यात व्यावसायिकताही आणली. व्यवस्थापनाद्वारे आम्ही सुधारणावादी दृष्टिकोण आणला. ही सुधारणा सार्वत्रिक स्वरूपाची होती. या सर्व कामात मला माझे तरुण डी. आय. जी., सर्व सुपरिंटेंडंट आणि यांच्या हाताखाली असलेल्या अत्यंत महत्त्वाच्या अशा सर्वच कर्मचाऱ्यांची फार मदत झाली. मला ह्या संस्थेत एक मुक्त व अनौपचारिक वातावरण निर्माण करायचं होतं. म्हणजे या वातावरणातून कर्मचाऱ्यांची कल्पनाशक्ती, उद्यमशीलता आपोआप विकसित झाली असती. तसेच आपली कामगिरी पार पाडत असताना त्यांनी विशिष्ट उद्दिष्ट नजरेसमोर ठेवले असते व त्याच्या कार्यकारणभावाचाही विचार मनात ठेवला असता. अशा प्रकारे उत्तम कामगिरी बजावणाऱ्या कर्मचाऱ्यांना त्याबद्दल बक्षिशी देणं किंवा त्यांचा गौरव करणं हेही आमचं उद्दिष्ट होतंच. आम्हाला असं एक मुक्त वातावरण तयार करायचं होतं, जिथे प्रत्येक काम आव्हानात्मक होतं व त्याचबरोबर परिपूर्णतेचा आनंद देणारं होतं. व आमची ही इच्छा बऱ्याच अंशी सफल झाली. तीच गोष्ट माझ्या ऑफिसात भरणाऱ्या चहापानाच्या बैठकांची. या बैठकांमधूनही आमची जी अनौपचारिक चर्चा होई त्यातून कितीतरी विचारांची देवाण-घेवाण होई. एकंदर सर्वत्रच एक सकारात्मक, समाधानी वातावरण तयार झालं व त्यामुळेच सगळ्या सुधारणा घडवून आणणं आम्हाला शक्य झालं.

खालच्या श्रेणीपासून अगदी वरच्या श्रेणीपर्यंत सर्वांच्या मनात कालांतराने परस्परमैत्रीची, विश्वासाची भावना निर्माण झाली. या प्रचंड मोठ्या यंत्रणेतील आपण एक लहानसा पण अतिशय महत्त्वाचा दुवा आहोत आणि येथे आपल्याला एकजुटीने, एकतंत्राने काम करायला हवं ही भावना प्रत्येक कर्मचाऱ्याच्या मनात निर्माण झाली. या संस्थेतील प्रत्येक सदस्य आमच्या दृष्टीने तितकाच महत्त्वाचा होता.

आमच्या हातात जी काही साधने व जे काही मनुष्यबळ उपलब्ध होतं त्याचा

जास्तीत जास्त फायदा करून घ्यायचा असं आम्ही ठरवलं. त्यासाठी आम्ही कर्मचाऱ्यांच्या अंगी असलेले सुप्तगुण हेरून ते वृद्धिंगत करण्यासाठी प्रयत्न केले. त्यांच्या अंगची जी काही कार्यक्षमता होती, ती आणखी वाढवण्याचा प्रयत्न केला. त्यासाठी त्यांना प्रशिक्षण दिलं. त्यांना वेगवेगळ्या अनुभवांना सामोरं जाण्याच्या संधी उपलब्ध करून दिल्या. असिस्टंट सुपरिंटेंडंटच्या श्रेणीपर्यंतच्या सर्व कर्मचाऱ्यांना तुरुंगाअंतर्गतच प्रशिक्षण देण्याची आम्ही योजना आखली. त्यांचे प्रशिक्षक म्हणून स्वतः सुपरिंटेंडंट आणि डेप्युटी सुपरिंटेंडंट यांनीच काम करण्यास सुरवात केली. दुपारी १ ते ३ या वेळात या प्रशिक्षकांना जरा निवांत वेळ मिळे, म्हणून या काळात आम्ही हे प्रशिक्षण वर्ग भरवत असू. कधीतरी या प्रशिक्षणवर्गात मी पण जात असे. तेथील शेवटच्या खुर्चीत बसून निरीक्षणाचं काम करत असे. आमचे प्रशिक्षक अनुभवी होते, त्यामुळे या वर्गाचा कर्मचाऱ्यांना फार फायदा झाला. या वर्गांमधे तुरुंगातील दैनंदिन समस्यांविषयी अत्यंत मोकळेपणाने चर्चा होत असे. ती पाहून मला फार आनंद होई. त्यांच्यातील काही अधिकाऱ्यांचा तर अशा प्रकारचं प्रशिक्षण घेण्याचा हा पहिलावहिला अनुभव होता. आमच्याकडे मनुष्यबळ इतकं कमी होतं की आम्ही त्यांना बाहेर कोठेही प्रशिक्षणासाठी पाठवूच शकत नव्हतो.

तरीपण आणखी वेगळ्या प्रकारच्याही प्रशिक्षणाची आवश्यकता भासे. त्यासाठी आमच्या काही निवडक अधिकाऱ्यांना बाहेर पाठवावंच लागे. आम्ही आमच्याकडच्या काही असिस्टंट सुपरिंटेंडंटना दिल्लीबाहेर असलेल्या रीजनल सेंटरमध्ये 'मॉडर्न पेनॉलॉजी' आणि 'क्रिमिनॉलॉजी' या विषयातील प्रशिक्षण घेण्यासाठी पाठवलं. तसेच आणखी काही असिस्टंट सुपरिंटेंडंट, डेप्युटी सुपरिंटेंडंट आणि सुपरिंटेंडंट हे जयपूर आणि इगतपुरी येथील विपश्यना मेडिटेशन सेंटर येथे प्रशिक्षणासाठी जाऊन आले. विपश्यनेहून परत आलेले अधिकारी आमच्या बैठकीत त्यांना आलेले अनुभव कथन करीत. त्या अनुभवांमधून आम्हाला खूप काही शिकायला मिळे. तेथे चालणाऱ्या प्रश्नोत्तराच्या कार्यक्रमामधून मनाला अत्यंत समाधान मिळत असे. या सर्व कर्मचाऱ्यांमधे एक नवा आत्मविश्वास जागृत झाला आहे आणि आत्मसन्मानाची भावना त्यांच्यात नव्याने निर्माण होऊ लागली आहे याची जाणीव मला येथे होई. हे अधिकारी बाहेरच्या प्रशिक्षण वर्गाला गेलेले असताना तेथे जर कुणी त्यांना त्यांच्या तुरुंगातील कामाविषयी, जबाबदारीविषयी काही प्रश्न केला तर ते मोठ्या अभिमानाने तेथे त्या सर्व गोष्टींची माहिती देत. व येथे परत आल्यावर घडलेल्या घटनांविषयी बोलताना त्यांच्या चेहऱ्यावर उत्साह असे व काहीतरी कमावल्याचा आनंद दिसे.

आमच्यापाशी जे माणूसबळ होतं ते आता अत्यंत संवेदनाक्षम झालं होतं. याचंही एक कारण होतं. आमच्या या पिटिशन बॉक्स (मॅजिक्स बॉक्स) मधून

कर्मचाऱ्यांविषयी कैद्यांची मतं त्याचप्रमाणे काही स्फोटक माहिती आमच्या हाती येई व त्याचा वापर करून आम्ही आमच्या कर्मचाऱ्यांना आत्मपरीक्षण करण्यासाठी काही चाचण्या घालत असू. कैद्यांनी त्यांच्याबद्दल व्यक्त केलेली मते त्यांना आम्ही वाचून दाखवत असू. त्यावर त्यांनी त्यांची प्रतिक्रिया मोकळेपणे मांडायची असे. त्यासाठी मी मुद्दाम थांबत असे. त्यांना काळाचं बंधन कधीही घालत नसे. अधिकाऱ्यांची संवेदनाक्षमतेची पातळी ठरवणं आणि ती वाढवण्यासाठी निरनिराळे प्रयत्न करणं हे माझ्या दृष्टीने फार महत्त्वाचं होतं. पहिल्या काही थोड्या महिन्यांच्या कालावधीत आम्ही एक प्रश्नावली तयार केली. पिटिशन ऑफिसरने वेगवेगळ्या तुरुंगातील काही कैद्यांना बोलावून त्यांच्याकडून ती भरून घेतली. या पिटिशन ऑफिसरने 'डाटा सँपलिंग' पद्धतीने प्रशिक्षण घेतले होते. अशा प्रकारच्या प्रश्नावलीबद्दल प्रत्येक सुपरिंटेंडंटचेही मत आधी अजमावले होते. हे प्रश्न पुढीलप्रमाणे होते :

१) तुम्ही तुमच्या सुपरिंटेंडंटला तुरुंगाची फेरी मारताना अखेरचे कधी पाहिले?

i) एक महिन्यापूर्वी
ii) पंधरा दिवसांपूर्वी
iii) एक आठवड्यापूर्वी
iv) काल
v) आज सकाळी

२) तुमच्या सुपरिंटेंडंटने तुम्हाला गटचर्चेसाठी किंवा एखाद्या विषयावरील चर्चासत्रात भाग घेण्यासाठी कधी बोलावलं होतं?

i) पंधरा दिवसांपूर्वी
ii) गेल्या आठवड्यात
iii) अजूनपर्यंत कधीही नाही
iv) गटचर्चा अथवा चर्चासत्र म्हणजे काय ते मला नीटसं माहीत नाही.

३) तुमच्या डेप्युटी सुपरिंटेंडंटने तुमच्या वॉर्डाला कधी भेट दिली?

i) सात दिवसांपूर्वी
ii) तीन दिवसांपूर्वी
iii) काल
iv) आज सकाळी

४) तुमच्या सकाळच्या शिक्षणवर्गाच्या पाहणीसाठी तुमचे असिस्टंट सुपरिंटेंडंट कधी आले होते?

i) ते कधीच येत नाहीत.
ii) ते आठवड्यातून एकदा येतात.

iii) ते आठवड्यातून दोन-तीन वेळा येतात.

iv) ते रोज आम्हाला भेटायला येतात.

५) तुम्ही तुमच्या वॉर्डर अथवा हेड वॉर्डरकडे जर एखादी समस्या घेऊन गेलात तर ते तुम्हाला कशी वागणूक देतात?

i) मी जातच नाही कारण ते अपशब्द वापरतात.

ii) ते आमच्या समस्यांविषयी उदासीन आहेत, आमच्याकडे लक्ष देत नाहीत.

iii) ते आमच्या समस्या ऐकून घेतात पण त्या सोडवण्याचा प्रयत्न मात्र करत नाहीत.

iv) ते समस्या ऐकून घेतात व सर्वांना मान्य होईल असा तोडगाही सुचवतात. त्यांचं आमच्याशी वागणं चांगलं असतं.

या प्रश्नावलीचा उपयोग एक प्रकारे 'ऑडिट' सारखाच होणार होता. आम्ही प्रत्येक तुरुंगाची गटाने जाऊन तपासणी करत असू व त्या तपासणीचे निष्कर्ष सर्वत्र पाठवून देत असू. यामुळे प्रत्येक तुरुंगाचा मुख्याधिकारी स्वतःही चांगल्यात चांगलं काम करत होता. तसेच आपला गट सर्वोत्कृष्ट ठरावा यासाठी विशेष दक्षताही घेत होता. त्यांच्यातील ही स्पर्धात्मक वृत्ती निश्चितपणे विधायक होती. त्यामुळे त्यांची जबाबदारीची जाणीव वाढीस लागली. तुरुंगातील कैद्यांच्या समस्यांकडे बघताना ते अधिक सहानुभूतीपूर्ण दृष्टिकोण ठेवू लागले. अगदी अल्पावधीतच सर्व सुपरिंटेंडंट आपल्या गटाचे नेते बनले.

आपापल्या गटातील कर्मचाऱ्यांमधे संवेदनाक्षमता जागृत करणं हे तर सुपरिंटेंडंटचं काम होतंच. त्याशिवाय त्यांनी कर्मचाऱ्यांच्या वैयक्तिक समस्यांमध्येही लक्ष घालण्यास सुरवात केली. त्यांची जर काही गाऱ्हाणी असतील तर ती ऐकून घेऊन त्यांच्या समस्या ऐकून घेऊन त्यांना योग्य तो न्याय देणारी यंत्रणा अस्तित्वात आणण्याची जबाबदारी त्यांचीच होती.

या सर्वच कर्मचाऱ्यांना या नवीन चालू केलेल्या (सक्तीच्या) प्रामाणिक आचरणाची आर्थिक किंमत मोजावी लागत होती, याची मला पूर्ण कल्पना होती. मग आम्ही कर्मचाऱ्यांच्या कुटुंबीयांना उत्पन्नाचे एक साधन उपलब्ध करून द्यायचे ठरवले. आम्ही तिहार या संस्थेविषयी दूरदर्शनवर एक कार्यक्रम सादर केला होता. त्यावरून प्रेरणा घेऊन श्री. एस्. के. सिक्का या तज्ज्ञ व्यक्तीने आम्हाला एक नवे फिल्टर मॅन्युफॅक्चरिंग युनिट सुरू करण्यास मदत केली. आणखी एक ओसाड पण सुरक्षित इमारत आम्ही या कारणासाठी निवडली. ती आमच्या संकुलाच्या बाहेरच्या कक्षात होती. नवीन सुरू केलेल्या या युनिटमुळे सुमारे साठ स्त्रिया व मुलींना रोजगार मिळू लागला व कुटुंबाच्या मासिक उत्पन्नात वाढ झाली.

तुरुंगाचे कामकाज हक्क आणि कर्तव्ये या तत्त्वावर चाले. ही भावनाच फार सुंदर होती. सुपरिंटेंडंटना कामाच्या जागी पूर्ण सहकार्य करण्याचा सल्ला दिला. त्याप्रमाणे इतर व्यक्तींना व गटांना त्याच संस्थेतील, त्याच गरजा आणि त्याच अपेक्षा असणाऱ्या सदस्यांसारखी वागणूक दिली पाहिजे असे सांगितले होते. तुरुंगांमध्ये आपापसात असणारी विधायक स्वरूपाची स्पर्धा पोषकच होती, पण तरीही एक गोष्ट सर्वांना येथे स्पष्ट करून सांगण्यात आली, ती अशी की, या सर्व प्रयत्नांमागची जी स्फूर्ती, जी प्रेरणा होती ती सामूहिक होती. परस्परांच्या सहकार्याने तिहार या संपूर्ण संस्थेचा उद्धार करायचा होता.

कर्मचारी नित्यनवीन कल्पना सुचवू लागले. त्यामागे माणुसकीचा ओलावा दडलेला होता. असाच एक प्रसंग मला स्पष्टपणे आठवतो. जेल क्रमांक दोनचे असिस्टंट सुपरिंटेंडंट श्री. आय. पी. धवन यांनी प्रभातफेरीची पद्धत सुरू केली होती. १० ते १२ कैद्यांचा गट जेलच्या आतल्या परिघावरून भल्या पहाटे प्रभातफेरीसाठी निघे. त्यांच्या हातात ढोलकी, पेटी इत्यादी वाद्ये असत. तांबडं फुटताना ते गोड आवाजात भजने गाऊन सर्व कैद्यांना उठवत. पूर्वापार चालत आलेल्या प्रथेनुसार पहाट होताच किल्यांचा भलामोठा जुडगा कोठडीच्या गजावर आपटून कैद्यांना उठवण्यात येई. त्या तुलनेने ही नवीन प्रथा फारच छान वाटत असे.

जो वॉर्डर पंचायत (प्रिझन कौन्सिल) मार्फत कैद्यांच्या सतत संपर्कात असे तो जाऊन असिस्टंट सुपरिंटेंडंटला त्याचा अहवाल देई. या अहवालाची शहानिशा केल्यानंतर तो हा अहवाल डेप्युटी सुपरिंटेंडंटकडे पाठवे. त्यानंतर तो स्वत:ही एक तुरुंगफेरी मारून आपली निरीक्षणे नोंदवून ठेवी. त्यामुळे त्यांच्याकडे जे अहवाल येत त्याची सत्यासत्यता तपासून पाहणे त्या डेप्युटी सुपरिंटेंडंटना शक्य होत असे.

अशा अनंत कामांमधे आम्ही व्यस्त असू. त्यातून खूप काही कमावल्याचा आनंद मिळत असे. एकसूत्रीकरण, व्यवस्थित मांडणी, आयोजन, नूतनीकरण अशी विविध कामे एकापुढे एक चालूच असत. ही कामे करत असतानाच भविष्यात आपण काहीतरी नेत्रदीपक करून दाखवावे अशी प्रेरणा आम्हाला मिळत असे. ज्या व्यक्ती आपली स्वत:ची जबाबदारी जाणीवपूर्वक घेण्यास तयार आहेत, समाजाचं आपण काही देणं लागतो अशी भावना ज्यांच्या मनात जागृत झालेली आहे, अशा व्यक्तींना त्या समाजात जगण्यासाठी परत पाठवणं हे आमचं उद्दिष्ट होतं.

तुरुंगातील कैद्यांबरोबरच कर्मचाऱ्यांमध्ये सुद्धा आमूलाग्र बदल घडून येत होता. आम्ही आता तुरुंगात नॅशनल ओपन स्कूलची शाळा सुरू केली होती. मॅट्रिक उत्तीर्ण नसलेल्या अनेक वॉर्डरांनी तेथे नावे नोंदवली होती. आणखी कितीतरी अधिकाऱ्यांनी पदव्युत्तर शिक्षण पूर्ण करण्याची तयारी दर्शवली. याखेरीज तुरुंगात इंदिरा गांधी मुक्त विद्यापीठाचं केंद्र सुरू झालं होतं. तेथे 'कॉम्प्युटर सायन्स' विषयाचे

शिक्षण घेण्यासाठी अनेकांनी नावे नोंदवली. शिक्षणाच्या या सर्व सुविधा कर्मचाऱ्यांच्या कुटुंबियांसाठीसुद्धा उपलब्ध झाल्या. खालील आदेशावरून हे स्पष्ट होते.

प्रति,
ॲडिशनल डायरेक्टर,
इंदिरा गांधी राष्ट्रीय मुक्त विद्यापीठ,
चाणक्यपुरी, नवी दिल्ली.

विषय : तिहार मध्यवर्ती कारागृहात इंदिरा गांधी राष्ट्रीय मुक्त विद्यापीठाचे केंद्र उघडणे.

महोदय,

तिहार मध्यवर्ती कारागृहाच्या कैद्यांसाठी तुरुंगाच्या अंतर्भागात एक शैक्षणिक केंद्र उघडण्याची इच्छा इंदिरा गांधी राष्ट्रीय मुक्त विद्यापीठाने प्रदर्शित केली आहे. येथे राहत असणारे कर्मचारी व त्यांच्या कुटुंबियांनी सुद्धा या केंद्रातर्फे चालवण्यात येणाऱ्या विविध उपक्रमांत रस घेतलेलाच आहे. परंतु सदर केंद्र हे फक्त तुरुंगातील कैद्यांपुरतेच मर्यादित असल्याचे येथे आपल्याकडून कळवण्यात आले आहे.

येथील कर्मचाऱ्यांना विविध पातळ्यांवर काम करावे लागते. बाहेरील केंद्रांमधे जाऊन शिक्षण घेणे त्यांना शक्य होणार नाही. तसेच कोणत्या ना कोणत्या तरी कारणाने त्यांच्या कुटुंबियांना जर बाहेर जाऊन शिक्षण घेणे शक्य होत नसेल तर आपण कृपया येथे सुरू करण्यात येणाऱ्या मुक्त विद्यापीठाच्या केंद्रात शिक्षण घेण्याची संधी त्यांना द्यावी.

कळावे ही विनंती,

सुपरिंटेंडंट,
मध्यवर्ती कारागृह : तिहार (क्रमांक १)
नवी दिल्ली.

शिक्षण घेण्याच्या इच्छेचं येथे पुनरुज्जीवन झालं होतं. कर्मचाऱ्यांनी शिक्षण घेण्याची धडपड पाहून कैदी सुद्धा प्रेरित झाले. आम्ही आमच्या कर्मचाऱ्यांसाठी घोषणा तयार केली– ''रक्षक से शिक्षक.''

पोलीस हेडक्वार्टर्समधील जळमटे आम्ही झाडून साफ केली. माझे सहकारी श्री. जयदेव सारंगी दिल्ली सिव्हिल सर्व्हिसेस मधून आले असल्याने व्यवस्थापनात वाकबगार होते. आम्हा दोघांमधे फार चांगलं सामंजस्य होतं. सहकार्याची भावना होती. त्यांनी ऑफिसची व्यवस्था बघायची आणि मी बाहेरचं क्षेत्र सांभाळायचं. आम्ही आपापसात विचार आणि कल्पनांची देवाण-घेवाण करायचो. रोजच्या रोज आपापली निरीक्षणे जेवणाच्या वेळी परस्परांशी पडताळून पाहायचो. दुपारी सर्व

सुपरिंटेंडंटना चहापानासाठी माझ्या ऑफिसात बोलावून सर्वांची एकत्रित बैठक घ्यायचो. आमचं टीमवर्क उत्कृष्ट सुरू झालं होतं. आमच्यापैकी एखाद्याला जरी कधी कोणती शंका आली तरी आम्ही सर्वजण त्यावर चर्चा करायचो. सारंगी यांचे कार्यालयीन व्यवस्थापन इतके उत्कृष्ट होते की त्यांनी कामावर रुजू झाल्यानंतर अगदी अल्पावधीतच जुन्यापुराण्या, वर्षानुवर्षे धूळ खात पडून राहिलेल्या फायली निकालात काढल्या. डेप्युटी सुपरिंटेंडंट श्री. ए. के पुरोहित यांची त्यांना या कामी मोलाची मदत लाभली. आम्ही तिघे– मी, सारंगी व पुरोहित याशिवाय आठवड्यातून आणखी एकदा भेटून झालेल्या कामाची पाहणी करायचो. सुरक्षाव्यवस्थेसंबंधी किंवा विशेष दक्षता घेण्यायोग्य बाबींसंबंधी सखोल चर्चा करायचो. एकीकडे सारंगी आणि मी मिळून पगारवाटप, घरवाटप, बढतीविषयीचे नियम, गणवेशाच्या बाबी, व्यक्तिगत फायली, नवीन भरती इत्यादी बाबी निपटून टाकत होतो. आमच्याकडे जेल केडरच्या संबंधीचे काही व्यवस्थापकीय प्रश्न येत. ते आम्ही सेक्रेटरिएटपर्यंत घेऊन जाऊन यशस्वीपणे सोडवायचो. आम्ही जी अंतर्बाह्य स्वच्छतेची, शुद्धीकरणाची प्रक्रिया सुरू केली होती त्यात माझ्यापेक्षाही श्री. सारंगी यांचा वाटा कितीतरी अधिक होता. उपस्थित असणारे सर्व प्रश्न लवकरात लवकर निकालात काढून एक नीटनेटकी व्यवस्था रचणं हे उद्दिष्ट येथे बदलून आल्या आल्या लगेच त्यांनी डोळ्यासमोर ठेवलं आणि मगच कामाला सुरवात केली. केवळ त्यांच्या चिकाटीमुळे व जिद्दीमुळे तिहार जेलमधे कॉम्प्युटर आणि केबल नेटवर्क येऊ शकले. या दोनही सुविधा उपलब्ध असणारा तिहार हा भारतातील पहिलाच तुरुंग.

असं असलं तरी सुद्धा आज तुरुंगाचे कर्मचारी सारंगींचं आदराने नाव घेतात ते त्यांनी चालू केलेल्या आणखी मोठ्या दोन गोष्टींमुळे : एक म्हणजे त्यांनी कर्मचाऱ्यांसाठी सुरू केलेली विमा सुरक्षा पॉलिसी. सारंगींनी यासाठी एक अभिनव योजना मांडली. त्यानुसार आमच्यापैकी प्रत्येकाने दरमहा सात रुपये इतकी नाममात्र रक्कम भरण्यास सुरवात केली. त्यातून दुखापत व मृत्यूसाठी संपूर्ण गटाच्या नावाने १ लाखाची विमा पॉलिसी घेता आली. त्या वेळी श्रीमती प्रतिभा करण या दिल्ली स्टेट गव्हर्मेंटच्या होम सेक्रेटरी होत्या. त्यांनी सारंगींची ही योजना उचलून धरली. सारंगींच्या विरोधास न जुमानता मी या योजनेचं नामकरणही करून टाकलं– "सारंगी योजना." कर्मचारी आणि त्यांच्या कुटुंबियांच्या मनातील आर्थिक असुरक्षिततेची भावना यामुळे आम्ही दूर करू शकलो. पॉलिसीधारक गटापैकी कोणावरही संकट ओढवले तर या योजनेने निदान आर्थिक बाजू थोड्याफार प्रमाणात सावरणे आता शक्य झाले. १० जुलै १९९३ च्या 'टाइम्स ऑफ इंडिया' मधे या वेळी खालील वृत्त प्रसिद्ध झाले :

तिहारमधील कर्मचाऱ्यांसाठी विमा योजना

८००० कैदी असलेल्या तिहार जेलसाठी जे कर्मचारी काम करतात त्या सर्व कर्मचाऱ्यांसाठी एक गट विमा सुरक्षा योजना सुरू करण्यात आली. याचे नामकरण 'सारंगी योजना' असे करण्यात आले आहे. सारंगी यांचे नाव धरण करणाऱ्या या योजनेमुळे कर्मचाऱ्यांना कोणत्याही प्रकारचा अपघात, शारीरिक दुखापत किंवा मृत्यू इत्यादी संकटांचा सामना करण्यासाठी आर्थिक मदत मिळेल. कर्मचाऱ्यांच्या कुटुंबियांची काळजी घेतली जाईल.

तिहारच्या इन्स्पेक्टर जनरल (प्रिझन्स) श्रीमती किरण बेदी या ही योजना जाहीर करताना म्हणाल्या: "ही गट विमा योजना सर्व श्रेणीच्या कर्मचाऱ्यांसाठी लागू करण्यात आली आहे. यात तुरुंगातील कैद्यांसाठी काम करणारे डॉक्टर्स, पी.डब्ल्यू.डी.चे कर्मचारी तसेच तुरुंगाशी संबंधित असणाऱ्या इतर सर्वच कर्मचाऱ्यांचा समावेश आहे.

व्हॉलंटरी योजना– या योजनेचा प्रस्ताव ओरिएंटल इन्श्युअरन्स कंपनी लिमिटेड, करमपुरा शाखा यांनी मांडला आहे. दरमहा केवळ ६ रुपये ९३ पैसे इतका नाममात्र हप्ता असलेली ही योजना ऐच्छिक आहे. या योजनेत सहभागी होणाऱ्या कर्मचाऱ्याच्या वयाला ६५ वर्षे पूर्ण होईपर्यंत ही योजना लागू आहे.

दुर्दैवाने यांपैकी कोणाचाही मृत्यू ओढवला तर त्याच्या कुटुंबियांना एक लाख रुपये रक्कम देण्यात येईल तसेच त्याच्या मुलांच्या शिक्षणासाठी मदत म्हणून आणखी दहा हजार रुपये देण्यात येतील. कर्मचाऱ्याला अपघात वा शारीरिक दुखापत झाल्यास त्या त्या केसनुसार त्याच्यावर निर्णय घेतला जाईल.

विमाधारकास एक लाख रुपये पॉलिसीवर जर क्लेम दाखल करण्याची वेळ आली नाही, तर द.सा.द.शे. पाच टक्के दराने व्याजाचा लाभ मिळेल. दहा वर्षाअखेरीपर्यंत जर कोणत्याही प्रकारचा क्लेम दाखल केला नसेल तर पॉलिसीची रक्कम १ लाख साठ हजार झालेली असेल...

सारंगींनी सुरू केलेली आणखी एक योजना म्हणजे 'तिहार कर्मचारी कल्याण संस्था' (तिहार एम्प्लॉईज वेल्फेअर असोसिएशन). त्याचप्रमाणे त्यांनी एका स्वयंपाकाच्या गॅसच्या कंपनीकडून वितरणाचे हक्क मिळवले. अशा रीतीने कर्मचारी कल्याण संस्थेतर्फे कामगार कल्याणाच्या विविध कार्यांना हातभार लावण्यात येऊ लागला.

हे सर्व जरी कितीही खरं असलं तरी अजूनही काही कर्मचारी गुन्हेगारी वृत्तीचे होते. उदाहरणार्थ: आम्ही एका वॉर्डरला अटक केली. त्याच्याकडे मादक द्रव्याचा साठा सापडला. तुरुंगात मादक द्रव्यांची चोरटी आयात आणि विक्री करण्यात त्याचा फार मोठा हात होता. अखेर ज्या कैद्यांवर वॉर्डर म्हणून तो देखरेख करे, त्यांचा सोबती बनून राहण्याची त्याच्यावर वेळ आली. या वॉर्डरबद्दलची माहिती आम्हाला कैद्यांकडूनच मिळाली. त्यांना त्याबद्दल यथायोग्य पुरस्कार देण्यात आला. पुढील काही महिन्यांमध्ये

अशा आणखी काही गोष्टी उजेडात आल्या. अनेक वॉर्डरांनी मादक द्रव्याचे व्यसन सुटावे म्हणून स्वत:वर उपचारही करून घेण्याची तयारी दर्शवली.

परंतु आमच्या प्रतिबंधक उपाययोजनांना दाद न देता काही लोकांच्या बेकायदेशीर उलाढाली चालूच होत्या. त्या करीत असताना इतरांच्या जिवावर ते चांगलीच कमाई करत होते. काही कर्मचारी अजूनही उद्दाम व चढेल वर्तणूक करत होते. असल्या कर्मचाऱ्यांची नावे व त्यांच्या वागण्याच्या पद्धती पिटीशन बॉक्सच्या माध्यमातून उघडकीला आल्या. त्यांना आम्ही दिल्लीच्या बाहेर दहा दिवसांच्या मेडिटेशन– कोर्सला पाठवले. पण आमच्या या धडपडीचा, या प्रयत्नांचा त्यांच्यावर काहीच परिणाम होताना दिसेना. त्यावर खराखुरा उपाय एकच होता. अशा वाट चुकलेल्यांची तिहारच्या बाहेरच बदली करून टाकणे. त्यांना वेगळ्या प्रकारचे काम देणे. परंतु हा अधिकार मला नव्हता. आम्ही फक्त वरिष्ठांपुढे तसा प्रस्ताव ठेवू शकत होतो. पण तो मंजूर होईलच याची काय खात्री? आणि समजा झालाच, तरी त्याला वेळ बराच लागला असता. दरम्यान या गुन्हेगारी प्रवृत्तीच्या कर्मचाऱ्यांच्या बाबतीत आम्हाला बरेच कडक धोरण स्वीकारणे भाग पडले. मग त्यामध्ये त्यांना धमकावणी देणे, निलंबित करणे, समज देणे, त्यांना घरीच बसवून ठेवून कामावर येऊ न देणे इत्यादी. थोडक्यात या लोकांना काम न करताच पगार द्यावा लागे.

एकंदरीत आम्ही चालू केलेल्या सुधारणांमुळे कर्मचारी सुधारू लागले. कोणी स्वखुषीने तर कोणी नाइलाजाने, दबावामुळे. सर्वत्र मोठ्या प्रमाणावर उत्साह आणि आनंद दिसून येत होता. हा बदल हळूहळू चालूच होता, पण समाधानकारक होता. जेल सुपरिंटेंडंट श्री.के.आर.किशोर यांनी त्यांच्या तुरुंगाचा हा अहवाल सादर केलेला आहे.

(i) 'मुलाकात' किंवा भेट घेण्याच्या ठिकाणाच्या बाहेर जी मोकळी जागा आहे तेथे पिण्याच्या पाण्याची व्यवस्था केली. त्याचप्रमाणे तुरुंगाच्या आतील भागातही न्यायालयीन कोठडीत ठेवलेल्या कैद्यांसाठी अशी व्यवस्था ठेवली आहे.

(ii) भेटीस आलेल्या लोकांना उन्हाचा त्रास होऊ नये यासाठी तंबूची उभारणी करण्यात आली आहे.

(iii) जेल क्र.१ च्या गेटबाहेर कैद्यांच्या सुटकेच्या वेळा जाहीर करण्यासाठी ध्वनिक्षेपकाची व्यवस्था करण्यात आली आहे.

(iv) प्रत्येक वॉर्डामध्ये प्रार्थनेची पद्धत सुरू करणे, तसेच कैद्यांसाठी योगाची साधने मोफत पुरवणे या दोन्ही गोष्टी करण्यात आल्या.

(v) स्त्री वॉर्डात स्त्रियांसोबत राहणाऱ्या लहान मुलांसाठी मोफत कपडे वाटप झाले. तसेच तेथील गरीब व गरजू स्त्रियांसाठी साड्यांचे वाटप झाले.

(vi) स्त्री वॉर्डातील लहान मुलांसाठी दिवसातून दोन वेळा जेवणात पातळ खिचडी पुरवण्याची व्यवस्था करण्यात आली.

(vii) वॉर्ड क्रमांक दोन मधील मादक द्रव्य 'स्मॅक'च्या आहारी गेलेल्या

कैद्यांसाठी कैदी कल्याण निधीमधून पुदिना लस्सी व चणे वाटप करण्यात आले.

(viii) वॉर्ड क्रमांक १ चालू करण्यात आला. त्यातील मादक द्रव्याचा पुरवठा करणाऱ्या कैद्यांना वेगळे काढले – त्यातील बहुतांशी नायजेरियाचे रहिवासी आहेत.

(ix) कैदी कल्याण निधीच्या रकमेतून स्त्री व पुरुषांच्या प्रौढ शिक्षण वर्गासाठी साधनसामग्री पुरवण्यात आली.

(x) वेल्फेअर कँटीनमध्ये पुरवण्यात येणाऱ्या पदार्थांच्या व गोष्टींच्या संख्येत वाढ करण्यात आली. ही वाढ कैद्यांची मागणी व आय.जी. (प्रिझन्स) यांच्या सूचनेनुसार करण्यात आली.

(xi) तुरुंगात चणे आणि डाळमोठ विक्री सुरू केली.

(xii) कैद्यांच्या करमणुकीसाठी वाद्यांची खरेदी करण्यात आली.

(xiii) अचानक धाडी घालून कैद्यांच्या कोठड्यांमधून अनेक हीटर्स आणि अंगठ्या जप्त करण्यात आल्या.

(xiv) दूधवाटपाच्या पद्धतीत सुधारणा करण्यात आली. डाळ व भाज्या शिजवण्यापूर्वी धुण्याची पद्धत नव्याने सुरू केली.

(xv) मुन्शी, – आणि नंबरदार लोकांना रोख बक्षिसे देण्यात आली.

(xvi) स्वच्छतागृहे ॲसिडने धुऊन स्वच्छ करण्यात आली.

(xvii) दिल्ली हायकोर्टाचा आदेश जेल क्रमांक १ च्या सर्व अधिकाऱ्यांकडे पाठवून यू/टी ची समस्या सोडवण्यात आली.

(xviii) कैद्यांच्या सुटकेच्या संदर्भात ज्या तांत्रिक बाबी काढल्या जात व हरकती घेतल्या जात, त्यांची संख्या कमी करण्यात आली.

(xix) कैद्यांकडून अधिकाऱ्यांवर व कर्मचाऱ्यांवर वारंवार जे खटले भरण्यात येत, त्यांची संख्या कमी करण्यात आली.

भविष्यकाळात आम्ही सर्व सुधारणेच्या नव्या नव्या पद्धतींचा अवलंब करण्याचा आटोकाट प्रयत्न करू. जेल सुंदर बनवण्यासाठी प्रयत्न करण्यात येतील. उदा.– कारंजे लावणे, गांधीजींचा पुतळा उभारणे, बागकाम, फुलबाग फुलवणे, रंगकाम, कचरा काढून जेलची सफाई करणे, इत्यादी. या कुप्रसिद्ध जेलचे आम्ही थोड्याच दिवसांत भारतातील आदर्श जेलमध्ये रूपांतर करून दाखवू. भविष्यकाळात पहाटे लवकर उठून योगासने करण्यात येतील. यासाठी 'चक्कर' जवळील मोठ्या हिरवळीचा वापर करण्यात येईल. म्हणजे एकावेळी किमान १००० कैद्यांना येथे भाग घेता येईल.

जेलमधील परिस्थिती रोजच्या रोज सुधारत होती. आपल्या कर्मचाऱ्यांना मनोमन या बदलाचे कौतुक वाटत आहे असे मी अनुमान केलेच होते. कारण त्यामुळे आज या तिहार जेलची प्रतिमा समाजात उजळली होती. साहजिकच या

ठिकाणी काम करणाऱ्या कर्मचाऱ्यांचा आत्मसन्मान वाढीस लागला होता. त्यांच्या स्वत:च्या मनातलीच नव्हे, तर जनसामान्यांच्याही मनातील प्रतिमा उजळून निघाली होती. आम्ही ज्या काही मुक्त वातावरणाची निर्मिती येथे सुरू केली होती, त्यामुळे दुसरे काही पर्यायच नव्हते. माझ्यापुढेही नव्हते.

प्रश्न होता मेहनतीचा. परिश्रमांचा. अर्थात तरीही माझ्या मनातला सगळाच्या सगळा बदल लगेच तातडीने घडून येईल अशी अपेक्षा मीही ठेवलीच नव्हती. त्यामुळे आपल्यासोबत काम करणाऱ्यांना सतत प्रोत्साहन देत राहणे व कामासाठी त्यांचा सतत पाठपुरावा करत राहणे, वेळप्रसंगी निवडक शिक्षेचा अवलंब करणे मला भागच होते. आदेश कसा असे याचा एक नमुना मी सादर करत आहे.

> प्रत्येक तुरुंगाने आपले इन् आणि आऊट स्टेटमेंट रोजच्या रोज भरून द्यावे अशी सूचना मी केलेली आहे. परंतु केवळ काही जेलमधूनच असे स्टेटमेंट रोज पूर्ण करून पाठवण्यात येते. बाकीच्या जेल्समधून तसे येत नाही. या बाबतीत नियमितपणा असला पाहिजे.
>
> प्रत्येक आऊटस्टेटमेंटवर सुपरिंटेंडंटची सही असलीच पाहिजे. त्यामुळे आपल्या हाताखालचे लोक तुरुंगात एकूण किती वेळ घालवतात हे सुपरिंटेंडंटच्या लक्षात येईल.
>
> या स्टेटमेंटसचे विश्लेषण केल्यावर असे आढळून आले आहे की काही कैदी तर सक्तीचे किमान आठ तास सुद्धा तुरुंगाच्या कामात घालवत नाहीत.
>
> अनेक अधिकारी दुपारच्या वेळी दीर्घकाळ गैरहजर राहतात. उदाहरणार्थ: दुपारी १२ वाजता तुरुंगातून निघून जातात ते एकदम साडेचार वाजता परततात. हे असे चालवून घेतले जाणार नाही. दुपारच्या वेळी अधिकाऱ्यांनी तुरुंगातून २ तासांहून जास्त वेळ गैरहजर राहून चालणार नाही. त्यांची जेव्हा जेव्हा गरज असेल तेव्हा त्यांनी तात्काळ आपल्या ऑफिसात परत येऊन ऑफिसातील बैठे काम केले पाहिजे व राहिलेल्या वेळात बाहेरचे काम (फिल्ड वर्क) केले पाहिजे. त्यांनी तुरुंगात उपस्थित राहणं महत्त्वाचं आहे व त्यांच्यावर तशी सक्ती राहील.
>
> आता हिवाळा अगदीच नजीक येऊन ठेपला आहे, व त्या दृष्टीने या सर्व गोष्टी अत्यंत महत्त्वाच्या आहेत. कारण हिवाळ्यात दिवस लहान असल्याने तुरुंग सायंकाळी सूर्यास्तानंतर लवकर म्हणजे ६ किंवा ६ च्या सुमारासच बंद करण्याची वेळ येते. वरील सर्व सूचना वाचून त्याचे अगदी काटेकोर पालन होणे आवश्यक आहे.
>
> सर्व स्टेटमेंट लिहिताना आणखी एक गोष्ट ध्यानात ठेवली पाहिजे ती म्हणजे स्टेटमेंटच्या शेजारी 'शेरा' मारण्यासाठी मुद्दाम स्वतंत्र स्तंभ सोडलेला असला पाहिजे. कोणताही अधिकारी दीर्घकाळ गैरहजर राहणार असेल तर त्याने रजेचे कारण या ठिकाणी सविस्तर नोंदवले पाहिजे. उदाहरणार्थ– त्या वेळी सदर अधिकारी न्यायालयात होता, मीटिंगमध्ये होता, ऑफिसच्या कामासाठी गेला होता, अथवा

व्यक्तिगत कामासाठी गेला होता.

पूर्वपरवानगीशिवाय तुरुंगातून गैरहजर राहणाऱ्या अधिकाऱ्यांवर कडक कारवाई करण्यात येईल.

अजून सुद्धा मला त्या सर्वांना सावधगिरीची सूचना द्यावी लागे. आम्ही अनेक गोष्टींचं यशस्वीपणे सुसूत्रीकरण करण्यात यशस्वी झालो होतो. आम्हाला तुरुंगातील प्रत्येक व्यक्तीला एका सुरक्षित, निर्भय वातावरणाची सवय लावायची होती. सुरक्षाव्यवस्था कडक करण्याऐवजी वातावरणच पूर्णपणे सुरक्षित बनवण्याच्या दृष्टीने वाटचाल करायची होती.

□

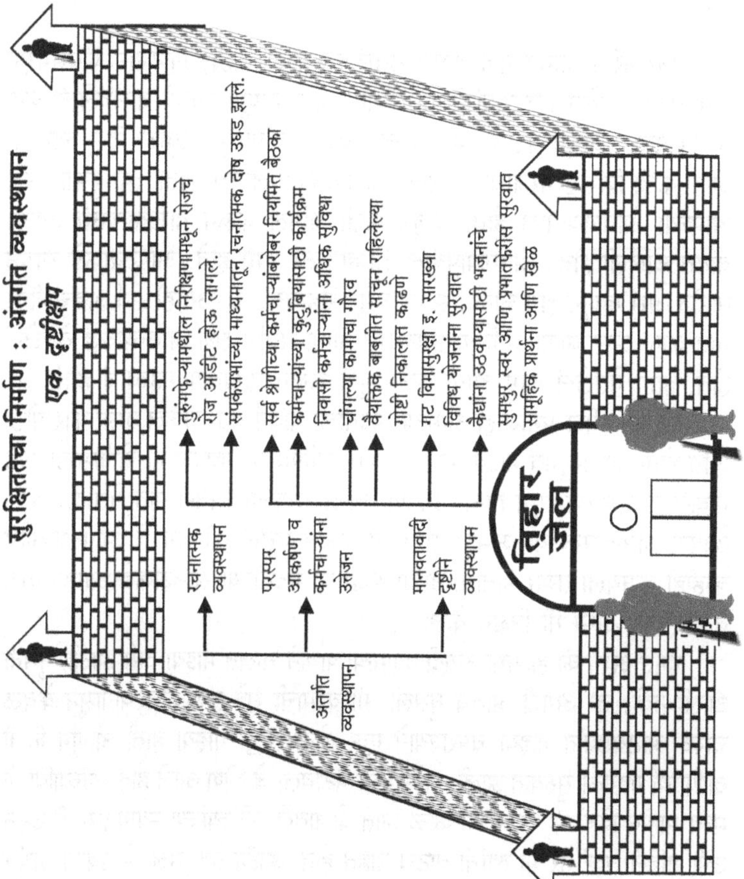

१६

समाजाचा प्रवेश

तुरुंगफेरीत आम्ही नोंद करून ठेवलेल्या काही गोष्टी, पिटिशन बॉक्समधून आमच्यापर्यंत पोचणारी कैद्यांची पत्रे, त्याला जोड म्हणून आम्ही चालवलेली कैदी व कर्मचारी पंचायत पद्धती या सर्वांचा एकत्रित परिणाम हळूहळू दिसू लागला. आता काही विशिष्ट गरजांची आम्हाला जाणीव होऊ लागली होती. त्या पुऱ्या करणं आमच्या आवाक्यातील होतं. अजून काही चांगलं करून दाखवण्याची अपेक्षा वाढत चालली होती. आमच्यापुढील आव्हान तर स्पष्ट होते. आपल्याकडे साधने नाहीत असं म्हणून हात चोळत स्वस्थ बसून राहायचं, की 'आम्ही सर्व अडचणींवर मात करू' असा बाणा अंगी बाणवायचा? आता सर्वांचं लक्ष आमच्याकडे वेधलेलं होतं. हाती घेतलेलं काम आता वेळेत पूर्ण करून दाखवणं महत्त्वाचं होतं.

तुरुंगाबाहेरील समाज हा आमच्या मदतीला धावून येऊ शकेल असा फार मोठा स्रोत होता. हा अनुभव माझ्या गाठीला फार पूर्वीपासून, म्हणजे मी पोलीसखात्यात नोकरीला असल्यापासून होता. आपण एकदा समाजाला विश्वासात घेतलं, त्यांना आपण अंगिकारलेल्या कामात सहभागी करून घेतलं की मग ते आपल्यासाठी काहीही करायला तयार होतात. आता सुद्धा या मदतीच्या साठ्याकडे आपण परत वळायचंच, असा मी निश्चय केला.

गंमत अशी की ही संधी अगदी आपल्या पायाने चालत माझ्या दारी आली. नुसती आली नव्हे, तर अगदी आतच घुसली. मी कामाची सूत्रे हाती घेतल्यापासून केवळ चारच आठवड्यांत माझ्या चपराश्याने एक छोटी चिठ्ठी माझ्या हाती आणून दिली आणि या गोष्टीला सुरुवात झाली. बाहेर मला भेटायला जे कोण आले होते त्यांच्याविषयी मला माहीत होतं. मी त्यांना तात्काळ आत बोलावले. मी त्यांच्या स्वागतासाठी उठून उभी राहिले. खरं तर मी त्यांची वाटच पाहत होते. आणि तेही मला भेटायला अधीर होते. इथे येऊन माझी गाठ घ्यायचा विचार करत होते. कोण होते हे लोक? त्या

ब्रह्माकुमारी होत्या. ही एक देशव्यापी संस्था असून स्त्रिया व पुरुष याचे सभासद आहेत. नीतिपूर्ण आचरणाचा संदेश ते जगभर प्रसारित करत असतात.

दुसऱ्याच दिवशी ब्रह्माकुमारींसह आम्ही सर्व जण तुरुंगाच्या फेरीला निघालो. त्यांचं कैद्यांशी संभाषण झालं. कैद्यांनीही त्यांचं बोलणं अगदी शांत चित्तानं ऐकून घेतलं. त्या बोलत असताना सर्वत्र शांतता होती. शुभ्र वस्त्रातील त्या भगिनींविषयी कैद्यांना आदरभाव वाटत असल्याचं स्पष्ट दिसत होतं. संपूर्ण समाजाच्या दृष्टीने सुद्धा ब्रह्माकुमारी हे विचार आणि कृतीमधील शुचितेचं प्रतीक आहे. शांती आणि अहिंसेची प्रतिमा आहे. या ब्रह्माकुमारींनी कैद्यांना बोलता बोलता शाकाहाराचं आणि आहारांच्या योग्य सवयींचं महत्त्व स्पष्ट करून सांगितलं. त्यांनी आपल्या भाषणाने कैद्यांना अंतर्मुख केलं. शिक्षा भोगणाऱ्या तसेच ज्यांच्यावर खटले चालू आहेत अशा दोन्ही प्रकारच्या कैद्यांवर आम्ही याचा प्रयोग केला. लवकरच पिटिशन बॉक्सद्वारे कैद्यांची मागणी सुरू झाली– त्यांना ब्रह्माकुमारींना परत भेटायचं होतं. मागणीप्रमाणे त्या भगिनी वाढत्या संख्येने येथे येऊ लागल्या. प्रत्येक तुरुंगाच्या सूचनाफलकावर त्यांच्या भेटीला येण्याच्या वेळापत्रकाचे तपशील सर्वांच्या माहितीकरिता लावण्यात आले. तिहारला आता त्यांच्या भेटीची सवय झाली. या भगिनी इतक्या वक्तशीर होत्या, इतक्या नियमितपणे त्या कैद्यांच्या भेटीला येत की दोघांना एकमेकांवाचून करमेनासे झाले.

२५ मे १९९३ रोजी 'द पायोनियर' मध्ये एक वृत्त प्रसिद्ध झाले. त्याचे शीर्षक होते "द गॉडली ॲप्रोच" या वृत्ताद्वारे रामकृष्ण मिशन आणि तिहार येथील कैदी यांच्यातील सौहार्दपूर्ण भावनेचा सविस्तर वृत्तांत देण्यात आला.

> ... योगाभ्यास, ध्यानधारणा, कळसूत्री बाहुल्यांचे खेळ, इतर मैदानी खेळ इत्यादी झाल्यावर आता तिहारमध्ये प्रवचनांचे सत्र सुरू आहे.
>
> सर्वाधिक सुरक्षा असणाऱ्या या तुरुंगाचे सोमवारी अक्षरश: एखाद्या आश्रमात रूपांतर झाले आहे. मिशनच्या दोन संन्याश्यांनी कैद्यांच्या समोर धार्मिक विषयावर प्रवचन केले. कैद्यांच्या मनात आध्यात्मिकता व नैतिक मूल्ये रुजवण्याच्या दृष्टीने हे पाऊल उचलण्यात आले आहे.
>
> "तुम्हा आम्हा सर्वांच्याच अंतर्यामी ईश्वर आहे. ईश्वराची प्रार्थना व त्याचे नामस्मरण यातून तुम्ही तुमच्या सर्व व्यथावेदना दूर करू शकता," असे उद्गार रामकृष्ण मिशनचे स्वामी जित आत्मानंद यांनी टाळ्यांच्या कडकडाटात काढले.
>
> "माझ्या गुरूंनी मला शिकवलं होतं– पापाचा तिटकारा जरूर करा, पण पाप करणाऱ्या माणसाचा मात्र नको," असं स्वामी म्हणाले. त्यांनी जमलेल्या सभेला सांगितलं, "आपल्या बांधवांची सेवा करा, कारण प्रत्येक मनुष्यप्राण्याच्या अंगी परमात्म्याचा वास आहे. तुम्ही तुमच्या 'कर्मा'मुळे आज बंदिवासात आहात."

जेलमधील सुमारे १५०० कैदी या प्रवचनासाठी जमले होते. त्यांपैकी २०० स्त्रिया होत्या.

प्रवचनाचा विषय होता – "वैश्विक मानवतेचा धर्म." या ठिकाणी कोणत्याही एका विशिष्ट धर्मावर चर्चा झाली नाही," असे श्रीमती किरण बेदी म्हणाल्या.

अशा प्रकारचे प्रवचन तिहार जेलमध्ये आयोजित करण्याची ही पहिलीच वेळ आहे. या सभेच्या निमित्ताने स्त्री व पुरुष कैदी प्रथमच एकत्र आले.

जेलक्रमांक एकच्या अंतर्भागात वार्ताहरांना पहिल्यांदाच प्रवेश देण्यात आला. वरील सभेचा वृत्तान्त त्यांनी समाजापर्यंत पोचवावा यासाठी त्यांना खास निमंत्रित केले होते.

बाहेरच्या समाजाचं तिहारमधील हे पहिलंच पदार्पण होतं. प्रथम प्रवेशाचा हा शुभारंभ एकदा झाल्यानंतर दिल्ली येथील विख्यात योगशिक्षक 'सरदारीलाल सहगल' यांना आम्ही पाचारण केले. त्यांनी तात्काळ आपली एक टीम आमच्यासाठी पाठवली. त्या टीमचे नेतृत्व करण्यासाठी श्रीमती तृप्ता भानोत या आल्या होत्या. या मंडळींनी कैद्यांचे शरीर व मन या दोन्हीच्या आरोग्यासंबंधी त्यांना जाणीव करून दिली. कैद्यांना त्यांनी मूलभूत आरोग्य, दीर्घ श्वसन व काही व्यायामप्रकारांचं महत्त्व पटवून दिलं. बंदिवासात राहूनही चांगलं आरोग्य टिकवता यावं यासाठी हे सर्व किती महत्त्वाचं आहे याची माहिती त्यांना दिली. त्यांच्या या प्रयोगास इतकी लोकप्रियता मिळाली की सर्व तुरुंगांमधील सर्व कैद्यांपर्यंत पोहोचण्यासाठी योगशिक्षकांची संख्या वाढवावी लागली. श्री सहगल यांनी तुरुंगातील काही कैद्यांनाच प्रशिक्षकाचं काम करण्यासाठी निवडलं व त्यांना योगाचं खास प्रशिक्षण देण्यास सुरवात केली. या कैद्यांनीही फार उत्साहाने यात सहभाग घेऊन काही काळातच त्यात प्रावीण्य मिळवले. अशा प्रशिक्षक कैद्यांचे तुरुंगातील महत्त्व बरेच वाढले. ५ जुलै १९९३ रोजी दिल्ली येथील 'मिड-डे' या वृत्तपत्रात खालील वृत्त प्रसिद्ध झाले:

तिहार तुरुंगाचा कायापालट

ब्रह्माकुमारी, होमिओपाथीचे चिकित्सक, कथाकार आणि इतर अनेक क्षेत्रांमधील मंडळींची तिहारमध्ये वर्दळ वाढली आहे. येथील वातावरण खरोखर आदरणीय बनले आहे. आता पूर्वीसारखं गढूळ, संशयास्पद वातावरण इथे उरलेलं नाही. तिहारचा कायापालट होण्यास आता सुरवात झाली आहे. जेलची अमानवी प्रतिमा बदलली असून तिने अधिक मानवी रूप धारण केले आहे.

कित्येक एकर जमिनीवर पसरलेल्या या जेलमध्ये वाईट, अतिशय वाईट अशा कैद्यांना ठेवण्यात आले आहे. येथे आता बरीच लगबग चालू असलेली दिसते. रोज नवनवीन उपक्रम चालतात.

जेलमधील पूर्वापार चालत आलेल्या नीरव शांत आणि रहस्यमय गूढ

वातावरणाऐवजी येथे हे जे चैतन्यपूर्ण वातावरण आज अनुभवण्यास मिळते हा बदल येथे नव्याने झालेला आहे. नवीन इन्स्पेक्टर जनरल (प्रिझन्स) श्रीमती किरण बेदी यांनी येथील सूत्रे हाती घेतल्यानंरच हे घडले.

आता मात्र रोज सायंकाळी वॉर्डाच्या विस्तीर्ण पटांगणात कैदी जमा होऊन योगाचे वर्ग सुरू होण्याची वाट बघत असतात. हे योगाचे वर्ग सर्वच कैद्यांमध्ये, पण विशेषत: परदेशी कैद्यांमध्ये फारच लोकप्रिय झाले आहेत. ''मुख्यत्वेकरून मादक द्रव्याबाबतच्या कायद्याअंतर्गत ज्या कैद्यांना येथे ठेवलं आहे ते तर योगशिक्षिकेला येण्यास थोडा जरी उशीर झाला तरी मुद्दाम वारंवार चौकशी करण्यासाठी येतात,'' असं वॉर्डच्या मुख्याधिकाऱ्यांनी सांगितलं. हे योगाचे वर्ग संपूर्ण जेलमध्ये वेगवेगळ्या वेळी वेगवेगळ्या ठिकाणी भरवण्यात येतात.

तिहार येथील सकारात्मक विधायक उपक्रम आता वाढीस लागले आहेत. त्यांपैकी सर्वांत लक्षणीय म्हणावी लागेल ती ब्रह्माकुमारींची दैनंदिन भेट. रोज सायंकाळी ५ वाजता शुभ्र वस्त्रे धारण केलेल्या या भगिनी येथे येतात व कैद्यांच्या जमलेल्या घोळक्याशी संभाषण करतात. त्यांच्या भेटीच्या काळात येथे संपूर्ण शांतता असते. एका जेल अधिकाऱ्याने प्रत्यक्ष पाहिलेल्या वर्णनानुसार या भेटी इतक्या हृद्य असतात व कैदी इतके भारावून गेलेले असतात की काही काही कैद्यांच्या डोळ्यांतून घळघळा पाणी वाहत असते. त्यांना आपल्या कृत्याचा कबुलीजबाब द्यावासा वाटतो.

येथे मुलांसाठी सुरू केलेली एक योजनाही अशीच लक्षवेधी आहे. ती म्हणजे कथाकथनाची. काही व्यक्तींनी स्वत: या मुलांसाठी जेलमध्ये येऊन त्यांच्यासाठी कथा व कवितांचा कार्यक्रम सादर करण्याची इच्छा प्रदर्शित केलीय व त्यातूनच ही योजना तयार झाली. ही योजनासुद्धा लवकरच कार्यान्वित होईल.

किरण बेदींनी तिहारची सूत्रे हाती घेण्यापूर्वी 'जेल' या संस्थेबाबत सर्वत्र एक गैरसमज प्रचलित होता. तो म्हणजे – जेलमधील वातावरण घरगुती, खेळीमेळीचे, मैत्रीपूर्ण असताच कामा नये. त्यामुळे साहजिकच येथील कैदी तणावयुक्त, दडपलेले, घुसमटलेले जीवन जगत होते. तुरुंगाच्या त्या अवाढव्य भिंती आणि महाकाय बंद दारांमागे काय चालते हे बाहेरच्या जगाला कधीच कळत नव्हते. तुरुंग म्हणजे नुसत्या भक्कम गजाच्या बंद खिडक्या व कोठड्या नव्हेत ही जाणीव बाहेरच्या जगाला व्हावी यासाठी किरण बेदी यांनी चालू केलेले हे प्रयत्न म्हणजे प्रगतीच्या वाटचालीची पहिली पायरी आहे...

एक दिवस शीतल सहगल मला भेटायला आली. ही महिला प्रतिरक्षा मंडळाची सदस्या आणि माझ्या आजवरच्या कारकीर्दीत मला सतत वेळोवेळी मदतीचा हात पुढे करणारी समाजसेविका होती. शीतलचं कार्य माझ्या दृष्टीने अमूल्यच होतं कारण ती कायदेविषयक सल्ला केंद्रे आणि गरीब मुलांसाठी शाळा चालवत असे. ''याच पद्धतीने तू आम्हालाही मदत करशील का?'' असे मी तिला

विचारले. एखाद्या अशा प्रकारच्या विनंतीचा ती कधीच अव्हेर करत नाही. त्यामुळे ती त्याच दिवशी आली. येताना स्वत:सारख्याच ध्येयवादी आणि समाजसेवेला वाहून घेतलेल्या स्वयंसेवकांना घेऊन आली. स्त्रियांच्या वॉर्डामधील स्त्रिया आणि मुलांसाठी काहीतरी विधायक करण्याची तिची इच्छा होती. तिला साथ होती सुरिंदर सैनी, सोनिया शर्मा, आणि संतोष मुथू (दिल्ली सोशल वेल्फेअर बोर्ड) यांची. तिने तिहारच्या आतच काही सल्ला केंद्रे तसेच शाळाही सुरू केली. या सर्व गोष्टी अजूनही व्यवस्थित चालू आहेत.

मी कामाची सूत्रे हाती घेतल्यानंतर काही थोड्याच दिवसांत ज्या काही सुविधा येथे उपलब्ध झाल्या, त्याचा बराच बोलबाला झाला. उदाहरणार्थ: योगाभ्यास, आध्यात्मिक प्रवचने, व्यवसाय प्रशिक्षण वर्ग, स्त्रियांसाठी मोफत सल्ला केंद्रे व तुरुंगात प्रथमच कैदी स्त्रियांच्या मुलांसाठी पाळणाघराची सोय. त्यामुळे एक दिवस मला श्री. मार्क टेंपलर यांचा फोन आला. होप फाऊंडेशन नामक एक सेवाभावी संस्था गरीब व गरजू लोकांच्या आरोग्यासाठी काम करत होती. व हे त्या संस्थेचे प्रतिनिधी होते. मी त्यांना दुसऱ्या दिवशी भेटायला बोलावले. ते स्वत: आणि त्यांचे एक सदस्य अयान कोरिया यांनी तुरुंगातील कुष्ठरोगी आणि क्षयरोग्यांचे प्रश्न हाती घेण्याचे ठरविले. त्याचं कारण, या दोन्ही प्रकारच्या रुग्णांची देखभाल करण्यासाठी आमच्याकडे वेगळी काही सोय नव्हती. या व्यक्तींच्या रूपाने जणू देवच माझ्या भेटीला आला आहे असंच मला वाटलं. मी त्यांना लगेच माझ्याबरोबर तुरुंगाचा फेरफटका मारण्यासाठी घेऊन गेले. त्यांनी ताबडतोब त्यांच्या कार्याला सुरवात केली. व त्यांचे काम अखंडितपणे अजूनही चालू आहे. हे काम केवळ तुरुंगातील कैद्यांपुरतेच मर्यादित राहिलेले नाही, तर ते कर्मचाऱ्यांसाठी सुद्धा आहे. त्यांनी त्यासाठी तुरुंगात खास दवाखाना उघडला आहे. यांच्याखेरीज अनेक ख्रिश्चन संस्थांचे कार्यकर्ते आमच्याकडे सल्ला केंद्रे चालवणे व बायबलच्या प्रती पुरवण्यासाठी येत असत. अशीच एक कार्यकर्ती एकदा येथे आली होती. ती मदर टेरेसा यांच्या 'मिशनरीज ऑफ चॅरिटी' या संस्थेची कार्यकर्ती होती. तुरुंगातील एक कैदी स्त्री शकीरा हिला खुद्द मदर टेरेसा यांनी पत्र पाठवले होते. तेच खाली देत आहे:

मिशनरीज ऑफ चॅरिटी

५४ ए, ए.जे.सी.बोस रोड

कलकत्ता– ७०००१६

प्रिय शकीरा,

२७ फेब्रुवारी १९९५ च्या तुझ्या पत्राबद्दल आभार. सिस्टर ममता व सिस्टर

कोरीन या तिहार जेलमधील कैद्यांच्या भेटीसाठी नियमितपणे येतात. त्यांना तेथे एका मनोरुग्ण मुलीची देखभाल करता आली हे वाचून फार आनंद झाला. आमच्या येथे बंगालातील तुरुंगांमधून बाहेर पडलेल्या २०० तरुण आणि वृद्ध स्त्रिया राहत आहेत. भारताच्या इतर भागासाठी सुद्धा आम्हाला अशाच प्रकारचं काम करायचं आहे. आमचं हे काम यशस्वी होवो अशी सर्वांनी परमेश्वराकडे जरूर प्रार्थना करा.

तुझा खटला लवकरच समाप्त होऊन तुझं नवं जीवन सुरू व्हावं, अशी प्रार्थना मीही करीन. तुझ्या तुरुंगातील सर्व वरिष्ठ अधिकारी आणि विशेषत: श्रीमती किरण बेदी या तुम्हा तुरुंगात राहणाऱ्यांच्या उद्धारासाठी एवढं करत आहेत हे ऐकून फार बरं वाटलं. तुम्हा सर्वांसाठी त्यांनी मुद्दाम 'ॲश वेन्सडे सर्व्हिस'चं आयोजन केलं हे ऐकूनही फार आनंद झाला. तेथील सर्व अधिकाऱ्यांना तसेच कर्मचाऱ्यांना माझ्या शुभेच्छा. परमेश्वराचे तुमच्यावर प्रेम आहे, तसेच तुम्ही पण इतरांवर प्रेम करा व त्या परमात्म्याच्या प्रेमाला पात्र व्हा.

ईश्वराची कृपादृष्टी तुमच्यावर नित्य असो.

M Teresa mc

'द फॅमिली' नामक एक मानवतावादी संस्था जागतिक पातळीवर कार्यरत आहे. त्यांची प्रतिनिधी मेरी ॲन ही भेटायला आली. तिहार येथे येऊन येथील स्त्रिया आणि मुलांना नीतिमत्तेचे शिक्षण हसतखेळत देणारी गाणी शिकवण्याचा प्रस्ताव त्यांनी आमच्यापुढे ठेवला. आम्ही तो अर्थातच मान्य केला. त्याप्रमाणे त्यांनी येण्यास सुरवात केली. त्यांच्या त्या गाण्यांनी तुरुंगातील वातावरण एकदमच बदलून गेले.

त्यांच्या त्या येण्याने, त्यांच्या मधुर संगीताने सर्वांना आनंद दिला. अखेर आम्हाला विनंती करावी लागली: तुम्ही असं वरचेवर येत जा. आळीपाळीने एकेका तुरुंगात तुमचे कार्यक्रम घेत जा. त्याही लोकांनी तुरुंगातील कैद्यांबरोबर बराच वेळ घालवण्यास सुरवात केली. आधी नुसतं संगीत, नंतर छोटी छोटी नाटुकली बसवणे, कार्यशाळा, वृक्षसंवर्धन अशा नानाविध उपक्रमांना सुरवात झाली. त्यांचं काम हळूहळू सर्व कैद्यांपर्यंत जाऊन पोचलं, त्यांच्या मनाला भिडलं. अल्पावधीत त्यांनी काही लघुपुस्तिका काढल्या. मानवामानवामधील संबंध कसे सुधारता येतील यांविषयी या पुस्तिका होत्या. हे लोक अजूनही तिहारशी जवळिकीचे संबंध ठेवून आहेत. जर हे लोक नसते तर तुरुंगांच्या भिंतीआडून हास्याच्या लकेरी ऐकू आल्याच नसत्या. १२ सप्टेंबर १९९४ रोजी 'द नॅशनल हेराल्ड' या दैनिकात खालील वृत्त छापून आले :

तिहारच्या ओसाड जमिनीत कोवळ्या रोपांची लागवड

...दोन राकट लोकांनी हातात हात घालून आज एका ओसाड जमिनीत दोन कोवळी रोपे लावली. त्यांच्यातील एक पोलीस होता तर दुसरा कैदी.

देशाच्या राजधानीतील तिहार जेलमध्ये विधायक बदल घडून येण्याच्या प्रक्रियेला सुरवात झाली आहे. वरकरणी अशक्यप्राय वाटणारी ही जी गोष्ट घडली, जी सहकार्याची भावना येथे आज जागृत झालेली दिसली ही या प्रक्रियेच्या यशाची पावतीच म्हणावी लागेल.

कैद्यांनी गच्च भरलेल्या या तुरुंगाच्या ओसाड जमिनीवर आज हजारो कोवळ्या रोपांची लागवड करण्यात आली. येथील परिसर हिरवागार करण्याच्या मोहिमेला आज सुरवात झाली. येथील कैद्यांना आता आपला भविष्यकाळ उज्ज्वल व आशादायी वाटत असल्याचेच हे द्योतक आहे.

या पावसाळ्यामध्ये शेकडो उत्साही कैद्यांनी सुमारे ६००० स्क्वे.फू. जमिनीत वेगवेगळ्या फळाफुलांची झाडे, झुडुपे व वेलींचे रोपण केले.

"आम्ही त्यांच्या परंपरागत स्वाभाविक प्रवृत्तींनाच थोडा उजाळा दिला एवढंच. कारण बरेच कैदी गरीब शेतकरी कुटुंबांतून आले आहेत," द फॅमिली संस्थेच्या स्वयंसेविका मिस् सोनिया आम्हाला म्हणाल्या. ही संस्था तिहार जेलमध्ये सामाजिक वनीकरणाचाच एक उपक्रम राबवत आहे.

"हे कैदी स्वत: लावलेल्या झाडांची इतक्या प्रेमाने देखभाल करतात की आम्हाला वनरक्षकांची गरज भासतच नाही. त्यामुळेच लावलेल्या रोपांपैकी सुमारे ९५ टक्के रोपे जगली आहेत," असे उद्‌गार जेल क्र. २ चे सुपरिंटेंडंट श्री. तारसेम कुमार यांनी काढले.

तुरुंगाच्या संकुलात या वर्षाअखेर आणखी किमान २००० वृक्षांची लागवड करण्याची योजना आहे. दोन ते तीन वर्षांत आंबा, पेरू, डाळिंब, जांभूळ व लिंबाच्या झाडांनी तुरुंगाचा परिसर हिरवागार होऊन जाईल व कैद्यांना आपल्या श्रमाची फळे चाखायला मिळतील.

"याचबरोबर येथे आणखी एक उपक्रम राबवण्यात येणार आहे. या उपक्रमाद्वारे पर्यावरण स्वच्छ व निर्मळ कसे राखावे याचे येथील कैद्यांना शिक्षण देण्यात येईल. कैद्यांनी लावलेल्या झाडांसारखाच त्यांचा स्वत:चा भविष्यकालही आशादायी असेल असा संदेशही त्यांना देण्यात येईल. अर्थात त्यांची तशी इच्छा असेल तरच,"असंही मिस सोनिया म्हणाल्या.

येथे काही जुने, अनेक वर्षे शिक्षा भोगत असलेले कैदी आहेत. त्यांनी काढलेल्या उद्‌गारांवरून या कार्यक्रमाची विधायक बाजू सुद्धा स्पष्ट होते. या कैद्यांनी जेल क्रमांक २ च्या वृक्षारोपणाच्या कार्यक्रमात भाग घेतला होता.

येथे पतीलाल नामक ७८ वर्षांचा स्वातंत्र्य सैनिक खुनाच्या आरोपाखाली शिक्षा भोगत आहे. त्याने विड्या ओढण्याची सवय कायमची सोडून देऊन

पर्यावरण स्वच्छ राखण्याची शपथ घेतली...

एक दिवस सकाळी मी रोजच्यासारखी चालायला निघाले होते, (मॉर्निंग वॉकसाठी). तेव्हा मला सरोज वसिष्ठ नामक स्त्रीचा फोन आला. तिने स्वत:ची ओळख करून दिली. ती ऑल इंडिया रेडिओची निवृत्त अधिकारी होती, तसेच तिला कथाकथनाची विशेष आवड होती. ती म्हणाली: "मला तुरुंगात येऊन कैद्यांपुढे कथाकथनाचा कार्यक्रम करण्याची इच्छा आहे. तर तसा करता येईल का?" मी तात्काळ म्हटले: "हो. जरूर, का नाही?" तिने विचारले: "मी कधी येऊ?" मी म्हटले:"आजच." त्याप्रमाणे ती ठरलेल्या वेळी येऊन हजर झाली. मग मी तिला बालगुन्हेगारांच्या वॉर्डात घेऊन गेले. आठवड्याभरातच त्या मुलांना तिच्याविषयी इतकी जवळीक वाटू लागली की ती त्यांना आईसमान भासू लागली. त्यांना तिच्याविषयी आदर वाटे. ती नसली की त्यांना तिची आठवण येई. ती येताना पुस्तके, रंगीबेरंगी नियतकालिके, कपडे, वह्या इत्यादी घेऊन येई. एकदा तर तिने बालगुन्हेगारांच्या वॉर्डासाठी दूरदर्शन संचच भेट म्हणून आणला. आज सरोज इतरही तुरुंगांसाठी काम करते. येथील अनुभवांवर तिने एक पुस्तक लिहिले आहे. त्याचे नाव आहे: "ऐसा जैसे कुछ हुआ ही नहीं।" ती नसती तर तिहार तुरुंग फार मोठ्या आनंदाला मुकला असता.

तर अशा प्रकारे काही सेवाभावी सामाजिक संस्था आणि व्यक्तींचा येथे प्रवेश झाला आणि अवघ्या दोन महिन्यांत तिहारचं सारं वातावरणच बदलून गेलं. जुलै महिन्यात तेव्हाचे लेफ्टनंट गव्हर्नर श्री.पी.के. दवे हे दोन नव्या वॉर्डांच्या उद्घाटनासाठी आले. हे वॉर्ड खास बालगुन्हेगारांसाठी बांधण्यात आले होते. या मुलांसाठी आम्ही त्याच वेळेस साक्षरता वर्गही सुरू केलेला होता. श्री. दवे यांच्यासोबत भारत सरकारचे काही उच्च अधिकारी व इतरही प्रतिष्ठित नागरिक होते. शिक्षण व व्यवसाय प्रशिक्षण क्षेत्रातील काही नामवंत संस्थांचे प्रतिनिधी उपस्थित होते. श्रमिक विद्यापीठाचे डायरेक्टर श्री.आर.के.छाब्रा आणि जमिया मिलिया युनिव्हर्सिटीच्या प्रौढ शिक्षण विभागामार्फत साक्षरता वर्गासाठी लागणारी भरपूर साधनसामग्री पाठवण्यात आली. या सामग्रीचेही लेफ्टनंट गव्हर्नरांच्या हस्ते वाटप करण्यात आले. तिहारमधील साक्षरता चळवळीने आता चांगलीच पकड घेतली. तिहार जेलमधून सुटका होऊन परत निघालेल्या प्रत्येक कैद्याला आपले नाव लिहून स्वाक्षरी करता येते की नाही हे पाहण्याचे जेल अधिकाऱ्यांना एक कामच होऊन बसले. या साक्षरता चळवळीचा जोरदार प्रसार होऊन अखेर तिने संपूर्ण तुरुंगालाच वेढले. याचे संपूर्ण श्रेय समाजाकडून मिळणाऱ्या भरघोस प्रतिसादालाच आहे.

साक्षरतेबरोबरच मादक द्रव्यांच्या वाढत्या प्रसाराला आळा घालणं हेही आमच्यापुढील एक फार मोठं आव्हान होतं. मादक द्रव्यांच्या या आव्हानाचा सामना

करण्यासाठी काही सामाजिक कार्यकर्त्यांनी व सेवाभावी संस्थांनी पुढाकर घेतला. 'आसरा' या संस्थेचे डॉ.हरिंदर सेठी आणि 'नवज्योती' संस्थेचे श्री.सुनील वात्स्यायन यांनी आपण होऊन वेगवेगळ्या तुरुंगांसाठी कामे करण्यास सुरवात केली. मादक द्रव्यांच्या आहारी जाणे कसे टाळता येईल याचे शिक्षण त्यांनी कैद्यांना दिले. ही गोष्ट आम्ही निश्चितच करू शकलो नसतो. या सर्व संस्था व व्यक्ती तिहारमधे अजूनही कार्यरत आहेत. आम्हाला येथे जे काही सुधार घडवून आणायचे होते त्यासाठी शांतता व सुव्यवस्थेची गरज होती व ही निर्माण करणे आम्हाला त्यांच्यामुळे शक्य झाले.

आपल्यापुढे जे काही प्रश्न उभे असतील त्यांची उत्तरे आपण शोधायचीच असा निर्धार जर केला तर आपल्याला ती उत्तरे निश्चितच मिळतात, हा माझा नेहमीचा अनुभव आहे. याचं आणखी एक उदाहरण म्हणजे 'विपश्यना उपक्रम'. हा उपक्रम कैद्यांच्या सुधारकार्यक्रमामधील एक उपचार पद्धती म्हणून सुरू करण्यात आला. भारत सरकारच्या मिनिस्ट्री ऑफ होम अफेअर्स चे पूर्वाश्रमीचे ॲडिशनल सेक्रेटरी श्री. एल. एम. मेहता यांनी याचा प्रस्ताव आमच्या पुढे ठेवला व आम्हीही त्याचा सातत्याने पाठपुरावा केला. आमच्या या अथक परिश्रमांचा परिणाम म्हणून तिहारमध्ये दहा दिवसांच्या विपश्यना शिबिराचे आयोजन करण्यात आले. यात एकत्रितपणे ११०० कैद्यांनी भाग घेतला. यापूर्वी अशा प्रकारचे शिबीर जगातील कोणत्याही तुरुंगात घेण्यात आले नव्हते. यानंतर 'विपश्यना रिसर्च इन्स्टिट्यूट'ची एक शाखाच तिहार येथे सुरू करण्यात आली. विविध प्रकारच्या शिबिरांचे त्यामार्फत आयोजन करण्यात आले. तिहारकडे आता संपूर्ण जगाचे लक्ष वेधले. अशाच आणखी एका गटाने येथील कैद्यांवर फार मोठा प्रभाव पाडला. तो गट म्हणजे 'ओशो.' ३० डिसेंबर १९९३ रोजी 'हिंदुस्तान टाइम्स'मध्ये या विषयीची बातमी छापून आली ती अशी:

तिहारमध्ये रजनीश लाट

रजनीशवादाच्या लाटेने गेले दोन दिवस तिहार जेलला नुसते झपाटून टाकले आहे.

देशातील या सर्वांत मोठ्या तुरुंगात ओशो पद्धतीची ध्यानधारणा करण्यात आली. एक खळबळजनक उद्रेक, अंतर्यामी उठलेले वादळ– अशाच शब्दांत तिहार येथे झालेल्या या नव्या प्रात्यक्षिकाचे वर्णन करता येईल.

सोमवारी दुपारी सुमारे ६०० कैद्यांनी उत्स्फूर्तपणे आपल्या अंतर्यामी दडलेल्या भावनांना मोकळी वाट करून दिली. राग, नैराश्य इत्यादी भावनांचा हा उद्रेक जमीन हादरवून सोडणारा ठरला.

या प्रात्यक्षिकाचा पहिला टप्पा म्हणजे सुरवातील प्रदीर्घ सखोल श्वास घेणे व

त्यानंतर श्वासोच्छ्वासाचा वेग वाढवत नेणे.

दुसरा टप्पा म्हणजे यात सहभागी होणाऱ्या व्यक्तींनी आपल्या अंतर्यामी दडपलेल्या भावनांच्या कल्लोळाला अनिर्बंध वाट करून देणे. रजनीशवादात या प्रक्रियेस 'कॅथार्सिस' (उद्रेक) असे नाव दिले आहे. अशा प्रकारे जमा झालेले सर्वच्या सर्व ६०० कैदी जोराजोरात हातवारे करत मोठ्यांदा किंचाळू लागल्यावर वेड्याच्या इस्पितळात शोभेल असा गोंगाट व गोंधळ तेथे निर्माण झाला.

"... एखाद्या ज्वालामुखीचा उद्रेक व्हावा तद्वत् या तुरुंगवासियांच्या क्रोधाचा व नैराश्याचा उद्रेक झाला असे उद्गार स्वामी स्वभाव यांनी काढले. हे ओशो यांच्या पुणे येथील आश्रमाचे प्रतिनिधी. हे खास तिहारमध्ये कैद्यांसाठी वर उल्लेख केलेले शिबीर घेण्यासाठी आले होते.

"आपल्या दडपलेल्या भावनांना जर आपण मोकळी वाट करून दिली नाही, तर तो क्रोध, ती हिंसा आतल्या आत सुप्त स्वरूपात राहते व या लोकांची सुटका झाली की तात्काळ ती भावना आपल्यावर वार करते.," असे स्वामीजींनी आमच्या वार्ताहराला सांगितले.

"सर्व सामान्य लोकांच्यात 'कॅथार्सिस'चा हा टप्पा जरा उशिराने येतो. पण या कैद्यांमध्ये तो अवघ्या पाचच मिनिटांत आला. त्यांच्या प्रतिक्रियेचे ते स्वरूप पाहून उपस्थित वॉर्डर्स तसेच इतर अनेक लोक आश्चर्यचकित झाले," असंही ते म्हणाले.

तिसऱ्या टप्प्यात सर्व सहभागी कैदी तोंडाने मोठ्यांदा हऽऽ, हूऽऽ असे आवाज काढून ओरडू लागले. या टप्प्याच्या समाप्तीनंतर तेथे कमालीची शांतता पसरली.

"... यानंतर काही कैदी रडू लागले. अंतर्यामी उठलेले वादळ शमल्यानंतरचे ते अश्रू होते," स्वामी स्वभाव म्हणाले.

आम्ही समाजातील घटकांना तिहारमधे मुक्त प्रवेश देत असल्याची बातमी विद्यार्थिवर्गापर्यंतही जाऊन पोचली. अनेक संशोधक व अभ्यासक देशभरातून आमच्याकडे धावून आले. त्यात समाजशास्त्र, कायदा, स्थापत्यविद्या अशा अनेक शाखांच्या विद्यार्थ्यांचा समावेश होता. परंतु या संशोधकांच्याही आधी तिहारमधे येऊन पोचली होती ती शाळेची छोटी छोटी मुले. ऑक्सफर्ड पब्लिक स्कूलच्या दीडशेहून अधिक मुलांनी आमच्याकडे येऊन 'चले जाव चळवळ' या विषयावर एक छोटेसे पण माहितीपूर्ण नाटुकले सादर केले. ते पाहताना आमच्या कैद्यांच्या डोळ्यांतून घळघळा अश्रू वाहू लागले. आपण परत कधीही गुन्ह्याच्या मार्गाकडे वळणार नाही, असे वचन अनेक कैद्यांनी त्या बालकलाकारांना दिले. गुन्हे करून निबर, संवेदनाहीन झालेल्या त्या माणसांसाठी ही छोटी मुले संगीत, नृत्य, नाटके व पुस्तके अशा विविध माध्यमांमधून नीतीचे संदेश घेऊन येत. आश्चर्याची गोष्ट की

ही छोटी छोटी शेकडो मुले इतक्या लहान वयात इतकी भारून गेलेली असत, की, या तिहार भेटीला आपल्या आठवणीत, हृदयात कायमचं कोरून घेऊन परत जात. स्वत:ला समाजसेवेस वाहून घेण्याची शपथ घेऊन जात.

असाच एक पाहुणा एकदा तुरुंगभेटीस आला आणि इतकी मोलाची कामगिरी करून गेला, की, संपूर्ण तुरुंगव्यवस्थेला त्याने कायमचे ऋणी करून ठेवले आहे. ही व्यक्ती म्हणजे मुंबईचे श्री. के. सी. श्रॉफ. आमचे एक जुने स्नेही डॉ. आर्. सी. वत्स यांनी त्यांना आमच्याकडे आणले. श्रॉफ हे एक वृद्ध गृहस्थ. पण त्यांच्या अंगी एखाद्या लहान मुलाचा दुर्दम्य उत्साह होता. ते म्हणाले: "कचऱ्याची विल्हेवाट कशी लावावी ही समस्या तुमच्यापुढे उभी आहे, होय ना?" मी ते मान्य केले. त्यावर त्यांनी विचारले: "मी त्यावर उपाय सुचवू?" मी अर्थातच होकार दिला. मग आम्ही त्यांच्याच सूचनेवरून त्यांना आमची कचरा साठवण्याची जागा दाखवण्यासाठी घेऊन गेलो. तेथे इतकी भयानक दुर्गंधी सुटली होती की आम्हाला उभे राहणे सुद्धा कठीण जात होते. त्यावर ते म्हणाले: "या कचऱ्यावर जागच्या जागीच प्रक्रिया करून त्याचं खतात रूपांतर करण्याची कल्पना कशी वाटते?" त्यावर मी शंका उपस्थित केली: "पण घाण वासाचं काय?" ते म्हणाले: "ते तुम्ही डोळ्यानंच बघा." श्री. श्रॉफ कामाला सुरवात करण्यास इतके अधीर होते की मग आम्हीही ते तात्काळ मान्य केले. मग त्यांनी तज्ज्ञांची तुकडी बोलावून घेतली. त्यांचे नेतृत्व करणार होते श्री. टी. के. चॅटर्जी. एकीकडे आम्हाला प्रशिक्षणही तेच देणार होते व स्वावलंबी बनवणार होते. आम्ही त्यानुसार प्रशिक्षणवर्ग सुरू केला व त्यातून आम्हाला जे काही यश मिळत गेले त्यावर खुद्द आमचाच विश्वास बसेना. त्यानंतर आमचे कल्पक जेल सुपरिंटेंडंट श्री. डी. पी. द्विवेदी यांनी 'ग्रीन तिहार' असा संदेश छापलेल्या गोण्या तयार करून घेतल्या व आम्ही तयार केलेले खत त्या गोण्यांमधे भरून ते आम्ही विकण्यास सुरवात केली. त्यातून जमा होणारी रक्कम कैदी कल्याण निधीस देण्यात येऊ लागली. हे प्रचंड परिवर्तन बघून सर्वांच्याच अंगात उत्साह संचारला. 'कचऱ्यातून खतनिर्मिती' या प्रकल्पाबद्दल इतर अनेक संस्था तिहारकडे आदर्श म्हणून बघू लागल्या. १९ जून १९९४ रोजी यू. एन. आय. एजन्सीचा हा अहवाल 'द इंडियन एक्सप्रेस' या वृत्तपत्रात प्रसिद्ध झाला.

तिहार येथे आणखी एका अभिनव उपक्रमाला सुरवात झाली आहे–
कचऱ्यातून खतनिर्मिती.

आशिया पॅसिफिकमधील सर्वांत मोठ्या असलेल्या तिहार कारागृहात ८७०० हून अधिक कैदी राहतात. येथे दररोज सुमारे ३००० किलो कचरा जमा होतो. याची विल्हेवाट करणे ही फार मोठी खर्चाची बाब आहे.

परंतु ही परिस्थिती आता बदलू लागली आहे. जेलमधील कैदी स्वत:च या कचऱ्यामधून उत्कृष्ट दर्जाच्या खताची निर्मिती करीत आहेत.या खताची बाहेरील खुल्या बाजारपेठेत विक्री करून ते फार मोठ्या प्रमाणावर पैशाची बचत करत आहेत. (दरवर्षी सुमारे १०.८ लाख रुपये.) ही रक्कम पूर्वी तिहारमधील कचऱ्याच्या विल्हेवाटीखातर खर्च होत असे.

मुंबईच्या एक्सेल इंजिनियरिंगचे मॅनेजिंग डायरेक्टर श्री. के. सी. श्रॉफ यांनी सुरू केलेल्या उपक्रमात सुमारे ४० कैद्यांनी स्वेच्छेने भाग घेतला आहे. या कैद्यांना कचऱ्यातून खतनिर्मितीसाठी प्रशिक्षण तर मिळतेच आहे, पण शिवाय त्यांच्या कामाचा मोबदलाही त्यांना दिला जात आहे. उत्तम वर्तणुकीबद्दल त्यांना शिक्षेतून थोडीफार सूटही दिली जाईल.

इन्स्पेक्टर जनरल ऑफ प्रिझन्स श्रीमती किरण बेदी म्हणाल्या : ''या खताची बाहेरच्या बाजारात विक्री करण्यास केवळ काही आठवड्यांपूर्वी सुरवात झाली असून त्याला मिळणाऱ्या भरघोस प्रतिसादामुळे आता कचऱ्यातून विद्युतनिर्मिती करण्याचा प्रकल्प हाती घेण्याच्या दृष्टीने अभ्यास चालू आहे.''

त्याचप्रमाणे सुलभ इंटरनॅशनलसारख्या काही संस्थांशी संपर्क साधून कचऱ्यातून खतनिर्मिती करण्यापूर्वी त्यातून बायोगॅसचे उत्पादन करण्याची योजनाही श्रीमती किरण बेदी या आखत आहेत. कारण या आकाराने अवाढव्य असलेल्या जेलला वीजपुरवठाही फार मोठ्या प्रमाणात करावा लागत असल्याने तोही जर अपारंपरिक पद्धतीने करणे साध्य झाले, तर ते फार उत्तम होईल.

या ठिकाणी जे बायो-ऑरगॅनिक-सॉईल-एनरिचर खत तयार करण्यात येते ते होर्टीकल्चरच्या साहाय्याने स्वयंपाकघरातील कचऱ्यापासून निर्माण केलेले असून दिल्लीतील अनेक फळफुलझाडांच्या बागांमध्ये (नर्सरीमध्ये) याला मागणी आहे. यासाठी किचन गार्डन असोसिएशन ऑफ इंडियाचे मोलाचे साहाय्य लाभले आहे.

''आम्ही आमची बाजारपेठ विस्तृत करत आहोत. आणि थोड्याच काळात यांद्वारे मिळणारे सुमारे १० लाख रुपयांचे उत्पन्न आमच्या प्रिझनर वेल्फेअर फंडात जमा होईल, अशी अपेक्षा आहे,'' असे श्रीमती बेदी म्हणाल्या. ही रक्कम तुरुंगाच्या सुधारकार्यासाठी वापरण्यात येणार असल्याचेही त्यांनी सांगितले.

या अभिनव उपक्रमामधून तयार झालेले खत पाच किलोच्या पॉलिथिन पिशव्यांमध्ये भरण्यात येते. या पिशव्या रंगवण्याचे कामही तुरुंगातील बालगुन्हेगारच करतात. त्यांना येथे याचे प्रशिक्षण मिळते.

''आपण करत असलेल्या कामाचा असा उपयोग होत असून आपण बनवलेल्या गोष्टी विकल्या जात आहेत हे पाहून ही छोटी मुले आनंदित होतात. त्यांना त्याचा अभिमान वाटतो,'' असे श्रीमती किरण बेदी म्हणाल्या...

येथील कैद्यांना कायदेविषयक सल्लामसलत व इतर मदतीची गरज भासे. त्याची पूर्तता करण्यासाठी जसजीत पुरेवाल यांच्या नेतृत्वाखालील साक्षी नामक

संघटना तसेच इतरही अनेक संघटना आमच्या मदतीला धावून आल्या. त्यामुळे स्त्रिया तसेच पुरुषांना मोफत कायदेविषयक सल्ला मिळण्याची सोय झाली. आता खटले लवकरात लवकर निकालात निघू लागले. हा प्रांत इतके दिवस दुर्लक्षितच होता. आता त्या बाबतीत जी संवेदनाशीलता पूर्वीच निर्माण व्हायला हवी होती, ती निदान आता निर्माण झाली.

येथील स्त्रिया, पुरुष व मुले या सर्वांना समाजाने साहाय्य करण्यास, त्यांच्या आरोग्याची काळजी घेण्यास सुरवात केली. आरोग्यविषयक प्रदर्शने येथे भरवण्यात आली. कैद्यांमधे या बाबतीत जागरुकता निर्माण झाली. कैद्यांच्या ज्या काही विशिष्ट आरोग्यविषयक समस्या होत्या, त्या सोडवण्यासाठी आम्ही तज्ज्ञ व्यक्तींना पाचारण करू लागलो. आम्ही आता 'आरोग्य दिवस' साजरा करण्यास सुरवात केली. हे सर्व उपक्रम पाहून बाहेरच्या जगातील अनेक डॉक्टरांना आमचे कौतुक वाटले. त्यांनी आपण होऊन, उत्स्फूर्तपणे आमच्या मदतीस धावून येण्यास सुरवात केली.

२६ जानेवारी १९९४ रोजी विविध क्षेत्रांतील शेकडो डॉक्टरांनी येथे येऊन स्वयंप्रेरणेने आम्हाला वैद्यकीय मदत देऊ केली. त्यामुळे आता तुरुंगातील प्रत्येक कैद्याला वैद्यकीय मदत मिळू लागली. वैद्यकीय मदतीची व्याप्ती अधिक विस्तृत करण्याच्या दृष्टीने आम्ही त्यात इतर प्रकारच्या वैद्यकशाखांनाही समाविष्ट केले. ताप, खोकला, सर्दी, अशक्तपणा इत्यादी दुखण्यांसाठी आयुर्वेदिक औषधे विक्रीसाठी ठेवण्याचीही आमची योजना होती. त्यामुळे सरकारी डॉक्टरांवरील कामाचा ताण बऱ्याच प्रमाणात कमी झाला असता. पण त्या गोष्टीला अजून वेळ होता. नंतर काही दिवसांत वैद्यकीय बाबतीत तिहार जेल स्वयंपूर्ण झाली. पण तरीही अजूनसुद्धा जेव्हा गरज भासेल तेव्हा आम्हाला तिहारकडून सतत सहकार्य लाभत असते. व त्यायोगेच जागृत झालेली ही चेतना तशीच तेवत राहिली आहे.

भारत हा उत्सवप्रिय देश आहे. सर्व भारतीय उत्सव, सण, समारंभ आम्ही तिहारमध्ये साजरे करत असू. मग ते हिंदूंचे असोत अथवा मुसलमानांचे, शिखांचे असोत वा ख्रिश्चनांचे. सर्व तुरुंगवासी यात सारख्याच उत्साहाने व आपुलकीने भाग घेत. हे सण साजरे करण्यासाठी बाहेरच्या समाजाकडून आम्हाला भरघोस मदत मिळत असे. त्यामुळे येथील उत्साहाच्या वातावरणात भर पडत असे. दिवाळी म्हणजे दीपोत्सव. या दिवशी बाहेरील लोक येथे येऊन रामलीला साजरी करत. गुरुपूर्व उत्सवाच्या दिवशी शीख समाजाकडून खास शिधा पाठवण्यात येत असे. तिहारमध्ये सणाचा स्वयंपाक होत असे. ईद या सणासाठी मुस्लिम समाजाकडून खजूर, खीर इत्यादी पदार्थांचे वाटप होत असे. ख्रिसमसच्या दिवशी केकची भेट मिळे. माऊंट सेंट मेरीज स्कूलमधील शिक्षक ब्रदर विल्यम्स व त्यांची पत्नी यांच्या पुढाकाराने ख्रिश्चन संघटनेतर्फे हा खाऊ पाठवण्यात येई. तिहारमधे सुद्धा विविधता,

आतिथ्यशीलता इत्यादी स्वाभाविक भारतीय गुणांचा आम्हाला प्रत्यय येई.

मी दक्षिण, पश्चिम व पूर्व भागातील तुरुंगांना भेटी दिल्या. परंतु येथे मात्र इतक्या मोठ्या प्रमाणावर सामाजिक सहभाग मला आढळला नाही. कदाचित त्यांच्या मूलभूत गरजा तेथेच भागत असल्याने त्यांना समाजाच्या मदतीची आवश्यकता भासत नसेल. पण तरीही, अजूनसुद्धा माझं मत असंच आहे की जर काही भरीव, विधायक सुधारणा घडवून आणायच्या असतील तर समाजाकडून सहकार्य मिळवण्यावाचून दुसरा काहीही पर्याय नाही. 'परिवर्तन' आणि 'सुधार' या दोन्ही गोष्टींसाठी अंतर्गत तसेच बाह्य स्वीकृतीची भावना अत्यंत आवश्यक आहे. तिहार या तुरुंगाचे एका आश्रमात रूपांतर करण्यामागे समाजाचा फार मोठा वाटा आहे. कारण या रूपांतरासाठी जी पार्श्वभूमी, जे वातावरण आवश्यक होते ते येथे समाजानेच निर्माण केले.

ज्या गुन्हेगारांनी समाजाला अपरिमित दु:ख पोहोचवले त्याच समाजाने मोठ्या मनाने त्या गुन्हेगारांना आपल्यात सामावून घेण्याची तयारी दर्शवली. शेकडो गुन्हेगारांना एव्हाना आपल्या हातून घडलेल्या कृत्याचा पश्चात्ताप होऊ लागलेलाच होता. आपल्या या पश्चात्तापाच्या भावना ते मोकळेपणाने, जराही न कचरता बोलून दाखवू लागले होते. अनेक गुन्हेगारांनी स्वत:च्या गुन्ह्याचा न्यायालयापुढे कबुलीजबाब देण्याचीही इच्छा प्रदर्शित केली होती. परंतु न्यायालयाची यावर काय प्रतिक्रिया होईल, आपल्याला खरोखर समजून घेतले जाईल की नाही, का केवळ स्वत:ची सुटका करून घेण्यासाठी शोधलेला मार्ग असा या कबुलीजबाबाचा अर्थ लावला जाईल, याची त्यांना खात्री नव्हती. तुरुंगातील कैदी आता निर्णायक क्षणापाशी येऊन ठेपले होते.

□

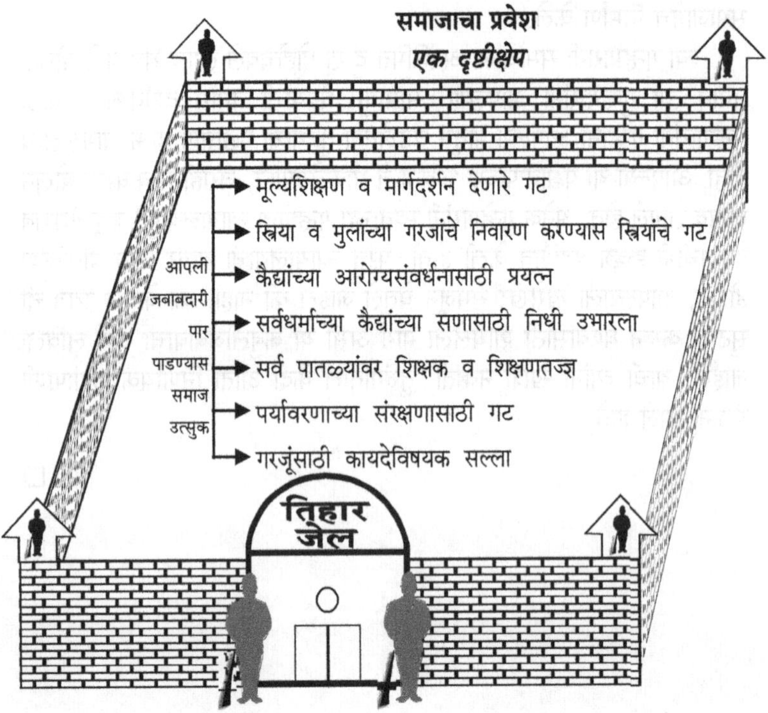
समाजाचा प्रवेश
एक दृष्टीक्षेप
मूल्यशिक्षण व मार्गदर्शन देणारे गट
स्त्रिया व मुलांच्या गरजांचे निवारण करण्यास स्त्रियांचे गट
कैद्यांच्या आरोग्यसंवर्धनासाठी प्रयत्न
सर्वधर्मांच्या कैद्यांच्या सणासाठी निधी उभारला
सर्व पातळ्यांवर शिक्षक व शिक्षणतज्ज्ञ
पर्यावरणाच्या संरक्षणासाठी गट
गरजूंसाठी कायदेविषयक सल्ला
आपली जबाबदारी पार पाडण्यास समाज उत्सुक
तिहार जेल

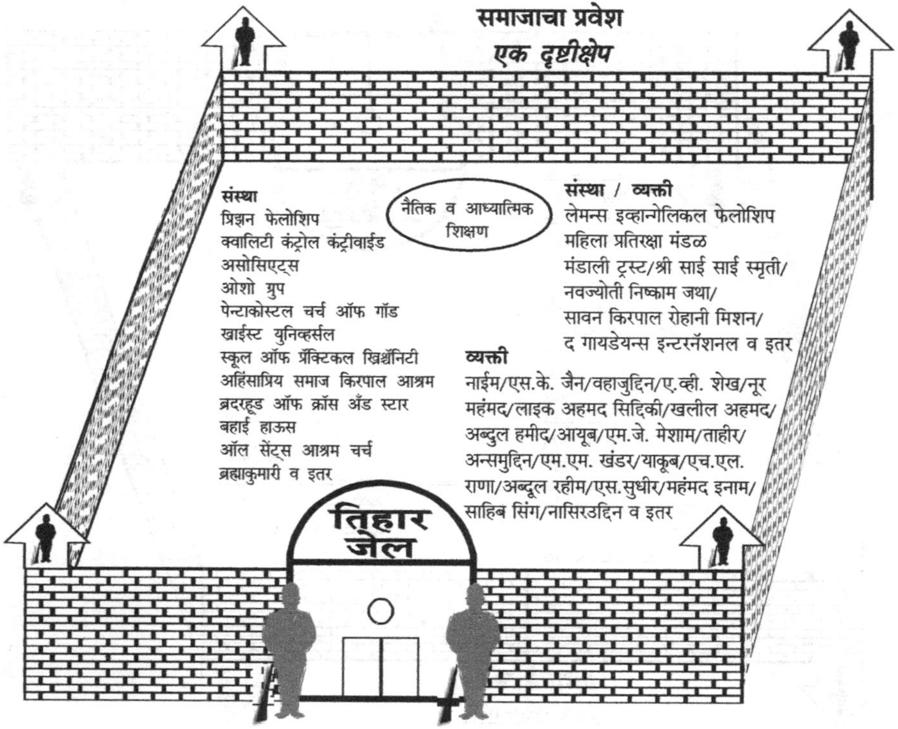
समाजाचा प्रवेश
एक दृष्टीक्षेप
संस्था
प्रिझन फेलोशिप
क्वालिटी कंट्रोल कंट्रीवाईड
असोसिएट्स
ओशो ग्रुप
पेन्टाकोस्टल चर्च ऑफ गॉड
ख्राईस्ट युनिव्हर्सल
स्कूल ऑफ प्रॅक्टिकल ख्रिश्चॅनिटी
अहिंसाप्रिय समाज किरपाल आश्रम
ब्रदरहूड ऑफ क्रॉस अँड स्टार
बहाई हाऊस
ऑल सेंट्स आश्रम चर्च
ब्रह्माकुमारी व इतर
नैतिक व आध्यात्मिक शिक्षण
संस्था / व्यक्ती
लेमन्स इव्हान्गेलिकल फेलोशिप
महिला प्रतिरक्षा मंडळ
मंडाली ट्रस्ट/श्री साई साई स्मृती/
नवज्योती निष्काम जथा/
सावन किरपाल रोहानी मिशन/
द गायडेयन्स इन्टरनॅशनल व इतर
व्यक्ती
नाईम/एस.के. जैन/वहाजुद्दिन/ए.व्ही. शेख/नूर
महंमद/लाइक अहमद सिद्दिकी/खलील अहमद/
अब्दुल हमीद/आयूब/एम.जे. मेशाम/ताहीर/
अन्समुद्दिन/एम.एम. खंडर/याकूब/एच.एल.
राणा/अब्दूल रहीम/एस.सुधीर/महंमद इनाम/
साहिब सिंग/नासिरउद्दिन व इतर
तिहार जेल

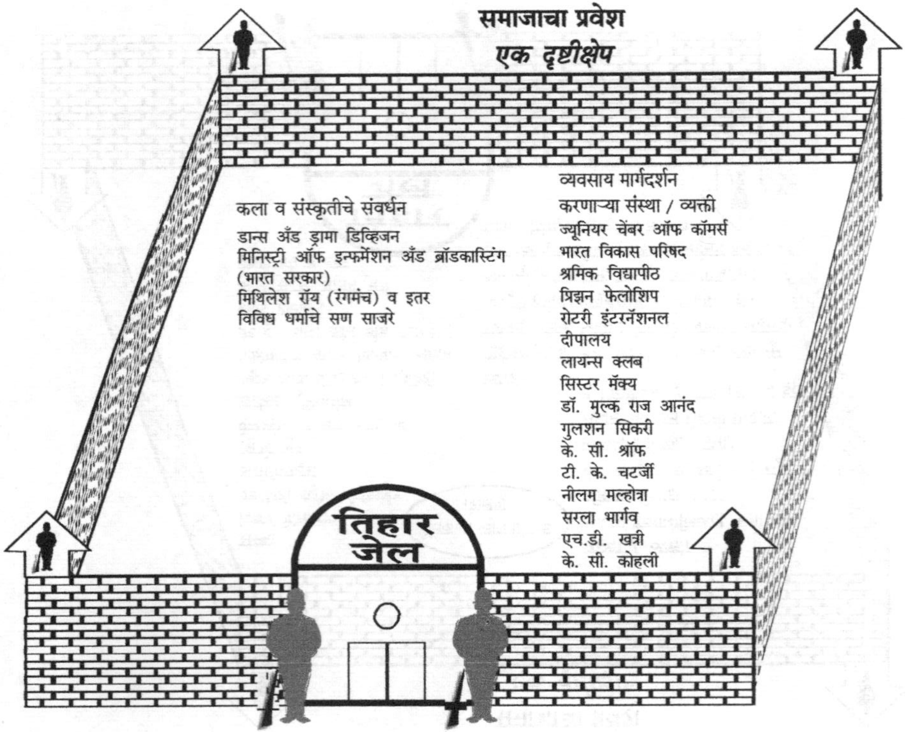
समाजाचा प्रवेश
एक दृष्टीक्षेप
कला व संस्कृतीचे संवर्धन
डान्स अँड ड्रामा डिव्हिजन
मिनिस्ट्री ऑफ इन्फर्मेशन अँड ब्रॉडकास्टिंग (भारत सरकार)
मिथिलेश रॉय (रंगमंच) व इतर
विविध धर्मांचे सण साजरे
व्यवसाय मार्गदर्शन करणाऱ्या संस्था / व्यक्ती
ज्यूनियर चेंबर ऑफ कॉमर्स
भारत विकास परिषद
श्रमिक विद्यापीठ
प्रिझन फेलोशिप
रोटरी इंटरनॅशनल
दीपालय
लायन्स क्लब
सिस्टर मॅक्य
डॉ. मुल्क राज आनंद
गुलशन सिकरी
के. सी. श्रॉफ
टी. के. चटर्जी
नीलम मल्होत्रा
सरला भार्गव
एच.डी. खत्री
के. सी. कोहली
तिहार जेल

१७

तुरुंगाच्या आतील समाज

एका नव्या आव्हानाला सामोरे जाण्यासाठी तुरुंगातील कर्मचाऱ्यांनी मनाची तयारी केली होती. नवीन जबाबदाऱ्यांच्या आव्हानांना सामोरं जाण्यासाठी ते आता सज्ज झाले होते. तिहारमधे ही जी क्रांती चालू झालेली होती त्यात बाहेरील समाजही सहभागी झाला होता. मग असं असताना तुरुंगाच्या आतील कैदी तरी मागे कसे राहणार? खरं तर जेलच्या आतच शक्तीचा मोठा स्त्रोत होता. मानवी शक्तीचा स्त्रोत. चार भिंतींच्या आत कोंडून राहत असलेल्या या माणसांपाशी भरपूर वेळ होता, उत्साह होता, व्यावसायिक कसब होते. कोणत्याही चैतन्याने सळसळणाऱ्या समाजापाशी जे काही गुण असतात ते सगळेच येथे विपुल प्रमाणात होते. आता गरज फक्त एकाच गोष्टीची होती. त्यांच्या प्रत्येकाच्या अंगचे सुप्त गुण हेरणं व त्यांना योग्य ती दिशा देणं, गरजेनुसार योग्य ते मार्गदर्शन करणं. प्रचंड मानवी शक्तीनिशी हा कैद्यांचा समूह जबाबदारी अंगावर घेण्यासाठी सिद्ध झाला होता.

सुधारणेच्या, परिवर्तनाच्या या प्रक्रियेत फारच लवकर आम्हाला एक मूलभूत गोष्ट समजून चुकली होती. सर्व कैदी संपूर्ण यंत्रणेत घडून येत असलेल्या या आमूलाग्र बदलांना सामोरं जाण्यासाठी फार उत्सुक होते. व हे बदल तातडीनं घडवून आणण्यासाठी काही जादूचा मंत्र तर आमच्यापाशी नव्हता. आणि सापडलाच तरी तुरुंगातील सर्व कैद्यांना तो मान्य व्हायला हवा ना. या कैद्यांचा सहयोग हा तर आमचा मुख्य आधार होता. पण तो सहभाग हवा होता स्वेच्छेचा. राजीखुषीचा. सक्तीचा नव्हे. कारण आम्ही जर त्यांच्यावर कोणत्याही प्रकारची सक्ती केली असती तर आमचा मूळ उद्देशच असफल झाला असता.

रोजच्या प्रभात फेरीत केलेली निरीक्षणे, काढलेली टिपणे, त्याला पिटिशन बॉक्सच्या माध्यमातून आमच्याकडे आलेल्या पत्रांची जोड, समाजाचे सहकार्य या सर्वांचा एकत्रित परिणाम म्हणून की काय पण तुरुंगातील कैद्यांच्या विचारप्रक्रियेत,

मनोभूमिकेत फार मोठा बदल घडून आला. हा जो परिणाम होता तो खरोखर नेत्रदीपक होता. अगदी थोड्या दिवसांत सुधारणांचा हा ओघ सुरू झाला. त्यात प्रौढशिक्षण, योगशिक्षण, सकाळची प्रार्थना, खेळ, उत्सव अशा अनेक उपक्रमांचा समावेश होता. यांतील एक लक्षणीय गोष्ट अशी की आम्ही आमच्या पूर्वीच्या कर्मचाऱ्यांना हाताशी घेऊनच हे सारं साध्य केलं होतं. असं म्हणावंसं वाटत होतं की जणू काही हे कर्मचारी या कामासाठी कोणाकडून तरी प्रेरणा मिळावी व एकजुटीने कामाला लागावे म्हणून वाट पाहत थांबलेच होते. परिणामत: आम्ही एक आदर्श पद्धती निर्माण केली. याचं नाव होतं "कैद्यांची पंचायत पद्धती." ही पद्धत २६ जून १९९३ रोजी अस्तित्वात आली. आम्ही एकत्र बसून जी काही सांगोपांग चर्चा केली होती त्याचेच हे निष्पन्न होते.

१६ जून १९९६ रोजी भोजनोत्तर बैठकीत घेण्यात आलेले निर्णय

... सर्व वॉर्डांमध्ये नवीन 'पंचायत पद्धती' जारी करण्याचा विचार चालू आहे. या पद्धतीनुसार मुख्य वॉर्डर्स हे त्या त्या वॉर्डच्या पंचायतीचे प्रमुख असतील. ही पंचायत शिस्तीचा कठोर अवलंब होतो किंवा नाही त्यावर लक्ष ठेवेल तसेच शैक्षणिक, सांस्कृतिक व क्रीडाविषयक कार्यक्रमांचे आयोजन करेल.

जेल सुपरिंटेंडंटने असे सुचविले आहे की आम्ही याचा तपशील ठरवण्यासाठी खास वेळ काढला पाहिजे. तसेच वॉर्डमधील कैद्यांशी सल्लामसलत करून एक नीट सुरळीत चालू शकेल अशी कार्यपद्धती विकसित केली पाहिजे. व हे काम सुपरिंटेंडंटच्या तुरुंगफेरीच्या वेळी निश्चितपणे करता येईल. पुढील आठवड्यापर्यंत या पद्धतीचे तपशील पक्के झाले पाहिजेत. जेल क्रमांक १ च्या प्रत्येक सुपरिंटेंडंट आणि डेप्युटी सुपरिंटेंडंटने आठवड्यातील एक दिवस व विशिष्ट वेळ मुक्रर करून त्या वेळेत वॉर्डर्स व हेड वॉर्डर्सशी या बाबतीत चर्चा करावी. प्रत्येक जेलमधे यासाठी योग्य ठिकाण निश्चित केले जावे.

जेलमधे भेटीला येणाऱ्यांच्या सुविधेसाठी मुख्य रस्त्यावर प्रत्येक जेलचा रस्ता दाखवणारे मार्गदर्शक फलक लावण्यात यावेत.

(कार्यवाही : पी. डब्ल्यू. डी.)

तुरुंगात वास्तव्य करणाऱ्या कैद्यांची यादी वर्णाक्षरांच्या अनुक्रमाने असावी. ह्या पद्धतीची सविस्तर चर्चा सोमवारी गॅझेटेड ऑफिसरांच्या बैठकीत करण्यात येईल. या सूचनेवर आधी विचार करून आपापल्या नवीन कल्पनांसह चर्चेला उपस्थित राहावे.

काही वस्तू जीवनावश्यक असूनसुद्धा अन्नपदार्थांत मोडत नाहीत. अशा वस्तू वा पदार्थ बाहेरून मागवून घेण्याची जबाबदारी प्रत्येक जेल सुपरिंटेंडंटची राहील. या गोष्टी फक्त अधिकृत दुकानांमधून मागवण्यात याव्यात. वीस हजार रुपयांपर्यंतच्या खरेदीसाठी मंजुरी देण्यात येईल. यासाठी आधी पर्चेस कमिटीची मंजुरी घेणे

आवश्यक आहे. या अर्थाचा आदेश ॲडमिनिस्ट्रेशन ऑफिसरकडून लवकरच काढण्यात येईल...

प्रत्येक वॉर्डात अशा प्रकारच्या वेगवेगळ्या पंचायती स्थापन करण्यात येतील. यासाठी आम्ही मुद्दाम एका सुपरिटेंडंट अथवा डेप्युटी सुपरिटेंडंटची नियुक्ती करण्याचे ठरवले. यामागील मुख्य उद्देश कैद्यांनी आपण होऊन स्वेच्छेने शैक्षणिक, सांस्कृतिक व क्रीडाविषयक उपक्रम सुरू करावेत व एकंदर शिस्त राखण्यास मदत करावी हा होता. पंचायत पद्धती सुरू करण्यापूर्वी जेल अधिकाऱ्यांनी आधी या उपक्रमाची ओळख करून दिली. तसेच कैद्यांनी स्व-व्यवस्थापनाची कौशल्ये स्वत:मधे विकसित करण्याची क्षमता कशी प्राप्त करायची याचीही माहिती दिली.

या योजनेसाठी बहुतेक कैद्यांनी फार उत्साहाने भरघोस व सकारात्मक प्रतिसाद दिला. या सुधार कार्यक्रमात सहभागी होण्यासाठी अनेकजण स्वेच्छेने पुढे आले आणि त्यांनी आपापल्या सहकाऱ्यांना, मित्रांनाही या कामाची जबाबदारी उचलण्यासाठी तयार केले. वातावरणात एक सकारात्मक बदल आपोआपच घडून आला. वॉर्डमधील कैद्यांनी आपापले गट तयार करण्यासाठी माणसांची जमवाजमव सुरू केली. प्रत्येक वॉर्डाच्या मुख्य वॉर्डरची गटाच्या प्रमुखपदी नेमणूक झाली. त्याला 'सरपंच' नाव द्यायचे ठरले.

अशाच प्रकारे वॉर्डावॉर्डातून पंचायती स्थापन झाल्या. सरतेशेवटी सुपरिटेंडंटने महापंचायतीची स्थापना केली. सर्व पंचायती मिळून ही महापंचायत तयार झाली होती. या पंचायतीची मुख्य उद्दिष्टे होती:

(१) परस्परसंबंधित अशा उपक्रमांमध्ये एकसूत्रता आणणे.

(२) कार्यपद्धतीचे तपशील सार्वमताने ठरवणे.

(३) तात्कालीन समस्या आधी हेरून त्याचे निवारण करण्यासाठी मार्ग सुचवणे.

(४) सुधारणापद्धतींमध्ये आणखी काही दुरुस्त्या सुचवणे.

(५) जर काही नवीन सूचना पुढे आल्या असतील तर आपल्या उद्दिष्टांच्या दृष्टिकोणातून त्यांची पाहणी करणे.

पंचायती स्थापन झाल्यानंतर हळूहळू अनेक सुधारणा घडून आल्या. सर्वांत पहिली व महत्त्वाची सुधारणा म्हणजे कैद्यांच्या मनात असलेली एकटेपणाची, निरुपयोगीपणाची भावना नाहीशी झाली. स्वत:मधे सुधार घडवून आणण्यासाठी ते आता नवनवीन उपक्रमांची आखणी करण्याचा उत्साह दाखवू लागले. दुसरे असे की हेड वॉर्डर्स व त्यांचे मदतनीस असलेले डेप्युटीज आता कैद्यांच्या साहाय्याने शैक्षणिक, सांस्कृतिक आणि क्रीडाविषयक उपक्रमांचे आयोजन करू लागले. तिसरे असे, की, पंचायत पद्धतीची ही भट्टी इतकी खास जमून गेली की कर्मचारी

व कैदी यांच्यात तसेच कैद्यांमध्ये आपापसात दृढ विश्वासाचे एक सकारात्मक समीकरण निर्माण झाले. आपल्यापुढे उभ्या असलेल्या समस्यांबद्दल आपण नुसत्या तक्रारी करत बसायचे नाही, तर त्या सोडवण्याकरता प्रयत्नसुद्धा आपणच करायचे अशी भावना निर्माण झाली.

तुरुंगफेरीच्या वेळी एक गोष्ट आमच्या लक्षात आली. काही समस्या अजूनही तशाच होत्या. मग आम्ही संबंधित पंचायतींना पाचारण करून त्याचा खुलासा मागितला. आपल्याला स्पष्टीकरण विचारणारे कोणीतरी आहे हे त्यांना त्यामुळे कळून चुकले. त्यामधून जो संदेश त्यांना मिळाला तो अगदी उघड होता. वैयक्तिक तसेच सामूहिक पातळीवर सुधार घडवून आणण्यासाठी वैयक्तिक आणि सामूहिक पातळीवर त्यांचे त्यांनीच प्रयत्न करणे आवश्यक होते.

हळूहळू विशिष्ट उपक्रमांकरिता विशिष्ट पंचायती स्थापन करण्याची गरज निर्माण झाली. आमच्या उपक्रमांची व्याप्ती वाढत चालली होती. अशाच काही विशिष्ट पंचायतींचे उद्दिष्ट आणि कार्य मी येथे नमूद करीत आहे:

... जेलमध्ये शंभर टक्के साक्षरतेचे उद्दिष्ट साध्य करण्यासाठी 'शैक्षणिक पंचायती'ची स्थापना करण्यात आली. या पंचायतीमधील शिक्षकांची निवड आम्ही आमच्या कैद्यांमधील सुशिक्षित कैद्यांमधूनच केली. जे कैदी सुशिक्षित होते त्यांनी इतर कैद्यांना शिकवण्यास सुरवात केली व तुरुंगात शिक्षणाला उत्तेजन देणारे वातावरण निर्माण केले. हे सर्व शिक्षक कैदी एकत्र आले आणि आम्ही पाहिलेल्या स्वप्नाची पूर्तता करण्यासाठी झटू लागले. या शिक्षकांच्या पंचायतीचा मुख्य म्हणून असिस्टंट सुपरिंटेंडंटची नियुक्ती करण्यात आली. या पंचायतीचं काम व्यवस्थित चालू आहे की नाही व तुरुंगातील सर्व कैद्यांना त्याचा लाभ होत आहे की नाही हे पाहण्याची जबाबदारी त्याच्यावर सोपवण्यात आली. हा असिस्टंट सुपरिंटेंडंट त्यांची कार्यपद्धती पुन:पुन्हा तपासून त्यात वेळोवेळी सुधारणा करत असे. शिक्षकांना शिकवण्यासाठी जी शैक्षणिक साधनसामग्री लागे, तिची संपूर्ण व्यवस्था एका कैद्याकडेच सोपवण्यात आली होती. प्रत्येक वर्गासाठी वह्या, पुस्तके, खडू इत्यादी जे काही सामान लागेल त्याची यादी करून असिस्टंट सुपरिंटेंडंटकडे ती पोचवणे हे त्याचेच काम. सामान वेळच्यावेळी उपलब्ध करून देण्याची जबाबदारी त्याचीच.

अशा प्रकारे आणखी एका पंचायतीची कल्पना पुढे आली ती म्हणजे 'वैद्यकीय पंचायत.' या पंचायतीच्या सदस्यांचे काम असे की तुरुंगामधील तातडीच्या वैद्यकीय मदतीची गरज असणारे कैदीरुग्ण शोधून काढायचे व त्या कैद्याला कर्मचाऱ्यांची व डॉक्टरांची मदत उपलब्ध करून द्यायची. एखाद्या अत्यवस्थ रुग्णाला तातडीने वैद्यकीय मदत जर मिळू शकली नाही, तर ती का मिळाली नाही यामागची कारणे शोधणे, तसा अहवाल बनवणे ही सुद्धा त्यांचीच जबाबदारी होती.

त्या वेळी जो कोणी अधिकारी कामावर हजर असेल त्याच्याकडे त्यांनी हा अहवाल द्यावा अशी अपेक्षा होती. किंवा पिटिशन बॉक्सच्या माध्यमातूनही त्यांना हे कळवता येई. याशिवाय त्यांना आणखीही अनेक कामे होती. वैद्यकीय सुविधेबाबत जर काही धोरणात्मक बदल असेल, काही नवीन निर्णय व्यवस्थापनाने घेतला असेल तर तो सर्व कैद्यांना कळवण्याची जबाबदारीही याच पंचायतीची होती. नियमितपणे रोगप्रतिबंध उपाययोजना करून वॉर्डातील वातावरण आरोग्यपूर्ण राखणे हेही त्यांचेच काम होते.

अशा असंख्य सुधारणा घडत होत्या. कर्मचारी व पंचायती यांच्या त्यामुळे वारंवार भेटीगाठी होऊ लागल्या. वेगवेगळ्या पंचायतींच्या सदस्यांनी ठराविक वेळी ठराविक ठिकाणी परस्परांना भेटणं अत्यावश्यक झालं. त्यांची एक समिती तयार झाली व त्याच्या अध्यक्षस्थानी डेप्युटी सुपरिंटेंडंटची नियुक्ती करण्यात आली.

दि. २५ सप्टेंबर १९९३ रोजी मी महापंचायत बोलावली. सर्व वॉर्डांच्या पंचायतींचे सदस्य ठरलेल्या वेळी जमा झाले. हा अशा प्रकारचा पहिलाच प्रसंग होता. चारही तुरुंगांतील एकूण चारशे कैदी या सभेसाठी जमले होते. ते वेगवेगळ्या उपक्रमांचे प्रतिनिधी होते. त्यांच्यात अंतर्गत अनुशासन, जेवण व्यवस्था, साक्षरता, योगाभ्यास, क्रीडा, वैद्यकीय सुविधा, सांस्कृतिक उपक्रम इत्यादींचा समावेश होता. तिहार जेलच्या अंतर्गत व्यवस्थापनात या महापंचायतीची बैठक ही एक लोकविलक्षण घटना होती. विविध तुरुंगांमधून एकत्र आलेल्या या कैद्यांच्या समूहाने एक सुस्पष्ट, उघड संदेश आम्हाला दिला– एका सार्थ, टिकाऊ, सामूहिक, सुधारक सामाजिक पद्धतीच्या आगमनाचा तो संदेश होता. हे सर्वच्या सर्व स्त्री-पुरुष आज बंदिवासात होते, हे तितकेसे महत्त्वाचे नव्हते. स्वतःच्या सुधारासाठी स्वतः प्रयत्न करणे, स्वतःचे व्यवस्थापन स्वतः करणे व त्यासाठी लागणारी मानसिक बैठक तयार करणे या गोष्टींची तयारी त्यांनी दाखवली.

स्व-व्यवस्थापनापोटी एक जबाबदारीची जाणीव त्यांच्या ठायी निर्माण झाली. कैद्यांची नजर परस्परांवर राहू लागली. मग काही कैद्यांनी डेप्युटी सुपरिंटेंडंटच्या मदतीने धाड घालणारी पथके स्थापन केली. कर्मचाऱ्यांच्या बरोबर या पथकाचे सदस्य सर्वत्र हिंडत. कैद्यांना नातेवाईक व हितचिंतकांकडून भेटीदाखल मिळणाऱ्या वस्तूंवर कडी नजर ठेवत. चोरट्या मार्गाने जर मादक द्रव्यांचा शिरकाव तुरुंगात होत असेल तर त्यावर धाड घालत. विविध पातळ्यांवर घेण्यात येणाऱ्या या अकल्पित झडत्यांमुळे एकंदर यंत्रणा स्वच्छ होत चालली होती. जणू काही जेलमधे राहत असलेल्या प्रत्येक व्यक्तीवर प्रखर दिव्यांचा प्रकाशझोत होता. त्या झोताच्या तेजापासून कोणाचीच सुटका नव्हती.

जसजसा काळ जात होता तशा या पंचायतीच्या बैठका हा एक आयुष्याचाच

विधायक भाग होऊन गेला. या थोड्याशाच कालावधीत स्त्री-पुरुषांचा आत्मसन्मान तर वाढीला लागलाच, पण त्यांतील काही जणांचे नेतृत्वगुणही दिसून आले. अशा व्यक्तींना योग्य तो सन्मान देण्यात आला. त्यांना वेगळे बिल्ले देण्यात आले. प्रत्येक सभेला त्यांच्यासाठी वेगळी बैठक व्यवस्था करण्यात येत असे. नवनवीन संकल्पना, नवेनवे दृष्टिकोण, नवे उपक्रम पुढे यावेत म्हणून आमचा सारखा प्रयत्न असे. त्याची आम्हाला कधीही कमतरता भासली नाही.

आम्ही गांधीजींची श्रमदानाची कल्पना उचलली. यासाठी आम्ही बुधवार दुपारची साक्षरता वर्ग संपल्यानंतरची वेळ निवडली. या श्रमदानाच्या काळात सर्व कैदी आपापल्या बराकी झाडून स्वच्छ करून आपापल्या वैयक्तिक सामानसुमानाची स्वच्छता करत. त्यानंतर ते वॉर्डच्या आतील परिसर सुशोभित करत. यानंतर पाहणी करण्यासाठी निरीक्षकांची तुकडी या सर्व वॉर्डांना व प्रत्येक बराकीला भेट देई व त्यांना त्यांच्या कामानुसार श्रेणी देण्यात येई.

तुरुंग क्रमांक २ चे सर्वांत उत्साही सुपरिंटेंडेंट श्री. तारसेम कुमार यांनी लिहिलेला एक अहवाल येथे देणे प्रस्तुत ठरेल. या अहवालावरून आमच्यापैकी प्रत्येकजण या पंचायत पद्धतीला विकसित करून स्थिर बनवण्याच्या कामी कसा मग्न होता ते दिसून येते.

ऑफिस ऑफ द सुपरिंटेंडेंट, सेंट्रल जेल क्र. २ तिहार; नवी दिल्ली

जावक क्र. SCJ/CJ-२/९३/४२१६-४२१७

दिनांक ९ डिसें. १९९३

प्रति,

द डी.आय.जी. (पी.)

सेंट्रल जेल

तिहार

विषय : तुरुंगातील पंचायतपद्धती - गेल्या ३ महिन्यांतील यश

महोदय,

या पत्रास आपल्याकडून आलेल्या पत्र क्रमांक 40 No. (Misc)/CJ/Legal/93/764 दिनांक १९ नोव्हेंबर १९९३ चा संदर्भ आहे. या पत्राचा विषय वर उद्धृत केलेलाच आहे. याच संदर्भात गेल्या तीन महिन्यांत यशस्वी झालेल्या खालील उपक्रमांची आपण नोंद घ्यावी अशी इच्छा आहे.

(१) वॉर्ड पंचायत : प्रत्येक वॉर्डासाठी एक मुख्य पंचायत व एक उपपंचायत स्थापन करण्यात आली आहे. मुख्य पंचायतीचे काम असते कैद्यांची, त्यांच्या हिताची देखभाल करणे. यात शिस्त आणि स्वच्छतेचा अंतर्भाव होतो. कैद्यांमधील लहानसहान आणि वादग्रस्त मुद्दे जागच्या जागीच सोडवण्याचे अधिकार

या पंचायतींना देण्यात आले आहेत. मात्र ज्या तंट्यांमध्ये शिस्तीचा व हिंसाचाराचा संबंध येईल अशा गंभीर, वादग्रस्त तंट्यांबाबत संबंधित अधिकाऱ्यांचे मत घेणे जरुरीचे आहे. या वॉर्ड पंचायतीचे स्वरूप खेड्यातील ग्रामपंचायतीसारखेच आहे. उपपंचायतीचे कामही असेच आहे. ही पंचायत मुख्य पंचायतीला कामात वेळोवळी मदत करते. जेव्हा मुख्य पंचायतीचे सदस्य असलेले कैदी सुटका होऊन निघून जातात किंवा त्यांची इतरत्र बदली होते तेव्हा प्रतिपंचायतीतील सदस्यांची त्यांच्या जागी नियुक्ती होते.

(२) जेवण पंचायत : स्वयंपाकासाठी पाठवण्यात येणाऱ्या शिध्याची व अन्नपदार्थांची व्यवस्थित तपासणी करणे हे या पंचायतीचे मुख्य काम. त्याचप्रमाणे तयार झालेल्या अन्नाची दर्जात्मक दृष्टीने तपासणी करणे. जर हा दर्जा अपेक्षेप्रमाणे नसेल तर ही बाब पंचायतीचे सदस्य संबंधित अधिकाऱ्यांच्या कानावर घालतात आणि तो पदार्थ वापरण्याची परवानगी नाकारण्यात येते.

(३) शिक्षण पंचायत : या पंचायतीचे मुख्य काम सर्व शैक्षणिक उपक्रमांवर लक्ष ठेवणे हे आहे. कोणताही कैदी निरक्षर राहू नये याची खबरदारी घेणे तसेच अशिक्षित कैद्यांसाठी शिक्षकांची नियुक्ती करणे ही कामेसुद्धा त्यांचीच आहेत. सध्या तरी या कामासाठी पाच शिक्षक उपलब्ध आहेत. २ ऑक्टोबर १९९३ पूर्वी येथे एक साक्षरता शिबीर भरवण्यात आले होते. ते १०० टक्के यशस्वी झाले.

(४) क्रीडा पंचायत : या पंचायतीचे मुख्य काम म्हणजे जेलमधील क्रीडाविषयक उपक्रमांकडे लक्ष पुरवणे. प्रत्येक वॉर्डात खेळ, क्रीडा यांचे आयोजन व्यवस्थित होत आहे की नाही ते पाहणे हे या पंचायतीचे महत्त्वाचे काम आहे. वॉर्डावॉर्डांमधील किंवा दोन तुरुंगांमधील सामन्यांचे आयोजन हेच करतात. आंतरतुरुंगीय व्हॉलीबॉल सामन्यात या वर्षी या जेलचा विजय झाला असून आय.जी. (पी.) या चषक आम्हाला मिळाला.

(५) वैद्यकीय पंचायत : तुरुंगातील कैद्यांना वैद्यकीय सुविधा सुलभतेने प्राप्त व्हाव्यात म्हणून ही पंचायत आहे. कोणत्याही आणीबाणीच्या परिस्थितीत कामावर हजर असलेल्या अधिकाऱ्याला परिस्थितीची कल्पना देणे, तसेच त्या रुग्णाला तातडीने डॉक्टरकडे उपचारासाठी नेणे हे त्या पंचायतीचे काम आहे.

(६) सांस्कृतिक पंचायत : याचे मुख्य काम म्हणजे रोज पंचायत घरात आणि वॉर्डात भजनांचे सामूहिक गायन करणे तसेच जेलमधील सांस्कृतिक कार्यक्रमांचे आयोजन करणे.

(७) नाई पंजा : जेलचा न्हावी प्रत्येक वॉर्डामध्ये जाऊन आपले काम नीट करत आहे की नाही हे पाहणे यांचेच काम असते. जर तसे घडत नसेल तर ती गोष्ट अधिकाऱ्यांच्या कानावर घालणे.

(८) योगाभ्यास : जेलमध्ये योगाभ्यासाचा उपक्रम चालतो. अनेक कैद्यांनी

योगाचे प्रशिक्षण घेतले आहे. या उपक्रमांचे आयोजन व्यवस्थित होते की नाही यावर नजर ठेवण्यासाठी एका योगशिक्षकाची-संयोजकाची नेमणूक करण्यात आली आहे.

(९) महापंचायत : अधूनमधून पंचायतघरात महापंचायत भरवली जाते. सुपरिंटेंडेंट तसेच तुरुंगाच्या मुख्यालयाकडून ज्या काही सूचना, अधिनियम अथवा आदेश येतील त्याची त्यांना या ठिकाणी कल्पना देण्यात येते. त्यामुळे जे काही उपक्रम आधीपासून सुरूच असतील किंवा जे लवकरच सुरू होणार असतील त्याचीही माहिती कैद्यांना दिली जाईल.

(१०) मुख्य वॉर्डर/ वॉर्डर : जेल सुपरिंटेंडेंट अथवा जेलच्या मुख्यालयाकडून ज्या काही सूचना अथवा आदेश आले असतील त्याची माहिती मुख्य वॉर्डरला आधी देण्यात येते. व त्यानंतर त्याने ती सर्व माहिती कैद्यांपर्यंत नीट पोचवावी अशी अपेक्षा असते. अशा प्रकारे जेलमध्ये शांतता आणि सुव्यवस्था राखण्यासाठी या सर्व सूचना व आदेश कैद्यांपर्यंत पोचवले जातात.

(११) पंचायतघर : या पंचायतघरांचं नाव सुरुवातीला 'चक्कर' असं ठेवण्यात आलं होतं. येणाऱ्या-जाणाऱ्या कैद्यांच्या हालचालींवर लक्ष ठेवण्याच्या दृष्टीने हे पंचायतघर मध्यवर्ती ठिकाण आहे. 'चक्कर' हे नाव आता बदलून 'पंचायतघर' हेच नाव कायम झाले आहे. येथे जे काही कामकाज चालते त्याचा विचार करता हे नाव अत्यंत प्रतीकात्मक व सार्थ आहे असे वाटते.

स्वाक्षरी
(तारसेम कुमार)
सुपरिंटेंडेंट सेंट्रल जेल क्र. २
तिहार, नवी दिल्ली.

या पंचायत पद्धतीमागची प्रेरणा अशी होती–कैद्यांसाठी स्व-व्यवस्थापनाचे युग सुरू व्हावे, त्यांना उपलब्ध असलेल्या संधींचा त्यांनी स्वाभाविकपणे स्वीकार करावा आणि येथे चालू असलेल्या विविध सुधार कार्यक्रमांमध्ये त्यांनी स्वेच्छेने व उत्साहाने नेहमीच सहभागी व्हावे असे वातावरण एकदा निर्माण केले. व त्यानंतर केवळ कैद्यांमध्ये आपआपसातच नव्हे, तर कैदी आणि कर्मचाऱ्यांमध्येसुद्धा एक सुंदर सुसंवाद आपोआप निर्माण झाला.

तिहारमध्ये सुरू झालेली अत्यंत महत्त्वाची पंचायत म्हणजे कायदेविषयक सल्ला देणारी पंचायत. या पंचायतीने जी काही अतिशय लक्षवेधी कामे करून दाखविली त्यामुळे त्याला ऐतिहासिक महत्त्व प्राप्त झाले. कैद्यांना आपल्या कायदेशीर हक्कांची जाणीव करून देणे त्याचप्रमाणे हे हक्क त्यांना मुक्तपणे उपभोगता यावेत यासाठी त्यांना आवश्यक ती साधने उपलब्ध करून देऊन योग्य मार्गदर्शन करणे

ही या पंचायतीची प्रमुख कामे होती. अनेक कैद्यांना कायद्याची काहीच माहिती नव्हती. आपण एकदा कायद्याच्या कचाट्यात सापडलो, की त्यातून सुटणे महाकर्मकठीण, अशी त्यांची भावना होती.

परंतु हळूहळू कायदेविषयक पंचायतीमध्ये कैद्यांचा सहभाग वाढत गेला व त्याबरोबर त्यांचा आत्मविश्वाससुद्धा वाढत गेला. कायदेशीर बाबींविषयी ते आपआपसात चर्चा करू लागले किंवा महापंचायतीच्या वेळी एकमेकांशी विचारांची देवाणघेवाण करू लागले. यातून नवनवीन संकल्पना पुढे आल्या. किचकट गुंतागुंतीच्या कायदेविषयक प्रश्नांची उत्तरे आपोआप मिळत गेली.

कायदेविषयक पंचायतीच्या केंद्रस्थानी अशा काही कैद्यांची नेमणूक करण्यात आली, ज्यांना कायद्याचे थोडेफार ज्ञान पूर्वीपासून होते. या कैद्यांमध्ये विश्लेषण करण्याची क्षमताही असे. पिटिशन्सचा (विनंती अर्जांचा) मसुदा तयार करणे, अॅफिडेव्हिट टाईप करणे, इ. गोष्टींसाठी लागणारे कौशल्य त्यांच्या अंगी असे. त्यांच्या गरजेनुसार कागद, टाइपरायटर इत्यादी साधनांचा पुरवठा आम्ही करत असू.

कायदेविषयक पंचायतीसाठी कायद्याच्या बाबींची समग्र माहिती गोळा करण्याचे काम फार महत्त्वाचे होते. त्यासाठी सुपरिंटेंडंट के.आर. किशोर व त्यांच्या सहकाऱ्यांनी कायदेविषयक ग्रंथांचे पाच संपूर्ण संच व त्याच विषयाशी संबंधित इतर साहित्य मागवले. प्रत्येक तुरुंगात एक संच व मुख्यालयात एक संच ठेवण्यात आला. लागेल त्या कागदपत्रांच्या फोटोप्रती काढणे, कागद विकत आणणे इत्यादी खर्च कैदी कल्याण निधीतून करण्यात येई. कैद्यांमध्ये जे कोणी कायदेतज्ज्ञ होते त्यांच्यासाठी सुपरिंटेंडंटने प्रत्येकी एक स्वतंत्र खोली राखून ठेवली होती. याचा उपयोग खाजगी तसेच कायदेशीर सल्लामसलत करता यावी यासाठी केला जाई.

अशा रीतीने तात्पुरती कायदेशीर सल्ल्याची व्यवस्था येथे झाली. त्यामुळे आमचे काम बऱ्याच अंशी हलके झाले. या व्यवस्थेमुळे कैद्यांना मोफत, कोणत्याही मोबदल्याची अपेक्षा न बाळगता कायदेविषयक सल्ला मिळू लागला हे खरोखर आश्चर्यकारक होते.

कैद्यांमध्ये काही वकीलही होते. कायदेविषयक पंचायतीने या वकिलांची नियुक्ती करून टाकली आणि वर्षानुवर्षे रेंगाळणाऱ्या खटल्यांची समस्या सोडवण्यासाठी ते झटून काम करू लागले. ज्या खटल्यांमध्ये विनाकारण दिरंगाई होत असेल, अन्याय होत असेल, असे खटले न्यायालयाच्या नजरेस आणून देण्याचं काम ते करू लागले. या तुकडीचे नेतृत्व मुफ्ती मीरझुद्दीन फारूकी करीत होते. हे जम्मूकाश्मीर येथील पूर्वाश्रमीचे कायदेतज्ज्ञ. या फारूकींनी खटला चालू असणाऱ्या कैद्यांसाठी एक साधी पण अत्यंत परिणामकारक पद्धत शोधून काढली होती. ती

म्हणजे खटल्याच्या नोंदवहीची पद्धत. यात प्रत्येक कैदी आपल्यावर चालू असलेल्या खटल्याची अत्यंत प्रामाणिकपणे व तपशीलवार नोंद ठेवू लागला. खटल्याला विनाकारण विलंब होऊ लागला तर कैदी ही नोंदवही सरळ न्यायालयात सादर करत असे. जर कैद्याचा काहीही दोष नसताना इतर काही घटकांमुळे खटल्याच्या निकालाला दिरंगाई होत असेल तर त्यासाठी दाद मागणे आता सोपे झाले होते. ही नोंदवही सर्वांसाठी उपलब्ध होती.

जे कैदी गरीब होते त्यांच्यासाठी ही सुविधा मोफत पुरवण्यात येत होती. ज्यांची पैसे भरण्याची ऐपत होती, त्यांनाही अगदी नाममात्र शुल्क आकारण्यात येत होते. १० मे १९९४ रोजी 'एशियन एज' या वृत्तपत्रात एक वृत्त प्रसिद्ध झाले होते. त्याचा मथळा होता : **'तिहार येथील कैदी कायद्यालाच दोषी धरत आहेत'.**

> ... तिहारमधील सुमारे ७००० कैद्यांनी आता कायदा हातात घेण्याचं ठरवलं आहे. एक खटला सुमारे दहा वर्षे कोर्टात रेंगाळत पडतो. या दिरंगाईला कंटाळून कैद्यांनी आपल्या खटल्याची स्वत:च एक नोंदवही ठेवण्याचे ठरवले आहे. न्यायालयात जेवढ्या खेपा कराव्या लागतील त्या प्रत्येक खेपेचे सविस्तर वर्णन ते यात लिहून ठेवणार आहेत.
>
> तुरुंगात कैद्यांना कायदेविषयक सल्ला देण्यासाठी खास पंचायत स्थापन करण्यात आली असून न्यायालयातील खटल्याच्या दिरंगाईवर मात करण्याची उत्तम पद्धत त्यांनी गेल्या दोन महिन्यांत शोधून काढली आहे. ही पद्धत तशी दीर्घकाल चालणारी आहे. गेल्या शनिवारपासूनच प्रत्येक कैद्याने आपल्यावरील खटल्याची नोंदवही ठेवण्यास सुरवात केली आहे. कोणताही कैदी न्यायालयातून खटल्याच्या सुनावणीहून परत आला की जेलमधील पंचायतीतर्फे या नोंदवहीत त्याची तपशीलवार नोंद करण्यात येते असे इन्स्पेक्टर जनरल ऑफ प्रिझन्स श्रीमती किरण बेदी यांनी रविवारी येथे सांगितले.
>
> खटल्याचे वर्गीकरण परिणामकारक व न-परिणामकारक असे दोन गटांत करता येते. यांपैकी दुसऱ्या प्रकारच्या खटल्यांची यादी तयार करून दिल्ली हायकोर्टाचे चीफ जस्टिस, मिनिस्टर फॉर लॉ, पोलीस कमिशनर, होम सेक्रेटरी, ह्यूमन राईट्स कमिशन आणि दिल्ली लीगल एड ब्यूरो या सर्वांकडे त्याची एकेक प्रत पाठवण्यात येते.
>
> तिहारमधे एकूण ८५०० कैदी असून त्यांच्यातील ७११४ कैद्यांवर अजूनही खटले चालूच आहेत. दिल्ली न्यायालयाच्या प्रचंड धकाधकीतून अनेक कैद्यांना खटल्याचा निर्णय लागून न्याय मिळवण्यासाठी पाच-पाच, दहा-दहा वर्षे प्रतीक्षा करावी लागते.
>
> सेंट्रल ब्यूरो ऑफ इन्व्हेस्टिगेशनचे इन्स्पेक्टर जनरल श्री. एस. सेन यांच्या मते १९९१ च्या अखेरीस भारतातील न्यायालयांमधे एकूण ५.७ दशलक्ष

खटले न्यायालयात अडकून पडलेले आहेत. परंतु क्रिमिनल जस्टिस या विषयावर रविवारी दिल्लीत एक अधिवेशन भरले होते त्यात बोलताना एक न्यायमूर्ती म्हणाले, की, कनिष्ठ न्यायालयात सुमारे वीस दशलक्ष खटले खोळंबून आहेत, तर आणखी २.२ दशलक्ष खटले देशातील एकूण अठरा हायकोर्टांमध्ये पडून आहेत.

न्यायाधीशांच्या मते याचे कारण असे की देशात गेल्या काही वर्षांत दाव्यांचा, खटल्यांचा विस्फोट झालेला आहे. नवे नवे कायदे संमत होत आहेत. देशाची लोकसंख्याही प्रचंड प्रमाणावर वाढली आहे. परंतु त्या आव्हानाला पेलण्याइतकी आपली न्यायव्यवस्था अजून बळकट झालेली नाही; असेही मत एका न्यायाधीशांनी मांडले.

परंतु अशी निराशाजनक परिस्थिती मात्र आता तिहार या आशिया पॅसिफिकमधील सर्वांत मोठ्या कारागृहात राहिलेली नाही. स्त्रियांच्या वॉर्डात रोज वडाच्या झाडाखाली लोक अदालत भरलेली दिसते.

कैद्यांना अशा प्रकारचा मोफत कायदेविषयक सल्ला आता तुरुंगाच्या आतच उपलब्ध झाला आहे. तेव्हापासून अनेक कैद्यांनी या वकिलांना व सल्लागारांना घेराव घालून आपापल्या समस्या त्यांच्यापुढे मांडण्यास सुरवात केली आहे. येथील कायदेविषयक पंचायतीवर कामाचा प्रचंड ताण पडतो. त्यामुळेच प्रत्येक वॉर्डाने अजून एक उपपंचायत स्थापन करून या उपक्रमात सूत्रबद्धता आणण्याचा प्रयत्न केला आहे. त्यामुळे आता मूळ पंचायतींचा पाया अधिक भक्कम व विस्तृत झाला आहे.

कायदेविषयक पंचायतींच्या सदस्यांनी आपल्या दुर्दैवी बांधवांचे दुःख दूर करण्याचे हे जे प्रयत्न सुरू केले आहेत ते फार परिणामकारक ठरले आहेत. प्रत्येक खटल्याचा व्यवस्थित विचार करून सुप्रीम कोर्टाकडे, हायकोर्टाकडे अथवा डिस्ट्रिक्ट कोर्टाकडे पिटिशन करणे इत्यादी कामे सुरळीत चालू असतात. आजवर अनेक निकाल त्यांच्या बाजूने लागले आहेत.

मुफ्ती मिराझुद्दिन फारूकी याने तर व्यक्तिशः प्रयत्न करून अनेक कैद्यांच्या जामीनास मंजुरी मिळवून दिली. यांतील काही खटले तर खुनाचे होते. अशाच एका विशेष महत्त्वाच्या खटल्यामध्ये एका कैद्यावर मनुष्यवधाचा आरोप होता व त्याला फाशीची शिक्षा झाली होती. या कैद्याच्या वतीने अपील लिहून फारूकीने ते पोस्टाने पाठवून दिले– या कैद्याला फाशीऐवजी जन्मठेपेची शिक्षा मिळावी अशी विनंती त्यात केलेली होती. या अपिलावर कोर्टाने फेरविचार करून या विनंतीस मान्यता दिली. फारूकीस तुरुंगात प्रेमाने 'मुक्ती' असे नाव पडले आहे. त्याला रात्रंदिवस कामाला जुंपण्यात आले. त्याला यशही मिळत गेले. मुफ्तीला टाडा कायद्याखाली

अटक झाली होती. त्याची आता सुटका होऊन तो जम्मू-काश्मीरला परत गेला आहे.

१९९४ मध्ये सर्व पंचायतींनी एकत्र जमून आपले अहवाल सादर केले. यात कायदेविषयक पंचायतीने सादर केलेला अहवाल व त्यातून दिसून आलेले या पंचायतीचे महत्त्व उल्लेखनीय आहे.

हायकोर्टाकडे जामीनासाठी अपील

(१) १९२ पिटिशन्स सादर केली– ६० व्यक्तींची जामीनावर सुटका

(२) १७७ पिटीशन्स सादर केली– ६९ व्यक्तींची सेशन्स कोर्टात सुटका

(३) २७२ पिटीशन्स सादर केली– २२५ व्यक्तींस लाभ झाला

कैद्यांनी याखेरीज पेन्शनच्या संदर्भात विविध सरकारी विभागीय कार्यालयात तसेच इतर बाबींसाठी केलेली पिटीशन्स या आकडेवारीत विचारात घेतलेली नाहीत.

या कायदेविषयक पंचायतीला दिल्ली लीगल ब्यूरो नामक बाहेरच्या संस्थेचे पाठबळ होते. या संस्थेचे प्रेसिडेंट होते मंजू गोएल. या संस्थेने सर्व वॉर्डामध्ये कायद्याचे शिक्षण दिले व नव्या-जुन्या अशा सर्वच कैद्यांना त्यांच्या कायदेशीर हक्कांबाबत जागरूक केले. आमच्या या कायदेविषयक पंचायतीचा उल्लेख सुप्रसिद्ध कायदेविषयक जर्नल्स व बुलेटिन्स मध्ये करण्यात येत असे; असे माझ्या कानावर आले आहे. या कायदेविषयक पंचायतीने आपल्या वर्षभराच्या कामाचा आराखडा अगोदरच आखला होता. त्या योजनेत खालील गोष्टींना प्राधान्य देण्यात आले होते :

(१) विविध न्यायालयात जी अपील्स करण्यात आली आहेत त्यांच्या प्रगतीचा आढावा घेता यावा यासाठी एक कायमस्वरूपी पद्धत शोधून काढणे.

(२) विविध कैद्यांचे प्रतिनिधित्व करण्यासाठी ॲडव्होकेट्सचे एक मंडळ तयार करणे.

(३) शिक्षा भोगून झाल्यावर कैदी जेव्हा सुटून बाहेर पडतात तेव्हा त्यांच्या पुनर्वसनासाठी प्रयत्न करणे.

या सर्व घटना वेगाने घडत होत्या. कैद्यांच्या सदसद्विवेकबुद्धीस त्यामुळे चेतना मिळाली होती. ज्या बाबी आजपर्यंत दुर्लक्षित होत्या त्या आता प्रकाशात आल्या. यातूनच आणखी एका पंचायतीचा जन्म झाला. हिचं नाव 'मुलाहिजा पंचायत' म्हणजेच ओरिएंटेशन कौन्सिल. या पंचायतमार्फत नव्याने भरती होणाऱ्या कैद्यांना सर्वतोपरी मदत करण्यात येत असे. यात माहिती पुरवणे, आदेश, नियम, कृती इत्यादी सर्वच बाबतीत मार्गदर्शन करणे वगैरे. नवीन भरती झालेल्या कैद्यांना त्याची मदत करण्यासाठी ज्या काही यंत्रणा उपलब्ध होत्या त्यांची ओळख करून देऊन त्या यंत्रणेचा जास्तीत जास्त लाभ कसा घेता येईल याचे शिक्षण देणे हेही

याच पंचायतीचे काम. या पंचायतीचे काम अत्यावश्यक होते कारण आम्ही तोपर्यंत सेल्फहेल्पची पुस्तिका छापली नव्हती.

रोज नव्याने जे काही कैदी भरती होत त्यांच्यापैकी ज्या कोणाच्या अंगात काही विशिष्ट व्यावसायिक कौशल्य असेल तर त्याची सर्वांना ओळख होई. त्याचप्रमाणे शिक्षेची किती मुदत आहे ते समजे. अशी आपल्या अंगची विविध कौशल्ये वापरून या कैद्यांनी आपल्या बांधवांना मदत करावी, त्यांचं राहणं जरा तरी सुखकर करावं असं आव्हान त्यांना करण्यात येत असे.

परिस्थितीनुरूप, गरजेनुरूप आणखी कितीतरी नवीन पंचायती उदयास आल्या. उदाहरणार्थ पी.डब्ल्यू.डी. पंचायत. ही पंचायत स्थापण्याचं कारण म्हणजे पी.डब्ल्यू.डी. चे महान कर्तबगार व कार्यतत्पर आधारस्तंभ कायमच गैरहजर असत. त्यामुळे त्यांच्यावर कधीच अवलंबून राहता येत नसे. इंजिनिअरिंग व मेकॅनिकल कौशल्ये ज्यांच्या अंगी असतील अशांनाच याचे सदस्य बनवण्यात येत असे. १९९४ सालाच्या अखेरीपर्यंत या पंचायतीच्या सदस्यांनी अनेक लहानसहान बांधकामे, किरकोळ दुरुस्त्या अथवा नूतनीकरणाची कामे स्वत:च करून घेऊन सरकारचा भरपूर पैसा वाचवला होता. ही कामे ते अत्यंत आनंदाने, स्वेच्छेने करत. फक्त त्यासाठी लागणारी साधनसामग्री व कच्चा माल तेवढा आम्ही त्यांना पुरवीत होतो. या गोष्टींचा गैरवापर एकाही व्यक्तीने केला नाही. उलट ते तर तुरुंगाचा जास्तीत जास्त फायदा कसा होईल तेच बघत. पी.डब्ल्यू.डी. पंचायतीने मोडकी दारे व मोडके हातपंप दुरुस्त केले. पाणीगळती थांबवली. सदोष पॉवरचे पॉईंट दुरुस्त केले. पंखे, टीव्ही आणि व्ही.सी.आर.च्या ही दुरुस्त्या ते करत. जेलमध्ये कोणताही करमणुकीचा कार्यक्रम जर रंगमंचावरून सादर करायचा असेल अथवा सभेसाठी व्यासपीठ उभारायचे असेल तर त्याची ध्वनी– व प्रकाशयोजनाही हेच करीत. यासाठी लागणारे साहित्य तेवढे कैदीकल्याण निधीच्या रकमेतून विकत आणले जात असे. परंतु बाकी सर्व व्यवस्था मात्र पी.डब्ल्यू.डी. पंचायत मोफत करत असे.

पी.डब्ल्यू.डी. पंचायतीच्या कुशल कैदीसदस्यांनी स्वत: आराखडा काढून दोन सुंदर ओपन एअर प्रेक्षागृहे बांधली. प्रत्येक प्रेक्षागृहात सुमारे २५०० प्रेक्षकांची बैठक व्यवस्था होती. ही कामगिरी नेहमीप्रमाणे सरकारी (पी.डब्ल्यू.डी.) खात्याकडे सोपवली असती तर ती कधीच पार पडली नसती. यथावकाश दोन्ही ओपन एअर प्रेक्षागृहांचं अधिकृतपणे उद्घाटन झालं. तुरुंग क्रमांक ३ च्या ओपन एअर प्रेक्षागृहाचे उद्घाटन तेव्हाचे मिनिस्टर ऑफ स्टेट फॉर स्पोर्टस श्री.मुकुल वासनिक यांच्या हस्ते झाले. ज्या कैद्यांच्या अथक परिश्रमाने हे प्रेक्षागृह उभे राहिले त्यांची नावे उद्घाटन समयी पायाच्या दगडावर खोदण्यात आली. या स्टेडियमला जेरियन स्टेडियम असे नाव देण्यात आले आहे. त्या वेळी त्या तुरुंगासाठी जे डेप्युटी

सुपरिंटेंडंट काम करत होते त्यांचा सुद्धा त्याच्या उभारणीत फार मोठा वाटा आहे. त्यांचे नाव श्री.जेरियन. त्यावरूनच हे नाव स्टेडियमला देण्यात आले. त्याचप्रमाणे तुरुंग क्रमांक चारमध्ये बांधलेल्या प्रेक्षागृहाचे उद्‌घाटन करण्यासाठी तेव्हाचे प्रिझन मिनिस्टर श्री.एच.एस. बाली हे आले होते. त्याचप्रमाणे दिल्ली सरकारचे अर्थमंत्री जगदीश मुखी हेही त्या वेळी उपस्थित होते. मी मात्र याला 'सुनील गुप्ता स्टेडियम' मानत असे, कारण ते त्या वेळी तुरुंग क्रमांक ४ चे डेप्युटी सुपरिंटेंडंट होते व त्यांच्याच नेतृत्वाखाली ही कामगिरी पार पडली.

प्रत्येक तुरुंगासाठी स्वत:ची स्वतंत्र पी.डब्ल्यू.डी. पंचायत होती. त्यामुळे दोन्ही स्टेडियमची रचना भिन्न प्रकारची होती. तुरुंग क्रमांक ३ आणि ४ मधील रहिवाशांना सर्व धर्मांच्या सभा बोलावण्यासाठी भरपूर मोठ्या जागेची गरज पडत असे. ती अशा प्रकारे पूर्ण झाली.

तुरुंग क्रमांक १ ला स्वत:चे स्टेडियम पूर्वीपासूनच होते. म्हणून त्या तुरुंगाच्या रहिवाशांनी श्रमदान करून एक 'ग्रीन हाऊस' तयार केले. त्याचप्रमाणे एक कमळांचे तळेपण तयार केले. त्यांचा मूळ उद्देश होता वर्षभर काही ना काही रोपांची लागवड करणे, शेतकी व्यवसायाशी संबंधित काही उपक्रम हाती घेणे व आपल्या सहकाऱ्यांना फळ-बागकामाचे प्रशिक्षण देणे. हा सगळाच उपक्रम डेप्युटी सुपरिंटेंडंट श्री. गर्ग यांच्या कल्पनेतून स्फुरला होता. भारत सरकारचे शेतकी सचीव श्री. जगदीशचंद्र पंत यांचेही त्यांना पाठबळ मिळाले. बांधकामासाठी लागणारे सर्व साहित्य मिनिस्ट्री ऑफ ॲग्रीकल्चर कडून पुरवण्यात आले. परंतु प्रत्यक्ष बांधकाम मात्र कैद्यांनी स्वत: केले. या संपूर्ण उपक्रमामागील प्रेरणास्रोत सुद्धा एक कैदीच होता. त्याचे नाव सुरिंदर कुमार. त्याने आपल्या सहकाऱ्यांची मानसिक पातळी उंचावली. तो स्वत: ग्रामीण अर्थशास्त्राचा द्विपदवीधर होता व तो जन्मठेपेचा कैदी होता. या संपूर्ण 'ग्रीन हाऊस' च्या उपक्रमाद्वारे कैदी कल्याण निधीसाठी प्रचंड प्रमाणावर निधी उभारणे शक्य झाले.

याच पंचायतीने एक अभिनव उपक्रम सुरू केला व कचऱ्यातून अक्षरश: सोने निर्माण केले. दररोज चार तुरुंगांतून एकंदर चार टन सेंद्रिय कचरा जमा होत असे. याची विल्हेवाट लावण्यासाठी हा ट्रकमार्फत वाहून न्यावा लागत होता. ट्रकच्या प्रत्येक खेपेस ३०० रूपये खर्च येई. सर्व कचऱ्याचे डोंगर उपसण्यासाठी ट्रकच्या कितीतरी खेपा होत. शिवाय ट्रकचालक खेपांची संख्या वाढवण्यासाठी मुद्दामच ट्रक कधीही व्यवस्थित भरत नसे. आमच्या अंदाजपत्रकात एका स्वतंत्र ट्रकसाठी तरतूद होती, परंतु तरीही सरकारच्या मनाईमुळे आम्हाला नवा ट्रक विकत आणता येत नव्हता. ट्रक भाड्याने घेऊनच काम चालवण्याचा आम्हाला हुकूम होता. या भाड्यापोटी दरवर्षी तुरुंगाच्या वार्षिक अंदाजपत्रकावर २३ लाख रुपयांचा भार पडत

असे. शिवाय कचऱ्याच्या मोठाल्या ढिगाऱ्यांमुळे जेलच्या परिसरात दुर्गंधी सुटत असे. पटकी व अतिसारासारख्या रोगांचा प्रादुर्भाव होण्याची शक्यताही नेहमीच असे.

अशा वेळी नियती आमच्या मदतीस धावून आली. के.सी. श्रॉफ हे सद्गृहस्थ मुंबईहून येथे आले. व त्यांनी कचऱ्यातून खतनिर्मिती करण्याचे आम्हाला प्रशिक्षण दिले. यापूर्वीच्या प्रकरणात याची सविस्तर माहिती आलीच आहे. या उपक्रमात तिहारला तिहेरी फायदा झाला. आम्हाला एक आधुनिक तंत्रज्ञान शिकायला मिळाले. त्याचा उत्तम रीतीने वापर करण्याचे कौशल्य प्राप्त झाले. अनेक कैद्यांना या निमित्ताने व्यवसाय प्रशिक्षण मिळाले. शिवाय या सर्व प्रक्रियेत रेव्हेन्यूसुद्धा आलाच. खत निर्माण करणारी आमची तुकडी आजवर जेलमध्ये केलेल्या कोणत्याही उपक्रमापेक्षा सर्वांत अभिनव उपक्रम राबवत होती. अजूनही या उपक्रमाशिवाय तिहारचे चालणार नाही.

यात कैदी मोठ्या उत्साहाने सहभागी झाले. तेही अतिशय मोठ्या संख्येने. त्यामुळे हा उपक्रम सुरू होताच सुमारे वर्षभरातच जेलच्या परिसरात एक सुसज्ज बाजार निर्माण झाला. त्यात धान्याची दुकाने, इतर दुकाने, कोल्ड ड्रिंकची दुकाने, पेप्सी फाऊंटन्स, फ्रूट ज्यूस व कॉफीची काऊंटर्स, गरम पदार्थ, चहा व लस्सी मिळणारे ठेले इत्यादी होते. तशाच प्रकारे फिरती उपाहारगृहे सुरू झाली. या ठिकाणी कैद्यांना कोशिंबिरींसाठी कच्च्या भाज्या, तसेच कपडे, बादल्या, भांडी-कुंडी इत्यादी जीवनावश्यक गोष्टी वगैरे खरेदी करता येत.

वर निर्देश केलेले उपक्रम व त्यांतून मिळणारे बाकीचे लाभ हे केवळ प्रामाणिकपणे, तळमळीने, अत्यंत उत्साहाने केलेल्या अथक परिश्रमांचे फळ होते. कैदी आणि कर्मचारी यांचा उत्तम सहयोग होता, त्यांच्या कामात सुसूत्रता होती त्याचे हे फळ होते. आता त्या दोघांमधील अविश्वास व शत्रुत्वभावना दूर झाली होती व त्याची जागा सहकार्याच्या भावनेने घेतली होती.

दसरा व दिवाळीसारखे सणही तिहारमध्ये साजरे केले जात. यात सामूहिक सहभाग घेणाऱ्या कैद्यांच्या आनंदाचा व उत्साहाचा सहजोद्गार येथे दिसून येई. या सणांच्या काळात कैदी खाद्यपदार्थांचे विविध स्टॉल्स उभारत. 'आपले नशीब अजमावा' यासारखे छोट्याशा खेळांचे स्टॉलही येथे असत. विविध पंचायतींचे सामूहिक प्रयत्न, त्यांच्यामधील सूत्रबद्धता यांमधूनच या उपक्रमांचा जन्म झाला.

जेलचे रूपांतर आता एका आश्रमात झाले होते. वातावरणातील पारदर्शकता दिवसेंदिवस वाढत होती. तसाच मोकळेपणा वाढत होता. पण त्याचबरोबर फार मोठ्या प्रमाणावर पहाऱ्याची आणि सावधगिरी बाळगण्याची गरज भासू लागली. सुधारणेच्या प्रक्रियेतून ज्या काही सुविधा कैद्यांना उपलब्ध झाल्या होत्या त्या सर्वांना सारख्याच रीतीने, सारख्या प्रमाणात मिळाव्यात यासाठी 'पहारेकरी पंचायतीची'

स्थापना झाली. या पंचायतीची कामे होती: रोजच्या रोज तुरुंगातून फेरी मारणे, कोणी उगाच काम न करता रेंगाळत नाही ना याकडे लक्ष ठेवणे, एखाद्या कैद्याला नैराश्याने घेरले असेल व बाकीचे कैदी काम करत असताना तो एकटाच विमनस्क बसत असेल तर त्याच्याकडे लक्ष पुरवणे, तसेच त्याला जर काही खास उपचारांची गरज असली तर ते त्याला मिळतील अशी सोय करणे. यामुळे कोठडीतील आत्महत्येसारख्या दुर्दैवी घटना घडणे बंद झाले.

अजूनही काही विशिष्ट गरजांकडे लक्ष पुरवण्याची गरज होती. यासाठी आणखी चार पंचायती अस्तित्वात आल्या.

(अ) इन्साफ (न्याय) पंचायत– यात जरा वयोवृद्ध कैद्यांची नेमणूक झाली होती. बराकींमधील लहान-सहान तंटेबखेडे हे कैदी जागच्या जागीच सोडवत असत.

(ब) केबल पंचायत– नव्यानेच सुरू झालेल्या तिहार केबल नेटवर्कची संपूर्ण व्यवस्था पाहणे तसेच त्याच्यावरील कार्यक्रमांची आखणी करणे, ही या पंचायतीची कामे होती.

(क) विपश्यना पंचायत– विपश्यना शिबिरांचे कैद्यांकरता आयोजन करण्यासाठी ही पंचायत स्थापन झाली.

(ड) भ्रष्टाचारविरोधी पंचायत– तुरुंगातील लाचलुचपत, भ्रष्टाचार व हिंसाचारांच्या प्रकरणांचा वेळीच छडा लावून त्याविरुद्ध लढा देण्यासाठी ही पंचायत सुरू झाली होती. भ्रष्टाचार व हिंसाचार यांसारख्या गोष्टींचे समूळ उच्चाटन होण्यासाठी ही पंचायत फार महत्त्वपूर्ण होती.

तिहारमध्ये चालू झालेल्या या बदलांची बाहेरच्या समाजाने निश्चितपणे दखल घेतली होती. उदाहरणार्थ:'मानव सेवा संस्थान'साठी काम करणारे श्री. हरीसिंग यांना इतकी प्रेरणा मिळाली, की, १९९४ सालच्या सप्टेंबर महिन्यात त्यांनी मला पत्र लिहिले. तुरुंगसुधाराच्या कामाबद्दल माझा गौरव करून मला पदक देण्याची त्यांची इच्छा होती. 'मी या पदकाचा स्वीकार केवळ एकाच अटीवर करीन,' असे मी त्यांना सांगितले. ती अट म्हणजे, ज्या कैद्यांच्या उत्स्फूर्त प्रतिसादाने या सर्व सुधारणा व ही क्रांती शक्य झाली त्या सर्व कैद्यांना सुद्धा अशी पदके मिळाली पाहिजेत. त्यांनी माझी विनंती आनंदाने मान्य केली. त्यांनी व त्यांच्या सहकाऱ्यांनी तिहारमध्ये एकूण चार जेलसाठी चार वेगवेगळे समारंभ केले. प्रत्येक जेलच्या खुल्या प्रेक्षागृहात हे संपन्न झाले. या प्रत्येक समारंभास प्रचंड गर्दी होती. सर्वत्र फार उत्साहाचे वातावरण होते. पदकासोबत कैद्यांना प्रमाणपत्रे सुद्धा देण्यात आली.

आम्ही कैद्यांच्या अंगी एक स्वयंस्फूर्ती जागृत केली होती. त्यातून आम्हाला लक्षणीय फळे मिळत होती. या सुधारणांची गती दोन वर्षे सातत्याने आम्ही टिकवून

धरण्यात यशस्वी झालो होतो. आता कैद्यांनी केवळ गौरव किंवा प्रशंसेसारख्या गोष्टींवर खूष राहण्याचे दिवस संपले होते. मग आम्ही केलेल्या कामाबद्दल त्यांना आर्थिक लाभ देण्यास सुरवात केली. मात्र याची सुरवात झालेली असतानाच माझी तिहार येथून बदली होण्याची वेळ जवळ आली.

मी पूर्वी विदेशातील वेगवेगळ्या तुरुंगांना भेटी दिल्या होत्या. तेव्हा 'प्रिझन कौन्सिल'ची संकल्पना साधारणपणे काही तुरुंगांत अस्तित्वात होती. ते पंधरा दिवसांतून एकदा औपचारिक समितीच्या स्वरूपात भेटून विचारांची देवाणघेवाण करत किंवा नियमितपणे आपल्या फ्लोअर सुपरवायझरची भेट घेत. ते ज्या बाबींची चर्चा करत त्या बाबी किरकोळ असत. याचे कारण त्यांच्या अगदी जीवनावश्यक किंवा मूलभूत गरजा तुरुंगामध्ये आधीपासून भागत आलेल्याच होत्या. शिवाय मी ज्या ज्या तुरुंगांना भेट दिली तेथे राहणाऱ्या कैद्यांची संख्या अगदीच कमी होती. या तुरुंगात एकेका मजल्यावर केवळ दहा ते पंधराच कैदी राहत. तर तिहारमध्ये मात्र एकेका वॉर्डात चारशे कैदी सुद्धा असत. मी भेट दिलेल्या तुरुंगांमध्ये या सर्व फ्लोअर कौन्सिल्स जवळजवळ कधीच एकत्र भेटत नसत. यापाठीमागे शिस्तीची आणि सुरक्षिततेची कारणे होती.

तिहारच्या संपूर्ण रचनेची व आकृतिबंधाची यांपैकी कोणत्याही तुरुंगातील कोणत्याही बाबीशी तुलना होणे शक्य नव्हते. सांस्कृतिक बाबतीत सुद्धा जमीन-अस्मानाचा फरक होता. या सर्व गोष्टींचा विचार करून आणि आमच्या समोर असलेल्या परिस्थितीचा वास्तववादी दृष्टिकोनातून विचार करून आम्ही अगदी योग्य मार्गाची निवड केली आहे अशी माझी खात्रीच पटली. आम्ही या ठिकाणी एक क्रांती घडवून आणत होतो. एक नवी यंत्रणा निर्माण करत होतो.

□

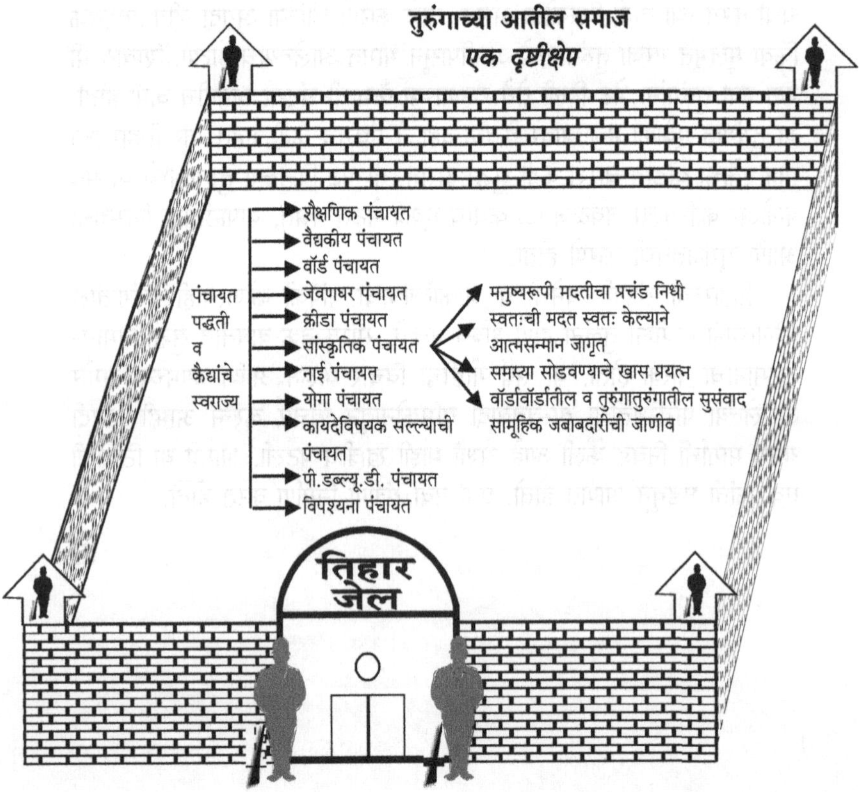
तुरुंगाच्या आतील समाज
एक दृष्टीक्षेप
पंचायत पद्धती व कैद्यांचे स्वराज्य
शैक्षणिक पंचायत
वैद्यकीय पंचायत
वॉर्ड पंचायत
जेवणघर पंचायत
क्रीडा पंचायत
सांस्कृतिक पंचायत
नाई पंचायत
योगा पंचायत
कायदेविषयक सल्ल्याची पंचायत
पी.डब्ल्यू.डी. पंचायत
विपश्यना पंचायत
मनुष्यरूपी मदतीचा प्रचंड निधी
स्वतःची मदत स्वतः केल्याने
आत्मसन्मान जागृत
समस्या सोडवण्याचे खास प्रयत्न
वॉर्डावॉर्डातील व तुरुंगातुरुंगातील सुसंवाद
सामूहिक जबाबदारीची जाणीव
तिहार जेल

१८

शिक्षणाची प्रक्रिया : एक चिरंतन प्रवास

प्रत्येक माणूस जसा घडतो त्या घडण्यापाठीमागे त्याने स्वत:च्या काळाचं नियोजन (टाइम मॅनेजमेंट) कसं केलं आहे याचा वाटा फार मोठा असतो. आपण जागृतावस्थेत असतानाचा जो काळ आपल्याला उपलब्ध असतो तो काळ आपल्यापैकी प्रत्येकजण कसा व्यतीत करतो यावर आपण स्वत:चे मूल्य किती मानतो हे ठरत असते. आपण आपल्या वर्तमानाला व भविष्याला कसे घडवणार आहोत हेही यावरूनच ठरत असते. हा धडा मी आयुष्यात फार लवकर शिकले. माझ्या आईवडिलांकडून, पुस्तके वाचून, सभोवतालीच्या वातावरणातून काळ मौल्यवान असल्याची जाणीव माझ्या मनावर अगदी लहान वयापासूनच बिंबवलेली होती. प्रत्येक क्षण अमूल्य असतो आणि एकदा वाया गेलेला क्षण परत हाती गवसत नाही– हे तत्त्व मला आयुष्यभर प्रत्येक विचार व कृती करताना प्रेरणादायी ठरलं.

त्याचमुळे मी जेव्हा तिहारला रुजू झाले तेव्हा तेथील सर्व कैद्यांकडे असलेल्या वेळाचा सदुपयोग करण्याची, तो वेळ वाया न घालवता सत्कारणी लावण्याची जबाबदारी सुद्धा मी माझी मानली. इथे मी स्वत:च्या आयुष्यातला एक लहानसा क्षणसुद्धा वाया जाऊ नये म्हणून धडपडत असे. मग येथे हजारो पुरुष, स्त्रिया व मुले गजाआड आपली आयुष्ये व्यर्थ दवडताना जर दिसली, तर मी गप्प कशी राहणार? येथील काही कैदी निर्दोष असूनही येथे बंदिवासात होते ही गोष्ट खरी होती. पण तरीही इतरही अनेक कैदी केवळ आयुष्यात मिळालेल्या क्षणांचं महत्त्व वेळीच जाणून न घेतल्यामुळे आज हा कारावास भोगत होते. आयुष्यात आपण व्यर्थ दवडलेला क्षण न् क्षण खरोखरच किती मोलाचा होता ही गोष्ट जर त्यांच्या वेळीच लक्षात आली असती तर त्यांनी आपली शक्ती सार्थ गोष्टींसाठी, विधायक कामांसाठी खर्च केली असती. त्यातून त्यांना कितीतरी लाभ झाला असता. आज त्यांच्यावर तुरुंगात येऊन पडण्याची वेळ आली नसती.

पण आता ही जाणीव त्यांच्या अंगी नव्याने जागृत कशी करायची हा मोठा प्रश्न होता. ते आत्ता तुरुंगात राहत होते. त्यांना येथे राहत असताना काळाचं महत्त्व कसं काय पटवून द्यायचं? त्याला उपाय एकच होता. येथील वातावरण बदलून टाकायचं. त्यांच्यासमोर नवीन मार्ग खुला करून ठेवायचा. काहीतरी नवीन शिकण्याची संधी त्यांना द्यायची. मग ते कैदी शिक्षित असोत नाहीतर अशिक्षित. पण हे साधायचं कसं? ज्ञानाविषयी त्यांच्या मनात आस्था निर्माण करणं... ज्ञानाविषयी आदरभाव जागृत करणं... आणि तेही झटपट, त्यांची या तुरुंगातून सुटका होऊन ते बाहेरच्या जगात परत जाण्यापूर्वीच... हे आम्हाला शक्य झालं असतं? अर्थात त्याचा विचार न करता निदान प्रयत्न करणं तर आमच्या हाती होतं, आणि तसे आम्ही केले.

१५ जून १९९४ च्या 'द पॅट्रियॉट'या दैनिकात खालील वृत्त प्रसिद्ध झाले.

राजधानीतील मध्यवर्ती कारागृह सकाळच्या वेळी शाळा बनते तेव्हा...

येत्या बुधवारपासून राजधानीतील मध्यवर्ती कारागृहा (तिहार) ला जरा औपचारिकतेचा रंग चढणार आहे. सुमारे ८००० चे वर कैदी राहत असलेल्या या तुरुंगात राष्ट्रीय मुक्त विद्यापीठाची शाखा उघडणार आहे.

संपूर्ण जेलमध्ये एकूण ३०० वर्ग भरणार असून येथील सुशिक्षित कैदीच आता शिक्षक होणार आहेत.

नागरिकशास्त्र, इतिहास, भूगोल, साक्षरता तसेच हिंदी, उर्दू, पंजाबी, संस्कृत, फ्रेंच, पार्शियन, स्वाहीली इत्यादी भाषा या वर्गात शिकवण्यात येतील.

तिहार जेलमध्ये सुरू होत असलेल्या या शैक्षणिक उपक्रमाला सुमारे ऐंशीहून अधिक स्थानिक शाळा आणि व्यक्तींची ऐच्छिक मदत लाभली आहे. या समारंभासाठी दिल्लीचे शिक्षणमंत्री साहिब सिंग वर्मा हे प्रमुख पाहुणे म्हणून उपस्थित राहणार आहेत...

येथील वातावरण असं होतं की या तुरुंगाला साक्षरता केंद्र म्हणून जरी जाहीर केलं असतं तरी चाललं असतं. रोज सकाळचे दोन तास याप्रमाणे सोमवार ते शनिवार हा काळ या कामासाठी देण्याचे आम्ही ठरविले. तसे आम्ही कैद्यांशी बोललो. तुरुंगात नुसतं उदासवाणं, विमनस्क बसून राहण्यापेक्षा तुम्ही हा वेळ सत्कारणी लावा हे आम्ही त्यांना पटवलं. शिक्षणासाठी जे मनमोकळं, खेळीमेळीचं वातावरण आवश्यक असतं, ते निर्माण करण्याची जबाबदारी आमची असंही आम्ही त्यांना आश्वासन दिलं. त्यांचाही आता आमच्यावर विश्वास बसला होता. आम्ही कैद्यांची शैक्षणिक पात्रता लक्षात घेऊन वॉर्डानुसार त्यांचे छोटे छोटे गट बनवले. पूर्णपणे अशिक्षित कैदी वेगळे काढले, अर्धशिक्षित कैद्यांचा निराळा गट केला. जास्त प्रमाणावर शिक्षित, शाळेच्या वरच्या इयत्ता शिकलेले, पदवीधर, द्विपदवीधर

असे भाग पाडले. त्यांपैकी पदवीधर व द्विपदवीधर कैद्यांवर शिक्षकाचं काम करण्याची जबाबदारी सोपवली.

आमच्याकडे काही मेहनती, सुतारकाम करणारे कैदी होते. त्यांनी झटून तुरुंगाच्या शाळेसाठी काळे फळे बनवले. कैदी कल्याण निधीतून पाट्या, खडू, पेन्सिली, वह्या असे इतर सामान विकत आणले. एकीकडे बाहेरच्या अनेक शाळांच्या मुख्याध्यापकांकडे मदतीसाठी आवाहन करून त्यांना एका मीटिंगला येथेच बोलावले. तिहारमधील साक्षरता अभियान सर्वांपर्यंत पोचावं व सर्वांचा या कामी हातभार लागावा अशी आमची इच्छा होती. तुमच्याकडची जास्तीची शैक्षणिक सामग्री, जुनी पाठ्यपुस्तके, खेळ इत्यादी तुम्ही आम्हाला पाठवून द्या,' अशी विनंती आम्ही त्यांना केली. त्यांच्याकडून या गोष्टीला प्रचंड प्रतिसाद मिळाला. जे.डी. टायट्लर स्कूलमधील साक्षरता उपक्रमाचा विभाग सांभाळणाऱ्या श्रीमती एस. दत्ता यांनी आम्हाला पत्र लिहिले:

> ...काही दिवसांपूर्वी आमच्या शाळेच्या विद्यार्थ्यांनी २५० जुनी दप्तरे, २५० वह्या गोळा करून आमच्याकडे दिल्या आहेत. त्या मी स्वत: जेल क्रमांक ३ चे सुपरिंटेंडंट श्री.डी.पी. द्विवेदी यांचेकडे जमा केल्या आहेत. उन्हाळ्याच्या सुट्टीनंतर शाळा सुरू झाली तेव्हा आमच्या विद्यार्थ्यांनी तिहारमधील शाळेसाठी बरीच शैक्षणिक साधनसामग्री गोळा केली आहे. भविष्यातही आपल्या या महान कार्यासाठी आम्ही शक्य ती सर्व मदत करू असे मी आपल्याला वचन देते.
>
> ही सर्व सामग्री जेल क्र. ३ कडे पाठवण्याची मला आमच्या शाळेच्या मुख्याध्यापकांकडून सूचना मिळाली आहे. तरी कृपया त्या साधनसामुग्रीची तसेच या पत्राची त्वरित पोच द्यावी ही विनंती. आमच्या शाळेच्या साक्षरता विभागात काम करणाऱ्या शिक्षकांनी आमच्या शाळेच्या मुलांना प्रेरित करून त्यांना मदतीचा हात सतत पुढे करण्याचे शिक्षण दिले आहे...

आम्ही अशा पद्धतीने शाळकरी मुलांमध्ये समाजसेवेच्या भावनेचं बीज रुजवलं. मुलांना घरून पालकांकडून हातखर्चाला पैसे मिळतात त्यातील थोडे या कामासाठी खर्च करून प्रत्येक मुलाने किमान एक वही, एक पेन्सिल व एक रबर घेऊन ते आम्हाला पाठवावे असे आम्ही त्यांना सुचवले. आमच्या मीटिंगमध्ये एकेका शाळेला एकेका तुरुंगाशी संलग्न करण्यात आले. या शाळांशी वेळोवेळी संपर्क साधण्याचे काम त्या त्या जेलच्या सुपरिंटेंडंटला देण्यात आले. आम्हाला शाळांकडून न भूतो न भविष्यति असा प्रतिसाद मिळाला. अनेक शाळा मदतीस धावून आल्या. हजारो विद्यार्थ्यांनी आमच्याकडे शैक्षणिक मदत पाठवली. आम्ही तुरुंगात जागोजागी मोफत वह्या-पुस्तके वाटपाची केंद्रे उघडली. प्रत्येक कैदी स्वत:च्या गरजेनुसार येथून वह्या-पुस्तके घेऊन जाई. त्याचा कधी तुटवडा भासला तर आम्ही लोकांना

आवाहन करत असू किंवा कैदी कल्याण निधीतून या वस्तू खरेदी करत असू.

प्रत्येक कैद्याला भेटायला आलेला नातेवाईक त्याला हातखर्चासाठी थोडे तरी पैसे देऊन जाई. अशा कैद्यांनी किमान दोन वह्या व दोन पेन्सिली स्वखर्चाने विकत घ्याव्यात असा आम्ही आग्रह धरत असू. म्हणजे ज्या कैद्यांना कोणीच भेटायला येत नसे अशांना त्यांनी आपल्याजवळची एक वही व एक पेन्सील तरी निदान भेट म्हणून द्यावी अशी आमची अपेक्षा होती. शिक्षणसाहित्य फिरत्या कँटीनमध्ये त्याचप्रमाणे तुरुंगातील वाणीसामानाच्या दुकानात विक्रीस ठेवलेले असे. कैद्यांच्या साक्षरतेकडे लक्ष पुरवण्यासाठी शैक्षणिक पंचायत होती. या पंचायतीस फार मोठी कामगिरी बजवावी लागे. ती म्हणजे पुरेशी शैक्षणिक साधनसामुग्री नेहमी उपलब्ध राहील याची काळजी घेणे. त्यासाठी पंचायतीचे सदस्य तुरुंगाधिकाऱ्यांशी रोजच्या रोज संपर्क साधून कैद्यांच्या या संबंधीच्या गरजा भागवत असत.

शिक्षक नेमणुकीच्या बाबतीत आम्हाला सतत पर्यायी व्यवस्था ठेवावी लागे. शिक्षक म्हणून काम करणाऱ्या कैद्यांची सुटका होऊन ते सोडून गेले की त्या जागी आम्हाला नवीन शिक्षकांची नेमणूक करावी लागे. आमचे ब्रीदवाक्य होते– शाळा चालू राहिलीच पाहिजे. त्याचमुळे कधीही शिक्षकांअभावी येथील शिक्षणप्रक्रिया ठप्प होण्याचा प्रसंग उद्‌भवला नाही. नियमितपणे आपण होऊन शिकवण्याकरता आम्हाला स्वयंसेवक मिळत राहिले. तिहारच्या या शैक्षणिक केंद्रालासुद्धा इतर कोणत्याही शैक्षणिक केंद्राप्रमाणेच उत्तम दर्जा मिळाला. आम्ही शाळेचं व्यवस्थापन सुधारलं. रोजच्या रोज हजेरी घेण्यास सुरवात केली. त्यातील सत्पात्र लोकांची सर्वांसमोर प्रशंसा करून, त्यांचा गौरव करून त्यांना प्रोत्साहन देण्यास सुरवात केली. १० फेब्रुवारी १९९५ रोजी 'द एशियन एज' या वृत्तपत्रात खालील वृत्त प्रसिद्ध झाले.

> ...दिल्लीच्या कुप्रसिद्ध तिहार जेलमध्ये बंदिवासात असलेला धनीराम आणि त्याच्यासारख्या इतर अनेक कैद्यांना आता लिहिता-वाचता येऊ लागले आहे. व ही गोष्ट एका अत्यंत अभिनव संकल्पनेमुळे शक्य झाली आहे.
>
> शाळेच्या पहिल्याच दिवशी दोन व्यंजने आणि एक स्वर यांपासून तयार झालेला शब्द धनीरामला जेव्हा वाचता येतो तेव्हा त्याचा रापलेला चेहरा उजळून निघतो. इतरांइतकाच तोही बुद्धिमान आहे, त्याचमुळे या वयातही त्याने शिकायला सुरवात केली आहे.
>
> या अभिनव पद्धतीमध्ये एकच बिगरीचे पुस्तक आहे, तर राष्ट्रीय साक्षरता मिशनने ज्या पद्धतीचा पुरस्कार केला आहे त्यात तीन आहेत.
>
> हिंदी भाषेत आ हा दीर्घ स्वर वारंवार वापरला जातो व तो आजोबांच्या काठीसारखा दिसतो. शिकणाऱ्याच्याही लगेच स्मरणात राहतो. "एक गोष्ट ऐकली

तर विश्वासही बसणार नाही, पण ती खरी आहे,'' ज्ञानसमाज नामक साक्षरता प्रसार करणाऱ्या संस्थेचे निमंत्रक श्री.जी.पी. जैन म्हणतात, ''ती अशी की एखाद्या निरक्षर व्यक्तीस साक्षर करण्यासाठी केवळ ६० तासांचा अवधी पुरेसा आहे.''

ते असंही सांगतात की हिंदी भाषेतील स्वर आणि व्यंजने यांचे दृश्य स्वरूप आणि आपल्याला दैनंदिन जीवनात आपल्या भोवती आढळून येणाऱ्या वस्तू यांचा परस्परसंबंध विद्यार्थ्यांच्या मनात जर ठसवला तर त्याला त्या गोष्टी लक्षात ठेवणे सोपे जाते...

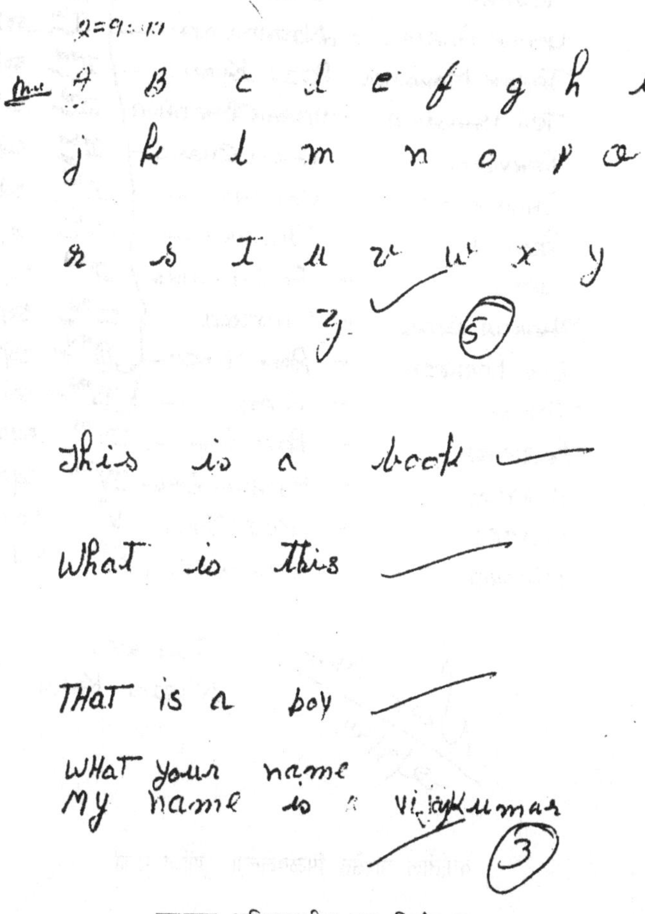

साक्षरता अभियानातील एक जिवंत उदाहरण
उत्साहपूर्ण सहभाग आणि शिकण्याची तीव्र इच्छा

Date
2-9-94

CLASS – V

Test Paper List

S.No.	Name	Son of	Rank	
1.	TEJPAL	BABU RAM	Ist	50/50
2.	UMAR ALAM	NIJJAMUDIN	Ist	50/50
3.	TARIK MOHAMED	AJIJ KHAN	IInd	50/40
4.	TEK BHADHUR	HARAK BHADHUR	IInd	50/40
5.	PARVEEN	KHEM CHAND	IInd	50/40
6	DHARAMVIR	BALRAM	IInd	50/40
7.	PANKAJ	JAGDISH	IIIrd	50/30
8.	NFIS	RAHIM BAKS	IIIrd	50/30
9.	THAKUR DASS	GANTOLI	IIIrd	50/30
10.	OM PARKASH	RAM SINGH	IIIrd	50/30
11.	TRILOK	FURTI	IIIrd	50/30
12.	PARKASH	PATI RAM	IVth	50/20
13.	HARISH	KISHAN LAL	IVth	50/20
14.	PAVITRO	LALIT MOHAN	Vth	50/10
15	MANOJ	VIRENDER	Vth	50/10

Nasim Khan
2/9/94

TEACHER
NASIM KHAN

वर्गातील परिक्षेत मिळवलेल्या गुणांचा तक्ता

बाहेरच्या शाळेतील शिक्षकांनी मोठ्या संख्येने तिहार भेटीला येण्यास सुरवात केली. त्यामुळे तुरुंगाच्या चार भिंतीआड सुरू झालेल्या या साक्षरता अभियानाला मोठीच प्रेरणा मिळाली. या शिक्षकांच्या नुसत्या आगमनाने आमच्या प्रयत्नांना नवे मूल्य प्राप्त झाले. त्यामुळे आम्ही अधिक शर्थीचे प्रयत्न करण्यासाठी उद्युक्त झालो. बाहेरच्या शिक्षकांनी आमच्याकडे येऊन स्वेच्छेने आमच्या येथे शिकवण्यास सुरवात केली. त्यांच्या दैनंदिन धकाधकीच्या जीवनातून, शाळा व घरचे व्याप सांभाळून ते मुद्दाम येथे येण्यासाठी वेळ काढत. येथील कैद्यांना आपल्या ज्ञानाचा, कौशल्याचा लाभ करून देत. यात बाल आणि किशोरवयीन गुन्हेगारांचा सर्वाधिक फायदा होत असे. कारण त्यांच्या शैक्षणिक विकासाला येथे सर्वांत जास्त प्राधान्य मिळत असे. त्यांच्यापैकी बहुतेक सर्वजण त्यांना जे काही शिकवण्यात येईल ते अगदी सहजगत्या आत्मसात करत. असाच एक कॅथॉलिक 'नन्स'चा गट होता. त्यांना इतकी शिकण्यास उत्सुक मुले पाहून फार आनंद होई. मी जेव्हा तुरुंगफेरीसाठी बाहेर पडे तेव्हा मला सुद्धा या मुलांच्या चेहऱ्यावर एक आगळावेगळा आनंद चमकताना दिसे– ज्ञानसंपादन केल्याच्या नव्या जाणिवेने त्यांचे कोवळे चेहरे उजळलेले दिसत. मला ते फार प्रेरणादायी वाटे. ही छोटी मुले शिक्षण आणि मनन या दोन्ही गोष्टी अत्यंत आनंदाने करताना दिसत होती. कदाचित ही मुलं बाहेरच्या जगात काही वेगळं वागली असती. कदाचित त्यांनी कोणाचं काही ऐकूनही घेतलं नसतं. विशेषत: आपल्या आई-वडिलांचं तर मुळीच ऐकून घेतलं नसतं पण येथे तिहारमध्ये मात्र आम्ही त्यांची हळुवार मनधरणी केली, आर्जवीपणाने त्यांचं मन अभ्यासाकडे वळवलं, त्यांना सतत प्रोत्साहन देण्यासाठी नवनवीन अभिनव पद्धती वापरली. व त्यामुळेच आम्ही या मुलांचा शिक्षण प्रक्रियेतील रस टिकवून धरू शकलो.

जसजसा काळ लोटला तशी आम्ही आमच्या साक्षरता उपक्रमाची व्याप्ती वाढवली. आमच्याकडे काही मॅट्रिक झालेले कैदी होती, तर काही पदवीधर होते. त्यांना आणखी काहीतरी वेगळं शिकण्याची इच्छा होती. तशी संधी आम्ही त्यांना येथे देऊ केली. तुरुंगात हिंदी, पंजाबी, उर्दू, संस्कृत, तमीळ इत्यादी भाषांचे वर्ग सुरू झाले होते. काही कैदीच हे वर्ग चालवत. काही कैद्यांना परकीय भाषा शिकण्याची हौस होती. त्यांच्यासाठी फ्रेंच, स्पॅनिश, स्वाहीली, अरबी आणि फारसी या भाषांचेही वर्ग चालू होते. परकीय भाषा शिकवताना श्राव्य माध्यमांचा (ऑडिओ) उपयोग महत्त्वाचा असतो, म्हणून त्याचीही सोय आम्ही केली. काही दानशूर, प्रेमळ व्यक्तींनी दिलेल्या अर्थसाहाय्यातून आम्हाला या गोष्टी विकत घेता आल्या. कधीतरी कैदी फ्रेंच भाषेच्या परीक्षेला बसत. ही परीक्षा येथे फ्रेंच वकिलातीच्या सौजन्याने घेण्यात येत असे. काही बुद्धिमान कैदी एकापेक्षा अधिक भाषा अगदी अल्पावधीत आत्मसात करत. त्यासाठी सायंकाळी त्यांना कुलूपबंद केल्यावरही ते कोठडीत

* WEEKLY PROGRESS REPORT *

TO,

THE INSPECTOR GENERAL (PRISON)

TIHAR ASHRAM

NEW DELHI-64

KAMBLI-WARD

Through,

The Suprintendent,

Tihar Ashram No 3

New Delhi-64

1245

23.2.94

Madam/Sir,

Most humbly and respectfully I am submitting the progress-report (weekly) of Kambli-ward [21th Feb-27th Feb]

21-2-94 (MONDAY)

8.30 AM - Prayer and Yoga.

9.00 AM - Classes commense & chakkar-Munshi came in the ward

11.00 AM - AS-Gupta Saheb visited the ward.

3.50 PM - Volley ball played by inmates.

5.00 PM - Meeting held at chakkar in presence of DS-I, DS-II, DS-II of Jail No 1 Rakesh Sharmaji, one Dr., AS-Gupta Saheb, Mahaveer Saheb, Batra Saheb & Meena Saheb. Asked about Canteen Problems and promised by them to fulfill all type of requirements.

22-2-94 (TUESDAY)

8.30 AM - Prayer & Yoga.

9.00 AM - Classes began and attained by chakkar-Munshi & Chakkar-chief Pandit ji.

10.25 AM - Mr Lal (welfare) came in the ward.

Evening - Volley-ball Played and a meeting held at chakkar.

23-2-94 (WEDNESDAY)

8.30 AM - Prayer & Yoga.

9.00 AM - Chakkar-chief Panditji & Chakkar-Munshi visited the class & ward.

10.05 AM - Teacher Satvia came.

10.35 AM - DS-I & DS-II came in the ward with School students who came from outside. They visited the ward and watched the classes & Agarbatti & chalk works.

11·30 AM - Some papers (Yellow & red) distributed among inmates to find out homosexual-data.

4·50 PM - SCJ - visited the ward.

5·15 PM - One person Came from DESU.

A meeting held at chakkar in presence of DS-II.

24-2-94 (THURSDAY)

8·30 AM - Prayer & Yoga.

9·00 AM - chakkar Munshi came in the ward.

9·05 AM - DS-II, Jariyal Saheb visited the ward.

9·15 AM - Teacher Satvir came.

10·10 AM - Chakkar-chief Panditji & Munshi Anandji visited the ward.

Evening - A Meeting held at chakkar. Some important books distributed by SCJ from Deodhi.

25-2-94 (FRIDAY)

8·30 AM - Prayer & Yoga. chakkar chief Panditji attained the Yoga class and told them build their charector & live brotherly.

9·00 AM - Chakkar Munshi came.

10·15 AM - Mrs Lal (welfare) Came. DS-II & AS- Gupta Saheb also visited the ward.

Evening - A meeting held at chakkar.

26-2-94 (SATURDAY)

8·30 AM - Prayer & Yoga. Chakkar-chief Panditji Commence yoga class and arranged one Satsang class for some while. Inmates were very glad.

9·00 AM - chakkar Munshi attained SATSANG.

<u>RESPONSE</u> - Panditji's <u>Satsang-class</u> is effective.

Hw- Jawahar Manjhi is better.

<u>REQUIREMENT</u>: CAROM-BOARDS, CHESS-BOARD, LUDOES

Thanking for this

Your Sincere

Ajay Singh.

forward for your kind perusal

Supdt 28/2/94

अभ्यास करत बसत. वेळेचं महत्त्व आता साऱ्यांनाच कळून चुकलं होतं.

कैद्यांची जेव्हा सुटका होण्याची वेळ येई तेव्हा आता जाण्यापूर्वी रजिस्टरमध्ये अंगठा उठवण्याची वेळ त्यांच्यावर येत नसे. त्यांना आपले नाव लिहून स्वाक्षरी करता येत असे. त्यांना या गोष्टीचा फार आनंद होई. अशा नव्याने साक्षर झालेल्या कैद्यांना आपल्या वह्या-पुस्तके इत्यादी शैक्षणिक सामान घरी न्यायची इच्छा असे. आपण खरोखरच लिहायला- वाचायला शिकलो आहोत ही गोष्ट त्यांना आपल्या कुटुंबियांना दाखवून द्यावीशी वाटे. कारण जेलमधील काळ त्यांनी व्यर्थ न दवडता खरोखरच सत्कारणी लावला होता आणि त्याचीच ती प्रमाणपत्रे होती.

साक्षात विद्येची देवी– सरस्वती हीच तिहारमध्ये वास करण्यासाठी आली आहे, असं मला वाटायचं. माझा हा विश्वास आणखी दृढ करणारी घटना घडली. इंदिरा गांधी राष्ट्रीय मुक्त विद्यापीठाचे रीजनल डायरेक्टर प्रोफेसर देवेंद्र चौधरी यांनी तुरुंगातील कैद्यांसाठी पोस्टल कोर्सची सोय केली. आता कैद्यांना पोस्टाने अभ्यास करून प्रमाणपत्र मिळवणे लवकरच शक्य होणार होते. शिक्षणाच्या ह्या चळवळीत तिहारमधील इंदिरा गांधी राष्ट्रीय मुक्त विद्यापीठाचा प्रवेश फार लक्षणीय ठरला. उत्कृष्ट पुस्तके व इतर शैक्षणिक साधनांबरोबर आता तिहारमध्ये उत्तमोत्तम दृक्-श्राव्य माध्यमांचाही प्रवेश झाला व तोही विनामूल्य. त्या वेळचे यूनियन मिनिस्टर फॉर ह्यूमन रीसोर्स डेव्हलपमेंट श्रीयुत अर्जुनसिंग यांच्या हस्ते याचे उद्‌घाटन झाले. २९ जुलै १९९४ च्या 'द हिंदू' या वृत्तपत्रात या इंदिरा गांधी राष्ट्रीय मुक्त विद्यापीठाने चालू केलेल्या तिहार येथील शैक्षणिक केंद्राविषयी खालील वृत्त प्रसारित झाले:

> ... आज सायंकाळी राजधानी दिल्ली येथील मध्यवर्ती कारागृहात इंदिरा गांधी राष्ट्रीय मुक्त विद्यापीठाच्या शैक्षणिक केंद्राचे उद्‌घाटन झाले. हे उद्‌घाटन यूनियन मिनिस्टर ऑफ ह्यूमन रीसोर्स डेव्हलपमेंट श्री. अर्जुनसिंग यांच्या हस्ते झाले. तुरुंगात राहणाऱ्या कैद्यांना उच्च शिक्षणाची संधी प्राप्त करून देणे, त्याचप्रमाणे गजाआड राहूनही बाहेरील समाजाचाच एक हिस्सा बनण्याची संधी त्यांना प्राप्त करून देणे ही या केंद्राची मुख्य उद्दिष्टे आहेत. आपल्या भाषणाच्या वेळी मंत्र्यांनी तिहार जेलला शैक्षणिक कार्य व सुधार कार्य चालू ठेवण्यासाठी तीन लाख रुपयांची देणगी जाहीर केली. या घोषणेमुळे कैदी आनंदित झाले.
>
> दिल्ली सरकारच्या डायरेक्टोरेट ऑफ ट्रेनिंग अँड टेक्निकल एज्युकेशनच्या मदतीने उभारण्यात येणारी ही शाळा म्हणजे कैद्यांच्या दृष्टीने एक महत्त्वाचा टप्पा आहे. एकदा तुरुंगात शिक्षा भोगून सुटकेनंतर बाहेर गेलेला कैदी पुन्हा कधीही फिरून गुन्हा करून येथे परत येणार नाही अशी जणू ग्वाहीच ही शाळा देते.
>
> कार्यक्रमाची सुरुवात कैद्यांच्या स्वागतपर गीताने झाली– जेल क्रमांक तीनच्या कैद्यांनी 'हे मालिक तेरे बंदे हम' या भजनाने उपस्थितांचे स्वागत केले. त्यानंतर

हरीसिंग नामक कैद्याने ईश्वराची प्रार्थना केली व येथील कैद्यांना लवकरात लवकर न्याय मिळावा यासाठी दैवी शक्तीस पाचारण केले. डहरीसिंग याला हवाई चाचेगिरीच्या आरोपाखाली अटक करण्यात आली आहे.. 'न्यायदानास विलंब म्हणजेच न्यायदानास नकार', या उक्तीचा आपल्या भाषणात उल्लेख करून हरीसिंग म्हणाला, वकील वारंवार संपावर जातात, त्यामुळे सुद्धा कैद्यांना न्याय मिळण्यास विलंब होतो.

नॅशनल ओपन स्कूलचे डॉ. आर. एल. फुटेला यांना आम्ही अशी विनंती केली, की, ज्या कोणाला आपला अभ्यासक्रम पूर्ण करण्याची इच्छा असेल त्या कैद्यांना ओपन स्कूलने तशी परवानगी द्यावी, व प्रमाणपत्रही देण्यात यावे.

तिहारमधे सुधारणेचे वारे वाहू लागले होते. या क्रांतिपूर्ण वातावरणामुळे इतर अनेकविध शैक्षणिक, सामाजिक आणि सांस्कृतिक संस्था प्रेरित झाल्या व त्यांनीही यात सहभागी होण्याचे ठरवले. उदाहरणार्थ : भारत विकास परिषदेने (बी. व्ही. पी.) तुरुंग क्रमांक चारच्या बालगुन्हेगारांच्या शैक्षणिक गरजांची पूर्ण जबाबदारी उचलली. त्यांनी इंटर बरॅक आणि इंटर प्रिझन टूर्नामेंटचे आयोजन केले. दीपालय नामक गैरसरकारी संस्था होती. या संस्थेची मुले मुद्दाम कैद्यांना भेटण्यासाठी तुरुंगात आली. त्यांनी कैद्यांच्या मनाला स्पर्शून जातील अशी हृद्य गाणी, कविता इत्यादी कार्यक्रम सादर केले. ते पाहून अनेक कैद्यांच्या डोळ्यांत अश्रू आले. विद्याज्योती कॉलेज ऑफ थिऑलॉजीच्या मार्गदर्शकांची तुकडी आमच्याकडे आली. त्यांनी आपल्या सहानुभूतीपूर्ण व मनमिळाऊ वागणुकीने कैद्यांची मने जिंकून घेतली. त्यानंतर उर्दू आणि पंजाबी ॲकेडमीचा येथे प्रवेश झाला. काही कैदी तुरुंगातील इतर कैद्यांना या दोन भाषा शिकवण्याचे काम करत होते. अशा कैद्यांना या संस्थांनी मानधन देण्यास सुरवात केली. या दोन मान्यवर संस्थांचा तिहारमधील प्रवेश फारच महत्त्वाचा ठरला. पंजाबी ॲकेडमीने जेलमधे कैद्यांसाठी नाट्यसंस्था स्थापन केली. कैद्यांनी थोड्याच दिवसांत एक नाटकही सादर केले.

येथील सर्वांत मोठे आकर्षण म्हणजे आमची वाचनालये. केवळ सहा महिन्यांच्या कालावधीत वाचनालयांची संख्या तीनवरून पंचवीसवर जाऊन पोचली. अनेक शिक्षणसंस्था आणि व्यक्तींनी स्वेच्छेने वाचनालयांना पुस्तकरूप देणगी दिली. त्यामुळे शैक्षणिक उपक्रमांना या पुस्तकांची जोड मिळाली. आम्ही मुद्दाम दिल्लीतील काही प्रकाशकांना येथे एकत्रितपणे बोलावून त्यांना आमच्या उपक्रमांची माहिती दिली. त्यातूनही पुस्तकरूपाने देणग्या मिळाल्या.

या ठिकाणी मला एका अत्यंत निष्ठावान व ध्येयवादी सामाजिक कार्यकर्तीचा उल्लेख करावासा वाटतो. हिच्या अथक परिश्रमांची जोड आमच्या कार्याला मिळाली. ही आमच्या प्रेरणेचा स्त्रोत बनली. १९९३ साली सरोजने वयाची साठ

वर्षे पूर्ण केली. पण ती कितीतरी तरुण भासे. याचे कारण तिच्या अंगचा दुर्दम्य उत्साह. सर्वच प्रकारच्या सामाजिक कार्यातील तिची कामगिरी वाखाणण्यासारखी होती. विशेषत: पौगंडावस्थेतील कैदी आणि बालगुन्हेगारांच्या कामात तिला अतिशय रस होता. तिने सुरवातीला तिहारमध्ये प्रवेश केला तो येथील लहान मुलांसाठी कथाकथन करण्याच्या निमित्ताने. तिने लवकरच त्या मुलांची मने जिंकली व ती त्यांची आई बनली. तिने रोजच्या रोज येथे यावे व आपल्याला गोष्टी सांगाव्यात असा आग्रह त्या छोट्या मुलांनी धरला. मधे अचानक काही अडचणीमुळे सरोजच्या येण्यात जरासा खंड पडला. त्यामुळे ती लहान मुले खट्टू झाली. त्यांना तिचा पत्ता हवा होता. तिला पत्र पाठवून तिची खुशाली विचारायची होती त्यांना! त्यांना तिची फार काळजी वाटत होती. त्यांनी तिच्यावर पत्रांचा व तारांचा भडिमार केला.

सरोज नंतर परत पहिल्यासारखी तिहारमधे येऊ लागली. तिचे सर्वांनी मनापासून स्वागत केले. जेव्हा जेव्हा ती तिहारला येई तेव्हा येताना वेगवेगळ्या विषयांवरची पुस्तके घेऊन येई. यातून आमच्या वाचनालयात सुद्धा भर पडत असे. तुरुंगातील या बालगुन्हेगारांना सरोजच्या रूपाने माया, ममता, वात्सल्य, समजूतदारपणा यांचे जणू प्रतीकच भेटले होते. मातृप्रेमाला पारख्या झालेल्या या मुलांना सरोजविषयी अपार ममता वाटे. मी सरोजला पत्र पाठवून पुन्हा एकदा येथे येण्याविषयी लिहिले. त्याला तिचे तात्काळ उत्तर आले. तिने लिहिले होते:

> ... मी १९९३ च्या जून महिन्यात तिहार येथे समाजसेवेसाठी आले. मी येथे एक कथाकथनकार म्हणून आले. या छोट्या मुलांमधे मी जशी गुंतत गेले, तसे माझ्या लक्षात आले, की, या मुलांना शब्दकोशाची तसेच हिंदी व इंग्रजी विषयाच्या स्व-अभ्यास मालांची गरज आहे.
>
> माझ्याकडे सांगण्यासारख्या असंख्य गोष्टी आहेत. यांतील एक गोष्ट तिहारमधे कैदेत असलेल्या मनोज नावाच्या वीस वर्षांच्या तरुणाची आहे. मनोजने आणि त्याच्या भावाने मिळून आठ माणसांचा खून केला होता. व त्यामुळे त्याला अटक करून येथे कैदेत टाकले होते. मनोजकडून मी त्याविषयीची हकिकत काढून घेतली ती अशी: मनोज बी. ए. च्या दुसऱ्या वर्षाला होता. त्याचे त्याच्याबरोबरच्या काही माणसांशी वैर होते. मनोजच्या वडिलांनी त्याला लहानपणी गीता शिकवली होती. (त्याचे वडील राजापूर रोड पोलीस स्टेशनमधे इन्स्पेक्टर होते.) आपण जर आपल्या शत्रूला मारले तर त्यात गैर काहीच नाही अशी शिकवण गीतेतून मनोजने उचलली होती. मनोजचे ज्या लोकांशी वैर होते ते लवकरच राजापूर रोड पोलीस चौकीत मनोजबद्दल तक्रार किंवा एफ. आय. आर. (फर्स्ट इन्फर्मेशन रिपोर्ट) दाखल करण्यासाठी येणार होते. याची माहिती मनोजला व त्याच्या भावाला चौकीत बोलावून त्याच्या वडिलांनी दिली. तेव्हा मनोजने व त्याच्या भावाने ती माणसे चौकीत येताच आपल्या वडिलांच्याच रिव्हॉल्व्हरने त्या आठही माणसांचा खून केला.

गीतेचा आधार देऊन मनोजने आपल्या या वागण्याचे वडिलांपाशी स्पष्टीकरण देण्याचा प्रयत्न केला. पण वडिलांना त्याचे म्हणणे पटले नाही.

मनोज आता फार बदलला होता. आता त्याने एका पोस्टल कोर्सद्वारे अभ्यासक्रम पूर्ण करण्याची इच्छा सुद्धा व्यक्त केली होती. त्याने विपश्यना शिबिरात भाग घेतला होता. पण ही झाली आताची गोष्ट. मला तो अगदी पहिल्याप्रथम भेटला तेव्हा तो केवळ २० वर्षांचा होता. मी त्याला म्हटले होते: "आत्ता तर तू केवळ वीस वर्षांचा आहेस. तुला जन्मठेपेची शिक्षा झाली तर तू शिक्षा भोगून सुटेपर्यंत चौतीस वर्षांचा होशील. मग तू पुढे काय करशील?" तेव्हा तो इतका भडक डोक्याचा होता की त्याने उत्तर दिले: "मी उरलेल्यांनाही मारून टाकीन." ते उत्तर ऐकून मी फार काळजीत पडले.

परंतु आता मात्र मनोज अंतर्बाह्य बदलला होता. तो शांत झाला होता. वडिलांनी लहानपणी त्याच्यावर फार चुकीचे संस्कार केले होते, चुकीची तत्त्वे व मूल्ये बालमनावर ठसवली होती. त्यांची ती चूक त्याला आता कळून चुकली होती. शिक्षण नुसते एकेरी असून भागत नाही. त्याला संवेदनाशीलता व समजूतदारपणाची जोड असावी लागते. म्हणजे त्यातून जी फळे मिळतात ती चांगली असतात. आजचा सुधारलेला मनोज हे याच गोष्टीचे उदाहरण होते.

मी दिवसभर त्या मुलांबरोबर वेळ घालवत असे. त्यांना चांगली चांगली पुस्तके वाचून दाखवत असे. जाताना ती पुस्तके मी तिथेच सोडून जावी, अशी विनंती अनेक मुले करत. कारण त्यांना ती पुस्तके रात्री जागून वाचायची असत. ती मुले गोष्टीच्या पुस्तकांबरोबरच भौतिकशास्त्र, रसायनशास्त्र व इतर अनेक विषयांवरील पुस्तकांची मागणी करत.

मला मुलांसाठी काहीतरी केलंच पाहिजे असं फार तीव्रतेने वाटू लागलं. मग मी माझी मैत्रीण माधवी मल्होत्रा हिला फोन केला. ती हिंदी पॉकेट बुक्स प्रकाशित करीत असे. मी तिला म्हणाले: "हे बघ, तू तुरुंगात पुस्तके विक्रीला पाठवण्याचा व्यवसाय केलास तर अक्षरश: तुझं उखळ पांढरं होईल." त्यावर ती म्हणाली: "मी देशभरातील अनेक तुरुंगांत आजवर मोफत पुस्तके पाठवत आले आहे. मी त्याचा टपालखर्च सुद्धा कधी घेतला नाही." वाचनालयाच्या कल्पनेचा जन्म यातूनच झाला. माधवीने आम्हाला असंख्य पुस्तके देणगीरूपाने पाठवली. ईशान चॅरिटेबल ट्रस्टनेही असेच केले...

तुरुंगातील साक्षरता प्रसाराला सरोज एखाद्या क्रांती घडवून आणणाऱ्या लढ्याइतकं महत्त्वाचं मानत असे. आम्ही स्वत: वेगवेगळ्या प्रकाशकांना पत्रे लिहून त्यांच्याकडून आमच्या वाचनालयासाठी पुस्तकरूपाने देणग्या मिळवाव्यात ही कल्पना सुद्धा तिनेच आम्हाला सुचवली. त्यांचा प्रचंड प्रतिसाद मिळणार अशी तिला १०० टक्के खात्री होती. आणि झालंही तसंच. पुस्तकांचे मोठमोठे गठ्ठे आमच्याकडे

येऊन हजर झाले. अनेकविध विषयांवरील पुस्तके त्यात होती. उदाहरणार्थ: विज्ञान, संगणकशास्त्र, मूलभूत वैद्यकशास्त्र, साहित्य, इतिहास, धर्म आणि व्यवस्थापन. प्रकाशकांखेरीज इतरही अनेक सेवाभावी संस्थांनी आम्हाला शैक्षणिक साधन सामग्रीचा मुबलक प्रमाणात पुरवठा केला. या संस्थांनी साक्षरता अभियानाची ही संकल्पना उचलून धरली व पुढे नेली.

साक्षरता व ज्ञान यांच्या प्रसाराच्या चळवळीने तिहारमध्ये चांगलाच वेग घेतला. आम्ही प्रत्येक वॉर्डासाठी नियमितपणे, मोठ्या संख्येने वृत्तपत्रे व नियतकालिके मागवण्यास सुरवात केली. काही नवीन वृत्तपत्रे व पाक्षिके आणण्यास सुरवात केली. दिल्ली पब्लिक लायब्ररीच्या मदतीने आम्ही तुरुंगात फिरते वाचनालय सुद्धा सुरू केले. अनेक तुरुंगांच्या सामानसुमानात आता टेबल-खुर्च्यांबरोबर काही साहित्यिक सामानाची सुद्धा भर पडली. हजारो पुस्तके व नियतकालिके रोज कैद्यांमध्ये वाटली जात. पण हे काम अत्यंत शिस्तबद्ध स्वरूपात चाले. प्रत्येक वेळी पंचायतीची वा महापंचायतीची सभा भरली की त्याच्या सदस्यांना वह्या, पुस्तके व डायऱ्या पुरवल्या जात. ते परत गेल्यावर वॉर्डातील कैद्यांमध्ये त्यांचे वाटप करीत. कैद्यांसाठी व त्याचबरोबर त्यांच्या शिक्षकांसाठी वाचनसामग्रीचा पुरेसा पुरवठा झाला पाहिजे, असा आमचा कटाक्ष होता. याचा शिक्षकांना विषयाची तयारी करण्यासाठी बराच फायदा होई.

आणखी एका क्षेत्रात अजून खूप प्रगती करण्याची आमची इच्छा होती. परंतु त्यात आम्हाला म्हणावे तसे यश अजून प्राप्त झाले नव्हते. ते क्षेत्र होते व्यवसाय मार्गदर्शनाचे. या क्षेत्रात अजूनही आमची पावले अडखळत पडत होती. वास्तविक कैद्यांना साक्षर बनवणे जेवढे महत्त्वाचे होते तेवढेच त्यांना व्यवसायप्रशिक्षण देणेही अत्यंत महत्त्वाचे होते. पण या कामात सध्या तरी आम्हाला अनंत अडचणींना तोंड द्यावे लागत होते. त्यामुळे आमची प्रगती खुंटली होती. आमच्यापुढे ज्या अडचणी होत्या त्या मुख्यत्वेकरून तुरुंगाची अंतर्गत रचना, कार्यपद्धती आणि धोरणात्मक निर्णयाच्या बाबतीत आम्हाला असणाऱ्या मर्यादा यांच्यामुळेच होत्या. प्रशिक्षित शिक्षकांचा तुटवडा हे पण एक मुख्य कारण होतेच. पण तरीही आम्ही माघार न घेता जोमाने प्रयत्न करत राहिलो. आमच्या आशावादी दृष्टिकोणास अखेर यश आलेच. काही दिवसांनी अगदी अल्प प्रमाणात का होईना पण आम्हाला मदत मिळाली. भारत सरकारने तर मदत केलीच. शिवाय श्रमिक विद्यापीठाने मदतीचा हात पुढे केला. याचे मुख्य होते श्री. आर. के. छाब्रा. त्याचप्रमाणे स्टेट रिसोर्स सेंटर, जमिया मिलिया युनिव्हर्सिटीकडून ही मदत मिळाली. याचे मुख्य होते श्री. निशात फारूक. या दोन्ही संस्थांमधील तज्ज्ञ प्रशिक्षकांनी येऊन तरुण कैद्यांना व्यवसाय मार्गदर्शन केलं. यामध्ये बुकबाइंडिंग, फाईलचे कव्हर बनवणे, अगरबत्ती बनवणे, शिलाई काम, खडू बनवणे,

टी. व्ही. आणि रेडिओ-दुरुस्ती इत्यादींचा समावेश होता. या व्यवसाय मार्गदर्शन केंद्राचे उद्घाटन दिल्लीचे तात्कालीन लेफ्टनंट गव्हर्नर श्री. पी. के. दवे यांच्या हस्ते झाले. पुढे दिल्ली राज्य सरकारच्या डिपार्टमेंट ऑफ टेक्निकल एज्युकेशन या विभागाने ३० कैद्यांच्या वर्गासाठी कमर्शियल आर्ट आणि एम्ब्रॉयडरी या विषयांचा प्रमाणपत्र अभ्यासक्रम सुरू केला. अनेक कुशल व बुद्धिमान कैद्यांनी यात भाग घेतला.

परंतु मुळात कैद्यांची संख्याच किती जास्त (८०००) होती. त्या मानाने आमचे हे प्रयत्न पुरेसे नव्हते. जवळजवळ सर्वच कैदी धंदेशिक्षण मिळवण्यासाठी आतुर असत. पुढे तुरुंगातून सुटका झाल्यावर हातात उपजीविकेचे काही साधन असावे व आपल्या कुटुंबियांचे पालनपोषण करणे सुकर जावे असा उद्देश त्यांचा असे. परंतु या बाबतीत अजूनही आमच्या हातून म्हणावी तशी मदत त्यांना मिळत नव्हती. सरकारकडून काही मदत मिळते का अशी वाट बघत अगतिकपणे बसून राहण्याखेरीज आम्ही तरी काय करणार? या एका क्षेत्रात खूप काम करण्याची, कायम स्वरूपी धोरणे आखण्याची, वास्तववादी योजना साकार करण्याची आवश्यकता होती. व हे सर्व करण्याची जबाबदारी राज्य सरकारची होती.

तुरुंगात प्रचंड माणूसबळ उपलब्ध होतं. या कैद्यांना व्यवसाय प्रशिक्षण दिल्यानंतर बाहेरच्या अनेक कारखानदारांनी त्यांना रोजगार देण्याची तयारी दर्शवली. आम्ही या सर्वांची एक मीटिंग घेतली. त्यांनी आम्हाला फक्त एकच अट घातली, ती म्हणजे अशा प्रकारचा उपक्रम जर चालू केलाच तर तो दीर्घकालीन असायला हवा. तिहारमधील कैद्यांना रोजगाराची हमी देण्यापूर्वी या कारखानदारांनी आमच्याकडे कामातील सातत्याची हमी मागितली. व ही हमी त्यांना सेक्रेटरीएटकडून लेखी हवी होती. सेक्रेटरीएटचा दृष्टिकोण फारसा अनुकूल नव्हता. ते लोक या कैद्यांच्या बाबतीत उदासीनच होते. तिहारमध्ये प्रचंड वेगाने एवढे बदल घडले पण त्यांच्यापैकी एकाही अधिकाऱ्याने स्वत: तुरुंगाच्या भेटीसाठी येण्याचे कष्ट घेतले नाहीत. त्यामुळे तिहारमधील साक्षरता अभियान किंवा नीतिमूल्यांच्या प्रसाराच्या मानाने या व्यवसायमार्गदर्शनाच्या उपक्रमाने म्हणावी तशी पकड घेतली नाही. इंडियन एक्सप्रेसने खालील वृत्त प्रसिद्ध केले :

... तिहारच्या तरुण कैद्यांमध्ये नवा उत्साह सळसळला.

... ती सर्व विशीच्या आतली मुले. शुक्रवारी सकाळी चढत्या उन्हाची पर्वा न करता एका खास समारंभासाठी प्रांगणात जमली होती. लेफ्टनंट गव्हर्नर पी. के. दवे त्याचप्रमाणे दिल्ली ॲडमिनिस्ट्रेशनचे काही वरिष्ठ अधिकारी खास या समारंभासाठी येथे येणार होते.

३५० तरुण कैद्यांमधे उत्साहाचे वातावरण होते. या उल्हासाचे व उत्सुकतेचे

कारण केवळ आजचा हा समारंभ एवढेच नव्हते. येथे जमलेल्या सर्व कैद्यांना दोन नवीन बांधण्यात आलेल्या वॉर्डात हलवण्यात येणार होते. या वॉर्डांना दोन नावाजलेल्या क्रिकेटवीरांची नावे देण्यात आली– सचिन आणि कांबळी. जेलचे सर्वच्या सर्व ८००० कैदी आनंदाने जल्लोष करत होते.

यालाही एक कारण होते. लवकरच या कैद्यांना रोज दोन वेळा जेवणाऐवजी तीन वेळा जेवण मिळणार होते. शिक्षणाची संधी मिळणार होती.

राष्ट्रीय साक्षरता मिशनने प्रत्येक कैद्यासाठी शैक्षणिक साधनसामग्री पुरवली आहे. ज्यांनी पदवी अभ्यासक्रम पूर्ण केला आहे व ज्यांना काही पुढील शिक्षण घ्यायचे आहे त्यांना आता ती संधी उपलब्ध झाली आहे. आता त्यांना जेलच्या बाहेरसुद्धा जाण्याची गरज नाही. इंदिरा गांधी राष्ट्रीय मुक्त विद्यापीठाची शाखा लवकरच येथे निघणार आहे.

व्यवसाय मार्गदर्शन: ज्यांना व्यवसाय प्रशिक्षण घेण्याची इच्छा आहे, त्यांच्यासाठी मेणबत्त्या व खडू बनवणे, शिवणकला, भरतकाम, बुकबाइंडिंग इत्यादी अनेक अभ्यासक्रम शुक्रवारपासून सुरू होत आहेत. या कार्यक्रमासाठी उपस्थित असलेले एक पाहुणे आपल्या भाषणात म्हणाले: ''तिहार जेलच्या उंचच उंच भिंतींमध्ये प्रथमच खिडक्या पाडण्यात येत आहेत व या खिडक्यांमधून कैद्यांना बाहेरील जगाचे दर्शन होणार आहे.''

आम्हाला कितीही अडचणी आल्या तरी त्याने आम्ही अजिबात विचलित झालो नाही. ज्या क्षेत्रांवर आमचे नियंत्रण होते, त्यावर आम्ही आमचे लक्ष केंद्रित केले. तिहारच्या अंतर्गत व्यवस्थापनात आता कर्मचाऱ्यांबरोबर पंचायत सदस्यांचाही सहभाग होता. ते सर्वजण समस्या सोडवण्याच्या नवीन नवीन पद्धती शोधून काढत असत. परिणामी येथे अनेक विधायक उपक्रम घडत. तुरुंगाच्या व्यवस्थापनातर्फे येथे विविध परिसंवाद, चर्चासत्रे व शिबिरांचे आयोजन करण्यात येत असे. त्याचे केंद्रविषय कैद्यांच्या जीवनाशी निगडितच असत. उदाहरणार्थ: गुन्ह्यापाठीमागचे कारण, गुन्हेगारांचा सुधार, स्त्री-विरुद्ध स्त्री, सुटका झालेल्या कैद्यांचे पुनर्वसन, गुन्ह्याविरुद्ध पुकारलेल्या लढ्यामधील योगाचे महत्त्व, व इतर अनेक. रोज शैक्षणिक वर्ग सुरू होण्यापूर्वी शिक्षक विद्यार्थ्यांना आजचा सुविचार वाचून दाखवत असत. तो सुविचार फळ्यावरही लिहिला जाई. त्या विषयावर चर्चा किंवा परिसंवादही होत असे.

एक दिवस मी खालील आदेश काढला :

... आजच्या 'नवभारत टाइम्स'च्या १२ व्या पानावर जो सुविचार आहे तो आपल्या कर्मचाऱ्यांनी वाचून आचरणात आणण्यायोग्य आहे. तरी सर्व कर्मचारी व कैद्यांसाठी 'आजचा सुविचार' म्हणून हाच द्यावा.

हा सुविचार ठराविक वेळी ध्वनिक्षेपकावरून मोठ्यांदा वाचून दाखवण्यात

यावा. कैद्यांच्या 'सत्संग' कार्यक्रमाच्या वेळी सुद्धा या सुविचारावर चर्चा करण्यात यावी. ही चर्चा घडवून आणण्यात सर्व पंचायत सदस्यांनी पुढाकार घ्यायला हवा. प्रत्येक जण या चर्चेत सहभागी होते की नाही, याकडे बारकाईने लक्ष पुरवण्यात यावे. जेल सुपरिंटेंडंट, डेप्युटी सुपरिंटेंडंट, असिस्टंट सुपरिंटेंडंट इत्यादी अधिकाऱ्यांनी सुद्धा हा सुविचार वाचून यावर होणाऱ्या चर्चेत भाग घेतला पाहिजे. आपल्या हाताखाली प्रशिक्षण घेणाऱ्या कर्मचाऱ्यांना तो वाचून दाखवला पाहिजे. 'नवभारत टाइम्स'चे कात्रण रोजच्या रोज वॉर्ड तसेच देवडीतील सूचना फलकावर लावण्यात यावे.

जर एखाद्या गॅझेटेड ऑफिसरने या योजनेत रस घेऊन तिचा पाठपुरावा केला तर फारच उत्तम.

योगशिक्षकांनीही आपल्या प्रशिक्षणाचा तो एक अविभाज्य भाग बनवला पाहिजे.

ज्या जेलमधील ज्या वॉर्डात हा नियम व्यवस्थित पाळला जाईल त्या वॉर्डासाठी मी बक्षीस जाहीर करत आहे...

माझी तुरुंगफेरी जेव्हा चालायची तेव्हा शिक्षणवर्ग भरलेले असत. वर्गात अभ्यास चालू असे. शिक्षक व विद्यार्थी आपापल्या कामात मशगूल असत. फेरी मारत असताना हे प्रेरणादायी, आनंददायी दृश्य बघायला मिळाले की मनाला फार समाधान वाटत असे. सर्व कैदी अभ्यासात इतके गुंग असत की अनेकदा मी त्यांच्या वर्गात शिरून कितीतरी वेळ शेवटच्या बाकावर बसले तरीसुद्धा त्यांचे माझ्याकडे लक्षही जात नसे.

सकाळी शैक्षणिक वर्ग घ्यायचे व दुपारी लगेच व्यावसायिक प्रशिक्षण वर्ग भरवायचे असा जणू नियमच ठरून गेला होता. सायंकाळी क्रीडा, सर्वधर्मसभा, मूल्यशिक्षण यासाठी सर्वजण एकत्र जमत. या सभा सायंकाळी ५ ते ६ या वेळात जेलच्या ओपन एअर प्रेक्षागृहात भरत. अर्थात ऋतुमानाप्रमाणे त्यांच्या वेळांमधे थोडाफार फेरफार चालायचा. या सभेच्या अध्यक्षस्थानी त्या वेळात कामावर हजर असणारा अधिकारीच असे, कधी डेप्युटी सुपरिंटेंडंट तर कधी सुपरिंटेंडंट. मी स्वत: अनेकदा अशा प्रकारच्या सभांना उपस्थित राहिलेली आहे.

ज्या कैद्यांना कार्यक्रमाचे सूत्रसंचालन करण्याचा अनुभव होता ते येथेही ते करत. अनेकदा बाहेरचे मोठे वक्ते आपण होऊन तिहारमध्ये भाषणासाठी येत. नीतिमूल्ये, शांती, सलोखा, सद्वर्तन अशा विविध विषयांवर त्यांची भाषणे होत. अशा अनेक मोठमोठ्या व्यक्तींची नावे सांगता येतील– नासीरुद्दीन शाह, खुशवंत सिंग, राजमोहन गांधी, सलमान खुर्शीद, मनोज प्रभाकर, सिदांशु महाराज, सुशील मुनीजी, व्ही. एन्. नारायण, डॉ. चार्लस कोलसन (टेम्पलटन ॲवॉर्ड विजेते) प्रिझन

फेलोशिपचे प्रमुख, अनेक राजकारणी डिप्लोमॅट व्यक्तींच्या पत्नी, उदाहरणार्थ : ख्रिस्तीन विस्नर, डॉ. सूझन वेल्ड. कधीतरी विख्यात नृत्यांगना शोभना नारायण यांचा नृत्याचा कार्यक्रम किंवा अनुप जलोटा यांच्या भजनाचा कार्यक्रम होत असे.

मुख्य कार्यक्रम झाल्यावर खुल्या प्रश्नोत्तरांचा कार्यक्रम असे. कैदी त्यांच्या मनात उमटलेले प्रश्न मोकळेपणाने विचारत. असे विचारांचे आदान-प्रदान होत असे. येथे आलेल्या ख्यातनाम व्यक्तींमध्ये मोठे विचारवंत, तत्त्वज्ञ, धर्मोपदेशक इत्यादींचा समावेश होता. या सर्वांबद्दल कैद्यांच्या मनात अतोनात आदर होता. ख्रिश्चन व मुस्लीम धर्मगुरू, शीख ग्रंथी, हिंदू पंडित त्याचप्रमाणे ओशो मिशन, चिन्मय मिशन, ब्रह्माकुमारी मिशन, रामकृष्ण मिशन, इंटरनॅशनल सोसायटी फॉर कृष्णा कॉन्शसनेस व इतर अनेक संस्थांच्या कार्यकर्त्यांनी तिहार येथे येऊन कैद्यांच्या सभेत भाषणे केली.

कैदी ही भाषणे फार लक्षपूर्वक ऐकून ग्रहण करण्याचा प्रयत्न करत. इथे येणाऱ्या व्यक्ती इतक्या बड्या होत्या की बाहेरच्या जगात सर्वसामान्य माणसाला त्यांच्यापर्यंत पोचताही आलं नसतं. पण इथे तिहारमधे मात्र आमच्या कैद्यांकडे हे सारे लोक प्रेमाने, आपुलकीने आपण होऊन येत. प्रत्येक कैद्याकडे वैयक्तिक लक्ष पुरवत. आता कैद्यांनाही समाजाबद्दल मनातून कृतज्ञता वाटत होती. अशीच कृतज्ञता त्यांना तुरुंगाच्या व्यवस्थापनाबद्दलही वाटत होती. कारण ही जी सगळी प्रगती होती ती व्यवस्थापनाच्या प्रयत्नांमुळे शक्य झाली होती याची कैद्यांना जाणीव झाली होती. किंबहुना असं मूल्यशिक्षण जेलमध्ये दाखल होण्याआधी त्यांना कोणीच कधी दिलं नव्हतं. येथे होणाऱ्या प्रवचनांनी या कैद्यांना अंतर्मुख केलं. आपण नक्की कोण आहोत? जे आहोत ते का आहोत? प्रत्यक्षात आणखी काय होऊ शकतो? असे प्रश्न त्यांच्या मनात उपस्थित होऊ लागले. मग ते मोकळेपणाने हे प्रश्न सर्वांपुढे मांडू लागले. आमचे प्रयत्न सफल होऊ लागले.

या क्षेत्रातही तिहार हळूहळू स्वावलंबी बनत चालले. अनेकदा अशी वेळ येई की सायंकाळच्या सभेसाठी बाहेरचे कोणीही शिक्षक आलेले नसत. मग एखादा कैदीच ही भूमिका बजावे. त्यासाठी त्याला संधी देण्यात येई. तो आपले विचार मांडे. आपण धर्माचे शिक्षण का घेतले, ते कसे विकसित केले, नंतर त्यापासून आपले पाऊल वाकडे कसे वळले, त्यामुळे आपल्याला कोणता धडा मिळाला व आता कशामुळे आपण धर्माकडे किंवा मूल्यांकडे वळलो आहोत अशा अनेक मनातल्या गोष्टी तो सर्वांपुढे मांडे. हे वैयक्तिक अनुभव ऐकताना श्रोते अक्षरशः मंत्रमुग्ध होऊन जात. ते उभे राहून मांडताना त्या कैद्याचा आत्मसन्मान वाढीस लागे. स्वत:ला नव्याने प्राप्त झालेली ही प्रतिष्ठा अबाधित राखण्यासाठी तो आटोकाट प्रयत्न करी.

आम्ही खरं तर कोणत्याही कारणाने एकत्र येण्याची संधी मिळाली तर ती

सोडत नव्हतो. सगळे राष्ट्रीय सण उदाहरणार्थ गणतंत्र दिवस, स्वातंत्र्य दिन, गांधी जयंती त्याचप्रमाणे सर्व धर्मांचे महत्त्वपूर्ण सण हे आनंद, देशभक्ती, सलोखा, सहानुभूती व स्वार्थत्याग इत्यादी भावना व्यक्त करण्याच्या दृष्टीने उत्कृष्ट संधी असत.

आमच्याकडे एक अंध संगीत शिक्षक कैद्यांना संगीत शिकवण्यासाठी आले. त्यांचं नाव श्री. एस. के. भल्ला. यांच्या बाबतीत काळजाला अक्षरशः हात घालणारा प्रसंग घडला. व तो त्यांनी येथे कथन केला आहे.

> ... मला संगीताची शक्ती ठाऊक आहे. कठोर हृदयांनाही पीळ पाडणारी, मृदू बनवणारी ही शक्ती असते. कैद्यांच्या प्रथमभेटीत मला या शक्तीचा कस लावून पाहायचा होता. मी त्यांच्यासमोर सरस्वती वंदना गाण्यास सुरुवात केली. सरस्वती ही ज्ञानाची देवी आहे व तिची वंदना म्हणजेच स्तुती. मी म्हणू लागलो: "हे सरस्वती माँ, अज्ञतामें हमें तार दे माँ.." माझे ते गाणे ऐकून काही कैद्यांच्या डोळ्यांतून अश्रू ओघळू लागले. त्यांना आपल्या आईची आठवण येऊ लागली, असं खुद्द त्यांनीच मला सांगितलं. या प्रार्थनेच्या श्रवणानंतर त्यांच्या अंतर्यामी दडपलेल्या भावना उफाळून वर आल्या होत्या. आपण ह्यांना संगीत शिकवावं असं मला वाटू लागलं. शक्य झालं तर एक दिवस त्यांनाही संगीत शिक्षक बनवावं, असं वाटू लागलं.

'द फॅमिली' या संस्थेने सुद्धा तिहारच्या बाबतीत अक्षरशः चमत्कार घडवून आणला. कैद्यांच्या मनावर फार मोठा परिणाम घडवून आणला. या संस्थेपाशी नानाविध कौशल्ये होती. उदाहरणार्थ: या संस्थेत मूल्यशिक्षणावर आधारित नाटके बसवत, मानवामानवामधील परस्परसंबंधांवर शिबिरे भरवत, आरोग्यविषयक कार्यशाळा भरवत, स्व-विकसनाची शिबिरे आयोजित करत. तेथे लहान मुलांमध्ये सुधारणा घडवून आणणे, मादक द्रव्यांच्या आहारी गेलेल्या रुग्णांचे पुनर्वसन करणे असेही प्रयत्न चालत. याशिवाय ते कैद्यांना वातावरणातील प्रदूषणाची जाणीव करून देत. पर्यावरणशुद्धीसाठी काय प्रयत्न करायला हवेत ते समजावून सांगत. सामाजिक वनीकरणाचे महत्त्व पटवून देत. 'द फॅमिली'च्याच एका सदस्याने आपल्या एका अनुभवाचे कथन केले आहे.

> ...तिहारमधील कैद्यांशी आमची प्रथम भेट झाली ती अत्यंत भीतीदायक होती. रोजच्या रोज बंदिवासात राहणाऱ्या शेकडो कैद्यांच्या समोर एकदम जाऊन उभं राहाणं हा अनुभव फार अस्वस्थ करून जाणारा होता. पण वरकरणी उग्र, कठोर आणि थंड भासणाऱ्या त्या चेहऱ्यांपाठीमागे अतिशय कटु अनुभव भोगलेली, निराश मने लपली होती. त्यांना आपण समजून घेण्याची गरज होती. त्यांचा स्वीकार करण्याची गरज होती. त्यांच्यातील एकेका कैद्याच्या वैयक्तिक खटल्यात आपण अजिबात शिरायचं नसतं. किंबहुना अशा कैद्यांच्या गुन्ह्याच्या पार पलीकडे डोकावून बघायला आपण शिकलं पाहिजे. व आम्ही इथे हेच करतो.

एक माणूस म्हणून आम्ही त्यांच्याकडे आदराने पाहातो. ही माणसं आहेत तेव्हा ही नक्की चांगलीच असणार, आदरणीयच असणार असा विश्वास एकदा आपण बाळगला व त्यांना त्याप्रमाणे वागवण्यास सुरुवात केली म्हणजे आपोआपच ते त्या विश्वासाला पात्र ठरण्याची धडपड करतात.

आम्हीही असंच केलं. ते कैदी नसून जणू आपले मित्रच आहेत असं गृहीत धरून त्यांच्याशी बोललो. त्यांना बरोबरीनं वागवलं. त्यांच्यापैकी काही कैदी आमच्या कार्यक्रमाचा भंग करू पाहत. उपहासात्मक टीका टीपण्णी करीत. पण आम्ही त्या वागण्याकडे दुर्लक्षच करत असू. व एक मित्र म्हणूनच त्यांच्याशी वागत असू. अगदी थोड्याच दिवसांत त्यांनी आम्हाला खरोखरीच स्वत:चे मित्र मानलं. आम्ही त्यांच्यासाठी शिबिरे, चर्चासत्रे व परिसंवाद आयोजित केले. त्यांचा त्यांच्या मनावर फार सखोल परिणाम झाला. आजवरच्या आयुष्यात नीतिमूल्ये म्हणजे काय हे त्यांना कोणी समजावून सांगितलेलंच नव्हतं. व त्याच नीतिमूल्यांचे पाठ त्यांना इथे मिळत होते.

कोणाच्याही अंत:करणापर्यंत पोहोचण्यासाठी संगीत व नाट्य या आदर्श पद्धती आहेत. या पद्धती एकाच वेळी मनोरंजनात्मक आणि उद्बोधक असू शकतात. या पद्धतींचा अवलंब आम्हीही सुरू केला. आणि या कैद्यांची आयुष्ये हळूहळू बदलत, किंबहुना सुधारत गेलेली आम्ही डोळ्यांनी पाहिली...

जशी या कैद्यांची आयुष्ये बदलत होती तशीच हळूहळू या संस्थेच्या आतील संस्कृती बदलत चालली होती. अशाच एका बोलक्या उदाहरणावरून या बदलाची व्याप्ती किती प्रचंड होती ते लक्षात येते. मला कैद्यांनी असं सांगितलं "पूर्वी तिहारहून सुटका होऊन गेलेला कैदी गुन्हा करून परत आला की त्याची जुनी मित्रमंडळी हर्षभरानं त्याचं स्वागत करत. त्याच्या स्वागताचे समारंभ करत. पण आता मात्र परिस्थिती बदलली आहे. आता एखाद्या कैद्याच्या बाबतीत असं घडलंच तर तो परतताच 'शेम, शेम' अशा घोषणांनी त्याचं स्वागत होतं. त्याला त्याचे मित्र वाळीत टाकतात. व्यवस्थापनाने, कर्मचाऱ्यांनी आणि सर्व समाजाने त्याला सुधारण्यासाठी जे काही प्रयत्न केले, त्या सर्वांवर पाणी पडलं अशी अलीकडे सर्व कैद्यांची भावना होते..."

थोडक्यात आता या तिहार जेलचं रूपांतर हळूहळू एका आश्रमात होऊ लागलं होतं. माणसात सुधारणा घडवून आणणारं ते ठिकाण बनलं होतं. अलीकडे तिहार जेलचा उल्लेख तिहार आश्रम असाच होऊ लागला होता. एका नव्या दिशेने त्याची वाटचाल सुरू झाली होती. व ही वाटचाल अशीच चालू राहणार होती.

मी परदेशातील अनेक तुरुंगांना भेटी दिल्या. शिक्षा भोगणाऱ्या कैद्यांसाठी उत्तमोत्तम शैक्षणिक कार्यक्रम सर्वत्र चालू होते. परंतु ज्यांच्यावरील खटला अजून चालू आहे अशा कैद्यांसाठी मात्र अशा प्रकारचा एकही कार्यक्रम नव्हता. त्यांना

शैक्षणिक वर्ग सक्तीचे नव्हते. त्यांना शिकवण्यासाठी बाहेरचे शिक्षक कॉन्ट्रॅक्टवर येत. ते विविध विषयांवर वर्ग घेत. उदाहरणार्थ: समाजशास्त्र, मानसशास्त्र, व्यवस्थापन, संगणकशास्त्र इत्यादी. मी स्वत: सानफ्रान्सिस्को, इंग्लंड, कोपनहेगन इत्यादी ठिकाणच्या तुरुंगांना भेटी दिल्या. हे सर्व तुरुंग इतरत्र असणाऱ्या तुरुंगांइतकेच चांगले होते. त्यात शिक्षण घेणारे कैदी फार चांगले विद्यार्थी होते. त्यातील काहीजण तर प्रमाणपत्र मिळवण्यासाठी नियमित कोर्सेस करत होते. कधी कधी एका वर्गात एक विद्यार्थी बसून काहीतरी शिकत असे.

जर्मनीतील परिस्थिती आणखी वेगळी होती. तेथील तुरुंगात कैद्यांसाठी अभ्यासवर्ग चालू होते. या वर्गांना कैद्यांनी जावं म्हणून त्यांना काही रक्कम बक्षीस म्हणून देण्यात येत असे. परंतु जगातील कोणत्याही तुरुंगात कैदी सुधारासाठी काही खास चळवळ सुरू आहे, काही उपक्रम हाती घेतलेला आहे असं मला एकाही ठिकाणी आढळलं नाही. कदाचित त्यामागे असंही कारण असेल की भारतात तिहार किंवा इतरत्र कैद्यांना जितका दीर्घ काळ कारावासात राहावं लागतं (व बरेच वेळा केवळ न्यायदान प्रक्रियेला विलंब लागल्यामुळे) तसं इतरत्र कोठेही राहावं लागतच नसेल. पण तरीही एकूण परिस्थितीचं नीट विश्लेषण केलं तर असं आढळतं की, आमच्या कार्यक्रमाची परिपूर्णता, त्याची मोठी व्याप्ती व त्यात सर्व घटकांचा संपूर्ण सहभाग या सर्व गोष्टी केवळ तिहारमधेच एकत्रितपणे आढळतात. असं इतर कोठेही आढळणार नाही. आमच्या या सुधारकार्यक्रमात तिहारमध्ये राहणाऱ्या प्रत्येक कैद्याचा सक्रीय सहभाग होता. त्यात वृद्ध, तरुण कैदी, किशोरवयीन व बालगुन्हेगार, स्त्रिया व मुली, देशी आणि विदेशी कैदी सर्वांचाच सारखा वाटा होता. एखाद्या शिक्षण संस्थेत शिक्षण घेत असणाऱ्या विद्यार्थ्यांना नेमून दिलेल्या वर्गात बसावेच लागते. त्याला कोणाचाही अपवाद नसतो. तिहारमध्येही १९९५ साली एकूण ९७०० कैदी होते. पण त्यांपैकी एकाही कैद्याला शिक्षण न घेण्याची सवलत नव्हती. सकाळी भरणारे शैक्षणिक वर्ग असोत नाहीतर सायंकाळच्या सभा, कैद्यांना त्यांच्या सुधारासाठी आयोजित केलेल्या प्रत्येक कार्यक्रमात सहभागी व्हावेच लागे.

प्रत्येक सभेचा शेवट अशा घोषणांनी होत असे– ''जहाँसे जाएँगे, वापस नहीं आएंगे।'' किंवा ''खुश रहेंगे, खुशियाँ बाटेंगे।'' आमच्या येथे कैद्यांना शिक्षणासाठी कोणतंही आर्थिक प्रलोभन कधीही दाखवण्यात आलं नाही. पण त्यांच्यापुढे स्वत:त अंतर्बाह्य, आमूलाग्र बदल घडवून आणण्याची ही जी सुवर्णसंधी चालून आली होती, ती संधी हेच एक मोठे प्रलोभन होते.

□

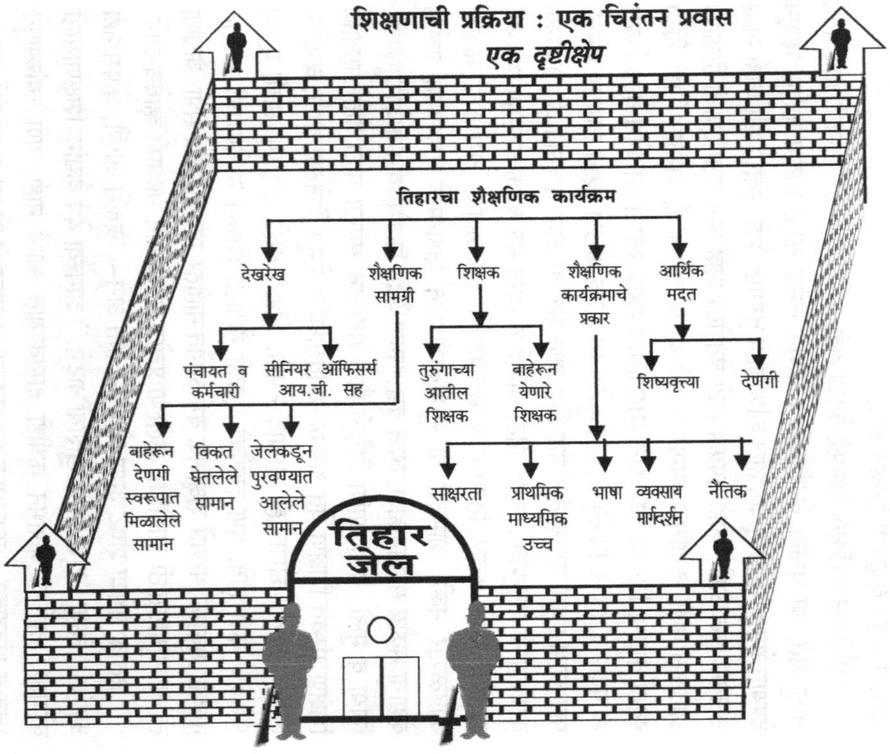
शिक्षणाची प्रक्रिया : एक चिरंतन प्रवास
एक दृष्टीक्षेप
तिहारचा शैक्षणिक कार्यक्रम
देखरेख
शैक्षणिक सामग्री
शिक्षक
शैक्षणिक कार्यक्रमाचे प्रकार
आर्थिक मदत
पंचायत व कर्मचारी
सीनियर ऑफिसर्स आय.जी. सह
तुरुंगाच्या आतील शिक्षक
बाहेरून येणारे शिक्षक
शिष्यवृत्त्या
देणगी
बाहेरून देणगी स्वरूपात मिळालेले सामान
विकत घेतलेले सामान
जेलकडून पुरवण्यात आलेले सामान
साक्षरता
प्राथमिक माध्यमिक उच्च
भाषा
व्यवसाय मार्गदर्शन
नैतिक
तिहार जेल

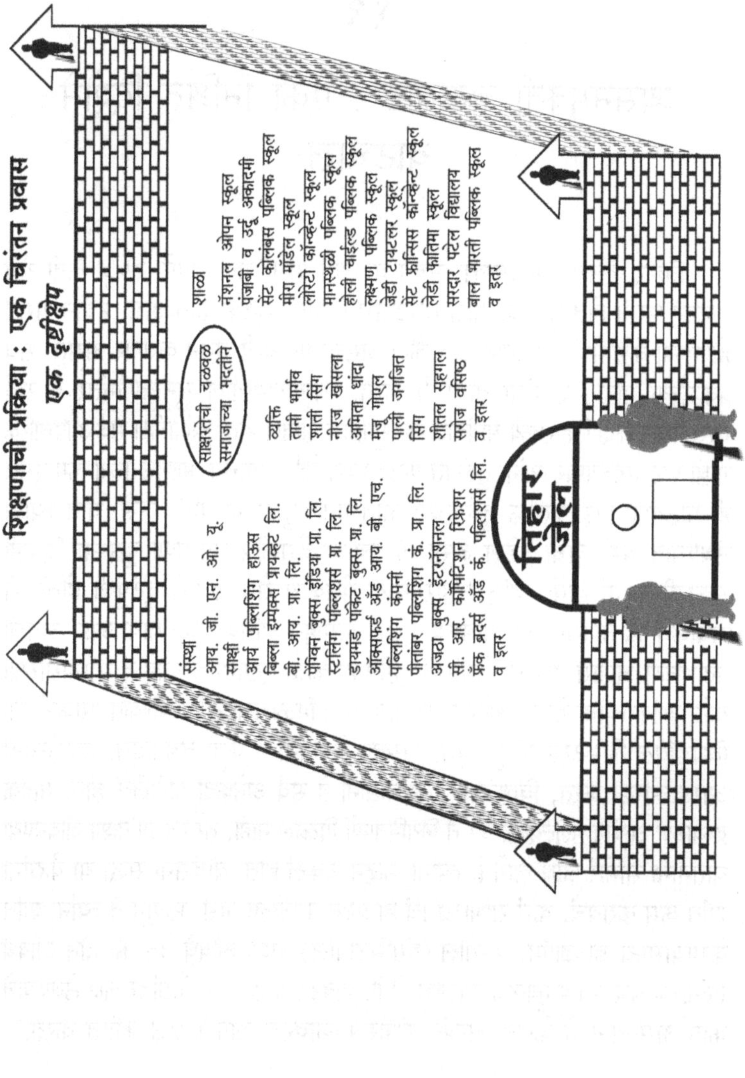
शिक्षणाची प्रक्रिया : एक चिरंतन प्रवास
एक दृष्टीक्षेप
साक्षरतेची चळवळ
समाजाच्या मदतीने
संस्था
आय. जी. एन. ओ. यू.
साक्षी
आर्य पब्लिशिंग हाऊस
बिल्ला इम्पेक्स प्रायव्हेट लि.
बी. आय. प्रा. लि.
पेंग्विन बुक्स इंडिया प्रा. लि.
स्टर्लिंग पब्लिशर्स प्रा. लि.
डायमंड पॉकेट बुक्स प्रा. लि.
ऑक्सफर्ड अँड आय. बी. एच.
पब्लिशिंग कंपनी
पीतांबर पब्लिशिंग कं. प्रा. लि.
अजंठा बुक्स इंटरनॅशनल
सी. आर. कॉम्पिटिशन रिफ्रेशर
फ्रँक ब्रदर्स अँड कं. पब्लिशर्स लि.
व इतर
व्यक्ति
तानी भार्गव
शांती सिंग
नीरज खोसला
अमिता धांदा
मंजू गोएल
पाली जगजित
सिंग
शीतल सहगल
सरोज वसिष्ठ
व इतर
शाळा
नॅशनल ओपन स्कूल
पंजाबी व उर्दू अकादमी
सेंट कोलंबस पब्लिक स्कूल
मीरा मॉडेल स्कूल
लोरेटो कॉन्व्हेंट स्कूल
मानस्थली पब्लिक स्कूल
होली चाईल्ड पब्लिक स्कूल
लक्ष्मण पब्लिक स्कूल
जेडी टायटलर स्कूल
सेंट फ्रान्सिस कॉन्व्हेंट स्कूल
लेडी फातिमा स्कूल
सरदार पटेल विद्यालय
बाल भारती पब्लिक स्कूल
व इतर
तिहार
जेल

११

व्यसनमुक्ती चळवळ : एका निश्चित दिशेने वाटचाल

तिहार जेलची लोकसंख्या सतत बदलती असे. रोज सुमारे २५० कैदी येथे नव्याने भरती होत व जवळपास तेवढ्याच कैद्यांची सुटका होत असे. नवीन भरती होणाऱ्या कैद्यांमधील किमान ६० कैदी अमली पदार्थांचे सेवन करणारे असत. सर्व प्रकारच्या मादक द्रव्यांचा वापर ते करत. न्यायालयातील सुनावणीनंतर हे सर्व व्यसनाधीन कैदी तिहारमध्ये सायंकाळच्या सुमारास दाखल होत. तुरुंगातील सर्व औपचारिक गोष्टी पार पाडल्यावर त्यांना तुरुंगात पाठवण्यात येई. नावांच्या आद्याक्षरांच्या क्रमानुसार ही पाठवणी होई. प्रत्येक तुरुंगाच्या आत एक 'मुआईना वॉर्ड' असे. यात त्यांना ठेवण्यात येई. याचा उद्देश असा की त्यांची वैद्यकीय तपासणी दुसऱ्या दिवशी सकाळी करता यावी. परंतु तिहारमधील वैद्यकीय सेवा इतकी तुटपुंजी होती की कधीकधी ही तपासणी पार पाडण्यात ४८ तासांहून अधिक काळ वाया जाई. अमली पदार्थांच्या आहारी गेलेल्या कैद्यांच्या दृष्टीने हा काळ एखाद्या भयावह दुःस्वप्नासारखा वाटे. त्यांना त्यांचा रोजचा नशेच्या पदार्थाचा डोस मिळालेला नसे. त्यांच्यात पराकोटीच्या विथड्रॉवल सिम्प्टम्स दिसून येत. असह्य वेदनांनी हे कैदी तडफडत. मदतीसाठी आरडाओरडा करत, विव्हळत. इतर कैद्यांनी हे सर्व अनेकदा पाहिलेलं होतं. मादक द्रव्याच्या आधीन गेलेल्याला जर ते नियमितपणे मिळाले नाही, तर त्याला कशा जीवघेण्या यातनांना सामोरं जावं लागे हे त्यांना कळून चुकलं होतं. वॉर्डर्सना सुद्धा या कैद्यांना शांत कसं करायचं, कसं सांभाळायचं हा प्रश्न पडलेला असे. म्हणून ते त्यांना शांत करण्यासाठी डायझेपॅम, पारमॉल (पॅरासिटामॉल) अशी औषधे देत. ही दोन औषधे तुरुंगाच्या डॉक्टरकडे मुबलक उपलब्ध होती. डॉक्टरला ८००० कैद्यांवर लक्ष ठेवण्याचे काम असल्याने ते केवळ अत्यंत गंभीर रुग्णांवरच आपले लक्ष केंद्रित करत.

मुआईना (इन्स्पेक्शन) वॉर्डात तर कोणीही कधीच झोपत नसे. मादक द्रव्याच्या आहारी गेलेले कैदी सर्वांना इतका त्रास देत, की, झोप तर मिळणे अशक्यच असे. त्यांचे ते जनावरांप्रमाणे विव्हळण्याचे विचित्र आवाज इतके भयावह असत की त्याकडे दुर्लक्ष करणे शक्यच नव्हते. मी कधी तरी रात्री तुरुंगात चक्कर मारायला जात असे. तेव्हा एखाद्या प्राणिसंग्रहालयात गेल्यासारखे वाटे. फरक एवढाच की येथे मनुष्य प्राण्यांना ठेवलं होतं. या सर्व कैद्यांच्या आरड्याओरड्यामागे, विव्हळण्यामागे एकच उद्देश असायचा– डॉक्टरांना बोलावून घेणे. पण प्रत्येक वेळी हे उद्दिष्ट साध्य होत नसे.

इंडियन कौन्सिल एज्युकेशन नामक एक बिगर सरकारी संस्था होती. या संस्थेने तिहारमध्येच एक व्यसनमुक्ती केंद्र चालवले होते. याचे नाव 'आशियाना.' येथे २० रुग्णांची सोय होती. पण ही तुटपुंजी व्यवस्था वगळता कैद्यांच्या व्यसनमुक्तीसाठी कोणताही भरीव कार्यक्रम हाती घेण्यात आला नव्हता. मादक द्रव्याचा पुरवठा करणाऱ्या तसेच सेवन करणाऱ्या कैद्यांची कशी तरी वेडीवाकडी मोट बांधून त्यांना एकत्र ठेवण्यात येई. त्यामुळे व्यसनाधीन कैद्यांना एकसंध, ठराविक व सूत्रबद्ध उपचार देणे शक्यच होत नसे.

मादक द्रव्यांची खरेदी व विक्री करणाऱ्या लोकांचं हे तुरुंगात एकत्र नांदणं फार भयंकर होतं. हे दोन्ही प्रकारचे कैदी परस्परांना अगदी धरून असत. एकमेकांवर ते अवलंबून होते. व्यसनाधीनतेच्या, मादक द्रव्यांच्या खरेदी-विक्रीच्या या जाळ्यात पैशाच्या लालसेमुळे अनेक कर्मचारी सापडलेले होते. कधीतरी त्यांच्या जीवाला किंवा कुटुंबियांच्या जीवाला धोका असल्याच्या धमक्या त्यांना दिल्या जात त्यामुळे अनेक कर्मचारी नाइलाजाने या मादक द्रव्यांची खरेदी-विक्री करणाऱ्या कैद्यांना सहकार्य करीत. तुरुंगात खरंतर मादक द्रव्यांचे गुन्हे कमी होणे अपेक्षित आहे, पण येथे मुळी सगळी परिस्थिती उलटीच होती. हा धंदा अगदी यशस्वीपणे फोफावत चालला होता. भरपूर मागणी, मागणीनुसार सातत्याने पुरवठा, किरकोळ विक्रीचे अड्डे, सहकार्य करणारे कैदी तसेच कर्मचारी आणि खरेदी करायला कायम तयारच असलेली गिऱ्हाईके यांमुळे या धंद्याचे नशीबच उघडले होते.

या इतक्या प्रतिकूल परिस्थितीत आम्ही आमचे मादक द्रव्याविरुद्ध धर्मयुद्ध सुरू केले. बाहेरून जेलमध्ये होणारा मादक द्रव्याचा पुरवठा जेलच्या बाहेरच थांबवायचा व नंतर त्याचा पुरता बीमोड करायचा असा आमचा उद्देश होता. पूर्वी मला 'नवज्योती' केंद्र चालवण्याचा अनुभव होताच. तो अनुभव, ते ज्ञान व ते कौशल्य आता येथे पणाला लागलं. नवज्योती केंद्र म्हणजे व्यसनाधीन लोकांच्या सर्वंकष व्यसनमुक्तीसाठी चालवण्यात येणारी मोफत सुधारकेंद्रे होती. येथे काम करताना मी अत्यंत स्थायी स्वरूपाची काही धोरणे आखली होती. ती मला आता उपयोगी पडणार होती. एक गोष्ट तर स्पष्ट होती, मला आता या कामासाठी लोकांकडून

अत्यंत निष्ठेने व अंत:प्रेरणेने केलेल्या मदतीची गरज लागणार होती. ही मदत कर्मचाऱ्यांकडूनतर हवीच होती, पण ज्या कैद्यांच्या पुनर्वसनाचा प्रश्न आम्ही हाती घेतला होता, त्यांचेही सहकार्य हवेच होते. यथावकाश मला असा पाठिंबा मिळाला. कुरकुरत, सक्तीने व नंतर स्वखुशीने, स्वयंस्फूर्तीतून.

आम्ही उचललेलं पहिलं पाऊल म्हणजे प्रत्येक तुरुंगातील व्यसनाधीन कैद्यांना वेगळं काढलं. काही कैदी तर मादक द्रव्याच्या आहारी गेल्याचं आम्हाला माहीतच होतं. पण काहींवर आमचा नुसता संशय होता. अशा सर्वांनाच वेगळं काढण्यात आलं. या कैद्यांची रोजच्या रोज शारीरिक तपासणी करण्यासाठी आम्ही एका होमिओपथीच्या डॉक्टरांना पाचारण केलं. आता प्रत्येक व्यसनाधीन कैद्याकडे वैयक्तिक लक्ष पुरवण्यात येऊ लागलं. या होमिओपथीच्या डॉक्टरांनी अत्यंत तळमळीने व प्रामाणिकपणे आपलं काम पार पाडण्यास सुरुवात केली. त्यामुळे या रुग्णांना समाधान वाटू लागलं. होमिओपथीच्या औषधांनीही चमत्कार घडवण्यास सुरुवात केली. व्यसनाधीनतेपोटी या कैद्यांना ज्या इतर व्याधी जडल्या होत्या, उदाहरणार्थ : सर्दी, पडसे, शरीर थरथर कापणे, डोळ्यांत पाणी येणे, निद्रानाश व इतर संबंधित लक्षणे, ही सर्व दूर झाली. होमिओपथीच्या परंपरेनुसार ही उपचारपद्धती होती.

परंतु ही औषधे ते कैदी सांगितल्यानुसार नक्की घेतात की नाही हे बघणे त्या डॉक्टरांचेच काम असे. होमिओपथी उपचारपद्धतीत डायझेपॅम किंवा झोपेच्या गोळ्या इत्यादी औषधांना मात्र जरासुद्धा थारा नव्हता.

हे डॉक्टर रोग्यांना रोज दोनदा भेट देत. एक फेरी सकाळी व एक सायंकाळी. आपल्या रुग्णांना रात्रभर नीट झोप मिळाली की नाही तेही या डॉक्टरांना पाहावं लागे.

अगदी पराकोटीच्या व्यसनाधीन कैद्यांवरही या होमिओपथीच्या औषधांचा चांगला सखोल परिणाम झालेला दिसून आला. शिवाय या पद्धतीचे इतरही अनेक फायदे होते. होमिओपथीच्या औषधाची रुग्णाला कधीच चटक (ॲडिक्शन) लागत नाही. होमिओपथी उपचारपद्धती सुरू झाल्यामुळे तुरुंगातील नेहमीच्या डॉक्टरांवर पडणारा कामाचा ताण पुष्कळ प्रमाणात हलका झाला.

तुरुंगातील कैद्यांप्रमाणेच काही कर्मचारीसुद्धा या व्यसनाधीनतेच्या विळख्यात सापडले होते. मी माझ्या सहकाऱ्यांच्या मदतीने या अशा कर्मचाऱ्यांना ओळखून वेगळं काढण्याची एक योजना आखली. त्यानंतर त्या कर्मचाऱ्यांना आम्ही माझ्या ऑफिसात बोलावून घेतलं. आम्ही त्यांना वैद्यकीय कारणासाठी रजा मंजूर केली व स्वत:वर व्यसनमुक्तीचे उपचार करून घेण्याचा त्यांना आदेश दिला. कारण हे कर्मचारी व्यसनमुक्त झाल्याशिवाय त्यांच्यावर कोणतीही जबाबदारी टाकणं शक्यच नव्हतं.

याशिवाय सर्वच व्यसनाधीन रुग्णांच्या रोजच्या आहारातही आम्ही बदल घडवून आणला. त्यांना इतरांपेक्षा जास्त दूध पुरवणे, त्यांच्या कंटाळवाण्या

जेवणात रुची निर्माण करण्यासाठी दही, गूळ, उडीद इत्यादी पदार्थांचा त्यात अंतर्भाव करणे अशा काही गोष्टी आम्ही केल्या. या आमच्या लक्ष पुरवण्यामुळे त्या रुग्णांमध्ये बरं होण्याची जिद्द आणि आशा दिसून येऊ लागली. आपली काळजी घेणारं कुणीतरी आहे असं त्यांना वाटू लागलं.

एव्हाना प्रत्येक व्यसनाधीन कैद्याने तुरुंगात प्रवेश केल्यापासूनच्या त्याच्या रोजच्या प्रगतीची नोंद करण्यास आम्ही सुरुवात केली होती. शिवाय कैद्यांची वैद्यकीय तपासणी तुरुंगप्रवेशानंतर अगदी तातडीने झालीच पाहिजे हेही आम्ही कटाक्षाने पाळू लागलो. त्यामुळे कैदी भरती होताच तो जर व्यसनाधीन असल्याचे तपासणीत सिद्ध झाले तर त्याची रवानगी अशा कैद्यांच्या राखीव वॉर्डात होई. तुरुंगात शिरताक्षणीच व्यसनाधीन कैद्यांना वेगळे काढण्याच्या या पद्धतीमुळे त्यांना तुरुंगात मादक द्रव्ये नक्की कशी, कोठे, कोणाकडून मिळतात, याचा तपास लावणे सोयीचे झाले. त्यांचे बाहेरच्या जगातील लागेबांधे आम्हाला कळून चुकले.

व्यसनाधीन कैद्यांच्या शारीरिक व मानसिक स्वास्थ्यासाठी आम्ही धडपड करीत होतो. त्याच वेळी त्यांना वॉर्डात मादक द्रव्यांचा पुरवठा नक्की कुठून व कसा होतो हे शोधून काढण्यासाठी आम्ही वॉर्डात वारंवार झडत्यांचे सत्र सुरू केले. अशाच एका झडतीत आम्हाला कळून चुकले– तुरुंग क्रमांक २ च्या मुदपाकखान्याचा प्रमुखच मादक द्रव्यांचा पुरवठा करीत होता व त्याचे आणखी ९ साथीदार (कैदी) होते. त्याच्या सामानाच्या झडतीतून आम्ही मादक द्रव्याच्या पुड्या हस्तगत केल्या. त्याला लगेच अटक करून त्याच्यावर खटलाही भरला.

आणखी असाच एक प्रसंग. शिवराजसिंग नामक एक वॉर्डर स्वतःच तुरुंगात मादक द्रव्यांची विक्री करत असे. आमच्या अधिकाऱ्यांनी त्याला रंगेहात पकडलं आणि स्थानिक पोलिसांच्या स्वाधीन केलं. सर्व कायदेशीर बाबींच्या पूर्ततेनंतर त्याला तिहारमध्येच कैदेत ठेवण्यात आलं. पण आता मात्र त्याच्यावर गजाआड राहण्याची पाळी आली. त्याला नोकरीतून सक्तीने निवृत्ती पत्करावी लागली. त्याच्या इतर तीन सहकाऱ्यांच्या नशिबीसुद्धा तेच आलं.

हळूहळू तुरुंगातील कैद्यांचं आरोग्य सुधारू लागलं. कर्मचाऱ्यांनी मादक द्रव्यांविरुद्ध उघडलेल्या या आघाडीत कैदीपण त्यांना साथ देऊ लागले. 'पिटिशन बॉक्स'चा रूपाने माहितीचा फार मोठा स्रोत आमच्या हाती आला होता. मादक द्रव्यांचा पुरवठा थांबवण्यासाठी आम्ही जी काही उपाययोजना करीत होतो त्यात पिटीशन बॉक्स मार्फत कैद्यांनी केलेल्या सूचनांचाही आम्हाला उपयोग होत असे. एका कैद्याने अशीच मौलिक सूचना केली होती. ती सूचना म्हणजे आम्ही तुरुंगात विक्रीसाठी ठेवलेल्या सिगारेटच्या खोक्यातून चांदीचा कागद काढून घ्यावा अशी होती. या चांदीच्या कागदाचा वापर करून अनेक कैदी मादक द्रव्यांचा धूर करून

त्याचा धूर हुंगून घेत असत. त्यातून त्यांना जबरदस्त नशा चढत असे. परंतु ही गोष्ट साध्या कागदाच्या साहाय्याने त्यांना करता येत नसे. कारण साधा कागद लगेच पेटायचा. आम्ही त्या कैद्याने केलेल्या सूचनेची तातडीने अंमलबजावणी केली.

मादक द्रव्यांच्या प्रसाराला आळा घालण्यात पिटिशन बॉक्सचा जसा फार मोठा वाटा होता त्याचप्रमाणे आम्ही स्वत: तुरुंगफेरीच्या वेळी जी प्रत्यक्ष निरीक्षणे लिहून ठेवत होतो, त्यांचीही भूमिका फार महत्त्वाची होती. तशीच पंचायत पद्धतीही या बाबतीत फार मोठी कामगिरी पार पाडत होती. या सर्व प्रकारातून मौल्यवान माहितीचे छोटे छोटे कण जरी हाती आले तरी ते आम्हाला उपयोगी पडत. काही बारीक-सारीक गोष्टी अशा होत्या की त्या लक्षात आल्याच नसत्या, पण त्या होत्या फारच महत्त्वाच्या!

दरम्यान आम्हाला अस्वस्थ करून सोडणारी आणखी एक हकिकत उजेडात आली. तुरुंगात जे एकमेव व्यसनमुक्ती केंद्र होते– आशियाना– त्यालाच मदतीची गरज होती. या केंद्राची कार्यक्षमता सुधारण्यासाठी प्रथम आम्हाला तेथे चोवीस तास वैद्यकीय सेवा उपलब्ध करून द्यावी लागली. त्या केंद्रात अनेक रचनात्मक बदल करावे लागले. तेव्हा कुठे ते केंद्र व्यसनमुक्तीच्या उद्देशाने तेथे भरती झालेल्या रुग्णांना योग्य ती वैद्यकीय सेवा पुरवू शकले.

तुरुंगात भरती झालेल्या कैद्यांमध्ये जे मादक द्रव्याच्या पूर्णपणे आहारी गेलेले व हाताळायला अवघड असे कैदी असत, त्यांना आम्ही आशियाना केंद्राकडे सुपूर्द करत असू. तेथे आता मध्यरात्री सुद्धा वैद्यकीय मदत उपलब्ध केली होती. अशी परिस्थिती काही सामान्य वॉर्डात नसे. या 'आशियाना'मध्ये उपचार घेऊन कैदी स्वत: व्यसनमुक्तीच्या मार्गावर लागतच, पण शिवाय आम्हाला पण मादक द्रव्यांच्या खरेदी-विक्रीसंबंधीची महत्त्वाची गुपिते सांगत. या रुग्णांची माहिती १०० टक्के विश्वसनीय असे. अशा प्रकारे मादक द्रव्यांची तुरुंगात होणारी चोरटी आयात जागच्या जागी थोपवून धरण्यात आम्हाला यश मिळाले.

या सामूहिक प्रयत्नांमुळे एका आठवड्यानंतर कैद्यांना रात्रीची शांत झोप मिळू लागली. रात्रीच्या वेळी व्यसनाधीन कैद्यांचं भयानक विव्हळणं, रडणं आता बंद झालं. मी अनेकदा रात्रीच्या वेळी तुरुंगातून फेरफटका मारत असे. दिवसभर दंगा करून थकलेलं मूल रात्री जेव्हा झोपी जातं तेव्हा त्याच्या आईच्या ज्या काही भावना असतील तसंच मला त्या सुखाने झोपलेल्या कैद्यांकडे पाहून वाटे. कर्मचारीही आता दक्षतेने पहारा देत. काही महिन्यांपूर्वीच याच्या अगदी विरुद्ध परिस्थिती येथे होती.

व्यसनमुक्तीच्या क्षेत्रात बाहेरील संस्था पण आमच्या मदतीला आल्या व त्यांनी भरीव कार्य करण्यास सुरुवात केली. भारत विकास परिषदेने आपल्या योगशिक्षकांना आमच्याकडे पाठवण्याची तयारी दाखवली. कैद्यांना विविध प्रकारची

योगासने व त्यातून मिळणारे लाभ यांची माहिती व प्रशिक्षण देण्यासाठी 'नवज्योती'नेही पाऊल उचलले. यामध्ये व्यसनमुक्तीसाठी मार्गदर्शन, मादक द्रव्यांच्या भयंकर परिणामांची माहिती देणारी दृकश्राव्य साधने त्या विषयीचा संदेश देणारी पथनाट्ये, चर्चासत्रे इत्यादी माध्यमांमधून नवज्योतीने येथील व्यसनाधीन कैद्यांना सुजाण बनवले. स्वनियंत्रण, आत्मावलोकन इत्यादी गोष्टी शिकवून जबाबदार व्यक्ती बनवले. कैद्यांनी आपला फावला वेळ व्यर्थ दवडू नये व त्याचा सदुपयोग करावा यासाठी खास मार्गदर्शकाची नियुक्ती करण्यात आली.

माझे सहकारी श्री. जयदेव सारंगी यांनी सेंट्रल हेल्थ एज्युकेशन ब्यूरो ॲथॉरिटीज्च्या वतीने तिहारमध्ये व्यसनमुक्तीची चळवळ सुरू केली. सिगारेट, मादक द्रव्ये व तंबाखू यांमुळे आरोग्यावर होणारे दुष्परिणाम सर्व कैद्यांना पटवून देणे हे या चळवळीचे मुख्य उद्दिष्ट होते. तिहारच्या परिसरात अशा प्रकारची चळवळ सुरू करण्याची ही कल्पना नवीनच होती.

परंतु हे काम एवढ्याने संपत नव्हते. या चळवळीची परिणामकारकता वाढवण्यासाठी आता या विषयावर माहितीपटांचे आयोजन करणे व सचित्र पुस्तिका किंवा परिपत्रकांचे वाटप करणे सुद्धा गरजेचे होऊन बसले होते. आजपर्यंत येथे कैद्यांचे आयुष्य अत्यंत नीरस, कंटाळवाणे व एकांगी चालले होते. परंतु आता ही चळवळ सुरू झाल्यानंतर त्यांच्या आयुष्याला एक नवीन परिमाण लाभले. व्यसनमुक्तीच्या क्षेत्रात काम करणारे डॉक्टर्स, मानसोपचार तज्ज्ञ व इतर विशेषज्ञ आपण होऊन येथे काम करण्यासाठी आले. या तज्ज्ञांशी कैदी मोकळेपणे बोलत. व त्यातून त्यांनी जी माहिती मिळे ती त्यांना बाहेरच्या जगात कधीही मिळाली नसती.

या तिहारमधील व्यसनमुक्ती चळवळीचे स्वरूप पाहून ऑल इंडिया रेडिओने आमच्या कामात खूप रस घेतला. त्यांनी खास तिहारला येऊन एक कार्यक्रम केला. व्यसनाधीन कैद्यांच्या मुलाखती घेतल्या. या कैद्यांनी आपले अनुभव मोकळेपणाने सांगितले. आपण व्यसनाच्या विळख्यातून मुक्त होत असून एका उज्ज्वल भवितव्याच्या दिशेने आपली वाटचाल चालू असल्याचेही त्यांनी सांगितले. शिवाय हाती आलेल्या संधीचा फायदा घेऊन रेडिओच्या माध्यमातून कैद्यांनी बाहेरच्या जगाला एक आवाहन सादर केले. त्याचा समाजावर खोलवर परिणाम झाला. मादक द्रव्याच्या अतिरिक्त सेवनातून कॅन्सर उद्भवत असल्याकारणाने इंडियन कॅन्सर सोसायटीनेसुद्धा आमच्या चळवळीत सक्रीय सहभागी होण्याचे ठरवले. 'सहारा' नामक एका सेवाभावी संस्थेने एक पूर्ण वॉर्ड दत्तक घेऊन त्याची संपूर्ण देखभाल करण्याची तयारी दर्शवली. असेच काम 'नवज्योती' संस्था आधीपासूनच करत होती. ब्रह्माकुमारी तसेच इतर सेवाभावी कार्यकर्ते नियमितपणे तिहारच्या भेटीसाठी येत. नैतिक मूल्ये, शाकाहाराचे महत्त्व, तंबाखू, सिगारेट यांमुळे होणारी हानी, व्यसनमुक्त जीवनाचे

महत्त्व अशा विविध विषयांवर आमच्या सायंकाळच्या सभेत ते चर्चा घडवून आणत. ऑल इंडिया इन्स्टिट्यूट ऑफ मेडिकल सायन्सेस, नवी दिल्ली यांनी आम्हाला व्यसनमुक्तीमध्ये फळांच्या रसाचे किती महत्त्व असते हे समजावून सांगितले. रोग्यांच्या शरीरात मादक द्रव्याच्या अतिरिक्त सेवनामुळे तयार झालेल्या विषारी द्रव्यांचा निचरा करण्यासाठी त्यांना फळांचे रस देणे किती आवश्यक आहे हे त्यांनीच आम्हाला सांगितले.

या सर्वच सुधारणांमुळे आरोग्य उत्तम राखण्याची संकल्पना दृढ झाली. हे आरोग्य केवळ रुग्णाच्या शरीरापुरतेच मर्यादित नव्हते, तर त्याच्या मनाचेही आरोग्य महत्त्वाचे होते. या सर्व स्वयंसेवी संस्थांनी रुग्णांना केवळ बरं होण्यातच हातभार लावला नाही, तर एका आरोग्यपूर्ण जीवनाच्या मार्गावार वाटचाल करण्यास शिकवलं.

मी अनेक परदेशातील तुरुंगांना भेटी दिल्या. कैद्यांना व्यसनमुक्त करण्यासाठी लागणारी अद्यायावत, सुसज्ज वैद्यकीय यंत्रणा तेथे होती. परंतु त्याचे स्वरूप एखाद्या रुग्णालयाचे होते. कैद्यांसाठी उपलब्ध असलेल्या वैद्यकीय सेवेचा तो अत्यावश्यक भाग होता. तिहारला यांपैकी काहीच नव्हते. आणि तरीही मादक द्रव्यांची समस्या सोडवण्यात आम्हाला बऱ्याच अंशी यश आले होते. त्याचे कारण समाजाचा भरघोस पाठिंबा. आणखी एक कारण होते. तिहारच्या संपूर्ण परिसरात धूम्रपानास कडक बंदी घोषित करण्यात आली होती. त्यामुळे त्या मार्गाने मादक द्रव्याचा वापर करणे कठीण होऊन बसले होते. काही वाट चुकलेले, वाकडे पाऊल पडलेले कैदी सापडलेच तर त्यांची हाताळणी कशी करायची याचे ज्ञान आम्हाला प्राप्त झाले होते. त्याचे परिणामही उत्तम दिसत होते. याचे कारण आम्ही सर्वांगीण उपचाराचे धोरण अंगिकारले होते. संपूर्ण तुरुंगच परिपूर्ण आरोग्यसंपन्नतेच्या मार्गावर वाटचाल करत होता. कैद्यांवर शारीरिक, मानसिक, वैद्यकीय आणि पर्यावरणातल्या दृष्टिकोनातून एकाच वेळी उपचार चालू होते.

हे सर्व साध्य होण्यामागे एका व्यक्तीचे अथक परिश्रम कारणीभूत होते. याचं नाव डॉ. हरिंदर सेठी. आसरा– असोसिएशन फॉर सायंटिफिक रिसर्च ऑन ॲडिक्शन– नावाची एक संस्था होती. हिंदीत 'आसरा' याचा अर्थ आधार! किती सार्थ नाव होतं! याचे प्रमुख डॉ. हरिंदर सेठी हे सुप्रसिद्ध मानसोपचारतज्ज्ञ होते. ते आणि त्यांचे सहकारी यांनी या क्षेत्रात इतकी भरीव कामगिरी केली होती की ते या संस्थेशी अक्षरशः एकरूप झाले होते. डॉ. सेठी यांनी आपली उपचारपद्धती कशी विकसित केली हे पुढे त्यांच्याच शब्दात दिले आहे.

आसरा परिवार : पहिले वीस महिने

२४ ऑगस्ट १९९३ या दिवशी मी ४५ मिनिटे वाट पाहत थांबलो होतो. आम्हाला येथील लोकांना काहीतरी सांगायचं होतं. ते ऐकण्यासाठी लोक जमणार

होते. जेल क्रमांक ४ मधील १२ वा वॉर्ड हा व्यसनाधीन कैद्यांचा वॉर्ड होता. या ठिकाणी राहावं हे काही आनंदाचं काम नव्हतं. केवळ काही आठवड्यांपूर्वी तुरुंगाधिकाऱ्यांनी जेल क्रमांक चारमधील सर्व व्यसनाधीन कैद्यांना वेगळं काढून एका ठिकाणी एकत्र ठेवलं होतं. या सर्व कैद्यांच्या दाढ्या वाढलेल्या होत्या व ते महाभयंकर दिसत होते. त्यांच्या नजरा थडग्याप्रमाणे थिजलेल्या होत्या. त्यांतील अनेक कैदी तर केवळ अंतर्वस्त्रांतच होते. त्यांचे कपडे महिन्याभरात धुतलेले नसतील. त्यांचा आरडाओरडा, किंचाळणं आणि हेड वॉर्डरचं त्यांच्यावर खेकसणं यामुळे आमच्या विचारशृंखलेत वारंवार व्यत्यय येत होता. आम्ही दचकत होतो. अधिकारी त्यांतील काही कैद्यांच्या पाठीत लाठीचे दणके मारत होते. त्याचा आवाज तर माझ्या कानात अजून घुमत आहे. हळूहळू एक एक करत सुमारे २०० कैदी माझ्यासमोर येऊन बसले आणि माझं बोलणं लक्षपूर्वक ऐकू लागले.

पण गोंगाट इतका प्रचंड होता की स्वत:चं बोलणं सुद्धा स्वत:ला ऐकू येत नव्हतं. दहा मिनिटांच्या निष्फळ प्रयत्नांनंतर आम्हाला आमचं ठिकाण बदलावं लागलं. असिस्टंट सुपरिंटेंडंटने माझा थोडक्यात, जमेल तसा परिचय करून दिला. "आपल्याकडे हे एक डॉक्टर आले आहेत. हे व्यसनमुक्तीसाठी प्रयत्न करतात. ते तुमच्या गरजा काय आहेत त्या पाहतील व त्यानुसार तुम्हाला मदत करतील." ते कैदी सर्व नीट ऐकत होते. हे सारं त्यांना नवीनच होतं. आपल्याशी कुणी बोलत आहे, आपली विचारपूस करत आहे, आपल्याला एवढं महत्त्व देत आहे याची त्यांना कृतज्ञता वाटत होती. मी पुन्हा पंधरा दिवसांनी त्यांच्या भेटीला यावं अशी इच्छा त्यांनी व्यक्त केली.

प्रत्येक वॉर्डासाठी किमान एक तरी किरण बेदी हवी असं मला वाटलं. तुरुंगाच्या सर्वच्या सर्व साठ वॉर्डांना पुरतील एवढी साठ माणसं सुद्धा आमच्याकडे नव्हती. मला असं वाटलं, माझ्यावर ही फार मोठी जबाबदारी सोपवलेली असून त्या मानाने माझ्या हातात काहीच नव्हतं. पण अर्थात तरीही ही कामगिरी फार आव्हानात्मक होती.

हा तुरुंग इतर तुरुंगांपेक्षा वेगळा होता. 'आशियाना' नामक एकमेव व्यसनमुक्ती केंद्र होतं. प्रचंड गर्दी असलेल्या चार तुरुंगांमधील असंख्य व्यसनाधीन कैद्यांना व्यसनमुक्त करण्याचं काम त्या एकट्या केंद्रावर पडत होतं. काही व्यसनमुक्त झालेल्या रुग्णांना नंतरही मार्गदर्शन करत राहावं लागे.

तिहार येथे काम करू लागल्यावर एक आश्चर्यकारक शोध मला लागला. या ठिकाणी असणाऱ्या कैद्यांपैकी ८५ टक्के कैदी न्यायालयीन कोठडीत होते. त्यांच्या खटल्यांचे निकाल लागलेलेच नव्हते. त्यामुळे त्यांची सुटका कधी होणार याविषयी कोणीच काही सांगू शकत नव्हते. तुरुंगातील उपक्रमांविषयीची काही माहितीपत्रके मला पाहावयास मिळाली. त्यांत जे काही लिहिलं होतं ते सजा भोगत असलेल्या कैद्यांविषयीच होतं. निकालाची वाट बघत थांबलेल्या कैद्यांविषयी काहीच नव्हतं. कायद्यातही अशा कैद्यांच्या पुनर्वसनाच्या काहीच तरतुदी नव्हत्या. ज्यांच्यावर खटले चालू आहेत अशा कैद्यांचा सुरक्षित सांभाळ करणे एवढीच

जबाबदारी फक्त तुरुंगाची होती. त्यांच्या पुनर्वसनाबद्दल कोणालाही देणं-घेणं नव्हतं. माझ्यासमोर असणारे कैदी कित्येक महिने, वर्षे या तुरुंगातच होते. त्यांच्या खटल्याचा निकाल लागून त्यांना जरी शिक्षा होणार असं गृहीत धरलं तरी त्यांनी ती शिक्षा आधीच भोगलेली होती. म्हणजे त्यांची सुटका तात्काळ झाली असती. मग अशा सर्व प्रकारच्या कैद्यांना विचारात घेऊन एका नवीन योजनेची आखणी करायला हवी होती.

पूर्वतयारी

व्यसनाधीन कैद्यांच्या वॉर्डाला मी दिलेली दुसरी भेट ही पहिल्या भेटीपेक्षा कमी भयप्रद होती. या खेपेला ४५ मिनिटांच्या प्रतीक्षेनंतर माझं म्हणणं ऐकण्यासाठी नवीन गट जमा झाला. त्यासाठी त्यांना लाठीचा धाक दाखवावा लागला नव्हता. अनेक नवीन श्रोते उत्सुकतेपोटी आज आले होते. त्यांच्यापैकी अनेक कैद्यांमध्ये मला उदासीनतेची व एकलकोंडेपणाची लक्षणे दिसली. ''तुम्हाला वैद्यकीय मदतीची गरज भासते का?'' असा प्रश्न विचारताच त्यांच्यापैकी काहीजण हो म्हणाले. पण बरेचसे 'नको' म्हणाले. काही जणांना रोजच्या सवयीचं मादक द्रव्य न मिळाल्यामुळे असह्य वेदना सहन कराव्या लागत होत्या. काही जणांनी वैद्यकीय मदत न घेता मनोनिग्रहाच्या बळावर स्वत:च व्यसन सोडण्याचा निर्धार केला होता. त्यांच्यापैकी अनेकजण व्यसनमुक्तीच्या उपचारांचं सव्यापसव्य अनेक वेळा करून चुकले होते. पण हळूहळू एक गोष्ट त्यांच्या लक्षात येऊन चुकली होती, ती अशी की व्यसनमुक्त होणं हे तुलनेनं सोपं होतं. पण त्यानंतर व्यसनमुक्त राहाणं मात्र फार कठीण होतं.

आता मी वॉर्डाला आठवड्यातून दोन वेळा भेटी देण्यास सुरुवात केली. प्रत्येक वेळी मैदानी तसेच बैठ्या खेळाचे साहित्य, कपडे, टूथपेस्ट, टूथब्रश, साबण, खरूज आणि उवानाशक औषधे, पुस्तके, नियतकालिके इत्यादी गोष्टी मी माझ्याबरोबर नेऊ लागलो. मी कधीकधी स्वत: त्यांच्याबरोबर क्रिकेट किंवा व्हॉलीबॉल खेळत असे ते पाहून लोकांना आश्चर्य वाटे. माझ्या उपक्रमामधील या टप्प्याचा अर्थ बऱ्याच जणांना समजला नव्हता. त्यामुळे तुरुंगाच्या मासिकात आमच्या उपक्रमाची जी बातमी छापून आली त्यात लिहिलं होतं– ''डॉ. सेठी व्यसनाधीन कैद्यांवर खेळ व क्रीडेचे उपचार करतात.''

आता माझ्या तुरुंगभेटीला जाण्याच्या उपक्रमाला सहा आठवडे लोटले होते. अलीकडे कैदी माझी उत्सुकतेने वाट पाहत असत. मला ते सर्वजण 'डॉक्टर साहिब' अशी हाक मारत. डॉक्टर साहिबांचं म्हणणं ऐकण्यासाठी आता आपोआपच गर्दी जमा होई. आमच्या श्रोत्यांचा घोळका रोज वाढतच चालला होता. आमच्या चर्चेचे विषयही वैविध्यपूर्ण होते. स्वत:ची जबाबदारी व काळजी स्वत:च घेणे, दुसऱ्याचा सांभाळ करायला शिकणे, नेतृत्व, कुटुंबसंस्थेचे पाश वगैरे. अलीकडे नवीन नवीन वस्तूंच्या मागण्या वाढत चालल्या होत्या. त्या आम्ही पुरवतही होतो.

एक दिवस जमलेल्या घोळक्यातील काही लोकांनी एक नवा प्रश्न उपस्थित केला. त्यांच्या मते भल्या डॉक्टराला (म्हणजे मला) काही लोक फसवत असल्याचा

त्यांचा आक्षेप होता. काही कैदी चांगले सधन होते आणि तरीही आमच्याकडून चांगल्या चांगल्या वस्तू मोफत उकळण्यासाठी ते रांगा लावत होते. हे काही योग्य नव्हते. मग त्या कैद्यांनी या विषयाची आपापसात चर्चा करून तिथल्या तिथेच एक निर्णय घेतला– ज्यांच्या भेटीला कधीही कोणी येत नाही, ज्यांना चांगल्या चांगल्या वस्तू कधीही मिळत नाहीत, अशांनाच फक्त गोष्टी देण्यात याव्यात. मग आजच्या प्रसंगावरून एक चांगली प्रथा पडली– कोणताही सार्वजनिक स्वरूपाचा निर्णय घेण्यापूर्वी सार्वमत घेण्यात यावे. मग ती संधी साधून मी एक विषय चर्चेसाठी घेतला– कोणीही फुकट जेवायचे नाही. त्यावर एकजण म्हणाला, "कोणतीही गोष्ट आपण फुकट घ्यायची नाही. प्रत्येक गोष्टीचा मोबदला चुकवायचा. आणि तो कसा चुकवायचा? आपण सर्वांनी सतर्क राहायचं. कोणत्याही मादक द्रव्याची आयात वॉर्डामध्ये होऊ द्यायची नाही. मादक द्रव्ये विकण्यासाठी आलेल्या व्यक्तीला मुळीच थारा द्यायचा नाही."

तेथे राहत असलेल्या कैद्यांपैकी काही सधन होते तर काही अगदीच वाईट परिस्थितीत होते. मग अशांना आपण होऊन मदत करण्याची एक सहजप्रवृत्ती तेथे वाढीस लागली. त्यांची मानसिक गुलामगिरी हळूहळू कमी होत चालली. कारण त्यांच्या दैनंदिन गरजा भागवण्यासाठी काही त्यांना श्रम करावे लागत नव्हते. माझ्या प्रत्येक भेटीत मी एक नवीन संकल्पना त्यांच्यापुढे चर्चेसाठी मांडत असे. आजचे आमचे विषय होते– 'एकमेका साहाय्य करू...' आणि 'मी माझ्या बांधवाचा रक्षणकर्ता.' केवळ पैसा हीच काही माणसाची पुंजी नसते. शिक्षण, दुसऱ्याविषयी करुणा आणि दयाळू वृत्ती हे सुद्धा अत्यंत मौल्यवान गुण असतात. ही गोष्ट रोज येथे त्यांच्या मनावर आपोआप बिंबत होती. त्यांच्यापैकी जे कोणी जास्त शिक्षित होते ते आपल्या अशिक्षित बांधवांना शिकवू लागले. प्रत्येक बराकीत काही कैद्यांना एकलकोंडेपणापोटी निर्माण होणाऱ्या वेदनांचा असह्य त्रास होत असे. हा त्रास सहन करणे त्यांना सोपे जावे म्हणून त्यांचे अंग चेपण्यासाठी, त्यांना मसाज करण्यासाठी स्वेच्छेने काही कैदी पुढे झाले व त्यांचे असे गट तयार झाले. या कामासाठी त्यांना तेल पुरवण्यात आले. हे काम जे कोणी स्वेच्छेने करत होते त्यांना आम्ही बक्षिसे जाहीर केली. परंतु या वॉर्डातून काही कैदी रोज सुटून जात व रोज नवे नवे कैदी भरती होत. ही गोष्ट फार त्रासदायक होऊन बसली होती. त्यामुळे परस्परसामंजस्यावर आधारित सुस्थिर वातावरण निर्माण ठेवणे फार कठीण होऊन बसले होते. आमच्या नव्या संस्कृतीला सारखे हादरे बसत होते.

छोट्या छोट्या गटाच्या नेत्यांबरोबर आमच्या अनेक बैठकी झाल्या. या बैठकीत जे काही ठरेल ते आपल्या गटापर्यंत पोहोचवण्याचे काम ते करीत. एका स्वयंपूर्ण, स्वावलंबी समाजाची प्रतिकृती येथे तयार होऊ लागली. या प्रकारे स्वत:ला व्यसनमुक्त कसे करता येईल याही विषयाची चर्चा होऊ लागली. कैद्यांना ज्या ज्या गोष्टींची गरज पडे त्या गोष्टींची मागणी ते आपल्या गटप्रमुखाशी करत.

कैद्यांनी आपण होऊनच या उपक्रमात सहभागी होणाऱ्या कैद्यांच्या या गटाचे नाव 'आसरा परिवार' असे ठेवले होते. अनेक कुटुंबांचा मिळून तयार झालेला हा एक संमिश्र परिवार होता. त्यांच्या कौटुंबिक मीटिंग्ज आठवड्यातून तीन वेळा होत. यात सर्व सदस्य आपली जीवनकहाणी अत्यंत मोकळेपणाने सांगत. आपल्या खटल्याच्या सुरुवातीला न्यायालयात काय काय घडले हेही तपशीलवार सांगत. काही कैदी तर स्वत:ला नातेवाइकांकडून आलेली पत्रे सुद्धा वाचून दाखवत.

आमच्या या छोट्याशा समाजात उत्कृष्ट जीवनमूल्यांना धरून व्यवहार करण्याला फार महत्त्व देण्यात येई. कौटुंबिक गट म्हणजे जणू काही बिघडलेल्या माणसांना दुरुस्त करणारी केंद्रेच होती. कधीतरी यातील एखादा सदस्य स्वत:ची इच्छा पूर्ण करता करता दुसऱ्या सदस्याला त्रास होईल असेही वर्तन करीत. मग कलह उत्पन्न होई. जर असं कधीही घडलं तर अत्यंत तीव्र स्वरूपाच्या प्रतिक्रिया उमटत. याची हाताळणीकरण्यासाठी वेगळे गट होते. ज्या व्यक्तीची चूक घडली असेल तिला ती दाखवणे– अशीच चूक पूर्वी कधी घडली होती का आणि त्या वेळी त्याची दुरुस्ती कशा प्रकारे करण्यात आली याची चर्चा– व अखेरीस त्या व्यक्तीने चूक कबूल करून परत असे कधी न करण्याचे आश्वासन देणे अशा प्रकारचे टप्पे त्यात असत.

१९९३ सालच्या डिसेंबर महिन्यांत 'आसरा' मधील एक स्वयंसेवक माझ्याबरोबर तुरुंगभेटीसाठी आला. हा गेली चार वर्षे हेरॉईनच्या व्यसनातून मुक्त झाला होता. मी जेव्हा कुटुंब (गट) प्रमुखांबरोबर मीटिंग घेत होतो त्या वेळी हा उरलेल्या सदस्यांबरोबर मीटिंग घेत होता. त्याने सर्वांना आपली जीवनकहाणी सांगितली. त्याचप्रमाणे मादक द्रव्यांच्या बाबतीतले आपले अनुभव सांगण्यास त्याने इतरांनाही उद्युक्त केले. हळूहळू आपण व्यसनाधीन कसे झालो व आसरा परिवारात आल्यानंतर व्यसनमुक्तीच्या मार्गाला कसे लागलो हे सर्व त्यांच्यापैकी प्रत्येकाने सांगायचे होते. ईशान चॅरिटेबल ट्रस्टकडून जेव्हा आसराला थोडीशी देणगी मिळाली तेव्हा हाच 'आसरा' मधील पहिला कर्मचारी म्हणून कामावर रुजू झाला. त्याने येथे पूर्णवेळ कामाला सुरुवात केली. यानंतर आमच्या उपक्रमाची फार भरभराट झाली.

एकापाठोपाठ एक अनेक उपक्रम सुरू झाले. परस्परांशी सहकार्य सुरू झाले. श्रीमती किरण बेदी आम्हाला वारंवार भेट देऊन खूप प्रोत्साहन देत. त्यांच्या अनेक सूचनांचा आम्ही आमच्या उपक्रमात समावेश केला. तुरुंगातील इतर कैदी आता आमच्या या व्यसनमुक्तीची धडपड करणाऱ्या कैद्यांकडे प्रेमाने, आदराने पाहू लागले. आता त्यांना कोणी पूर्वीसारखे अस्पृश्याप्रमाणे वागवत नव्हते. तुरुंगातील शिक्षकांनी परत एकदा येथे येऊन शैक्षणिक वर्ग भरवण्यास सुरुवात केली. येथील स्थानिक संगीत मंडळाला आम्ही आमच्याकडे कार्यक्रमासाठी बोलावण्यास सुरुवात केली. या जेलचे सुपरिटेंडंट पी.आर. मीना व डेप्युटी सुपरिटेंडंट सुनील गुप्ता यांनीही आमच्या या उपक्रमात रस घेतला. श्री. मीना यांना गरजू, अडल्या-नडलेल्यांना मदत करण्याची आवड होती. ती येथे पूर्ण होत होती. श्री. सुनील

गुप्ता यांचा आध्यात्मिक विकासाकडे कल होता. येथे त्यांच्या मनातील या भावनेला प्रकटीकरणाची संधी मिळत होती. एकच अडचण वारंवार आमच्यापुढे उभी राहात होती. जेलमधील कर्मचाऱ्यांच्या सारख्या बदल्या होत. अशा परिस्थितीत सुसंगतपणे काम घडत नव्हते. त्यामुळे अखेर या उपक्रमावर लक्ष ठेवण्यासाठी एका हेडवॉर्डरची कायमस्वरूपी नेमणूक करण्यात आली.

या वॉर्डरचं नाव होतं शिवानंद खेमानी. श्री. खेमानी हे एक अनन्यसाधारण व्यक्तिमत्त्व होतं. पुढे त्यांची बदली झाली व ते असिस्टंट सुपरिंटेंडंटच्या पदास जाऊन पोचले. आसरा परिवार पुढे खूप बहरला, विकसित झाला, त्यात या सर्वांचा फार मोठा वाटा आहे.

जानेवारी १९९४ मध्ये दिल्ली पोलीस फाऊंडेशनने आमच्या उपक्रमाला अधिकृत म्हणून घोषित केले. व्यसनाधीन व्यक्तींमध्ये सुधार घडवणे, व्यसनमुक्ती करणे व अखेर त्यांचे पुनर्वसन करणे या कामगिरीबद्दल 'आसरा'ला नवज्योती पुरस्कार प्रदान करण्यात आला. या उपक्रमासाठी राबलेल्या असंख्य लोकांच्या वतीने मी त्याचा स्वीकार केला. त्यानंतर आम्ही आमच्या जेलच्या लॉनवर आणखी एक छोटासा समारंभ घडवून आणला. नवज्योती तर्फे जी शाल मिळाली होती त्या शालीवर ज्यांचा खरा हक्क होता त्यांना म्हणजेच श्री. शिवानंद खेमानी यांना मी ती दिली. त्याचप्रमाणे कन्व्हिक्ट ऑफिसर व इतर कुटुंबप्रमुखांना कॅशकूपन्स भेट दिली. त्यांनी ती कॅश परत कैदी कल्याण निधीमध्ये जमा केली, हा त्यांचा मोठेपणा. ज्यांच्या कल्याणासाठी हा उपक्रम राबवण्याता येत होता त्यांच्याकडेच त्या उपक्रमाची मालकी सोपवणे हा यामागचा उद्देश होता.

शुभारंभ

आमच्या उपक्रमाचा शुभारंभ १९९४ सालच्या एप्रिल महिन्याच्या अखेरीस झाला. मिनिस्ट्री ऑफ हेल्थ व फॅमिली वेल्फेअरचे जॉईंट सेक्रेटरी श्री. पवन चोप्रा हे आमचे प्रमुख पाहुणे होते. आमच्या येथील व्यसनमुक्त झालेल्या लोकांना पाहून त्यांच्या डोळ्यांत पाणी तरारलं. 'होंगे कामयाब' च्या सुरांनी श्रोते मंत्रमुग्ध झाले. आमच्या या लोकांना एका नव्या सभागृहाची गरज भासू लागली होती. ती आज पूर्ण करण्यात आली. आसरा संस्थेचे चेअरमन आणि ऑल इंडिया इन्स्टिट्यूट ऑफ मेडिकल सायन्सेच्या सायकियाट्री विभागाचे प्रमुख डॉ. देविंदर मोहन यांच्या हस्ते एका बराकीचे उद्घाटन करण्यात आले.

आसरा परिवाराने १९९४ सालच्या मे महिन्यात आपला पहिला वाढदिवस साजरा केला. आमच्या लोकांमध्ये आता प्रशिक्षकांची संख्या भरपूर झाली असल्यामुळे सर्वांचाच भर वर्तनसुधारावर होता. या वर्तनसुधारणेमधील तरतम भाव ठरवून, सुधारणेचे मोजमाप करण्याची एक नवीन पद्धती शोधून काढली होती. यात पाच वेगवेगळ्या रंगांत शेरे देण्याच्या कल्पनेचा समावेश होता. आणखी एक नवा कार्यक्रम सुरू केला होता. 'समाजात परत गेल्यानंतर कसे वागावे' याच्या

प्रशिक्षणाचा हा कार्यक्रम होता. हा प्रत्यक्षात उतरवण्यापूर्वी आम्ही 'इंडियन प्रिझन्स ॲक्ट' व 'दिल्ली जेल मॅन्युअल' या दोन्ही गोष्टींचा अगदी तपशीलवार अभ्यास केला. मग या संपूर्ण कार्यक्रमाचा आराखडा आम्ही इन्स्पेक्टर जनरल ऑफ प्रिझन्स आणि जेल क्रमांक ४ चे वरिष्ठ अधिकारी यांच्या हाती सुपूर्द केला. कैद्यांच्याही सूचनांचा विचार करून योग्य त्या सुधारणा करण्यात आल्या. समस्येला सामोरे जाऊन त्याचा थेट मुकाबला करण्याच्या टप्प्याचाही यात कैद्यांकडून सराव करून घेतला जाई. एकदा हे कौशल्य आत्मसात केले की सर्वांनी घडलेल्या घटनांची नोंदवही करावी अशी अपेक्षा असे. आमच्या सभांमध्ये, गटचर्चांमध्ये जे काही घडे त्यातील चांगल्या व वाईट अशा दोन्ही गोष्टींचे वर्णन यात त्यांनी करावयाचे असे. स्वतःच्या बाबतीत घडणाऱ्या घटनांचेही निःपक्षपाती वर्णन यात असे. एकदा या सर्व तपशीलवार नोंदीवरून विशिष्ट व्यक्तीच्या वागणुकीची पार्श्वभूमी तयार झाली की त्यामुळे कोणत्याही व्यक्तीच्या हातून जर काही गैरकृत्य घडले तर त्याचे विश्लेषण करणे सोपे जाई. एका कैद्याने एकदा एका कन्व्हिक्ट ऑफिसरविरुद्ध न्यायालयात खोटाच अर्ज दाखल केला होता. परंतु त्या ऑफिसरच्या नोंदवहीत त्या दिवशीच्या नोंदींमध्ये त्या घटनेची नोंद सापडली. त्याआधारे त्याला न्यायालयात आपले निर्दोषित्व सिद्ध करणे शक्य झाले.

आमचे नवे कन्व्हिक्ट ऑफिसर श्री. राजिंदर जथेदार रुजू झाले आणि शैक्षणिक कार्यक्रमात फार सुधारणा घडून आली. त्यांनी कैद्यांमधील गैरशिस्तीस आळा घालण्याच्या दृष्टीने ठोस प्रयत्न करण्यास सुरवात केली. वर्तन सुधारण्याच्या कार्यक्रमास चालना दिली. माझ्या प्रोत्साहनामुळे त्यांनी दुपारचे झोपणे बंद केले. ते रोज दुपारी एखाद्या कैद्याच्या कोठडीत त्याच्याबरोबर स्वतःला बंद करून घेत आणि त्याला वर्तणुकीचे धडे देत. किंवा तेथे शिक्षणवर्ग चालवत. या वेळी एका वाईट सवयीचा प्रसार झाला होता. कैद्यांना सक्तीने रोज दुपारी झोपवण्यात येत असे. यासाठी जी सबब सांगितली जाई ती फारच पोकळ होती. वॉर्डर्सना असलेल्या कामाच्या तथाकथित ताणामुळे त्यांना दुपारी थोडी तरी विश्रांती हवी म्हणून कैद्यांना दुपारी आपापल्या कोठड्यांमध्ये डांबण्यात येत असे. ही सवय फार हानिकारक होती. कैद्यांनी अशा प्रकारे वेळ फुकट घालवू नये व त्या वेळाचा सदुपयोग करावा म्हणून राजिंदर जथेदार व प्रदीप मोंगिया यांनी प्रयत्न चालू केले. थकून विश्रांतीची गरज असणारे वॉर्डर्स होते केवळ १००. आणि त्यांच्यापायी येथे ९००० कैद्यांचे विनाकारण नुकसान होत होते. कैदी असे सक्तीने दुपारी झोपलेले असताना बिनसरकारी संस्थेचे कार्यकर्ते बिचारे चार तास नुसते असा तसा वेळ काढत घुटमळत राहात. त्यांना तेथे कोणी विचारत नव्हते.

परंतु रजिंदरच्या खंबीर नेतृत्वाखाली एका प्रचंड मोठ्या उपक्रमाची आखणी सुरू झाली. हा उपक्रम होता लँडस्केपगार्डनिंगचा. एक तळे, त्यावरून आरपार जाणारा एक पूल, एक धबधबा, एक पक्ष्यांनी खेळण्याची जागा, एक कारंजे आणि

लँडस्केप केलेला एक बगीचा. असे सर्व आकारात आले. आमच्या सर्व कैद्यांनी यासाठी भरपूर कष्ट घेतले. या सर्व उपक्रमासाठी काही थोडी साधनसामग्री आसराकडून तर उरलेली तुरुंगाकडून आली.

आसराचे कार्यकर्ते देखरेखीचे काम करू लागले. व्यसनाधीन वाट चुकलेल्या कैद्यांमध्ये आता अंतर्बाह्य एक जबरदस्त परिवर्तन घडून आले होते. त्यामुळे त्यांच्या मनात ज्या काही प्रेरणा निर्माण झाल्या होत्या, त्याचे प्रकटीकरण करण्याची संधी त्यांना वारंवार दिली जात होती. या प्रक्रियेमुळे येथील कैद्यांची एका आदरणीय, प्रतिष्ठा व आत्मसन्मान असणारी व्यक्ती बनण्याच्या दिशेने वाटचाल सुरू झाली.

प्रशिक्षण आणि स्वाभाविक आदर्शांमधील बदल

नेमका याच सुमारास तुरुंगव्यवस्थापनाने कैदी सुधाराचा कार्यक्रम राबवण्यास सुरवात केली होती. आमची व्यसनमुक्तीकडे वाटचाल करणारी माणसे व इतर कैदी यांच्यात सामंजस्याचे, सलोख्याचे वातावरण निर्माण होत होते. ह्या कैदी सुधार कार्यक्रमाची जोड जर आम्हाला मिळाली नसती तर आमचाही कार्यक्रम सफल होऊ शकला नसता, अर्थात आमच्या या छोट्याशा कार्यक्रमाचे स्वरूप एखाद्या लहानशा ज्योतीसारखे होते. दुष्प्रवृत्तींच्या फटकाऱ्यासरशी ही ज्योत विझू शकली असती.

कैदी व कर्मचारी यांनी– काही दृष्प्रवृत्तींनी– एकत्र येऊन भ्रष्टाचाराचे जाळे तयार करू नये या विचारांनी तुरुंगाचे व्यवस्थापन जणू झपाटले होते. त्यांची ही भीती कधी खरी असे तर कधी केवळ काल्पनिक. त्यामुळे मुद्दाम कोणाचेही कोठेही लागेबांधे प्रस्थापित होऊ नयेत यासाठी वॉर्डरांच्या रोज या वॉर्डातून त्या वॉर्डात बदल्या होत. हेड वॉर्डरांच्या बदल्या दर आठवड्याला होत. साहजिकच या कर्मचाऱ्यांचा कैद्यांकडे पाहण्याचा दृष्टिकोण संकुचित होता. त्यांची वैचारिक पातळी अगदीच कमी होती. पण ती आता तर आणखी कमी झाली होती. कैद्यांच्या समस्या सोडवण्यासाठी त्यांच्या पुरेसे सहवासात तर यायला हवे. इथे तर सारख्याच बदल्या. त्यामुळे हे अजून जुन्या दडपशाहीच्या पद्धती वापरत व कैद्यांचे मनोधैर्य खच्ची करत. त्यांच्या या वागण्यामुळे आमच्या संपूर्ण उपक्रमाला हानी पोचत होती. त्याविरुद्ध लढा देण्यात माझा बराच वेळ खर्च होत होता.

१९९४ सालातील डिसेंबर महिन्यापासून १९९५ सालच्या मार्चपर्यंत तब्बल चार महिने चालणारा एक खूप मोठा उपक्रम हाती घेण्यात आला. या कालखंडात संपूर्ण तुरुंगात मूल्यशिक्षण देण्यात आले. त्याचप्रमाणे 'आसरा' तर्फे व्यक्तिमत्त्व विकासासाठी व्याख्याने व प्रात्यक्षिकांची मालिकाच आयोजित करण्यात आली.

'आसरा' वॉर्डमधील पहिल्या वीस महिन्यांत घडून आलेल्या बदलांच्या पाऊलखुणा :

१९९५ सालच्या मे महिन्यात 'आसरा'च्या व्यसनमुक्ती उपक्रमात हेरॉईनच्या आहारी गेलेल्या सुमारे १००० रुग्णांना दाखल करण्यात आले होते. यातील एक तृतियांश कैद्यांवर अमली पदार्थांची हाताळणी, खरेदी किंवा विक्रीच्या गुन्ह्याची नोंद झाली होती. आणखी एक तृतियांश कैद्यांना चोरीच्या गुन्ह्याबद्दल तर आणखी एक

तृतियांश कैद्यांना सशस्त्र हिंसाचाराबद्दल कैदेत टाकले होते. सुमारे चाळीस टक्के कैद्यांना वैद्यकीय मदत घेऊन व्यसनमुक्त झाल्यानंतर येथे दाखल करण्यात आले होते. उरलेल्या कैद्यांनी कोणतेही औषध वा वैद्यकीय मदतीचा आधार न घेता आपल्या नातेवाइकांच्या मदतीने व्यसनमुक्तीचे प्रयत्न चालवले होते.

गेल्या काही दिवसांत या व्यसनमुक्ती वॉर्डाच्या संस्कृतीत एकदम प्रचंड परिवर्तन घडून आले होते. एकेकाळी हा वॉर्ड तुरुंगातील काळाकुट्ट वॉर्ड मानला जात असे. रोज राऊंड घेऊन झाल्यावर डेप्युटी सुपरिंटेंडंट या काळ्याकुट्ट भागात नुसतं डोकावून जात असे. अर्थात त्याच्या दृष्टीस तर काहीच पडत नसे. मादक द्रव्याचे चोरटेपणाने सेवन करता यावे म्हणून कैद्यांनी येथील दिवे फोडून टाकलेले असत. हेरॉईनचा वापर तर रोजच चालू असे. या कैद्यांना सर्वजण वाया गेलेले असं मानून तुच्छतेने वागवत. इतर कैद्यांना शिकवण्यासाठी जे शिक्षक येत ते सुद्धा या व्यसनाधीन कैद्यांच्या जवळपासही फिरकत नसत. या कैद्यांमध्ये रात्री इतके वेळा भांडणे होत की रात्रपाळीच्या अधिकाऱ्यांना वारंवार हस्तक्षेप करावा लागे. बराकी उघडून भांडणे सोडवावी लागत. एकमेकांवर खोटे-नाटे दोषारोप करण्याचे प्रसंग तर रोजच्या रोजच येत.

पहिल्या वीस महिन्यांच्या कालावधीनंतर आता आसरा परिवाराने चांगलेच नाव कमावले होते. व्यसनमुक्तीसाठी त्यांनी जो अभिनव उपक्रम राबवला होता त्याला आता चांगलीच प्रसिद्धी मिळाली होती. त्यामुळे या वॉर्डाच्या भेटीसाठी अनेक पाहुणे व बड्याबड्या व्यक्ती येत. त्यामुळे येथील कैदी अभिमानाने भारून जात. त्यांची येथील जी कुटुंबे होती (गटालाच कुटुंब म्हटले जाई) त्याच्या प्रमुखाशी त्यांचे वागणे आपल्या वडील भावाशी वागावे तसे आदरयुक्त असे. एकदा आम्ही अचानक एक ४५ मिनिटांची मीटिंग भरवत असल्याची घोषणा करताच अवघ्या पाच मिनिटांत सर्व कैदी गोळा झाले होते. वाढत्या प्रमाणावर शिस्तीचे आचरण, जबाबदारीची जाणीव व वरिष्ठांच्या आज्ञेचे पालन करण्याची वृत्ती या प्रवृत्तींचा प्रत्यय त्यांच्या वागणुकीतून वाढत्या प्रमाणात येऊ लागला होता. कधीही त्यांना शांतता पाळण्याचे आवाहन केले की त्याच क्षणी सर्वत्र शांतता पसरे. उगीच काहीतरी सबब सांगून मीटिंगमधून निघून जाण्याची प्रवृत्ती फारच कमी झाली होती. भांडणतंटे सुद्धा कमी झाले होते. अर्थात याला अनेक घटक कारणीभूत होते. उदाहरणार्थ: वारंवार घेतल्या जाणाऱ्या झडत्या, तुरुंगात चोरट्या मार्गाने होणाऱ्या मादक द्रव्यांच्या पुरवठ्यावर कठोर नियंत्रण तसेच त्यांच्या मनाची शिस्त. त्यामुळे त्यांची एकमेकांवर खोटे दोषारोप करण्याची प्रवृत्ती घटली होती. या कैद्यांच्या लघवीची वारंवार तपासणी केली जाई. त्यातून ते आता पूर्वीपेक्षा कितीतरी जास्त काळ मादक द्रव्याशिवाय राहू शकत होते हे सिद्ध होई. मादक द्रव्यसेवनाचे जे परिणाम त्यांना भोगावे लागत त्याला ते जास्त निर्भयपणे सामोरे जात. याचे कारण समाजाचे वाढते पाठबळ आणि स्वत:च्या मनाचा निर्धार हे होते. ते आता आपल्या हातून घडलेल्या पापांचा मोकळेपणे स्वीकार करत.

येथे आयोजित करण्यात येणाऱ्या कार्यशाळा व चर्चासत्रांमध्ये ते हिरीरीने सहभागी होत. या सर्वांमुळे त्यांच्यात एक प्रकारच्या सामाजिक बांधिलकीची जाणीव वाढीस लागल्याचे दिसून येत होते. परस्परसहकार्याची भावनाही जागृत झाली होती. परस्पर सुसंवाद व प्रायोगिक तत्त्वावर शिक्षण घेणे या गोष्टी ते आवडीने करू लागले होते.

व्यसनमुक्ती आणि तिहारचे आरोग्य या दोन्ही गोष्टी एकमेकींशी संलग्न होत्या. व्यसनाचे हे मोठे आव्हान आमच्यासमोर होते आणि ते आम्ही स्वीकारलेही होते.

१९९४ सालच्या नोव्हेंबर महिन्यात यू. एस. ए. येथील ऑफिस ऑफ नॅशनल ड्रग पॉलिसीचे डायरेक्टर श्री. ली. ब्राऊन हे आमच्या व्यसनमुक्ती केंद्राला भेट देण्यासाठी आले होते. ते परत गेल्यावर त्यांनी मला एक पत्र पाठवले, ते येथे देत आहे.

एक्झिक्यूटिव्ह ऑफिस ऑफ द प्रेसिडेंट
ऑफिस ऑफ नॅशनल ड्रग कंट्रोल पॉलिसी
वॉशिंग्टन डी. सी. २०५००

नोव्हेंबर १९, १९९४

डॉ. किरण बेदी
इन्स्पेक्टर जनरल ऑफ प्रिझन्स
तिहार जेल
न्यू दिल्ली.

श्रीमती किरण बेदी,

गुरुवारी सकाळी, नवी दिल्ली सोडून जाण्यापूर्वी मला सकाळचा काही वेळ तुमच्या व तुमच्या कर्मचाऱ्यांच्या समवेत व्यसनमुक्ती केंद्रात घालवण्याची संधी मिळाली. ही भेट माझ्या दृष्टीने अत्यंत माहितीपूर्ण व म्हणूनच मौल्यवान आणि लक्षणीय होती. याबद्दल मी आपला आभारी आहे.

मादक द्रव्यांच्याबद्दल समाजात केवळ एकच दृष्टिकोण असतो– तो म्हणजे तिटकाऱ्याचा. त्यामुळेच या मादक द्रव्यांचे समाजातून कायमचे उच्चाटन करून टाकण्याच्या दृष्टीने आपण सर्वांनीच पावले उचलली पाहिजेत. तुम्ही यासाठी जे काही प्रयत्न करत आहात त्यापाठीमागची तुमची कल्पनाशक्ती आणि तुमची निष्ठा यामुळे तुम्ही काय काय साध्य करू शकला आहात हे तर स्पष्टच झाले आहे.

आमच्या या संस्मरणीय झालेल्या भेटीबद्दल परत एकदा आभार. तुम्हाला

उत्तरोत्तर असेच वाढते यश लाभो ही हार्दिक शुभेच्छा.

कळावे,

आपला,

ली ब्राऊन
डायरेक्टर

यावरून आपल्याला एकच निष्कर्ष काढणे शक्य आहे. दुःख आणि शत्रुत्वाची भावना या एकाच नाण्याच्या दोन बाजू आहेत. आपण जर उत्कृष्ट मानवी संबंध प्रस्थापित करू शकलो तर अगदी अट्टल निर्ढावलेल्या गुन्हेगाराच्या मनात सुद्धा आपण त्याच्या हातून घडून गेलेल्या कृत्याविषयी पश्चात्तापाची भावना जागृत करू शकतो. □

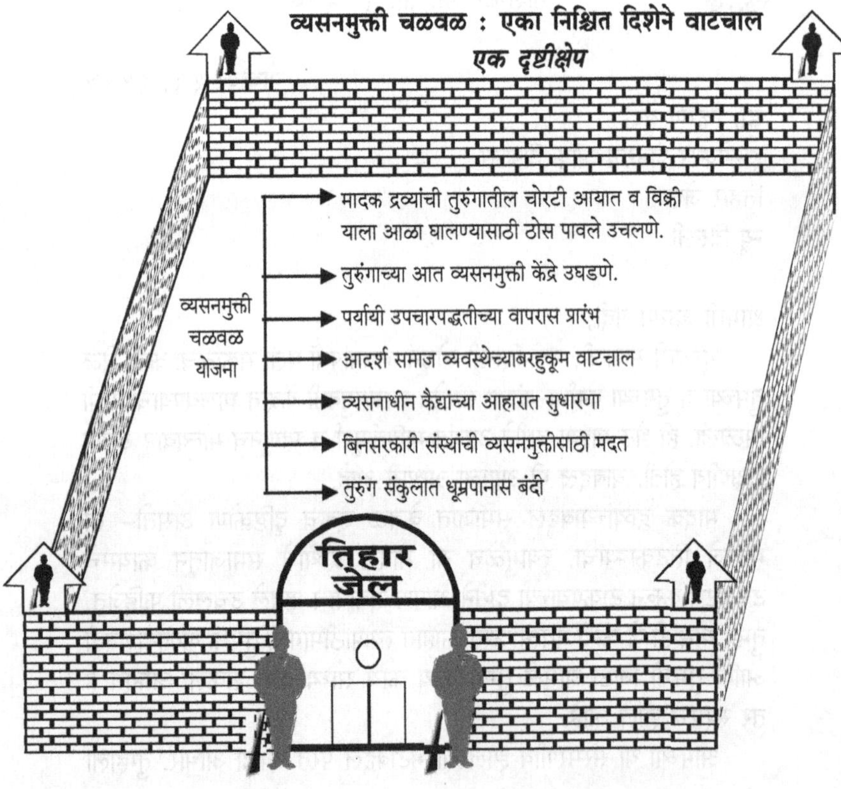

२०

वैद्यकीय सुविधा : दुःख, वेदनांचे निवारण

कैद्यांमधील विविध रोगांनी पीडित असलेल्यांवर कायमस्वरूपी उपचार करण्यासाठी आमच्याकडे फारच थोडे डॉक्टर्स उपलब्ध होते. या डॉक्टरांचा कैद्यांशी तसेच तुरुंगाधिकाऱ्यांशी जवळजवळ काहीच सुसंवाद नव्हता. तुरुंगाधिकारी आणि डॉक्टर तर आपला एकमेकांशी काही संबंधच नसल्यासारखे वागत. त्यांची ही मानसिक बैठक बदलून टाकण्याची गरज निर्माण झाली होती. पहिल्या प्रथम त्या दोघांमधे सुसंवाद प्रस्थापित करायला हवा होता. याची पहिली पायरी म्हणून आम्ही फिरते दवाखाने सुरू केले. कारण याआधी कधीही एखादा रुग्ण अत्यवस्थ झाला तर खूप धावपळ करून डॉक्टरांना पकडून आणावे लागे. यामुळे डॉक्टरही नाराज असत. मुळात या डॉक्टरांना स्वत: उठून रुग्णापाशी जाऊन तपासणं कमीपणाचं वाटे. आपण स्वत:च्या दवाखान्यातील सुरक्षित जागी बसावं व रुग्णाने आपल्याला येथे येऊन भेटावं ही त्यांची अपेक्षा असे. शिवाय नवीन पद्धतीमुळे आता सर्वांचं लक्ष त्यांच्या कामावर बारकाईने राहू लागलं. ही गोष्टही त्यांना अस्वस्थ करणारी होती. म्हणजेच वैद्यकीय अधिकाऱ्यांपुढे नवीन आव्हाने उभी ठाकली. उदाहरणार्थ: सर्वांच्या नजरेत भरणे, स्वच्छ व्यवहार करण्यास भाग पडणे इत्यादी. आता त्यांना जाब विचारला जाणार होता. या नवीन पद्धतीमुळे कैद्यांमध्ये मात्र आनंदाचे वातावरण पसरले. काही कैदी तुरुंगातील कारखान्यात रोजगारीवर कामाला होते. त्यांना कामाच्या वेळात सुट्टी काढून दवाखान्यात जाऊन बसणे आर्थिक दृष्ट्याही परवडत नसे. खाडा केला की पगारात कपात होई. इतर कर्मचाऱ्यांनाही या फिरत्या दवाखान्याची कल्पना जास्त सुटसुटीत व सोयीस्कर वाटत होती. या गोष्टी खाली दिलेल्या अहवालावरून स्पष्ट होतात.

मी १९ मे १९९३ रोजी जेल ट्रेनिंग सेंटरला भेट दिली. तेथे प्रशिक्षण घेण्यासाठी आलेल्या वॉर्डरांना भेटून त्यांच्या स्वत:च्या कामाबद्दलची त्यांची

प्रतिक्रिया विचारली. त्यावर त्यांनी मला खालील गोष्टी सांगितल्या.

(अ) त्यांच्या कामामध्ये शिफ्टची पद्धत नव्याने सुरू झाली होती, ती अतिशय समाधानकारक होती. मात्र या शिफ्टच्या वेळा बदलून सकाळी ८ ते दुपारी ४, दुपारी ४ ते रात्री १२ आणि रात्री १२ ते सकाळी ८ अशा जर केल्या असत्या तर ते अधिक सोयीचे जाणार होते. या सूचनेवर सुपरिंटेंडंटने विचार करण्याची आवश्यकता होती.

(ब) अलीकडे डॉक्टर रुग्णाला तपासण्यासाठी स्वत: वॉर्डात येत होते ही गोष्ट फार चांगली होती. त्यामुळे कैद्यांना बरे वाटत होते. परंतु प्रत्येक वॉर्डात त्या डॉक्टरांना इतक्या रुग्णांना तपासावे लागे, की, काही वॉर्डांत दुपारी २ पर्यंत हे डॉक्टर पोचूच शकत नसत. व त्यानंतर डॉक्टरांच्या शिफ्टची वेळच संपून जाई. कोणत्याही वॉर्डात कधीही तातडीची आणीबाणीची परिस्थिती जर ओढवली तर मात्र जेलच्या डॉक्टरला तातडीने बोलावून घेण्याची सुविधा होती. वॉर्डरांनी सांगितले की यामुळे कोणत्याही रुग्णाला डॉक्टरपर्यंत पोहोचता येणे शक्य झाले होते. याउलट पूर्वी पैसेवाले किंवा दादागिरी करणारे गुंड गैरमार्गाचा वापर करून पाहिजे तेव्हा वैद्यकीय मदत मिळवत व बाकीच्या रुग्णांना ती मिळवणे जड जाई.

(क) वॉर्डरांकडून आणखी एक सूचना होती. जे वॉर्ड मोठे आहेत त्यांच्या भेटीला डॉक्टरांनी रोजच यावे व जे वॉर्ड आकाराने लहान आहेत त्यांना आठवड्यातून १-२ वेळा भेट देणे पुरेसे आहे. या संबंधात वॉर्डाच्या सुपरिंटेंडंटने आपल्या डॉक्टरशी संपर्क साधावा. डॉक्टरांबरोबर फेरीस जाणाऱ्या असिस्टंट सुपरिंटेंडंटने डॉक्टरांच्या भेटीचे योग्य नियोजन करावे.

(ड) वॉर्डर कर्मचाऱ्यांकडून आणखी एक गोष्ट कळली. लिखापढीचे कारकुनी काम करणाऱ्या वॉर्डरांची संख्या जरुरीपेक्षा जास्त होती. त्यामुळे प्रत्यक्ष गरजेच्या ठिकाणी काम करण्यासाठी माणसे कमी पडत होती. त्यामुळे ऑफिसात बसून बैठे काम करणाऱ्या वॉर्डरांची संख्या कमी केली पाहिजे.

(ई) रजिस्टरमधील नोंदीचे काम असिस्टंट सुपरिंटेंडंटने स्वत:च नीटनेटकेपणाने केले पाहिजे. सुशिक्षित कैद्यांची मदत जरी घ्यावी लागली तरी ती जरुरीपुरतीच घ्यावी. हे खरोखर घडते की नाही हे डी. आय. जी. (प्रिझन्स) यांनी स्वत: तपासून पाहिले पाहिजे.

(फ) वॉर्डरांना झोपण्यासाठी कॉट नव्हत्या. गणवेषाच्या गोष्टी, किट, कार्ड सिस्टिम याबरोबरच या कॉटही देण्यात याव्यात.

इतर क्षेत्रांच्या बाबत जे घडले तेच वैद्यकीय सुविधांच्या बाबतीत घडले. आम्ही तुरुंगफेरीच्या वेळी जी काही निरीक्षणे लिहून ठेवत होतो ती, तसेच पिटिशन बॉक्समार्फत कैद्यांच्या ज्या काही तक्रारी आमच्यापर्यंत पोहोचत होत्या त्या, अशा दोन्ही गोष्टींनी आमच्या डोळ्यांत अंजन घातले. अर्थात काही वेळेस डॉक्टरांचा

सुद्धा नाईलाज होई. विशेषत: रात्रीच्या वेळी. कारण तुरुंगातील सुमारे ८००० कैद्यांसाठी रात्रपाळीच्या केवळ एका डॉक्टरची नियुक्ती केली होती. या डॉक्टरवर कामाचा इतका प्रचंड ताण पडे की तो त्यातल्या त्यात काम सोपे कसे होईल ते बघत असे. मग कधीतरी रुग्णाला झोपेच्या गोळ्या देऊन झोपवायचे, नाहीतर त्याचे मानसिक समाधान करण्यासाठी त्याला पारमॉल देऊन मोकळे व्हायचे. म्हणून मी एक दिवस जागच्या जागी एक आदेश काढला.

... मी जेल क्रमांक ३ मधील वॉर्ड क्रमांक ११-ब च्या भेटीसाठी गेले असता मला खालील गोष्टी आढळून आल्या.

डॉक्टर अजूनही रुग्णांना विनाकारण झोपेचे औषध देतात. ज्या रुग्णांना आधीच मादक द्रव्याचे व्यसन आहे त्यांना या झोपेच्या औषधाची पण चटक लागते. त्यामुळे अशी औषधे येथून पुढे कोणताही डॉक्टर आपल्या रुग्णांना देणार नाही अशी सूचना निवासी वैद्यकीय अधिकाऱ्याने सर्व डॉक्टरांना द्यावी.

(कार्यवाही : निवासी वैद्यकीय अधिकारी व सर्व डॉक्टर्स)

तसेच पिटिशन ऑफिसर दोन कैद्यांना त्यांच्या वॉर्डात जाऊन भेटले. व त्यांचे वागणुकीच्या बाबतीत मूल्यमापन केले.

हरीष चंदर ऊर्फ मुन्नालाल

–पिटिशन ऑफिसरकडे २३ जुलै १९९३ रोजी पिटिशन पाठवले.

हरीचंदर ऊर्फ गणेशलाल

–पिटिशन ऑफिसरकडे जून किंवा जुलै १९९३ मध्ये पिटिशन पाठवले.

डी. डी. यू. हॉस्पिटलमधील एक्स-रे-मशीन नादुरुस्त आहे. हरीष ऊर्फ चंदनसिंग या वॉर्ड क्रमांक ११-ब, जेल क्रमांक ३ येथील कैद्याचा एक्स-रे काढण्यासाठी जेल क्रमांक ४ मधे असलेल्या एक्स-रे मशीनची मदत घेतली पाहिजे.

(कार्यवाही : निवासी वैद्यकीय अधिकारी)

रात्रपाळीसाठी आणखी काही डॉक्टरांची नियुक्ती करण्याच्या बाबतीतले आमचे सर्व प्रयत्न निष्फळ ठरले आहेत. आपल्याकडे डॉक्टरांचा तुटवडा असून या बाबतीत आपण काहीही करू शकत नाही असे हेल्थ सर्व्हिसेसचे डायरेक्टर आणि दिल्ली स्टेट गव्हर्नमेंटकडून कळवण्यात आले आहे...

यासाठी आता जे काही पाऊल उचलायला हवे होते ते आमचे आम्हालाच उचलणे भाग होते. जी काही साधने व मनुष्यबळ उपलब्ध आहे ते वापरून प्राप्त परिस्थितीचा सामना करायचा, नाहीतर मग तुटपुंज्या वैद्यकीय सेवेमुळे घडून येणाऱ्या परिणामांची वाट बघत हात चोळत बसायचं असे दोन मार्ग आमच्यासमोर होते. यावर उपाययोजना म्हणून आम्ही रात्रपाळी करण्यास तयार होणाऱ्या एखाद्या खाजगी डॉक्टरची नेमणूक करायचं ठरवलं. म्हणजे निदान एकाऐवजी दोन रात्रपाळीचे डॉक्टर झाले असते.

खाजगी डॉक्टर आपले काम फार व्यवस्थित पार पाडत असे. पण सरकारी डॉक्टरांची धुसफूस व कुरकूर अजूनही चालूच होती. त्यांना कितीही बदलण्याचा प्रयत्न केला तरी ते त्याला दाद देत नव्हते व आपल्या जुन्यापुराण्या कार्यपद्धतीलाच चिकटून राहात होते. आधी उल्लेख केल्याप्रमाणे एक माथेफिरू डॉक्टर सर्वच्या सर्व रुग्णांना क्षयरोगावरील औषध देत असे. मग आम्ही खूप प्रयत्नांती या डॉक्टरची बदली केली. त्याच्या जागी नवीन डॉक्टर आले. यांचे नाव डॉ. भगोतिया. त्यांनी तिहारमधील वैद्यकीय सुविधांमध्ये सुव्यवस्था व सुसूत्रता आणली. अनेक दिवसांची रेंगाळत पडलेली कामे झपाट्याने पार पाडण्यास सुरवात केली. वैद्यकीय अधिकाऱ्याला रोजच्या रोज आपल्या कामाचे जर्नल तुरुंगाच्या मुख्यालयाकडे पाठवावे लागे. त्यामुळे तुरुंगातील कैद्यांची आरोग्यविषयक परिस्थिती आम्हाला रोजच्या रोज कळे.

यासाठी प्रत्येक डॉक्टरने आपल्या दिवसभराच्या कामाचा अहवाल निवासी वैद्यकीय अधिकाऱ्याकडे सादर केलाच पाहिजे, असा नियम केल्यामुळे या अहवालाची दैनंदिन वर्क जर्नलमधे नोंद होई. त्यामुळे प्रत्येक डॉक्टरच्या वैयक्तिक कामाकडे आमचे लक्ष राही. डॉक्टरही त्यामुळे जास्त जागरूक व काटेकोर झाले. त्यांनी आपापसात विचारांची देवाण-घेवाण करून एकंदर कार्यपद्धतीत सुसूत्रता आणण्याचा प्रयत्न सुरू केला. त्यामुळे त्यांच्यात एकीची भावना निर्माण झाली. प्रथमच असा सुसंवाद सुरू झाला.

या सुधारकार्याच्या टप्प्यावर एक गोष्ट आमच्या लक्षात आली. तुरुंगीय व्यवस्थापनामध्ये पिटिशन बॉक्स, कैद्यांची पंचायत, समाजाचा तिहारमध्ये प्रवेश, साक्षरता प्रसार मोहीम व तुरुंगफेरीतील निरीक्षणे या गोष्टींनी जणू काही पंचेंद्रियांचे काम करण्यास सुरवात केली. संपूर्ण यंत्रणेला जिथे कुठे कीड लागली होती ती दूर करून ही यंत्रणा स्वच्छ करण्यास या पंचेंद्रियांचीच आम्हाला फार मदत झाली.

मी व माझ्या सहकाऱ्यांनी सर्व डॉक्टरांना पाठिंबा देऊन आमचा मदतीचा हात पुढे केला. डॉक्टरांनी आपण होऊन तुरुंगातून फेरी मारावी यासाठी आम्ही त्यांना उद्युक्त केलं. त्यांच्या समोर उभी ठाकलेली आव्हाने आम्ही आपल्यापुढची आव्हाने मानली. एखादी फार गुंतागुंतीची केस आली व ती सोडवण्यासाठी डॉक्टरांना काही विशिष्ट सुविधांची गरज भासली तर त्या तातडीने हजर करण्यासाठी आम्ही प्रयत्न करू लागलो. उदा. येण्याजाण्यासाठी वाहनव्यवस्था, रिस्क अलाऊन्स, टेलिफोनचा खर्च इत्यादी. सर्वसामान्यपणे विचार करता या सुविधा अगदी किरकोळ वाटल्या तरी येथे काम करणाऱ्या डॉक्टरांच्या दृष्टीने त्या महत्त्वपूर्ण होत्या.

कधी आणीबाणी ओढवली, एखाद्या रुग्णास तातडीने सरकारी रुग्णालयात हलवण्याची वेळ आली आणि जर रुग्णवाहिकाच उपलब्ध नसली तर त्याला टॅक्सीने

नेण्यासाठी जो खर्च येईल त्याला आम्ही मंजुरी दिली होती. यापेक्षाही अधिक पाठिंबा देता यावा व डॉक्टर-रुग्णांचे चांगले संबंध प्रस्थापित करता यावेत म्हणून आम्ही आणखी दोन नेमणुका करायचे ठरवले. एक म्हणजे असिस्टंट मेडिकल सुपरिंटेंडंट आणि दुसरा असिस्टंट हॉस्पिटल सुपरिंटेंडंट. या दोघांनी डॉक्टर व रुग्णामधील मध्यस्थासारखे काम करायचे आणि सर्व महत्त्वपूर्ण वैद्यकीय कागदपत्रे आणि इतर संबंधित बाबी लवकर पूर्ण होऊन मार्गी लागतील अशी काळजी घ्यायची असे ठरले. दुपारी डॉक्टरांची एकत्र मीटिंग असे तेव्हा यांनीही उपस्थित राहायचे, तेथील सूचना मांडलेली मते, दृष्टिकोण इत्यादी विचारात घ्यायचे व सर्वांत महत्त्वाचे म्हणजे डॉक्टर, रुग्ण आणि आम्ही यांमधील दुवा म्हणून काम करायचे.

दरम्यान आम्ही सरकारी डॉक्टरांना एक विनंती केली: कधीतरी एकदम बऱ्याच सुट्ट्या लागोपाठ येत. अशा वेळी जर डॉक्टर सलग अनुपस्थित राहिले तर रुग्णांचे फार हाल होत. मग अशा वेळी सुरळीत चाललेल्या व्यवहारात खंड पडू नये यासाठी त्यांनी आम्हाला सहकार्य करावे. कारण पूर्वी जेव्हा कधीही अशा कारणाने रुग्णांची गैरसोय झाली होती तेव्हा संतप्त कैद्यांनी हिंसक दंगली घडवून आणल्या होत्या. या जोडीला वातावरण स्वच्छ, सुंदर व नीटनेटके दिसावे म्हणूनही आम्ही प्रयत्न सुरू केले. डॉक्टरांनी कामावर असताना एप्रन घालावे म्हणून आम्ही त्यांना पांढरे शुभ्र एप्रन पुरवले. त्यामुळे डॉक्टर ही व्यक्ती कैद्यांना दुरूनही ओळखता येऊ लागली. हॉस्पिटलची आम्ही अंतर्बाह्य स्वच्छता करून घेतली. मोडकी नादुरुस्त साधनसामग्री व विशेषत: अतिशय गरजेची वैद्यकीय उपकरणे आम्ही तातडीने दुरुस्त करून घेतली. उदाहरणार्थ– एक्स-रे मशीन, रक्तदाब मोजण्याचे यंत्र आणि दंतवैद्याची खुर्ची. या उपकरणांची संख्या खूपच अपुरी होती पण तरीसुद्धा जी काही साधने होती त्याचा तरी निदान नीट उपयोग करून घ्यायचा असं आम्ही ठरवलं.

याशिवाय आणखीही काही उपाययोजना करायच्या असं आम्ही ठरवलं. सुपरिंटेंडंटने आपापल्या रात्रपाळीच्या अधिकाऱ्याकडून वैद्यकीय अहवाल ताब्यात घ्यावेत त्याचप्रमाणे परिस्थितीवर बारकाईने लक्ष ठेवावे असे त्यांना सांगण्यात आले. अत्यवस्थ रुग्णांची वाहतूक करण्यासाठी ज्या काही रुग्णवाहिका होत्या, त्या नेहमी त्या कामासाठी सुसज्ज ठेवाव्यात व इतर कोणत्याही कामासाठी त्या पाठवण्यात येऊ नयेत अशी काळजी घेण्याचे कामही त्यांच्यावर सोपवण्यात आले.

नवीन भरती झालेल्या कैद्यांना मुआईना (तपासणी) करण्यासाठी जेव्हा एकत्र ठेवण्यात येई त्याच वेळी त्यांच्यातील गंभीर व्याधींनी ग्रस्त झालेल्या कैद्यांना ताबडतोब वेगळे काढण्यात यावे असा निर्णय आम्ही घेतला. आधी नमूद केल्याप्रमाणे आणीबाणीची परिस्थिती (विशेषत: रात्री ओढवलेली) हाताळण्यासाठी आम्ही बाहेरील डॉक्टरांची

नेमणूक केली. हे डॉक्टर तत्परही होते आणि नेहमी उपलब्ध असत. सुपरिंटेंडंटने एक सर्वंकष माहिती लिहिण्याची नोंदवही तयार केली. यात प्रत्येक रुग्णाची नावनिशीवार अत्यंत महत्त्वाची माहिती, त्याच्या दुखण्याचा पूर्वेतिहास, त्यावर केलेली उपाययोजना एका दृष्टीक्षेपात सापडण्यासारखी नोंद करून ठेवलेली असे. दुर्दैवाने जेलमधे मृत्युमुखी पावणाऱ्या रुग्णांसाठीही वेगळी नोंदवही करण्याची आवश्यकता होती. अर्थात याचा वापर तसा क्वचितच करावा लागला असता.

तरीही जेलच्या वैद्यकीय सुविधेचे पुनरुज्जीवन करून तिला योग्य दिशा देण्याचे आमचे बरेचसे प्रयत्न अयशस्वी झाले. याचे कारण राज्य सरकारने आमच्या समोर उभ्या करून ठेवलेल्या अनंत अडचणी. पण तरीही आम्ही धीर न सोडता प्रयत्न चालूच ठेवले.

आमच्या डोळ्यासमोर आणखी एक मोठे ध्येय होते. ते म्हणजे आम्हाला येथे एका अत्याधुनिक, सुसज्ज व्यसनमुक्ती केंद्राचा निर्माण करायचा होता. असे केंद्र खुद्द तिहारमधेच निर्माण झाले असते म्हणजे कैद्यांवर व्यसनाधीनतेचे जे दुष्परिणाम होताना दिसत होते ते टाळता आले असते व व्यसनमुक्त रुग्णांचे पुनरुज्जीवनही करणे सोपे गेले असते. पण हे घडले नाही. माझी तिहारहून बदली होण्याचा दिवस उजाडला तरीही या संदर्भातील कितीतरी महत्त्वपूर्ण बाबी अजून सुद्धा सरकारदरबारी वरिष्ठ पातळीवर नुसत्या चर्चेसाठी पडून होत्या. आमच्या येथील अधिकाऱ्यांच्या काहीही कारण न देता अचानक तडकाफडकी बदल्या होत. त्या जागी बदलून आलेल्या अधिकाऱ्यांना सर्व पार्श्वभूमी नीट समजावून देणे व पहिल्यापासून सर्व शिकवणे हे काम फार कठीण होऊन बसले होते. त्यातून अनेक समस्या निर्माण होत. अखेर आमची सुद्धा सहनशक्ती संपली होती. आता आपण स्वावलंबी व स्वयंपूर्ण व्हायचं असं आम्ही ठरवलं. हा विचार खरोखरच फार उदात्त होता. पण तो कृतीत उतरवणे महाकर्मकठीण होते. उदाहरण द्यायचे झाले तर एक अगदी सामान्य बाब होती. एखाद्या रुग्ण कैद्याला बाहेरील हॉस्पिटलात उपचारासाठी पाठवले जाते तेव्हा त्याला तेथील अन्य रुग्णांपेक्षा वेगळे एका खास वॉर्डात ठेवावे. सुरक्षिततेच्या दृष्टीने आम्ही सांगत होतो. पण या गोष्टीवर सुद्धा आम्हाला मताधिकार नव्हता. आमचे काही नियंत्रण नव्हते.

सर्व रुग्णांना औषधाचा नियमित व समाधानकारक रीतीने पुरवठा व्हावा म्हणून आमचे प्रयत्न होते. तेवढ्यात अचानक एक आदेश आला. त्या आदेशानुसार तिहारच्या वैद्यकीय सेवेचे संपूर्ण नियंत्रण डायरेक्टोरेट ऑफ हेल्थ सर्व्हिसेसच्या ताब्यात गेले.

या आदेशाने तर जे काही थोडे फार आमच्या हातात होते [उदाहरणार्थ : डॉक्टरांना साधनसामग्री उपलब्ध करून देणे, औषधांच्या खर्चाचे अंदाजपत्रक ठरवणे इ.] तेही आता काढून घेण्यात आले. आणि असं असूनही रुग्णांना

व्यवस्थित वैद्यकीय सेवा पुरवण्याचे काम मात्र आमचेच होते. या आदेशातून ध्वनित अर्थ असा होता, की, यदाकदाचित जर काही गैरप्रकार किंवा दुर्दैवी प्रसंग घडलाच तर त्याची जबाबदारी मात्र पूर्णतया आमची होती. हा आदेश गोपनीय नसल्यामुळे तो जसाच्या तसा खाली देत आहे.

प्रति
डायरेक्टर ऑफ हेल्थ सर्व्हिसेस
गव्हर्नमेंट ऑफ एन. सी. टी. ऑफ दिल्ली
सरस्वती भवन
कॅनॉट सर्कस
नवी दिल्ली
महोदय,

(१) तिहारमधील सर्व दवाखाने व इस्पितळे जशी असतील त्या स्थितीत येथून पुढे डायरेक्टोरेट ऑफ हेल्थ सर्व्हिसेसच्या अखत्यारीत येणार असल्याची सूचना लेफ्टनंट गव्हर्नरकडून आली आहे.

(२) परिणामत: सर्व संबंधित साधनसामग्री व मनुष्यबळ यावरही आजपासून डायरेक्टोरेट ऑफ हेल्थ सर्व्हिसेसचेच नियंत्रण राहील.

(३) परंतु याच्या दैनंदिन कारभाराची पाहणी व त्यावर व्यवस्थापकीय नियंत्रण ठेवण्याची जबाबदारी आय. जी. (प्रिझन्स) यांच्याकडे राहील.

(४) त्यांच्या गरजेनुसार जे काही कर्मचारी हवे असतील ते तातडीने पुरवण्यात येतील.

(५) येथून पुढे तिहार येथील दवाखाने व इस्पितळामधील वैद्यकीय व संबंधित इतर जागा डायरेक्टोरेट ऑफ हेल्थ सर्व्हिसेस मार्फत भरल्या जातील.

(६) जी. डी. एम. ओ. II आणि सी. एम. ओ. या दोन्ही जागा भरण्याची जबाबदारी डायरेक्टोरेट ऑफ हेल्थ सर्व्हिसेसची असून त्यासाठी योग्य ती कारवाई करण्यात येईल.

(७) बदल्या करणे, जागा भरणे, नवीन जागा निर्माण करणे, नवीन वैद्यकीय साधनांची खरेदी, त्याचे स्पेअर पार्ट विकत घेणे त्याचप्रमाणे दवाखाने व इस्पितळे चालवण्यासाठी लागणाऱ्या इतर सर्व आवश्यक बाबींची पूर्तता येथून पुढे डायरेक्टोरेट ऑफ हेल्थ सर्व्हिसेसकडून केली जाईल.

आपला विश्वासू
(सही)
डॉ. एम्. एम्. कट्टी
जॉईंट सेक्रेटरी (होम)
गव्हर्नमेंट ऑफ एन्. सी. टी. ऑफ दिल्ली.

समग्र वैद्यकीय व्यवस्थेलाच नव्हे, तर तुरुंगव्यवस्थेलाच हादरवून सोडणारा हा आदेश अगदी अवचित देण्यात आला. आमचे नशीब एवढेच की आमच्याकडे निदान त्या आदेशाची एक प्रत पाठवण्यात आली.

हा जो आदेश होता तो विसंगतींनी भरलेला होता. आणि या विसंगतींचा तुरुंगाच्या संपूर्ण वैद्यकीय यंत्रणेवर अत्यंत विपरीत परिणाम होणार होता. मग आम्हीही या आदेशाला एक ठाम प्रत्युत्तर लिहिले व त्यात या विसंगती ठळकपणे नजरेत भराव्यात अशा रीतीने दाखवून दिल्या. आम्ही लिहिले:

ऑफिस ऑफ द इन्स्पेक्टर जनरल (प्रिझन्स) दिल्ली
सेंट्रल जेल : तिहार : नवी दिल्ली
क्रमांक एफ्. २१ (१४९) / एओ / आय्. जी. पी. / ८०४-८१०
दिनांक १३ मे, १९९४
प्रति
होम सेक्रेटरी
दिल्ली ॲडमिनिस्ट्रेशन
५, श्यामनाथ मार्ग
दिल्ली

विषय : तिहार जेलमधील दवाखाने आणि इस्पितळांवर डायरेक्टोरेट ऑफ हेल्थ सर्व्हिसेस चे नियंत्रण

संदर्भ : क्रमांक एफ्. ९ (२०००) / ९२– होम (जी) / ६८४७
दिनांक २९ डिसेंबर १९९३
महोदय,

उपरनिर्दिष्ट विषयावर मी आपल्याला दिनांक ३१ डिसेंबर १९९३ रोजी एक पत्र पाठवल्याचे आपणास आठवत असेलच. त्यातही मी ही गोष्ट नमूद केली असून आत्ताही नमूद करू इच्छिते. तिहार जेलमध्ये सुमारे ९००० निवासी कैदी आहेत. येथे अत्यंत काटेकोर व शिस्तबद्ध अशा दैनंदिन व्यवस्थापनाची गरज भासते. काही निर्णय विनाविलंब, तडकाफडकी घ्यावे लागतात. कैद्यांकडे जातीने बारकाईने लक्ष ठेवावे लागते. साधनसामग्री गरजेनुसार तातडीने उपलब्ध करून द्यावी लागते. या इतक्या संवेदनाक्षम यंत्रणेवर वरील आदेशाचा फार विपरीत परिणाम होणार आहे.

येथे आणखीही एका मुद्द्याचं स्पष्टीकरण देण्याची गरज आहे. ते असं की, येथे गरजेनुसार मनुष्यबळ आणि साधनसामग्री उपलब्ध करून देण्याची जबाबदारी, कैद्यांवर लक्ष ठेवण्याची जबाबदारी आणि वैद्यकीय सेवेवरील नियंत्रण या सर्व गोष्टी परस्परसंबंधित असून त्या वेगळ्या करता येणार नाहीत. परंतु सदर आदेशाने तुरुंगव्यवस्थापनाच्या हातून वैद्यकीय सेवेवरील नियंत्रणच काढून घेतले आहे. व ते अधिकार दिल्ली हेल्थ

ॲडमिनिस्ट्रेशनकडे सोपवले आहेत. वास्तविक हे दिल्ली ॲडमिनिस्ट्रेशन तिहार जेलपासून कितीतरी लांब आहे. तिहारमधे त्यांचे एखादे ऑफिससुद्धा नाही. तिहारमधे कोणत्याही दिवशी कोणत्याही क्षणी तातडीने ज्या काही सुविधा व साधनसामग्रीची गरज भासेल त्या तेव्हाच्या तेव्हा पुरवण्याची आता काही सोयच उरणार नाही.

एक गोष्ट तर स्पष्टच आहे की कैद्यांच्या संदर्भातील कोणताही निर्णय घेताना तो कायदेशीर, न्यायसंमत असावाच लागतो. परंतु आम्ही येथे जेव्हा कोणत्याही साधनसामग्रीच्या उपलब्धीविना नुसतेच कैद्यांवर लक्ष ठेवण्याचे काम करू तेव्हा ते कायदेशीर व न्यायसंमत असूच शकणार नाही. आणि ही बाब जेलच्या नियमावलीच्या व तुरुंगासंबंधीच्या कायद्याच्या मूळ गाभ्यालाच धक्का देणारी ठरेल.

कोणत्याही इतक्या गर्दी असलेल्या तुरुंगात आणीबाणीच्या परिस्थितीत एखादी वैद्यकीय सुविधा तातडीने उपलब्ध होऊ शकली नाही व तीसुद्धा दफ्तरदिरंगाईमुळे, तर त्यातून फार मोठे गंभीर परिणाम उद्भवतील व त्यामुळे संपूर्ण तुरुंगाची सुरक्षितता धोक्यात येणे, हिंसक दंगली इत्यादी उद्भवू शकेल. भूतकाळात ज्या काही दंगली व हिंसक प्रकार घडून आले त्यापाठीमागेही हेच कारण होते. आता वरील आदेशानंतर जर अशा स्वरूपाच्या काही दंगली उद्भवल्या, तर त्याचे नियंत्रण करण्यासाठी आवश्यक ती साधनसामग्री व अधिकार सुद्धा सुपरिंटेंडंट (प्रिझन) पाशी नसतील.

या सर्व गोष्टींचा विचार करून आम्ही अशी विनंती करीत आहोत की वरील आदेश जारी करण्यापूर्वी आपण आमच्याबरोबर एक मीटिंग घ्यावी. दैनंदिन कारभारात या आदेशामुळे उद्भवू शकणाऱ्या अडचणी सोडवण्याचा प्रयत्न करावा. तुरुंगातील कैद्यांना वैद्यकीय सेवा तर मिळावी पण सुरक्षिततेला धोका पोहोचेल अशी कोणतीही घटना येथे घडू नये या दृष्टीने हे अत्यावश्यक आहे. ही मीटिंग लवकरात लवकर बोलावण्यात येईल अशी मी आशा करीत आहे. तरी या बाबीस 'तातडीची' बाब आहे असे समजावे.

आपली विश्वासू
स्वाक्षरी
(किरण बेदी)
इन्स्पेक्टर जनरल (प्रिझन्स)
दिल्ली.

माझ्या या पत्रावर मला पुढील पत्राची प्रत उत्तरादाखल पाठवण्यात आली.

क्रमांक एफ ९ / २००० / ९२- होम (जी) /
गव्हर्नमेंट ऑफ नॅशनल कॅपिटल टेरीटरी ऑफ दिल्ली
होम (जनरल) डिपार्टमेंट
५, श्यामनाथ मार्ग, दिल्ली ५४
दिनांक २६ सप्टेंबर १९९४

प्रति
द डायरेक्टर ऑफ हेल्थ सर्व्हिसेस
गव्हर्नमेंट ऑफ एन. सी. टी. ऑफ दिल्ली
सरस्वती भवन
कॅनॉट सर्कस
नवी दिल्ली.
महोदय,

दिल्लीचे माननीय लेफ्टनंट गव्हर्नर यांनी तिहार येथील सर्व दवाखाने व इस्पितळे येथून पुढे असतील त्या स्थितीत येथून पुढे डायरेक्टोरेट ऑफ हेल्थ सर्व्हिसेसच्या थेट नियंत्रणाखाली येतील असा जो आदेश काढला होता त्यात एक दुरुस्ती केलेली आहे. पण तत्पूर्वी काही अटी घालण्यात आल्या आहेत.

त्यानुसार व्यवस्थापन, साधनसामग्रीचे आयोजन, अंदाजपत्रकाची आखणी, आवश्यक वस्तूंची खरेदी, उपकरणे व औषधे इत्यादी बाबी पूर्वीप्रमाणेच तुरुंगाधिकाऱ्यांच्या अखत्यारीत राहातील. मात्र वरिष्ठ श्रेणीच्या प्रशिक्षित अधिकाऱ्यांची निवड व नियुक्ती, जेलमधील दवाखाने व इस्पितळातील वैद्यकीय व तांत्रिक जागा भरण्याचे सर्व अधिकार डायरेक्टोरेट ऑफ हेल्थ सर्व्हिसेसकडेच राहतील.

आपला विश्वासू,
एस्. पी. सिंग
डेप्युटी सेक्रेटरी, होम (जनरल)
गव्हर्नमेंट ऑफ एन. सी. टी. ऑफ दिल्ली

आम्ही या कंटाळवाण्या पत्रव्यवहाराने हार मानून गप्प मात्र बसलो नव्हतो. आम्ही सर्व त्याचप्रमाणे आमचे निवासी वैद्यकीय अधिकारी डॉक्टर विजय कुमार व त्यांच्या हाताखाली असलेल्या सर्व डॉक्टरांनी मिळून एक निर्णय घेतला. कोणत्याही परिस्थितीत शक्य असेल तेवढी उत्तम वैद्यकीय सेवा उपलब्ध करून देण्याचा आपण प्रयत्न करायचा. तिहारमध्ये अनेक वेळा काही रोगांचा प्रादुर्भाव होत असे. त्याचा पद्धतशीर मुकाबला करण्यासाठी एक नवीन आघाडी उघडली. रोगप्रतिकार कसा करावा याचे शिक्षण त्यांना सर्वंकष मार्गाने द्यायचे ठरवले.

आमच्यापुढील उद्दिष्टे होती– रुग्णांचे डॉक्टरांवरील परावलंबित्व कमी करणे, एका रोगमुक्त आणि व्यसनमुक्त वातावरणाच्या दिशेने त्यांच्या विचारप्रक्रियेची वाटचाल सुरू करून देणे. त्यामुळे आम्ही काही युक्त्या-प्रयुक्त्यांचा अवलंब करून पाहिला व अगदी अल्पावधीतच त्याचे उत्तम परिणाम पाहायला मिळाले. यात खालील गोष्टींचा समावेश होता.

(१) व्यसनी कैद्यांना इतर कैद्यांपासून दूर ठेवणे

(२) कोणत्याही नशा लावू शकणाऱ्या औषधाच्या गोळ्या, कॅपसूल इत्यादी प्रकारांना बंदी.

(३) धूम्रपान चळवळीस प्रारंभ. धूम्रपानमनाईचे आदेश.

आमच्या येथे श्वासनलिकेशी संबंधित अनेक दुखण्यांचा प्रादुर्भाव असल्यामुळे त्या दुखण्यांवरील औषधांचा प्रचंड खर्च आमच्यावर पडत आहे. आमच्याकडे येणारे अनेक रुग्ण व्यसनाधीन असतात व अनेक क्षयरोगीपण असतात. या रुग्णांच्या प्रकृतीस धूम्रपान अत्यंत हानिकारक आहे. ही परिस्थिती सुधारण्याची गरज निर्माण झाली आहे. आणि म्हणून तुरुंगात व परिसरात धूम्रपानास बंदी घालणारा आदेश जारी करण्यात येत आहे. येथून पुढे तंबाखू, विडी, सिगारेट, गुटका व तत्सम पदार्थांची विक्री कँटीनमध्ये होणार नाही.

अनेक वेळा कैद्यांना भेटायला तुरुंगात किंवा न्यायालयीन सुनावणीच्या वेळी आलेले नातेवाईक वा हितचिंतक त्यांना अशा बंदी असलेल्या गोष्टी पुरवतात. या गोष्टीस आळा घालण्यासाठी कैद्यांची नियमितपणे झडती घेतली जाईल.

जेलच्या कँटीनमधे जर वर उल्लेख केलेल्या गोष्टींचा साठा असेल तर तो शक्य झाल्यास किरकोळ विक्रेत्यांना परत करावा. तसेच येथून पुढे अशा वस्तू कैद्यांना पुरवल्या जाणार नाहीत अशी खबरदारी घेण्यात यावी.

ही सूचना लवकरात लवकर सर्वत्र प्रसारित करण्यात यावी तसेच आजपासून त्याच्या अंमलबजावणीस सुरवात व्हावी.

जेलच्या कर्मचाऱ्यांनासुद्धा धूम्रपानास सक्त मनाई आहे. त्यांनी आपल्या वर्तनाने कैद्यांना उत्तम उदाहरण घालून दिले पाहिजे.

दिल्ली आर्म्ड पोलिसांच्या विभागास अशी विनंती करण्यात येते की कैद्यांना न्यायालयीन सुनावणी झाल्यावर जेव्हा जेलमध्ये परत आणण्यात येते तेव्हा त्यांच्याबरोबर अशा बंदी असलेल्या गोष्टी सापडता कामा नयेत याची दक्षता त्यांनी घ्यावी. आणि तरीही जर एखाद्या कैद्याने अशा वस्तू चोरून आणल्याचं लक्षात आलंच तर त्याविषयी डी. ए. पी. हेडक्वार्टरला तात्काळ सावध केले जाईल आणि त्या कैद्यासोबत असणाऱ्या पहारेकऱ्यावर कारवाई करण्याची सूचना दिली जाईल.

वरील आदेशाचे कठोर पालन करणे आवश्यक आहे.

याशिवाय एक धोरणात्मक निर्णय घेण्यात आला. आमच्या येथे काही कैदी

मरणासन्न होते. बिछान्याला खिळून होते. अशा रुग्णांच्या भेटीला येण्यासाठी ज्या वेळा मुक्रर केलेल्या होत्या त्या बाबतीतील निर्बंध जरा शिथील करण्यात आले. परंतु या अशा कैद्यांमधील काही कैदी अव्वल दर्जाचे, निर्ढावलेले व धोकादायक गुन्हेगार होते. अशा कैद्यांच्या भेटीला येताना मात्र त्यांच्या नातेवाइकांना न्यायालयाकडून खास परवानगी आणावी लागे. ही गोष्ट त्या नातेवाइकांना फार त्रासदायक वाटे. म्हणून त्या नातेवाईकांच्या वतीने आम्ही स्वत:च सदर कैदी खरोखरच अतिशय गंभीर आजारी असल्याचे पुरावे, कागदपत्रे, फोटो इत्यादी न्यायालयासमोर ठेवू लागलो व भेटीसाठी परवानगी काढू लागलो. हे करण्यामागे अशी भूमिका होती की त्या रुग्णांच्या आयुष्यातील काही शेवटचे क्षण तरी त्यांच्या नातेवाइकांच्या सहवासात सुखाने जावेत. आमच्या प्रयत्नांमुळे अनेक कॅन्सरग्रस्त व मरणासन्न रुग्णांच्या नातलगांना न्यायालयाने पाहिजे तितके वेळा भेटीस येण्याची परवानगी देऊनच ठेवली होती. यामुळे या रुग्णांना व त्यांच्या आप्तेष्टांना या भेटींनी फार दिलासा मिळत असे. परंतु आमच्या दृष्टीने अजूनही एक त्रुटी होती. या अशा रुग्णांना मानसोपचारतज्ज्ञांच्या मदतीची खरं तर खूप गरज होती. पण ती सोय आमच्याकडे नव्हती.

येथून पुढे कैद्यांनी स्वत:च्या आरोग्याची नीट काळजी घेण्यास शिकावे व एकंदर डॉक्टरांवर विशेष अवलंबून राहू नये अशी आमची धडपड होती. त्यामुळे आम्ही त्यांना आरोग्य व पोषण या विषयाचे धडे देण्यास सुरवात केली. समतोल आहार म्हणजे काय ते समजावून दिले. पिण्याच्या शुद्ध पाण्याचा पुरवठा नियमितपणे होऊ लागला. आता कैद्यांना आंघोळ आणि कपडे धुण्यासाठी भरपूर साबण व मुबलक पाणी मिळू लागले. प्रत्येकाने रोज आंघोळ केली पाहिजे. केस व दाढी व्यवस्थित ठेवली पाहिजे, त्यात उवा-लिखा असता कामा नयेत असा आमचा कटाक्ष होता. आम्ही कैद्यांना हिवाळ्यात स्वच्छ धुतलेली अंथरुणे-पांघरुणे पुरवू लागलो. कैद्यांनी बराकीत जमिनीवर बसू नये म्हणून त्यांना आम्ही काथ्यापासून बनवलेली जाजमे पुरवली.

त्यांच्या आहाराच्या बाबतीत आम्ही अनेक सुधारणा अमलात आणल्या. आता त्यांना उत्तम प्रतीचे दूध पुरेशा प्रमाणात मिळू लागले. चांगली व्यवस्थित शिजवलेले सकस व चवदार अन्न त्यांना मिळू लागले. पूर्वीच्या बेचव अन्नाची जागा पोषणमूल्ये अधिक असलेल्या अन्नाने घेतली. डाळी व कडधान्यांचा वापर वाढला. अर्थात अजूनही त्यांना फार काही चमचमीत किंवा चवदार अन्न मिळत होते असे नाही. परंतु निदान ते उत्तम प्रतीचे असे. शिवाय आम्ही फिरती उपाहारगृहे चालू केली. त्यातून प्रामुख्याने चहा-कॉफी, शीतपेये व फराळाच्या पदार्थांचा पुरवठा होत असे. थंडीच्या दिवसांत तर गरम चहा आणि गरम पाणी पुरवणाऱ्या वेगळ्या गाड्या असत. तसेच उन्हाळ्याच्या दिवसांत जागोजागी मोफत पिण्याच्या पाण्याची

सोय करण्यात आली.

आरोग्य आणि पोषण या गोष्टी कैद्यांच्या शारीरिक विकासाच्या दृष्टीने जशा आवश्यक होत्या तशीच त्यांच्या मनाची आध्यात्मिक पातळी वाढवण्याचीही गरज आता आम्हाला वाटत होती. त्यासाठी योगाभ्यास, क्रीडा, साक्षरता अभियान, धार्मिक विषयांवर प्रवचने, सर्व धर्मांच्या सभा, सत्संग, भक्तिसंगीत, सांस्कृतिक कार्यक्रम आणि ध्यान-धारणेचे वर्ग असे अनेकविध उपक्रम सुरू झालेलेच होते. या सर्व गोष्टींचा एकत्रित परिणाम म्हणून कैद्यांचे डॉक्टरांवरील परावलंबित्व खूपच कमी झाले व त्यांचे आरोग्य, त्यांची शारीरिक, मानसिक स्थिती सुधारली.

या सर्व गोष्टी सकारात्मक होत्या. पण तरीही कधी वैद्यकीय स्वरूपाची आणीबाणी उद्भवली, एखादा रुग्ण अत्यवस्थ झाला की मात्र ते आव्हान पेलणे आम्हाला अजूनही जड जात असे. याला कारण जेलच्या संपूर्ण यंत्रणेमध्ये वैद्यकीय बाबतीतील साधनसामग्री व मनुष्यबळ फारच तुटपुंजे होते. त्यामुळे कोणतीही गुंतागुंतीची परिस्थिती हाताळणे आम्हाला जड जाई. अशा अवघड परिस्थितीस तोंड देण्यासाठी लागणाऱ्या अनुभवी तज्ज्ञ व्यक्ती आमच्यापाशी नव्हत्या. मग परत एकदा आम्हाला बाहेरच्या समाजाची मदत घ्यावी लागली आणि ती आम्हाला मिळाली सुद्धा. नुसती मिळालीच असे नाही, तर अगदी भरघोस मिळाली.

समाजाचा प्रवेश तिहारमध्ये झाला आणि त्यांच्याकडून मदतीचा ओघ सुरू झाला. भारत विकास परिषदेकडून आम्हाला अपंगांसाठी तिचाकी आणि कृत्रिम अवयव देणगीरूपाने मिळाले. अपंग कैद्यांनी लंगडत लोळत दयनीय अवस्थेत इकडे-तिकडे फिरण्याऐवजी त्यांना आता सन्मानपूर्वक व्हील चेअरवरून आणता-नेता येणे सुलभ झाले. पूर्वी अपंगांची ती दयनीय अवस्था पाहून इतरांना त्यांच्याबद्दल अनुकंपा वाटण्याऐवजी त्यांची कीवच येई. ही स्थिती बदलली. काही अपंगांना कृत्रिम अवयवांचा लाभ झाला व ते स्वावलंबी बनले. त्यांना कुबड्यांशिवाय, आधाराशिवाय चालता येऊ लागले.

बी. आर. शर्मा हा असाच एक स्वयंसेवक. याने तुरुंगाच्या उद्धारास स्वत:ला वाहून घेतले होते. त्याने कर्मचारी व कैद्यांकरता प्रथमोपचाराचे प्रशिक्षण देण्याचा वर्ग सुरू करण्याची कल्पना मांडली व ती प्रत्यक्षातही आणली. हा छोटासा अभ्यासक्रम ज्यांनी पूर्ण केला, त्यांना प्रमाणपत्रही देण्यात आले. अनेकांनी याचा लाभ घेतला व हा वर्ग अल्पावधीत लोकप्रिय झाला.

डॉ. भूतानी हे एक ख्यातनाम नेत्रविकारतज्ज्ञ होते. त्यांनी आपल्या दवाखान्यातील अत्याधुनिक उपकरणांसहित तिहारला भेट दिली व नेत्रविकार असलेल्या कैद्यांना तपासले. त्याचप्रमाणे त्यांनी गरजू रुग्णांस मोफत चष्मे देण्याचीही सोय केली. त्यांच्या सोबत इतरही वैद्यकीय विशेषज्ञ आता आपण होऊन तिहारच्या भेटीसाठी

येऊ लागले. त्यामुळे आमच्यात उत्साहाचा संचार झाला. आता हळूहळू तुरुंगातील सरकारी डॉक्टरांवरील आमचे परावलंबित्व कमी कमी होत चालले होते. कोणत्याही गैरमार्गाचा अवलंब न करता आमच्यापुढील अतिशय मोठ्या आव्हानाचा मुकाबला करण्यात आम्हाला यश आले होते.

आम्हाला मदत करणाऱ्या या सर्व व्यक्तींमध्ये एका व्यक्तीचा मला विशेष उल्लेख करावासा वाटतो तो म्हणजे नॅशनल एड्स कंट्रोल ऑरगनायझेशनच्या डॉ. कुसुम सहगल. यांनी तिहार येथे एड्सविषयी जागरूकता आणली. यासाठी मोहीम सुरू केली. या दुर्धर रोगाचा प्रसार टाळण्यासाठी त्यांनी एका कार्यक्रमाची आखणी केली. त्यासाठी त्यांनी वेगवेगळ्या तुरुंगांना अनेकदा भेटी दिल्या, पंचायत सदस्यांशी चर्चा केली आणि काही महत्त्वपूर्ण सूचना पुढे मांडल्या. अशीच आणखी एक संस्था म्हणजे 'होप फाऊंडेशन'. या संस्थेने क्षयरोग्यांना आणि कुष्ठरोग्यांना पूर्णपणे क्रियाशील पाठिंबा दिला. याशिवाय तिहारमध्ये दंतचिकित्सेसाठी सुद्धा दवाखाना उघडण्यात आला.

उपचारांबरोबरच रोगाला प्रतिबंध करण्याचे महत्त्व मनावर बिंबवण्यासाठी आम्ही विविध प्रदर्शने व फिल्मशोज् भरवले. वैद्यकीय सेवेला भरघोस पाठिंबा देण्याच्या दृष्टीने जी काही संधी हाती आली त्याचा आम्ही सदुपयोग केला. दि. २६ जानेवारी १९९४ रोजी आमच्या योजनेच्या यशस्वितेने कळस गाठला. या प्रसंगी वैद्यकीय क्षेत्रात काम करणाऱ्या सुमारे ५०० व्यक्तींनी सुसज्ज वैद्यकीय सामग्रीसह तिहारला भेट दिली. त्यांच्यात विविध वैद्यकीय शाखांमधील नावाजलेल्या तज्ज्ञांचा समावेश होता. कैद्यांची संख्या एव्हाना ९००० च्याही वर गेली होती. यापैकी प्रत्येक कैद्याची संपूर्ण वैद्यकीय तपासणी करण्यात आली. ज्या त्या कैद्याच्या आजाराच्या स्वरूपानुसार त्याला वा तिला वेगवेगळ्या रंगाची कार्डे देण्यात आली. त्या कार्डाच्या रंगावरून त्या कैद्याचे दुखणे किती गंभीर आहे, त्याला तज्ज्ञाची मदत लागणार आहे किंवा नाही हे समजत असे. अशा प्रकारच्या कार्डांमुळे कोणत्याही कैद्याच्या शारीरिक स्थितीचा एका दृष्टीक्षेपात आढावा घेणे शक्य झाले होते.

समाजाला आता तिहारमध्ये अधिकाधिक रस वाटू लागला होता. त्यामुळे होमिओपथी, आयुर्वेद, यूनानी, मिश्रवैद्यक, निसर्गोपचार अशा पर्यायी चिकित्सा पद्धतींचे तज्ज्ञ सुद्धा आमच्या कैद्यांच्या भेटीसाठी येऊ लागले. आम्ही एक खास दिवस आधी जाहीर केला. ज्या रुग्णांना पर्यायी चिकित्सापद्धतीने उपचार करून घेण्याची इच्छा होती त्यांना तशी संधी उपलब्ध करून दिली. त्यामुळे आपल्या पसंतीची चिकित्सापद्धती निवडून त्यानुसार उपचार प्राप्त करून घेण्याची सोय झाली. पर्यायी चिकित्सा पद्धतीने उपचार करणारे सुमारे २००० च्या वर डॉक्टर्स येथे उपस्थित होते. त्या डॉक्टरांनी केवळ कैद्यांसाठीच नव्हे, तर कर्मचाऱ्यांसाठी सुद्धा माहितीपटांचे आयोजन केले. काही

नामवंत औषध कंपन्यांनी आम्हाला मोफत औषधे पुरवली.

पर्यायी चिकित्सापद्धतीने उपचार करून घेण्याच्या या प्रवृत्तीला आम्ही हेतुपुरस्सर प्रोत्साहन देत होतो. कारण कैदी याआधी ॲलोपथीच्या औषधांवर जास्त प्रमाणात अवलंबून राहू लागले होते व हे आम्हाला कमी करायचे होते. याउलट पर्यायी चिकित्सापद्धती या सांस्कृतिक दृष्ट्या आपल्या भारतीय मनोभूमिकेच्या जास्त जवळ होत्या. कमी खर्चाच्या होत्या. ॲलोपथीच्या औषधांमुळे उत्पन्न होणारे दुष्परिणाम या पद्धतीच्या उपचारांमधून होत नसत. हे सर्व विचारात घेऊन पर्यायी चिकित्सापद्धतीच्या तज्ज्ञांनी आता तिहारमध्ये या उपचारांची एक सुसूत्र यंत्रणाच स्थापन करण्याचे ठरवले. या योजनेचे आम्ही सहर्ष स्वागत केले. सर्दी, पडसे, खोकला, पोट बिघडणे, त्वचेवर पुरळ उठणे अशा बारीकसारीक दुखण्यांसाठी रुग्णांना आता आयुर्वेदिक औषधे तसेच वनौषधी सुद्धा मिळू लागल्या. या सोयीमुळे कैद्यांचा आत्मविश्वास वाढीस लागला. आता बारीकसारीक उपचार ते आपले आपण घेऊ शकत होते. तासन् तास डॉक्टरांची प्रतीक्षा करत ताटकळत थांबण्याचीही गरज त्यांना भासत नव्हती.

१९९५ सालच्या प्रारंभी वैद्यकीय सेवेमधील सुधार कार्यक्रमामुळे तिहारमध्ये काही विशेष उल्लेखनीय परिणाम दिसून येऊ लागले होते. आता प्रत्येक तुरुंगात तीन प्रकारचे दवाखाने उपलब्ध होते. ॲलोपथी, होमिओपथी आणि आयुर्वेद. आणखी एक यूनानी दवाखानाही सुरू होणार होता. हा दवाखाना 'हमदर्द' ही कंपनी स्थापन करत होती. आणि त्याच सुमाराला माझी तिहारहून बदली झाली. पण या सर्वांहीपेक्षा अधिक महत्त्वाचे पाऊल या वेळी उचलले गेले. 'एड्स' या रोगाविषयी जनजागृती आणि प्रतिबंध या दृष्टीने आम्ही एक उपक्रम हाती घेतला. याचे नाव होते पॉलिसी स्टेटमेंट डॉक्युमेंट अँड प्रोजेक्ट आऊटलाईन फॉर एच.आय.व्ही/एड्स अवेअरनेस.

उद्दिष्ट :

–एड्सविषयी कैद्यांच्या मनात जागृती घडवून आणणे. त्यांच्या वर्तनात काही दोष असतील तर ते दाखवून देऊन ते सुधारण्यासाठी त्यांना मदत करणे. यासाठी त्यांच्याबरोबर एक सभा घेण्यात यावी.

–बाह्य समाजात जी काही एड्सप्रतिबंधाची साधने उपलब्ध असतील ती कैद्यांनाही उपलब्ध करून द्यावीत.

–एड्सपासून संपूर्ण जेलचे रक्षण करण्यासाठी कोणताही नवीन कैदी दाखल झाला की त्याला एड्ससंबंधीचे शिक्षण देण्यात यावे. तो कैदी तुरुंगात राहत असताना तसेच तो सुटून बाहेर जात असतानाही त्याला वारंवार देण्यात यावे.

–जेलच्या वाचनालयात या विषयावर मुबलक पुस्तके उपलब्ध करून देण्यात यावीत. तसेच या विषयावरील माहितीपत्रके, जर्नल्स व पुस्तिकाही

उपलब्ध करून द्याव्यात. एड्स व एच.आय.व्ही विषाणूचा प्रसार कसा होतो याची सचित्र माहिती देणारे रंगीत तख्ते सर्व वॉर्डांमध्ये लावून ठेवावेत.

—एड्ससंबंधी एक कायमस्वरूपी कार्यक्रम चालू करावा.

कार्यपद्धती :

—इतर गैरसरकारी संस्थांची मदत घेणे : यासाठी काही स्वयंसेवकांना या उपक्रमात सामील करून घ्यावे व त्यांना काही विशिष्ट महत्त्वपूर्ण माहिती देण्याचे प्रशिक्षण द्यावे. तुरुंगातील कोणत्याही कैद्याच्या मनात एड्स अथवा एच.आय.व्ही. च्या संबंधाने कोणताही गैरसमज राहू नये ही दक्षता घ्यावी.

—सोयीसाठी जेलचे विभाग पाडणे : प्रत्येक वॉर्डाचे एक वेळापत्रक ठरवणे. त्यात सुमारे १५० ते २०० कैद्यांचे गट तयार करावेत. त्यांना प्रशिक्षण देण्यासाठी प्रशिक्षक नेमावेत.

—कैद्यांच्या सभेत दृक्‌श्राव्य माध्यमांचा वापर : कैद्यांच्या सभांचा पहिला टप्पा यशस्वी पार पडला की त्यानंतर वर्तनातील फेरबदल या विषयावर कार्यशाळा, चर्चासत्रे आयोजित करावीत्त. दृक्‌श्राव्य माध्यमांचा वापर करावा.

—प्रशिक्षकाचे काम करण्यासाठी कैद्यांची निवड : या कैद्यांना नीट प्रशिक्षण देऊन तयार करावे. एड्ससंबंधीचे संशोधन करण्यासाठी योग्य ती परिस्थिती उपलब्ध करून द्यावी. ज्या काही सुविधा उपलब्ध असतील त्याची वरचेवर पाहणी आणि मूल्यमापन करून त्यात वेळोवेळी सुधारणा घडवून आणणे. तुरुंगात संशोधनात्मक संधी उपलब्ध करून देणे.

कालमर्यादा निश्चित करणे :

—बिनसरकारी प्रशिक्षकांना प्रशिक्षण देणे.

—संपूर्ण जेलमधील कैद्यांना याविषयी जागरूक बनवण्याचे काम सप्टेंबरच्या आत करणे.

—याच वेळी ३१ सप्टेंबर १९९५ चे उद्दिष्ट डोळ्यांसमोर ठेवून 'वर्तणुकीत होणारे बदल' या विषयावर सर्वत्र कार्यशाळा आयोजित करणे.

—संवेदनाक्षमता वाढवण्याचे कार्यक्रम व कार्यशाळा यांचे सातत्याने आयोजन करत राहणे.

—कैद्यांमधून प्रशिक्षक तयार करणे. यासाठी दीर्घकालीन शिक्षा भोगत असलेल्या कैद्यांचा वापर करून घेणे.

तिहारमध्ये एच.आय.व्ही. तपासणीस आवश्यक यंत्रणा तयार करणे :

—रोग्यांना अशा प्रकारची तपासणी करण्याची जरी सक्ती करायची नसेल तरीसुद्धा त्यांना स्वखुषीने अशा तपासणीस उद्युक्त करणे आणि त्या तपासणीसाठी आवश्यक ती यंत्रणा उभी करणे. तपासणीपूर्व आणि तपासणीनंतर कैद्यांना एड्स संदर्भात मार्गदर्शनाची व्यवस्था करणे.

येथे कडा पहारा देण्याची पद्धती अनुसरण्यात यावी. कैद्यांपैकी एड्सचा

प्रादुर्भाव होण्याची शक्यता ज्यांना आहे (गैरवर्तनामुळे) अशा लोकांची एच.आय.व्ही. तपासणी करणे हे या उपक्रमाच्या पहिल्या टप्प्यात अंतर्भूत केले पाहिजे. हे तपासणीपूर्वी तसेच तपासणीनंतरही करण्यात यावे. अशा प्रकारच्या रुग्णांमध्ये मुख्यत: व्यसनाधीन लोक, बालगुन्हेगार, वेश्याव्यवसायातील व्यक्ती, क्षयरुग्ण इत्यादींचा समावेश होतो.

या उपक्रमाच्या दुसऱ्या टप्प्यात तर सर्वच्या सर्व कैद्यांची अशा प्रकारे चाचणी करण्यात यावी.

एच.आय.व्ही. ची लागण झालेल्या कैद्यांविषयी गुप्तता बाळगणे

–कैद्यांमध्ये भीतीचे वातावरण व अस्वस्थता पसरू नये यासाठी तपासणीत ज्या कैद्यांना एच.आय.व्ही. ची लागण झाल्याचे आढळून येईल त्यांची नावे जाहीर करू नयेत.

निधी उभारणे :

–एड्स च्या या उपक्रमासाठी निधी उभारण्याच्या दृष्टीने या संपूर्ण कार्यक्रमाचा कच्चा आराखडा तयार करून तो एन.ए.सी.ओ. कडे पाठवण्यात येत आहे. तेथील वरिष्ठ अधिकाऱ्यांशी चर्चा करून इतर सर्व तपशील ठरवण्यात येतील तसेच आर्थिक बाबींचीही चर्चा करण्यात येईल.

–जे काही धोरणात्मक निर्णय घेतले आहेत त्यांचे वरचेवर पुनरावलोकन करण्यात यावे. यासाठी या उपक्रमाशी संबंधित सर्व कैद्यांची, या क्षेत्रातील तज्ज्ञांची, जेलच्या डॉक्टरांची तसेच या रुग्णांबरोबर काम करणाऱ्या अधिकाऱ्यांची प्रतिक्रिया विचारात घेतली गेली पाहिजे.

या संपूर्ण उपक्रमामध्ये कर्मचारी, वैद्यकीय अधिकारी, डॉक्टर्स व इतर कार्यकर्ते, बाहेरच्या समाजातून आमच्याकडे मदतीसाठी आलेले सर्व डॉक्टर्स यांचा अत्यंत मोलाचा वाटा होता. या सर्वांच्या अथक प्रयत्नांचा कैद्यांना फार मोठा लाभ झाला. या उपक्रमाचा सर्वत्र बराच बोलबाला झाला. अर्थात वैद्यकीय बाबींशी संबंधित समस्या कोणत्या निर्माण होऊ शकतात, याचा आधीच विचार करून त्यावरील उपचाराची इतक्या मोठ्या प्रचंड प्रमाणावर योजना करणे व तेही इतक्या सुसूत्र पद्धतीने, यशस्वीरीत्या राबवून दाखवण्याचा हा पहिलाच प्रयोग होता आणि तोही अत्यंत प्राथमिक अवस्थेत होता. अजून अनेक कच्चे दुवे होते. ते निखळू न देता या संपूर्ण उपक्रमाला बळकटी आणण्याचे काम फार महत्त्वाचे होते. त्याला खतपाणी घालून त्याची निगराणी करणे फार महत्त्वाचे होते. त्याला जी काही प्रसिद्धी मिळाली होती, जी काही प्रशंसा वाट्याला आली होती त्यावर समाधान मानून गप्प बसणे योग्य नव्हते.

एकंदरच शारीरिक व मानसिक संपूर्ण स्वास्थ्याच्या दृष्टीने तिहारची उत्तम वाटचाल चालू होती. आम्ही तिहारमध्ये जे काही पाहिलं, अनुभवलं त्याची कोणत्याही पाश्चात्त्य देशातील कोणत्याही तुरुंगाशी तुलनाच होऊ शकली नसती. त्या लोकांपाशी

फार सुसज्ज वैद्यकीय यंत्रणा कार्यरत होती, ज्या काही अद्ययावत सुविधा आवश्यक असतील त्या तेथेच उपलब्ध होत्या, त्यामुळे त्यांच्यापैकी कोणालाही वैद्यकीय सेवेच्या बाबतीत तडजोड करण्याची वेळ कधीही येत नसे. मात्र त्या परदेशी संस्थांकडून एक गोष्ट शिकण्यासारखी होती. जो काही कारभार, जे काही व्यवस्थापन आपण करत आहोत त्याचं सतत विश्लेषण आणि मूल्यमापन करत राहाणं, काही चुका तर होत नाहीत ना, काही बदल तर करायला नको ना याचा विचार सतत करत राहणं फार महत्त्वाचं असतं. ते लोक वैद्यक क्षेत्राच्या संदर्भात सतत सर्वेक्षण करत व जी काही आधुनिक माहिती हाती येईल ती स्वत:कडच्या वैद्यकीय मंडळाकडे तत्परतेने पाठवत. सर्वजण एकजुटीने व परस्परसमन्वयाने काम करून एकमताने याविषयीचे धोरण ठरवत. परिस्थितीचे वारंवार निरीक्षण व परीक्षण करून आरोग्याची पातळी उंचावण्याचा प्रयत्न करत. ही गोष्ट कायद्याच्या दबावामुळे नव्हे, तर अंगात मुरलेल्या सवयीमुळे, व्यावसायिकतेमुळे होत असे. आम्हाला मात्र तुरुंगातील वैद्यकीय सेवेच्या बाबतीत फार प्रचंड शक्ती खर्च करावी लागली, कारण आम्ही नुकतीच कुठे सुरुवात केली होती.

□

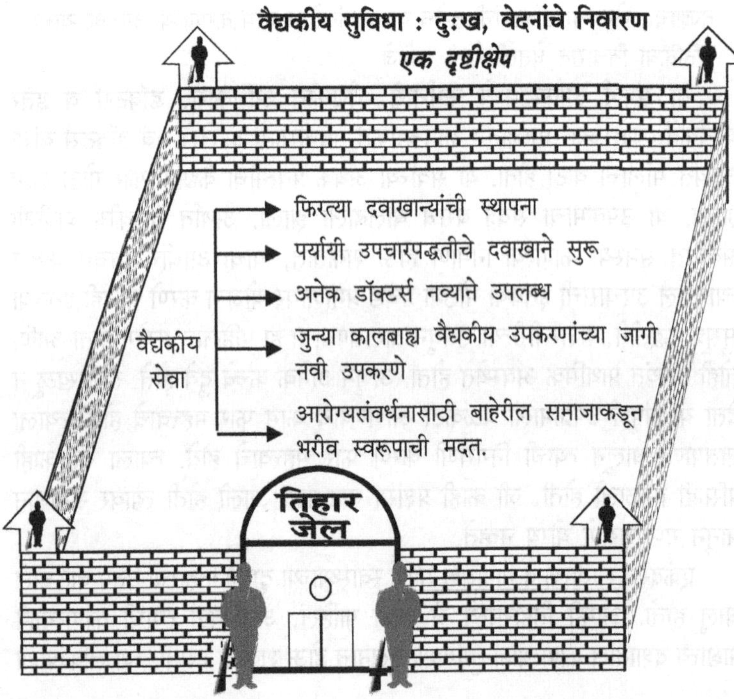

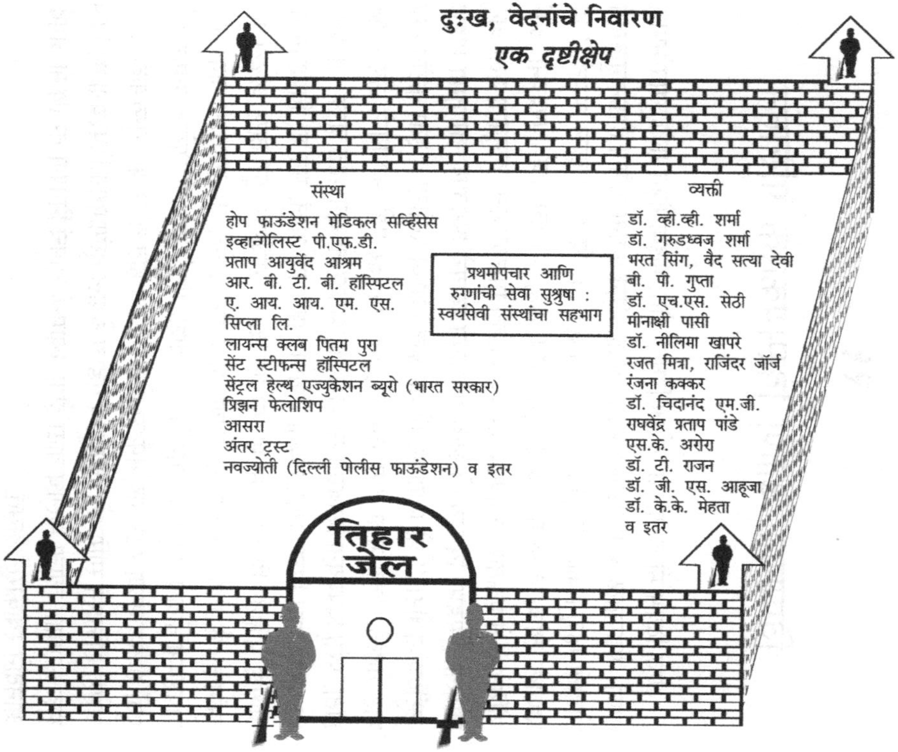
दुःख, वेदनांचे निवारण
एक दृष्टीक्षेप
संस्था
होप फाऊंडेशन मेडिकल सर्व्हिसेस
इव्हान्जेलिस्ट पी.एफ.डी.
प्रताप आयुर्वेद आश्रम
आर. बी. टी. बी. हॉस्पिटल
ए. आय. आय. एम. एस.
सिप्ला लि.
लायन्स क्लब पितम पुरा
सेंट स्टीफन्स हॉस्पिटल
सेंट्रल हेल्थ एज्युकेशन ब्यूरो (भारत सरकार)
प्रिझन फेलोशिप
आसरा
अंतर ट्रस्ट
नवज्योती (दिल्ली पोलीस फाऊंडेशन) व इतर
प्रथमोपचार आणि
रुग्णांची सेवा सुश्रुषा :
स्वयंसेवी संस्थांचा सहभाग
व्यक्ती
डॉ. व्ही.व्ही. शर्मा
डॉ. गरुडध्वज शर्मा
भरत सिंग, वैद सत्या देवी
बी. पी. गुप्ता
डॉ. एच.एस. सेठी
मीनाक्षी पासी
डॉ. नीलिमा खापरे
रजत मित्रा, राजिंदर जॉर्ज
रंजना कक्कर
डॉ. चिदानंद एम.जी.
राघवेंद्र प्रताप पांडे
एस.के. अरोरा
डॉ. टी. राजन
डॉ. जी. एस. आहूजा
डॉ. के.के. मेहता
व इतर
तिहार
जेल

२१

विपश्यना आणि विस्मयकारक परिवर्तन

एक दिवस मी तुरुंगाच्या फेरीला निघाले होते. माझ्यासोबत राजेंद्रकुमार नामक तरुण, सडपातळ असिस्टंट सुपरिटेंडंट होता. "गुन्हेगारांनी आपण होऊन गुन्हेगारी सोडावी म्हणून काही जादूचा मंत्र वगैरे असता, तर किती बरं झालं असतं!" मी म्हणाले. त्यावर त्याने मला असा एक उपाय आहे, व त्याचं नाव 'विपश्यना' असं सांगितलं. ते ऐकताच त्याविषयी अधिक माहिती मिळवण्याची उत्सुकता मला वाटू लागली. "मॅडम, विपश्यनेचे लाभ समजावून घ्यायचे असतील, तर तुम्ही माझ्या कुटुंबियांना भेटा," तो म्हणाला. मी तात्काळ त्याच्या पत्नीची व इतर कुटुंबियांची गाठ घेतली. तेव्हा मला असं समजलं, की, राजिंदर पूर्वी स्वभावाने फार तापट होता. परंतु विपश्यना शिबिरात सहभागी झाल्यानंतर तो खूप शांत झाला. आपल्या भावनांवर ताबा मिळवण्यात त्याला बऱ्याच अंशी यश आलं. मग या 'विपश्यने'ची अधिक माहिती मिळवण्यास मी सुरवात केली. राजिंदरकडून असं कळलं की तुरुंगात, कैद्यांसाठी विपश्यना शिबीर भरवायचं असेल तर त्यासाठी जयपूरच्या विपश्यना केंद्राचे प्रमुख श्री. रामसिंग यांच्याशी संपर्क साधावा लागेल. रामसिंग हे पूर्वी राजस्थानच्या स्टेट गर्व्हनमेंटचे होम सेक्रेटरी होते व अत्यंत सुस्वभावी होते, असेही राजिंदरने सांगितले. जयपूर व बडोदा येथील तुरुंगामधून विपश्यना कार्यक्रम सुरू करण्यात त्यांचा मोलाच वाटा होता. त्यामुळं आमचं निमंत्रण तर त्यांनी अगदी आनंदाने स्वीकारलं असतं.

त्यात एक योगायोगाची घटना घडली. भारत सरकारच्या मिनिस्ट्री ऑफ होम अफेअर्सचे ॲडिशनल सेक्रेटरी त्याचप्रमाणे श्री. रामसिंग यांचे पूर्वीचे सहकारी असलेले श्री. एम.एल. मेहता यांनी आमच्या विनंतीवरून तिहारला भेट दिली. ही भेट वेगळ्याच कारणासाठी असली तरी परत जाण्यापूर्वी त्यांनी आम्हाला एक सूचना केली ती म्हणजे : तिहारमध्ये कैद्यांसाठी विपश्यना शिबिराचे आयोजन करावे. आपण या बाबतीत

रामसिंग यांच्याशी नक्कीच बोलू असेही त्यांनी आश्वासन दिले. मी ते ऐकून अक्षरश: थक्क झाले. ही टेलिपथीच नव्हे, तर काय? आपण देवाकडे काही मागायचे ठरवावे आणि त्यापूर्वी देवाने हाकेला धावून यावे, अशापैकीच हा प्रकार झाला.

मी या संदर्भात रामसिंग यांना पत्र लिहिले. त्यांचेही तातडीने उत्तर आले. विपश्यनेबद्दल त्यांनी लिहिलं होतं–विपश्यना ही एक अतिशय पुरातन अशी भारतीय ध्यानपद्धती आहे. त्याचं मुख्य उद्दिष्ट असतं चित्तशुद्धी. हे तंत्र धर्मातीत असून माणसाच्या दृष्टिकोणात आमूलाग्र बदल घडवून आणण्यासाठी हे अत्यंत उपयुक्त होतं. माणसाचं पूर्ण व्यक्तिमत्त्व बदलून टाकण्याची ताकद या विपश्यना तंत्रात होती. मात्र विपश्यना शिबीर हे दहा दिवसांचे निवासी शिबीर होते. त्याचे नियम अत्यंत कडक होते. यात सहभागी होण्याला दहा दिवस मौनव्रत पाळण्याची शपथ घ्यावी लागते. (याला नोबल सायलेन्स असे म्हणतात) आपापसात किंवा बाहेरच्या व्यक्तीशी संवाद करण्याची त्यांना परवानगी नसे. या शिबिराचा दिवस भल्या पहाटे चार वाजताच सुरू होई. ठराविक नेमलेल्या वेळी ध्यानधारणेस बसून आठ तास ध्यान करावे लागे.

शिबिरात पहिले तीन दिवस ध्यानपद्धतीमधून शिबिरात सहभागी झालेल्या व्यक्तींना त्यांच्या श्वासोच्छ्वासाच्या प्रक्रियेवर नियंत्रण करण्यास शिकवले जाई. या शिस्तबद्ध आचरणाचे पालन करताना अर्थातच बराच त्रास सहन करावा लागे. परंतु त्याच्याकडे दुर्लक्ष करण्यास शिकवत असत. उरलेल्या सात दिवसांमध्ये आपल्याला ज्ञानेंद्रियांमार्फत होणाऱ्या विविध संवेदनांची तसेच विविध भावभावनांची जाणीव ओळखण्यास शिकवून आपणच त्यावर विजय कसा मिळवावा याचे तंत्र शिकवून त्याचा सराव करून घेत असत. अशा प्रकारे शरीर व मन यांच्यावर नियंत्रण मिळवून त्याद्वारे चित्तशुद्धी आपोआपच घडत असे. भीती, मानसिक ताण व यातना यांवरही पूर्ण विजय मिळवणे यातूनच शक्य होई.

अशा प्रकारे माणसाचे मन विकसित होऊन त्यातून त्याचे पूर्ण व्यक्तिमत्त्वच बदलून जाण्यास मदत होई. यात भाग घेणाऱ्या लोकांची संख्या सुमारे ६० ते ९० असे. त्यांनी सर्वांनी या कार्यक्रमात स्वखुषीने सहभागी व्हावे अशी अपेक्षा होती. विशेषत: दीर्घ मुदतीची शिक्षा भोगणाऱ्यांनी. कारण त्यांना यापासून बराच लाभ होणार होता. श्री. रामसिंग यांचं तर असं मत पडलं की सुरुवातीला काही कर्मचाऱ्यांसही यात सहभागी करून घ्यावं. यासाठी आम्ही सुरवातीपासून अत्यंत शास्त्रशुद्ध आखणी करायची असं ठरवलं. कारण अगदीच एखादं अपरिहार्य कारण पुढे आलं असतं तर तेवढाच अपवाद वगळता एकूण कार्यक्रम सुरळीत पार पडण्यास मदत झाली असती. ज्या व्यक्तींच्या मनात आयुष्याविषयी एक नैराश्याची भावना निर्माण झाली आहे, ज्यांचा भविष्यकाळ पूर्णपणे अंध:कारमय आहे अशा व्यक्तींच्या

आयुष्यात आशेचा किमान एक किरण आपल्याला निर्माण करता येईल असंही त्यांनी सांगितलं.

आणि आम्हाला हेच तर हवं होतं. मी रामसिंग यांना जयपूरला फोन केला. त्यांच्याशी दिल्ली येथे एक मीटिंग ठरवली. ती मीटिंग झाल्यावर ते तिहारला आले. येथील परिस्थितीची प्रत्यक्ष पाहणी केल्यानंतर त्यांनी आम्हाला काही आवश्यक गोष्टींची यादी दिली. यांतील पहिली महत्त्वाची गोष्ट म्हणजे या निवासी शिबिरासाठी यात भाग घेणाऱ्या व्यक्तींची राहण्याची वेगळी व्यवस्था करणे. यासाठी आम्हाला दोन-तीन बराकी वेगळ्या काढाव्या लागणार होत्या. प्रत्यक्ष शिबिराचे आयोजन करण्यासाठी एका विस्तीर्ण सभागृहाची गरज होती. प्रशिक्षकांना राहण्यासाठी स्वतंत्र खोली व स्नानगृहाची व्यवस्था करावी लागणार होती. यात सहभागी होणाऱ्या व्यक्तींचा आहार ठराविक असल्याकारणाने त्यांना स्वतंत्र स्वयंपाकघराची सोय करावी लागणार होती. सकाळी ६.३० वाजता नाश्ता देण्यात येणार होता, त्यानंतर दिवसभरात जेवण फक्त एकदाच व तेही शाकाहारी जेवण दुपारी ११ वाजता. सायंकाळी पाच वाजता केवळ दूध व फळे.

दररोज सायंकाळी कैद्यांना व्हिडिओवर एक प्रवचन दाखववायचे होते. हे प्रवचन केवळ सहभागी व्यक्तींपुरतेच मर्यादित नव्हते, तर कर्मचारी, वैद्यकीय अधिकारी व वैद्यकीय कर्मचारी व परिस्थितीनुरूप जर शक्य झालं तर आमचे सुरक्षा अधिकारी व पहारेकरी यांनाही आळीपाळीने येथे बोलावून हे प्रवचन ऐकवण्यात येणार होतं.

आम्ही आमचे पहिले विपश्यना शिबीर २२ नोव्हेंबर १९९३ रोजी भरवण्याचे ठरवले. दीर्घ मुदतीच्या कैद्यांना तुरुंग क्रमांक दोनमध्ये ठेवले असल्याने पहिले शिबीर त्यांच्यासाठी तेथेच घ्यायचे ठरले. शिबिरासाठी लागणारी सर्व व्यवस्था आम्ही करणार होतो. रामसिंग तसेच दिल्ली आय.आय.टी. चे प्रोफेसर धर हे दोघेही विपश्यना तंत्रात पारंगत असल्याने आमच्या या पहिल्या-वहिल्या शिबिरात प्रशिक्षण देण्याचा मान त्यांना देण्यात आला. प्रशिक्षक म्हणून दोघांनाही तुरुंगाच्या आतच राहावे लागणार होते, जन्मठेपेची शिक्षा झालेल्या त्या कैद्यांच्या सहवासात, म्हणजे मग त्या कैद्यांशी मानसिक जवळीक होऊन हे शिबीर भरवण्यामागचा उद्देश त्यांना नीट समजावून देणे शक्य होणार होते.

त्यांच्या मनातील ही उद्दिष्टे कितीही प्रामाणिक असली तरीसुद्धा त्या निर्ढावलेल्या गुन्हेगारांनी सुरुवातीला त्यांच्याकडे संशयी दृष्टिकोणातूनच पाहिलं. कारण संवेदनाशीलता, दयाळूपणा, माया इत्यादी भावनांची त्या गुन्हेगारांना मुळातच ओळख नव्हती. त्यामुळे हे दोघे प्रशिक्षक जेलमध्ये वास्तव्य करून राहिले असता त्यांना सुरुवातीचे दोन-तीन दिवस अत्यंत भयप्रद अनुभवांना सामोरे जावे लागले. त्यांना ते कैदी

धमक्या देऊन घाबरवण्याचा प्रयत्न करत. आता या प्रशिक्षकांचा तुरुंगात प्रवेश झाल्यामुळे आपली पहारेकऱ्यांमधील व इतर कैद्यांमधील किंमत कमी होऊ लागली आहे, अशी त्यांची भावना होती. विपश्यना शिबिरात सहभागी होणाऱ्यांसाठी फार कडक नियम होते. हे कैदी त्या नियमांचे जाणून-बुजून उल्लंघन करू पाहत. त्यांनी मुद्दाम धूम्रपान सुरू केले. शांततेचा भंग करण्यास सुरुवात केली. आपल्या भोवताली असलेल्या लोकांना ते मुद्दाम मोठमोठ्या शिव्या देत. निदान आता तरी या धमक्यांना व शिवीगाळीला घाबरून प्रोफेसर धर व रामसिंग हे तेथून पळ काढतील अशी आशा त्यांना वाटत होती. पण तसे काही घडले नाही. या अशा आक्रमक वृत्तीचा सामना आपण कोणाच्याही मदतीशिवाय स्वत:च करायचा असं त्या दोघांनी ठाम ठरवलं होतं. त्यामुळे कशाकडेही लक्ष न देता त्यांनी आपलं काम अविचलपणे व निष्ठेने चालू ठेवले. त्याला फळ आलं आणि अवघ्या ५ दिवसांत त्या सर्वच्या सर्व गुन्हेगारांना आपली चूक कळून आली. त्यांनी त्या दोघा शिक्षकांची क्षमा मागितली. हा सुद्धा एक चमत्कारच म्हणावा लागेल.

हे विपश्यना शिबीर दहा दिवसांचे होते. या दहा दिवसांत संपूर्ण शांतता पाळायची असा नियम होता. दहा दिवसांच्या अखेरीस या सर्व 'विपस्वी'नी (सहभागी व्यक्तींनी) या मौनव्रताचा भंग करून आपले मनोगत व्यक्त केले. त्यांनी मनमोकळेपणाने ज्या काही गोष्टी, जी काही गुपिते उघड केली ती मन अक्षरश: थक्क करून सोडणारी होती. आम्हा प्रत्येकाच्या हृदयात ते ऐकत असताना आनंदाचा पाझर फुटला व आम्ही एका नव्या चैतन्याने सळसळून उठलो. एकेकाळच्या या अट्टल निर्ढावलेल्या गुन्हेगारांच्या व्यक्तिमत्त्वात काय आश्चर्यकारक बदल झाला होता. जणू काही त्यांचा पुनर्जन्मच झाला होता. त्यांचं हे दहा दिवसांचं मौनव्रत संपवण्याच्या शुभप्रसंगी श्री. एन.एल. मेहता यांची खास उपस्थिती होती. त्यांनी विपस्वींचे हे मनोगत उत्साहाने ऐकले.

पहिला कैदी भाषण करण्यासाठी उभा राहिला. त्याचे नाव होते विचितर सिंग. तो म्हणाला : "माझ्या आईवडिलांनी व भावाने माझ्याविरुद्ध बनावट पुरावा तयार करून मला गुन्ह्यात गोवले. त्यामुळे मी गेली दहा वर्षे तुरुंगात आहे. इतके दिवस त्या सर्वांविषयी माझ्या मनात सूडाची आग धुमसत होती. परंतु आता विपश्यनेचा कोर्स पूर्ण केल्यानंतर मला खूपच हलकं, तणावमुक्त वाटत आहे. मला आज इतका आनंद झाला आहे. इतकं समाधान मिळालं आहे, की आज मला माझ्या आईवडिलांचे आणि भावाचे अक्षरश: आभारच मानावेसे वाटत आहेत. त्यांच्यामुळे मी तुरुंगात आलो आणि मला हा विपश्यना कोर्स करण्याची संधी प्राप्त झाली." यानंतर त्याने श्री. मेहता यांना अशी विनंती केली, की, अशा प्रकारची शिबिरे पोलीस, ज्यूडीशिअरी, व इतरही सरकारी ऑफिसांमध्ये आयोजित करण्यात यावीत.

त्यामुळे लक्षावधी लोकांच्या भविष्यकाळास योग्य ती दिशा मिळून सर्वांचा फायदा होईल. कारण या अधिकारी वर्गाच्या अंध कारवायांमुळे शेकडो निरपराध व्यक्तींना तुरुंगात जावे लागते.

त्यानंतर संतोक सिंग बोलायला उठला. त्याच्यावर खुनाचा आरोप सिद्ध होऊन त्याला जन्मठेपेची शिक्षा झाली होती. या विपश्यना शिबिरामुळे आपल्याला मन:शांती व समाधान प्राप्त झाले आहे, असे मत त्याने व्यक्त केले. त्याचप्रमाणे आपली सुटका झाली की आपण जयपूर येथे आपल्या बायकामुलांसह परत एकदा विपश्यनेत भाग घेणार आहोत असेही त्याने सांगितले. तिहार आश्रमात अजून जो काही काळ व्यतीत करायचा आहे त्या काळात विपश्यनेने शिकवलेल्या ध्यानधारणा पद्धतीचा अवलंब आपण करणार असल्याचे त्याने सांगितले.

तिसरा कैदी होता सतबीर सिंग. हा पूर्वी एक पोलीस कॉन्स्टेबल होता व बलात्काराच्या प्रयत्नाच्या आरोपावरून त्याला दहा वर्षांची शिक्षा झाली होती. आपला काहीही दोष नसताना आपल्याला ही शिक्षा ठोठावण्यात आली आहे असे त्याने सांगितले. परंतु त्याचबरोबर १९८४ साली दिल्ली येथे झालेल्या दंगलीत आपल्या हातून इतर अनेक गुन्हे घडले असल्याचे त्याने कबूल केले. कदाचित १९८४ साली आपल्या हातून घडलेल्या त्या पातकांची सजा आपल्याला आता तिहारमध्ये भोगावी लागत असेल असे मत त्याने व्यक्त केले. तो म्हणाला : तिहारला येण्यापूर्वी मला असे वाटत होते, की, लाठी ही सर्वशक्तिमान असते. परंतु हा माझा गैरसमज येथे आल्यावर दूर झाला. येथील अधिकाऱ्यांनी कैद्यांच्या सुधारासाठी व पुनर्वसनासाठी जे अविश्रांत परिश्रम केले आहेत त्यामुळे व त्यांच्या प्रेमाने व मायेने माझ्यात परिवर्तन झाले आहे. जगातील ज्या काही नकारात्मक गोष्टी असतील त्यांचा बीमोड करण्याची ताकद प्रेम आणि मायेत आहे असं माझं आता मत झालं आहे. प्रत्येकाला आपापल्या हातून घडलेल्या दुष्कृत्यांची शिक्षा कधी ना कधी तरी भोगावीच लागते आणि म्हणूनच मी आज सर्वांसमोर असे सांगत आहे, की, ज्या कृत्यामुळे इतरांचे नुकसान होईल, असे कोणतेही कृत्य मी आजपासून करणार नाही.''

निरंजननाथ हा कैदी घरफोडी व शस्त्रास्त्रे बाळगल्याच्या गुन्ह्याची येथे शिक्षा भोगत होता. त्याने येथे उभं राहून सांगितलं, की, त्याचं मन पूर्वी अतिशय चंचल होतं. तसेच त्याच्या मनात पूर्वी दुष्कृत्यांचे विचार सतत घोळत असत. परंतु विपश्यना शिबिरात सहभागी झाल्यानंतर त्याला आपण नेहमी अहिंसात्मक आचरण करावे, वर्तमानकाळाचाच नेहमी विचार करावा आणि कधीही भूतकाळात जगू नये असे वाटू लागले. माणूस येथे शिकवल्याप्रमाणे जेव्हा वर्तमानकाळात जगतो, स्वत:च्या श्वासोच्छ्वास प्रक्रियेवर नियंत्रण ठेवतो तेव्हा माणसाला खराखुरा आनंद मिळतो आणि

चित्तशुद्धी होते.

यानंतर सर्वांत खळबळजनक गौप्यस्फोट केला तो ओमप्रकाश बैखा या कैद्याने. त्याला एका लहान मुलीचे अपहरण केल्याच्या गुन्ह्यात अडीच वर्षांची शिक्षा झाली होती. आपल्याला आपल्या शत्रूंनी पोलिसांच्या मदतीने या खटल्यात गोवले आहे, कारण आपण सामाजिक कार्यकर्ते व नेते असून निवडणुकीस उभे राहणार होतो असे त्याने प्रारंभी सांगितले. "या विपश्यना शिबिरात भाग घेण्याआधी माझ्या मनात फार 'वेडेवाकडे विचार येत होते. एकतर चुकीचा निर्णय देणाऱ्या त्या अधिकाऱ्यास ठार मारावे, नाहीतर त्याच्या मुलांना पळवून न्यावे, किंवा त्याच्या गाडीचा अपघात घडवून आणावा, अशा प्रकारचे विचार माझ्या मनात सतत पिंगा घालत. अशा वेड्यावाकड्या विचारांमुळे मी कितीतरी रात्री अक्षरशः तळमळून काढल्या. परंतु माझ्या मनातील सर्व दुष्ट भावना आता नाहीशा झाल्या आहेत. आता माझा देवावर दृढ विश्वास बसला आहे. मी आता कधीही सूडाचे विचार मनात आणणार नाही. माझे मन आता अपार करुणेने आणि स्नेहभावनेने भरून गेले आहे."

जे गुन्हेगार सर्वाधिक निर्ढावलेले, उलट्या काळजाचे म्हणून प्रसिद्ध होते अशांना तर यातून सर्वांत जास्त फायदा झाला. विपश्यनेतून आपल्याला आलेले अनुभव इतरांपुढे प्रकट करण्यासाठी ते अधीर झाले होते. आपले अनुभव ऐकून इतर कैद्यांनाही आपल्यासारखी उपरती व्हावी असे त्यांना वाटत होते. आपल्या काही विशिष्ट मागण्या पूर्ण करण्यात याव्यात असे सर्व विपस्वींनी आम्हाला सांगितले. व त्या आम्ही अत्यंत आनंदाने पूर्ण केल्या. त्यांच्या म्हणण्यास मान देऊन आम्ही १९९४ सालचा नववर्षदिन विपश्यना शिबिराचा दिवस म्हणून चारही तुरुंगांमध्ये साजरा केला. त्यांचे मुख्य उद्दिष्ट होते, सर्वच्या सर्व कैद्यांनी नवे वर्ष प्रामाणिकपणे, तळमळीने, उदात्त संकल्पनांनी व नवविचारांनी साजरे करावे. या शिबिरास प्रत्यक्ष सुरुवात होण्यापूर्वी स्वतः गुरू सत्यनारायण गोएंका यांनी या कार्यक्रमाच्या उद्घाटनासाठी तिहारला येण्याचे मान्य केले. या संपूर्ण विपश्येनेचे उगमस्थान मायनामार. तेथून तिला भारतात आणण्याचे श्रेय श्री. गोएंका यांना जाते. तिहारमध्ये विपश्यना शिबिराचे उद्घाटनप्रसंगी जे काही भाषण केले ते येथे देत आहे :

...मित्रहो, तुम्ही सर्वजण येथे मुक्ती प्राप्त करून घेण्याकरता जमला आहात. ही मुक्ती कशापासून आहे? सर्व प्रकारच्या शृंखलांपासून, दास्यांपासून, बंधनांपासून; दुःख आणि यातनांपासून. येथे अशा प्रकारे बंदिवासात जीवन कंठणे खरोखर अत्यंत यातनामय आहे व या तुरुंगातून जेव्हा तुमची सुटका होईल तो दिवस तुमच्या दृष्टीने अत्यंत सुदैवी असेल. परंतु तुम्ही-आम्ही सर्वजण याहीपेक्षा एका मोठ्या तुरुंगात बंदिवान असतो. हा तुरुंग असतो आपल्यामधील नकारात्मक प्रवृत्तींचा,

आपल्या मनाच्या ढळलेल्या समतोलाचा. कारण या दुष्प्रवृत्तीच आपल्यावर अधिकार गाजवत असतात. आपण सर्वजण आपल्या मनातील क्रोध, राग, द्वेष, तिरस्कार, असूया इत्यादी भावनांचे गुलाम झालो आहोत. आपल्या मनात लालसा, हाव, मोह, मायापाश आणि अहंकार या भावनांनी ठाण मांडले आहे. आपल्या मनात उमटलेली कोणतीही दुष्प्रवृत्ती त्या क्षणी आपल्यावर संपूर्ण नियंत्रण करते. आपण तिचे गुलाम बनतो. आपल्या खऱ्या यातना सुरू होतात त्या त्यामुळेच! या यातना केवळ तुरुंगाच्या चार भिंती पुरत्याच काही मर्यादित नसतात. जे तुरुंगाच्या आत राहतात तेही, आणि जे या तुरुंगाबाहेरच्या जगात राहतात तेही, असे सर्वच लोक स्वत:च्या सवयींचे गुलाम आहेत. ते स्वत:च एकेक दुष्प्रवृत्ती निर्माण करतात आणि त्यापोटी येणाऱ्या यातना भोगत बसतात.

जेव्हा या दुष्प्रवृत्तींपासून आपली सुटका होईल तेव्हाच आपल्याला मुक्तीचा खराखुरा आनंद उपभोगता येईल. मग खरीखुरी शांती आणि सौहार्दाचा आनंद आपल्याला लुटता येईल. परंतु त्यासाठी आपले मन शुद्ध, निर्मळ, दोषमुक्त होणे आवश्यक आहे. त्यानंतर आपल्या संपूर्ण आयुष्यालाच एक वेगळे वळण लागणार आहे. जे मन शुद्ध असते ते अपार करुणेने व प्रेमाने भरलेले असते. हा आनंद सहानुभूतीचा असतो आणि तो मन:शांतीने भरलेला असतो. त्यातून मनाचे संतुलन प्राप्त होते. खरेखुरे निर्व्याज समाधान त्यातूनच प्राप्त होते. माणसाची खरी गुलामगिरी असते परस्परांविषयीच्या कलुषित भावनांची गुलामगिरी. ज्या ज्या माणसांना या दुष्प्रवृत्तींपासून मुक्ती मिळते त्यांना मिळणारा आनंद हा वैश्विक असतो. तो माणूस हिंदू आहे की मुस्लीम, शीख की बुद्ध, जैन, ख्रिश्चन की ज्यू यावर काही त्या आनंदाची प्रतवारी ठरत नाही. एकदा कोणीही या कलुषित भावनांच्या गुलामगिरीत कैद झाला, त्याला अपार यातना या भोगाव्या लागणारच आणि जो या शृंखला तोडून बाहेर पडला त्याला सुख, शांती आणि समाधान प्राप्त होणारच.

हे सनातन भारतीय तंत्र नववर्षाच्या प्रथम दिवशी आज तुमच्यापर्यंत आणले आहे. हे तंत्र अत्यंत शास्त्रशुद्ध आहे. यातून निश्चित परिणाम हा शंभर टक्के दिसून येतो. हे तंत्र असांप्रदायिक, धर्मातीत आहे. ते आपल्याला मुक्ती व शांतीचा, सलोख्याचा संदेश घेऊन येते. जे कोणी या शिबिरात सहभागी होणार असतील त्यांनी अत्यंत मनापासून, एकाग्र चित्ताने व अथकपणे आपल्या स्वत:च्या उन्नतीचे हे काम करावे, स्वत:च्या शृंखला स्वत:च तोडून टाकाव्यात व दु:खमुक्त व्हावे. या शिबिरामुळे तुमच्या आयुष्यातील एका नव्या पर्वाचा प्रारंभ होईल. विपश्यनेने तुमची संपूर्ण मुक्ती घडून येईल व तुम्हा सर्वांना खऱ्याखुऱ्या उच्च कोटीच्या आनंदाची प्राप्ती होईल अशी सदिच्छा मी येथे व्यक्त करतो...

विपश्यना कार्यक्रमाने तुरुंगात एक प्रचंड मोठी सर्वव्यापी स्वरूपाची सद्भावना जागृत केली. या विपश्यनेचे प्रचंड स्फूर्तिस्थान असलेले श्री. एम.एल. मेहता यांनी विपश्यना ध्यानपद्धतीचा प्रसार करण्याचे कार्य हाती घेतले. मेहता आणि रामसिंग या

दोघांच्या सूचनेला अनुसरून विपश्यनेचे कैद्यांना होणारे लाभ इतरांपर्यंत पोचावेत म्हणून आम्ही राष्ट्रीय पातळीवर सर्व इन्स्पेक्टर जनरल (प्रिझन्स) ची एक मीटिंग घेतली. ही मीटिंग दिनांक २४ जानेवारी १९९४ रोजी तिहार जेलच्या कॉन्फरन्स हॉलमध्ये घेण्यात आली. यामध्ये आसाम, गुजराथ, हरियाना, हिमाचलप्रदेश, जम्मू आणि काश्मीर, कर्नाटक, महाराष्ट्र, ओरिसा, राजस्थान आणि उत्तरप्रदेश येथील सर्व आय.जी. (प्रिझन्स) सहभागी झाले. या सर्व वरिष्ठ अधिकाऱ्यांसमोर विपश्यना या विषयावर एक दृक्श्राव्य सादरीकरण (प्रेझेंटेशन) करण्यात आले. त्यातून त्यांना या कार्यक्रमाचे महत्त्व विषद करून सांगण्यात आले. त्याचबरोबर विपश्यनेचा उगम, तिचे संक्रमण, त्यापासून होणारे लाभ इत्यादी गोष्टींचे तपशीलवार विवेचन झाले. त्यानंतर या सर्वच अधिकाऱ्यांना तुरुंगाच्या पाहणीसाठी नेण्यात आले. नंतर एक खुली चर्चा झाली. त्यात विपश्यना शिबिराचा अनुभव घेतलेले कैदी व हे सर्व अधिकारी यांच्यात विचारांचे आदान-प्रदान झाले. त्या वेळी विपश्यना अजून न केलेले जे कैदी तेथे उपस्थित होते त्यांच्या मनात या कार्यक्रमाविषयी अपार उत्सुकता निर्माण झाली. जसजसे दिवस जात होते तशी ही उत्सुकता वाढत चालली होती. आमच्या बाजूने आम्हाला सुद्धा या चालून आलेल्या संधीचा कैद्यांनी लाभ घ्यावा असे वाटतच होते. आपल्या व्यक्तिमत्त्वाच्या पुनर्बांधणीवर सर्व कैद्यांनी आपलं लक्ष केंद्रित करावं असं जर असेल तर त्यासाठी या बंदिवासातील मुबलकपणे उपलब्ध असलेल्या काळाचा त्यांनी सदुपयोग करायलाच हवा होता. यासाठी विपश्यनेसारखा दुसरा मार्गच नव्हता. पण कैद्यांची संख्या इतकी प्रचंड होती. मग जास्तीत जास्त कैद्यांस या उपक्रमाचा लाभ घेता यावा म्हणून एकाच वेळी १००० कैद्यांसाठी विपश्यना शिबीर आयोजित करता आले तर? असा प्रश्न माझ्या मनात उमटला. मग मी जरा चाचरतच श्री. रामसिंग यांना तसे विचारले. त्यावर ते म्हणाले : "हो, येईल की. का नाही?" माझा तो प्रश्न ऐकून त्यांना एका जुन्या घटनेची आठवण झाली. गोएंकांचे गुरू होते ऊ बा खिन. हे ब्रम्हदेशीय होते. यांनी १९६९-७० साली असे भाकीत करून ठेवले होते की गोएंकाजी एक ना एक दिवस १०००हून जास्त व्यक्तींना एकाच शिबिरात विपश्यना मार्गदर्शन करतील. ही गोष्ट न भूतो न भविष्यती प्रकारची होती आणि इ.स. १९९४ च्या एप्रिल महिन्यात ही भविष्यवाणी तिहार येथे शब्दश: खरी ठरली.

पण विपश्यना शिबीर एकाच वेळी १००० कैद्यांसाठी भरवणे हे काम काही सोपे नव्हते. त्यासाठी फार मोठ्या सुसज्ज व सतर्क सुरक्षायंत्रणेची उभारणी करावी लागणार होती. त्याची अत्यंत काळजीपूर्वक व योजनाबद्ध आखणी करायची होती. विविध प्रकारच्या उपक्रमांचं अत्यंत कौशल्याने एकसूत्रीकरण करायचं होतं. गोएंकाजी,

त्यांची पत्नी, त्यांचे अत्यंत निष्ठावान प्रशिक्षक, सुपरिंटेंडंट श्री. पी.आर. मीना, डेप्युटी सुपरिंटेंडंट श्री. सुनील गुप्ता या सर्वांनी मिळून, एकजुटीने, अत्यंत बारीक तपशिलात लक्ष घालून शिस्तबद्ध आखणीला सुरुवात केली.

सर्वांत प्रथम आम्हाला १००० व्यक्तींसाठी आसनव्यवस्था करायची होती. त्यासाठी योग्य जागा शोधायची होती. जागा अशी हवी होती की गर्दीपण होता कामा नये आणि सुरक्षाव्यवस्थेची समस्याही उद्भवता कामा नये. चार क्रमांकाच्या तुरुंगात दोन नव्या इमारतींचे बांधकाम जवळजवळ पूर्ण होत आले होते. त्यात अतिशय मोठे वॉर्डस् होते. त्यांत सर्व कैद्यांची व्यवस्था करता आली असती. मग आम्ही ती जागा आमच्या उपक्रमासाठी निश्चित केली. पी. डब्ल्यू. डी. चे इंजिनिअर इनचार्ज श्री. आय. सी. कालरा यांनी या इमारतींचे बांधकाम लवकरात लवकर पूर्ण करण्याचा जणू विडाच उचलला. [त्यांच्या पूर्वीच्या अधिकाऱ्यांच्या पार्श्वभूमीवर हा केवढा मोठा विरोधाभास] या कामासाठी लागणारे कसब ज्यांच्यापाशी होते ते कैदी आपण होऊन मदतीसाठी पुढे आले. संपूर्ण तुरुंगातच एक प्रकारची सहकार्याची भावना वाढीस लागली होती. मग इतर कैदीही मागे कसे हटतील? गटारांसाठी खड्डे खोदणे, विपश्यनेसाठी मुक्रर केलेली जागा स्वच्छ करणे, तेथे वाढलेली झुडपे, गवत व तण काढून टाकणे, केरकचरा हलवणे, पाण्याच्या नळांचे जाळे सर्वत्र फिरवून पाणीव्यवस्था करणे, जागा सपाट करणे, इत्यादी कामे त्यांनी पुढे होऊन हिरीरीने केली. मग मोकळ्या पटांगणावर विपश्यनेसाठी एका प्रचंड मोठा शामियाना उभारण्याचे काम सुरू झाले. त्यानंतर आत १००० लोकांची बैठकव्यवस्था, ध्वनियोजना, प्रकाशयोजना अशा अनेक सोयी करायच्या होत्या. कोणत्याही प्रकारची गैरसोय होऊन चालणार नव्हते. जाजमे अंथरण्यात आली. त्यांवर लोड, उशा, गिर्द्या इत्यादी मांडल्या गेल्या. पंखे आणि दिवे बसवण्यात आले.

४ एप्रिल १९९४ हा दिवस उजाडला. सर्व प्राथमिक तयारी झाली. मग आम्ही १००३ पुरुष कैद्यांना पाचारण केले. गोएंकाजींकडून सर्व प्रारंभिक सूचना ऐकून घेण्यासाठी सर्वांनी त्या शामियान्यात जमायचं असं ठरलं.

कोर्स सुरू झाला. एकंदर १३ पुरुषमदतनीस व त्यांच्यापैकी प्रत्येकाच्या हाताखाली ७५ ते ८० विद्यार्थी अशा प्रकारे कोर्सचे आयोजन केले होते. त्यांना मदत करण्यासाठी बाहेरून प्रशिक्षित कार्यकर्ते आले होते. सुमारे ६० जुने कैदी विद्यार्थीही मदतीला होतेच. याच वेळी तुरुंग क्रमांक एकमध्ये स्त्री कैद्यांसाठी पहिल्या विपश्यना शिबिराचे आयोजन करण्यात आले होते. हा कोर्स दोन स्त्री प्रशिक्षकांनी घेतला. त्यात ४९ कैदी स्त्रिया सहभागी झाल्या.

इतक्या मोठ्या प्रमाणावर जे विपश्यना शिबीर येथे भरवण्यात आले होते, त्यात भाग घेणाऱ्या कैद्यांची पार्श्वभूमी सांगणे अप्रस्तुत होणार नाही. या शिबिरात

सुमारे १००० कैदी सहभागी झाले होते. त्यांपैकी अनेकांवर खटले चालू होते. त्यांच्यावर ज्या गुन्ह्यांचे आरोप होते त्यांत घरफोडी, खून, बलात्कार, अतिरेकी कारवाया, मादक द्रव्यांची हाताळणी इत्यादी गोष्टींचा समावेश होता. ते सर्वजण वेगवेगळ्या धर्मांचे होते.– हिंदू, मुस्लीम, शीख, बुद्ध, ख्रिश्चन इत्यादी. त्यांच्यामागे वेगवेगळ्या परंपरा होत्या. त्यांच्यापैकी एक तृतियांशहून अधिक कैदी तर अशिक्षित होते. वीस कैदी परदेशी होते. अफगाणिस्तान, ऑस्ट्रेलिया, कॅनडा, फ्रान्स, जर्मनी, इटली, नायजेरिया, सेनेगल, सोमालिया, श्रीलंका, टांझानिया व युनायटेड किंग्डम इत्यादी देशांचे ते नागरिक होते.

एक दिवस आमच्या या शिबिरात एक अनपेक्षित संकट कोसळले. पहाटेच्या वेळी फार प्रचंड मोठे वादळ झाले व पावसाची झोडपणी सुरू झाली. शामियान्याचे खांब उखडून पडले. छताचा काही भाग कोसळला. सर्व आसने, जाजमे, गाद्या इत्यादी साहित्य भिजून चिंब झाले. व्यासपीठ तयार करण्यासाठी सर्वांनी इतकी मेहनत घेतली होती, ती सर्व शब्दश: पाण्यात गेली. पहाटे साडेतीन वाजता सर्व शिक्षक व वरिष्ठ अधिकाऱ्यांची तातडीची बैठक बोलावण्यात आली. आमच्या विपश्यना शिबिराची धूळधाण होण्याची वेळ आली. यातून मार्ग काढण्यासाठीच ही बैठक बोलावण्यात आली होती. दरम्यानच्या काळात वादळाचा आणखी जोरदार तडाखा बसून प्रचंड हानी झाली.

गोएंकाजी व त्यांच्या पत्नीने परिस्थितीची पाहणी केली. त्या शामियान्याची स्थिती तर अशी दिसत होती, की, जणू काही तेथे जरा वेळापूर्वी संतप्त जमावाने हिंसक दंगलच घडवून आणली असावी. पण त्याही परिस्थितीत त्या पतीपत्नींनी आपला समतोल ढळू दिला नाही. सर्व काही पहिल्यासारखेच चालू ठेवण्याची सूचना ते करत होते. त्याही परिस्थितीची हाताळणी त्यांनी इतक्या शांत मनाने केली की प्रत्येकाच्या मनात एक नवीन आशा पल्लवित झाली. जेल सुपरिंटेंडंट श्री. पी. आर. मीना यांनी सर्व सहभागी कैद्यांना आपापल्या बराकीत थांबण्याची सूचना केली. मोठ्या प्रमाणावर ध्वनिव्यवस्था (पब्लिक ॲड्रेस सिस्टिम) उभारण्यात येत होती. शिबिरात जे कोणी कैदी, कर्मचारी आणि प्रशिक्षक सहभागी झाले होते त्यांना सर्व सूचना बराकीमधेच ऐकू जाणार होत्या आणि त्या पद्धतीने शिबिराचे सर्व कामकाज सुरळीत चालू ठेवण्यात येणार होते. गुरूंच्या सूचनासुद्धा या पब्लिक ॲड्रेस सिस्टिमवरून सर्वांपर्यंत पोहोचणार होत्या. थोड्याच वेळात ध्वनिक्षेपकावरून मंद संगीताचे सूर प्रसारित करण्यात आले. त्याने आसमंत भरून गेले. त्या सुरांनी वातावरणातील भयावहता कमी होऊन सर्वांच्या चित्तवृत्ती उल्हसित झाल्या. कैद्यांनी आपल्या प्रशिक्षकांच्या मदतीने आपले पूर्ण चित्त ध्यानधारणेमध्ये केंद्रित केले.

नाश्त्यानंतर हवा निवळू लागली. मग परिस्थिती पुन्हा पूर्ववत आणण्याच्या

दृष्टीने जारीने प्रयत्न सुरू झाले व फार मोठ्या प्रमाणात कैदी यात सहभागी झाले. तंबूतून सुमारे १००० उशा, गाद्या इत्यादी सामान बाहेर आणून उन्हात सुकवण्यासाठी ठेवले. तंबूचे कापड जागोजागी फाटले होते ते शिवण्यास सुरवात केली. लोंबकळणाऱ्या विजेच्या तारा पुन्हा नीट जोडल्या, दिवे व पंखे परत बसवले. साठलेले पाणी पुसून स्वच्छ केले. हे सर्व काम प्रचंड वेगाने पार पडले. सायंकाळी ७ वाजेपर्यंत शामियाना पुनश्च उभा झाला. कार्यक्रम पत्रिकेतील पहिला कार्यक्रम होता– गोएंकाजींचे प्रवचन. हा कार्यक्रम वेळेत पार पडला.

दहा दिवसांच्या शिबिरातील एकेक दिवस पुढे सरकत होता. अंतर्बाह्य परिवर्तनाची प्रक्रिया वेगाने चालू होती. या उंच भिंतींच्या अंतर्भागात सक्तीशिवाय भक्ती चालू होती. शेवटच्या दिवशी सर्वच्या सर्व सहभागी व्यक्तींना एका गोष्टीची जाणीव झाली– काहीतरी अविश्वसनीय गोष्ट घडली होती. सुमारे १००० कैद्यांनी विपश्यना कार्यक्रम यशस्वीरीत्या पूर्ण केला होता. गोएंकाजींनी असे जाहीर केले की आजपर्यंत घेण्यात आलेले हे सर्वांत मोठे विपश्यना शिबीर होते. गेली पंचवीस वर्षे ते स्वत: विपश्यना शिकवत होते. रोज सायंकाळी ते हिंदीतून व्याख्याने देत आणि विद्यार्थ्यांच्या शंकांचे समाधानही करीत. रोज हा कार्यक्रम सुमारे ३० ते ४५ मिनिटे चालत असे. एकदा एका पत्रकाराने त्यांना विचारले: "विपश्यना ही कैद्यांसाठी फार उत्तम आहे असे का म्हटले जाते?"

त्यावर त्यांनी जे उत्तर दिले ते खरोखरच सर्वांनी ऐकण्यासारखे आहे. ते म्हणाले:

> ... कैद्यांसाठीच काय पण तुम्हा आम्हा सर्वांसाठीच विपश्यना उत्तम आहे. आपण सर्वजण आपल्या मनाच्या दुष्प्रवृत्तींचे गुलाम असतो. परंतु विपश्यना पद्धतीचा सराव केल्याने आपली या मानसिक दास्यत्वातून सुटका होते. सर्व प्रकारच्या यातना भोगत असलेल्या लोकांच्या मदतीला धावून येणारे विपश्यना हे एक साधन आहे. जे गजाआड, आपल्या कुटुंबियांपासून दूर, येथे बंदिवासात खितपत पडले आहेत त्यांच्याही आणि जे तुरुंगाबाहेरील समाजात खुलं जीवन जगत आहेत त्यांच्याही. तुम्हाला तिहारमध्ये हे जे काही घडताना पाहायला मिळालं, तो एक आशेचा किरण आहे. एक संदेश आहे. त्यापासून अवघ्या विश्वाचा लाभ होणार आहे...

गोएंकाजींची व्याख्याने केवळ तिहारपुरतीच मर्यादित नव्हती. झी टीव्ही व इतरही वाहिन्यांनी या भाषणाच्या व्हीडिओटेप्स जगात सर्वत्र प्रसारित केल्या. 'करुणा फिल्म्स' यांनी याच विषयावर एक माहितीपट काढला. त्याचे नाव 'डुईंग टाईम, डुईंग विपश्यना.' १९९८ सालच्या फ्रान्समधील आंतरराष्ट्रीय चित्रपट महोत्सवात या चित्रपटास गोल्डन स्पायर पुरस्कार मिळाला त्याचप्रमाणे न्यूयॉर्क येथील चित्रपट महोत्सवात फायनॅलिस्ट पुरस्कार मिळाला. हा माहितीपट अमेरिकेत

व इस्रायलमध्ये टी. व्ही. वर दाखवण्यात आला.

इतक्या प्रचंड मोठ्या विपश्यना शिबिराच्या आयोजनानंतर आता तिहारमध्ये एका कायमस्वरूपी विपश्यना केंद्राची स्थापना होणार हे तर ओघानंच आलं. चार क्रमांकाच्या तुरुंगात दिनांक १५ एप्रिल १९९४ रोजी सुमारे ११०० व्यक्तींच्या उपस्थितीत याचा उद्घाटन सोहळा पार पडला. या केंद्राचे नामकरण गोएंकाजींनी 'धम्म तिहार' असे करून टाकले. या उद्घाटन प्रसंगी त्यांनी (गुरुजींनी) पुढील श्लोक म्हटला :

... इस आश्रमके जितने प्राणी
सबके दुखडे दूर हो
शुद्ध धर्म सबके मन जागे
अंतर निर्मल होया रे
अंतर शीतल होया रे...

या आश्रमात जेवढे प्राणी असतील त्यांची दुःखे दूर होवोत. सर्वांच्या मनात शुद्ध धर्म जागृत होऊ दे. त्यांचे अंतर्मन शुद्ध होऊ दे. शीतल होऊ दे.

या केंद्राचा शिलालेख व मुहूर्तमेढ गोएंकाजींच्या हस्ते रोवली गेली. यानंतर केवळ तीन आठवड्यांत या केंद्राचे कामकाज झपाट्याने सुरू झाले.

चारही तुरुंगांतील कैद्यांसाठी दहा दहा दिवसांचे विपश्यना शिबीर थोड्या थोड्या दिवसांच्या अंतराने भरवण्यात येऊ लागले. तिहारमध्ये असंख्य प्रकारचे कैदी होते. काही लोकांनी प्रत्यक्ष विपश्यना शिबिराचा अनुभव घेतला होता, काही लोक या उपक्रमाबद्दल नुसते सांगोवांगी ऐकून होते, आणि काही लोकांना विपश्यनेविषयी काहीच माहीत नव्हते. तेव्हा यावर उपाय म्हणून एकदा विपश्यना पूर्ण केलेल्या काही कैद्यांना आम्ही मुद्दाम पुढच्या शिबिरात सहभागी करून घेण्यास सुरवात केली. यांचा आम्हाला उपयोग होत असे. विपश्यना शिबिरात ज्या कैद्यांनी भाग घेतला असेल त्यांना खास वेगळ्या बराकीत ठेवण्यात येई. त्या बराकी जवळची जी मोकळी जागा असेल ती ध्यानधारणेसाठी 'तपस्थळी' म्हणून राखून ठेवण्यात येई. ह्या ज्या योजना केल्या त्या सर्व विपश्यना कोर्सचा जास्तीत जास्त कैद्यांना लाभ उठवण्यासाठी फार महत्त्वाच्या होत्या.

आम्ही नियमितपणे सर्व कैद्यांच्या सभा घेण्यास सुरवात केली. यात हळूहळू विपश्यनेचा लाभ घेतलेल्या कैद्यांची संख्या वाढू लागली. या सभा महापंचायतीच्या सभेप्रमाणे भरत. आम्ही एक वेगळी विपश्यना पंचायतही सुरू केली. कैदी आणि शिक्षक यांच्यात नियमितपणे सुसंवाद असावा यासाठी हा दुवा फार महत्त्वाचा ठरला.

विपश्यना रिसर्च इन्स्टिट्यूट तर्फे येथे एक दिवसीय शिबीर भरवण्यात आले. यातून सामूहिक सभांच्या कल्पनेला चालना मिळाली. मग या इन्स्टिट्यूटच्या शिक्षकांच्या

मार्गदर्शनाखाली सामूहिक ध्यानपद्धती सुरू झाली. या वेळी गोएंकाजींच्या व्याख्यानांच्या व्हिडिओटेप्ससुद्धा दाखवण्यात येत. कैद्यांनी सभेत उपस्थित केलेल्या प्रश्नांना शिक्षक तेथेच उत्तरे देत. काही व्यक्तींच्या मनात अजूनही किंतु असे. अशा व्यक्तींनी आपला संशय जर बोलून दाखवला तर त्याचे निराकरणही तात्काळ होई. अशा रीतीने धम्म तिहार केंद्राचा विपश्यनेचे निवासी केंद्र म्हणून विकास झाला. या केंद्रामुळे झालेले लाभ दूरगामी व चिरस्थायी होते. परंतु त्या केंद्राच्या उपक्रमांवर फार बारकाइने लक्ष घालावे लागे.

दरम्यानच्या काळात विपश्यनेचा भारतात मोठ्या प्रमाणावर प्रसार झाला. याचे कारण प्रसारमाध्यमांनी या उपक्रमास उचलून धरले. यापासून होम मिनिस्ट्रीच्या अधिकाऱ्यांनी सुद्धा प्रेरणा घेतली व भारत सरकारतर्फे सर्व राज्यसरकारांकडे व केंद्रशासित प्रदेशांकडे विपश्यनेची परिपत्रके पाठवून दिली. येथून पुढे सर्व तुरुंगांमध्ये कैदी सुधार कार्यक्रमांबरोबर विपश्यना उपक्रमही राबवण्यात यावा असे त्यात म्हटले होते. विपश्यनेचे बीज अशा रीतीने सर्वत्र पेरले गेले.

विपश्यना चळवळीने पकडलेला हा वेग असाच कायम ठेवण्यासाठी विपश्यना रिसर्च इन्स्टिट्यूटने संक्षिप्त पण माहितीपूर्ण अशा पुस्तिका काढल्या. त्या वाटल्या. विपश्यनेत सहभागी झाल्यानंतर ज्या काही नियमांचे पालन करावे लागते तेही तपशीलवार दिले. या नियमांचे पालन करताना बंदिवासातील कैद्यांपुढे काय अडचणी येतात ह्याची जाणीव ठेवून हे नियम लिहिले होते. इतकेच नव्हे, तर तिहार येथील विपश्यना शिक्षक व कैद्यांच्या बरोबर बडोदा व जयपूर जेलमधील कैद्यांचेही विपश्यनेच्या बाबतीतील अनुभव येथे विचारात घेण्यात आले होते.

तारसेम कुमार यांनी एक उपक्रम हाती घेतला. कैद्यांपुढे विपश्यना करत असताना काय अडचणी उभ्या राहू शकतात याची एक यादी त्यांनी तयार करायची ठरवली. पण मग त्यांनी आधी साक्षरतेच्या उपक्रमावर एक पुस्तक लिहिले. तिहारमधील परिवर्तनाच्या टप्प्यात त्यांना स्वत:ला जे काही अनुभव आले त्या विषयीचे सविस्तर विवेचन त्यांनी या पुस्तकात केले आहे. या पुस्तकात त्यांनी विपश्यना या विषयावरही तपशीलवार लिहिले आहे. तत्पूर्वी त्यांनी स्वत: जयपूर येथे जाऊन स्वत: विपश्यना शिबिरात सहभागही घेतला व त्यात विशेष प्रावीण्य मिळवले. तुरुंगातील आमच्या या सुधारकार्यक्रमात त्यांचा इतका मोठा वाटा होता की, यानंतर जेव्हा जेव्हा या विषयावर तिहारच्या बाहेर कोठेही या विषयावर चर्चासत्र, परिसंवाद, किंवा अधिवेशन झाले तेव्हा तिहारचे प्रतिनिधी म्हणून तेच उपस्थित राहिले. त्यांनी तिहारमधील कैद्यांच्या जीवनावर एक पुस्तक लिहिले– 'फ्रीडम बिहाईंड बार्स' (गजाआडचे स्वातंत्र्य). या पुस्तकाचे प्रकाशन तिहार जेलमध्येच श्री. टी. एन. शेषन, भारताचे तत्कालीन चीफ इलेक्शन कमिशनर यांच्या हस्ते झाले. या

समारंभासाठी प्रचंड मोठा कैद्यांचा समुदाय उपस्थित होता. मी जेव्हा अमेरिकेच्या काँग्रेशनल एक्झिक्यूटिव्ह कमिटीच्या निमंत्रणावरून वॉशिंग्टनला गेले होते तेव्हा तेथील नॅशनल प्रेअर मीटिंगला [१९९५ च्या फेब्रुवारी महिन्यात] गेल्यावर या पुस्तकाची एक प्रत भेट म्हणून नेली होती. पाश्चात्त्य देशांना सुद्धा विपश्यना पद्धतीचा नक्की लाभ होईल अशी मला खात्री आहे. यातून गुन्हेगारांचा सुधार घडवून आणता येईल व या परिवर्तन प्रक्रियेचा अभ्यास करता येईल. एका कैद्याने लिहिलेले एक पत्र पुढे दिले आहे. यातून ही गोष्ट स्पष्ट होते.

विपश्यना रिसर्च सेंटरने ख्यातनाम संशोधकांची एक तुकडी तयार केली. यात डॉ. किशोर चंदरामाणी, डॉ. एन. एन. विग आणि डॉ. उदय पारेख इत्यादींचा समावेश होता. यांनी विपश्यनेत सहभागी होऊन विपश्यना पूर्ण केलेल्यांच्या मानसिक आरोग्यावर या विपश्यनेचा नक्की काय परिणाम होतो त्याचा अभ्यास केला. या अभ्यासातून अनेक बाबी प्रकाशात आल्या. त्यांतील एक परिच्छेद येथे देण्यासारखा आहे.

> ... एकीकडे तुरुंगातील भावनिक वातावरण पुनर्वसनाच्या बहुतेक उद्दिष्टांना मारक ठरणारे असले तरी त्यांतून अत्यंत सुरक्षित असा आकृतिबंध मिळू शकतो. यात प्रामुख्याने स्वत:च्या मनाची जडणघडण करणाऱ्या भावना व प्रेरणा असतात. यातून वैयक्तिक विकास आणि प्रगतीसाठी संधी उपलब्ध होऊ शकतात. तुरुंगाच्या वातावरणाच्या काही विशिष्ट अंगांचा सुधारकार्यक्रमासाठी विधायक मार्गाने उपयोग करता येतो. विपश्यनेमुळे कैद्याला एक अत्यंत वेगळ्या प्रकारचा अनुभव येतो. कैद्यांना बंदिवासात असताना समाजाने आपल्याला टाकून दिलं असल्याची भावना असते. आपली कोणाला काळजी नाही असं त्यांच्या मनाने घेतलेलं असत. विपश्यना पद्धतीत परस्परसामंजस्य, परस्परांची काळजी घेणे, ठाम निर्धार आणि प्रत्येक व्यक्तीविषयी सकारात्मक दृष्टिकोण असल्यामुळे व्यक्तीच्या मनातील भयगंड नाहीसा होतो. त्या व्यक्तीची मानसिक परिपक्वता वाढीस लागते. त्यामुळे बंदिवासात असताना सुटकेचे विचार, बदलीची इच्छा वगैरेवर लक्ष केंद्रित होणे बंद होते. त्याऐवजी चार भिंतींच्या आत राहून सुद्धा स्वत:विषयीची जाणीव निर्माण होते. एकदा मानसिक परिपक्वता वाढीस लागली की कोणत्याही प्रकारची हानी कशी अटळ असते व त्या अटळतेचा कसा स्वीकार करावा, त्याच्याशी मानसिकरीत्या तडजोड करावी, आत्मोन्नतीसाठी धडपडत असणाऱ्या इतर व्यक्तींकडे आदरभावनेतून पाहावे या गोष्टी आपोआप साध्य होतात. मन करुणेने भरून जाते. तिहारमध्ये विपश्यनेचे मनावरील परिणाम या विषयावर आणखीही बरेच संशोधन झाले. ज्या विपश्यनेच्या साधकांनी नोव्हेंबर १९९३ मध्ये विपश्यनेला सुरवात केली होती त्यांच्या मानसिक अवस्थेत जानेवारी १९९४ पर्यंत लक्षणीय बदल झाल्याचे दिसून आले. भय, नैराश्य, शत्रुत्व व असहायता या सर्व भावनांमध्ये मोठ्या प्रमाणात घट झाली होती. त्याचबरोबर भविष्याविषयीची उत्सुकता व मानसिक स्वास्थ्य

① ✓ June 17 1994

To,
Dr KIRAN BEDI
I.G. (P.)
N. Delhi.

(46)

Respected "M"

Among many good things which has happened with Tihar, since you have stepped in, the best so far es "Vipashyana". I have passed my 10 days in Ashram No. 4 recently and came out with a very positive feeling. My idea to take my jail sojourn as Tapasya was fulfilled to a great extent and was very pleased to know that even you have a idea to give a Tapobhoomi character to Tihar and not only "Ashram touch". If all goes well, that's a real transformation, real revolution which would ever happened. I have one more thing for which I am ~~going~~ grateful, to you but this I can do only when I am out.

(2)

Coming to mundane problems mama, I have a proposal. You please examine me ~~the~~ being police officer, lawyer, judge all in one. If you find that I am culprit, I am wrong, do as you wish. But if you find that I have not done wrong, then please help me by all means all the way. I have only two strong points. One, that I am convinced I have not done wrong Morally, spiritually or substantially. I am innocent. Legally and technically evidences may be against me. It is simply like this - if I have been working for you and doing many thing ~~gr~~ at your instance, with your approval. Tomorrow you turn against me and use those very things which I have done in goodwill for you, selectively.

against me & attributing motive
As there was never any intention to
do anything wrong to get undue
advantage, I consider myself victim
and not culprit Second strong
point, I consider, is your support
My fault, conceding too much in trust.
I was very thankful for the
kind consideration you have
extended to me, but I want
little more involved support.
My father is very humble simple
person and untouched by all
cunningness/cleverness which may
be necessary to deal with this
world I have advised him to
see you so you can see yourself.
He was being misled by some
lawyer that Dr Wadehra was
feeling slightly uncomfortable. I
reaffirmed my faith in Dr. Wadehra
and noone else, to avoid that
roughness

Mama, had I not been the
eldest son, I would have cared
not for anything and could have
forgot everything My weakness is
this fact I am involved in
first generation effort to give upward

(4)

mobility to family, and facing the worst crisis. Family background, financial position of family all such ~~ground~~ ground are poor for me

Somehow things have not get come to a better turning point. ~~[illegible]~~ I consider you as my mother not verbally only, nor as an extra vagant emotion to get some help, but a genuine feeling a genuine necessity arising out of genuine "conditions.

Mama, please ~~stepp~~ step in my life, as you have stepped in Tihar and put things right with similar involvement and enthusiasm I suffer from communication gap, particularly of home, please monitor my case yourself By any means and all means please do a Kiran Bedi to me and my life,

Yours S
Nityendra Kumar Jha
Ashram M 2, Ward 8/1

वाढीस लागले होते.

यापूर्वी सुद्धा अनेकांनी विपश्यना या विषयावर संशोधन केले होते. राजस्थान व गुजरात मधील तुरुंगांमध्ये जेव्हा विपश्यना शिबिरांचे आयोजन करण्यात आले, तेव्हा तेथील कैद्यांमध्ये घडून आलेल्या परिवर्तनाचा काही व्यक्तींनी अभ्यास केला. अशा प्रकारच्या सर्व अभ्यासांमधून वरील विवेचनाला पुष्टी देणारेच निष्कर्ष निघाले. आमच्या येथील शिबिरानंतर काही भारतीय आणि परदेशी कैद्यांनी आपापले अनुभव कथन केले आहेत. वर उल्लेख केलेल्या संशोधनांच्या निष्कर्षांशी या कैद्यांचे अनुभव मिळतेजुळतेच आहेत. या अनुभवांपैकी काही मुद्दाम देत आहोत.

... हा आगळावेगळा उपक्रम सुरू केल्याबद्दल मी तुरुंगव्यवस्थापनाचा आभारी आहे. विपश्यनेत सहभागी झाल्यानंतर मला सत्याचा अनुभव आला...

(तिमोथी ॲसेमोती.)

... हा खरोखरच्या तेजाचा देदीप्यमान प्रकाश होता. मी व इतर काही कैद्यांनी या दहा दिवसांच्या शिबिरात भाग घेतला. गुरुजींपासून आमच्यापर्यंत जी संवेदनाशीलता संक्रमित झाली ती मन थक्क करून सोडणारी होती. हे शिबीर केवळ दहाच दिवसांचे होते, या गोष्टीचा मला खरोखरच खेद वाटतो. दुसऱ्या शब्दात सांगायचं तर या शिबिराचा कालावधी कमीत कमी १५ ते २० दिवसांचा असायला हवा होता. असो, काहीही असलं तरी विपश्यना शिबीर हा माझ्या दृष्टीने अत्यंत विलक्षण अनुभव होता...

(टोये एम. अनरालेय)

... हा एक लक्षणीय अनुभव होता. ह्या शिबीराची कार्यपद्धती तर विशेष उल्लेखनीय होती.

(एन्. ॲलीसन)

... विपश्यना शिबिरास सुरवात करण्याआधी त्यात सहभागी होऊ इच्छिणाऱ्या व्यक्तींना विपश्यना म्हणजे काय याची माहिती दिली, म्हणजे त्यांना या शिबिराची पूर्वतयारी करता येईल...

(जोहर बाबरी)

... गुरुजी जो काही उपदेश करतील त्याचे प्रत्येक सहभागी व्यक्तीने फार तंतोतंत पालन केले पाहिजे. या शिबिरात भाग घेतल्यानंतर माणसाच्या मनातील सर्व ताणतणाव व दुःखे दूर होतात. त्याची आपल्याला तात्काळ जाणीव सुद्धा होते. मला सुद्धा आता खूप शांती लाभली आहे...

(लाडू डिबे.)

... क्रोधावर नियंत्रण करून शांतीपूर्ण आयुष्य जगण्यास शिकवणारी विपश्यना ही एक कला आहे...

(सुनील रतन)

... माझ्या भावना व्यक्त करण्यासाठी माझ्यापाशी शब्द नाहीत. मला इतकं हलकं वाटत आहे, की, जणू काही मी आकाशातच उड्डाण करीत आहे. या विपश्यना शिबिरांचे आयोजन करणाऱ्यांचा मी अत्यंत आभारी आहे...

(प्रिन्स व्होरा)

... मी पूर्वी फार वाईट होतो. मी आजवर इतरांना भरपूर दुःख दिले. पण आता विपश्यनेचा कोर्स केल्यानंतर मला असं वाटतं, की, प्रत्येकाने दुसऱ्याला मदत करावी. कोणीही कोणाला दुखवू नये...

(सलमान हुसेन)

... या शिबिरातून मला एका विलक्षण जाणिवेचा अनुभव आला. आता मला माझ्या क्रोधावर अधिक चांगल्या प्रकारे नियंत्रण करता येऊ लागले असून मनालाही शांती लाभली आहे...

(रामबाबू)

... मला या कोर्समधून खूप अनुभव मिळाला. आता माझी तर अशी खात्री झाली आहे, की ह्या शिबिरात सहभागी होणारा प्रत्येकजण स्वतःला अधिक चांगल्या तऱ्हेने समजावून घेऊ शकेल...

(सुधाकर सिंग)

... हा कोर्स करण्याआधी मी माझ्या कौटुंबिक समस्यांमुळे फार बेचैन होतो. त्यासाठी मी कितीतरी रात्री जागून काढल्या. परंतु आता मात्र मला फारच हलकं आणि आनंदी वाटत आहे...

(सुखदेव सिंग)

... मी तुरुंगात येण्यापूर्वी पुष्कळ चुका केल्या. पण त्या चुका मला आता समजून चुकल्या आहेत व मी आता अशी प्रतिज्ञा करत आहे, की, मी पुन्हा आयुष्यात कधीही गैरकृत्य करणार नाही...

(संतोष कुमार)

... अशा प्रकारचा कोर्स प्रत्येकाला आवश्यक आहे. आणि प्रत्येकाने हा कोर्स केलाच पाहिजे. विपश्यना करत असताना आमच्या देहातून विविध संवेदनांचे संक्रमण होत असल्याचा प्रत्यक्ष अनुभव मिळतो...

(प्रवीण छाब्रा)

... मी परत कधीही कोणतेही गैरकृत्य करणार नाही. हा थरारक अनुभव होता...

(लखन लाल.)

... यापूर्वी माझ्या मनात इतका क्रोध होता. इतरांना हानी पोचवण्याचे विचार माझ्या मनात सतत घोळत असत. परंतु आता मात्र मला अत्यंत शांत वाटत आहे. इथून पुढील आयुष्य मला उत्तम घालवता येईल...

(सुरेश सिंग)

... पहिल्या विपश्यना सत्राने माझं पुरतं समाधान झालेलं नाही, त्यामुळे मला आणखी एका सत्रात सहभागी होण्याची इच्छा आहे...

(सुधीर शर्मा.)

... आमच्या आय. जी. (पी.) यांचे मला आभार मानावेसे वाटतात. या शिबिरातून मला खूप काही मिळालं. मी ते आता नियमितपणे आचरणात आणीत आहे...

(हुसेन खालाक)

... या विपश्यना शिबिराने मला आयुष्य शांततापूर्ण रीतीने जगण्यास शिकवलं. यामुळे मला इतरांविषयी वाटणारे प्रेम वृद्धिंगत झाले आहे...

(नेर्ट जे जाकारीजा)

... हा कोर्स आपल्याला शिस्तबद्ध जीवनाकडे घेऊन जातो. परंतु फार दीर्घकाळ या कोर्समध्ये बसणं अवघड आहे...

(स्टेफानो मॅनसिनी)

... इतरांशी चांगुलपणानं कसं वागावं व तेही परतफेडीची कोणतीही अपेक्षा न धरता, हे मला या कोर्समधून समजलं.

(जॅकसन दानालोगन)

... हा कोर्स म्हणजे आपल्या स्वत:च्याच पुनर्वसनाचं एक तंत्र आहे. मी जेव्हा माझ्या देशात परत जाईन तेव्हा माझ्या देशबांधवांना मी हा कोर्स करण्यास उद्युक्त करीन...

(ओलाटुंजी दादेवूद)

... विपश्यनेतून प्राप्त होणाऱ्या ज्ञानाची कशाशी तुलनाच होऊ शकत नाही. आपल्या अंतर्मनात जे निसर्गदत्त सत्य असतं त्याचं आपलं आपणच निरीक्षण व परीक्षण करण्याची तीव्र शक्ती आपल्याला लाभते...

(जेकब लॉरीसन)

विपश्यनेचा परिणाम न भूतो न भविष्यति असा होता. त्याचा लाभ या उपक्रमात भाग घेणाऱ्या प्रत्येकाला झाला. या कोर्समुळे आत्म्याची शुद्धी झाली. त्याने सर्वांना महानतेची शिकवण दिली. काही थोड्याच महिन्यांच्या कालावधीत विपश्यना हा तिहार आश्रमाचा एक अविभाज्य घटक बनला. मी जेव्हा १९९३ च्या मे महिन्यात तिहारची सूत्रे हाती घेतली तेव्हाच आम्ही ठरवलं होतं– आपण सर्वांनी मिळून या कारागृहाचं एका आश्रमात रूपांतर करायचं. आणि हे जे काम होतं त्याकडे आम्ही एक काम म्हणून पाहिलंच नाही, तर एक जीवितकार्य म्हणून पाहिलं. कारण यातूनच भविष्यकाळ घडवला जाणार होता.

□

विपश्यना आणि विस्मयकारक परिवर्तन
एक दृष्टीक्षेप

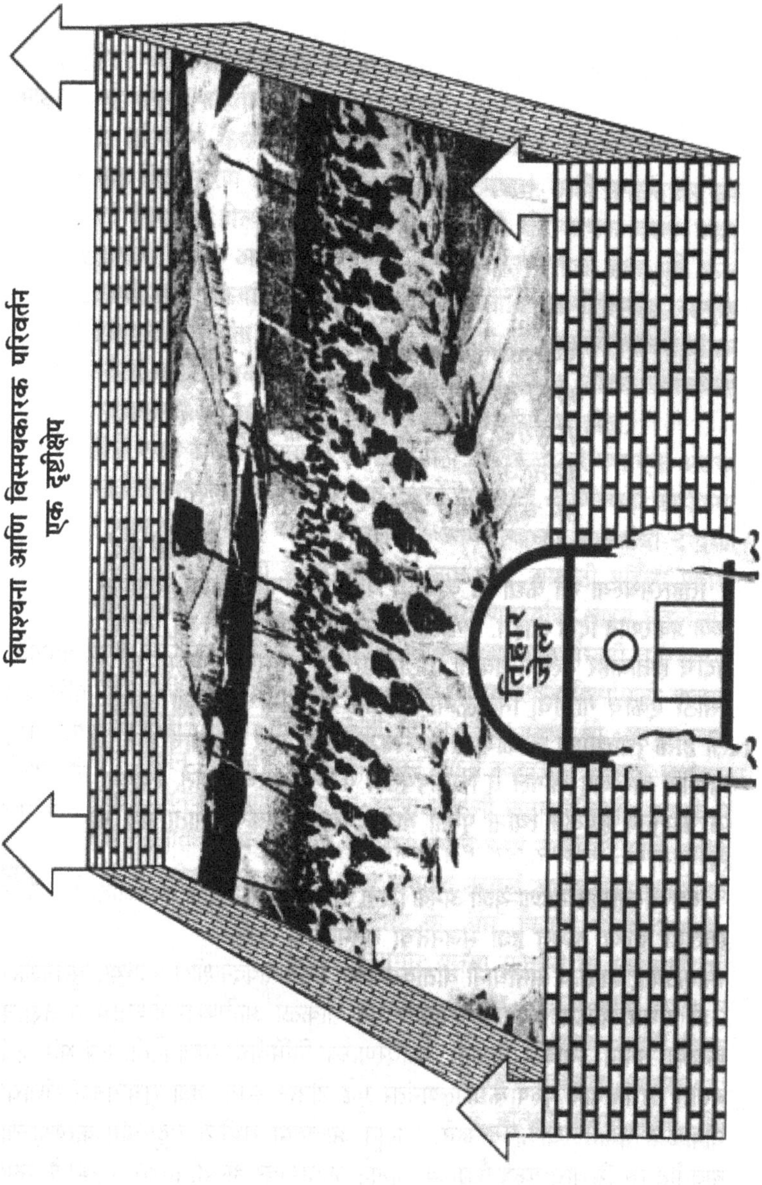

२२

स्त्रिया आघाडीवर

पिंपळाच्या झाडाखाली
आम्ही वाटेकरी झालो
परस्परांची सुख-दु:खे, वेदना आणि हास्य
कटुता आणि ... काळ
सारं काही एकत्र भोगलं

एक स्त्री कैदी

तिहारमधल्या स्त्री कैद्यांच्या व्यथा व वेदनांचे अंगावर काटा आणणारे तपशील नवव्या प्रकरणात दिले आहेत. पण तरीही असं म्हणावंसं वाटतं की, त्यांची परिस्थिती अगदीच हाताबाहेर गेलेली नव्हती. ती निश्चितपणे सुधारता येण्यासारखी होती. परंतु त्यासाठी एकाच गोष्टीची नितांत गरज होती. वरिष्ठांनी जी काही आश्वासने, वचने दिली होती त्यांच्याशी ते कायमचे वचनबद्ध राहाणं फार महत्त्वाचं होतं. जेलमधे जे सुधारणेचे वारे वाहू लागले ते स्त्रियांपर्यंतही येऊन पोहोचले होते. त्यांच्या अंगातील सुप्त कौशल्ये हुडकून त्यांना पुरेसा वाव देण्याची प्रक्रिया आता येथे चालू झाली होती.

येथे बंदिवासात राहणाऱ्याही अनेक स्त्रिया अत्यंत संवेदनाशील मनाच्या, सृजनशील प्रवृत्तीच्या होत्या. फक्त ह्या सृजनतेचा मनमोकळा आविष्कार होण्यासाठी तशाच मनमोकळ्या, शांत व समाधानी वातावरणाच्या निर्मितीची गरज होती. खरं सांगायचं तर ही सुधार प्रक्रिया सुरू झाल्यानंतर पुढे होऊन स्वत: ह्या सुधाराच्या संधीचा मोकळ्या मनाने स्वीकार करून, चालून आलेल्या संधीचा सदुपयोग करण्याच्या बाबतीत तर स्त्रियाच पुरुष कैद्यांच्या मानाने आघाडीवर होत्या. तिहार जेलमध्ये पुरुष कैद्यांच्या मानाने स्त्रियांची संख्या फारच कमी म्हणजे केवळ २५० ते ३०० एवढीच होती.

स्त्रियांचा हा गट फार एकसंध होता. त्यांना एकाच वॉर्डात वेगवेगळ्या सार्वजनिक कक्षात [डॉर्मिटरी] किंवा स्वतंत्र कोठड्यांमध्ये ठेवण्यात आले होते. परंतु त्यांना गजाआड बंदिस्त करून ठेवले नव्हते. त्या सर्व कळपाकळपाने राहत. त्यांची आपापसात विचारांची देवाण-घेवाण चाले. आपल्या कल्याणासाठी जेलमध्ये काय काय उपक्रम चालू आहेत, आपल्याला सबला बनवण्यासाठी काय काय पावले उचलली जात आहेत याची संपूर्ण माहिती त्यांना यातूनच मिळे.

एकदा स्त्री-पुरुष कैद्यांच्या सुधारप्रक्रियेने चांगला वेग घेतल्यानंतर त्यावरची आमची पकड ढिली करणं आम्हाला परवडण्यासारखं नव्हतं. काही समस्या तर फक्त स्त्री कैद्यांशी निगडित होत्या त्यासाठी आम्हाला काही धोरणात्मक बदल घडवून आणावे लागले. येथेही आम्हाला बाहेरच्या समाजानेच मदतीचा हात पुढे केला. परिणामी आम्ही सुधारप्रक्रियांची एक मालिकाच सुरू केली. त्यात योगाभ्यास, सामूहिक प्रार्थना, विपश्यना, स्वच्छता, आरोग्य, साक्षरता अभियान त्याचप्रमाणे त्यांच्या अंगच्या निर्मितिक्षमतेला चालना मिळावी म्हणून साहित्य, काव्य, संगीत, नाट्य, त्याचप्रमाणे रंगकला, भरतकला, विणकाम, शिवणकाम इत्यादींचा समावेश होता.

आम्ही हे एवढे उपक्रम आमच्या स्त्री कैद्यांसाठी सुरू केले खरे पण एक अडचण होती. तुरुंगातील अनेक स्त्रियांजवळ त्यांची लहान मुले होती. कोणत्याही कार्यक्रमात या मातांनी भाग घ्यावा असं वाटत असलं तर आधी त्यांच्या बालकांची देखभाल करण्याची काही तरी व्यवस्था करणं आम्हाला भाग होतं. यासाठी महिला प्रतिरक्षा मंडळ आमच्या मदतीला धावून आलं. स्त्रियांच्या संरक्षणकार्याला वाहून घेतलेली ही एक सामाजिक संस्था. त्यांनी आपण होऊन या मातांच्या बालकांसाठी तुरुंगात एक पाळणाघर चालू करण्याची तयारी दाखवली. त्यांना या तुरुंगातील स्त्रियांसाठी व्यवसाय प्रशिक्षण व मार्गदर्शन केंद्र चालवण्याचाही त्यांचा इरादा होता. श्री. लल्ला नामक एका गृहस्थांना लहान मुले खूप आवडत. म्हणून त्यांनी स्वखर्चाने जेलमधे राहणाऱ्या लहान मुलांसाठी अनेक शैक्षणिक साधने आणि खेळणी पाठवली होती. यामुळे त्या लहान मुलांचं तुरुंगातील आयुष्य खूप सुधारलं. त्यांचे चेहरे उल्हसित झाले. महिला प्रतिरक्षा मंडळाने एकंदर साठ मुलांची सोय करायचं ठरवलं आणि स्त्रियांच्या वॉर्डात त्यांच्यासाठी बालवाडी सुरू केली. सुपरिंटेंडंट के. आर. किशोर यांच्या प्रेरणेने व काही गवंडीकाम करणारे कैदी व इतर कारागीर यांच्या मदतीने या मुलांसाठी एक शेड उभी राहिली. यात त्यांचे खेळघर व इतर विविध उपक्रम चालू झाले. या उपक्रमाचा आर्थिक भार ईशान चॅरिटेबल ट्रस्टचे श्री. तानी भार्गव आणि दिल्ली सोशल वेल्फेअर बोर्डाचे चेअरपर्सन श्री. सुरिंदर सैनी यांनी उचलला. यानंतर २४ ऑक्टोबर १९९४ रोजी 'इंडियन एक्सप्रेस' मध्ये एक बातमी छापून आली. तिचे शीर्षक होते :

... तिहारमधे जन्मलेल्या (गुन्हेगारांच्या) बालकांना चांगले दिवस आले

चार वर्षांची गुटगुटीत गोंडस चांदनी काही गुन्हेगार नाही. परंतु आज मात्र तिला बालगुन्हेगाराचंच आयुष्य जगावं लागत आहे. त्याचं कारण तिचा जन्मच मुळी तिहार जेलमधे स्त्रियांच्या कोठडीत झाला. तिच्यासारखंच नशीब घेऊन जन्माला आलेली आणखी आठ मुले आहेत. त्यांच्या जन्मानेच त्यांना बालगुन्हेगार ठरवलं आहे.

या मुलांखेरीज येथे आणखी ५२ मुले आहेत. तीही आपल्या आईबरोबर बंदिवासात राहत आहेत; कारण ती इतकी लहान आहेत की त्यांना आईपासून वेगळं ठेवणंही शक्य नाही. त्यांच्यापैकी काही मुलांच्या घरी त्यांची काळजी घेणारंही दुसरं कोणीच नसल्यामुळे ती आज येथे जेलमध्ये राहत आहेत.

परंतु अलीकडे मात्र मॅगसेसे पुरस्कार विजेत्या श्रीमती किरण बेदी यांनी सूत्रे हाती घेतल्यापासून मात्र येथील सर्वच परिस्थिती आमूलाग्र बदलली आहे. काही सेवाभावी संस्था आज आपण होऊन पुढे आल्या आहेत व जेलमधील या मातांची आणि मुलांची काळजी घेत आहेत. महिला प्रतिरक्षा मंडळातर्फे येथे आता एक पाळणाघर चालवण्यात येते. त्याच्या सल्लागार श्रीमती सुशुमलता म्हणाल्या– "या मुलांनी तुरुंगात आजवर केवळ एकच प्राणी पाहिला होता, तो म्हणजे मांजर. मग आम्ही त्यांना एकदा बाहेरच्या प्राणिसंग्रहालयात नेलं. तेथील मोर, अस्वल इत्यादी प्राणी पाहून ती मुले आश्चर्यचकित झाली. काही मुले तर 'किती मोठं मांजर!' असं म्हणत धावू लागली.

"आता ही परिस्थिती बदलली असून गेल्या वर्षभरात या मुलांना अनेकदा बाहेरच्या जगाचं दर्शन घडलं आहे. आता ही मुले गाणी आणि कविता म्हणायला शिकली आहेत. त्यांना भेटायला येणाऱ्या स्त्री कार्यकर्त्यांना ही मुले आता 'नमस्ते आंटी' असं म्हणून अभिवादन करतात. या वॉर्डात पुरुष पाहुण्यांना भेटायला येण्यास बंदी आहे.."

चांदनीची आई शबनम हिला एका खून खटल्यात जन्मठेपेची शिक्षा झाली आहे. ती म्हणते, "माझ्या चांदनीवर येथे फार चांगले संस्कार होत आहेत."

परंतु या मुलांना वयाची पाच वर्षे पूर्ण होईपर्यंतच जेलमध्ये आपल्या मातांबरोबर राहण्याची परवानगी आहे. ती मुले शाळेत जाण्याच्या वयाची झाली की त्यांना दिल्ली सरकारने चालवलेल्या बालसुधारगृहात पाठवण्यात येतं. असिस्टंट सुपरिटेंडंट मीना लुकर यांनी सांगितलं की येथून अशा सोळा मुलांना कीर्तीनगर येथील बालसुधारगृहात पाठवण्यात आलं आहे.

पण काही मुलांना वयोमर्यादेमुळे नियमानुसार त्यांच्या आईजवळ तुरुंगात राहता येत नाही. आणि त्यांच्या घरीपण त्यांची देखभाल करणारं कुणी नाही. मग अशा मुलांचं काय? मिथिलेश देवी एका खून खटल्यात अडकलेली असून गेली चार वर्षे येथे आहे. ती डोळ्यांत पाणी आणून म्हणाली: "मेरे दो बच्चे है। उनको

देखनेवाला कोई नहीं है। बाप तो कभी का मर गया।''

श्रीमती लुकर यांनी सांगितले, की, मिथिलेश देवीची दोन मुले, अशोक कुमार आणि मनोज कुमार अत्यंत दयनीय परिस्थितीत राहत होती. अनेकदा रात्रीचं त्यांना उपाशी झोपावं लागे. कधी शेजारीपाजारी जाऊन मदतीची याचना केली, की, लोक 'खुनी आईची मुले' अशी हेटाळणी करत.

येथे अनेक परदेशी स्त्रियाही होत्या, त्या बहुतांशी मादक द्रव्यांच्या खटल्यात सापडून येथे आलेल्या होत्या. त्यांचे प्रश्न बाकीच्या कैदी स्त्रियांहून आणखी वेगळे होते. उदाहरणार्थ : हॉलंडची मार्गो ही गेली सहा वर्षे तिहारमध्ये आहे. ती म्हणते: ''मला पाच मुले असून त्यांतील दोघांची लग्ने झाली आहेत. उरलेल्या तिघांची काळजी घेणारे लोक आहेत. त्यामुळे तिच्या पुढची खरी समस्या आहे खटल्याच्या निकालास होणारा विलंब..

बालवाडीची सुरवात तर फार उल्हासपूर्ण वातावरणात झाली. लहान लहान पावलांचे दुडुदुडू आवाज, गोड गळ्याने म्हटलेली बडबडगीते आणि शाळेतील एकूण हसरं वातावरण पाहून आमची हृदये भरून येत. मुलांसाठी एका खास स्वयंपाकघराची व्यवस्था केली होती व येथे मुलांसाठी पोषक, सकस आहार बनवला जाई. कारण वाढीच्या वयात मुलांच्या आहाराची काळजी घेणे फार महत्त्वाचे होते. तिहारच्या इतिहासात प्रथमच या मुलांना 'मुले' म्हणून वाढवले जात होते. जसजसे दिवस गेले तसे आम्ही त्यांच्यासाठी गणवेश आणले. शाळेसाठी लागणाऱ्या पाट्या, पेन्सिली, रंगीत खडू, चित्रकलेचे साहित्य, खोडरबरे, वह्या, पुस्तके इत्यादी पुरवण्यात आले.

मुलांच्या ज्ञानाच्या कक्षा विस्providedाराव्यात व आपण सतत बंदिवासात असतो, ही जाणीव त्यांच्या मनातून दूर करणे हा आमचा उद्देश होता. त्यामुळे आम्ही त्यांना बाहेर सहलीसाठी नेत असू. त्यासाठी बस भाड्याने आणली जाई. त्यांना आम्ही बगीचे, वस्तुसंग्रहालये, देवळे, मशिदी, प्राणिसंग्रहालये व बाहेरच्या शाळांमध्ये सुद्धा घेऊन जात असू. त्यामुळे इतर शाळांमधील मुलांशी त्यांची मैत्री होई. त्या मुलांकडून व या नव्या अनुभवातून काही शिकायला मिळे. या अशा सहलींमुळे जो काही लाभ मिळाला त्याचे मोजमाप करणे शक्य नव्हते. त्यातूनच हळूहळू या मुलांच्या आयुष्याची धाटणी बदलू लागली. निराशा आणि वैफल्याच्या गर्तेतून बाहेर पडून त्यांची एका उज्ज्वल भविष्याच्या दिशेने वाटचाल सुरू झाली. त्या मुलांच्या आपापसात चालणाऱ्या मारामाऱ्या थांबल्या. तुरुंगातील कर्मचाऱ्यांच्या उगीच खोड्या काढणं त्यांनी सोडलं. कारण त्यांच्या अंगची शक्ती व त्यांचे लक्ष आता दुसरीकडे केंद्रित झालं होतं. त्यांचं मन आता नवनिर्मितीच्या, विधायक आणि चांगल्या कामात गुंतलं होतं.

आम्ही या मुलांच्या शरीरप्रकृतीकडेही लक्ष पुरवलं. दोन ख्यातनाम बालरोगतज्ज्ञ डॉ. सूरी आणि डॉ. अरोरा यांनी मदतीचा हात पुढे केला. ते आपली वैद्यकीय उपकरणे घेऊन तिहारला मुलांच्या वैद्यकीय तपासणीसाठी आले. त्यांनी सर्व मुलांसाठी हेल्थ कार्डस् तयार केली. त्यात मुलांच्या वैद्यकीय चाचण्यांचे तपशील वेळोवेळी नेमाने लिहायचे असे ठरले. त्यांनी पोलिओ व इतर लशीकरणाची औषधे पुरवली. मातेने आपले व बाळाचे आरोग्य व्यवस्थित का व कसे राखावे हे त्यांनी स्त्रियांना समजावून सांगितले. वैयक्तिक स्वच्छता व मूलभूत आरोग्याचेही महत्त्व विशद करून सांगितले. मुलांना नियमितपणे अंघोळ घालावी, त्यांचे दात, केस व नखे नेहमी स्वच्छ ठेवावी, त्यांना नेहमी स्वच्छ व नीटनेटके कपडे घालून बाहेर पाठवावे; विशेषत: जर आपल्या मुलांना तुरुंगाबाहेरील शाळेत घालण्याची वेळ आलीच तर या गोष्टी किती महत्त्वाच्या आहेत हेही त्यांनी त्या स्त्रियांना पटवून दिले. त्यांनी मातांना बालकांवर प्रथमोपचार कसे करावे व आणीबाणीच्या परिस्थितीत नेहमी काय करावे हे शिकवले. डॉ. ए. के. अरोरा यांनी लिहिलेला वृत्तांत येथे देत आहे:

"... तिहार जेलमध्ये ऑनररी पेडियाट्रिक कन्सल्टंट म्हणून मी यावे असा प्रस्ताव माझ्यापुढे मांडला गेला तेव्हा मी ताबडतोब त्या गोष्टीस होकार दिला.

माझ्या पहिल्याच भेटीत एक गोष्ट मला कळून चुकली– हे फार मोठं आव्हान माझ्यासमोर उभं ठाकलं होतं. यापूर्वी मी उभ्या आयुष्यात अशा प्रकारचं काहीच केलेलं नव्हतं. भावनिक संतुलन बिघडलेल्या, काहीशा अस्वस्थ माता आणि मुलांचा समुदाय माझ्यापुढे उभा होता. त्यांच्यावर फार मोठ्या गुन्ह्यांचे आरोप होते. त्यांना नेहमीचे कौटुंबिक वातावरण, प्रेम, माया इत्यादी मिळत नव्हते. श्रीमती किरण बेदी यांचा पाठिंबा जर मला नसता, तर माझे प्रयत्न सफल होऊ शकलेच नसते.

प्राधान्य– सर्वांत महत्त्वाचे म्हणजे सर्वांच्या दु:खांवर फुंकर घालणारे, मनमोकळे व आनंदी वातावरण निर्माण करणे. यासाठी आम्ही आटोकाट प्रयत्न केले. त्यांच्या मनातील अपराधी भावना, क्रोध, दु:ख, नैराश्य, उद्दामपणा अशा अनेक भावनांचा सामना करण्याची गरज होती. यासाठी एका मार्गदर्शकाची आवश्यकता होती.

आकृतिबंध– माझ्या विनंतीवरून सुरुवातीला लहान बाळांचे वजन करण्याचा काटा, बाक, खेळणी, गोळ्या, खाऊ इत्यादी गोष्टी विकत आणल्या. शिशूंच्या विकासाचे टप्पे नोंदवण्यासाठी खास कार्डे छापून घेण्यात आली.

लशीकरण– इंडियन ॲकेडेमी ऑफ पेडियाट्रिक्सच्या नियमानुसार लशीकरणाच्या वेळापत्रकाचे नियोजन करण्यात आले.

औषधे– लहान मुलांना घेण्यास सोयीची अशी पातळ औषधे, सिरप्स, ड्रॉप्स इत्यादी आणण्यात आले.

पाळणाघर व खेळघर– बालकांना पचण्यास सोपी व खाण्यास रुचकर

पोषक अशी खिचडी, लापशी, हलवा, फळे, अंडी, दूध असे अन्न येथे मुलांना नियमितपणे देण्यात येऊ लागले. हे अन्न त्यांना पानात नीटनेटकेपणाने वाढून देण्यात येई. प्रथिने, कर्बोदके आणि स्निग्ध पदार्थांचा समतोल आहार त्यांना पुरवल्यामुळे त्यांची चांगली वाढ होऊ लागली. अन्नपदार्थ ठेवण्यासाठी फ्रीज विकत आणला. मुलांना खेळण्यासाठी झोपाळे बसवले.

आरोग्य व पोषाख– साबण, टॉवेल यांचा वापर, वारंवार हात धुणे इत्यादी गोष्टींकडे खास लक्ष पुरवण्यात आले. मुले स्वच्छ व नीटनेटकी, चांगल्या पोषाखात असावी याचीही काळजी घेण्यात आली.

रोगप्रसारासंबंधी सर्वेक्षण– सर्वसामान्यपणे ज्या रोगांचा मुबलक प्रसार होताना आढळतो ते म्हणजे कुपोषण, पंडुरोग, गळवे, डोळे येणे, कृमी, अतिसार, ताप इत्यादी. या सर्वांसाठी प्रतिबंधक उपाययोजना करण्यात आली.

बाहेरील इस्पितळात उपचार– एखाद्या वेळी मुलाचे दुखणे आटोक्यात येत नाही असे वाटले तर त्याला तात्काळ चिठ्ठी देऊन दीनदयाळ हॉस्पिटलात उपचारांसाठी पाठवण्यात येत असे.

असहकारावर मात– काही वेळा डॉक्टरांनी मुलांना दिलेली औषधे काही माता हट्टीपणाने मुलांना देतच नसत. त्यामुळे औषधे व्यवस्थित व वेळच्या वेळी मुलांना दिली जात आहेत की नाही हे पाहण्यासाठी खास सुपरवायझरांची नेमणूक केली होती.

शारीरिक मारहाण व छळ यांस प्रतिबंध– काही माता आपल्या मुलांना अमानुष मारहाण करीत. कधीतरी ती मुले जखमीसुद्धा होत. अशा वेळी या मारहाणीवर नियंत्रण करण्यासाठी प्रयत्न केले जात. क्वचित प्रसंगी मार्गदर्शन, सल्लामसलत याचाही वापर केला जाई.

शुद्ध पाणी पुरवठा– मुलांना पिण्याच्या स्वच्छ व शुद्ध पाण्याचा पुरवठा व्हावा यासाठी आम्ही आटोकाट प्रयत्न केले व त्यात आम्हाला यश आले.

मीटिंग– जेव्हा शक्य होईल तेव्हा या मुलांचे वडील किंवा कुटुंबातील इतर घटकांची एक मीटिंग घेण्यात येत असे. एकमेकांवर अवलंबून असलेल्या प्रत्येक व्यक्तीने मानसिक दृष्ट्या समाधानी असणं अत्यंत महत्त्वाचं होतं.

शिक्षण– या मुलांना शिकवण्यासाठी खास शिक्षणवर्ग भरवण्यात येत. त्यांची त्या मुलांच्या वयानुरूप आखणी केली होती. त्यांचा अभ्यासक्रमही अशा तऱ्हेने बनवला होता की तो त्यांना खेळासारखाच वाटावा. आणि खेळ हाही एक अभ्यासविषय बनावा.

मी जेव्हा या ठिकाणी जाणं थांबवलं तेव्हा मला खूप वाईट वाटलं.

डॉ. एस. के. अरोरा
एम. डी. बालरोगतज्ज्ञ,
सीनियर कन्सल्टंट पेडियाट्रिशियन.

आता या सर्व मुलांची नियमित आणि व्यवस्थित सर्व काही काळजी घेतली जाऊ लागली. आता त्यांच्या मातांना इतर उपक्रमांत भाग घेण्यासाठी मोकळा वेळ मिळू लागला. आता आमच्या पुढचं काम म्हणजे या सर्व मातांना साक्षर करणे. मग आम्ही त्यांची विभागणी केली. पूर्ण निरक्षर स्त्रियांना आम्ही एका वर्गात घातलं. इतर स्त्रियांना त्यांच्या शैक्षणिक पातळीनुसार वेगवेगळ्या वर्गात घातलं. पूनम आणि शकीरा या दोन कैदी स्त्रियांनीच शिक्षिकांचं काम पाहण्यास सुरुवात केली. या त्यांच्या कामात हातभार लावण्यासाठी दोन शिक्षिकांना बाहेरून पाचारण करण्यात आलं.

आमचा हा स्त्री साक्षरता वर्ग साऱ्यांच्याच कौतुकाचा विषय बनला. त्या वर्गासाठी जी काही शैक्षणिक साधनसामग्री लागत होती, तिचा व्यवस्थित नियमित पुरवठा व्यवस्थापनाकडून होऊ लागला. परिसर स्वच्छ व आरोग्यपूर्ण राहील याचीही त्या शिक्षिका काळजी घेऊ लागल्या. त्याचप्रमाणे विद्यार्थ्यांनी इतरत्र कोठेही लक्ष न देता एकाग्र चित्ताने अभ्यास करावा याचीही त्या धडपड करू लागल्या. मग काही खास तयार केलेले लघु अभ्यासक्रम या मुलांना शिकवण्यास सुरुवात केली. हा अभ्यासक्रम केल्यानंतर या मुलांना बाहेरच्या शाळेतील पाचवी म्हणा, किंवा मॅट्रिक म्हणा, अशा पाहिजे त्या परीक्षेला बसता येई. ह्या कोर्समध्ये खूप विविध विषय हाताळण्यात येत असत. उदाहरणार्थ गणित, विज्ञान, साहित्य, व्याकरण व इतिहास, भूगोल इत्यादी शिक्षणाचं माध्यम होतं हिंदी.

शैक्षणिक वर्गांबरोबर आम्ही इतर अनेक उपक्रम चालू केले होते. हे उपक्रम जास्त व्यावहारिक होते. उत्पादनक्षम होते. उदाहरणार्थ : टायपिंग, शिवणकाम, भरतकाम. या विविध कलांमध्ये अनेक स्त्रियांनी प्रशिक्षण घेऊन कौशल्य संपादन केले. त्यामुळे त्यांच्यात मोठाच आत्मविश्वास जागृत झाला. व आज त्याचीच त्यांना गरज होती. यात त्या स्त्रिया पारंगत झाल्यावर महिला प्रतिरक्षा मंडळाने त्यांना बाहेरील कामे मिळवून देण्यास सुरुवात केली. रोजगार सुरू झाल्यामुळे हा आत्मविश्वास चांगला वाढीस लागला. कारण आता कमवा व शिका असा कार्यक्रम चालला होता. ३० नोव्हेंबर १९९४ रोजी 'इंडियन एक्सप्रेस'मध्ये या संदर्भात एक सचित्र लेख छापून आला होता. त्याचं शीर्षक होतं :

तिहारमधली स्त्रियांच्या आयुष्याला नव्याने सुरुवात

...तिहारमधील कैदी स्त्रियांची मुले आता सहलीसाठी बाहेर पडू शकतात. त्याच वेळी त्यांच्या मातांना आपला फावला वेळ काहीतरी विधायक काम करण्यात घालवता येतो. कारण आता तिहारमध्ये त्या मातांसाठी व्यवसाय प्रशिक्षण वर्ग सुरू करण्यात आले आहेत. याचे संपूर्ण श्रेय 'नयी दिशा' या अभिनव उपक्रमाला आहे. हा उपक्रम दिल्ली सोशल ॲडव्हायझरी बोर्डाने सुरू केला असून

तो महिला प्रतिरक्षा मंडळ या गैरसरकारी संस्थेतर्फे राबवण्यात येतो. गेल्या मंगळवारी या उपक्रमाचा पहिला वाढदिवस साजरा करण्यासाठी तिहार येथे एक समारंभ आयोजित करण्यात आला होता.

स्त्री कैद्यांच्या मनातील भीती, ताणतणाव आणि दु:खे यांपासून त्यांचे मन दुसरीकडे वळावे आणि त्यांचे लक्ष काही विधायक कार्यावर केंद्रित व्हावे म्हणून, तसेच त्यांना चरितार्थाचे काही साधन मिळावे म्हणून आणखी एक उपक्रम सुरू करण्यात आला. यासाठी जेल सुपरिंटेंडंटकडून पाच चरख्यांची व्यवस्था करण्यात आली. इंदू नामक एका समाजकार्यकर्तीने आपण होऊन तुरुंगात येऊन येथील स्त्रियांना सूत कातायला व कापड विणायला शिकवले. त्याचबरोबर एक चरखाही भेट दिला. चरखा महात्मा गांधींनी लोकप्रिय केला. त्यांनी तो आपल्या आयुष्याचा केंद्रविषय बनवला. येथे तिहारमध्ये या कैदी स्त्रियांना कापसाचे गठ्ठे पुरवण्यात येऊ लागले. त्यापासून त्यांनी विणलेले कापड जेलच्या बाहेर विक्रीसाठी जाऊ लागले. मागावर कापड विणता विणता त्या भक्तिगीते गात. ही गाणी ही खरंतर या कामामागची प्रेरणा होती.

महिला प्रतिरक्षा मंडळाची ही जादूची कांडी केवळ तुरुंगाच्या चार भिंतीआड कैदेत असणाऱ्या अभागी जीवांवरच फिरली असे नव्हते. या कैदेत ज्या स्त्रिया होत्या. त्यांच्या नातेवाइकांना या संस्थेचे स्वयंसेवक जाऊन भेटले. अशा भेटींमधून त्यांनी या कैदेत असणाऱ्या स्त्रिया व त्यांचे नातेवाईक यांच्यातील दुव्याप्रमाणे काम केले. या नातेवाइकांनी कैदेतील स्त्रियांना नैतिक पाठबळ द्यावे आणि भक्कम आधार देऊन त्यांना पाठीशी घालावे म्हणून त्यांची आर्जवेही केली. त्याचप्रमाणे त्या महिलांची लवकर सुटका करण्याच्या दृष्टीने काही पावले उचलण्यास सुरवात केली. भारतात एकंदर न्यायदानाच्या प्रक्रियेस लागणारा विलंब फार जास्त होता. हे लक्षात घेऊन त्यांनी मुद्दाम काही स्त्री वकिलांस पाचारण केले. काही खास गुंतागुंतीच्या खटल्यात त्यांना विशेष लक्ष घालण्यास सांगितले. स्त्री वकिलांनी या आव्हानात्मक कामात खूप रस घेतला, त्यामुळे त्या कैदी स्त्रियांना त्यांच्याविषयी आदर वाटू लागला.

संगीत हा असाच एक महत्त्वाचा घटक होता. मंद मधुर संगीताच्या शांत सुरांनी कैदी स्त्रियांच्या मनातील दुष्ट विचार घालवून त्यांचं हृदयपरिवर्तन घडवून आणण्याच्या कामी मोठीच मदत केली. या स्त्रियांना रोज नियमितपणे संगीत ऐकवण्यात येऊ लागलं. त्यांच्या मनाची अस्वस्थता दूर होण्यास याची फार मदत होई. विख्यात गायिका श्रीमती वासंती चौधरी यांनी तिहार येथील कैद्यांसाठी संगीताचे कार्यक्रम सादर केले. त्याचप्रमाणे येथे शास्त्रीय संगीताचे वर्ग चालू करण्याची तयारी दर्शविली. त्यांनी कैदी स्त्रियांची समूहगीते सुद्धा बसवली. त्यातून

या स्त्रियांच्या दबलेल्या भावनांस मोकळी वाट मिळाली.

जेल सुपरिंटेंडंट श्री. के. आर. किशोर यांनी काही वाद्ये मागवून घेतली. त्याचप्रमाणे कैद्यांमधील जे कोणी इलेक्ट्रिशियन होते त्यांना पाचारण करून वॉर्डात ऑडिओ सिस्टिम सुद्धा बसवून घेतली. लवकरच स्त्रियांच्या वॉर्डातून संगीताचे सुमधुर स्वर ऐकू येऊ लागले. 'सन' या नियतकालिकात ३ जुलै १९९३ रोजी खालील वृत्त प्रसिद्ध झाले. त्याचे शीर्षक होते : **'तिहार : द इनसाईड स्टोरी.'**

१९५० साली महान चित्रपट दिग्दर्शक श्री. व्ही. शांताराम यांनी 'दो आँखे बारह हाथ' या चित्रपटाची ऐतिहासिक निर्मिती केली. या चित्रपटास अनेक राष्ट्रीय आणि आंतरराष्ट्रीय पुरस्कार प्राप्त झाले. या चित्रपटाची मध्यवर्ती कल्पना 'तुरुंग सुधार' हीच आहे. संपूर्ण चित्रपट जेलरच्या प्रमुख व्यक्तिरेखेभोवती फिरतो. उलट्या काळजाच्या, निर्ढावलेल्या गुन्हेगारांना हा जेलर सुधारून चांगल्या मार्गास लावतो असे या चित्रपटात दाखवले आहे.

आज वीस वर्षांनंतर कर्तव्यकठोर, उच्चपदस्थ स्त्री पोलीस अधिकारी श्रीमती किरण बेदी याही हेच कार्य करीत आहेत. मात्र हे कोणत्याही चित्रपटाचे कथानक नसून खऱ्या खुऱ्या वास्तवात घडते आहे. केवळ दोन महिन्यांपूर्वी त्यांनी दिल्लीतील तिहार जेलची सूत्रे हाती घेतली आहेत. ही आशियातील सर्वात मोठी जेल असून ८००० च्या वर कैदी येथे राहतात. या जेलचे रूपांतर हळूहळू एका आश्रमात होत आहे..

श्रीमती वासंती चौधरी यांना 'द फॅमिली' या सेवाभावी संस्थेचा पाठिंबा मिळाला. या संस्थेने तिहारमध्ये विविध क्षेत्रांत किती मोठी कामगिरी बजावली आहे, त्याचा उल्लेख यापूर्वीही अनेकदा आला आहे. 'द फॅमिली'च्या कार्यकर्त्यांनी सर्व कैद्यांना नियमितपणे संगीत शिक्षण देण्याची तयारी दर्शवली. एवढंच नव्हे, तर त्यांनी या स्त्रियांची संगीत नाटके सुद्धा बसवली. यातून नीतिमूल्यांवर आधारित करमणूकप्रधान शिक्षण त्यांना दिले. दोनही हेतू साध्य झाले. याखेरीज 'द फॅमिली' या संस्थेने आणखीही काही आगळेवेगळे घटक यात आणले. त्यांनी खूप प्रसन्न, आनंदी, उत्साही वातावरणाची निर्मिती केली. कैद्यांच्या मानसिकतेत आणि विचारप्रक्रियेत बदल घडवून आणून त्यायोगे त्यांना चांगले विधायक काम करण्यास प्रवृत्त केले.

येथे या संस्थेने काही कार्यशाळा आयोजित केल्या. त्यांचे केंद्रविषय होते : सुसंवाद, बालसंगोपन, वैयक्तिक आरोग्य आणि 'सृजनात्मक कृती.' यामधील एक वैशिष्ट्यपूर्ण पैलू असा की या कार्यशाळांमध्ये बोलक्या बाहुल्या, रंगीत चित्रे, गाण्यातून मुद्राभिनय इत्यादी मार्गांचा वापर करून परिणामकारकता साधण्यात येत होती.

वयाची पासष्टी ओलांडलेली चिरतरुण सरोज वसिष्ठ येथे होतीच. तिने साठ

धार्मिक पुस्तकांचा एक संचच येथे पाठवला. आम्ही तो स्त्रियांच्या वॉर्डातील वाचनालयात ठेवला. त्या ही पुस्तके घेऊन आवडीने वाचत. एक कैदी स्त्री पुस्तकप्रेमी होती. तिच्यावर ग्रंथपालाचे काम सोपवण्यात आले.

वाचनालयासाठी जी खोली देण्यात आली होती त्यातच पूर्वी बँडिट क्वीन फूलनदेवी हिला ठेवण्यात आलं होतं. ती पुढे भारतीय संसदेमध्ये खासदार झाली. ही फूलनदेवी लिहायला-वाचायला शिकली ती तिहारमध्येच. ती पुढे खासदार झाल्यावर संसदेच्या सभागृहातील रजिस्टरमध्ये आपल्या नावापुढे स्वत:ची स्वाक्षरी करू शकली व तिला तेथे अंगठा उठवण्याची वेळ आली नाही, हा सुद्धा येथील शिक्षणाचाच लाभ.

या लहानशा वाचनखोलीचे पुढे एका मोठ्या वाचनालयात रूपांतर झाले. काही नामांकित लेखकांनी आणि प्रकाशकांनी येथे नियमितपणे भेट म्हणून पुस्तके पाठवण्यास सुरुवात केली.

तिहारच्या या स्त्रियांच्या विभागाने अनेक अभ्यासकांना, विद्यार्थ्यांना व संशोधकांना आकृष्ट केले. यांत समाजशास्त्रज्ञ, चित्रपटनिर्माते, वकील आणि इतर लोकांचा समावेश होता. यातील प्रत्येकजण निराळ्या कारणाने या ठिकाणाच्या भेटीसाठी येत असे. हे सर्वजण तिहारविषयीच्या आपल्या प्रत्यक्ष अनुभवांचा, आपल्या प्रतिक्रियांचा लेख, पुस्तके व चित्रपटांच्या माध्यमातून आविष्कार करत. त्यामधून येथील स्त्रीकैद्यांविषयी समाजाचे मत बदलण्यास मदत होई. कैद्यांच्या जीवनाच्या कथा आणि व्यथा समजून येत व त्यातूनच अनेक सामाजिक संस्था मदतीचा हात पुढे करत. याची काही ठळक उदाहरणे देता येतील.

नॅशनल ह्यूमन राईट्स कमिशनच्या सदस्या व सुप्रीम कोर्टाच्या पूर्वीच्या जज्ज ऑनरेबल श्रीमती फातिमा बीबी यांनी तिहारला भेट दिली. त्यानंतर त्यांनी निष्कारण कोर्टात रेंगाळत पडणाऱ्या खटल्यांविषयी आपलं महत्त्वपूर्ण मत नोंदवलं व अहवाल लिहिले, त्यामुळे अशा स्त्रियांच्या खटल्यांचा लवकरात लवकर निकाल लावण्याची जबाबदारी न्यायालयांवर येऊन पडली. प्रोमिला कपूर या लेखिकेने वेश्याव्यवसायांशी संबंधित विषयावर विपुल लेखन केले आहे. वेश्याव्यवसायाच्या आरोपाखाली तुरुंगात भरती झालेल्या स्त्रियांचा केस-स्टडी (संपूर्ण अभ्यास) त्यांनी केला. त्यातून त्यांच्या हाती आलेले निष्कर्ष व अशा स्त्रियांच्या पुनर्वसनाचा प्रस्ताव अशा दोन्ही गोष्टी त्यांनी जगासमोर ठेवल्या व त्यातून त्यांना समाजाकडून फार चांगला प्रतिसाद मिळाला.

आणखी एक संस्था आहे. याच्या सर्व सदस्य स्त्री-वकील आहेत. या संस्थेचे नाव होते सखी. या संस्थेने कायद्याच्या कचाट्यात सापडलेल्या स्त्रियांना मदतीचा हात पुढे केला. त्या संस्थेच्या वकिलांनी गुंतागुंतीच्या खटल्यांचा नीट खोलवर अभ्यास

करून या स्त्रियांना मोफत सल्ला सुद्धा दिला. दिल्ली स्कूल ऑफ सोशल वर्क या संस्थेने उत्साही तसेच तळमळीने काम करणाऱ्या विद्यार्थ्यांना मुद्दाम तिहारमधील स्त्री कैद्यांशी मनमोकळी चर्चा करून अभ्यास करण्यासाठी पाठवून दिले. या विद्यार्थ्यांनी त्या स्त्रियांमध्ये रस घेऊन त्यांच्या कल्याणासाठी व उद्धारासाठी खूप तळमळीने काम केले. आपल्या अनेक उपक्रमांमध्ये त्यांनी या स्त्रियांना सामील करून घेतले.

अशीच आणखी एक संस्था होती. त्यांचे नाव मार्ग. या संस्थेने कायदेविषयक ज्ञान देणाऱ्या कार्यशाळेचे मुद्दाम तिहार जेलमधील स्त्रियांसाठी आयोजन केले. या वेळी स्त्रियांना त्यांच्या कायदेशीर हक्कांची जाणीव करून देण्यात आली. याच्याशी संबंधित इतरही अनेक विषयांची माहिती पुरवण्यात आली. उदाहरणार्थ : कायदेशीर विनंती अर्ज पाठवणे, भेटीगाठींच्या संबंधातील हक्क आणि खटल्याच्या कारवाईसंबंधीची तपशीलवार माहिती. आणखीही काही स्त्रियांच्या प्रश्नांशी निगडित विषयांची सविस्तर चर्चा झाली. यात प्रामुख्याने लग्न, घटस्फोट, दत्तकविधान, हुंडा, बालविवाह इत्यादी अनेक विषयांचा समावेश होता. 'मार्ग'ने जी काही माहिती आणि जो तपशील पुरवला तो अत्यंत सबळ पुराव्यावर आधारित होता व त्याचा उपयोग पुढे स्त्रियांच्या तक्रारीवर विचार करणे व त्यांच्या समस्या सोडवण्यासाठी करण्यात येऊ लागला.

कालांतराने आम्ही स्त्रियांची पंचायत पद्धती सुरू केली. स्त्री कैद्यांनी स्वत: तुरुंगाच्या (स्त्री विभागाच्या) कारभारात बऱ्याच अंशी सहभागी होण्यास सुरुवात केली. याखेरीज स्त्रियांसाठी आणखी एक कायदेविषयक पंचायत होती. तुरुंगात मार्गदर्शनासाठी जे काही वकील येत त्यांच्या मार्गदर्शनाखाली ही पंचायतही सूत्रबद्ध रीतीने काम करू लागली. जे कैदी सुशिक्षित नव्हते किंवा स्वत:चे विनंतीअर्ज कायदेशीर भाषेत लिहिणे ज्यांना जमत नव्हते अशांचे विनंती अर्ज त्यांचे सुशिक्षित कैदी मित्र किंवा परदेशी कैदी लिहून देत.

नोव्हेंबर १९९३ मध्ये एक कृष्णवर्णीय बौद्धधर्मीय नन् तिहार जेलच्या भेटीस आली. ही मूळची अमेरिकन होती. हिचं नाव मॅक्स मॅथ्यूज. तिने तिहारमधील स्त्रियांना आर्थिक दृष्ट्या स्वत:च्या पायावर उभे राहण्यास उद्युक्त केले. ती पूर्वाश्रमीची शिक्षिका आहे. त्याचप्रमाणे फॅशन डिझायनिंग आणि कलाक्षेत्रातील मार्गदर्शकाचे कामही ती करते. आपल्या आयुष्याची कितीतरी वर्षे तिने युरोप, भारत व नेपाळ या ठिकाणी घालवलेली आहेत. तिबेटी निर्वासितांनी तयार केलेल्या वस्तूंना बाजारपेठ मिळवून देणे, त्या निर्वासितांना रोजगार मिळवून देणे, फॅशनडिझायनिंगच्या बाबतीत त्यांना आवश्यक तो सल्ला देणे या कार्यासाठी तिने कित्येक वर्षे खर्च केली आहेत.

सिस्टर मॅक्स जेव्हा तिहारला आली तेव्हा तिने आपले सर्व मार्केटिंगचे

कौशल्य पणाला लावले व आपल्या अंगातील सर्जनशीलता आणि अटळ निर्धार यांच्या बळावर येथील स्त्रियांना स्वतःच्या पायावर उभं राहण्यास व आर्थिक दृष्ट्या स्वतंत्र होण्यास शिकवले. तिच्यामुळे अनेक स्त्रियांना रोजगार मिळाला. ती येथे आली आणि अगदी थोड्या दिवसांत जेलमधील पन्नास टक्के स्त्रियांना भरतकाम, विणकाम, कपड्यावरील रंगकाम या व अशा अनेक हस्तकलांचे प्रशिक्षण दिले. या कलात्मक वस्तू बाहेरील बाजारपेठेत विक्रीस पाठवण्यात आल्या. अशा प्रकारे आर्थिकदृष्ट्या स्वतंत्र झालेल्या ९० स्त्रियांची बँकांमध्ये खाती उघडण्यात आली.

सिस्टर मॅक्सच्या प्रयत्नांमुळेच आम्हाला डॅनिश एंबसीची मदत मिळाली. या मदतीच्या आधारे आम्ही ६० मुलांसाठी पाळणाघर सुरू केले. या मुलांची आधी अत्यंत दयनीय स्थिती होती. त्यामानाने त्यांना आता अत्यंत आनंदी व प्रेरणादायी वातावरण मिळाले. आता त्यांच्या मातांनाही नवनवीन उपक्रमातून बाहेरच्या जगात परतल्यानंतर तेथील परिस्थितीशी मुकाबला करण्याचे शिक्षण मिळू लागले.

हे सर्व ज्या दोन स्त्रियांच्या अथक प्रयत्नांमुळे साध्य झाले त्या म्हणजे अमेरिकन बौद्धधर्मीय सिस्टर मॅक्स मॅथ्यूज व एक डॅनिश समाजसेविका बेंटहोल्म. माझ्याच विनंतीवरून त्यांनी लिसा वानहान या पत्रकार तरुणीची भेट घेण्यास मान्यता दिली. तिने त्यांची मुलाखत घेतली. त्या मुलाखतीत त्यांनी येथे राबवण्यात येणारे सुधारकार्यक्रम आणि त्यामुळे घडून आलेला वातावरणातील बदल यांचे सुंदर वर्णन केले आहे.

सिस्टर मॅक्स यांचे कथन :

मी नोव्हेंबर १९९३ मध्ये तिहारला पहिल्याप्रथम आले. त्या वेळी मी तिबेटी कारागीरांनी केलेल्या हस्तकलेच्या वस्तू निर्यात करण्याच्या क्षेत्रात काम करत होते. मुंबईत राहणाऱ्या किरीट दवे या मित्राने सहज बोलण्याच्या ओघात एका नवीन उपक्रमाविषयी माहिती दिली. या किरीटची आई एका पीपल्स को-ऑपरेटिव्हच्या सहयोगाने काम करते. त्याचे वडील म्हणजे एक्सेल-मुंबई येथील श्री. के.सी. श्रॉफ या दांपत्याशी माझी काहीही ओळख नव्हती. परंतु किरीटचे वडील एक दिवस स्वतः माझ्याकडे आले. ते मला एका ठिकाणी घेऊन जाणार होते. त्यांनी मला माझ्याकडील काही तिबेटी कलाकुसरीच्या वस्तू बरोबर घेण्याची विनंती केली. हे सारे नक्की कशासाठी याचा मला काहीच बोध होत नव्हता.

त्या दिवशी तुरुंग कसा असतो हे मला पहिल्यांदाच पहावयास मिळाले. माझ्या मनात आलं-"हे नक्की कोणतं ठिकाण आहे बरं?" कारण तो तुरुंग तर वाटतच नव्हता. त्यापेक्षा भारतातील एखादं लहानसं खेडंच वाटत होतं. इतकं सुंदर दृश्य होतं. कितीतरी झाडंझुडपं. सगळ्या इमारती पांढऱ्या शुभ्र रंगात रंगवलेल्या, सुबक होत्या. एका प्रचंड मोठ्या प्रांगणात इंग्रजी 'यू' च्या आकारात सगळ्या बराकी ओळीने मांडल्यासारख्या होत्या. खिडक्यांना गज होते खरे. पण कुलपे तर

कुठेही दिसत नव्हती. पहिल्या दृष्टिक्षेपात जर पाहिलं, तर हा तुरुंग आहे असं म्हणण्याजोगं एकही लक्षण दिसत नव्हतं. कोणत्याही प्रकारची धमकावणी अथवा भय तिथे नव्हतंच. वातावरणही त्या अनामिक गूढ भीतीने भारलेलं नव्हतं. मोकळं, निर्मळ होतं. ते पाहून मला नवल वाटलं.

तुरुंगाचं भव्य द्वार पार करून आम्ही एका प्रचंड मोठ्या चौकोनी जागेत जाऊन पोचलो. तेथून पुढे गेल्यावर एक प्रांगण होते. नंतर समजलं की येथेच स्त्रियांचा तुरुंग होता. इतक्यात स्त्रियांचा मोठमोठ्यांदा हसण्याचा आवाज आला. तेथे एक कट्टा होता. त्यावर उभी राहून एक स्त्री समोर बसलेल्या स्त्रियांना काही सांगत होती. समोर स्त्रिया व मुलांचा घोळका नीट शिस्तीने रांगेत बसला होता. सर्वजण लक्षपूर्वक त्या स्त्रीचे बोलणे ऐकत होते. त्या स्त्रीने सलवार, कमीज व जाकीट असा पेहराव केला होता. ती स्वत: किरण बेदी होती हे नंतर समजले. एखाद्या आईने आपल्या मुलांशी बोलावे तशा प्रेमाने ती त्यांच्याशी बोलत होती. (ती नेहमी तसेच बोलते.) त्यांच्यापैकी कोणीही गणवेष घातलेला नव्हता. वॉर्डरांनी सुद्धा नाही. स्त्रियांनी साध्याच साड्या किंवा सलवार, कमीज घातले होते.

ते सर्व संभाषण हिंदीतून चालले होते. मला हिंदी समजत नाही, पण अचानक मला स्वत:चे नाव उच्चारलेले ऐकू आले. मग मी पुढे यावे आणि माझ्या जवळच्या तिबेटी वस्तू त्या जमलेल्या श्रोतृवर्गाला दाखवाव्यात अशी किरण बेदीने मला विनंती केली. ती तेथून उतरून माझ्याकडे आली. तुरुंगातील काही स्त्रियांची स्वत: मेहनत करून रोजगार मिळवण्याची इच्छा होती व त्या सर्वजणी आज मार्गदर्शनासाठी येथे जमल्या होत्या. सुमारे ५० ते ६० स्त्रिया असाव्यात. काही विदेशी चेहरेसुद्धा होते. कोणीतरी ओळीने त्यांच्यातील प्रत्येकास काही प्रश्न विचारून सर्व माहिती लिहून घेत होते. (त्यांना अवगत असलेल्या कला, आवडीची कामे, काही विशिष्ट बाबतीत काम करण्याची इच्छा इत्यादी)

हा 'कमवा व शिका' उपक्रमाचा एक भाग होता. मला तेवढ्यासाठीच येथे निमंत्रण होतं, हे मला नंतर कळलं. किरण बेदीने श्री. श्रॉफ यांच्यावर एक जबाबदारी टाकली होती–या सर्व स्त्रियांना हस्तकलेच्या वस्तू बनवण्याचं प्रशिक्षण द्यायचं होतं. परंतु श्री. श्रॉफ यांना मुंबईत राहून हे काम कसं काय जमणार असं किरीटला वाटलं. त्यामुळे त्याने माझी मदत मागितली. या हस्तकला वर्गासाठी जी काही साधनसामग्री लागेल ती तुरुंगाकडून पुरवण्यात येणार होती व उपक्रमासाठी बाकी जो काही खर्च येणार होता तो स्वत: श्री. श्रॉफ करणार होते.

श्री. श्रॉफ व किरण बेदी यांच्या माझ्याकडून नक्की काय अपेक्षा होत्या हे त्यांनी त्या प्रथम भेटीत स्पष्ट बोलून दाखवलं नाही, तरीसुद्धा त्यांचं त्या स्त्रियांशी जे काही बोलणं चाललं होतं त्यावरून मला काय तो अंदाज आला. मी त्या स्त्रियांना हस्तकला शिकवून रोजगाराची संधी उपलब्ध करून देणार असल्याचं त्यांनी त्या स्त्रियांना सांगितलं होतं. नंतर किरीटने मला घरी फोन करून बाकीची सर्व माहिती दिली.

या संदर्भात किरण बेदीशी माझं जेव्हा प्रत्यक्ष बोलणं झालं तेव्हा तिने माझ्या सर्व कल्पनांचा अगदी मोकळ्या मनाने स्वीकार केला. तिने माझ्यावर कोणतेही काम लादले नाही. आपण सर्वांनी मिळून या स्त्रियांचं आर्थिक, सामाजिक व भावनिक दृष्ट्या पुनर्वसन केलं पाहिजे अशी तिची प्रामाणिक इच्छा होती. आपल्याही अंगी काही कर्तृत्व आहे आणि त्याचा मनात आणलं तर आपण उपयोग करू शकतो याची जाणीव त्यांना कोणीतरी करून द्यायला हवी होती.

मग आमचा नवा उपक्रम सुरू झाला. सुरुवातीला त्यांच्यातील काही स्त्रिया साशंक होत्या. पण त्यांच्यातल्या ज्या परदेशी स्त्रिया होत्या त्यांनी मात्र पहिल्याच दिवशी उत्सुकता दाखवून, प्रश्न विचारून मला भंडावून सोडले. त्यांच्यापैकी काही तर अगदी गळ्यातच पडल्या. त्यांना भेटण्यासाठी कोणीही कधी येत नसे. आज कोणीतरी इथे आलं आहे, तेही खास आपल्यासाठी, आणि आपल्यात इतका रस घेत आहे या कल्पनेनेच त्या हर्षभरित झाल्या होत्या. त्यांच्या- पैकी काही स्त्रियांनी तर पूर्वी आपण होऊन अशा प्रकारचा एखादा उपक्रम हाती घेण्याची धडपड केली सुद्धा होती. वॉर्डरला पैसे देऊन सामानसुद्धा मागवलं होतं. पण त्यातून काहीही निष्पन्न झालं नव्हतं.

यांच्यापैकी प्रत्येक स्त्रीला काही ना काही कलाकौशल्य अवगत होते. पण याहीपेक्षा सर्वांत महत्त्वाचे म्हणजे त्यांच्या ठायी दुर्दम्य इच्छाशक्ती आणि उत्साह होता. या स्त्रियांना हाताशी धरून आपण नक्कीच काहीतरी विधायक काम करू शकू अशी मला आशा वाटू लागली. या परदेशी स्त्रियांनी मला जर असा हा प्रतिसाद दिला नसता तर मात्र कदाचित मी जराशी घुटमळले असते. कारण अजून मलाच यशाची शंभर टक्के खात्री काही वाटत नव्हती.

पण एकदा किरण बेदीला भेटले की नाही म्हणण्याची काहीही सोय नसते. त्यामुळे मी तात्काळ त्या उपक्रमास मान्यता दिली व सुरुवात करण्यास तयार झाले. तिहारमधील आणखी बऱ्याच स्त्रिया माझ्या मदतीला आल्या. आम्ही किरण बेदीच्या 'नवज्योती' या संस्थेच्या सहकार्याने काम करण्यास सुरुवात केली. 'नवज्योती' ही संस्था सुधार, व्यसनमुक्ती आणि पुनर्वसनाचे काम करण्यासाठी दिल्ली पोलीस फाऊंडेशनने सुरू केली. ही संस्था दिल्लीच्या झोपडपट्टीत राहणाऱ्या लोकांसाठी काम करते. विशेषत: दिल्लीच्या जवळपासच्या राज्यांमधील मादक द्रव्यांच्या आहारी गेलेल्या व्यक्तींचे पुनर्वसन करण्याचे कामसुद्धा ही संस्था करते. त्याचप्रमाणे फूटपाथवर किंवा झोपडपट्टीत राहून स्वत:चं पोट स्वत:च काम करून भरणाऱ्या पोरक्या मुलांसाठीही ही संस्था कार्यरत असते.

तिहारमध्ये आम्ही सुरुवातीलाच एक उत्पादन केंद्र सुरू केले. येथे सुपरवायझरचे काम करण्यासाठी चार परदेशी कैदी स्त्रियांची नेमणूक केली. त्यांना त्याबद्दल महिना १००० रुपये पगार पण देण्यास सुरुवात केली. मारिया या स्पॅनिश महिलेने या स्त्रियांना कापड, कागद, ग्रीटिंगकार्डे आणि भेटवस्तूंना गुंडाळण्याचा रंगीत

कागद या वस्तूंवर पेंटिंग करण्यास शिकवले. ग्लोरिया नामक एका नायजेरियन स्त्रीने विणकाम विभाग सुरू केला व मन थक्क करून सोडणाऱ्या सुंदर विणकामाच्या कलाकृती त्या स्त्रियांकडून बनवून घेण्यास सुरुवात केली. सुरीनाम येथील मार्गो नामक डच महिलेने हाताचे शिवणकाम शिकवले. त्याचप्रमाणे रेशमी रुमाल व टेबलक्लॉथ बनवण्याचे तिबेटी पद्धतीचे कलाकुसरीचे कामही सुरू झाले.

शकीरा या अँग्लोइंडियन स्त्रीचाही मला फार मोठा हातभार होता. या उपक्रमाच्या प्रचंड यशात तिचा मोलाचा वाटा होता. ती सर्व सुपरवायझरांना मदत करे. त्यांना लागणाऱ्या कच्च्या मालाच्या नियमित पुरवठ्यावर लक्ष ठेवे. ती त्यांच्याबरोबर काम करी व मी तिच्याबरोबर. आम्ही मिळून त्या स्त्रियांना प्रशिक्षण देत असू. शकीरा तिच्या कामात फार निष्णात होती. तिची सुटका झाल्यानंतर ती 'नवज्योती' येथे कामासाठी जाऊ लागली. तिने एका नवीन आयुष्याला सुरुवात केली.

स्त्रियांस प्रशिक्षण देणे आमच्या दृष्टीने फारच महत्त्वाचे होते आणि ते आजही आहे. बहुतांशी कैदी स्त्रियांना प्रशिक्षणाची गरज होती. त्यांच्या अंगी मुळात जे काही कसब, जे जन्मजात कौशल्य होते त्याची पातळी वाढवून, सुधारून आम्हाला पाहिजे तशा दर्जेदार हस्तकलेच्या वस्तूंच्या उत्पादनासाठी याची फार गरज होती. तुरुंगातील कैद्यांची लोकसंख्या बदलती असे. प्रशिक्षित कैदी सोडून जात आणि प्रशिक्षण न घेतलेले कैदी आमच्याकडे येत. मग परत त्यांना पहिल्यापासून सर्व काही शिकवायचं. या अवघड परिस्थितीतून मार्ग काढण्यासाठी आम्ही परमिंदर कौर हिला बाहेरून येथे आणलं. तिला अनेक प्रकारच्या हस्तकला अवगत होत्या. शिवाय स्त्रियांबरोबर काम करण्याचाही अनुभव होता.

मग मी माझ्या सुपरवायझरबरोबर बसून एकंदर सर्व उपक्रमाविषयी सविस्तर चर्चा करून एक प्राथमिक आराखडा तयार केला व तो किरण बेदीच्या पुढे ठेवला. तिची संमती मिळताच आम्ही कामाला लागलो.

माझं हिंदी भाषेचं ज्ञान फारच तुटपुंजं असल्यामुळे भारतीय कैदी स्त्रियांशी बोलता येत नसे. मी आठवड्यातून तीन ते चार दिवस तिहारमध्ये घालवत असे. कारण माझ्या स्वत:च्या उपक्रमांसाठी सुद्धा मला थोडा वेळ द्यावाच लागे. त्याचमुळे सुपरवायझर्स आणि परमिंदर हे माझे दुवे होते.

आमच्या संपूर्ण गटाचा कारभार इतका सुरळीत आणि सुसूत्रपणे चालू झाला, की, एक अत्यंत आदर्श यंत्रणा तयार झाली. मी जेव्हा प्रथम येथे आले तेव्हा एक गोष्ट माझ्या लक्षात आली होती. ती म्हणजे एका जातीच्या सर्व स्त्रिया घोळका करून एकत्र बसत. पण एकदा आमचे काम व्यवस्थित सुरू झाल्यावर ही प्रवृत्ती मागे पडली व त्यांच्यातील सलोखा आणि सामंजस्य वाढीस लागले. त्यामुळे त्यांच्यातील भांडणे पण आपोआपच मिटली.

आता ग्लोरियाच्या हाताखाली विणकामाचे वर्ग जोरात सुरू झाले. तिचं

व्यक्तिमत्त्वच इतकं लाघवी होतं, की, बघता बघता तिच्या हाताखाली काम करणाऱ्या स्त्रियांची संख्या शंभर झाली. ख्रिसमस आणि दिवाळीच्या सुमाराला दिल्लीत अनेक मेळावे, प्रदर्शने भरत. अशा ठिकाणी आम्ही या वस्तू विक्रीसाठी ठेवू लागलो. परदेशी नागरिक व परकीय दूतावासामध्ये काम करणाऱ्या व्यक्तींमध्ये आमच्या वस्तू फारच लोकप्रिय झाल्या. त्यातून जमा झालेल्या पैशांमधून आम्ही या स्त्रियांना रोजगार देऊ लागलो. त्याचप्रमाणे पुढील काम करण्यासाठी भांडवलही जमा करू लागलो.

मग मी सर्वांच्या पगाराची व्यवस्थित नोंद ठेवण्याची पद्धत सुरू केली. प्रत्येक सुपरवायझरने त्याचप्रमाणे कारागीर स्त्रीने आपल्या नोंदवहीत पगाराच्या ठराविक दिवशी पगाराची नोंद करायची असे ठरले. सुरुवातीला आम्ही या स्त्रियांचे अंगठे उठवून घेत असू. पण मग मात्र असा नियम केला, की, प्रत्येक स्त्रीने त्या वहीत आधी स्वत:चं नाव स्वत:च लिहायचं व नंतर स्वत:ची स्वाक्षरीपण करायची. तसं न केल्यास पगार मिळणार नाही. आपोआपच साक्षरतेचा प्रसार होऊ लागला.

आमच्या उपक्रमाचा सुरुवातीचा खर्चाचा बोजा श्री. श्रॉफ यांनी तर नंतर काही परकीय दूतावासांनी उचलला होता. त्यामुळे तर आमची उत्पादने विकल्यानंतर आम्ही आमच्या स्त्रियांना रोजगार देऊ शकत होतो. त्यांच्यातील अनेक स्त्रियांनी आयुष्यात प्रथमच स्वकष्टार्जित पैसा कसा असतो ते पाहिले होते. किंबहुना कित्येकींच्या हातात खर्च करण्यासाठी पैसा असा प्रथमच मिळाला होता व त्यामुळेच त्यांच्या मनात आत्मविश्वास जागृत झाला होता. आपण केलेल्या वस्तू कोणाच्या तरी पसंतीस उतरत आहेत, कोणीतरी त्या पैसा खर्च करून विकत घेत आहेत ही भावना फार महत्त्वाची होती. दोन परकीय व्यापाऱ्यांनी आमचा माल खरेदी करण्याविषयी थोडी उत्सुकता दाखवली. मग मी त्यांना मुद्दाम आमच्या तुरुंगाच्या भेटीसाठी बोलावले. कोणीतरी खास आपलं काम पाहण्यासाठी आलं आहे या कल्पनेने त्या स्त्रिया अक्षरश: हर्षभरित झाल्या.

कालांतराने या कैदी स्त्रियांची आम्ही बाहेरच्या बँकेत खाती उघडली. मात्र हे साध्य करण्यासाठी आम्हाला बराच मोठा लढा द्यावा लागला. गुन्हेगारांना काहीही हक्क नसल्यामुळे त्यांचे आमच्या बँकेत खाते उघडता येणार नाही असे बऱ्याच बँकांनी कळवले. परंतु आमच्या कारागीर स्त्रियांपैकी ९०% स्त्रियांवर केवळ खटले चालू होते, त्या गुन्हेगार असल्याचे काही सिद्ध झालेले नव्हते, असा युक्तिवाद करून आम्ही अखेर त्यांचे मन वळवले.

अखेर ९० पेक्षा जास्त स्त्रियांची बँकेत खाती उघडण्यात आली. त्या स्त्रियांपैकी अनेकींनी यापूर्वी कधी पासबुक किंवा चेकबुक कसे असते तेही पाहिले नव्हते. त्यांनी कधी पैसाच पाहिलेला नव्हता.

या सर्व स्त्रिया तिहारमध्ये नक्की कशा आल्या होत्या हे जाणून घेण्याचा मी कधीही प्रयत्न केला नाही. पण मला तिथे कामाला सुरुवात करून काही दिवस

झाल्यानंतर त्यांच्यातील बऱ्याच जणी मोकळेपणाने आपण होऊन माझ्याशी आपल्या खटल्यांबद्दल बोलू लागल्या. त्या आता रोजगार मिळवू लागल्या होत्या, त्यामुळे अनेकींना आता फी भरून बाहेरचे वकील आपल्यासाठी आणणे शक्य झाले होते. मुलांच्या शाळेची फी भरणे, थोडे पैसे घरी पाठवणे या अशक्य वाटणाऱ्या गोष्टीही शक्य झाल्या होत्या. कित्येक स्त्रियांची लवकर सुटकाही झाली.

मी येथे आल्यानंतर अगदी थोड्याच दिवसांत सर्व महिला कैद्यांनी महिला दिन साजरा केला व त्या निमित्ताने किरण बेदीसाठी खास फॅशन शो आयोजित केला. या शो चे दिग्दर्शन करण्यासाठी दिल्लीच्या एका नाटकाच्या ग्रुपमध्ये काम करणारी अमेरिकन स्त्री मुद्दाम आली होती. तिनेच या फॅशनशोसाठी आकर्षक संगीत, ध्वनि व प्रकाशयोजना, रंगमंचव्यवस्था इत्यादी सर्व काही तयारी केली. या स्त्रियांना मॉडेल्सप्रमाणे स्टेजवर चालण्यासही शिकवले. सर्व स्त्रियांनी स्वत:च तयार केलेले कपडे अंगात घातले होते. स्वेटर्स, मफलर्स असे अनेक प्रकार त्यांत होते. कपडे तसे साधारण प्रतीचे, जाडेभरडेच होते. पण ते घालून स्टेजवर परेड करणाऱ्या त्या मॉडेल्सचा आनंद मात्र अवर्णनीय होता. त्या कार्यक्रमाच्या फोटोंमधूनही तो आनंद व्यक्त होतो.

मी जे काही थोडंफार प्रशिक्षण घेतलेलं होतं, ते एक शिक्षिका म्हणूनच. गाठीला थोडाफार या व्यवसायाचा अनुभव होता. त्यामुळे जेलमध्ये हा आगळावेगळा उपक्रम करताना आधी माझ्यातली शिक्षिका जागृत झाली व येथे तयार होणाऱ्या वस्तूंच्या खरेदी-विक्रीच्या व्यवहाराबाबत मात्र मी माझ्या अंतर्मनाचा कौल घेतला. बाजारात काय चालेल, काय विकलं जाईल हे त्यावरच ठरवलं. मी स्वप्नाळू आहे. मला स्वत:ला एखादी गोष्ट जरी करता आली नाही, तरी सुद्धा इतरांना ती यशस्वी करता येईल याची मी स्वप्ने बघते. मी लोकांना गोळा करते. त्यांना काम करायला मदत करते. रासायनिक प्रक्रियेत स्वत: भाग न घेता त्या प्रक्रियेला मदत करणाऱ्या कॅटॅलिस्टसारखी. तिहारमध्येही मी अनेक लोकांना या उपक्रमात सहभागी करून घेतले. प्रसंगी बाहेरच्या लोकांची मदत घेतली. काही खास कलाकौशल्ये अंगी असलेल्या व्यक्तींना पाचारण केले. काय, कधी आणि कसे करावे मला आपोआप कळत गेले. लोकांना प्रोत्साहन देणे, वेळप्रसंगी भरीस घालणे, उपक्रमात सहभागी करून घेणे, त्यांच्या उत्पादनाला बाजारपेठ मिळवून देणे या गोष्टी नकळत जमून गेल्या.

तुरुंगापाशी देण्यासारखे असे काही नव्हते. होता तो त्या कैद्यांचा उत्साह, त्यांची तळमळ, त्यांची इच्छाशक्ती. आणि ही गोष्ट किरण बेदीने मला अगदी मोकळेपणाने प्रथमभेटीतच सांगितली होती. तिला आपले सुधारकार्यक्रम राबवण्यासाठी ज्या काही गोष्टींची गरज होती, त्याही येथे उपलब्ध नव्हत्या. त्या मिळवण्यासाठी केवढी प्रचंड धडपड करावी लागे. परंतु आमच्या कार्यक्रमाला तिने अगदी भरभरून प्रोत्साहन दिले, प्रेरणा दिली, आणखी काय पाहिजे? मी येथे तिहारला येण्यास

सुरुवात केली तेव्हा माझ्याकडे ये-जा करण्यासाठी स्वत:चे वाहन नव्हते. परंतु तिने मला रिक्षा करून येण्यास व त्याच रिक्षात कच्चा माल भरून घेऊन येण्यास सांगितले. हस्तकलेच्या कामांसाठी आम्हाला स्टुलांची गरज पडे. तसेच सुऱ्या, कात्र्या, सुया इत्यादी सामान लागे. हे सामान तुरुंगात आणण्यासाठीही तिने परवानगी दिली. सुपरवायझरांपाशी खास कुलपे होती. हे सामान तुरुंगात फार काळजीपूर्वक, बंदोबस्तात ठेवावे लागे. या सर्व सामानाची काळजीपूर्वक देखभाल व मोजदाद करावी लागे. पण मी येथे काम करत असतानाच्या तीन वर्षांत एकदाही त्यामुळे कोणताही गैरप्रकार घडला नाही.

या स्त्री कैद्यांनी सुरवातीपासून कधीच माझ्याविषयी शत्रुत्वाची भावना बाळगली नाही. उलट मी त्यांना रोजगार मिळवण्यास मदत करत होते. त्यामुळे कालांतराने आमच्यात एक नाते संबंध प्रस्थापित झाला. एकमेकांविषयी आदरयुक्त प्रेमाची व कृतज्ञतेची भावना वाढीस लागली. मी त्यांच्या समवेत खूप वेळ घालवत असे. कधीतरी त्यांच्यासाठी वाढदिवसाची शुभेच्छा कार्डे, लहान-सहान भेटवस्तू किंवा केक सुद्धा आणत असे. तिहारमध्ये बऱ्याच स्त्रिया सुशिक्षित होत्या. त्यांना कोणी कधी भेटवस्तू दिली नव्हती, की प्रोत्साहन दिले नव्हते. त्यांना यशस्वी व्हायचे होते. त्यामुळे त्यांच्या उत्साहाला नुसते उधाण आले होते. किरण बेदीच्या उत्साहाने त्यात आणखी भर घातली. कधीतरी माझ्याकडून त्यांचा पगार देण्यास उशीर होई. त्यामागे काही कारणेही असत. काही अडचणी असत पण त्यांचे कधीच काही म्हणणे नसायचे. बाहेरून मी कामाच्या ऑर्डरी आणत होते, त्यांना रोज काम करायला मिळत होते, यांचेच त्यांना केवढेतरी अप्रुप होते.

आमच्या काही स्त्रिया क्रोशाचे विणकाम शिकल्या होत्या. त्यांनी स्वेटर व इतरही काही वस्तू (पाणी प्यायच्या पेल्यांची व बशांची कव्हरे) विणून तयार केल्या. टेबलक्लॉथ, नाईटी, स्कर्ट व इतर कपडे बनवले. तसेच शिवणाच्या मशीनचा उपयोग करून बाथरोब, किमोनो, एप्रन्स, नाईट-गाऊन्स, लहान मुलांचे कपडे, पँट्स आणि सलवार, कमीज अशा असंख्य वस्तू तयार करण्यास सुरुवात केली.

आमच्याकडे छपाईचे काम सुद्धा येई. आम्ही पोटॅटो प्रिंटिंग टेक्निकचाही वापर करत असू. तसेच कैदी स्त्रिया स्वहस्ते शुभेच्छा कार्डे, स्टेशनरी सेट, भेटवस्तू गुंडाळण्यासाठीचा रंगीत कागद किंवा कागदी पिशव्या इत्यादी तयार करत, कधी तरी कापडावर हाताने पेंटिंग करत. ही पेंटिंग केलेली कापडे तयार कपडे बनवणाऱ्या कंपन्यांना पुरवण्यात येत. याशिवाय त्या काथ्यापासून पायपुसणी, पट्टे, टेबलमॅट व मोठाल्या पिशव्या बनवत.

आमच्या अनेक उपक्रमांमधून सर्वांत फायदेशीर ठरला तो आमचा विणकामाचा उपक्रम. जे. पीटरसन ही इंग्लंडमधील एक मेल ऑर्डर कॅटलॉग कंपनी. यांच्याकडून आम्हाला एक मोठी ऑर्डर मिळाली. त्यांना मोठ्या साईजच्या मोज्यांच्या ५०००

जोड्या हव्या होत्या. हे सर्व मोजे चार सुयांवर १७ रंगांची तिबेटी लोकर वापरून हाताने विणले जात. त्यांत आम्ही तीन वेगवेगळे साईज आणि चार वेगवेगळ्या फॅशन्स बनवल्या होत्या. त्यांच्या अंतर्भागी जे. पीटरसन कंपनीचे लेबलसुद्धा शिवले होते. अशाच प्रकारे आम्ही या कंपनीसाठी स्टॉकिंग्ज व इतर काही काथ्याच्या वस्तूंचे प्रकारही बनवून दिले. स्त्रियांना प्रत्येक जोडी विकून ७० रुपये मिळाले.

या उपक्रमात आम्हाला हे जे डोंगराएवढं यश मिळालं त्यामागे तत्कालीन भारतातील डच राजदूतांच्या पत्नी मादाम करीन यांचे परिश्रम कारणीभूत होते. या मादाम म्हणजे उत्साहाचा खळाळता, न संपणारा झराच होता. त्यांच्या बुद्धिमत्तेचा आम्हाला खूप उपयोग झाला. त्या तिहार प्रोजेक्टसाठी माझ्या सोबतीने रात्रंदिवस राबल्या. त्यांनी खूप धडपड करून डच एंबसीकडून आम्हाला ग्रँड मिळवून दिली. त्यासाठी जे प्रपोझल लिहायचं होतं ते पण स्वत:च लिहिलं. एंबसीने या योजनेसाठी दीड लाख रुपये दिले. तिहारमधील हा पहिलाच व्यवसाय प्रशिक्षणाचा कार्यक्रम होता. या उपक्रमात चार सुयांनी मोजे विणणे, शिलाईकाम व टायपिंग असे प्रशिक्षण देण्यात येणार होते. हा उपक्रम ९ एप्रिल १९९४ मध्ये सुरू झाला.

शिलाई विभागामध्ये प्रशिक्षक म्हणून काम करण्यास मादाम करीन स्वत:हून आनंदाने तयार झाल्या. त्यांनी स्त्रियांना पाश्चात्य धर्तीचे कपडे शिवण्यास शिकवले. त्यांनी स्वत: पॅरिसच्या फॅशन स्कूलमध्ये फॅशन डिझायनिंगचा अभ्यासक्रम पूर्ण केला होता. ते अनुभव त्यांना या तो ठिकाणी उपयोगी पडला. त्यांनी फॉरीन डिप्लोमॅटिक कमिटीसाठी खास मेळे आयोजित केले. तिहारमध्ये तयार झालेल्या वस्तू तेथे विक्रीसाठी ठेवल्या. त्यांनी इतर विदेशी स्त्रियांसही आमच्या तिहार येथील उपक्रमाची माहिती दिली. त्यांना सुद्धा आमच्या उपक्रमांमध्ये सामील केलं.

टायपिंग विभागासाठी आम्ही एका प्रशिक्षकाची नेमणूक केली. याची मागणी खास परदेशी कैद्यांकडून आली होती. टायपिंगचा वर्ग संपला तरीही स्त्रिया नंतर उत्साहाने बसून आपले आपण टायपिंग करत.

या स्त्रिया जशा आर्थिक दृष्ट्या स्वावलंबी होत गेल्या तसतशा त्या ठाम, आग्रही मते व्यक्त करू लागल्या. एक वेळ अशी आली की त्या सर्वजणींनी जाडीभरडी पायपुसणी बनवण्यास नकार दिला. कारण ती बनवताना त्यांच्या बोटांना त्रास होत असे.

आता मादाम कॅरीन व आणखी इतर काही हितचिंतकांच्या मदतीने आम्ही या स्त्रियांच्या पुनर्वसनाचे प्रयत्न सुरू केले. एकदा दिल्ली येथे अमेरिकन विमेन्स असोसिएशनमध्ये माझे भाषण होते. या असोसिएशनमधील काही महिलांना मी तिहारला किरण बेदीस भेटण्यासाठी घेऊन आले.

मी आजपर्यंत कोणत्याही भारतीय स्त्रीला मात्र तुरुंग दाखवण्यासाठी घेऊन जाऊ शकले नाही. कारण त्या 'तुरुंग' या संकल्पनेस घाबरतात. तुरुंगाच्या संदर्भात कोणत्याही प्रकारे आपले नाव जोडले जाऊ नये असे त्यांना वाटत

असावे. उगीच येथे आल्यामुळे लोक आपल्यालाच गुन्हेगार मानतील अशी भीती त्यांना वाटत असावी.

किरण बेदीने तुरुंगातील कोणत्याही नूतन कार्याचा शुभारंभ करण्यास १ डिसेंबर हा दिवस मुक्रर केला. आमच्या येथे नानेट हुल्सशोफ पॉल ही एक डच स्वयंसेविका होती. तिने दिल्लीच्या क्राफ्ट म्यूझियम मधील कारागीरांना येथे मुद्दाम बोलावून घेतले आणि त्यांना तिहारच्या पटांगणात त्यांच्या स्वत:च्या कलाकुसरीच्या वस्तूंचे स्टॉल मांडायला लावले. त्यामुळे हस्तकलेच्या वस्तू किती विविध प्रकारच्या असतात हे कैद्यांना समजले. आम्ही विविध कारागीरांना पाचारण केले होते. त्यांत कुंभार होते, बांगड्यांवर पेंटिंग करणारे कारागीर होते, मेणबत्त्या आणि साबण बनवणारे होते, पतंग बनवणारेही होते. सर्वांनी आपापल्या कामाची प्रात्यक्षिके दाखवली. किरण बेदीने आम्हाला संपूर्ण लॉन वापरण्याची परवानगी दिली. तुरुंगातील सर्वच कैद्यांना हा मेळावा पाहण्यासाठी बोलावले. अशा प्रकारे हस्तकलांचा उपक्रम आम्ही जोरात सुरू करावा अशी तिची मनापासून इच्छा होती.

१९९५ सालच्या डिसेंबर महिन्यात आम्ही रजया बनवण्यास सुरुवात केली. त्याचप्रमाणे मेरलीन एडवर्ड्स, टेरेसा ओल्टहोफ या दोन अमेरिकन स्त्रियांच्या मदतीने आम्ही कॅलेंडरे बनवण्यास सुरुवात केली. या उपक्रमात काही पुरुष कैद्यांनीही भाग घेतला. पुरुषांची सुतारकामाची शाळा होती. त्यांनाही मी जमेल तेवढी मदत केली. सूतकताई आणि कापड विणण्याच्या आमच्या उपक्रमासाठी त्यांनीच आम्हाला हातमाग बनवून दिले. त्याचप्रमाणे स्वयंपाकघरासाठी स्टुले बनवली. 'कमवा व शिका' कार्यक्रमात भाग घेण्याची त्यांची सुद्धा जबरदस्त इच्छा होती, पण तो मार्ग त्यांना अजून गवसला नव्हता.

माझ्यापुढे एक मोठी समस्या होती, ती काम करणाऱ्या मातांच्या लहान मुलांची. तिहारमध्ये फक्त वयाच्या पाच वर्षांखालील मुलांनाच आपल्या आईसोबत राहण्याची परवानगी होती. आमची ही समस्या एका डॅनिश समाजसेविकेने सोडवली. हिचे नाव होते मार्गरिट बेंटहोल्म. हिची आणि माझी गाठ तशी योगायोगानेच झाली. एक डॅनिश स्त्री आमच्या तुरुंगातील स्त्री विभागाला भेट देण्यासाठी आली होती. तिने एक प्रदर्शनातून या स्त्रियांनी बनवलेली शुभेच्छाकार्डे विकत घेतली होती व त्याबद्दल त्यांचे व्यक्तिश: आभार मानण्यासाठी ती आली होती. त्यांपैकी प्रत्येक कार्ड म्हणजे उत्कृष्ट कलाकृतीचा एक अप्रतिम नमुना होता. तिने मुद्दाम अशी कार्डे घेऊन ती आपल्या जगभरातील मित्रमैत्रिणींना पाठवली. कित्येकांनी तर ती फ्रेम करून आपल्या घराच्या भिंतीवर टांगली. या डॅनिश स्त्रीबरोबरच मार्गरिट ही समाजसेविका तुरुंगभेटीसाठी आली होती. तिला आफ्रिका व स्कँडिनेव्हियामधील बऱ्याच समाजकार्याचा अनुभव होता. त्यामुळे आता तिहारसाठीही आम्ही तिची मदत घेण्याचे ठरविले.

मार्गरिटची आणि माझी गाठ म्हणजे जादूच ठरली. पहिल्या भेटीतच आमची गट्टी जमली. आम्ही एकत्र काम सुरू केले. आमच्या कामातून स्त्रियांना नियमित

रोजगाराची हमी कशी मिळेल याकडे माझे लक्ष असायचे तर तिचे लक्ष आमच्या उपक्रमाची जी काही सामाजिक, आर्थिक व कायदेशीर बाजू होती त्यांकडे असायचे. आमच्या दोघींच्याही आवडीचा विषय मात्र एकच होता आणि ते म्हणजे किरण बेदीने आरंभलेल्या सुधार कार्यात तिला मदत करणे.

१९९४ मध्ये मार्गारिटने लहान मुलांच्या पाळणाघरासंबंधीचा प्रस्ताव मांडला आणि १९९५ साली ते स्वप्न प्रत्यक्षात उतरले. आमचे आणखीही एक स्वप्न होते. या कैदी स्त्रिया सुटका होऊन तिहारच्या बाहेर पडल्या तरी त्यांच्यासाठी एक घर– खरे तर एक सहकारी संस्थाच–तयार करणे. म्हणजे त्यांना आसराही मिळेल आणि कधीही बाहेरच्या जगात पाऊल टाकताना पाठीशी भक्कम आधार असेल. पण आमचं हे स्वप्न मात्र पुरेशा पैशाअभावी अपुरं राहिलं.

मार्गारिटने 'कन्सर्न्ड विमेन' नावाची एक संस्था सुरू केली. याच्या सदस्या सर्व विदेशी स्त्रिया होत्या. तिहार जेलमध्ये ज्या कोणी विदेशी स्त्रिया भरती होत्या, त्यांच्या भेटीसाठी या संस्थेच्या स्त्रिया मुद्दाम येत. कधीतरी काही भेटवस्तू आणत. त्यांच्याशी त्यांच्या मातृभाषेत सुखदु:खाच्या गोष्टी करीत. हा कार्यक्रम अजूनही चालू आहे...

पाळणाघर :

मार्गारिट बेन्टहोल्म हिने तिहारमध्ये पाळणाघर सुरू करण्याचे आपले अनुभव येथे कथन केले आहेत :

...जानेवारी १९९४ मध्ये तिहार येथे माझी सिस्टर मॅक्सशी गाठ पडली. मी एका डॅनिश मैत्रिणीसोबत तिहारच्या भेटीस आले होते. त्या दिवशी मला कित्येक कैदी स्त्रिया भेटल्या. सिस्टर मॅक्सने तेथे जो उपक्रम राबवण्यास सुरवात केली होती त्याला केवढे मोठे यश मिळाले होते त्याचा प्रत्यय त्या लहानशा भेटीतही मला आला.

त्याच वेळी एक कैदी स्त्री माझ्यापाशी येऊन म्हणाली : "माझी सगळीच परिस्थिती फार कठीण होऊन बसली आहे. इथे तुरुंगात मला मैत्रिणी आहेत, काम आहे. आता पुढच्याच आठवड्यात माझी सुटका होणार आहे. पण बाहेर पडल्यावर यातलं काहीच माझ्यापाशी नाही. मला तुम्ही मदत करा." मी विचारात पडले. मी स्वत: समाजसेविका आहे. गेली २० वर्षे या क्षेत्रात काम करते आहे. मी झांबियात स्त्रियांसाठी काम केले आहे. मालावी येथे रेडक्रॉस संस्थेसाठी काम केले आहे. तसेच डेन्मार्क येथे स्त्रिया व मुलांसाठी आधारकेंद्रे स्थापन केली आहेत. अनेक रोजगार हमी योजना सुरू होऊन नंतर बंद होताना मी आफ्रिकेत पाहिल्या. त्यामुळे या ठिकाणी या स्त्रियांच्या बाबतीत सिस्टर मॅक्सने नक्की काय करायचं ठरवलं आहे याची मलासुद्धा आधी नीटशी कल्पना आली नाही. परंतु तिने या सर्व रोजगार हमी योजनांमध्ये मानवी हक्कांचा मुद्दा आणून उभा केला.

माझी खरं म्हणजे तिहारमध्ये काम करण्याची इच्छा नव्हती. पण 'नवज्योती' या संस्थेच्या एका कार्यकर्त्याशी माझे तिहार तुरुंगाविषयी तसेच येथील स्त्रिया व मुलांच्या प्रश्नाविषयी बोलणे झाले. आपण त्यांच्यासाठी नक्कीच काहीतरी विधायक काम करू शकू असं मला वाटलं.

येथे एकंदर साठ मुले होती. महिला प्रतिरक्षा मंडळ या संस्थेने त्यांच्यासाठी एक लहानसे अर्ध्या दिवसाचे पाळणाघर सुरू केले होते. या मुलांची तेथे बाकी कोणतीच सोय नव्हती. जे काही होतं ते तसं अगदी मर्यादित होतं.

काही समाजसेवकांनी या मुलांचं नीट निरीक्षण केलं. त्यांच्या मातांच्या मुलाखती घेतल्या. या मुलांना बाहेरच्या जगाचा काहीही अनुभव नसल्याचं त्यांना आढळून आलं. त्यांना साधे साधे प्राणीसुद्धा ओळखता येत नसत. त्यांनी फक्त झुरळे आणि भटकी मांजरे तेवढी पाहिली होती. 'तुम्हाला कोणती गोष्ट आवडते, तिचं चित्र काढा'– असं जर त्यांना म्हटलं, तर ती गोंधळून जात. फक्त एका मुलानं तेवढं एका केळ्याचं चित्र काढलं होतं. त्या मुलांना काहीच स्वप्नं नव्हती, आणि असणार कुठून? त्यासाठी समाजाकडून प्रेरणा मिळावी लागते. मानसिक, बौद्धिक विकासाला खतपाणी घालावं लागतं आणि नेमकं तेच येथे घडत नव्हतं.

अनेक मातांची परिस्थिती फार गंभीर होती. मुलांची काळजी घेण्यासाठी लागणारा पैसा त्यांच्याजवळ नव्हता. काही स्त्रियांनी तर परिस्थितीपुढे हताश होऊन हात टेकले होते. या समाजसेवकांची आमच्याकडून एकच अपेक्षा होती–या निराश, हताश माता व त्यांच्या मुलांसाठी आम्ही एखादी संस्था सुरू करावी व त्या मुलांची शारीरिक वाढ आणि बौद्धिक विकास नीट होईल याची काळजी घ्यावी.

मग या मुलांसाठी एक पाळणाघर सुरू करावे व येथे काम करण्यासाठी काही कार्यकर्त्यांना प्रशिक्षण द्यावे अशा उद्दिष्टाने मी आणि सिस्टर मॅक्स काही सेवाभावी संस्थांमध्ये जाऊन भेटलो. काही लोकांनी फिरत्या पाळणाघराची कल्पना पुढे आणली होती. ते लोक या क्षेत्रात अत्यंत अनुभवी होते. आमचे या लोकांविषयीचे कुतुहल जागृत झाले. कारण या लोकांनी बांधकामावर काम करणाऱ्या मजूर स्त्रियांच्या मुलांसाठी हे फिरतं पाळणाघर सुरू केलं होतं. त्यात त्या मुलांना अनौपचारिक शिक्षण देण्याची सुद्धा सुविधा केली होती. हेच लोक प्रशिक्षण वर्ग व आणखी काही तत्सम उपक्रमही चालवत. तिहारच्या स्त्रिया आणि मुलांसाठी हे लोक योग्य होते. यासाठी परदेशातून आर्थिक मदत उपलब्ध होईपर्यंत आम्हाला थांबावे लागले. अखेर १९९५ सालच्या मार्च महिन्यात आम्ही या उपक्रमाची सुरुवात केली. फिरत्या पाळणाघराच्या कार्यकर्त्यांनी मुलांच्या भाषिक विकासाकडे व शारीरिक वाढीकडे लक्ष पुरविले. त्यांनी मुलांना गाणी म्हणण्यास शिकवले. अभिनय करण्यास शिकवले. हस्तव्यवसाय व योगाभ्याससुद्धा शिकवला. पाळणाघरासाठी जी जागा दिलेली होती ती खोली या कार्यकर्त्यांनी त्या मुलांकडूनच सुशोभित करून घेतली. त्यांनी काढलेली चित्रे भिंतीवर लावली. जुन्या मासिकांमधील कात्रणे कापून लावली. ही सगळी सजावट

मुद्दामच दर आठवड्याला बदलण्यात येत असे. अगदी लहान बाळांकरता आम्ही राजस्थानी पाळणे आणले. डॅनिश एंबसीकडून गालिचे आणले. काही टाकाऊ वस्तू आम्ही गोळा केल्या आणि त्यापासून त्या मुलांकडून छोटी छोटी खेळणी करून घेतली. जेलमधील इतर वातावरणाच्या तुलनेत तर ही जागा अक्षरश: वाळवंटातील हिरवळीसारखी भासू लागली.

तुरुंगातील मातांसाठी या कार्यकर्त्यांनी खास प्रशिक्षण वर्ग सुरू केले. पाळणाघरातील कर्मचाऱ्यांसाठीचे जे खास प्रशिक्षण असते तेच प्रशिक्षण यातील काही निवडक स्त्रियांना देण्यास सुरुवात केली. हे प्रशिक्षण घेत असताना त्यांना अल्पसे अभ्यासवेतन (स्टायपेंड) ही देण्यास आम्ही सुरुवात केली. या उपक्रमात एकूण २५ स्त्रिया सहभागी झाल्या व त्यांतील १४ स्त्रियांना नऊ महिन्यांचे प्रशिक्षण पूर्ण झाल्यावर प्रमाणपत्रही मिळाले. उरलेल्या स्त्रियांची मात्र या काळात सुटकाच झाल्यामुळे त्यांना काही हे प्रमाणपत्र मिळू शकले नाही.

या प्रशिक्षण वर्गात काही विशिष्ट बाबींवर बराच भर देण्यात आला होता. उदाहरणार्थ, आरोग्य, पोषक आहार, मुलांचे संगोपन करताना सृजनशीलतेचा वापर. या प्रशिक्षणामुळे स्त्रियांचा आत्मविश्वास वाढीला लागला. आपणसुद्धा शिकू शकतो हे जेव्हा एकदा त्यांच्या लक्षात आलं तेव्हा त्यांना जणू नवजीवनच प्राप्त झालं. फिरत्या पाळणाघरातर्फे हा कोर्स बाहेरील समाजासाठीही कायमस्वरूपी घेण्यात येत असे आणि त्या लोकांना कोर्सच्या अखेरीस जे काही प्रमाणपत्र देण्यात येई तेच येथील कैदी स्त्रियांना देण्यात आले. ते प्रमाणपत्र पाहून या स्त्रियांचा स्वत:च्या डोळ्यांवर विश्वासच बसेना. आपण खरोखरच एक अभ्यासक्रम पूर्ण केला असून त्यानंतरच्या परीक्षेतही उत्तीर्ण झालो आहोत ही कल्पनाच अत्यंत अभिनव होती. त्यामुळे त्यांच्या व्यक्तिमत्त्वात आमूलाग्र बदल झाला. आता सुटका झाल्यानंतर बाहेर पडताना अभिमानाने जगाला दाखवण्यासारखं काहीतरी त्यांच्यापाशी होतं.

या कैदी स्त्रियांची आपापसात तसेच आपल्या मुलांशी बोलण्याची एक विशिष्ट भाषा होती. ही भाषा पाळणाघराच्या कार्यकर्त्यांनी पूर्णपणे बदलून टाकली. आता त्या एकमेकींशी सन्मानपूर्वक बोलू लागल्या. मुलांना हिडीसफिडीस करणेही बंद झाले. या स्त्रिया नेहमी हिंदीतून बोलत आणि मला तर हिंदी येत नसे. पण तरीही बोलण्यातल्या, वातावरणातल्या व वागणुकीतल्या या बदलाची जाणीव मलासुद्धा होऊ लागली होती.

आम्हाला मुलांमध्येसुद्धा लक्षणीय बदल दिसून आला. या उपक्रमाने त्यांच्या आयुष्याला एक नवीन, चांगली दिशा मिळाली. आता ती मुले अधिक निरोगी दिसत. त्यांचे वजन सुद्धा पूर्वीपेक्षा वाढले होते. पाळणाघरात त्यांना ताजे, रुचकर अन्न मिळत होते. आजवर असे अन्न कधी त्यांच्या पोटात गेलेलेच नव्हते. इथे त्यांना नियमित आंघोळ घालण्यात येई. त्यांच्या डोक्याला तेल लावून केस विंचरण्यात येत. आपली मुले चांगली आणि नीटनेटकी दिसावीत म्हणून माताही त्यांच्यासाठी विशेष प्रयत्न करू लागल्या. बाहेरच्या सेवाभावी संस्थांकडून आम्हाला त्या मुलांसाठी कपडे मिळत.

या मुलांच्या नजरेत आता एक वेगळीच चमक दिसे. त्यांचे वागणे-बोलणे बाहेरच्या जगात राहणाऱ्या त्यांच्या वयाच्या चार सामान्य मुलांप्रमाणे वाटे. हीच मुले या पाळणाघरात येण्यापूर्वी रानटी प्राण्यांसारखी होती. भेदरलेली असत, उदासीन असत. पण आता पाळणाघरात राहून ही मुलं चांगली धीट झाली होती. ती आपण होऊन मोठ्या माणसांजवळ येत. नवीन शिकलेले गाणे नाहीतर कविता म्हणून दाखवत. कोणीतरी आपल्याकडे लक्ष पुरवत आहे, माया करत आहे ही जाणीव त्यांना होऊ लागली होती. त्यांच्या दृष्टीने ही जागा एखाद्या स्वर्गासारखीच होती.

फिरत्या पाळणाघरामार्फत आम्ही बाहेरून काही समाजसेवेची आवड असणाऱ्या, प्रेमळ स्त्रियांना पाचारण केलं. या स्त्रिया येथे येऊन पाळणाघराच्या कामकाजात लक्ष घालू लागल्या. शिवाय त्यांच्या मदतीला आमच्या प्रशिक्षित स्त्रिया होत्याच. त्यांतील शकीरा ही तर सर्वच कैदी स्त्रियांची व मुलांची अत्यंत लाडकी होती. तिने या पाळणाघरातील प्रेमळ वातावरणाला वात्सल्याची ऊब दिली.

मला स्वत:ला हिंदी बोलता येत नव्हते. पण माझी येथील कामे ठरलेली होती– येथील कामकाजात कशाची गरज आहे ते पाहणे, मुलांच्या वा स्त्रियांच्या गरजा लक्षात घेऊन त्यासंबंधीचा प्रस्ताव तयार करणे, फिरत्या पाळणाघराच्या कार्यकर्त्यांच्या सल्लामसलतीने नवनवीन सुधारणा घडवून आणण्यासाठी प्रयत्नशील राहणे. आमच्या या सर्व प्रयत्नांमध्ये किरण बेदीचा आम्हाला संपूर्ण पाठिंबा होता.

मी किरण बेदीला जेव्हा प्रथम भेटले तो दिवस मी कधीही विसरणार नाही. एका महाकाय माणसाने सुरवातीला तुरुंगात माझे स्वागत केले. हॉलमध्ये फक्त फ्लॉवरपॉट ठेवलेले होते. तिहारमधील तिच्या (किरण बेदीच्या) ऑफिसला दारच नव्हते. तिने सलवार-कमीज व जाकीट घातले होते. केस अगदी बारीक कापलेले होते. तिचे डोळे इतके चमकदार होते की त्यांतील तेज मला जाणवले. तिची नजर माझ्यावर पडताच मी एखाद्या प्रकाशझोतात उजळून निघाल्यासारखे मला वाटले. मी तिच्यासाठी खूप काही करावं अशी ऊर्मी मला आली. ती ज्या कोणाला भेटे, त्यांच्यावर तिचा असाच प्रभाव पडे. आम्ही आमचा प्रस्ताव तिच्यापुढे ठेवताच तात्काळ उत्तर आले : "जा, जरूर करा!" तिला जेवढी मदत करणे शक्य होते तेवढी तिने आनंदाने केली. तिने एक संपूर्ण इमारतच आमच्या स्वाधीन केली व पुढील भागात स्त्री कैद्यांसाठी असलेली जागा सुद्धा वाढवून दुप्पट केली.

माझी दृष्टी जरा चिकित्सक आहे. नजर काही तांत्रिक चुका आढळतात की काय हे बारकाईने हेरत असते. त्यामुळे मॅक्स चे बोलणे, तिचे सर्व बेत ऐकले की ते मला अगदीच अव्यवहार्य वाटत. ती जी काही स्वप्ने पाही ती मला अशक्य कोटीतील वाटत. परंतु मॅक्सची नजर फार तयार होती. कोणती गोष्ट बाज़ारात आणली तर हातोहात खपेल याची तिला बरोबर जाण होती आणि तिहार हे तर तिचं जीवनच होतं. ती अत्यंत तळमळीने, निष्ठेने काम करणारी होती व हीच गोष्ट फार प्रेरणादायी होती.

तुरुंगात शिजवून वाढण्यात येणारं अन्न पाहून माझं मन काळजीने भरून जाई. मी १९९४ च्या मार्च महिन्यात एक प्रस्ताव मांडला. एका आफ्रिकन कैद्याला स्वयंपाकी (शेफ) होण्याचे प्रशिक्षण द्यावे आणि मग त्याने मातांना प्रशिक्षण द्यावे. बालकांना वाढीच्या वयात कोणता आहार दिला पाहिजे हे त्याने त्या मातांना शिकवावे. त्याचप्रमाणे मातांना स्वत:साठीही पोषक आहार बनवता आला पाहिजे, म्हणून त्याचेही त्यांना प्रशिक्षण द्यावे. या उपक्रमासाठी आम्हाला अमेरिकेन विमेन्स असोसिएशनतर्फे २५,००० रुपयांची देणगी मिळाली. त्यात मी पदरचे १०,००० रुपये घातले व आम्ही एक नवे स्वयंपाकघर चालू केले. यामध्ये दोन सिंक, एक पाणी उपसण्याचा पंप, दोन संगमरवरी कट्टे, काही थाळ्या, एक फ्रीज, कूलर्स, बर्फ इत्यादी व्यवस्था होती. हे स्वयंपाकघर अतिशय स्वच्छ आणि सुंदर होते.

येथे प्रशिक्षणार्थी सहा कैदी स्त्रिया होत्या. त्या आळीपाळीने काम करीत. पडेल ते सर्व काम त्या करीत. येथे खाद्यपदार्थांची, फराळाच्या पदार्थांची पाकिटे बनवून त्या विक्रीला ठेवत असत. ज्या स्त्रिया दिवसभर काम करून रोजगार मिळवीत, त्यांना अशा तयार फराळाच्या पदार्थांचा खूप उपयोग होत असे. या स्त्रिया विविध प्रकारचे केक, ब्रेड, फ्रूट योगर्ट इत्यादीही तयार करून विक्रीस ठेवीत. नवीन स्वयंपाकघराचा हा प्रयोग चांगलाच यशस्वी झाला.

आमच्या नवीन प्रशिक्षित स्वयंपाक्याने आता नवनवीन उत्पादने सुरू केली होती. त्यांमध्ये शीतपेये, अल्पोपाहाराचे रुचकर पदार्थ, आईस्क्रीम, वाढदिवसाचे केक, मिल्क शेक इत्यादी गोष्टींचा समावेश होता. यातून जो काही पैसा जमा होई त्यातून आम्ही ताजा कच्चा माल विकत आणू लागलो. नवीन नवीन पदार्थ बनवू लागलो. आम्ही आता उत्तम प्रतीचा तांदूळ वापरू लागलो होतो. येथे रोज दोन किंवा तीन वेगवेगळ्या भाज्या शिजू लागल्या.

या नवीन स्वयंपाकघर उपक्रमाचा फायदा पुरुष कैद्यांनाही मिळावा म्हणून स्त्रियांनी शनिवारी त्यांच्यासाठी खाद्यपदार्थ विक्रीस ठेवण्यास सुरवात केली. शनिवार म्हणजे कुटुंबियांनी कैद्यांच्या भेटीला येण्याचा दिवस. या वेळी या पदार्थांची भरपूर विक्री होण्याची शक्यता अधिक होती. म्हणून मग आम्ही ही सगळी खाद्यपदार्थांची पाकिटे एका रिक्षात घालून शनिवार-रविवारी पुरुष विभागात विक्रीसाठी जाऊ लागलो.

त्याच सुमाराला वसंत ऋतूचे आगमन झाले. मग मी वासंतिक काव्यलेखनाच्या कार्यशाळेचे आयोजन केले. येथे काही सुशिक्षित स्त्रिया बंदिवासात प्रचंड मानसिक ताणाखाली जीवन कंठत होत्या. त्यांच्या मनाच्या कोंडमाऱ्यास या कार्यशाळेत आपोआप शब्दरूप मिळाले.

तिहारमध्ये काम करत असताना माझे आयुष्य नानाविध अनुभवांनी, नानाविध अंगांनी समृद्ध झाले. येथे मला खूप प्रेम मिळाले. पूर्ततेचे, परिपूर्णतेचे समाधान लाभले. मी येथे या स्त्रियांसाठी नक्की काय करते हे काही मला शब्दांत सांगता यायचे

नाही. पण जे काही हातून नकळत घडत असेल त्याचा नक्कीच चांगला परिणाम होत असावा अशी आशा आहे. काहीतरी ऋण फेडण्याची ही संधी आहे. हे एक आव्हान आहे. कधीतरी मी माझं घरभाडं सुद्धा भरण्याआधीच या स्त्रियांचे पगार देते. तिहार हा माझ्या आयुष्याचा हिस्सा बनला आहे. आजवरच्या आयुष्यात जे काही चांगलं, विधायक काम माझ्या हातून घडलं असेल, त्यातील सर्वांत महत्त्वपूर्ण हेच काम आहे. मला येथे मानवतेची सेवा करण्याची ही जी संधी मिळाली त्याबद्दल मी अक्षरश: कृतज्ञ आहे.

आमच्या काव्यनिर्मितीच्या या कार्यशाळेत सूत्रसंचालक म्हणून माझ्या दोन साहित्यिक स्नेह्यांनी काम पाहिले– बर्नार्ड रेफर आणि इंडिया हिक्सन. येथील काही कैदी स्त्रियांचे इंग्रजी भाषेवर प्रभुत्व होते. अशांना एकत्र जमवून या दोघांनी त्यांच्याकडून काही भाषिक कसरती करून घेतल्या. त्यातून स्वयंस्फूर्तीने त्या स्त्रियांच्या लेखणीतून नदीच्या खळाळत्या प्रवाहासारख्या एकामागून एक कवितांच्या लहरी उलगडत गेल्या. 'कन्सर्न्ड विमेन्स ग्रुप' ने त्यांच्यातील काही रचना संकलित केल्या आहेत.

तिहारमधील पाठ

आयुष्य जर शिकवायला निघालंच असेल
चार गरजेच्या गोष्टी आपल्याला
तर येथे येणं हाही एक संकेत असेल
असं या कथेतून समजेल

–आंद्रिया

तिहारची लेकरे

कुठेतरी दुसरीकडे जा...
कल्पना करा, जर तुम्ही रिंकू असाल
नाहीतर चांदनी किंवा दीपू
आणि तुम्ही इथंच लहानाचे मोठे होत असाल
तिहारच्या या स्त्रियांच्या तुरुंगात..
तुमची जगाविषयीची प्रतिमा
चार भिंतीआड बंदिस्त
आयुष्याचा तुमचा अनुभव
न सांगण्याजोगा, यातनामय
तुमच्यापाशी फक्त आईच तेवढी असेल.
बाबा असलेच तर.. असतील दूर कुठेतरी..
पण तुम्ही त्यांना भेटू शकत नसाल

किंवा बाबा कदाचित नसतीलच या जगात..
मृत असतील, नाहीतर दूरदेशी गेले असतील
पण त्यानं काय फरक पडतो खरं तर...
तुमच्यापाशी आहे फक्त वर्तमान
आणि या इथंच घालवताय तुम्ही तुमचं शैशव
पाच वर्षांचं आयुष्य
बाहेर काय घडतंय याची जाण नाही
कसं बंदिस्त आयुष्य
आपलं काय हरपलंय याचीही जाण नाही
कशाची कमतरता आहे तेही ठाऊक नाही
कारण तुलना करायला इथं दुसरं वेगळं असं काहीच नाही.
तिकडे बाहेर जे असतं तशापैकी...
पण निदान येथे तुमच्यापाशी आई आहे
आणि हव्या तेवढ्या मावश्या
रोज पोटात पडतो गरम घास
म्हणून राहायचं इथे त्याचसाठी
आता दु:ख नाही वाटत कशाकशाचं
बंदिस्त वाटत नाही, वेदनापण होत नाहीत
कारण रोज इथे हे असंच वाहायचं
पण रोज सगळं हे असंच कसं राहायचं?

–आंद्रिया

तिहारच्या स्त्रिया

आम्ही, तिहारच्या स्त्रिया
नशिबाने एकत्र बांधलेल्या
नाहीतर त्या विशिष्ट दिवशी नशिबानं
साथ नाही दिली म्हणून इथं पोचलेल्या
आम्हाला घेरणाऱ्या या भिंती
आम्हाला बांधणाऱ्या शृंखलाच या
आमचे हात आणि आमची मने गुंतवून ठेवणं
देवच जाणे, किती कठीण काम
दिवस-रात्र हाच विचार मनात करत बसायचं
तुरुंगात राहायचं म्हणजे नक्की काय करायचं
परस्परांच्या दु:खात आणि यातनांत सहभागी व्हायचं
आपल्या आप्तेष्टांना डोळा भरून बघायला कसं मिळणार?

कुटुंबियांपासून ताटातूट होणार
आपलं नशीब आ वासून समोर उभं आपल्याच
कशासाठी जगण्याचं प्रयोजन
एक आशेचा हलकाही किरण नाही समोर
केवळ बाहेरच्या जगाच्या आठवणी
काढत बसायचं
कधी तरी परत सारं सुरळीत होईल
आयुष्य पहिल्यासारखं जगता येईल
अशाच आशेवर दिवस काढायचे
कारण तेवढ्यासाठीतर आत्ता जगायचे

–आंद्रिया

माझा बाग

तुम्हाला आश्चर्य वाटेल
पण या तुरुंगातही
इतका सुंदर बाग फुलू शकतो
कुणाला जे काही वाटायचं ते वाटू द्या
पण माझा गुलाब तोडणाऱ्याच्या
डोक्याचं काही खरं नाही
गुलाबांचंच सांगायचं तर बहर आलाय छान
आणखीही बहरेल याचीच आशा करते फार
इथे पालक, गाजर आणि मुळाही लावलाय मी
लेट्यूस, फूलगोभी, कोथिंबीर सारं काही तुमच्यासाठी आणीन मी

–शकीरा.

थोरांहून थोर

इंदिरा गांधी तुरुंगात गेल्या
तसेच गांधीजीही
त्या बदनामीस ते नाही डरले
तर का डरावं मी?
कितीक थोरांहुनी थोर विभूती
येथे बंदिवान झाल्या
त्यांनी जर केला नियतीचा सामना
तर का न करावा मी?
असं काय होतं त्यांच्या ठायी

जे माझ्यात नाही?
काय होती त्यांची थोरवी?
मी घेतला या बंदिवासाचा लाभ जर
तर होईन मी थोरांहून थोर...

–शकीरा

तिहार आश्रम?

आपण या तुरुंगात येण्यामागेही
काही उद्दिष्ट, काही संकेत असेल
हे तुम्हाला पटेल?
मला ते पटलंय.
शिकत असता काही नवं, येत नाही वय आडवं
हे तुम्हाला पटेल?
मला ते पटलंय.
आणि म्हणूनच
अथक प्रयत्न करत राहायचं
त्या पाठीमागे धावायचं
स्वतःच स्वतःला धारेवर धरायचं
मिळतील त्या अनुभवांना गाठीस बांधायचं
एक ना एक दिवस लिहिणार मी सारं माझ्या वहीत
एक नवी स्त्री जन्माला कशी आली या साऱ्याचं गुपीत
पुरेशा वेदना पुरेशा यातना
क्वचितच भेटलेला.. आनंदाचा क्षण..
चंद्र मावळलेला नाही
आकाशात परत एकदा लाली उमटलेली...
स्वर्ग आणि नरकामधील सीमा धूसर करणारा
अनंताचा प्रकाश...

–मार्गो नीता

२ डिसेंबर १९९५ रोजी 'बिझिनेस स्टँडर्ड' मध्ये हे वृत्त छापून आले–

''गजाआडच्या कविता''

... लाल कव्हराचा पातळसा कवितासंग्रह. याचं नाव 'गजाआडच्या कविता.' या शीर्षकामागे एक कठोरता आहे. या काव्यसंग्रहाच्या ५० पानांमध्ये दुःखे,

वेदना, हुरहूर आणि नैराश्य दडलेलं आहे. या भावना आहेत तिहारमध्ये खटल्याच्या निकालाची वाट पाहणाऱ्या स्त्रियांच्या. या कवितांमधून कवीच्या भूतकाळाचा एखादा तुकडा समोर येतो. आठवणी– काही गोड तर काही कडू– जिवंत होऊन पुढे येतात. कुठे तरी त्यांचं घरकुल, घराची व घरातल्या माणसांची ऊब, विस्कटलेले नातेसंबंध, दूरदेशीच्या मित्रांची, आप्तेष्टांची हुरहूर..

अनेक कवितांमधून अंतर्यामी धुमसणारी कटुता शब्दबद्ध करण्याचा प्रयत्न दिसतो. त्याचप्रमाणे काही कवितांमधून जबरदस्त उमेद व आशेचा प्रत्यय येतो. उदाहरणार्थ–

.. कधीतरी परत
सारं सुरळीत होईल
आयुष्य पहिल्यासारखं जगता येईल
अशाच आशेवर दिवस काढायचे
कारण तेवढ्यासाठीच तर आत्ता जगायचे

–आंद्रिया

या कवींनी बंदिवासात असताना वेगवेगळ्या वेळेला ह्या कविता लिहिल्या आहेत. या वर्षाच्या सुरवातील तिहारमध्ये काव्यनिर्मितीची कार्यशाळा भरवण्यात आली, त्या निमित्ताने या सर्व कवितांचं संकलन करण्यात आलं. अर्थात या कार्यशाळेत सहभागी होणाऱ्या अनेक स्त्रिया विदेशी होत्या किंवा इंग्रजी माध्यमातून शिक्षण घेतलेल्या भारतीय होत्या.

नुकत्याच तिहार येथे सुरू झालेल्या तुरुंगसुधार कार्यक्रमामुळे अनेक स्वयंसेवी संस्थानी वॉर्ड क्रमांक १ मधील स्त्रियांच्या विभागात काम करण्यास सुरवात केली आहे. यातील अनेक स्त्रिया मादक द्रव्यांच्या संदर्भातील गुन्ह्यांमध्ये अडकलेल्या असून १९८५ सालच्या एन्. डी. पी. सी. कायद्याअन्वये येथे येऊन दाखल झाल्या आहेत.

येथील स्त्रियांना रोजगार मिळावा यासाठी सुद्धा अनेक योजना कार्यान्वित झाल्या आहेत. मात्र यापाठीमागे येथील स्त्रियांच्या अंगी असलेले सुप्तगुण व कौशल्ये योग्य संधी मिळताच बाहेर यावी असंही एक उद्दिष्ट आहे.

अशाच एका संस्थेचं नाव आहे 'कन्सर्न्ड विमेन.' या संस्थेत आठ सदस्य स्त्रिया असून सर्वजणी परदेशी नागरिक आहेत. हा काव्यसंग्रह प्रकाशित होण्यामागेही त्यांचेच प्रयत्न कारणीभूत आहेत. हा संग्रह प्रथम सप्टेंबर महिन्यात प्रकाशित झाला व एव्हाना त्याच्या दोन आवृत्त्याही निघाल्या आहेत. त्यातून गोळा झालेले उत्पन्न तिहारमधील स्त्रियांच्या कल्याणनिधीमध्ये जमा करण्यात आले. येथील स्त्रियांच्या कलागुणांना वाव देण्यासाठी आणखी दोन स्त्रियांनी अपरिमित कष्ट केले. त्यांपैकी श्रीमती डॉली नारंग या 'विलेज गॅलरी' चालवतात. ती दिल्लीच्या हाऊस खास भागात आहे. तसेच श्रीमती बुलबुल शर्मा या एक प्रथितयश लेखिका व पेंटर

आहेत. त्यांनी तिहारमधील स्त्रियांच्या कलाकृतीचे नुकतेच एक प्रदर्शन भरवले.

दिल्लीच्या इंडिया इंटरनॅशनल सेंटरमध्ये हे प्रदर्शन भरवण्यात आले. दिल्लीतील अनेक प्रकाशातील व्यक्ती येथे उपस्थित होत्या. सुप्रसिद्ध चित्रकार एम. एफ. हुसेन आणि सुपरकॉप किरण बेदी यांचा त्यात समावेश होता. यात मांडलेल्या अनेक कलाकृतींची विक्री झाली. यातील काही कलावंतांना दिवाळीच्या आदल्या दिवशी शुभेच्छापत्रे आली व त्याबरोबर लोकांनी प्रेमाने व स्वखुशीने पाठवलेल्या बक्षिसांचे चेकही आले..

नवज्योती केंद्रातर्फे सिस्टर मॅक्स यांच्या प्रेरणेने एका नवीन उपक्रमास सुरवात झाली. त्याचं नाव 'गजाआडील विणकर' या उपक्रमासाठी प्रोग्रॅम ऑफिसर म्हणून नवज्योतीने सिस्टर मॅक्स यांची नेमणूक केली. याचे कारण या कार्यक्रमासाठी त्यांनी डच दूतावासाकडून मदत मिळवली. या उपक्रमाच्या मांडणी व आखणीत त्यांची फार मोलाची मदत झाली.

हा उपक्रम प्रशिक्षणार्थी लोकांसाठी मुद्दाम तयार केलेला प्रशिक्षणाचा अभ्यासक्रम होता. त्यामुळे या स्त्रिया स्वावलंबी होण्यासाठी मदत होणार होती. यात आर्टिस्टिक वीव्हिंग) जे शिकवतील अशा प्रशिक्षकांना प्रशिक्षण देण्यासाठी एक तीन महिन्यांचा अभ्यासक्रम होता.

या अभ्यासक्रमाची उद्दिष्टे होती :

(अ) क्रिएटिव्ह वीव्हिंगच्या तंत्राचे प्रशिक्षण निवडक दहा स्त्री कैद्यांना देणे. यामध्ये क्रिएटिव्ह वीव्हिंग, कॉंपोझिशन, कलर मॅचिंग व टेक्स्चर असे विषय अंतर्भूत होते. यामुळे जेलमधे असताना किंवा जेलमधून बाहेर पडल्यावर चरितार्थाचे साधन त्यांच्या हाती येणार होते.

(ब) भारतीय आणि विदेशी ग्राहकांना आकृष्ट करण्यासाठी उत्तम प्रतीच्या विणलेल्या वस्तूंची निर्मिती

(क) दिल्लीतील बाजारपेठेचा अंदाज घेणे त्याचप्रमाणे इतर ठिकाणी विक्रीच्या शक्यता असतील तर त्याही पडताळून पाहणे या दृष्टीने काही गोष्टींचे प्रदर्शन आणि विक्रीमेळा दिल्ली येथे भरवणे.

(ड) वीव्हिंगचे काम व प्रशिक्षण वर्ग या दोन्ही गोष्टी सातत्याने चालू राहाव्यात व उत्पन्नाचा नवा स्रोत कैद्यांसाठी खुला व्हावा याची काळजी घेणे.

तिहारमध्ये स्त्रियांना रोजगार मिळवून देण्याच्या दृष्टीने जे काही उपक्रम आजपर्यंत सुरू झाले होते ते, परंपरागत स्त्रियांची म्हणून जी कामे समाजात रूढ झालेली आहेत, अशाच कामांवर आधारित होते. त्या पार्श्वभूमीवर 'आर्टिस्टिक वीव्हिंग' हा उपक्रम फारच आगळावेगळा होता. त्यामध्ये उत्पादनाला जवळजवळ एखाद्या कलाकृतीचं स्वरुप मिळवून देऊन एक पाऊल पुढे टाकलं होतं. भारतात

कापड हातमागांवर विणण्याची फार प्राचीन परंपरा आहे. परंतु येथे हाती घेतलेला हा उपक्रम म्हणजे त्याची पुढची पायरी होती. ती म्हणजे अगदी मोजक्या, समाजातील अत्यंत वरच्या पातळीवरच्या ग्राहकांसाठी कलात्मक वस्तूंची निर्मिती करणे.

हा उपक्रम खऱ्या अर्थाने यशस्वी करून दाखवण्यासाठी आम्हाला अगदी सुरवातीपासूनच अत्यंत वरच्या दर्जाचं उत्पादन करणं आवश्यक होतं व असं उत्पादन करायचं तर त्यासाठी कामगारांना जो कामाचं प्रशिक्षण देणार, असा प्रशिक्षक स्वत: उच्चशिक्षित व त्याच्या कामातील तांत्रिक कौशल्य अवगत असणारा असला पाहिजे. त्याचप्रमाणे बाजारपेठेत ग्राहकांच्या नक्की काय अपेक्षा असतात त्याची त्याला फार उत्तम जाण हवी. आणि अगदी असाच प्रशिक्षक आम्हाला मिळाला. त्याला आम्ही तीन महिन्यांसाठी नियुक्त केलं. त्यानंतर पार्टटाईम सल्लागार व निरीक्षक म्हणून कायम करण्याचं ठरवलं.

स्त्री कैद्यांमधून कामगार म्हणून दहा स्त्रियांची निवड केली. त्याआधी त्यांच्या अंगचं कसब थोडंफार पारखून घेतलं होतं. पुढे या स्त्रिया आपापल्या कामात वाक्‌बगार झाल्यानंतर इतरांना प्रशिक्षण देणार होत्या. त्यांच्या प्रशिक्षणात खालील गोष्टींचा अंतर्भाव होता.

(अ) कापड विणण्याच्या विविध तंत्रांचा समावेश, मॅक्रेम व क्रोशाचे विणकाम, स्क्रीन वीव्हिंग, हातमागावर काथ्याने विणणे इत्यादी.

(ब) वेगवेगळ्या कच्च्या मालाच्या मिश्रणाची माहिती

(क) वेगवेगळा पोत, नक्षी आणि रंग यांचे मॅचिंग करण्याच्या तंत्राची माहिती.

(ड) दर्जाची हमी आणि कलापूर्ण सादरीकरण

(इ) फिनिशिंग आणि फ्रेमिंग

(फ) मालाचे प्रदर्शन व विक्रीसाठी लागणारे कौशल्य.

'वीव्हिंग बिहाईंड बार्स' किंवा 'गजाआडचे विणकर' या उपक्रमात स्त्रिया दिवसाचा बराचसा वेळ गुंतून राहत. या स्त्रियांनी गालीचे विणण्याचे कौशल्य आत्मसात तर केलेच, परंतु त्यात कालांतराने आणखी विशेष प्राविण्य मिळवले. या छोट्या छोट्या कलाकृती विणून तयार करत असताना त्यांना आपल्या स्वत:चाच आविष्कार डोळ्याने बघायला मिळत होता. या कलाकृतींची नंतर प्रदर्शने भरवण्यात आली. लोक त्या हौशीने विकत घेऊ लागले. प्रशिक्षित स्त्रियांनी इतर स्त्रियांना ही कला शिकवली. आपल्या स्वत:च्या तंत्राचाही अधिक विकास केला व उत्तमोत्तम कलाकृती निर्माण केल्या. ह्या उपक्रमाचे स्वरूप आर्थिक स्वावलंबन शिकवणारा उपक्रम एवढेच मर्यादित राहिले नाही; तर या स्त्रिया ते काम करताना इतक्या गुंगून जात, की, त्यांची अक्षरश: समाधी लागत असे. काळ-वेळ-स्थळ यांचे भान हरपून जात असे. यात भाग घेतलेल्या काही स्त्रियांची विधाने खाली देत आहे :

.. माझा वेळ यात चांगला जातो व हे काम मला आवडतं. यापूर्वी मी नुसती इकडे-तिकडे निष्क्रियपणे भटकून वेळ वाया घालवत असे. पण एका विद्यार्थिनीच्या आग्रहाखातर मी या प्रशिक्षण वर्गात नाव घातलं, नाव नोंदवलं आणि आता मी त्याच्यावर रोजगार मिळवू लागले आहे. माझी सुटका झाल्यानंतर घरबसल्या सुद्धा मला हा उद्योग करता येईल.

परमजीत

.. परमजीतनं मला शिकवलं. तिनंच मला या वर्गात आणलं. पूर्वी मी रिकामा वेळ घालवायचे. मला एकसुद्धा कलाकौशल्य अवगत नव्हते. त्यामुळे मी नुसत्या गावगप्पा करत फिरायचे. आता मला कोणाचा आधार नाही. त्यामुळे मला माझ्या पायावर उभं राहावंच लागेल. चार पैसे मिळवून दोन वेळच्या जेवणाची व्यवस्थासुद्धा माझी मलाच करावी लागेल.

मूर्ती

मी गेल्या दोन महिन्यांपासून येथे शिक्षण घेत आहे. मला त्याची आवड उत्पन्न झाली आहे. कापड विणण्याचं काम करून मला पैसे सुद्धा मिळत आहेत. मला दोन महिन्यांमध्ये पाच वेगवेगळ्या प्रकारची कापडे विणता आली.

कुलदीप

मला नवनवीन गोष्टी शिकण्याची आवड असल्यामुळेच मी या कार्यक्रमात सहभागी झाले. आता माझं आयुष्य मला सुखात घालवता येईल. मला रंगसंगती उत्तम जमते व कापड विणण्याची संपूर्ण प्रक्रिया मला आवडते. कधी कधी माझ्या मनात काहीतरी वेगळंच डिझाईन असतं. पण मी प्रत्यक्ष काम करू लागले, की ते बदलत जाते. त्यामुळे मी आधी जे काही ठरवले असेल त्यापेक्षा काहीतरी वेगळेच निर्माण होते.

किरण

हा उपक्रम केवळ कापड विणण्याच्या कलेपुरताच मर्यादित राहिला नाही. ख्यातनाम पेंटर आणि लेखिका बुलबुल शर्मा तसेच दिल्ली येथील हाऊसखासमधील विलेज गॅलरीची डॉली नारंग यांनी येथील स्त्रियांना एक नवी कला शिकवली. त्याचे नाव पेंटिंग. बुलबुल शर्माने तिहारमध्ये पेंटिंगची एक कार्यशाळा घेतली व त्यात तिला जे अनुभव आले ते तिने कथन केले आहेत. या स्त्रियांच्या मनात आधी या उपक्रमाविषयी भय होतं, त्याची जागा साशंकतेने घेतली. नंतर त्याचं रूपांतर उत्सुकतेत झालं, उत्सुकतेचं अधीरतेत व अखेर त्याचं पर्यवसान विश्वासात कसं झालं, याचं वर्णन येथे केलेलं आढळतं.

... त्या कैदी स्त्रियांनी थरथरत्या हातांनी रोलर्स उचलून काम सुरू केलं.

'विलेज गॅलरी' तर्फे तिहार जेलमध्ये एक पेंटिंग कार्यशाळा घेण्यात आली. यात एका रंगात पेंटिंग करण्याचं प्रशिक्षण देण्यात आलं. याचा पहिला दिवस

विस्मयजनक होता. येथे तिहारमध्ये कोणत्या परिस्थितीत काम करावं लागणार आहे, तसेच माझी व डॉली नारंगची कशा प्रकारच्या स्त्रियांशी गाठ पडणार आहे या बाबतीत मी जरा साशंकच होते. दरवाजे उघडले आणि आम्ही उंच उंच झाडे असलेल्या एका विस्तीर्ण पटांगणात शिरलो. कैदी स्त्रियांच्या मनातही आमच्याबद्दल तेवढेच भय आणि साशंकता होती. आम्ही आमच्या थैल्या उघडून त्यातून रंग, प्लेट्स, रोलर्स आणि इतर साधने बाहेर काढू लागलो. तशा त्या आम्हाला काळजीपूर्वक निरखून पाहू लागल्या. एक जण म्हणाली: मला नाही चित्रं काढता येत. "पूर्वी शाळेत असताना कधी रंगीत खडू हाती घेतला असेल तेवढाच," दुसरी उद्गारली. पण मी तशीच मोनोप्रिंटिंग (एकाच रंगात) चे प्रात्यक्षिक दाखवण्यास सुरवात केली, तशा हळूहळू एकेक स्त्रिया पुढे होऊ लागल्या. थोड्याच वेळात वीसबावीस स्त्रियांचा घोळका आमच्याभोवती जमला. प्रत्येक जण स्वतःच्या हाताने मोनोप्रिंटिंग करून पाहण्यास उत्सुक होती.

मोनोप्रिंटिंगचे काम तसे सोपे असते. त्याला काही फारसे कौशल्य लागत नाही. पेंटिंग नव्याने शिकवण्यास सुरवात करताना हे शिकवण्यास सोपे पडते. ह्या स्त्रियाही ते लगेच शिकल्या. रोलर कसा वापरायचा हे एकदा व्यवस्थित समजल्यानंतर आधीचं बिचकणं, बावरणं कमी झालं. त्यांनी सुरवातीला रोलरच्या साहाय्याने प्लॅस्टिकच्या मोठमोठ्या तुकड्यांवर रंग लावले. आधी आम्ही प्रिंटिंग इंक न वापरता साध्या तैल रंगाच्या ट्यूब्ज वापरल्या. कारण त्यांतील रंग पसरण्यास सोपे असतात. एकदा प्लॅस्टिकवर रंग पसरला की हेअरपिनसारख्या तीक्ष्ण हत्याराने आम्ही त्यांना त्यांच्यावर वेगवेगळी नक्षी काढायला सांगायचो. सुरवातीला त्यांनी जरा थरथरत्या हाताने चित्रे काढली. पण नंतर त्यांनी संपूर्ण प्लॅस्टिकच वळणदार वेलबुट्ट्यांनी भरून टाकले. त्यापुढील टप्पा त्या स्त्रियांच्या आणि आमच्याही दृष्टीने अधिक सोपा होता. कारण यातून काय निष्पन्न होईल याचा आम्हाला अंदाज होता. त्या सर्वजणी आता रोलरची हाताळणी अधिक सहजपणे करीत. नवनवीन रंगसंगतीचे प्रयोग करून बघत. डिझाईन बनवण्यासाठी वेगवेगळ्या तीक्ष्ण वस्तू वापरून बघत. नवीन डिझाईन्स बनवण्यासाठी झाडाच्या काटक्या, जुनी पाने, जुनी कापडे, इत्यादि वस्तू गोळा करून त्यांचा उपयोग त्या करत. वेगवेगळ्या प्रकारच्या रंगाचे एकत्रित प्रयोग करत. उदाहरणार्थ : क्रेयॉन्स व मोनोप्रिंटिंगचे मिश्रण, फिंगर पेंटिंग व कोलाजचे मिश्रण, प्लॅस्टिकवर बोटांनी रंगांचे ठसे उमटवणे इत्यादी. 'विलेज गॅलरी' मधून त्यांच्यासाठी विविध कागद आणले होते. त्यांवर त्यांनी तऱ्हेतऱ्हेची रंगीत डिझाईन्स काढली. त्यात हाताने बनवलेला कागद होता, तसाच पुनर्निर्मित (रिसायकल्ड) कागदही होता. अशा प्रकारे अनेक दिवस आमच्या मार्गदर्शनाखाली काम केल्यानंतर त्या स्वतंत्रपणे काम करू लागल्या. प्रोत्साहनाचा, कौतुकाचा एखादा शब्द अधूनमधून उच्चारला तरी तो त्यांना पुरेसा होई. आम्ही एक दिवस एका प्रचंड मोठ्या निंबाच्या झाडाखाली बसलो होतो. उन्हात

वाळवत ठेवलेली मोनोप्रिंट्स कधीतरी एकदम वाऱ्याने उडून जात. अलीकडे जेलमध्ये स्त्रियांच्या वॉर्डात या चित्रकलेच्या वर्गाविषयी अत्यंत उत्साहाचे वातावरण पसरले होते. यापूर्वी कधीच आमच्यापाशी न फिरकलेल्या कैदी स्त्रिया सुद्धा आमच्याजवळ शिकण्याच्या उत्सुकतेने येऊन बसू लागल्या. हळूहळू नवनवीन पॅटर्न्स वर, नवनवीन डिझाईन्सवर काम करू लागल्या. त्याचबरोबर एकीकडे त्या स्वत:च्या गतायुष्याविषयी मन मोकळे करू लागल्या. भविष्यातील आशांविषयी बोलू लागल्या.

शकीरा या कैदी स्त्रीला असंख्य कला अवगत होत्या. तिची एक उत्तम व्यंगचित्रकार होण्याची इच्छा होती. तिने मोनोप्रिंटिंग तत्त्वाचा अवलंब करून सुंदर पोर्ट्रेट्सची एक मालिकाच तयार केली होती. बलजीत तशी शांत होती. मन लावून काम करायची. ती फार ॲबस्ट्रॅक्ट पण प्रत्ययकारी असं मोनोप्रिंट करायची. सविता, संतोष आणि निरप्रीत यांना मोनोप्रिंटिंगबद्दल आणखी खूप शिकायचं होतं. त्या रोज कागदावर नवनवीन संकल्पना काढून आणत. सुमित्रा देवीने अत्यंत शास्त्रशुद्ध अभ्यास करून मोनोप्रिंटिंगचं तंत्र आत्मसात केलं. त्यात नवनवीन पद्धतीचा अवलंब सुरू केला. ती कागदाच्या तुकड्यावर गडद रंगात घट्ट थर द्यायची. त्यावरून फिकट रंग अलगद फिरवून तसेच दोरीचा वापर डिझाईन बनवण्यासाठी करायची व त्यापासून ॲबस्ट्रॅक्ट पेंटिंग करायची. अशीच कारपै नामक लाजाळू, खेड्यातील स्त्री होती. तिला हिंदी सुद्धा बोलता यायचं नाही. पण ती खाणाखुणांच्या साहाय्याने बोलायची. परंतु तिला रंगसंगतीचं उपजत ज्ञान होतं.

या स्त्रिया आपल्या बालपणी पाहिलेल्या प्रतिमा आपल्या मन:पटलावर पाहत आणि त्या मोनोप्रिंटमध्ये पुनश्च निर्माण करण्याचा प्रयत्न करीत. त्यांचं सुरवातीचं काम हा त्यांच्या भावभावनांचा सहजाविष्कार होता. जवळ पडलेला कोणताही रंग उचलायचा आणि वापरायचा. पण सहा-सात कार्यशाळांचा अनुभव गाठीशी जमा झाल्यानंतर त्यांनी योजनाबद्ध आखणी करून पूर्ण विचारान्ती काम करण्यास सुरवात केली. त्यांच्यातील काही जणी अजूनही घाईगडबड करायच्या. आपलं काम पुरं झालं की ते कसं दिसतं ते बघायची त्यांना अतोनात उत्सुकता असे. मोनोप्रिंटचं एक खास वैशिष्ट्य म्हणजे त्याचा प्रवाहीपणा. हा हळूहळू त्यांच्या कामातून दिसू लागला. फुलं आणि झाडं, बालपणीच्या स्मृतीतील चित्रविचित्र पक्षी, अनामिक चेहरे, आदिवासी कलेतील गुंतागुंतीचे पॅटर्न, स्वप्नातील निसर्गदृश्ये या आणि अशा अनेक वैशिष्ट्यांनी तिहारच्या स्त्रियांची ही चित्रे नटलेली आहेत. आम्ही त्या स्त्रियांना चित्राखाली स्वत:ची नावे लिहिण्यास सांगितली तेव्हा त्या चकित झाल्या. मग एक स्त्री म्हणाली– "आमचं काम बघायला कोण कशाला येणार आहे?" त्यावर दुसरी एक जण म्हणाली: "आपण एकदा इथे आलो की बाहेरचं जग आपल्याला लगेच विसरतं." परंतु त्यानंतर काही थोड्याच महिन्यांत इंडिया इंटरनॅशनल सेंटरमध्ये त्यांच्या चित्रांचं प्रदर्शन भरवण्यात आलं आणि अनेक चाहत्यांनी, प्रेक्षकांनी या चित्रांची वाहवा केली. हे प्रदर्शन भारताबाहेरही जाऊन पोचलं.

१५ सप्टेंबर १९९५ रोजी 'एशियन एज' मध्ये खालील वृत्त छापून आलं :
"कैदी स्त्रियांच्या भावनांचा मोनोप्रिंटद्वारे आविष्कार."

किरण बेदी, एक कर्तव्यतत्पर धडाडीच्या, निष्ठावान पोलीस ऑफिसर जेव्हा तिहारची सूत्रे हाती घेतात, तेव्हा काय घडते? सुधारणांना सुरवात होते. तुरुंगातील महिलांना एकसौंदर्यदृष्टी पुरवली जाते. तिहारमध्ये असंच घडलं. डॉली नारंग आणि बुलबुल शर्मा यांना जेव्हा तुरुंगात बोलावण्यात आलं व त्यांनी येथील स्त्रियांना मोनोप्रिंटची कला शिकवण्यास सुरवात केली तो दिवस एक स्मरणात घोळण्यासारखा, आठवणीत साठवण्यासारखा अनुभव होऊन बसला.

या स्त्रियांचा पूर्वेतिहास, त्यांची पार्श्वभूमी आपोआप बाजूला पडली. त्यांनी एकत्रितपणे दहा कार्यशाळांमध्ये डॉली व बुलबुल समवेत उत्साहाने भाग घेतला. त्यातून त्यांच्यातील प्रत्येकीला आपल्या अंतरंगात लपलेल्या एका वेगळ्याच स्वत्वाची जाणीव झाली. या सर्व कैदी स्त्रियांना आयुष्यात प्रथमच ही एवढी मोठी संधी प्राप्त झाली होती. आजपर्यंत कधीही हातात न गवसलेलं एक अनोखं विश्व शोधून काढण्याची! पण यातील सर्वांत महत्त्वाची कामगिरी होती भीड व संकोच मोडून मैत्रीस सुरवात करण्याची. "पण ते काम आमच्या उपस्थितीने आपोआप साध्य झालं," बुलबुल म्हणाली. यांच्यातील काही स्त्रिया सुशिक्षित व खरोखर बुद्धिमान होत्या. त्यांचा बौद्धिक विकास आणि त्यांची निर्मितिक्षमता पाहताना तिचं मन रमून जाई.

स्त्रियांमधील सुधारणेकडे जर आपण या दृष्टिकोणातून पाहिलं तर त्यांच्या त्या पुनरुज्जीवनामधून आपल्याला केवढीतरी प्रगती घडून आलेली दिसते. अनेक लाभदायक गोष्टी घडून आलेल्या दिसतात. या प्रगतीमुळे सर्व कैदी स्त्रियांच्या ठायी आत्मविश्वास, यशस्वी होण्याचा निर्धार, संघटनकौशल्य आणि सर्वांत महत्त्वाचं म्हणजे आत्मसन्मानाची रुजवण झाली. आता त्या स्वत:च्या भविष्याकडे एका नव्या आशावादी दृष्टीने पाहू लागल्या. मनात नवी उमेद, नवी स्वप्ने, नव्या आशाआकांक्षा घेऊन पाहू लागल्या. त्या स्त्रियांच्याच तोंडचे काही उद्गार खाली दिले आहेत, त्यावरून ही गोष्ट चांगली स्पष्ट होते.

.. मला वकील, किंवा सरकारी वकील होऊन निरपराध कैद्यांना मदत करायची आहे..

(पूनम वासुदेव)

.. मला चहाचा ठेला उघडायचाय किंवा घरकामात मदत करण्यासाठी कोणाकडे तरी राहायचंय..

(जोहरा अलाय)

.. मला घरीच राहून काम करायचंय आणि छोट्या छोट्या कलात्मक वस्तू बनवायच्या आहेत. उदाहरणार्थ, राख्या..

(नजमा सत्तार)

.. मला वाहनदुरुस्ती, सफाई व रंगकाम करण्यासाठी एक सर्व्हिस सेंटर सुरू करायचंय

(लक्ष्मी नट्टू)

.. पहिल्या प्रथम मला माझ्या वडिलांची सेवा करायची आहे व नंतर तिहार येथील कैदी स्त्रियांच्या उद्धारासाठी भाषणे द्यायची आहेत..

(हीरामोती मिश्रा)

या सर्वच स्त्रियांची स्वप्ने त्यांच्या परीने भव्य व उज्ज्वल होती. त्यांच्यापैकी बहुसंख्य स्त्रिया तिहारला तुरुंग मानत नसत. हे त्यांचं शक्तिस्थळ बनलं होतं. येथे या स्त्रियांना सुटकेसाठी सिद्ध बनवण्यात येत होतं. □

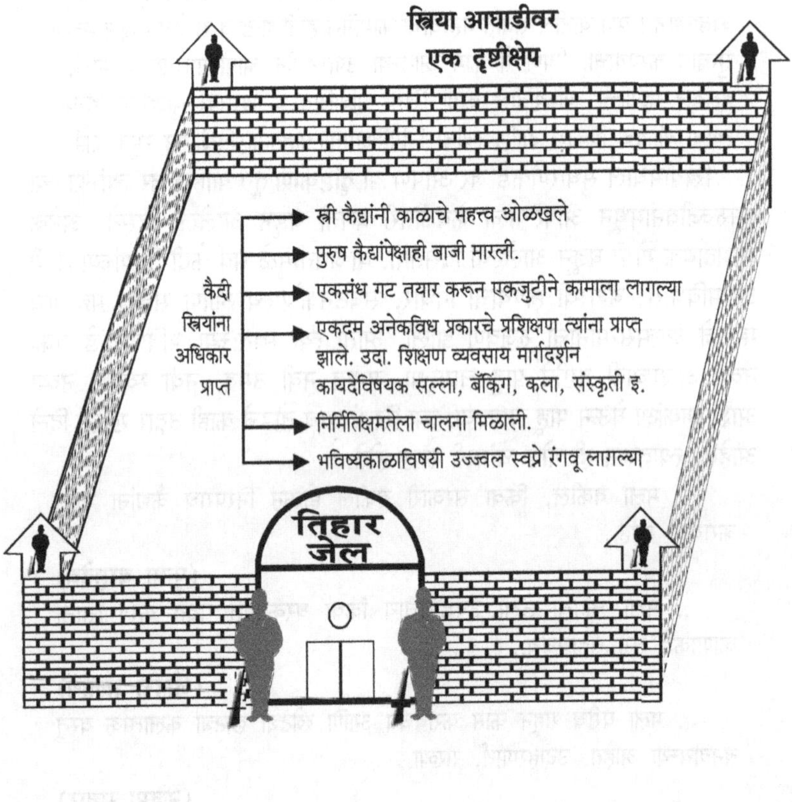

२३

प्रसारमाध्यमे : महत्त्वपूर्ण कामगिरी

एक अतिसुरक्षा विभाग जर सोडला तर तुरुंगात बाकी सर्वत्र प्रसारमाध्यमांच्या प्रतिनिधींना मुक्त प्रवेश होता. त्यांना स्थानिक तुरुंगाधिकारी आपल्या सोबत घेऊन जात. व त्या वेळी प्रत्यक्ष त्या ठिकाणी जे काही चालू असेल ते प्रत्यक्ष डोळ्यांनी पाहण्याची संधी त्या प्रतिनिधींना मिळे. तुरुंगाच्या आत कैदी ज्या काही परिस्थितीत जगत ती परिस्थितीच त्यांच्या नजरेस पडे. ते भेटीला येणार म्हणून त्यांच्यासाठी काही कोणी वेगळे दृश्य मांडून ठेवत नसे. कैद्यांच्या भेटीसाठी आलेल्या कोणत्याही सर्वसामान्य व्यक्तीप्रमाणेच ते येथे येत व आपले बातमीदाराचे काम करीत. हे काम म्हणजे एक प्रकारे सोशल ऑडीटच होते. ते टीकाकाराच्या चष्म्यातून येथील जग पाहत व त्यावरील स्वत:च्या प्रतिक्रिया आपल्या लेखणीच्या माध्यमातून संपूर्ण समाजासमोर ठेवत. ही तुरुंगसंस्था एका प्रकारे समाजातील दुष्प्रवृत्तींना वेगळे काढून त्यांच्यापासून संपूर्ण समाजाचे रक्षणच करीत होती. बाह्य समाज व ही तुरुंगसंस्था ह्या दोहोंच्यामधे असलेला एकमेव दुवा म्हणजेच ही प्रसारमाध्यमे. हे एक विविध पैलू असलेले माध्यम होते. हे माध्यम कधी माहिती पुरवत असे, तर कधी सहभाग घेई. कधी प्रशंसा करी तर कधी सहकार्य. संस्थेतील काही ठळक खटकण्याजोग्या गोष्टी असल्या तर त्यांविषयी जोरदार आवाज उठवून, जनजागरण घडवून त्याद्वारे परिवर्तन घडवून आणणाऱ्या संस्था सज्ज करण्याचाही प्रयत्न ते करी.

तिहारच्या बाबतीत सुद्धा अशीच टीकाकार मित्राची भूमिका, पहारेकऱ्याची भूमिका प्रसारमाध्यमांनी फार उत्तम तऱ्हेने निभावली. अनेक मूक प्रश्नांना वाचा फोडली. दीर्घकाळ रेंगाळत राहणारे खटले, कैद्यांची दयनीय, पशुवत् अवस्था, त्याचं केविलवाणं जिणं, धोका देऊन पळ काढणारे वकील, कायद्याचा दुष्ट बडगा व एकूण समाजाची उदासीनता अशा अनेक मुद्द्यांबाबत येथे कैदेत असणाऱ्या स्त्रिया, पुरुष व किशोरवयीन मुलामुलींचा आवाज समाजापर्यंत जाऊन पोचला होता तो

केवळ या प्रसारमाध्यमांमुळेच. व ही गोष्ट अविश्वसनीय होती.

काही लेख विशेष उल्लेखनीय होते कारण त्यांच्या द्वारे मोठेच परिवर्तन घडून आले होते. त्यांतील एक लेख म्हणजे १९९३ सालच्या डिसेंबर महिन्यात 'टाईम्स ऑफ इंडिया'त प्रसिद्ध झालेला श्री. विश्वेश्वर मिश्रा यांचा लेख. त्यात त्यांनी म्हटले होते : ''तिहारमध्ये खितपत पडलेल्या विदेशी नागरिकांचे खटले लवकरात लवकर निकालात काढावेत.''

... तिहारमध्ये पाच किंवा सात वर्षांहून जास्त काळ खितपत पडलेल्या (त्यांच्यापैकी काहींच्या खटल्यांची तर अजून सुरवात सुद्धा नाही.) विदेशी कैद्यांचे खटले दिल्ली हायकोर्टाने विनाविलंब निकालात काढावेत अशी आज्ञा हायकोर्टास सरकारने त्वरित द्यावी अशा अर्थाचे पिटिशन सरकारकडे पाठवण्यात आले आहे.

तिहार मध्यवर्ती कारागृहात एकंदर १३० पेक्षा अधिक विदेशी कैदी खितपत पडलेले आहेत. त्यांच्यापैकी सुमारे ९० टक्क्यांपेक्षा अधिक कैद्यांवर एन्. डी. पी. एस्. किंवा मादक द्रव्यांच्या हाताळणीसंबंधीच्या कायद्याअन्वये गुन्हे दाखल करण्यात आले आहेत. या पिटिशनमध्ये श्रीमती नित्या रामकृष्ण यांनी परकीय नागरिकांना आपल्या घटनेने जे काही मूलभूत हक्क दिले आहेत त्यांच्याबाबत अनेक प्रश्न येथे उपस्थित केले आहेत. सुप्रीम कोर्टाच्या न्यायदानाच्या पद्धतींमधील अनेक त्रुटी दाखवून दिल्या आहेत. न्यायदान पद्धतीला लागणाऱ्या अक्षम्य विलंबामुळे अनेक विदेशी नागरिकांना वर्षानुवर्षे तुरुंगात खितपत पडावे लागते, असे त्या म्हणतात.

मूलभूत नियम: ज्या परदेशी नागरिकांवर एन्. डी. पी. एस्. च्या अन्वये खटला भरला आहे त्यांचे खटले लवकरात लवकर निकालात काढण्यासाठी जे काय पाऊल उचलावे लागेल ते उचलण्याची आज्ञा कोर्टाने व्यवस्थापनास द्यावी असे त्यांनी आवाहन केले आहे. जर या विदेशी नागरिकांवर खटला दाखल करण्यास काही कारणाने दिरंगाई झालीच, उदाहरणार्थ : चार्जशीट भरणे, पुराव्याची नोंद करणे इत्यादी बाबींमुळे, तर त्यांची जामीनावर सुटका करण्याची सोय असावी यासाठी कोर्टाने काही मूलभूत नियम घालून द्यावेत असेही त्यांनी सुचवले आहे.

विदेशी नागरिकांच्या खटल्याचा निकाल लागण्यास काही विशिष्ट मुदतीपेक्षा जास्त कालावधी लागणार असेल तर त्यांना मायदेशी परत पाठवण्याच्या बाबतीत न्यायालयाने योग्य तो निर्णय द्यावा असे त्या म्हणतात.

या पिटिशनमध्ये एका गोष्टीचा विशेष उल्लेख आढळतो. तो म्हणजे एन. डी. पी. ए. च्या अन्वये खटला भरून तुरुंगात टाकलेले आणि खटल्याच्या निकालाची वाट पाहणारे असंख्य विदेशी कैदी तुरुंगात आहेत. काही केसेसमध्ये तर न्यायाधीशांनी खटला एका विशिष्ट मुदतीच्या आत निकालात काढण्यात आलाच पाहिजे असा आदेश काढून सुद्धा या विदेशी नागरिकांवर अजून साधे खटले दाखल सुद्धा केलेले नाहीत...

हे असंच चालू होतं.

'द पायोनियर' मध्ये १९९४ सालातील मे महिन्यात खालील वृत्त छापून आले. "तिहारमधील विदेशी कैद्यांचे खटले लवकरात लवकर निकालात काढावेत."

तिहारमध्ये तुरुंगात आपल्या खटल्याच्या निकालाची प्रतीक्षा करत थांबलेल्या एकंदर ११ विदेशी कैद्यांनी दिल्ली हायकोर्टाचे चीफ जस्टिस एम. जगन्नाथ यांना काही बाबींमध्ये ताबडतोब लक्ष घालण्याची विनंती केली आहे. त्या बाबी अशा–

न्यायालयीन कोठडीत ठेवणे व खटल्याचा निकाल लावणे या बाबतीत अतिरिक्त दिरंगाई: या बाबतीत जर येत्या १५ ऑगस्टपर्यंत काहीच कारवाई करण्यात आली, नाही तर कैद्यांनी आमरण उपोषण करण्याची धमकी दिलेली आहे.

या दोन पानी पिटिशनवर ज्या व्यक्तींच्या स्वाक्षऱ्या आहेत त्या सर्व व्यक्ती तिहारमध्ये गेली २ ते ७ वर्षे कारावासात आहेत.

त्यांनी असेही प्रतिपादन केले, की, १९९३ सालातील डिसेंबर महिन्यात राष्ट्रपतींच्या वटहुकुमाद्वारे परदेशी नागरिकांवरील सर्व खटले १२ डिसेंबरच्या आत निकालात काढण्यात यावेत, असा आदेश देण्यात आला होता.

जेलच्या स्रोतांकडून असे समजते की, तिहार जेलमध्ये १३० हून अधिक विदेशी कैदी असून त्यांच्यापैकी बहुतेक लोकांवर फॉरीन एक्स्चेंज रेग्युलेशन ॲक्ट ऊर्फ फेरा आणि नारकॉटिक ड्रग्ज अँड सायकोट्रॉपिक सबस्टन्सेस प्रिव्हेन्शन ॲक्टच्या अन्वये गुन्हा दाखल करण्यात आला आहे.

अर्जदारांनी असेही सांगितले की त्यांनी राष्ट्रपती शंकरदयाळ शर्मा आणि चीफ जस्टिस ऑफ इंडिया अशा दोघांकडेही अनेकदा आपले प्रतिनिधी पाठवले होते. त्याचप्रमाणे दिल्ली हायकोर्टाकडे पूर्वी एक संयुक्त पिटिशनही पाठवून दिले होते. त्यांनी असाही एक आरोप केला की हायकोर्टाकडे दाखल केलेले त्यांचे पिटिशन न्यायदानाच्या विलंबाच्या सागरात गहाळ झाले आहे.

गेल्या वर्षी आम्ही हे पिटिशन 'अत्यंत महत्त्वाचे' असा शेरा मारून पाठवले होते. पण त्याची काहीही दखल घेण्यात आली नसून नुसती इकडून तिकडे टोलवाटोलव चालली आहे असेही अर्जदाराचे म्हणणे आहे.

'इंडियन एक्स्प्रेस'मध्ये आणखी एक बातमी छापून आली होती. त्याचे शीर्षक होते : "खितपत पडलेले कैदी तिहारमध्ये गुदमरत आहेत." ही बातमी १९९४ सालच्या सप्टेंबर महिन्यात सत्यनाम चक्रवर्ती यांनी दिली होती. ती इतकी परिणामकारक ठरली की सध्याच्या कायद्याच्या प्रक्रियेतील दिरंगाई खरोखरच असमाधानकारक आहे अशी कबुली त्या वेळचे लेफ्टनंट गव्हर्नर श्री. पी. के. दवे यांना देणे भाग पडले.

"ही बाब दिल्ली हायकोर्टाच्या अखत्यारीतील आहे. सर्व खटले विनाविलंब निकालात काढता येणे सोपे पडावे म्हणून आणखी ट्रायल कोर्टे स्थापन करणे जरुरीचे

आहे. अशा प्रकारची दिरंगाई होणे ही दुर्दैवी गोष्ट आहे, हे मला मान्य आहे आणि आपल्या संपूर्ण यंत्रणेची या दृष्टिकोणातून पुनर्रचना करून कशाकशाला प्राधान्य द्यायचे याचा नीट विचार करणे जरुरीचे आहे.

ही बातमी प्रसिद्ध होताच कैद्यांच्या असंख्य गाऱ्हाण्यांना तोंड फुटले. त्या वेळचे नॅशनल ह्यूमन राईटस् कमिशनचे चेअरमन श्री. रंगनाथ मिश्रा यांनी त्यावर अतिशय गंभीर प्रतिक्रिया व्यक्त केली.

ही अत्यंत दुर्दैवी घटना आहे. ज्यांच्यावर खटले केवळ चालू आहेत अशा व्यक्तींना तुरुंगात डांबून ठेवण्याचे समाजाला काहीच कारण नाही. कायद्याची प्रक्रिया अधिक जोमाने व शक्यतो विनाविलंब झालीच पाहिजे, हे मी मान्य करतो. न्यायदानाच्या प्रक्रियेला गती यावी म्हणून काय काय नवीन मार्ग शोधता येतील याचा आपण विचार केलाच पाहिजे. अनेक वर्षे तुरुंगात खितपत पडलेल्या या कैद्यांसाठी हे पाऊल उचलणे जरुरीचे आहे.''

अशा प्रकारे सर्वत्र वातावरणनिर्मिती होऊ लागली. त्यातच तिहारमध्ये ज्या काही घटना वेगाने घडत होत्या, त्यांची माहिती समाजापर्यंत जशीच्या तशी जाऊन पोचत होती. या सर्वांचा एकत्रित परिणाम म्हणून हायकोर्टाने हस्तक्षेप केला. 'द हिंदुस्तान टाइम्स'मध्ये १९९४ सालच्या मे महिन्यात याच संदर्भात खालील वृत्त छापून आले. त्याचे शीर्षक होते, "हायकोर्टाची तिहारकडे कैद्यांच्या यादीची मागणी.''

तिहारमधील अनेक कैद्यांची जामीनावर सुटका करावी असे आदेश निघालेले असूनही त्यांची अद्याप सुटका करण्यात आलेली नाही. अशा सर्व कैद्यांची यादी तिहार जेलच्या अधिकाऱ्यांनी सादर करावी असा आदेश दिल्ली हायकोर्टाकडून देण्यात आला आहे. इन्स्पेक्टर जनरल ऑफ प्रिझन्स यांसही जस्टिस दुलवीर भंडारी यांनी एक यादी सादर करण्यास सांगितले आहे. एखाद्या कैद्यावर एखाद्या विशिष्ट गुन्ह्याचा आरोप ठेवण्यात आला असेल त्या गुन्ह्यासाठी मुक्रर केलेली जास्तीत जास्त शिक्षा जी काही असेल त्याहूनही अधिक काळ जर त्या कैद्याने तुरुंगात केवळ खटल्याच्या निकालाची वाट बघण्यात घालवला असेल तर त्याचे व अशा प्रकारच्या इतर सर्व कैद्यांची नावे कोर्टाला सादर करावयाची आहेत. या बाबतीत कोर्टाला साह्य करण्यासाठी श्री. आर. के. सैनी यांची नियुक्ती करण्यात आली आहे.

जस्टिस भंडारी यांनी आय. जी. प्रिझन्स यांच्याकडे कैद्यांच्या यादीची मागणी केली आहे. या कोर्टाने अथवा इतर कोणत्याही कोर्टाने जर कैद्यांची जामीनावर सुटका करण्याचा सशर्त आदेश दिला असला परंतु त्या आदेशातील शर्ती काही किरकोळ तांत्रिक अडचणीमुळे पुऱ्या न होऊ शकल्याने त्या कैद्यांची जामीनावर सुटका करण्यात आली नसली तर अशा कैद्यांच्या नावांचाही समावेश त्या यादीत झाला पाहिजे. अशा प्रकारची यादी दोन आठवड्यांच्या आत कोर्टाला सादर केली पाहिजे. त्याचप्रमाणे ज्या कैद्यांना त्यांच्यावर दाखल करण्यात आलेल्या गुन्ह्यासाठी मुक्रर केलेल्या

जास्तीत जास्त शिक्षेहूनही अधिक तुरुंगवास भोगावा लागला असेल अशा कैद्यांची यादीही न्यायाधीशांनी मागितली आहे. त्याचप्रमाणे कैद्यांवर दाखल करण्यात आलेल्या गुन्ह्यासाठी होऊ शकणाऱ्या जास्तीत जास्त शिक्षेच्या निम्म्याहून अधिक कालावधी ज्या कैद्यांनी बंदीवासात काढला असेल अशा कैद्यांची यादीसुद्धा जस्टिस भंडारी यांनी मागितली आहे.

वरील बातमी 'द टेलेग्राफ' या कलकत्त्याच्या वृत्तपत्रात १९९४ सालच्या डिसेंबर महिन्यात पुनर्मुद्रित करण्यात आली.

दिल्ली हायकोर्टाने इन्स्पेक्टर जनरल प्रिझन्स श्रीमती किरण बेदी यांना काही कैद्यांची यादी सादर करण्याचा आदेश दिला आहे. ज्या कैद्यांची जामीनावर सुटका व्हावी असा आदेश कोर्टाकडून मिळाला आहे; पण ज्यांना जामीनासाठी निश्चित केलेली रक्कम अजून भरता आलेली नाही अशा सर्व कैद्यांचा समावेश या यादीत असणार आहे. साधारणपणे ज्यांच्यावर खटला सुरू आहे अशा कैद्यांची जामीनावर सुटका झाली तर त्या कैद्याला ५००० रु.चा एक बाँड लिहून द्यावा लागतो. व त्यात त्या रकमेचे (म्हणजे ५००० रुपयाचे) हमीपत्रही द्यावे लागते. परंतु तिहार जेलमधील अनेक कैद्यांपाशी ही रक्कम नसल्यामुळे जामीनावर सुटकेचा कोर्टाकडून आदेश येऊनही त्यांना तिहारमध्येच खितपत पडावे लागत आहे.

या गोष्टीचा दिल्ली हायकोर्टाने पुष्कळ पाठपुरावा केला. त्यांनी या प्रकरणाचे तर्कशुद्ध विश्लेषण केले व सात बार सदस्यांचे एक कमिशन या प्रकरणाची पाहणी करण्यासाठी नेमले. १९९५ सालच्या मार्च महिन्यात 'द टाइम्स ऑफ इंडिया' या दैनिकात बिश्वेश्वर मिश्रा यांनी या संबंधीची बातमी प्रसिद्ध केली. तिचे शीर्षक होते : 'खटला चालू असणाऱ्या कैद्यांच्या दयनीय परिस्थितीवर प्रकाशझोत टाकण्यासाठी पॅनेलची स्थापना.''

...दिल्ली हायकार्टाने एक सात सदस्यांची समिती स्थापन केली असून तिहारमध्ये वर्षानुवर्षे अनेक कैदी आपापल्या खटल्यांचे निकाल कधी लागतात याची हताशपणे वाट बघत का थांबले आहेत, त्यांच्या जामीनावर सुटकेचे आदेश निघूनही अजून त्यांची सुटका का नाही झाली याची तपासणी ही समिती करणार आहे.

खटला चालू असणाऱ्या कैद्यांच्या जामीनावर सुटकेचे आदेश जरी निघाले तरी त्या आदेशात काही अटी घातलेल्या असतात व त्या अटींची पूर्तता न करू शकल्याने आज हे कैदी अजून इथेच आहेत.

अशा प्रकारे भरडल्या जाणाऱ्या अनेक कैद्यांनी जस्टिस दलवीर भंडारी यांच्यासमोर आपले गाऱ्हाणे मांडले. अखेर २६ ऑक्टोबर १९९४ रोजी त्यांनी आय.जी. (प्रिझन्स) यांच्याकडे जामीनावर सुटकेचा आदेश निघूनही सुटका न होऊ शकलेल्या कैद्यांची यादी मागितली. शिवाय ज्या कैद्यांची अर्ध्याहून जास्त

शिक्षा भोगून झाली असेल अशाही सर्वच कैद्यांविषयीची माहिती त्यांनी मागवली.

ही बाब जेव्हा जस्टिस श्री. विजेंदर जैन यांच्यासमोर आली तेव्हा त्यांनी कोर्टाचे कमिशनर म्हणून सात वकिलांची नेमणूक केली. त्यांना या बाबतीत संशोधन करून खटला चालू असणाऱ्या सर्व कैद्यांची यादी करून आणण्यास सांगितली. त्यांनी दिलेल्या आदेशात म्हटले होते, "हे कोर्ट कमिशनर व्यक्तिश: अशा सर्व कैद्यांच्या केसेसची छाननी करतील. त्याचप्रमाणे अशा प्रकारे खटला चालू असणारे आणखी काही कैदी असतील तर त्यांच्याही बाबतीत हे जातीने लक्ष घालतील."

कोर्टाने या कमिशनरांना विशेषत्वाने दोन खास मुद्दयांकडे लक्ष देण्यास सांगितले आहे.– खटला चालू असणाऱ्या कैद्यांच्या गुन्ह्याचे स्वरूप व त्यांची पार्श्वभूमी. यावरून खटला चालू असणाऱ्या कैद्यांची वारंवार गुन्हा करण्याची प्रवृत्ती आहे का नाही, तो पुरावा नष्ट करण्याचा प्रयत्न करेल का, कायद्यापासून पळवाट काढण्याचा प्रयत्न करेल का, याची खातरजमा करण्यासाठी हे केलेच पाहिजे.

या प्रक्रियेला हळूहळू गती प्राप्त झाली व त्यानंतर 'टाडा'साठी ज्यांना अटक करण्यात होती, अशा कैद्यांनी पण आवाज उठवण्यास सुरुवात केली. त्यांनी तुरुंगात आमरण उपोषण करण्याची धमकी दिली. त्यानंतर 'टाइम्स ऑफ इंडिया'त बातमी प्रसिद्ध झाली. त्याचे शीर्षक होते: "टाडाखाली अटक झालेले ४५० हून अधिक कैदी जामिनाविना तिहार जेलमध्ये खितपत." ही बातमी श्री. प्रभात शुंगलू यांनी २१ फेब्रुवारी १९९५ रोजी लिहिली होती.

असेच आणखी एक खळबळजनक वृत्त प्रसिद्ध झाले. त्याचा इतका सखोल परिणाम झाला की त्यामुळे संबंधित अधिकाऱ्यांनी तात्काळ कारवाई सुरू केली. 'द हिंदुस्तान टाइम्स' मध्ये कुमकुम चड्ढा यांनी १९९५ सालच्या मार्च महिन्यात जी बातमी दिली होती, त्याचे शीर्षक होते: "कैद्यांच्या सुटकेबाबत पुनर्विचार."

> ... निकषांचा मुद्दा चर्चा करून सोडवण्यासाठी म्हणून जी खास मीटिंग बोलावली होती त्याच मीटिंगमध्येच या मुद्दयावरील चर्चा पुढे ढकलण्याचा प्रयत्न करण्यात आला. या चर्चेसाठी एक वेगळी मीटिंग परत बोलावण्यात यावी अशीही शिफारस करण्यात आली. परंतु दिल्ली सरकारचे जेलमंत्री हेच सुटकेचा पुनर्विचार करणाऱ्या बोर्डाचे चेअरमन असून त्यांनीच याला हरकत घेतली. या मीटिंगमध्ये चर्चेसाठी घेतलेल्या केसेस निकालात काढण्यापाठीमागे प्रसारमाध्यमांद्वारा प्रसिद्ध करण्यात आलेल्या प्रतिकूल बातम्या हेही असू शकते, अशी भीती त्यांनी व्यक्त केल्याचे समजते.

४ मे १९९५ रोजी 'मिड-डे' या वृत्तपत्रात छापून आलेल्या बातमीवरून संपूर्ण यंत्रणेने वर्तुळाकार प्रवास केला असून ती पुन्हा मूळपदावर आली आहे हे लक्षात येते. कैदी आणि कर्मचारी या सर्वांनीच याविरुद्ध आवाज उठवला आहे. त्याचे

परिणाम काय होतील याची कोणीही फिकीर केलेली नाही.

तिहारमध्ये आंदोलनाची धमकी.

...आय. जी. (प्रिझन्स) श्रीमती किरण बेदी यांच्या बदलीचा हुकूम रद्द करून त्यांना तिहारमध्येच कायम न ठेवल्यास आंदोलन करण्याचा इशारा तिहार जेलमधील कैद्यांनी दिला आहे.

डोक्यावर या आंदोलनाची टांगती तलवार असताना तिहार जेलमधील ९००० कैद्यांच्या क्रोधावर नियंत्रण ठेवणे जेल कर्मचाऱ्यांना कठीण होत चालले आहे. आपल्या आवडत्या आय. जी. (प्रिझन्स) किरण बेदी यांची बदली का करण्यात आली आहे, यामागची कारणे कैद्यांना हवी आहेत.

तिहारमधील स्त्रोतांकडून असे समजते की, श्रीमती किरण बेदी यांच्या बदलीची बातमी तिहारमध्ये एखाद्या वणव्यासारखी पसरली. या बातमीची शहानिशा करण्यासाठी सर्व कैदी घोळक्या घोळक्यांनी जेल सुपरिंटेंडंटच्या ऑफिससमोर जमा झाले होते.

एका जेल सुपरिंटेंडंटने सांगितले की बदलीचा आदेश सुमारे चोवीस तासांपूर्वी किरण बेदी यांच्या हाती पडला. व त्या क्षणापासून कैद्यांच्या क्षुब्ध मन:स्थितीचा सामना करणे आम्हाला फार कठीण जात आहे.

बऱ्याच कैद्यांना सकाळी वृत्तपत्राद्वारे ही बातमी समजली. कैद्यांप्रमाणेच कर्मचारीसुद्धा या बातमीमुळे संतप्त झाले आहेत. बऱ्याच अधिकाऱ्यांनी या बदलीचे वर्णन "नाहक व पूर्वग्रहदूषित कृत्य" असे केले आहे. मात्र त्यांनी आपली नावे प्रसिद्ध करण्यास नकार दिला.

एका सुपरिंटेंडंटने कैद्यांच्या मन:स्थितीविषयी बोलताना सांगितले की, किरण बेदी यांच्या बदलीमुळे कैद्यांना 'आईविना पोरके' झाल्याची भावना होत आहे.

आणखी एका अधिकाऱ्याने सांगितले, की, किरण बेदी यांनी तिहारमधील हजारो कैद्यांच्या मनात मूलभूत मानवी प्रतिष्ठा व आत्मसन्मानाची भावना रुजवली. समाजाने ज्या कैद्यांना वाळीत टाकले अशा कैद्यांना त्यांनी माणुसकीचा ओलावा दिला व त्यांचे पुनर्वसन केले.

'सरकारच्या या बदलीच्या निर्णयामागे काही विशिष्ट गटाचा हात आहे', अशा शब्दात एका अधिकाऱ्याने या बदलीचे वर्णन केले. ते म्हणाले: "आम्ही जेलचे रक्षणकर्ते आहोत. जरी श्रीमती किरण बेदी यांची बदली झाली तरी त्यांनी सुरू करून दिलेली ही सुधारणांची परंपरा आम्ही निश्चित कायम राखू."

"त्यांच्या बदलीमागे नक्की कारण तरी काय तेच समजू शकत नाही;" आणखी एक अधिकारी म्हणाले. जेल अधिकाऱ्यांच्या मते मुल्ला कमिशनने ज्या सुधारणा सुचवल्या त्यांची अंमलबजावणी किरण बेदी यांनी केली. ह्या मुल्ला कमिशनची नियुक्ती सरकारने केली होती. १९८० साली मुल्ला कमिशनने आपला

अहवाल सादर केला होता. जेलच्या वरिष्ठ अधिकाऱ्यांनी सांगितले की, याआधीच्या कोणीही ज्येष्ठ अधिकाऱ्याने तुरुंगात अशा प्रकारच्या सुधारणा आणण्याची फिकीर केली नव्हती.

खरं तर स्वत: किरण बेदींनीसुद्धा याच मुद्द्यावर भर दिला होता. 'तिहार जेलच्या नियमावलीत जे लिहिलं आहे त्याच्या विरुद्ध जाऊन मी काहीही केलेलं नाही,' असं त्या म्हणाल्या. त्या पुढे म्हणाल्या की, "तिहारच्या एकंदर ९००० कैद्यांपैकी ९२ कैद्यांचे खटले अजून चालू आहेत. त्यांतील किती जण निरपराधी असतील हेही कोणाला माहीत नसेल. त्यांच्यामधील काही कैद्यांना वैफल्य आले असून त्यांच्यात आत्महत्येची प्रवृत्ती दिसत आहे. कैद्यांना मदत करून त्यांना कायद्याचे पालन करणारे उत्तम नागरीक बनवण्याचा जर कोणी प्रयत्न करीत असेल, तर त्यात गैर ते काय?"

"सध्याच्या काळात तिहारमध्ये ज्या काही सुधारणा घडवून आणण्यात आल्या आहेत, त्या पाहता तिहारला एक आदर्श जेल म्हणता येईल. परंतु दुर्दैवाची गोष्ट अशी की मॅडमच्या बदलीचा आदेश असा अनपेक्षितपणे आला, त्यामुळे आमच्या प्रयत्नांवर चांगलाच आघात झाला," एक जेल अधिकारी म्हणाले. त्यांनी या शब्दांतून केवळ आपल्या वैयक्तिक भावनाच नव्हेत, तर ९००० कैद्यांच्या भावना व्यक्त केल्या...

पण त्यानंतर तत्कालीन लेफ्टनंट गव्हर्नर श्री. पी. के. दवे यांचेही उद्गार वृत्तपत्रांनी प्रसिद्ध केले– "सुधारणा चालूच राहतील." आणि खरोखर, त्या तशाच चालू राहिल्या सुद्धा. कदाचित सुधारणांचे वारे इतक्या जोमाने वाहू लागले होते की, त्यांना थोपवणे आता शक्यच नव्हते, असंही असेल. आणि त्यातूनच एका बाजूला शासनाची सत्ता व दुसऱ्या बाजूला प्रसार माध्यमांची ताकद, यांच्यामधील स्वाभाविक विरोधाभास दिसून येतो.

□

प्रसार माध्यमे : महत्त्वपूर्ण कामगिरी
एक दृष्टीक्षेप

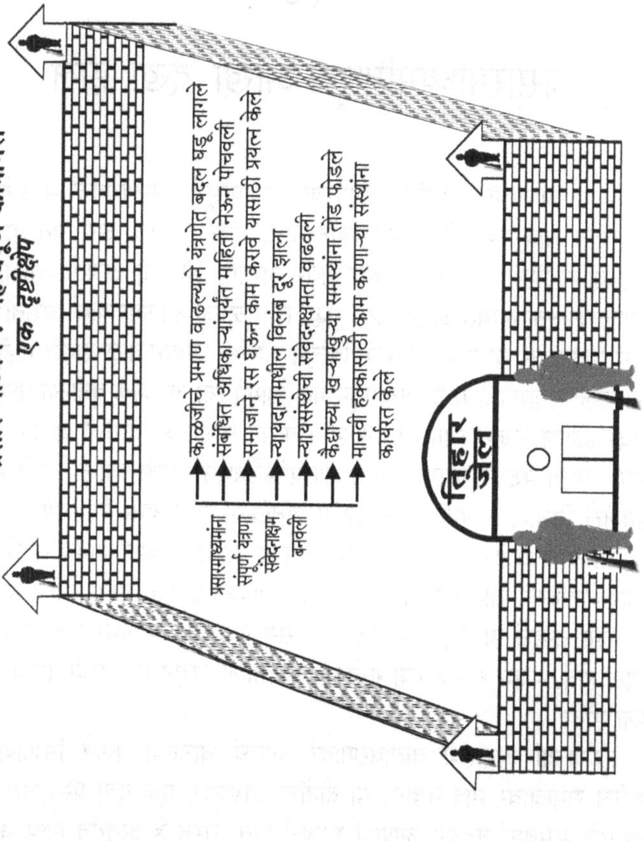

२४

प्रसारमाध्यमांमधून आँखो देखा हाल

आम्ही अपराधाबद्दल शिक्षा देणाऱ्या न्यायापासून ते सुधारणेची संधी देणाऱ्या न्यायापर्यंत धाव घ्यायची असं ठरवलं होतं. माझं स्वत:चं असं मत होतं की, अपराध्याला शिक्षा दिल्यामुळे ज्याच्यावर अन्याय झालेला असतो त्याला काही प्रमाणात शांतता लाभत असली तरी सुद्धा त्यामुळे जो आक्रमणकर्ता असतो त्याला अजून एखाद्यावर चाल करून जाण्यावाचून कोणीच परावृत्त करू शकत नाही. परंतु गुन्हेगाराला सुधारणेची संधी देण्यामधून मात्र आम्ही त्या आक्रमक वृत्तीच्या माणसाच्या मनावर इलाज करून त्याने तोडफोड न करता विधायक गोष्टींची जोडणी करावी म्हणून त्याला मदतच करणार होतो. या प्रक्रियेमधून आम्ही त्याला त्याचे स्वत:चे दुभंगलेले विचार, भावना, कृती आणि प्रतिक्रिया सांधण्यास शिकवणार होतो.

आक्रमक वृत्तीच्या व्यक्तीला सुधारणेच्या मार्गावर जाणं शक्य व्हावं म्हणून एकंदर वातावरण पाठिंबा देणारं असणं फार आवश्यक होतं. तुरुंगामधील वातावरण तर अशा तऱ्हेचं होतंच, पण बाहेरच्या समाजातीलही वातावरण हळूहळू बदलू लागलं होतं. बाह्य समाज त्या गुन्हेगार व्यक्तीला अजून एक संधी देण्यास तयार झाला होता.

तुरुंगाच्या आतल्या वातावरणावर आमचं चांगल्या प्रकारे नियंत्रण होतं. बाहेरील समाजावर मात्र नव्हतं. या दोहोंना जोडणारा एक दुवा प्रस्थापित करणं, दोहोंमध्ये सुसंवाद घडवून आणणं गरजेचं होतं. तरच हे अंतर्गत लाभ बाहेरच्या समाजापर्यंत जाऊन पोचले असते. त्यासाठी आम्ही त्या दोहोंच्यामध्ये एक सेतु बांधण्याची आवश्यकता होती. म्हणजे त्यामार्गे बाहेर कार्यरत असलेल्या संस्था तुरुंगाच्या आत सुलभपणे येऊन पोचल्या असत्या व तेथून त्यांना स्वत:ला सुद्धा डोळ्यांनी ही पुनर्बांधणीची प्रक्रिया पाहता आली असती. आपण जी गोष्ट प्रत्यक्ष याचि देही याचि डोळा पाहातो त्यावरच विश्वास ठेवतो. त्यापेक्षा आणखी अधिकृत

दुसरं काय असणार? कोणतंही परिवर्तन जेव्हा घडत असतं तेव्हा ती प्रक्रिया स्वत:च्या डोळ्यांनी पाहण्यास मिळणं हाही एक जबरदस्त अनुभव असतो. प्रसारमाध्यमांनी येथे यावं, या बदलाला साक्षी व्हावं आणि मग हा आँखोदेखा हाल समाजापर्यंत नेऊन पोचवावा अशी आमची इच्छा होती. स्वत:च्या मनचं काही लिहू नका, आत या, बघा आणि ते जसंच्या तसं समाजापुढे मांडा एवढंच आमचं म्हणणं होतं. हे घडण्यासाठी सर्वांना सारखे न्याय्य नियम घालून देणं आवश्यक होतं. आमचा जो काही उद्देश होता, केवळ तोच साध्य व्हावा व अपवादाने सुद्धा त्यापेक्षा वेगळं काही घडू नये अशीच आमची अपेक्षा होती.

प्रसारमाध्यमे नेहमी बातमीच्या शोधात असतात. मग ती बातमी चांगली असो नाहीतर वाईट. वाईट अशासाठी की ती वाचून समाजात चिंतेचे वातावरण निर्माण होते. आणि चांगली अशासाठी की ती नवी असते. आम्ही तिहारमध्ये आमच्या सुधारकार्यास सुरुवात केल्यावर रोजच नित्यनवीन गोष्टी घडू लागल्या. येथे जे बदलाचे वारे वाहू लागले ते समाजापर्यंत जाऊन पोचले. तसेच प्रसारमाध्यमांशी संबंधित असलेल्या काही व्यक्तींपर्यंतही ते जाऊन पोचले. लोकांच्या उत्सुकतेला आणि चौकसपणाला नुसते उधाण आले. आमचं धोरण सुगमतेवर, स्वागतावर आधारित होतं. परिवर्तनाच्या ज्या काही तपशिलांबद्दल त्यांना शंका होत्या त्यांचं निराकरण करण्यासाठी आम्ही होतोच. पण प्रत्यक्षात मात्र आम्ही कोणत्याही प्रकारचं स्पष्टीकरण न देताच तिहार प्रकाशझोतात आले याचं कारण, येथे जे काही घडत होतं ते सर्व आगळंवेगळंच होतं.

यापूर्वी तिहारच्या परंपरेचा, इतिहासाचा विचार केला, तर असं दिसून येतं, की, येथे कोणत्याही प्रकारच्या प्रसारमाध्यमाला प्रवेश देण्यास बंदी होती. प्रसारमाध्यमांच्या प्रतिनिधींना चोरून मदत केल्याबद्दल कितीतरी कर्मचाऱ्यांना शिक्षा झाल्याची उदाहरणे होती. पूर्वीच्या काळी येथील काही वरिष्ठ अधिकाऱ्यांनी त्यांच्या स्वत:च्या गरजेसाठी प्रसार माध्यमांचा 'वापर'ही केला होता. २९ जून १९९३ रोजी मी एक आदेश काढला. प्रसार माध्यमांच्या बाबतीत काय धोरण असावं याचे निश्चित लेखी नियम घालून दिले व त्या बाबतीत कोणताही गैरसमज वा गोंधळ नसावा म्हणून अनेक बाबी त्या आदेशात स्पष्ट केल्या.

उद्दिष्टे :

(१) तिहार जेलमधील कैद्यांमध्ये सुधारणा व परिवर्तन घडवून आणण्यासाठी खास प्रयत्न करणे आवश्यक आहे. त्यामुळे येथील कैद्यांचा भविष्यकाळ आशादायी होईल.

(२) तिहार जेल संकुलात 'सुरक्षितता' व 'अतिरिक्त सुरक्षितता' असे दोन

प्रदेश आहेत. येथे काही प्रदेश असे आहेत, जेथे सुरक्षिततेच्या कारणामुळे भेटीसाठी कोणालाही सोडता येणार नाही; व काही प्रांत असे आहेत, जेथे फक्त अधिकृत व्यक्तींनाच सोडता येईल.

(३) आमच्या उपक्रमांचे स्वरूप दोन प्रकारचे आहे.

(i) गोपनीय– यात कैद्यांच्या संदर्भातील काही गोपनीय माहितीचा अंतर्भाव होतो.

(ii) खुले– यात कैद्यांचे कल्याण, विकास, शिक्षण, आर्थिक व सांस्कृतिक विकास इ. गोष्टींशी निगडित कार्यक्रमांचा अंतर्भाव होतो.

(४) त्यामुळे प्रसारमाध्यमांना तुरुंगात प्रवेश देण्यामुळे तुरुंगाचाच फायदा होईल. त्याचप्रमाणे कैद्यांचे कल्याण, त्यांचा आर्थिक, सांस्कृतिक व शैक्षणिक विकास याच्या संदर्भात कैद्यांचाही फायदा होईल.

(५) प्रसारमाध्यमांनी या सुधारकार्यक्रमांना प्रसिद्धी दिली की त्यामुळे कैद्यांच्या विकासासाठी आपोआप समाजाकडून मदत मिळण्यास सुरुवात होईल. संपूर्ण यंत्रणेमध्ये मानवतेचा घटक निर्माण करण्यास याची मदत होईल.

(६) प्रसारमाध्यमांपर्यंत सर्व गोष्टी पोचत आहेत हे पाहिल्यावर जेलच्या व्यवस्थापनाचे कार्य आपोआप सुधारेल.

प्रसिद्धीचे विविध मार्ग

(अ) *लेखी वृत्तांत :* अतिसुरक्षा विभागात प्रसारमाध्यमांनी बातमी मिळवण्यासाठी जाण्यास प्रतिबंध केला जाईल. त्याचप्रमाणे ज्या कैद्यांना आपली नावे गुप्त ठेवण्याची इच्छा असेल, त्यांच्या इच्छेला मान दिला जाईल. प्रसार माध्यमाच्या प्रतिनिधीला गॅझेटेड ऑफिसरने आपल्या सोबत तुरुंगफेरीसाठी घेऊन जाणे.

एखाद्या घटनेचे वृत्त प्रसिद्ध झाले व ते जर वस्तुस्थितीस सोडून असले तर संबंधित अधिकाऱ्याने त्या गोष्टीचा ताबडतोब जाहीर खुलासा करावा.

(ब) *स्थिरचित्रण :* एक धोरणात्मक निर्णय या संबंधात घेण्यात आला आहे. तुरुंगामध्ये कैदी कल्याणाचे व विकासाचे जे काही शैक्षणिक व सांस्कृतिक कार्यक्रम चालतात त्या उपक्रमांचे अनेक फोटो घेऊन पब्लिक रिलेशन्सच्या डायरेक्टरने अशा फोटोंचा व माहितीचा संग्रह तयार ठेवावा. वार्ताहरांना या संग्रहातून फोटोंची निवड करू द्यावी.

एखादा खास समारंभ असेल तर त्याचेही छायाचित्रण करून घेण्याची जबाबदारी पब्लिक रिलेशन डायरेक्टरची राहील. फक्त तशी सोय वेळेत झाली नाही, तर बाहेरील छायाचित्रकारास बोलावून घेता येईल. परंतु त्याने काढलेल्या प्रत्येक फोटोच्या निगेटिव्हज् कडक बंदोबस्तात ठेवून घेण्यात येतील.

वार्ताहर आणि फोटोग्राफर यांना येथे केवळ एकाच अटीवर प्रवेश देण्यात

येईल. ती अट म्हणजे येथे जी काही मार्गदर्शक तत्त्वे व नियम घालून दिलेले आहेत त्यांचे त्यांनी काटेकोरपणे पालन केले पाहिजे.

सावधान: मानवतेच्या हिताच्या गोष्टी व त्या दृष्टिकोणातून महत्त्वाचे वाटणारे क्षण तातडीने कॅमेऱ्यात टिपण्यासाठी एक कॅमेरा तुरुंगात कायम सज्ज ठेवावा. मात्र त्याने क्षण टिपताना योग्य ते उपक्रमच टिपावेत.

(क) *दृक्-श्राव्य चित्रीकरण :* आय. जी. (प्रिझन्स) यांच्या लेखी परवानगीने चलत् चित्रीकरणाचे कॅमेरे आत आणता येतील. याचा उपयोग करून मानवतावादी दृष्टिकोण जगासमोर मांडला गेला पाहिजे. परंतु कैद्यांच्या सुरक्षिततेला कोणत्याही प्रकारचा धोका पोहोचू शकेल अशा पद्धतीचे चित्रीकरण करण्यास मनाई आहे. यामधून जी फिल्म चित्रित करण्यात येईल त्याचे हक्क आय. जी. (प्रिझन्स) यांच्याचकडे राहतील. तसेच ती फिल्मही त्यांच्याच ताब्यात राहील. या ठिकाणी चित्रित करण्यात आलेली चित्रफीत सर्वांत आधी येथील एखाद्या गॅझेटेड ऑफिसरांच्या गटाने पाहून त्याला मंजुरी दिल्याशिवाय ती इतर कोणासही दाखवता येणार नाही.

कॉंट्रॅक्ट अथवा देणगीस्वरूपात जो काही निधी जमा होईल तो कैदी कल्याण निधीमध्ये जमा करण्यात येईल. या सर्व चित्रीकरणाच्या कार्यक्रमात विकासात्मक कार्यक्रमालाच प्राधान्य देण्यात येईल.

चित्रीकरणासाठी जी टीम येईल तिच्याबरोबर सुपरिंटेंडंट व डी. आय. जी. (प्रिझन्स) यांना सतत राहावे लागेल.

जेलमधील कैद्यांच्या करमणुकीसाठी महिन्यातून एकदा एका ऑडिओ मॅगेझीनची सोय करण्यात येईल. याद्वारे सुपरिंटेंडंटचे शिस्तीसंबंधीचे तसेच करमणुकीसंबंधीचे सर्व संदेश कैद्यांपर्यंत पोचवले जातील.

भेटीसाठी आलेल्या सर्व वार्ताहरांना रविवार सोडून कोणत्याही दिवशी सायंकाळी ४ ते ५ या वेळात भेटीची परवानगी देण्यात येईल. अगदी फार महत्त्वाच्या कामासाठी किंवा आणीबाणीच्या प्रसंगासाठीच फक्त या नियमाला अपवाद केला जाईल.

भेटीसाठी आलेल्या प्रत्येक वार्ताहरास आय. जी. प्रिझन्स किंवा डी. आय. जी (प्रिझन्स)च्या ऑफिसातून एक माहितीपत्रक दिले जाईल. त्यांना आधी एका करारपत्रावर सही करावी लागेल व मगच त्यांना प्रवेशिका दिली जाईल. तिहारच्या परिसरात फिरत असताना त्यांना ती सतत जवळ बाळगावी लागेल व नंतर बाहेर पडताना ती परत करायची आहे.

जे कोणी वार्ताहर जेलच्या भेटीसाठी येणार आहेत त्यांच्या भेटीची सूचना जेलच्या सुपरिंटेंडंटना अगोदर देण्यात येईल. जर संबंधित सुपरिंटेंडंट त्या भेटीच्या वेळेत उपस्थित नसेल तर डेप्युटी सुपरिंटेंडंटने त्या वार्ताहरासोबत सतत राहायचे आहे.

वरील सर्व नियम लागू केल्यानंतर त्यामध्ये परिस्थितीनुसार आणखी काही बदल करावेसे वाटले किंवा आणखी काही नवीन नियम तयार करावेसे वाटले तर

सदरच्या आदेशास त्यांची पुष्टी जोडण्यात येईल..

मी तिहारमध्ये येऊन कामाची सूत्रे हाती घेतली, कैद्यांच्या सुधारणांचे उपक्रम हाती घेण्याचं ठरवलं आणि एक योगायोगाची घटना घडली. तिहारमध्ये फार पूर्वीपासून एक व्यसनमुक्ती केंद्र होतं. आता अचानक त्याच्या विस्तारीकरणाची योजना आखण्यात आली. त्यानुसार इंडियन कौन्सिल ऑफ एज्युकेशनने तीस खाटांची सोय असलेला एक नवीन व्यसनमुक्ती वॉर्ड बांधण्यात आला. त्याचे उद्घाटन त्या वेळचे यूनियन मिनिस्टर फॉर वेल्फेअर श्री. सीताराम केसरी यांच्या हस्ते झाले. त्याने एक नवेच पान उलटले. त्यांच्याच बरोबर चीफ सेक्रेटरी श्री. ठक्कर व होम सेक्रेटरी श्रीमती प्रतिभा करण तसेच इतर अनेक ख्यातनाम व्यक्ती या उद्घाटनाच्या समारंभास हजर होत्या. हा समारंभ तुरुंग क्रमांक ४ मध्ये संपन्न झाला. इथेच हे आशियाना केंद्र उघडण्यात आले आहे. आधी मंत्र्यांनी उद्घाटन व भाषण केले. त्यानंतर तुरुंगाचा परिसर आतून सर्वांना दाखवण्यात आला. तिहार जेल मधील तुरुंग क्र. ४ येथे असलेल्या आशिया केंद्रास भेट देणे हा एक हृद्य, बोलका अनुभव होता. मंत्री चालता चालता एका रुग्णासमोर थांबले. व ''तुझ्या हातून नक्की कोणता गुन्हा घडला?'' असे त्यांनी त्याला विचारले. त्याने उत्तर दिले: ''मला स्मॅक बाळगल्याबद्दल पकडण्यात आले आहे.'' त्यानंतर आम्ही अनेक व्ही. आय. पी. व्यक्तींना तसेच वरिष्ठ अधिकाऱ्यांना तुरुंगभेटीसाठी घेऊन गेलो. त्या वेळी तेथे अनेक प्रसारमाध्यमांचे प्रतिनिधी येऊन थांबले होते. त्यांना दिल्ली गव्हर्नमेंटच्या पब्लिक रिलेशन्स डिपार्टमेंटतर्फे निमंत्रण देण्यात आले होते. येथे आल्यावर त्यांची व्यवस्थित सुरक्षातपासणी होऊन त्यांना जेल अधिकाऱ्यांनी अधिकृत प्रवेशपत्रिकाही दिल्या होत्या.

अशा प्रकारे येथे इतक्या सुलभ प्रवेश मिळत असल्याचे पाहून तेही आश्चर्याने थक्क झाले. मंत्र्यांच्या सोबत ते सरळ उपचार केंद्राकडे गेले. या संपूर्ण कार्यक्रमास फार चांगली प्रसिद्धी मिळाली. व्यसनाधीन कैद्यांशी मंत्री बातचीत करत असल्याचे छायाचित्र वृत्तपत्रांमधून प्रसिद्ध झाले. ही गोष्ट तिहारमध्ये 'नवीन' होती. 'द हिंदुस्तान टाइम्स' मध्ये या उपक्रमाचे वृत्त छापून आले ते असे होते:

तिहार जेलमध्ये व्यसनमुक्ती केंद्राचे उद्घाटन :

तिहार जेलच्या चार क्रमांकाच्या तुरुंगात फेरफटका मारणे हा एक हृद्य, बोलका अनुभव होता. आशियाना व्यसनमुक्ती केंद्र याच ठिकाणी आहे. या ठिकाणी मंत्रिमहोदय एका कैद्याची विचारपूस करीत असताना त्याने आपल्याला मादक द्रव्य (स्मॅक) जवळ बाळगल्याबद्दल पकडल्याचे कबूल केले. ''मादक द्रव्यांचा वापर करणे हा गुन्हा असल्याचे तुला आधी माहिती होते का?'' असा प्रश्न मंत्र्यांनी त्या रुग्णाला केल्यावर तो जरा विचारात पडला. नंतर म्हणाला

"नाही." या त्याच्या विधानाला जेलमधील अधिकाऱ्यांनीही पुष्टी दिली. ते ऐकून ही समस्या किती प्रचंड आहे याची जाणीव सर्वांना झाली.

प्रसारमाध्यमांविषयीचे ठोस धोरण ठरवण्यामागे आमचा एक निश्चित उद्देश होता. विविध प्रसारमाध्यमाचे प्रतिनिधी आमच्यापाशी वेगवेगळ्या वेळी येत आणि वेगवेगळ्या गोष्टींची मागणी करत. त्या सर्वांशी वागताना आमची वागणूक सुसंगत व एकसारखी असावी, कोणावरही अन्याय होऊ नये हा तो उद्देश होता. आमच्या या खुल्या धोरणामुळे तुरुंगात प्रचलित असलेल्या बातम्यांच्या खरेदी-विक्रीच्या कारवायांचा आपोआप बीमोड झाला. हा तुरुंग जसा होता तशाच स्वरूपात तो समाजासमोर, सरकारसमोर व न्यायालयांसमोर यावा हीच आमची अपेक्षा होती.

अशा प्रकारे तुरुंगाची पाहणी करणे, त्याविषयी अहवाल किंवा बातमी तयार करणे ही पद्धत अस्तित्वात आली. तिहारविषयी छापून आलेल्या बातम्यांचे काही नमुने येथे दिले आहेत. 'संडे' या साप्ताहिकामध्ये प्रिया सहगल यांनी १९९३ सालच्या ऑगस्ट महिन्यात स्वत:चा व्यक्तिगत अनुभव मांडला होता :

गुन्हा आणि सुधारणा

इन्स्पेक्टर जनरल (प्रिझन्स) यांचे स्वीय सहाय्यक श्री. जी. व्ही. राव हे सध्या अत्यंत गोंधळलेल्या मन:स्थितीत आहेत. तुरुंगातील कैदी जेव्हा कधी आय. जीं. ना तुरुंगाच्या परिसरात फिरताना पाहतात तेव्हा त्यांची जी प्रतिक्रिया असते ती फारच वेगळी असते. पूर्वी आय. जी. कडे पाहून कैदी शिव्याशाप देत, आरोळ्या मारत, अपशब्द उच्चारत. पण आता ही परिस्थिती आमूलाग्र बदलली आहे. गेले दोन महिने आय. जी. मॅडम तुरुंगाचा फेरफटका मारण्यासाठी बाहेर पडल्या की सर्व कैदी टाळ्या वाजवून आपला आनंद व्यक्त करतात. "हे असं दृश्य मी याआधी कधीच पाहिलं नव्हतं," असं श्री. राव म्हणतात. ते तिहारमध्ये १९८९ पासून काम करीत आहेत.

सकाळी व सायंकाळी योगाचे वर्ग भरण्यास सुरुवात झाली आहे. शिस्त लावण्याचा एक मार्ग म्हणून हे वर्ग टी. व्ही. वरील लोकप्रिय व्यक्तिमत्त्वाचे श्री. सरदारीलाल हे घेतात. "प्रत्येक बराकीत एक दूरचित्रवाणी संच आहे," असे जेल क्रमांक ४ चे डेप्युटी वॉर्डर श्री. सुनील कुमार गुप्ता सांगतात. त्यामुळे कैद्यांनी त्यांना टी. व्ही. वर आधीच पाहिले होते. योगाच्या वर्गाला उपस्थित राहण्यामागे हे सुद्धा एक आकर्षण आहेच.

ते पुढे म्हणतात: "पूर्वीच्या काळी म्हणजे श्रीमती किरण बेदी यांनी सूत्रे हातात घेण्यापूर्वी, खटले चालू असणाऱ्या कैद्यांना स्वत:च्या मनाप्रमाणे वागण्याची मुभा होती. ते कैदी रिकामटेकडा वेळ घालवत. त्यांच्यातील काहीजण व्हॉलीबॉल सुद्धा खेळत. पण तेवढंच. दिवसभरासाठी त्यांचं कोणतंही वेळापत्रक ठरलेलं नव्हतं.

आता मात्र रोजच त्यांच्या दिवसाची सुरुवात प्रार्थनेने होते. रोज सकाळी साडेसहा वाजता तिहार जेलच्या प्रांगणातील दृश्य खरोखरच पाहण्यासारखे असते. अगदी खून खटल्यात किंवा महाभयंकर गुन्ह्यांमध्ये गोवलेले निर्ढावलेले गुन्हेगारही नतमस्तक होऊन प्रार्थना म्हणताना, भजने गाताना दिसतात.

त्यांना खरोखर पश्चात्ताप झाला आहे का, या गोष्टीवर विश्वास ठेवणं तसं कठीण आहे. पण दृश्य असं दिसतं– एखादा कैदी 'त्वमेव माता पिता त्वमेव' च्या तालात घाईने जाताना दिसतो तर दुसरा ताल आणि सूर सोडून गात असल्याबद्दल आपल्या शेजारच्या कैद्याला रागावत असतो.

१९९३ साली 'इंडिया टुडे' चे प्रतिनिधी हरिंदर बावेजा यांनी खालील बातमी प्रसिद्ध केली:

तिहारमधील स्त्रियांचा विभाग : एक नवी प्रतिष्ठा

आपण दिल्लीच्या अतिसुरक्षा विभागात प्रवेश करतो तो मनात जराशी धाकधुक घेऊनच. कारण आत्तापर्यंत जेल केवळ चित्रपटातूनच पाहिलेली असते. माझीही हीच गत होती. त्यामुळे तिहारमध्ये स्त्रियांच्या विभागात शिरताना माझ्या डोळ्यांपुढे काल्पनिक दृश्ये नाचत होती. ती होती साखळदंडाने बांधून ठेवलेल्या, मोठमोठ्यांदा रडणाऱ्या स्त्रियांची. पण प्रत्यक्षात काही वेगळेच पाहायला मिळाले.

.. आम्ही प्रचंड मोठ्या दरवाज्यापाशी खोळंबून थांबलो आहोत. आमच्याबरोबर आलेला एक कर्मचारी दरवाजा जोरात ठोठावतो. एक मध्यमवयीन स्त्री दरवाजा थोडा किलकिला करून बाहेर डोकावते. जेल सुपरिंटेंडंट के. आर. किशोर यांना पाहून ती तात्काळ दरवाजा उघडते. येथे बंदिवासात ज्या काही स्त्रिया आहेत, त्यांच्या हातून घडलेल्या गुन्ह्यांची माहिती ते आम्हाला देतात. मी सोबत एका फोटोग्राफरला नेलेले असते. मी आत शिरतो. निळा गणवेश घातलेल्या स्त्रियांना येथे डांबून ठेवलेलं असेल, असं मला वाटत असतं.

पण आत गेल्यावर काहीतरी वेगळंच दृष्टीस पडतं. विविधरंगी कपडे घालून त्या सर्व स्त्रिया इकडे-तिकडे हिंडत असतात, काही केस विंचरत असतात, तर काही झाडाला टांगलेल्या झोक्यांवर झोके घेत असतात. हेलन नावाची गोरीपान, उंच ब्रिटिश स्त्री पावसाने साठलेलं पाणी झाडून साफ करत असते. तर सारा काकडी टोमॅटोची कोशिंबीर बनवत असते.

ही हेलन ऑक्सफर्डची पदवीधर आहे हे ऐकून मला धक्काच बसतो. ती कॉम्प्युटर ॲनॅलिस्ट असून गेली सहा वर्षे तिहारमध्येच आहे. तिच्यावरील खटला अजून चालू आहे. ती मनानं पार खचून गेली आहे हे निराळं सांगायची गरज नाही. तीच कहाणी मारिया या स्पॅनिश महिलेची. ही तर गेली पाच वर्षे जेलमध्ये खितपत पडलेली आहे.

स्त्रियांच्या वॉर्डात मोठ्या संख्येने विदेशी स्त्रियांना पाहून आश्चर्याचे धक्क्यावर धक्के बसतात. त्यांत काही उच्चभ्रू समाजातील स्त्रिया व मुलीही आहेत. अतिरेक्यांच्या

बायका आहेत. काही चाळीस वर्षांहून मोठ्या तर काही चार वर्षांहून लहान वयाच्या आहेत. दोन कुत्रेही पाळलेले आहेत. त्यांची नावे शेरू आणि चिनचिन. हे सर्व कैदी स्त्रियांचे लाडके आहेत.

तुरुंगाच्या अतिसुरक्षा विभागातील वातावरण एखाद्या स्त्रियांच्या होस्टेलपेक्षा काही फारसे वेगळे नाही. (तेथेही रात्रीचा कर्फ्यू असतो.) या विभागाचे मात्र आता एखाद्या आश्रमात रूपांतर होऊन गेले आहे. किंवा मंदिरही म्हणता येईल.

.. आम्ही तेथे उभे असताना अचानक साऱ्या परिसरात ढोलकीचा धकधक आवाज दुमदुमतो. आम्ही धावतच कोठडीच्या बाहेर पडून पटांगणात येतो. बाकीची मंडळीही तुकड्या तुकड्यांनी बाहेर पडतात. थोड्याच वेळात संपूर्ण वॉर्डातून भजनाचे सूर बाहेर पडतात. कारण सर्वच्या सर्व २७० कैदी स्त्रिया डोक्यावरून पदर घेऊन जमिनीवर आसनस्थ होऊन प्रार्थनेत हरवून गेलेल्या असतात. हा त्यांचा नित्यक्रमच आहे हे येथे नव्यानं रुजू झालेल्या आय्. जी. (प्रिझन्स) श्रीमती किरण बेदी यांच्याकडून आम्हाला कळतं. श्रीमती किरण बेदी यांनीच येथे अनेक सुधारणांचा शुभारंभ केला आहे. त्यामुळे तुरुंगात आता राहावेसे वाटते असे कैदी सांगतात.

... परस्परांच्या भावनांची कदर, स्वातंत्र्याविषयी प्रत्येकाच्याच मनात असलेली आस अशा दोन्ही भावनांचे अनुबंध कैद्यांच्या मनात निर्माण झाले आहेत. ते आता एकमेकांच्या मन:स्थितीचा फार सौजन्याने विचार करतात. कारण त्यांच्यातील प्रत्येकालाच वेळोवेळी विविध भावनांचा अनुभव आलेला असतो, उदाहरणार्थ: नैराश्य, वैफल्य, भयगंड, दडपण, मानसिक ताणतणाव इत्यादी. त्यामुळे कधीतरी अगदी किरकोळ कारणावरून सुद्धा वादाला तोंड फुटते. उदाहरणार्थ: "तू माझ्या पांघरुणावर पाय का दिलास?" अर्थात ही अशी भांडणे लगेच मिटतातही. कारण आता मॅक्सी येण्याची वेळ झालेली असते. येथे नव्याने स्थापन झालेल्या पंचायतीचे नेतृत्व हिच्याकडे सोपवण्यात आले आहे. प्रत्येक वेळी जेव्हा जेव्हा एखाद्या कैद्याच्या पॅरोलचा अर्ज येतो, तेव्हा हिचे मत विचारात घेतले जाते.

विचित्र गोष्ट अशी की काही कैद्यांवर या बंदिवासाचा एकदमच जगावेगळा परिणाम झाला आहे. त्यांना बाहेरच्या जगात जाऊन राहण्यापेक्षा येथे तुरुंगातच राहाणं बरं वाटतं. उदाहरणार्थ, अनिता. ही गेली १२ वर्षं तिहारमध्ये आहे. आपल्या पतीच्या पहिल्या पत्नीच्या तीन वर्षांच्या मुलीचा खून केल्याचा हिच्यावर आरोप आहे. "ज्या माणसाने मला पोलीस चौक्या आणि तुरुंगाचा रस्ता दाखवला, त्याच्याचकडे परत जाण्यापेक्षा येथेच राहाणं कितीतरी चांगलं," ती म्हणते.

ड्रग्ज ॲक्टच्या अन्वये अटक होऊन येथे आलेली सारा ही कॅनडाची नागरिक. ही पण येथे समाधानात आहे. अर्थात तुरुंगात राहावं लागतं याची तिला खूप खंत वाटते व ती आपल्या सुटकेची वाट पाहात असते. ती केवळ १ महिनाभरच येथे राहत आहे. याउलट पूनम, मारिया आणि शकीरा यातर केवळ

कायद्याच्या किचकट आणि तांत्रिक बाबींमध्ये सापडून आपलं स्वातंत्र्य गमावून बसलेल्या आहेत. लोकांच्या मते पूनमच्या हाताला यश आहे. कारण आतापर्यंत तिने लिहून दिलेल्या विनंती अर्जांमुळे येथील साठ जणांची जामीनावर सुटका झाली आहे.

पण कधीतरी मन उदास होतं, मनाला नैराश्य घेरून टाकतं. अशा वेळी या स्त्रिया शकीराच्या आशावादी कवितांची मनोमन उजळणी करतात. तिनं लिहिलं आहे :

इंदिरा गांधी तुरुंगात गेल्या
गेले तसेच गांधीजी
त्या बदनामीस ते नाही डरले
तर का डरावं मी?

या सर्व अनुभवानंतर आपण जेव्हा जेलमधून बाहेर पडतो व आपल्या जगात परत जायला निघतो, तेव्हा एका गोष्टीचं आश्चर्य वाटल्याशिवाय राहत नाही. या तुरुंगांच्या उंच भिंतींच्या मधोमध वसलेलं हे चिमुकलं जग ही तर बाहेरच्या मोठ्या, मुक्त आणि स्वतंत्र जगाचीच छोटी प्रतिमा आहे. पण फक्त प्रतिमा...

'द हिंदू' वृत्तपत्राच्या आरती धर यांनी १९९३ सालच्या ऑक्टोबर महिन्यात तिहारला भेट दिल्यानंतर हा लेख लिहिला. त्याचे शीर्षक होते– "माया-ममतेचा प्रकाश पसरला."

... तिहारमधील दुसऱ्या क्रमांकाच्या तुरुंगात फारच गडबड गोंधळ चालू आहे. बरेच कैदी तयारीत गुंतले आहेत. काही बॅनर लावत आहेत. काही ध्वनिव्यवस्था बघत आहेत. तुरुंगाच्या आवारात सुमारे ९०० कैद्यांसाठी एक खास संगीताचा कार्यक्रम आयोजित केला आहे. आणि त्यासाठी तात्पुरतं स्टेजही उभारण्यात आलं आहे.

ठरलेल्या वेळेपेक्षा अर्धा तास उशिरा कलाकार स्टेजवर कार्यक्रम सादर करण्यासाठी येतात. अपेक्षेपेक्षा फार कमी श्रोते आले आहेत. कलापथक खास कार्यक्रम सादर करण्यासाठी बाहेरून आले असून कैद्यांनी ताबडतोब प्रांगणात जमा व्हावं, अशी सूचना ध्वनिक्षेपकावरून वारंवार दिली जात आहे. 'परत अशी संधी तुम्हाला मिळणार नाही,' असं निवेदक पुन:पुन्हा सांगत आहे. पण कोणाचीही त्यावर काही प्रतिक्रियाच नाही. कैदी सावकाश एक एक करत जमा होत आहेत. त्यांच्या चेहऱ्यावर अलिप्ततेचा भाव दिसतो.

परंतु तरीही कलाकारांचा उत्साह भरपूर आहे. एका गाण्याने ते कार्यक्रमाची सुरुवात करतात. एकजुटीने काम करा, परस्परांच्या सुखदु:खांची देवाणघेवाण करा असं आवाहन ते गाण्यामार्फत श्रोत्यांना करतात. नंतरच्या काही क्षणांतच कैद्यांची त्या ठिकाणी रीघ लागते. आता ते मोठमोठ्या घोळक्यांनी जमा होतात. "आम्हाला जेवण वाढत होते नां, म्हणून उशीर झाला. पण तुम्ही आमच्यासाठी थांबला का नाही?" असं नव्याने जमा झालेले कैदी इतरांना विचारतात.

नवीन प्रेक्षकांना नीट जागा मिळेपर्यंत कार्यक्रम थांबवण्यात येतो. परत कार्यक्रम सुरू होईपर्यंत प्रेक्षकांची संख्या वाढून ९०० झालेली असते. सुरुवातीची प्रस्तावना झाल्यानंतर गायक हिंदीतून गाणी म्हणण्यास सुरुवात करतात. परत एकदा आव्हान स्वीकारून प्राप्त परिस्थितीस टक्कर देण्याची प्रेरणा श्रोत्यांना दिली जाते. त्यानंतर लागोपाठ कितीतरी हिंदी व इंग्रजी गाणी म्हणण्यात येतात व एक छोटेसे नाटुकलेही सादर करण्यात येते. ते सर्वांच्याच पसंतीस उतरते. कार्यक्रम संपताच काही कैदी आनंदाने नाचू लागतात, तर काही टाळ्या वाजवून त्यांना साथ देतात.

कार्यक्रमाच्या शेवटी कलाकार अतिशय प्रसन्न मन:स्थितीत असतात. ''आमचं उद्दिष्ट सफल झालं,'' असं रुथ कुमार नावाची कलाकार म्हणते. ही एक गायिका असून गेली ११ वर्षे 'द फॅमिली' या संस्थेसाठी काम करत आहे. ''या कार्यक्रमामुळे कैद्यांच्यात उत्साहाचे वातावरण पसरले आहे. व हेच तर आम्हाला हवे होते,'' ती म्हणते.

रुथ ही मुंबईच्या सेंट झेवियर्स कॉलेजात शिकत असताना एका मित्राकडून तिने 'द फॅमिली' या संस्थेबद्दल ऐकलं. व ती या संस्थेत काम करण्यासाठी आली. ''आम्ही येथे काम करणारे सगळेच चांगल्या घरचे आहोत व इतरांना सुखी करण्यासाठी आपण शक्य तेवढं झटायचं, असं आम्ही ठरवलं आहे,'' असं ती सांगते.

'द फॅमिली' ही एक सेवाभावी संस्था असून जगातील मोठमोठ्या शहरांमधे गेल्या २० वर्षांपासून कार्यरत आहे. त्यांचं मुख्य उद्दिष्ट आहे, मानवजातीचे कल्याण. आपलं हे जग जगण्यायोग्य आणि सुंदर बनवण्यासाठी या संस्थेचे कार्यकर्ते विविध उपक्रम राबवत असतात. 'द फॅमिली' जगभरातील एकूण ५० देशांमध्ये काम करत आहे. भारतातच अर्धवेळ काम करणारे कार्यकर्ते वगळता त्यांचे ३०० च्या वर सदस्य आहेत.

या संस्थेत विविध व्यक्ती आणि कुटुंबे आहेत. ती वेगवेगळ्या सांस्कृतिक पाश्र्वभूमीतून आलेली आहेत. या भीतीने, ताणतणावाने भरलेल्या जगात, आपल्या समोरच्या सर्व समस्यांना तोंड देत जगायचं असेल तर त्याला परमेश्वरावरील श्रद्धा एवढा एकच मार्ग आहे असा त्यांचा दृढ विश्वास आहे. हे कार्यकर्ते तिहारमधील कैद्यांच्या जीवनात आनंद निर्माण करण्यासाठी संगीताचे कार्यक्रम, साप्ताहिक कार्यशाळा, गरज पडल्यास वैयक्तिक स्वरूपाचे मार्गदर्शन असे विविध उपक्रम राबवतात, असे रुथ सांगते.

या कार्यक्रमांना सुरुवात केल्यापासून आजपर्यंत त्यांनी तिहारमध्ये स्त्रिया आणि किशोरवयीन कैद्यांसाठी एकंदर चार संगीतसभा, व पाच साप्ताहिक भेटी दिल्या. शिवाय कैद्यांच्या मनोरंजनासाठी त्यांना शैक्षणिक म्युझिक व्हिडीओ देणगीरूपाने दिला आहे. ''आम्ही आमच्याच या कार्यक्रमाचे वरचेवर मूल्यमापन करतो. हे कार्यक्रम कैदी तुरुंगात ज्या वातावरणात जगतात त्याच्याशी सुसंगत असावेत

त्याचप्रमाणे त्यांची वैयक्तिक जीवनमूल्ये, त्यांच्या निष्ठा आणि त्यांचे परस्परसंबंध हे अधिक समृद्ध करण्याचाही आम्ही प्रयत्न करतो,'' असे पॉल सांगतो.

या संपूर्ण कार्यक्रमात लहान मुले हे अविभाज्य घटक आहेत. तिहारमधील कार्यक्रमात शांती आणि विदुर या दोन लहान मुलांनी भाग घेतला. विदुरचे वडील व्यावसायिक असून 'द फॅमिली'शी संबंधित आहेत. 'द फॅमिली'ने आता युरोप, युनायटेड स्टेट्स ऑफ अमेरिका यांच्या गुन्हेगारी जगतात शिरकाव करून घेतला असून त्यांना सुधारण्याचे काम सुरू केले आहे. व त्या लोकांच्या पुनर्वसनाचा प्रयत्न सुरू केला आहे. त्यांना जगण्याचा एक नवा मार्ग दाखवला आहे; असं 'द फॅमिली'च्या कार्यकर्त्यांचं म्हणणं आहे. ''जर तुम्ही इतरांना प्रेम दिलंत तर तुम्हालाही प्रेमाचा लाभ होईल,'' असं मारियाना म्हणते..

'द हिंदुस्तान टाइम्स'चे दोन वार्ताहर गोपाळ जैन आणि कविता तनखा १७ डिसेंबर १९९३ रोजी तिहारच्या भेटीसाठी पुन्हा एकदा आले. त्यांनी त्या भेटीचा जो वृत्तांत लिहिला, तो हृदयाला स्पर्शून जाणारा होता.

तिहारला पुनर्भेट

'तिहार जेल' या दिल्ली येथील कुप्रसिद्ध तुरुंगाकडे गेली अनेक वर्षे एक बॅस्टीलचा तुरुंग म्हणून पाहण्यात येते. या तुरुंगाचे व्यवस्थापन बघणारे अधिकारी पोलादाप्रमाणे कठीण हृदयाचे असतात. येथील कैदी फार भयंकर परिस्थितीत, एकांतवासात जीवन कंठत असतात. येथे राहून मानवाची आत्मप्रतिष्ठा धुळीस मिळते... असे अनेक समज या तिहार जेलविषयी जनमानसात पसरले होते. १९८५ सालाच्या सुमारास तिहार येथील कैद्यांचे पशुतुल्य जीवन आणि मानवी मनाचे खच्चीकरण करणारी तेथील परिस्थिती पाहून पूर्वीचे सुप्रीम कोर्टाचे जस्टिस श्री. व्ही. आर. कृष्ण अय्यर यांनी म्हटले आहे: ''तिहारमध्ये खुलेपणाने आणि छुप्या रीतीने जो काही हिंसाचार चालत असल्याचा समज आहे, त्यात तिळमात्र जरी सत्य आहे असे आपण मानले तरी, एखाद्या व्यक्तीला तिच्या हातून गुन्हा घडल्याबद्दल तिहार येथे ठेवणे हाच एक अपराध होईल.''

या सर्व समज-गैरसमजांच्या पार्श्वभूमीवर जेव्हा तिहारला नुकतीच भेट दिली तेव्हा तेथील परिस्थितीचा अक्षरश: कायापालट झाला असल्याचे आढळून आले. तिहारमधील पूर्वीचा अनागोंदी कारभार जाऊन तेथील कामकाजात बऱ्याच प्रमाणावर सुसूत्रता आलेली दिसली. या परिस्थितीत हे जे सुधार झाले होते ते सर्व नवीन इन्स्पेक्टर जनरल (प्रिझन्स) श्रीमती किरण बेदी यांच्यामुळे झाले आहेत. सुनील बात्रा खटल्याच्या निकालाच्या वेळी सुप्रीम कोर्टाने जी मार्गदर्शक तत्त्वे ठरवून दिली त्या तत्त्वांशी या सर्व सुधारणा सुसंगतच आहेत.

आता राज्यघटनेच्या भाग खखख मध्ये कैद्यांच्या हक्कांच्या संदर्भात जे काही सांगितले आहे ते खरोखरच या तुरुंगात आपल्याला अनुभवण्यास मिळते. पूर्वी संपूर्ण जगाकडे पाठ फिरवून अलिप्तपणे उभ्या असलेल्या या संस्थेत आता चक्क

कॅमेऱ्याला, प्रसारमाध्यमांना मुक्त द्वार आहे.

तुरुंग आणि बंदिवासाची कल्पनाच मुळी अशी आहे की, या बंदिवासाच्या काळात गुन्हेगारांना पूर्ण सुधारायचे आणि त्यांची सुटका झाली की त्यांना समाजात पुन्हा प्रतिष्ठेने जीवन सुरू करण्यास मदत करायची. व हे उद्दिष्ट साध्य करण्यासाठी शिक्षा म्हणा, इतर काही उपक्रम म्हणा, यांचा योग्य समन्वय साधायचा. समाजाचे घडणाऱ्या गुन्ह्यांपासून संरक्षण करायचे अशीही यामागे कल्पना होती.

तिहारमध्ये कैद्यांसाठी योगाभ्यास आणि ध्यानधारणेचे वर्ग सुरू झाले. यातून येथील कैद्यांची नैतिक पातळी उंचावण्यास मदत झाली. त्यातून जे काही निष्पन्न झाले ते सगळ्या जगाने प्रत्यक्षच पाहिले आहे. आता जेलच्या अंतर्भागात समाधानी आणि मोकळं वातावरण आहे. आता आपल्याला खूप हलकं वाटतं, मनावरील ताण पार नाहीसा झाला आहे, असं कैदी सांगतात.

कैदी आणि तुरुंगाचे कर्मचारी यांच्यात सलोख्याचे संबंध प्रस्थापित झालेले आहेत. त्याचमुळे इंडियन पीनल कोडच्या विविध कलमांखाली, विविध गुन्ह्यांसाठी अटक केलेल्या सुमारे ७५० कैद्यांच्या देखरेखीचं काम केवळ दोन जेल वॉर्डर्स करीत आहेत.

तिहारमधील जेलचे कर्मचारी आता केवळ पहारेकऱ्याचे काम करतात. कैद्यांना मारहाण तर राहोच पण स्पर्शही करण्याची त्यांना मुभा नाही. कैद्याच्या हक्कांना आज फार महत्त्व प्राप्त झाले आहे.

तुरुंगातील अमानुषपणा व छळ या गोष्टी तर आता इतिहासजमा झाल्या आहेत. अर्थात कोणत्याही यंत्रणेच्या कामकाजात क्वचित काही त्रुटी आढळून येतातच, आणि त्यामुळे काही गोष्टी येथेही घडू शकतातच. पण तरीही एक ठळक, नजरेत भरण्याजोगा बदल येथे आज घडून आलेला आहे हे अगदी निश्चित.

१९८० साली सुनील बात्रा केसमध्ये सुप्रीम कोर्टाने एक अभिनव कल्पना मांडली होती, ती अशी: तुरुंगातील कैद्यांवर जर व्यवस्थापनाकडून कोणत्याही स्वरूपाचा अन्याय होत असेल तर त्यांनी आपले गाऱ्हाणे निनावी पत्राद्वारे तक्रारपेटीत टाकावे. अशा रीतीने त्यांना आपले गाऱ्हाणे सरळ सरळ आय. जी. (प्रिझन्स) यांच्याकडे थेट पोहोचवता येईल. मधले सर्व अडथळे दूर करून!

अशा प्रकारची पिटिशन बॉक्स किंवा तक्रारपेटी खरोखरच येथे आता ठेवण्यात आली आहे. या पिटिशन बॉक्सच्या माध्यमातून जुलमी जेल कर्मचाऱ्यांवर त्याचप्रमाणे अंगच्या ताकदीच्या जोरावर शेफारून जाऊन डोईजड झालेल्या गुंड कैद्यांवर नजर ठेवता येईल. तुरुंगात जी काही अमानुष मारहाण पूर्वी चालत असे, ती बऱ्याच अंशी थांबली आहे.

तुरुंगातील इतर वाईट गोष्टींचेही येथे निवारण करण्यात आले आहे. मूलभूत मानवी हक्कांची पायमल्ली थांबवण्यासाठी कैद्यांना खोडाबेडी घालणे बंद केले

आहे. केवळ 'टाडा'खाली अटक झालेल्या किंवा घटनेच्या १४ आणि २१ व्या कलमाखाली अटक झालेल्या महाभयंकर कैद्यांना वगळता इतरांच्या बाबतीत बेड्या आणि शृंखलांचा प्रयोग करणे बंद झाले आहे. प्रशिक्षित मानसोपचार तज्ज्ञांच्या मदतीने आता येथे व्यसनमुक्ती केंद्रे चालवण्यात येत आहेत. कोवळ्या वयाची मुले इतरांच्या नादी लागून मादक द्रव्यांच्या आहारी जाण्याची शक्यता असते. असे होऊ नये, म्हणून ही केंद्रे चालवण्यात येत आहेत.

जेलमधील जीवनाच्या इतर महत्त्वपूर्ण अंगांमध्ये सुद्धा या सुधारणांचा परिणाम दिसून आल्याखेरीज राहत नाही. जेल क्रमांक ३ मध्ये जे स्वयंपाकघर आहे तेथे सुमारे २५०० ते ३००० कैद्यांच्या भोजनाची व्यवस्था केली जाते. येथे तर अहोरात्र काम चालूच असते. जर समजा दुसऱ्या दिवशी सकाळी हजाराहून अधिक चपात्या, १००० किलो भाजी व डाळ असे जेवण बनवायचे असेल तर त्याच्या तयारीला मध्यरात्री १ वाजताच सुरुवात करण्यात येते. आता हे स्वयंपाकघर अतिशय स्वच्छ असते. तेथे बनवलेल्या खाद्यपदार्थांचा नमुनाही आम्ही चाखून पाहिला. अनेक उत्तमोत्तम स्वयंपाकी तेथे काम करत असल्याचेच त्यावरून सिद्ध होत होते.

तिहारमध्ये सर्वत्र 'पंचायत पद्धती'ने आपले हातपाय पसरले आहेत. ही पद्धत प्रत्येक बराकीत कार्यरत आहे. त्याद्वारे कैद्यांच्या गरजा पुरवण्यात येतात. त्याच वेळी या व्यवस्थेमुळे कैदी एकमेकांच्या शिस्तपालनाच्या बाबतीत फार दक्ष असतात. ते एकमेकांवर कडी नजर ठेवतात.

तिहार जेलचा हा कायापालट कसा घडून आला यात विदेशी पत्रकारितेला फार रस आहे. बी. बी. सी. च्या साऊथ एशिया ब्यूरोचे चीफ श्री. मार्क टुली यांनी तिहारच्या परिसरात एक कार्यक्रम घेऊन तेथे उभे राहून आपल्या निवेदनाचे थेट प्रक्षेपण केले. सी. एन. एन. चॅनेलचे श्री. आशीष रॉय यांनी एका माहितीपटाची निर्मिती केली व हा माहितीपट अमेरिकेतील वाहिनीवरून दाखवण्यात आला. अशा प्रकारची प्रसिद्धी तिहारला या वेळी प्रथमच मिळाली. यानंतर येथे दोन व्हीडिओ मॅगेझीन्स चित्रीकरणासाठी आली: 'लिव्हिंग मीडीया' चे न्यूजट्रॅक हे मॅगेझीन आणि 'द हिंदुस्तान टाइम्स'चे 'आयविटनेस' हे मॅगेझीन.

लंडनच्या 'द टाइम्स'चे श्री. ख्रिस्तोफर थॉमस हे १९९४ च्या ख्रिसमसमध्ये तिहारच्या भेटीसाठी आले होते. त्यांनी त्यांच्या वृत्तपत्रांद्वारे १२ जून १९९४ रोजी खालील वृत्त प्रसिद्ध केले.

तिहार जेलमधील कैद्यांना ख्रिसमसचा संदेश

दिल्ली सेंट्रल जेलचे सुमारे ९३०० कैदी ख्रिसमस व न्यू इयर साजरा करीत असून, यात फादर ख्रिसमसची विशेष उपस्थिती आहे. मात्र हे फादर ख्रिसमस स्वत: एक हिंदूच असून त्यांना या एकंदर सोहळ्याविषयी फारशी काही माहिती नाही.

राजकुमार सिन्हा हे पूर्वाश्रमीचे सर्कशीतील विदूषक. त्यांना तुरुंगातील काही विदेशी कैद्यांनी ख्रिसमसच्या संदेशाचा अर्थ झटपट शिकवला. त्यांना तो समजला. सोपावाटला. व आपण इतर हिंदूंस हा अर्थ समजावू शकू अशी खात्रीही त्यांना वाटली. "हिंदू धर्माची शिकवण व ही शिकवण यात फारसा काही फरक नाही," असं ते म्हणाले.

निगेल बर्डस्ले हा ३१ वर्षीय कैदी बर्कशायर मेडनहेड येथील असून, २० महिन्यांपूर्वी मादक द्रव्ये बाळगल्याच्या आरोपाखाली त्याला अटक झाली व तो २० महिन्यांपूर्वी येथे आला. त्याने एक नाटक लिहिले आहे. त्याचे नाव आहे "द बिगिनिंग ऑफ लाईफ" (आयुष्याची सुरुवात.) हे नाटक अर्धे हिंदी भाषेत व अर्धे इंग्रजी भाषेत आहे. या नाटकात फादर ख्रिसमस या पात्रास फार महत्त्वपूर्ण भूमिका आहे. यात काम करणाऱ्या कलाकारांना येथील १२० विदेशी कैद्यांमधून निवडण्यात आले आहे. तसेच अनेक हिंदू कैद्यांचाही यात समावेश आहे.

बर्डस्ले याने खटल्याची वाट पाहत असतानाच तुरुंगातील काळ हिंदी शिकण्यात घालवला. या नाटकाचे लेखन करत असताना या हिंदी भाषेच्या ज्ञानाचा त्याला उपयोग झाला. "ख्रिसमसच्या वेळी हिंदू, शीख आणि मुसलमान कैद्यांना शुभेच्छा संदेश देण्याची आमची इच्छा होती," ते म्हणाले, "व ती इच्छा पुरी झाली. भारतीय आणि विदेशी कैद्यांमध्ये एक प्रकारचा गैरसमज होता. पण तो आता पूर्णपणे दूर झाला आहे."

आता सुट्टीच्या दिवसांत हे नाटक चारही तुरुंगांत फिरत आहे. पँटोमाईम पद्धतीच्या या नाटकावर जेलमधील कैदी स्त्रियांजवळ राहाणारी ४० मुले विशेष करून खूष झाली आहेत. ही सर्व मुले पाच वर्षांच्या आतील असून त्यांना आपल्या आईबरोबर राहण्याची मुभा दिली आहे.

१२ जानेवारी १९९४ रोजी थॉमसनने एक आणखी वृत्तान्त लिहिला :

... त्या नेहमीच्या तुरुंगाधिकाऱ्यांसारख्या नाहीत. दिल्ली प्रिझन्सच्या डायरेक्टर जनरलच्या पदाची सूत्रे हाती घेतल्यानंतरच्या सात महिन्यांच्या कालावधीत त्यांनी नरकाच्या खाईसारख्या स्थितीपर्यंत जाऊन पोहोचलेल्या तुरुंगामध्ये माणुसकीचा ओलावा निर्माण केला आहे.

त्यांनी तुरुंगाच्या व्यवस्थापनात क्रांती घडवून आणली आहे. तुरुंगातील कैद्यांना घड्याळ जवळ बाळगण्याची पूर्वी परवानगी नव्हती. आता त्यांना ती दिली आहे. ही तसं पाहता एक किरकोळच बाब. परंतु तुरुंगातील कंटाळवाणे दिवस व्यतीत करणं त्यांना आता सोपं जाऊ लागलं आहे. त्यामुळे त्यांना कृतज्ञता वाटते. पूर्वी तुरुंगात कैद्यांकडून मादक द्रव्याचा वापर, कर्मचाऱ्यांचा भ्रष्टाचार या गोष्टी राजरोस चालत. पण आता त्यांना मोठ्या प्रमाणात आळा बसला आहे. कारण रोजच्या रोज कैद्यांच्या बराकीतून पिटिशन बॉक्स फिरवण्यात येते. स्वत:च्या ज्या काही तक्रारी असतील त्या हवं तर निनावी पत्राद्वारेही मांडण्याची आता सोय झाली आहे. जर

एखादा पहारेकरी लाचखाऊ अथवा भ्रष्ट असेल तर त्याचे नाव या पिटिशन बॉक्सच्या माध्यमातून उजेडात येऊ शकते. कैद्यांना तुरुंगात मादक द्रव्यांचा पुरवठा नक्की कोणाकडून होतो त्याची माहितीपण समजते. कैद्यांना मारहाण करणाऱ्या वॉर्डरांची नावे उघडकीला येतात.

आजकाल मॅडमचे नाव 'सुधार बेदी' असेच पडले आहे. त्यांच्या हाताखाली एकंदर चार तुरुंग आहेत. या चारही तुरुंगांत प्रचंड गर्दी आहे. तुरुंगाच्या आवारात घाणीने भरलेली दोन मोठी मोठी पटांगणे आहेत. या जेलची ती जणू फुफ्फुसे आहेत. कैदी आपला दिवसातील बराचसा काळ येथेच घालवतात. बरेचदा निरुद्योगीपणानेच. येथे व्यवसाय प्रशिक्षणाची काहीही सोय नाही. काही सुशिक्षित कैदी आपल्याबरोबरच्या अशिक्षित कैद्यांना लिहायला-वाचायला शिकवतात. शिवाय येथे योगाभ्यास व ध्यानधारणेचे काही वर्ग भरतात. पण एकंदर कैदी रिकामटेकडेच फिरत असतात.

जो तुरुंग केवळ २५०० कैद्यांसाठी बांधण्यात आला होता तेथे आज ९३०० कैदी आहेत. सुमारे वर्षभरात अजून एखादा तुरुंग तयार होईपर्यंत तरी ही सर्व गर्दी येथेच राहणार. बऱ्याचशा कैद्यांवर अजून खटले चालूच आहेत. हे सर्व कैदी आपल्या न्यायपद्धतीच्या दिरंगाईचा बळी आहेत. ही न्यायसंस्था आकड्यांच्या प्रचंड दडपणाखाली दबून गेली आहे. येथे राहणाऱ्या कैद्यांपैकी एक चतुर्थांश कैद्यांना मादक द्रव्यांच्या संदर्भातील गुन्ह्यांमध्ये अटक झालेली आहे. पण त्यांना त्यांच्या खटल्याच्या सुनावणीस साधी सुरुवात होण्यासाठी सुद्धा सात सात वर्षे थांबावे लागते. १९८० साली मादक द्रव्यांच्या प्रसाराला आळा घालण्यासाठी जो कठोर कायदा अस्तित्वात आला, त्यामुळे न्यायसंस्थेवर आज प्रचंड ताण पडत आहे.

श्रीमती बेदी दिवसातून एकदा तुरुंगाची फेरी मारतात. कैद्यांशी बोलून त्यांची गाऱ्हाणी ऐकतात. त्यांना प्रोत्साहन देतात. त्यांना त्यांच्या नावाने हाक मारतात. त्यांचा स्वत:चा पोषाख अगदी साधाच असतो. खाकी कुर्ता आणि सलवार, केस बारीक कापलेले. "मी कधीही साडी नेसत नाही," त्या सांगतात; "त्याने हालचाल झटपट करता येत नाही." एवढ्यात तिथे एक कैदी येतो. तो मधुमेहाचा रुग्ण आहे. पण त्याला इन्श्युलीनसाठी परवानगी मिळत नाही. श्रीमती बेदी संबंधित अधिकाऱ्यास रागावतात. "तुला तुझं इन्श्युलीन नक्की मिळेल हं," त्या कैद्याला सांगतात.

"कैद्यांनासुद्धा प्रतिष्ठेने वागवले पाहिजे," श्रीमती बेदी म्हणताल. तेथे त्या वेळी पाळणाघरातील एका छोट्या मुलाचा वाढदिवस असतो. बायका जमून गाणी म्हणत असतात. त्या स्वत: सुद्धा त्या बायकांमध्ये रमतात. "मी जेव्हा पोलीस ऑफिसर होते, तेव्हा मला नेहमी वाटायचे, आपण कितीही प्रयत्न केले तरी कैद्यांना सुधारण्याच्या बाबतीत आपल्याला तुरुंगव्यवस्थेकडून जोड मिळत नाही. म्हणूनच मला तुरुंगव्यवस्था सुधारण्याची ही संधी प्राप्त झाली आहे. व मी तिचा

पुरेपूर वापर करणार आहे.''

''नॉयं झूरिचर त्सायटुंग' या स्विस वृत्तपत्राचा दिल्ली येथील प्रतिनिधी बर्नार्ड इमहासली हा आपली पत्नी रचना हिच्यासमवेत २६ जानेवारी १९९४ रोजी तिहारच्या भेटीसाठी आला होता. त्या दिवशी तुरुंगात आरोग्यदिन साजरा होत होता. त्याविषयी त्याने आपल्या वृत्तपत्रात लिहिले:

... १९९३ च्या मे महिन्यात श्रीमती किरण बेदी यांनी पहिल्यांदा आशिया खंडातील सर्वांत मोठ्या तुरुंगात म्हणजेच तिहारमध्ये पाऊल टाकले तेव्हा त्या तुरुंगाची स्थिती एखाद्या कत्तलखान्यासारखी होती. भ्रष्टाचारी कर्मचारी, तुरुंगात सर्वत्र कैद्यांच्या माफिया टोळ्यांचे साम्राज्य, तेथील मादक द्रव्यांचा व्यवहार, तुरुंगातच जन्माला येऊन शिक्षण व आरोग्यासारख्या मूलभूत सुविधांपासून वंचित असलेली छोटी छोटी मुले, अनारोग्यपूर्ण व बेचव अन्न अशी स्थिती तेथे वर्षानुवर्षे चालत आली होती. खेदाची बाब अशी की येथील ९० टक्के कैद्यांना रिमांडवर कोठडीत ठेवले होते. त्यांच्यापैकी अनेक कैदी या तुरुंगात इतकी वर्षे रिमांडवर होते की जरी समजा त्यांना त्यांच्यावर आरोप असलेल्या गुन्ह्यासाठी मुक्रर असलेली जास्तीत जास्त शिक्षा कोणी ठोठावली असती तरी ती सुद्धा या कालावधीहून कमीच झाली असती. शिवाय गुन्हा खरोखरच त्यांच्या हातून घडल्याचं सिद्ध झालं असतं तरच...

भारतातील पहिली पोलीस अधिकारी होण्याचा मान ज्या स्त्रीस मिळाला तिच्या हातात ही तिहारची सूत्रे आता देण्यात आली होती. या स्त्री ऑफिसरविषयी मनात असूया असणारे अनेक सहकारी होते. तेव्हा ही स्त्री आता उलट्या काळजाच्या, निर्ढावलेल्या कैद्यांच्या या तुरुंगात पाऊल टाकताच डगमगणार अशी स्वप्ने या सहकाऱ्यांनी नक्कीच मनोमन पाहिली असतील. या निडर स्त्री ऑफिसरला वठणीवर आणण्यासाठी यापूर्वीही अनेकदा प्रयत्न झालेलेच होते. परंतु या स्त्रीने, म्हणजेच किरण बेदीने दरवेळेप्रमाणेच याही बदलीचा एक आव्हान म्हणून स्वीकार केला. संपूर्ण तिहारचा कायापालट करून दाखवला. कामाची सूत्रे हाती घेतल्यानंतर इतक्या थोड्या अवधीत जेलचा कायापालट झाला की तुरुंगाच्या अंतर्भागात ज्या ज्या ठिकाणी 'तिहार जेल' अशा पाट्या होत्या त्या त्या पाट्यांवरील जेल हे शब्द पुसून टाकून तेथे 'तिहार आश्रम' असे शब्द तिने लिहायला लावले. आणि 'आश्रम' हा शब्द काही नुसता देखावा नव्हता. कामाची सूत्रे हाती घेतल्या घेतल्या तिने जे स्वप्न पाहिले ते तिने अल्पावधीत साकार करून दाखवले. २५०० कैद्यांसाठी बांधण्यात आलेल्या या तुरुंगाचं संपूर्ण परिवर्तन करून जणू एका मठात रूपांतर केलं. आत्मपरीक्षण, शिक्षा व काम, ध्यानधारणा या सर्वांच्या माध्यमातून कैद्यांस एक गोष्ट शिकवण्यात आली ती म्हणजे बंदिवासात असणं ही काही केवळ शारीरिक स्थिती नाही, तर तो एक दृष्टिकोणही आहे. व्यवस्थापनाने कैद्यांना जीवनासाठी आवश्यक असणाऱ्या सर्व बाह्य सोयी-सुविधा उपलब्ध करून दिल्या. ध्यानधारणेने कैद्यांना

हे शिकवले की आपल्या वाट्याला आलेल्या बंदिवासाकडे सुद्धा आत्मपरीक्षणाची एक संधी म्हणून पाहावे...

या इमहासलीच्या वृत्तामुळेच जर्मनीच्या जोसेफ फाऊंडेशनने मला 'जोसेफ बॉयेज प्राईझ फॉर होलीस्टिक अँड क्रिएटिव्ह मॅनेजमेंट' हा पुरस्कार प्रदान केला. हा पुरस्कार मला जर्मन बुंडेसतागच्या स्पीकर डॉ. रीता स्यूसमाथ यांच्या हस्ते २१ ऑक्टोबर १९९७ रोजी फ्रँकफूर्ट येथे मिळाला.

बर्नार्डच्याच वृत्ताचा जणू पुढचा हिस्सा म्हणून असोसिएटेड प्रेसने २ मार्च १९९४ रोजी तुरुंगाच्या भेटीनंतर खालील वृत्तान्त सादर केला:

... एका वर्षापूर्वी तिहार हा भारतातील सर्वांत कठोर तुरुंग होता. मादक द्रव्ये, टोळीयुद्धे, पहारेकरी व शक्तिमान कैदी यांनी चालवलेला भ्रष्टाचार आणि पिळवणूक यांचा तेथे सुळसुळाट होता.

पण त्यानंतर नो-नॉनसेन्स किरण बेदींचे तेथे आगमन झाले. आजकाल हजारो कैदी स्वच्छ झाडलेल्या प्रांगणात झाडांच्या सावलीखाली रोज सकाळी प्रार्थनेसाठी जमतात. ध्यान करतात. त्यानंतर ते शाळेत जातात. गेल्या जुलैत या स्त्री पोलीस ऑफिसरने जेव्हा तिहारची सूत्रे हाती घेतली तेव्हा दिल्लीतील वृत्तपत्रांनी तिचे नाव 'लेडी सुपरकॉप' असे ठेवले आणि थोड्याच महिन्यांत तिहारमधील कैद्यांची ती 'तुरुंगदेवता' झाली.

'मला खरोखरच त्यांची आई असल्यासारखं वाटतं,' त्या खळखळून हसत म्हणाल्या. "मी कधी कधी त्यांना रागावते, कधी शाबासकी देते, तर कधी प्रोत्साहन देते." आशीष नंदी या समाजशास्त्राच्या अभ्यासकाने तिहार जेलच्या सुधाराच्या कामी किरण बेदींच्या कार्याची प्रशंसा केली आहे. "संपूर्ण भारतातील तुरुंगव्यवस्था सुधारण्याची वेळ आली आहे," ते म्हणतात, "पण त्यासाठी इतक्या किरण बेदी कुठून आणायच्या?" अनेक कैदी श्रीमती किरण बेदींच्या सुधारकार्यात आपण होऊन सहभागी झाले आहेत. "या कैद्यांच्या सर्वच्या सर्व समस्या सोडवणे काही मला शक्य नाही. पण निदान त्यांचं आयुष्य जरा चांगलं बनवण्याचा प्रयत्न तर आपल्याला करता येईल," त्या म्हणाल्या.

स्वच्छ चमकणाऱ्या बराकी, नीटनेटकी पटांगणे, चकाकणारी स्वयंपाकघरे व शिस्तबद्ध कैदी यांमुळे तिहार आता एखाद्या सुबक, देखण्या वसाहतीसारखे दिसते.

"मी आत्तापर्यंत अक्षरश: जनावरांच्या गोठ्यासारख्या तुरुंगांमध्ये राहिलो. पण हा तुरुंग मात्र फर्स्टक्लास आहे," जगमोहन टंडन म्हणाला. एखाद्या विद्यार्थ्यांच्या वसतिगृहात शोभेल अशा आपल्या खोलीतील पलंगावर बसून तो बोलत होता. खोलीच्या भिंतींवर सिनेतारकांची चित्रे होती.

"एक वर्षापूर्वीचे तिहार व आत्ताचे तिहार यात जमीन-अस्मानाचा फरक आहे," एस. एन. तलवार म्हणतात. हे राज्यशास्त्राचे शिक्षक आहेत. एका कैद्याने

तुरुंगाचे नियतकालिक सुरू केले आहे. त्याला हे संपादन साहाय्य करतात. ''माझं कॉलेज आणि आत्ताचा हा तुरुंग यात फारसा काही फरक नाही,'' ते म्हणतात.

सर्वच भारतीय तुरुंग हे कैद्यांनी खच्चून भरलेले आहेत व त्याबद्दल श्रीमती बेदी सुद्धा फारसं काही करू शकणार नाहीत. १९५६ साली तिहार जेल जेव्हा बांधण्यात आले तेव्हा तेथे २५०० कैद्यांच्या राहण्याची सोय होती. पण आज त्याच ठिकाणी ८००० च्या वर कैदी आहेत. त्यामध्ये ३०० स्त्रिया सुद्धा आहेत.

मात्र गुन्हा सिद्ध होऊन त्याबद्दल शिक्षा भोगत असलेले कैदी फक्त १००० च होते. बाकीचे कैदी आपला खटला कधी सुरू होतो याची वाट बघत असतात. काहींनी तर वर्षानुवर्षे येथे घालवली आहेत. न्यायसंस्था इतकी ओझ्याने वाकली आहे की तेथे अजूनही असंख्य खटले रेंगाळत पडले आहेत.

जुन्या तिहारमध्ये गुंडगिरी व दादागिरी करणारे कैदी दुबळ्या व कमजोर कैद्यांना जिवे मारण्याच्या धमक्या देऊन त्यांच्याकडून पैसा व चीजवस्तू लुटत असत असं जुने कैदी सांगतात.

सुरामारी तर तेव्हा नित्याचीच होती. जुगाराचा सुळसुळाट होता. मादक पदार्थांच्या चोरट्या आयातीत खुद्द पहारेकरीच सामील होते.

खटल्याच्या निकालाची वाट बघणाऱ्या कैद्यांजवळ भरपूर रिकामा वेळ असायचा म्हणून ते त्रासदायकपणा करत फिरत.

जेलची सूत्रे हाती घेतल्याच्या पहिल्या दिवशीची आठवण काढत किरण बेदी म्हणाल्या, ''क्षणभर मला वाटलं, जणू हिमालयच माझ्या डोक्यावर कोसळतोय. माझे पाय थरथर कापत होते.''

त्यांनी सुधारणेचा पहिला टप्पा म्हणून चारशे कैद्यांना एकत्र केलं आणि स्वत: त्यांच्या सुरात सूर मिळवून एक प्रार्थना म्हटली. हीच पुढे जेलची कायमस्वरुपी प्रार्थना होऊन गेली. व ती आता कैदी रोज म्हणतात.

यानंतर तेथे योगाभ्यास वर्ग आणि ध्यानधारणा वर्ग सुरू झाले. टोळीच्या गुंडांना वेगळे काढणे, भ्रष्टाचारी कर्मचाऱ्यांना निलंबित करणे इत्यादी झाले. कैदी व अधिकाऱ्यांच्या म्हणण्यानुसार मादक पदार्थांचा वापर आता पूर्वीपेक्षा बराच कमी झाला आहे. गेल्या पस्तीस वर्षांत प्रथमच सेवाभावी संस्थांना तुरुंगात प्रवेश मिळाला असून त्यांनीच येथे येऊन वैयक्तिक मार्गदर्शन, ध्यानधारणेचे वर्ग, व्यवसाय प्रशिक्षण, कायदेविषयक सल्ला व करमणुकीचे कार्यक्रम राबवले.

सुशिक्षित कैद्यांनी इतर कैद्यांसाठी साक्षरता वर्ग घेण्याची तयारी दाखवली. संगीताचे कार्यक्रम, आध्यात्मिक व धार्मिक व्याख्याने व क्रीडासामने ह्या आता रोजच्या गोष्टी झाल्या आहेत.

'न्यूयॉर्क टाइम्स'चे श्री. जॉन एफ्. बर्न्स यांनी तुरुंगातील कार्यक्रम पाहण्याची इच्छा प्रदर्शित केली. त्यानुसार त्यांनी तुरुंगाला भेट दिली. ५ डिसेंबर १९९४ रोजी त्या भेटीचा वृत्तान्त 'न्यूयॉर्क टाइम्स इंटर नॅशनल'मध्ये प्रसिद्ध झाला.

...किरण बेदी यांची जेव्हा भारतातील सर्वांत मोठ्या आणि कुप्रसिद्ध तुरुंगात नेमणूक झाली त्या वेळी या तुरुंगाची स्थिती स्मशानभूमीसारखी होती. डज्याची बदली झाली त्याला स्मशानात पाठवण्यात आले असं मानण्यात येई.. त्यांच्या या नेमणुकीची बातमी ऐकून त्यांच्या अनेक टीकाकारांनी नक्राश्रू ढाळले होते.

श्रीमती बेदी या एकेकाळच्या आशियायी विमेन्स टेनिस चँपियन. आता या तुरुंगाची सूत्रे होती घेतल्यानंतरच्या १८ महिन्यांत त्यांचे पुनरागमन झाले आहे. नवी दिल्ली येथील तिहार जेलमधील गैरकारभार, भ्रष्टाचार व हिंसाचारामुळे अजिबात डगमगून न जाता त्यांनी आपले सुधारकार्य जोमाने व जिद्दीने चालू ठेवले. त्यामुळे या तुरुंगाची जी काही अपकीर्ती होती ती लोप पावली असून त्याची समाजात चांगली प्रतिमा निर्माण होऊ लागली. मिसेस बेदींनी अनेक शैक्षणिक व मनोरंजनाचे कार्यक्रम येथे सुरू केले. त्याचप्रमाणे जामीनविषयक कडक धोरणे बदलून जरा मुक्त धोरणांचा अवलंब करण्यासाठी त्यांनी जज्जांवर दबाव आणण्यास सुरुवात केली, त्यामुळे त्यांना लोकप्रियता मिळाली.

परंतु किरण बेदींचा आपल्या कारकीर्दीत ज्या ज्या राजकारणी नेत्यांशी व वरिष्ठ पोलीस अधिकाऱ्यांशी संबंध आला, ते मात्र हात चोळत बसले असतील. तिहारमध्ये स्त्री वॉर्डन म्हणून प्रथमच त्यांची नेमणूक झाली आहे. आणि या तुरुंगाची अपकीर्ती विचारात घेता श्रीमती बेदींचं हे जे कैद्यांच्या पुनर्वसनाचं धोरण आहे ते अगदीच विसंगत आहे.. असंच त्यांचं मत असेल.

आम्ही तुरुंगात चक्कर मारताना साक्षरता वर्गाशी आलो. तेव्हा त्या वर्गावर शिकवत असलेला जेराल्ड व्हिक्टर आम्हाला पाहून एक पाऊल पुढे आला. हा एक ३८ वर्षांचा व्यावसायिक. एका प्रथितयश वकिलाच्या खूनखटल्यात खुनासाठी वापरण्यात आलेल्या, हत्याराची (पिस्तुलाची) विल्हेवाट लावण्याच्या आरोपावरून त्याला अटक करण्यात आले होते. जरी हा आरोप सिद्ध झाला असता तरी त्याला जास्तीत जास्त तीनच वर्षांची शिक्षा झाली असती. आणि हा गेले चाळीस महिने खटल्याच्या निकालाची वाट पाहत येथे राहत होता. ''या माणसाची खरं तर ही जागा नव्हे,'' मॅडम म्हणाल्या, ''आपण याच्या बाबतीत कायदेविषयक सल्ला घेऊ.''

मी जे काही केले होते त्याला प्रचारमाध्यमे सदासर्वकाळ साक्षी होती. विविध सामाजिक महत्त्वाच्या प्रश्नांवर त्यांनी आवाज उठवला होता. आणि तरीसुद्धा मी जे काही करत होते ते का करत होते, याचे स्पष्टीकरण मला वारंवार द्यावे लागत होते. मी जेलच्या नियमावलीतील कोणताही नियम मोडलेला नाही हे मला वारंवार ओरडून जगाला सांगावं लागत होतं. जेव्हा जेव्हा कोणी व्ही. आय्. पी. ची तुरुंगभेट होई तेव्हा त्या भेटीचे चित्रण, प्रत्यक्ष वर्णन करण्यासाठी याच नियमावलीचा आधार घेऊन वार्ताहरांना आत सोडले जात असे. आता परिस्थिती जराशीच

बदलली होती. ही प्रचारमाध्यमे केवळ मोठमोठ्या नेत्यांच्या आणि व्ही. आय्. पी. लोकांच्या दिमतीपुरती येत नव्हती, ती आता सामाजिक प्रश्नांना वाचा फोडण्यासाठी येथे येत होती.

एक घटना घडली. तुरुंगात जे काही सुधारकार्यक्रम चालले होते, त्याविषयी उत्सुकता वाटून एक वृत्तपत्राचे संपादक स्वत: तुरुंगाला भेट देण्यासाठी आले होते. त्यांनी येथील आँखों देखा हाल पाहून वृत्तपत्रात त्याचा तसाच्या तसा वृत्तांत सादर केला होता. आणि तरीही नंतर काही दिवसांनी त्याच वृत्तपत्राचा एक वार्ताहर तिहार जेलबद्दलची चुकीची वृत्ते वारंवार छापू लागला. अखेर या बाबतीत मला प्रेस कौन्सिल ऑफ इंडियाकडे धाव घ्यावी लागली.

मी तिहारमधून बाहेर पडून एक वर्ष लोटून गेल्यावर प्रेस कौन्सिलकडून रिलीफ ऑर्डर आली. जस्टिस पी. बी. सावंत यांनी जो निकाल दिला त्यात म्हटलं होतं: माझ्यापुढे असा युक्तिवाद करण्यात आला की उपरोक्त बातमीमध्ये जेलच्या नियमावलीमधील काही महत्त्वाच्या तपशिलांचा उल्लेख हेतुपुरस्सर वगळून असे सूचित करण्यात आले होते, की, आमच्या अशिलाने चार्ल्स सोभराज यांच्यासाठी तुरुंगाच्या नियमांचा भंग केला. अशा प्रकारे या बातमीद्वारे वाचकांची मुद्दामच दिशाभूल करण्यात आली होती. परंतु जेल कायद्याअन्वये तुरुंगाच्या वरिष्ठ अधिकाऱ्यांकडे पुरेसे अधिकार दिले असून त्यानुसार टाइपरायटर इत्यादी वस्तूंच्या वापराची परवानगी ते कैद्यांना देऊ शकतात. जर हे नियम स्पष्ट शब्दांत त्या बातमीत आधी उद्धृत करण्यात आले असते तर सदर बातमीमुळे वाचकांचा गैरसमज होऊन बसला नसता.'' या निवाड्यानंतर संबंधित वार्ताहराला व त्या वृत्तपत्राला चुकीच्या दुरुस्तीचा खुलासा प्रसिद्ध करावा लागला.

आत्ताच्या आत्ता

सुधीर तेलंग

सर्वांत भीतिदायक
तुरुंगवासी आत्ताच सुटलाय !

सुधीर तेलंग यांनी माझ्या बदलीच्या आदेशानंतर दोनच दिवसांनी 'द हिंदुस्तान टाइम्स'ने शेजारील व्यंगचित्र प्रसिद्ध केले होते.

माझी वाटचाल चालूच राहिली. पण तरीही माझं काम माझ्याशी एकरूपच राहिलं. त्या कामानं मला पुरतं वेढून टाकलं. तिहारला सुधारणांचा आदर्श मानून नेहरू फेलोशिप सुरू करण्यात आली. आता मला तिहारविषयीचे अनुभव कथन करण्यासाठी देशविदेशातून बोलावणी येऊ लागली.

मार्च १९९६ मध्ये 'आरोग्यपूर्ण तुरुंग भविष्यकालीन प्रतिमा' या विषयावरील परिषदेला मी लिव्हरपूल येथे उपस्थित राहिले. या विषयावर ही पहिलीच परिषद भरली होती. लंडनमध्ये असताना बी. बी. सी. चॅनेलवरील 'एशिया फाईल' या कार्यक्रमात मला मुलाखतीसाठी बोलावण्यात आलं होतं. ती मुलाखत अशी होती:

.. गुन्हेगारीपासून मानवतावादापर्यंत– अशा विषयावर तुम्ही येथे बोलत आहात. परंतु भारतात आम्ही तुमचं सर्व कार्य पाहिलं. तुम्हाला या तुमच्या कामासाठी फार मोठी राजकीय किंमत मोजावी लागली, नाही का?''

–खरं तर मी त्यानंतरही कितीतरी मिळवलं. कारण त्या वेळी आम्ही सर्वांनी मिळून जे काही काम केलं, ते आता कायदा बनून, कायद्याच्या स्वरूपात भारतात येऊ पाहत आहे. नॅशनल ह्यूमन राईट्स कमिशन हे सर्व नवीन सुधार कार्यक्रम कायद्यामध्ये अंतर्भूत करण्यासाठी प्रयत्नशील आहे. व तेसुद्धा हे बील संसदेपुढे मांडण्याच्याही आधीच...

पण तुमची गव्हर्नरने बदली केली. त्यांनी तिहार जेलमधून तुम्हाला परत पोलीस फोर्समध्ये घेतलं आणि आज तुम्ही प्लॅनिंग ऑफिसर झालात.

–होय. मला अॅडीशनल कमिशनर, प्लॅनिंग होणं भाग पडलं. पण मी आता त्याहूनही चांगलं काम हाती घेतलं आहे. आम्ही तिहारमध्ये जे काही काम केलं, त्याविषयी मी आता पुस्तक लिहीत आहे.

एका देशात (ब्रिटनमध्ये) गुन्हेगारीता-मानवता याविषयी बोलत असतानाच होम सेक्रेटरी इंटिरियर मिनिस्ट्री मात्र 'बूटकॅंप' सारख्या संकल्पनेवर विश्वास ठेवतात, कैद्यांना सुधारण्यासाठी उत्तेजन देण्याऐवजी उलट त्यांना आणखी कडक शिक्षा ठोठावण्यात यावी... तर पाश्चात्त्य जगतांमध्ये ही जी नवीन विचारधारा निर्माण होऊ पहात आहे, त्याविषयी आपलं काय मत आहे?

–मला असं वाटतं की तुरुंग हे शिक्षा देणारे असण्याऐवजी पापक्षालनाची संधी देणारे असायला हवेत, अशा दिशेने वाटचाल चालू आहे. कारण शेवटी नुसत्या शिक्षेचा कधीच उपयोग होत नसतो. खरा उपयोग होतो तो उपचारांचा. बरे करण्यासाठी केलेल्या इलाजांचा. व ही प्रक्रिया तुरुंगात घडणे अपेक्षित असते. त्याऐवजी उलट येथे शिक्षेवर शिक्षा मिळत राहिली तर कैदी गुन्हे करत राहतील. शिक्षा भोगत राहतील. लिव्हरपूलमधे या विषयावर भरवण्यात आलेल्या पहिल्या वहिल्या परिषदेत 'आरोग्यपूर्ण तुरुंग' ही एक नवी संकल्पना विचारात घेण्यात आली. रीजनल डायरेक्टर ऑफ पब्लिक हेल्थ, नॉर्थवेस्ट रीजनल हेल्थ अॅथॉरिटी (यू. के.) डॉ. जॉन अॅश्टन यांची प्रेरणा यामागे आहे. या परिषदेतही सार्वमताने असंच ठरलं की शिक्षा देण्याच्या प्रक्रियेपेक्षा सुधारणेच्या प्रक्रियेलाच महत्त्व देणं जरुरीचं आहे.

...तुम्ही म्हणता तसं मत येथील कॉन्झर्व्हेटिव्ह पार्टीचं नक्कीच आहे. परंतु अमेरिकेतील रिपब्लिकन पार्टीची वाटचाल मात्र याच्या बरोबर विरुद्ध दिशेने चालू आहे. उलट ते 'बूट सिंड्रोम'च्याच दिशेने वाटचाल करीत आहेत.

–परंतु मला वाटतं की त्यांनी आपल्या स्वत:च्या गव्हर्नरांकडे आणि तज्ज्ञांकडे जरा अधिक लक्ष पुरवलं तर त्यातून एक समतोल प्रस्थापित होऊ शकेल. हा कठोर आणि मृदू पर्यायांमधील सुवर्णमध्य असेल. आणि तिहारमध्ये आम्ही नेमकं हेच साधलंय. दुखण्यावर मूलगामी इलाज करणारी उपचारपद्धती ही त्यातूनच आम्हाला सापडली आहे.

...एकदा तर तुमच्या बदलीची बातमी ऐकून तिहारमधील कैद्यांनी आंदोलन करण्याची धमकी दिली होती.

–होय. ते त्यांनी मायेपोटी केलं. माझी त्यांच्यावर माया होती आणि त्यांची माझ्यावर. ही बाब चिंता, करुणा आणि आदरभाव यांची होती. व त्यातूनच ते घडलं.

...ज्या कैद्यांना अधिक माणुसकीनं वागवण्यात येतं, त्यांचं पुढे काय होतं? ते सोडून गेल्यानंतर परत तुरुंगात (गुन्हा करून) कधीच येत नाहीत का? की जरी सोडून गेले तरी इथल्या सर्व सुविधांची, ऐषारामाची सवय झाल्याने परत येतात?

–नाही. तुरुंगात ऐषाराम कधीच नसतो. कारण इथे तुम्हाला तुमचं स्वातंत्र्य गमवावं लागतं. पण जर कैद्यांना तुरुंगात फार मोठ्या प्रमाणावर सहानुभूतीचा, जखमेवर फुंकर घालण्याचा अनुभव आला तर पुन्हा गुन्हे करत राहण्याच्या आणि तुरुंगात परतून येण्याच्या प्रवृत्तीत बरीच घट झालेली दिसते. या कैद्यांवर इलाज करण्याचा एक उपाय म्हणजे त्यांना तुरुंगाच्या आतही एक 'समाज' म्हणूनच एकत्र राहण्याची संधी दिली पाहिजे. व त्याच वेळी एकीकडे बाहेरील समाजाच्या मदतीने त्या कैद्यांचा सुटकेनंतर समाजात पुनर्प्रवेश करण्याची प्रक्रियाही सुरू झाली पाहिजे...

राष्ट्रीय व आंतरराष्ट्रीय पातळीवरही प्रसारमाध्यमांनी तिहारविषयी बरंच कुतुहल दाखवलं होतं. तिहारच्या सुधारणाकार्याच्या संपन्नतेत प्रसारमाध्यमांचाही फार महत्त्वाचा वाटा आहे ही गोष्ट विसरून चालणार नाही. कारण हा वाटा इतका मोठा आहे की केवळ त्यांच्यामुळेच तिहार हे पापपरिमार्जनाची संधी देणाऱ्या व सुधारण्यास वाव देणाऱ्या तुरुंगसंस्थेचा आदर्श म्हणून जगापुढे येऊ शकले.

□

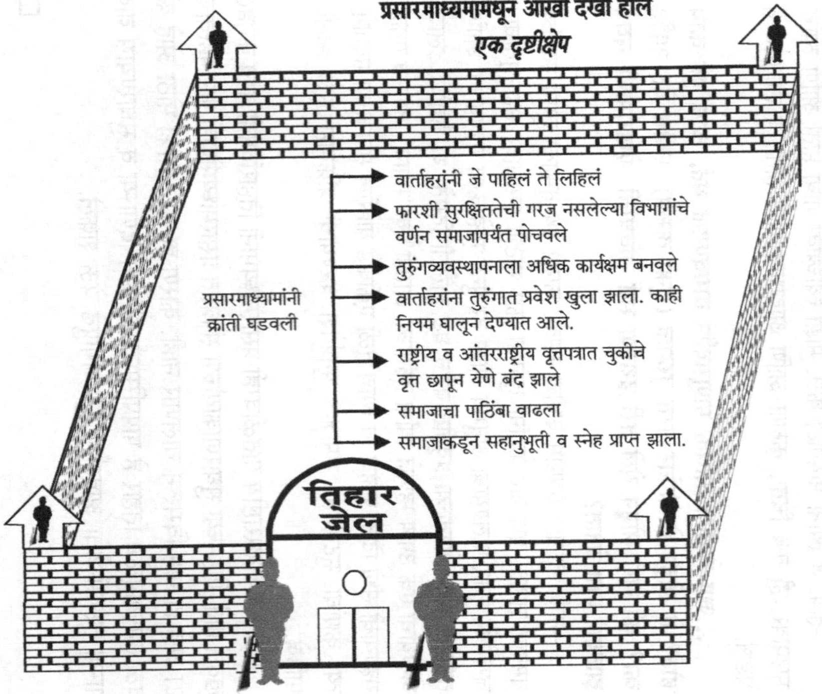
प्रसारमाध्यमांमधून आँखो देखा हाल
एक दृष्टीक्षेप
प्रसारमाध्यामांनी क्रांती घडवली
वार्ताहरांनी जे पाहिलं ते लिहिलं
फारशी सुरक्षिततेची गरज नसलेल्या विभागांचे वर्णन समाजापर्यंत पोचवले
तुरुंगव्यवस्थापनाला अधिक कार्यक्षम बनवले
वार्ताहरांना तुरुंगात प्रवेश खुला झाला. काही नियम घालून देण्यात आले.
राष्ट्रीय व आंतरराष्ट्रीय वृत्तपत्रात चुकीचे वृत्त छापून येणे बंद झाले
समाजाचा पाठिंबा वाढला
समाजाकडून सहानुभूती व स्नेह प्राप्त झाला.
तिहार जेल

तीन

पुनर्जन्म कसा झाला?

दृश्यरूप सादरीकरण– अंतर्गत सुसंगती आणि बाह्य सूत्रबद्धता.

हे असं होतं

I

आम्ही सुरवात केली ती 'शिरणगती' व गजाआड बंद करण्याच्या पद्धतीपासून. येथे कैदी रात्री झोपत नसत. वेगवेगळ्या कारणांसाठी. रात्रीचे ते चित्रविचित्र आवाज ऐकून एखाद्या प्राणीसंग्रहालयात गेल्यासारखं वाटे. रात्र कोणती आणि दिवस कोणता याचा ठावठिकाणाच नसलेली ही जागा.

तिहारच्या प्रथम भेटीत मला जे काही वाटलं ते असं होतं. वरील चित्रात दाखवल्याप्रमाणे दिवसा आणि रात्री कैद्यांच्या हालचालीत व जीवनात काहीच फरक नव्हता. दिवसा झोपलं काय आणि रात्री जागं राहिलं काय...सगळं सारखंच !

हे असं होतं

II

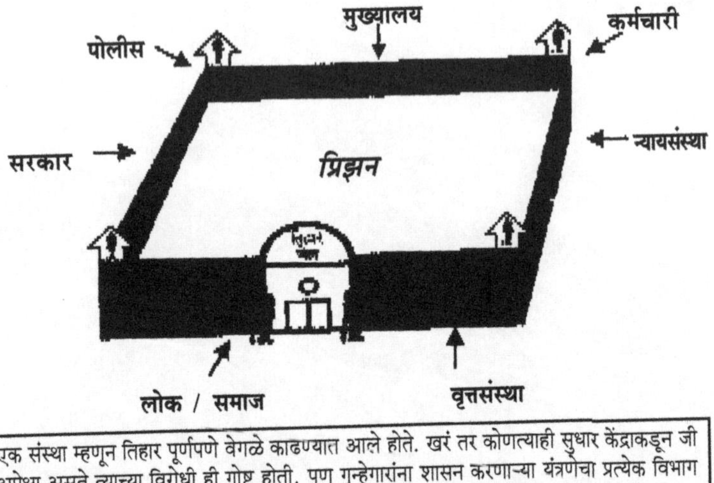

एक संस्था म्हणून तिहार पूर्णपणे वेगळे काढण्यात आले होते. खरं तर कोणत्याही सुधार केंद्राकडून जी अपेक्षा असते त्याच्या विरोधी ही गोष्ट होती, पण गुन्हेगारांना शासन करणाऱ्या यंत्रणेचा प्रत्येक विभाग कैद्यांची हाताळणी स्वतःच्या खास पद्धतीने करी. त्यांच्यात परस्परांमध्ये काहीही एकसूत्रता नव्हती. या संस्थेचा कारभार चालवत असताना मला हे असं वाटलं...

हे असं होतं
III

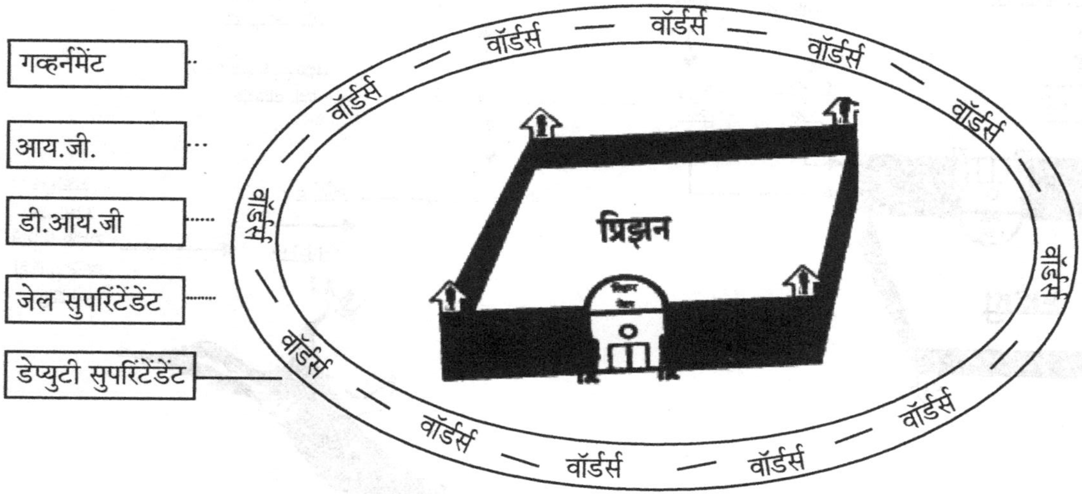

अंतर्गत व्यवस्थापन पहारेकऱ्यांचे होते. कोणाला पळ काढू द्यायचा नाही व दंगली झाल्यास त्याला प्रतिबंध करायचा. त्यामुळे येथे सत्ता चालायची ती वॉर्डरांची व हेड वॉर्डरांची. ऑफिसर्स जरी उपस्थित असले, तरी ते दुरून नुसतं पर्यवेक्षकाचं काम करायचे. ते मला असं भासलं....

हे असं होतं
IV

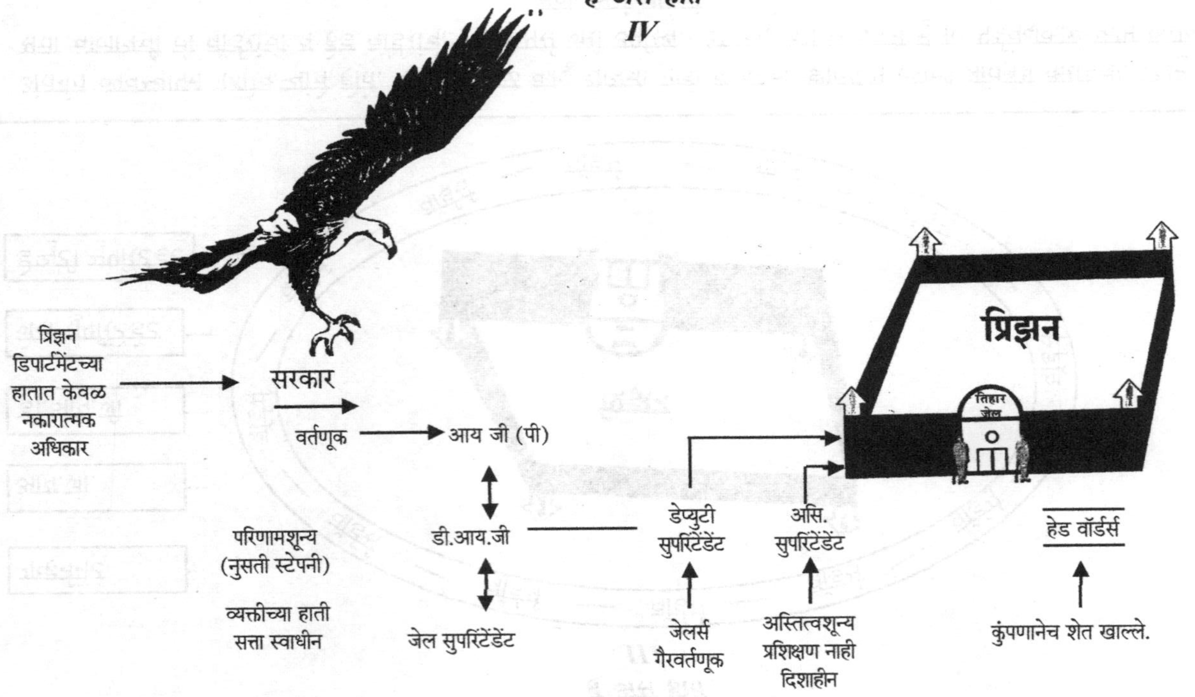
प्रिझन डिपार्टमेंटच्या हातात केवळ नकारात्मक अधिकार
सरकार
वर्तणूक
आय जी (पी)
परिणामशून्य (नुसती स्टेपनी)
व्यक्तीच्या हाती सत्ता स्वाधीन
डी.आय.जी
जेल सुपरिंटेंडेंट
डेप्युटी सुपरिंटेंडेंट
जेलर्स गैरवर्तणूक
असि. सुपरिंटेंडेंट
अस्तित्वशून्य प्रशिक्षण नाही दिशाहीन
प्रिझन
तिहार जेल
हेड वॉर्डर्स
कुंपणानेच शेत खाल्ले.

अंतर्गत व्यवस्थापन असे बदलले

I

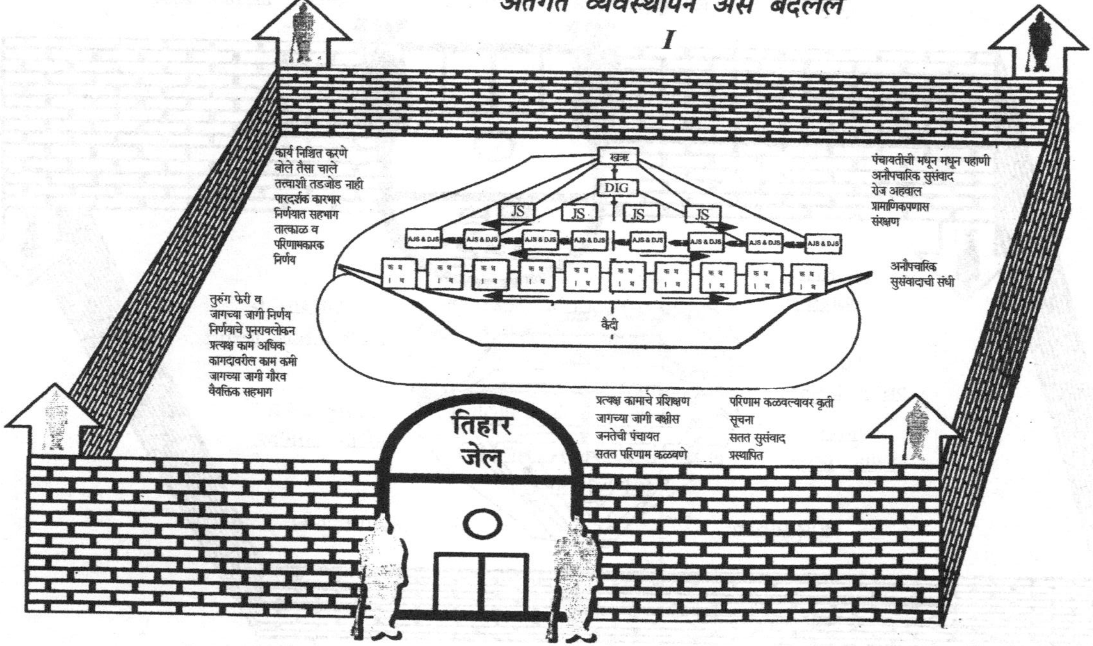

आम्ही बदल घडवून आणण्यास सुरवात केली व त्याने असा आकार घेतला. यात प्रत्येक अधिकाऱ्याच्या जवळ पोचणे शक्य झाले. त्या पदाची जबाबदारी निश्चित झाली. अधिकाऱ्यांची ताठर परंपरा मोडली. कैद्यांना सर्व बाजूंनी संरक्षण लाभले - अधिकारी, कर्मचारी व समाजातील इतर घटकांचा भक्कम पाया तयार झाला. यांनी मिळून बदल सुकर केला.

अंतर्गत व्यवस्थापन असे बदलले

II

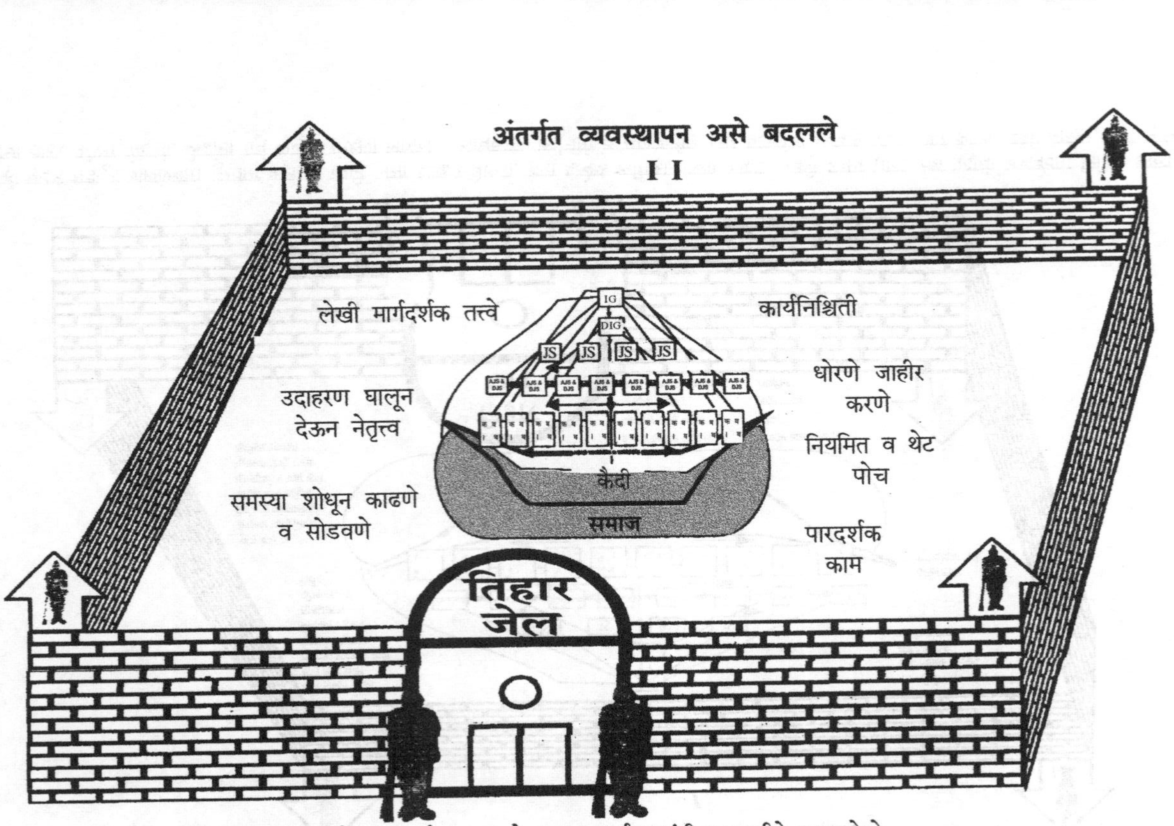

जहाज आपल्या ठरलेल्या मार्गावरून जावे म्हणून कर्मचाऱ्यांनी एकजुटीने काम केले.

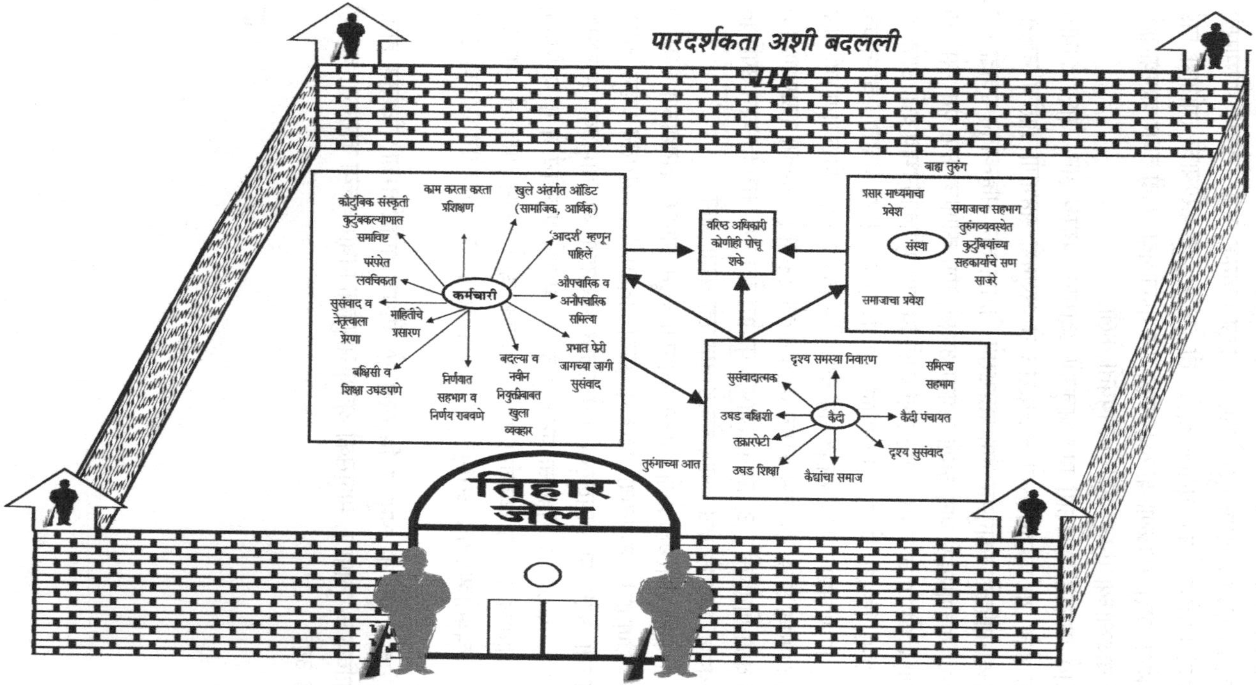

संपूर्ण यंत्रणा पारदर्शकतेवर आधारित होती.

न्यायालयांनी अंतर्बाह्य स्वच्छतेची [वर्षानुवर्षे रेंगाळणारे खटले निकालात काढण्याची] प्रक्रिया जोरात सुरू केली. जी काही भयानक, तळ नसलेली गर्तेसारखी परिस्थिती निर्माण होऊन बसली होती, ती झटपट दूर करण्याची त्यांनाही घाई झाली होती. अशा रेंगाळणाऱ्या खटल्यांची एक तपशीलवार यादी तयार करण्यासाठी त्यांनी वकिलांच्या एका पॅनेलची नियुक्ती केली.

सर्व सरकारी अधिकारी मात्र अजूनही उदासीन, त्रयस्थ होते. शिक्षा देण्यास उत्सुक होते. या परिवर्तनाच्या चळवळीत ते अजूनही सहभागी झालेच नव्हते. तुरुंगाच्या माहितीपत्रकानुसार होम सेक्रेटरीने किमान तीन महिन्यांतून एकदा तरी तुरुंगाच्या पाहणीसाठी यावं अशी अपेक्षा असते. पण कोणीच कधी येत नसे! या असल्या संस्थेच्या बाबतीत आपल्याला काही विशिष्ट भूमिका निभावायची आहे का नाही याचा दिल्ली पोलीस विभागाने तर विचारही केला नव्हता. वास्तविक नियमानुसार पोलीस कमिशनरने किमान चार महिन्यांतून एकदा तुरुंगाच्या पाहणीसाठी येणे आवश्यक आहे. पण तसे कधीच घडत नव्हते. नियम हे नाहीतरी पाळण्याऐवजी जास्त वेळा मोडायचेच असतात. त्यामुळे कुणीच येत नसे. संसदेत प्रश्न उपस्थित होत असत. पण तेवढेच. त्यापलीकडे आणखी काही नाही.

जी काही परिस्थिती होती त्यातून सुधारणा घडून आणून, कायद्याच्या चौकटीत राहून, कोणताही घटनात्मक बदल न करता, तिहारमध्ये परिवर्तन घडून आलं. मानवाच्या अंतर्यामी असलेल्या सर्व उदात्त भावनांना जो सामूहिक आविष्कार मिळाला, त्यातून या तिहारचा पुनर्जन्म झाला. मानवी शक्तीचं ते दृश्य निधान बनलं. यातील प्रत्येक व्यक्तीने यात विधायक कार्य करून दाखवलं, सहभाग घेतला. व्यक्तीव्यक्तींचे अंगभूत गुण कामी आले. त्या व्यक्तींचं लोढणं झालं नाही.

तिहारमधून जो अनुभव मिळाला तो वैश्विक पातळीवरचा, चिरंतन होता. स्वाभाविक चांगुलपणा, माणुसकी आणि सामूहिक निर्धार यांच्या जोरावर.. काहीही शक्य आहे.

□

चार

नवनिर्माण अजूनही चालूच आहे.

१९९३ साली अस्तित्त्वात आलेल्या तुरुंग व्यवस्थापनाच्या ३ सी मॉडेलमध्ये सामूहिक, सुधारणावादी आणि सामाजिक दृष्टिकोन या सर्वांचा विचार करण्यात आलेला आहे. यानंतर आता जो नवा तुरुंगविषयक कायदा सुचवण्यात आलेला आहे, त्यापाठीमागचे सबळ कारण हेच मॉडेल आहे. हा कायदा अजून संमत झालेला नाही. पण राष्ट्रपतींचे त्यावर शिक्कामोर्तब झाले की, १८९४ सालच्या एकशे सात वर्षे जुन्यापुराण्या प्रिझन ॲक्टची जागा तो घेईल.

ही गोष्ट सुद्धा नवनिर्माणाच्या प्रक्रियेत मुळीच लहानसहान नाही...

शहरातील सर्वात सनसनाटी ठिकाण कोणतं? अर्थात तिहार जेल!

नवनिर्माण अजुनही चालूच आहे. सौजन्य : द टाईम्स ऑफ इंडिया ९ एप्रिल, १९९८ (व्यंगचित्र - नीलभ)

२६

आणि १०७ वर्षांनंतर ते शक्य झालं...

सगळं काही शक्य झालं. १९९४ सालचा जुना पुराणा प्रिझन ॲक्ट आता बदलू पाहात आहे. त्याची जागा १९९९ चा नवा प्रिझन ॲक्ट लवकरच घेईल. आम्ही जेव्हा सुधारणेच्या प्रक्रियेचा शुभारंभ केला तेव्हा आम्ही १८९४ च्या प्रिझन लॉमधील काही विशेषाधिकारांची मदत घेतली, तसेच अपेक्स कोर्टामध्ये वेळोवेळी जे काही न्यायदान करण्यात आलं, त्याचाही आधार आम्ही घेतला. सध्या येथे ज्या काही व्यवस्थापनाच्या पद्धती व सुधारप्रक्रिया राबवण्यात येतात, त्या सर्वच्या सर्व या नव्याने बनवण्यात आलेल्या कायद्यानुसार सर्वांना बंधनकारक ठरतील. (या सुधारणांविषयी या पुस्तकाच्या दुसऱ्या विभागात तपशीलवार माहिती दिलेली आहे.) भारतीय तुरुंग व्यवस्थापनाच्या आजवरच्या इतिहासात प्रथमच १९९९ सालच्या या दिल्ली प्रिझन बिलाच्या (भारताच्या राष्ट्रपतींच्या शिक्कामोर्तबानंतर याचे कायद्यात रूपांतर होईल.) प्रस्तावनेमध्ये या कायद्यापाठीमागची ध्येयधोरणे स्पष्ट विशद केलेली आहेत. त्यात म्हटले आहे.

''ज्या कैद्यांना कोठडीत ठेवण्यात आले आहे त्यांच्या संदर्भात, त्यांच्या सुधाराच्या आणि पुनर्वसनाच्या संदर्भात हे बिल मांडण्यात येत आहे. या पाठीमागे अशा कैद्यांच्या सुरक्षिततेचा विचार आहे. मूलभूत मानवतावादी तत्त्वांना अनुसरून या कैद्यांना वागणूक मिळावी यासाठी ही व्यवस्था आहे.''

भारतीय तुरुंगव्यवस्थापनाला स्वत:च एकशेसात वर्षांचा तुरुंगवास भोगावा लागला, तेव्हा कुठे ब्रिटिश वसाहतवादाच्या पगड्यापासून त्याची मुक्तता झाली. उदाहरणार्थ, तुरुंगात कैद्यांना चाबकाच्या फटक्यांची शिक्षा ठोठावण्याच्या पद्धतीचा या बिलामध्ये निषेध करण्यात आला आहे. अशा मानवतेला काळिमा फासणाऱ्या कृत्यांवर बंदी घालण्यात आली आहे. त्या ऐवजी कैद्यांच्या ज्या तक्रारी असतील त्यांची दखल घेऊन त्यांच्या निवारणासाठी व्यवस्था करण्यात यावी असे सुचविण्यात

आले आहे. (चौदाव्या प्रकरणात तक्रारपेट्यांविषयी लिहिलेच आहे!) या नव्या व्यवस्थेनुसार तुरुंगातील कैद्यांना कायदेविषयक सल्ला प्राप्त करून घेण्याचा हक्क राहील. यामधील काही ठळक मुद्दे असे:

अ) कैद्यांच्या भेटीसाठी येणाऱ्या व्यक्ती आणि संस्थांच्या येण्याजाण्यावर नियंत्रण. (यामध्ये बिगर सरकारी सेवाभावी संस्था आणि व्यक्तींचा समावेश होतो.)

ब) ज्या कैद्यांवर खटला चालू आहे अथवा अजून खटला उभा राहायचा आहे अशांना सुद्धा जर तुरुंगातील वास्तव्यात रोजगार मिळवण्याची इच्छा असेल तर तशी संधी त्यांना देण्यात येईल.

क) तुरुंगातून मुक्त झालेल्या कैद्यांच्या कल्याणाची तरतूद व त्यांच्या पुनर्वसनाची व्यवस्था.

ड) ज्या कैद्यांवरील खटले सुरू होऊन एक वर्षाहून अधिक काळ लोटला असेल अशा कैद्यांच्या केसची फेरविचारणी करणे व ज्या कैद्यांच्या हातून घडलेल्या गुन्ह्याबद्दल त्यांना होऊ शकणाऱ्या जास्तीत जास्त शिक्षेहूनही अधिक काळ त्यांनी तुरुंगवास भोगला असेल अशा कैद्यांची मुक्तता.

इ) ज्याचा गुन्हा शाबित झाला आहे अशा व्यक्तीची सुरक्षा अधिकारी म्हणून नेमणूक करण्यास बंदी.

फ) कैद्यास तुरुंगात ज्या दिवशी भरती करण्यात आले असेल, त्याच दिवशी त्याची वैद्यकीय तपासणी झाली पाहिजे.

म) मुलाखती आणि पत्राद्वारे कैद्यांना बाह्य जगाशी संपर्क साधता येण्याच्या व्यवस्थेत सुधारणा.

ह) एकांतवासाच्या शिक्षेस मनाई.

ई) जेलसाठी लॉ ऑफिसर आणि वेल्फेअर ऑफिसर यांची नियुक्ती.

ज) तुरुंगाच्या अधिकाऱ्यांना त्यांच्या स्वत:च्या जबाबदाऱ्यांविषयी तसेच कैद्यांच्या हक्कांविषयी प्रशिक्षण देणे.

क) तुरुंगाच्या आर्थिक व्यवहाराची नियमित तपासणी (ऑडीट) होणे. इत्यादी.

हा बदल घडून येण्यास तब्बल १०७ वर्षे जावी लागली. त्या आधी सात वर्षे सातत्याने सुधारप्रक्रिया राबवण्यात येत होती. ३ सी मॉडेल म्हणजेच सामूहिक, सुधारणावादी आणि सामाजिक अशा तीन पातळ्यांवर या सुधाराचे प्रयत्न तुरुंगाच्या अधिकाऱ्यांकडून, स्वत: कैद्यांकडून (तुरुंगाच्या आत अस्तित्वात असलेला समाज या नात्याने) आणि तुरुंगाबाहेरील समाजाकडून, सेवाभावी व्यक्ती आणि संस्थांकडून सतत चालू होते.

आणि या सर्व गोष्टींचा सबळ पुरावा आपल्या समोरच आहे. □

२७

जागतिक आदर्श

"एकेकाळचा नरकसदृश असा दिल्लीचा तिहार तुरुंग आता तुरुंग सुधाराच्या बाबतीत जगातील एक आदर्श नमुना बनलेला आहे." मीनाक्षी गांगुली यांनी ११ डिसेंबर २००० रोजी 'टाईम' या नियतकालिकात असे मत व्यक्त केले. हे विधान त्यांनी उगीचच केलेले नाही. तिहारविषयी त्यांचे हे असे मत बनण्यास नक्की कोणती परिस्थिती कारणीभूत झाली, ते आपण पाहूया. त्यांनी आपल्या लेखामधून याची सविस्तर कारणमीमांसा सुद्धा केली आहे. या लेखातील काही उतारे खाली देत आहोत :

घर वाटावे, असे ठिकाण :

नवी दिल्लीच्या गजबजलेल्या पश्चिम भागात एक अत्यंत भव्य पण कैद्यांनी भरलेला तुरुंग आहे. त्याच्या भोवती उंच उंच पिवळ्या रंगाच्या भिंती आहेत. १९५८ साली काही मोजक्या चोर दरोडेखोरांना व गुन्हेगारांना ठेवण्यासाठी हा तुरुंग बांधण्यात आला. हाच तिहार तुरुंग आज ११,५०० पेक्षा अधिक कैद्यांना आपल्या घरासारखा वाटतो. त्यातील अनेक कैद्यांवर अजून खटले चालूच आहेत, त्यांचा निकाल लागलेला नाही. तो लागेपर्यंत या ठिकाणी या कैद्यांना खितपत पडून राहावं लागतं. कधीतरी तर इतका दीर्घकाळ त्यांना या तुरुंगात राहावं लागतं की, त्यांनी केलेल्या गुन्ह्याची शिक्षा सुद्धा तेवढी जास्त नसते. तुरुंगाचा परिसर शांत, हिरवागार आहे, परंतु येथील कैद्यांना ज्या परिस्थितीत जीवन कंठावं लागतं, ती मात्र खडतर आहे. पंचवीस माणसांसाठी बांधण्यात आलेल्या कोठडीत शंभर माणसांना राहावं लागतं.

तुरुंगाधिकारी मात्र कैद्यांनी आकंठ भरलेला हा तुरुंग सर्वांना अभिमानानं दाखवतात. त्याचं कारण असं की अनेक वर्षांपूर्वी या तुरुंगाच्या सुधाराची प्रक्रिया चालू करण्याचं काम केलं डॉ. किरण बेदी या पोलीस अधिकारी महिलेनं. या

नरकसदृश तुरुंगाचा सर्वांगीण कायापालट करून त्यांनी या तुरुंगाला एक असं ठिकाण बनवलं आहे, जिथे कैदीसुद्धा निर्भयपणे राहू शकतात. डॉ. किरण बेदी यांनी जेव्हा तिहारची सूत्रे हाती घेतली तेव्हा भ्रष्टाचार आणि पाशवी वृत्तीचं हे उगमस्थान होतं. नवनवीन गुन्हेगारांना गुन्हेगारीचं व्यवस्थित प्रशिक्षण येथे मिळत होतं, खुनी लोकांची रोज भरती होत होती, व्यसनाधीन अंमली पदार्थांच्या आहारी जाणाऱ्यांच्या संख्येत रोज भर पडत होती. त्यानंतर दहा वर्षांचा सुद्धा काळ लोटला नसेल आणि आज जगातील गुन्हेगारी या विषयातील तज्ज्ञ व्यक्तींच्या समोर आशियातील हा सर्वात मोठा तुरुंग एक आदर्श नमुना म्हणून ठेवला जातो, कारण येथे मानवाधिकारांना अत्यंत महत्त्व दिलेले आहे. येथील अन्न उत्तम दर्जाचे असते, आरोग्याची पातळी समाधानकारक आहे. वैद्यकीय सुविधा व्यवस्थित आहेत आणि कैद्यांच्या पुनर्वसनासाठी सक्षम कार्यक्रम राबवण्यात येतात. "आम्हाला एक गोष्ट माहीत आहे, की जे मूळचे गुन्हेगारी प्रवृत्तीचे लोक असतात, ते कधीही सुधारत नाहीत." अजय अगरवाल, तिहारचे सध्याचे पोलीस मुख्याधिकारी म्हणतात. "पण बाकीच्या बऱ्याच व्यक्तींच्या बाबतीत मात्र आता आशा निर्माण झालेली आहे."

१९९३ साली बेदी मॅडम तिहार येथे आल्या. पण त्यापूर्वीच्या काळात मात्र तुरुंगातील अधिकारी, कर्मचारी वर्ग आणि कैदी यांच्यात जे एक परस्परसामंजस्य होतं, त्यामुळे तुरुंगाच्या बाहेर अगदी भिंतीलगत गुन्हेगारी टोळ्यांचे व्यवहार आरामात चालत. तुरुंगातील कैद्यांचा इतर बलिष्ठ कैद्यांकडून आणि वॉर्डन्सकडून अनन्वित छळ होत असे. जितेंद्र देव श्रीवास्तव हा मादक द्रव्याच्या व्यापाराच्या आरोपाखाली १९८७ सालापासून तिहारमध्ये कैदेत आहे. तो म्हणतो- 'त्याकाळी भांडणे व मारामाऱ्या, हिंसाचार या गोष्टी तर नित्याच्याच होत्या. पहारेकरी संख्येने इतके कमी होते की ते या भांडणांपासून चार हात लांबच राहत. हे ठिकाण तेव्हा अक्षरशः महाभयंकर होते. पण आता प्रत्येकजण काहीना काही कामात व्यस्त आहे आणि गुन्ह्याविषयी विचार करायला कोणाला वेळच नाही.' श्रीवास्तव यांच्या बरोबर कोठडीत राहणारे कैदी ॲथलेटिक्सच्या स्पर्धेसाठी सराव करण्यात मग्न आहेत. त्यांच्याकडे बोट दाखवून तो म्हणतो, पूर्वीचा काळ असता तर ते एकमेकांच्या जीवावर उठले असते. या ॲथलेटिक्सच्या स्पर्धा तिहारमध्ये दर वर्षी घेण्यात येतात. तिहारच्या सर्वच्या सर्व सहा तुरुंगामध्ये मिळून हे सामने होतात. १९९४ साली डॉ. किरण बेदी यांना जे रॅमन मॅगसेसे अॅवॉर्ड फॉर गव्हर्नमेंट सर्व्हिस मिळाले, ते या व अशा काही सुधारणांमुळेच.

१९९५ साली डॉ. बेदी यांची तिहारमधून बदली झाली, पण जाण्यापूर्वी यांनी तिहारचा संपूर्णपणे कायापालट केला. त्यासाठी तुरुंगातील कैद्यांना उपलब्ध असणारा वेळ विधायक कार्यांमध्ये सत्कारणी लावण्याच्या कामी काही स्वयंसेवी संस्था व व्यक्तींनी पुढाकार घेतला. या व्यक्ती व संस्थांना तुरुंगात आणण्याचं काम

बेदी यांनी केलं. आज असे पन्नासाहून अधिक गट तिहारमध्ये कार्यरत आहेत. कैद्यांना कायदेविषयक सल्ला देणे, साक्षरतेचे व आरोग्याचे प्रशिक्षण देणारे वर्ग चालवणे अभ्यासकेंद्रे उघडून कैद्यांना पदवीचे शिक्षण घेण्यास उद्युक्त करणे, पोस्टाने अभ्यासक्रम पूर्ण करून त्यांना पदवी प्राप्त करण्यास मदत करणे इत्यादी काम हे गट करत असतात. कैद्यांच्या तामसी वृत्तीत बदल घडवून आणून त्यांना शांत करण्याचं काम अध्यात्माचे कोर्सेस करतात. तुरुंगात वेळोवेळी जे विविध गुणदर्शनाचे कार्यक्रम होतात त्यासाठी मुद्दाम समाजातील प्रकाशझोतातील व्यक्तिमत्त्वे हजर राहतात. त्यांचा आदर्श कैद्यांच्या डोळ्यासमोर राहतो. कैदी बटाट्याच्या वेफर्सचे व इतर खाद्यपदार्थांचे उत्पादन करतात व त्याचे व्यवस्थित पॅकिंग करून 'टीजेज् स्पेशल' (तिहार जेल स्पेशल) अशा ब्रँडने खुल्या बाजारात त्या खाद्यपदार्थांची विक्री करण्यात येते. एकंदर सर्व सोयी सुविधांमध्ये मोठ्या प्रमाणावर सुधारणा झाली आहे. "कैद्यांना कर्मचाऱ्यांपेक्षाही चांगले जेवण व अधिक चांगल्या वैद्यकीय सुविधा मिळू लागल्या आहेत." जेलर शिवानंद खेमाणी हसून सांगतात. "आणि इथे आम्ही रोज बारा तास काम करतो. आता सांगा, खरे कैदी कोण आहेत?"

खरोखरच! काही लोकांच्या मते येथील परिस्थिती जरा फारच उत्तम झाली आहे. तुरुंगातील स्वयंपाक, स्वच्छता आणि वॉर्डाची व्यवस्था पाहण्यासारखी शारीरिक श्रमांची कामे शिक्षा भोगणाऱ्या कैद्यांवर सोपवण्यात आलेली असली, तरी बऱ्याच कैद्यांना काहीच काम नसतं. ज्या कैद्यांवरचा गुन्हा सिद्ध झालेला आहे, अशानांच काम करण्याची सक्ती आहे. बाकीच्या ज्या कैद्यांवरचा अजून खटला चालू आहे, अशा पंचाऐंशी टक्के कैद्यांना काहीच काम नसतं. काही लोक तर मुद्दाम काही किरकोळ गुन्हे करून मुद्दाम तुरुंगात येऊन राहतात. त्यामुळे बाहेरच्या टोळी युद्धाला त्यांना तोंड द्यावं लागत नाही, शिवाय भोजन व निवासाची उत्तम सोय इथे असते. दर वर्षी हिवाळ्यात तुरुंगातील कैद्यांच्या संख्येत वाढ होते. फूटपाथवर थंडीत कुडकुडत राहण्यापेक्षा तुरुंगात मिळणारी चार उबदार पांघरूणे घेऊन झोपणे बरेच लोक पसंत करतात. एक काळ तर असा होता की, किरकोळ गुन्ह्याखाली अटक होऊन लोक तिहारमध्ये येत आणि काही वर्षांनी निर्ढावलेले गुन्हेगार होऊन बाहेरच्या जगात परत जात. रस्त्यावर हेरॉईन एकवेळ सहजगत्या उपलब्ध होत नसे, पण तुरुंगाच्या कोठडीत ते उपलब्ध असे. सतीश हा एकेचाळीस वर्षांचा व्यसनाधीन माणूस गेली पंचवीस वर्षे तुरुंगाच्या आत बाहेर राहत आहे. "पूर्वी आम्ही विजेचे दिवेच फोडून टाकायचो. त्यामुळे आम्ही अंमली पदार्थाचं सेवन करत असलेलं जेलरना दिसत नसे." तो म्हणतो, "पण आता सर्व विजेचे दिवे शाबूत आहेत. मादक द्रव्यांच्या आहारी गेलेले कैदी आता समुपदेशनाचा लाभ घेतात आणि त्यांना व्यवसाय प्रशिक्षणही देण्यात येतं. पूर्वीच्या काळी कैदी आणि त्यांना भेटायला येणारे लोक सरसकट मादक द्रव्ये तुरुंगात आणत. पण

आता मात्र त्यांची नियमित झडती घेण्यात येते.

दोन नंबरच्या जेलमध्ये 'असोसिएशन फॉर सायंटिफिक रीसर्च' या संस्थेनं एक नवाच उपक्रम चालू केला आहे. हेरॉईनच्या आधीन असलेल्या कैद्यांना हळूहळू त्याच्या सेवनापासून परावृत्त करण्याचा उपक्रम. दररोज सुमारे दोनशे कैदी तिहारमध्ये दाखल होतात. सर्वसाधारणपणे त्यातील काही डझन कैदी मादक द्रव्यांच्या पूर्णतया आहारी गेलेले असतात. या उपक्रमाचे अध्यक्ष डॉ. एच.एस. सेठी हे या कैद्यांची विभागणी खालीलप्रमाणे करतात. नवीन आलेल्या व्यसनाधीन कैद्यांना चार-चारच्या गटात विभागण्यात येते. यांना 'धाकटे भाऊ' म्हणतात. मग त्यांना 'मोठ्या भावां'च्या हाती सोपविण्यात येते. या नव्या कैद्यांची कोणी पिळवणूक करणार नाही, याची काळजी या मोठ्या भावांनी घ्यायची. त्याच प्रमाणे मादक द्रव्यांचे सेवन थांबविल्यानंतर जेव्हा या लहान भावांना 'नैराश्याच्या झटक्यां'चा (विड्रॉवल सिम्प्टम) त्रास होतो, त्या काळात त्यांची काळजी घ्यायची. प्रत्येक मोठ्या भावाच्या नेतृत्त्वाखाली चार लहान भावांचा एक गट असतो व या सर्व गटांच्या प्रमुखपदी जी व्यक्ती असते तिला कुटुंबप्रमुख म्हणतात. अशा रितीने या उपक्रमात एकूण सातशे व्यक्तींची नावनोंदणी झाली असून त्यापैकी प्रत्येक व्यक्तीवर बारकाईने नजर ठेवण्यात येते, वेळोवेळी त्या व्यक्तीची चाचणी करण्यात येते व कुटुंबाकडून त्या व्यक्तीची काळजी घेण्यात येते. हे सर्व अत्यंत सुरळीत चालू आहे. गेल्या सात वर्षांत १५००० पेक्षा जास्त व्यसनाधीन व्यक्तींनी ह्या उपक्रमात भाग घेतला आहे. या उपक्रमाला नुकतेच 'युनायटेड नेशन्स ड्रग कंट्रोल प्रोग्रॅम'कडून पारितोषिक मिळाले आहे. जगातील तरुण वर्गाच्या व्यसनाधीनतेचा मुकाबला करण्यासाठी या मॉडेलचा उपयोग करण्यात येत आहे.

तिहारमधील काही आदर्श कैद्यांमध्ये लिओ सँड गॅन्सिअर याची गणना होते. हा नॉर्वेचा रहिवासी असून भारतातून मारियुआनाची चोरटी निर्यात करत असताना त्याला तीन वर्षांपूर्वी पकडण्यात आलं. हा गॅस्निअर आता बावीस वर्षांचा असून तो म्हणतो, "मी माझी पौंगडावस्थेतील वर्षे व्यसनाच्या धुंदीत व संतप्त मन:स्थितीत घालवली. पण तुरुंगात मात्र त्याच्यावर या मादक द्रव्यांचं व्यसन सोडून देण्याची सक्ती करण्यात आली. त्यानंतर त्याला ध्यानधारणेचा शोध लागला. त्याला एक नवीन अंतर्दृष्टी प्राप्त झाली. त्याच्याच साहाय्याने गॅन्सिअरने आपल्या दहा वर्षांच्या शिक्षेचा आपण होऊन स्वीकार केला. खरं तर विरोधी पक्षाकडे पुरेसा पुरावा नव्हता. पण "मी खरोखर दोषी होतो. मला शिक्षा व्हायला हवीच होती." तो म्हणतो.

पण तिहारमधील अनेक कैद्यांना मात्र असंच वाटतं की, आपल्याला इथे बंदिवासात राहावं लागतंय, हे काही योग्य नाही. "शिपायापासून पंतप्रधानपर्यंत प्रत्येकजण छोटा मोठा गुन्हा तर करतच असतो." श्रीवास्तव म्हणतो. "आम्ही जेलमध्ये बंद आहोत म्हणून गुन्हे घडायचे थांबले आहेत का?" पण त्याच्या मते,

तुरुंगातील परिस्थिती सुधारली असल्यामुळे निदान जे त्यातल्या त्यात निरपराध आहेत, ते तरी येथे येऊन गुन्हेगार बनणार नाहीत. "पूर्वीच्या काळी." तो म्हणतो, "येथे जो कोणी भरती होई, तो बाहेर पडताना गुन्हेगारच बनलेला असे." जेलमुळे गुन्हे घडायचे तर थांबू शकणार नाहीत, पण निदान तिहारमध्ये कैद्यांना गुन्हेगारीपासून मुक्त आयुष्य जगण्याची संधी तर मिळते आहे...

नवनिर्माणाची प्रक्रिया सातत्याने चालू असल्याचे आणखीही काही पुरावे आहेत.

□

२८

गजाआडचे निर्वाण

गुन्हे आणि गुन्हेगारी प्रवृत्ती ह्या आचार आणि विचार यातून निर्माण होणाऱ्या गोष्टी आहेत. आपल्याला जर कृतीत सुधारणा घडवून आणायची असेल तर त्याआधी विचार प्रक्रियेवर उपचार घडवून आणलेच पाहिजेत. त्याकडे दुर्लक्ष करून चालणार नाही. त्यामुळेच सुधारप्रक्रियेने विचार-मन-बुद्धी असा प्रवास केला पाहिजे म्हणजेच गुन्हेविरहित जगण्याचे उद्दिष्ट साध्य करता येईल. ही मूलभूत समज सर्वांना असली पाहिजे. पण दुर्दैवाने आज तशी परिस्थिती नाही. पण एकदा हे मूलभूत तत्त्व जर समजलं तर मात्र त्याला कोणतीच मर्यादा नाही. कोणत्याही शारीरिक अथवा मानसिक अवस्थेत हे तत्त्व मुक्त होऊ शकतं.

आम्ही– तुरुंगाच्या व्यवस्थापकांनी– १९९३ साली तिहार जेलमध्ये हा अध्यात्माचा प्रवास सुरू केला. या प्रवासाला अनामिक अध्यात्माचा आधार होता. या प्रवासाचा मार्ग लवकरच सुस्पष्ट झाला. हा प्रवास सातत्यानं, अखंडितपणे करायचा होता, हे आम्हाला माहीत होतं. यात तुरुंगाच्या व्यवस्थापनाचं काम सक्षम अशा चालकांचं होतं, याचीही आम्हाला कल्पना होती. भविष्यात काय वाढून ठेवलं आहे याविषयी मनात यत्किंचितही भीती किंवा आशंका न बाळगता आम्ही प्रवासाला सुरुवात तर केली! त्याचे परिणाम तात्काळ दिसून आले. हजार कैद्यांनी ज्या विपश्यना शिबिरात भाग घेतला होता, त्याची साद्यंत हकिकत एकविसाव्या प्रकरणात दिलेलीच आहे. त्या शिबिरानं इतिहास घडवला. विशेषत: पाश्चात्त्य जगाला तर हे गूढ अजूनही समजलेलं नाही. मी सातासमुद्रापलीकडे जाऊन असंख्य परिषदा आणि चर्चासत्रांमध्ये भाषणे केलेली आहेत व त्या प्रत्येक वेळी हे असं का व कसं घडलं ते विशद करून सांगितलं आहे. 'करूणा फिल्म'ने यावर एका माहितीपटाची निर्मिती केली आहे. त्याचं नाव 'डूईंग टाईम डूईंग विपश्यना' (शिक्षा भोगत असताना विपश्यना!) अनेक परदेशी तुरुंगामधील कैद्यांना हा माहितीपट

आजही दाखवण्यात येतो. जगभरातील हजारो विपश्यना केंद्रांमधूनही हा माहितीपट दाखवण्यात येतो. या माहितीपटाला सॅन फ्रॉन्सिस्को येथील चित्रपटमहोत्सवात पुरस्कारही मिळाला. या माहितीपटातून जगभरातील अनेक व्यक्तींना विपश्यना शिकून ती आचरणात आणण्याची प्रेरणा मिळाली आहे. त्यामुळे अनेक व्यक्तींची जीवनपद्धती आणि विचारधारा बदलून गेली आहे.

नॉर्वे देशाचा रहिवासी असलेल्या व तिहारमध्ये आपल्या गुन्ह्याची शिक्षा भोगत असलेल्या लिओ सँड गॅन्सिअर या कैद्याने मला एक पत्र लिहिले. त्यातून सारे काही स्पष्टच होते. ते पत्र मी येथे उद्धृत करत आहे.

तिहारमधील विपश्यनेचा अनुभव :

तिहारमधील माझे पहिले दहा दिवसांचे विपश्यना शिबिर पूर्ण केल्यानंतर एक गोष्ट माझ्या लक्षात आली— जोपर्यंत आयुष्यात सुखे आहेत, तो पर्यंत दु:ख आणि वेदनाही असणारच. दहा दिवस नुसतं बसून ही दु:खे आणि वेदना झेलायला, पेलायला शिकणं हा माझ्या आयुष्यातील सर्वांत कठीण अनुभव होता. जेव्हा दु:ख होईल, त्या दु:खातही कसं हसायचं आणि बेभान न होता नुसतं आनंदित कसं व्हायचं, हे मला विपश्यनेनं शिकवलं.

विपश्यना म्हणजे एक नवीन दृष्टिकोन अंगिकारणं. गोष्टी जशा असतील तशा पाहायला शिकणं. घडणाऱ्या सर्व गोष्टी क्षणभंगुर आहेत, त्यांना चिकटून बसण्यात त्यांची आसक्ती बाळगण्यात काहीच अर्थ नाही. त्यापेक्षा बाह्य जग जसं आहे तसं स्वीकारावं, एका अंतर्दृष्टीतून आलेल्या सूज्ञतेनं जगाकडे पाहायला शिकणं हे केव्हाही चांगलं. आपल्या शारीरिक संज्ञांचं, जाणिवांचं निरीक्षण करून शरीर व मन परस्परांशी कसं निगडित आहे हे समजून घेणं, प्रत्येक कृतीचा एक थेट परिणाम कसा असतो (कर्म) हे समजून घेणं आणि केवळ प्रतिक्रिया देण्याऐवजी कृती करायला शिकणं हे महत्त्वाचं.

तुरुंगात शिक्षा भोगत असताना या विपश्यना शिबिराचा लाभ घेता येऊ शकतो, ही एक अत्यंत फायदेशीर गोष्ट आहे. ह्याचा फायदा केवळ व्यक्तिगतरीत्या साधकांनाच होतो असं नाही, तर अवघ्या समाजालाच तो होतो. प्रत्येक तुरुंगामध्ये बंदिजनांना चिंतन आणि ध्यानधारणेसाठी काही वेळ उपलब्ध करून दिलाच पाहिजे कारण त्यामुळे सुधार या शब्दाला एक नवाच अर्थ प्राप्त होतो. माझ्या दृष्टीनं विपश्यना हे स्वत:त सुधारण घडवून आणण्याचं एक साधन आहे. माझ्या जीवनपद्धतीत त्यानं सकारात्मक बदल घडून येतो. ही गोष्ट खरीच आहे. कारण या संपूर्ण साधनेत कुठेही धार्मिक उपचारांचा काहीही संबंध येत नाही. माणसानं वर्तमानकाळात कसं जगायचं हे केवळ शास्त्रशुद्ध रीतीनं येथे शिकवण्यात येतं. वास्तवाकडे जास्त सजगतेने बघण्यास शिकवण्यात येतं.

जास्तीत जास्त लोकांना भगवान बुद्धांचीही शिकवण लाभदायक ठरावी आणि धम्म आणि संघ हे तुरुंगाच्या आतही निर्माण व्हावे अशी माझी आत्यंतिक इच्छा आहे. सर्व प्राणिमात्रांच्या लाभासाठी धम्माचे पुष्प उमलावे, सर्व जण सुखी व्हावेत!

आपला विश्वासू,
लिओसँड गॅस्निअर

आजपर्यंत १५००० पेक्षा अधिक कैद्यांनी आणि ८००हून अधिक कर्मचाऱ्यांनी विविध प्रकारच्या ध्यानसाधना उपक्रमांचा लाभ घेतलेला आहे. त्यात 'आर्ट ऑफ लिव्हिंग' आणि इतर काही कार्यक्रमांचा समावेश आहे. लॉ ऑफिसर सुनील गुप्ता यांनी आर्ट ऑफ लिव्हिंगच्या शिबिराचा लाभ घेतल्यानंतर त्याविषयी लिहिले आहे :

"आर्ट ऑफ लिव्हिंगचा बेसिक कोर्स केल्यानंतरच स्वत:त फार मोठे बदल घडत असल्याची मला जाणीव झाली आणि माझे मन थक्क झाले. आयुष्यभर मी या बदलांची इच्छा करत आलो होतो. हे बदल इतक्या सहजपणे घडून आले, की असं कसं झालं, याचं मलाच नवल वाटलं, ॲडव्हान्स कोर्स केल्यानंतर तर मी जणू हवेतच उडत होतो. आता मी इतका तृप्त आहे, की मला कितीही काम पडलं, तरी थकवा जाणवत नाही. कोणत्याही परिस्थितीचा सामना मी लीलया करू शकतो. पूर्वी ही गोष्ट मला खूप कठीण वाटत असे. मी आता लवकरात लवकर आर्ट ऑफ लिव्हिंगचा प्रशिक्षक होण्यासाठी आवश्यक असणारे प्रशिक्षण घेणार आहे."

तिहार जेलमधील सुधारणांनी सर्वांत महत्त्वाची कोणती गोष्ट केली असेल, तर ती म्हणजे बाहेरच्या समाजाला तिहारमध्ये प्रवेश मिळवून दिला. (प्रकरण १६) ध्येयाने प्रेरित झालेल्या असंख्य संस्था आणि व्यक्तींनी तुरुंगातील कैद्यांसाठी विविध प्रकारचे उपक्रम सुरू केले व फार महत्त्वाचे योगदान दिले. समुपदेशन, आरोग्य, शिक्षण, व्यवसाय प्रशिक्षण, पाळणाघर, कैद्यांचे पुनर्वसन, योगसाधना, व्यसनमुक्ती, कायदेविषयक सल्ला, नीतिमत्तेत परिवर्तन अशा विविध क्षेत्रात आज या संस्था आणि व्यक्ती तुरुंगाच्या आत कार्यरत आहेत. या बिगरसरकारी सेवाभावी संस्थांनी तुरुंगातील कैद्यांच्या कल्याणासाठी इतक्या निरलस वृत्तीने व ध्येयाने प्रेरित होऊन काम सुरू केले आहे, की त्यामुळे तुरुंगव्यवस्थापनानेही आज एक पाऊल पुढे टाकले आहे व तुरुंगसुधाराच्या बाबतीत संपूर्ण जगाचे नेतृत्व क्षणभरही विचलित न होता स्वीकारले आहे. आता विदेशी शिष्टमंडळे तिहारच्या भेटीला येऊ लागली आहेत, त्यात देशोदेशीचे मंत्रीसुद्धा असतात. सर्वांनाच या सुधारणा स्वत:च्या

डोळ्यांनी पाहायच्या आहेत. दिल्ली हायकोर्टाचे सध्याचे चीफ जस्टिस मि. जस्टिस अरिजित पसायत नुकतेच तिहार जेलच्या भेटीसाठी गेले होते. ते म्हणाले :

"आम्ही येथे जेल सुधार आणि खास न्यायालये पाहण्यासाठी आलो आहोत. जेलसुधार हे तुरुंगातील कैद्यांसाठी राबवण्यात येणारे उपक्रम असतात. येथे जेव्हा जेलसुधाराचे उपक्रम सुरू झाले, तेव्हा लोकांना वाटले, आम्ही ब्रिटिश आणि अमेरिकन पद्धतीचेच अनुकरण करत आहोत. पण आता मला असे कळले आहे की, ब्रिटिशच आपल्याकडून काही शिकू पाहत आहेत. त्यामुळे मला फार आनंद झाला आहे. आपण आपल्या तुरुंगात कशा सुधारणा घडवून आणल्या हे पाहून ते त्यांच्याकडच्या तुरुंगातही तसे करू इच्छितात. तिहार जेलच्या अधिकाऱ्यांनी येथे जे काही साध्य करून दाखवलं, त्यामुळे तुरुंग सुधाराविषयी पूर्वापार चालत आलेल्या कल्पना आता मागे पडल्या. ही काही लहान सहान बाब नव्हे."

मला विविध देशांमधील तुरुंगांना भेटी देण्याची संधी मिळाली. त्यात अमेरिका, ऑस्ट्रेलिया, इंग्लंड, जर्मनी, इटली, स्वित्झर्लंड, मॉरीशस, स्लोव्हाकिया, जपान, फिलीपाईन्स आणि श्रीलंका या देशांचा समावेश होता. पण जगातील कोणत्याही तुरुंगाच्या आत तुरुंगाबाहेरील समाज इतक्या तळमळीने कार्य करत नव्हता, ही गोष्ट मी अभिमानाने सांगू शकेन. एका अनामिक अज्ञात अध्यात्मानं एवढी उंची गाठून निर्वाणाप्रत पोहोचण्याची घटनासुद्धा कोणत्याही तुरुंगाच्या गजांच्या आड घडली नसेल.

तिहार जेल हा खरोखरच अजूनही आदर्श तुरुंगाचा जगातील एकमेव नमुना आहे.

□

नवनिर्माण अजूनही चालूच आहे.

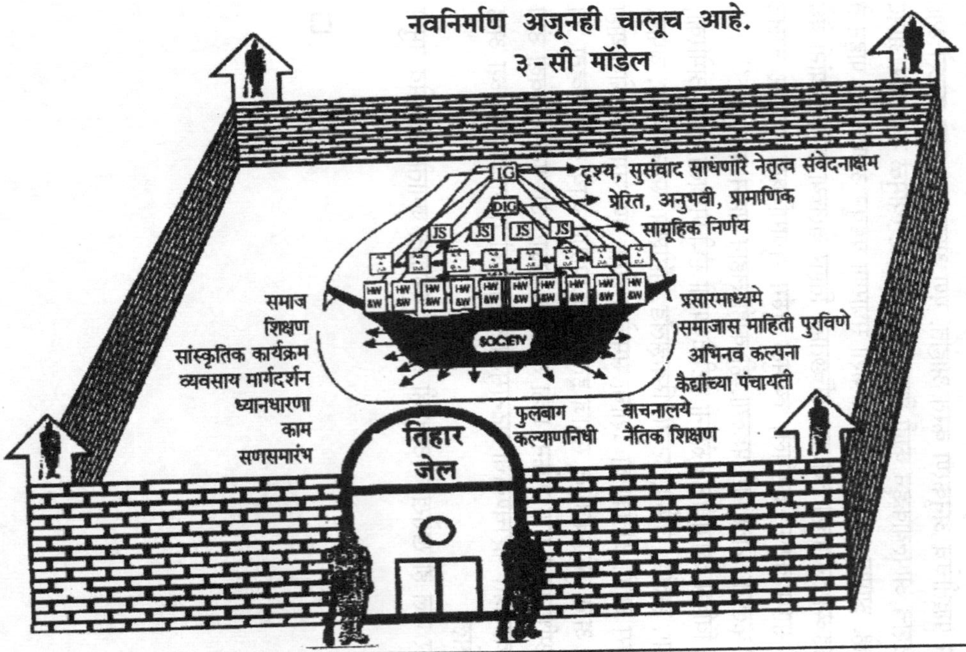

३-सी मॉडेल-अंतर्गत एकसूत्रता व बाह्य सुसंवाद, सहभाग यांच्यावर आधारित असलेली ही यंत्रणा अशी विकसित झाली.

सर्वांगीण विकास : एका कैदी स्त्रीच्या नजरेतून

शकीरा नामक कैदी स्त्रीने रेखाटलेल्या या चित्रातून तिहारचा सर्वांगीण पालट कसा झाला हे दिसते.

Please contact us at **Mehta Publishing House,** Pune 411030.
✆ +91 020-24476924 / 24460313 / Mob. No. 9545000513
Email : production@mehtapublishinghouse.com
Website : www.mehtapublishinghouse.com

- *या पुस्तकातील लेखकाची मते, घटना, वर्णने ही त्या लेखकाची असून त्याच्याशी प्रकाशक सहमत असतीलच असे नाही.*